AF766072

ನೌಶಾದ್ ಜನ್ನತ್ತ್

ಕೊಡಗಿನ ಮಡಿಕೇರಿ ಬಳಿಯ ಬೋಯಿಕೇರಿ, ನೌಶಾದ್ ಜನ್ನತ್ತ್‌ರ ಹುಟ್ಟೂರು. ಸುಂಟಿಕೊಪ್ಪ ಸರಕಾರಿ ಕಾಲೇಜಿನಲ್ಲಿ ವಿದ್ಯಾಭ್ಯಾಸ ಮುಗಿಸಿದ ಇವರು ಸದ್ಯ ಕುಶಾಲನಗರದಲ್ಲಿ ಕುಟುಂಬದೊಂದಿಗೆ ವಾಸವಾಗಿದ್ದಾರೆ. ಜೀವನೋಪಾಯಕ್ಕಾಗಿ ಕೊಡಗಿನ ಗಡಿಯಂಚಿನಲ್ಲಿ ಪಿಠೋಪಕರಣಗಳ ಉದ್ಯಮವನ್ನು ನಡೆಸುತ್ತಿರುವ ನೌಶಾದ್‌ರವರು, "ನಮ್ಮ ಕೊಡಗು ತಂಡ" ಎಂಬ ಸಂಸ್ಥೆಯನ್ನು ಹುಟ್ಟುಹಾಕಿ ಅದರ ಮೂಲಕ ಸಂತ್ರಸ್ತರು ಮತ್ತು ಆದಿವಾಸಿಗಳ ಮೂಲಭೂತ ಹಕ್ಕುಗಳಿಗೆ ಹೋರಾಟ ಮಾಡುವುದರ ಜೊತೆಗೆ ಸರಕಾರಿ ಶಾಲೆ ಉಳಿಸಿ ಅಭಿಯಾನವನ್ನು ಕೂಡ ಕೊಡಗಿನಲ್ಲಿ ಪರಿಣಾಮಕಾರಿಯಾಗಿ ಮಾಡುತ್ತಾ ಬಂದಿದ್ದಾರೆ.

ಕಾಲೇಜು ದಿನಗಳಿಂದಲೂ ಸಾಹಿತ್ಯದ ಮೇಲೆ ಅಪಾರ ಒಲವಿದ್ದ ನೌಶಾದ್ ಜನ್ನತ್ತ್‌ರ ಹಲವು ಲೇಖನಗಳು ಪತ್ರಿಕೆಗಳಲ್ಲಿ ಪ್ರಕಟವಾಗಿದೆ. 2020ರಲ್ಲಿ "ಕಡಮ್ಮಕಲ್ಲು ಎಸ್ಟೇಟ್" ಎಂಬ ಕಿರುಕಾದಂಬರಿಯನ್ನು ಕನ್ನಡ ಪುಸ್ತಕ ಪ್ರಾಧಿಕಾರದ ಅನುದಾನದಡಿಯಲ್ಲಿ ಬರೆದಿದ್ದು, ಈ ಕೃತಿ ಕೊಡಗು ಸಾಹಿತ್ಯವಲಯದಲ್ಲಿ ಹೆಚ್ಚು ಚರ್ಚಿತವಾಗಿ ಬಿಡುಗಡೆಯಾದ ಎರಡು ದಿನದಲ್ಲೆ ಮರುಮುದ್ರಣವಾಗಿತ್ತು. ಕೊಡಗಿನ ಪ್ರಾಕೃತಿಕ ವಿಕೋಪಕ್ಕೆ ಸಂಬಂಧಪಟ್ಟಂತೆ ಇವರು 2021ರಲ್ಲಿ ಬರೆದ "ಜಲಪ್ರಳಯ" ಕೃತಿ ಕೂಡ ಸಾರ್ವಜನಿಕ ವಲಯದಲ್ಲಿ ಹೆಚ್ಚಿನ ಚರ್ಚೆಗೆ ಗ್ರಾಸವಾಗಿತ್ತು.

nowshadjannath5@gmail.com
ಮೊ: 8546971717

ಕಾದಂಬರಿ

ಫಾರೆಸ್ಟರ್ ಪೊನ್ನಪ್ಪ

ನೌಶಾದ್ ಜನ್ನತ್ತ್

ವೀರಲೋಕ ಬುಕ್ಸ್ ಪ್ರೈ.ಲಿ.
207, 2ನೇ ಮಹಡಿ, 3ನೇ ಮೇನ್, ಚಾಮರಾಜಪೇಟೆ
ಬೆಂಗಳೂರು–560018. ಮೊಬೈಲ್: 70221 22121
ಇಮೇಲ್: veeralokabooks@gmail.com
ವೆಬ್‌ಸೈಟ್: www.veeralokabooks.com

FORESTER PONNAPPA
Novel written by **Nowshad Jannath**

Published by:
VEERALOKA BOOKS PVT. LTD.
207, 2nd Floor, 3rd Main
Chamarajpet, Bengaluru - 560018

Mobile : +91 7022122121
E-mail : veeralokabooks@gmail.com
Website: www.veeralokabooks.com

Price : Rs. 300/-
Pages : 256
First Impression : 2022

Paper used : 70 GSM NS Maplitho
Book size : 1/8th Demy

ISBN : 978-93-94942-31-8

Cover page illustration by : Roopa Vipin
Inner pages illustration by : Vijaya Vikram

Printer : Regal Print Service
No. 92, Pipeline West, Kasturibanagar
Mysore Road Cross, Near Christian Tollgate
Bengaluru - 560026

ಅರ್ಪಣೆ

ಕಾಡಿನ ಸಂತ

ಕೆ. ಎಂ. ಚಿಣ್ಣಪ್ಪನವರಿಗೆ

ಅಲ್ಲೊಂದು ಬದುಕಿತ್ತು, ಇದೆ ಮತ್ತು ಮುಂದುವರೆಯುತ್ತಿದೆ...

ಮಲೆನಾಡಿನ ಜನರ ಬದುಕಿನಲ್ಲಿ ಮಹತ್ತರ ತಿರುವು ಬಂದಿದ್ದು ತೊಂಬತ್ತನೇ ದಶಕದ ಆದಿಯಲ್ಲಿ. ಕಾಫಿ ಬೋರ್ಡ್ ಎಂಬ ಕೇಂದ್ರ ಸರ್ಕಾರದ ಸಾಮ್ಯದ ಸಂಸ್ಥೆಯ ಅಡಿಯಲ್ಲಿ ದಶಕಗಳಿಂದ ನಲುಗಿದ್ದ ಕಾಫಿ ಬೆಳೆಗಾರರಿಗೆ ಮುಕ್ತ ಮಾರುಕಟ್ಟೆ ಎಂಬ ಹೊಸ ವ್ಯವಸ್ಥೆ ಬದುಕನ್ನೇ ಬದಲಿಸಿತ್ತು.

ದಿನವಿಡೀ ನೀರವತೆಯನ್ನೇ ಹೊದ್ದು, ಮಳೆಗಾಲದಲ್ಲಿ ಇನ್ನಿಲ್ಲದಂತೆ ತೋಯಿಸಿ, ಚಳಿಗಾಲದಲ್ಲಿ ನಡುಗಿಸಿ, ಬೇಸಿಗೆಯ ಧೂಳಿನಲ್ಲಿ ರೇಜಿಗೆಯನ್ನು ಹುಟ್ಟಿಸುತ್ತಿದ್ದ ಮಲೆನಾಡಿನ ಜನಗಳು ಮೈಕೊಡವಿ ಓಡಾಡಲು ಆರಂಭಿಸಿದರು. ರಾತ್ರಿ ಬೆಳಗಾಗುವುದರೊಳಗೆ, ಸೋಮಾರಿಕಟ್ಟೆಯಲ್ಲಿ ಕುಳಿತು ಸಂಜೆ ಗುಂಡು ಹಾಕಲು ದುಡ್ಡು ಹೊಂದಿಸುವುದರ ಬಗ್ಗೆ ಯೋಚಿಸುತ್ತಿದ್ದ ಹುಡುಗರು, ಈ ಕಾಫಿ ಮಾರುಕಟ್ಟೆಯಲ್ಲಿ ಧುಮುಕಿ ಲಕ್ಷ, ಲಕ್ಷ ಎಣಿಸಲು ಆರಂಭಿಸಿದರು. ಮೊದಲೆಲ್ಲ ಅನುಕೂಲಸ್ಥರ ಮನೆಯಲ್ಲಿ ಕಾಣುತ್ತಿದ್ದ ಕಾರುಗಳು, ಈಗ ಎಲ್ಲಾ ಹುಡುಗರ ಕೈಯಲ್ಲಿ ಬಂದಿತ್ತು.

ಕಾಲ ಹಾಗೆಯೇ ನಿಂತಿರಲಿಲ್ಲ. ಮುಂದಿನ ವರ್ಷ ಬರುವ ಹೊತ್ತಿಗೆ, ಈ ಎಲ್ಲಾ ಹುಡುಗರು ಕೈಯಲ್ಲಿ ದುಡ್ಡು ಹಿಡಿದುಕೊಂಡು ಕಾಫಿ ವ್ಯಾಪಾರಕ್ಕೆ ಇಳಿದಿದ್ದರು. ಹೋದ ವರ್ಷದಂತೆ ಲಕ್ಷ, ಕೋಟಿಗಳ ಬಗ್ಗೆ ಮಾತನಾಡುತ್ತಿರುವಾಗಲೇ, ಮಾರುಕಟ್ಟೆ ಕುಸಿಯಿತು. ಎಷ್ಟೋ ಜನರು, ತಾವು ಹಿಂದಿನ ವರ್ಷ ಗಳಿಸಿದ್ದನ್ನು ಕಳೆದು, ಸಾಲದ ಸುಳಿಯಲ್ಲಿ ಬಿದ್ದರು. ಈಗ ಸಾಲದ ಸುಳಿಯಿಂದ ಹೊರಬರಬೇಕಾದ ಅವಶ್ಯಕತೆ ಬಂತು.

ಈ ಮುಕ್ತ ಮಾರುಕಟ್ಟೆಯ ಹಾವು-ಏಣಿ ಆಟವು ಅರ್ಥವಾಗುವ ಹೊತ್ತಿಗೆ, ಕೆಲವರು ಕೋಟ್ಯಾಧೀಶರಾಗಿದ್ದರು ಮತ್ತೆ ಕೆಲವರು ಎಲ್ಲವನ್ನೂ ಕಳೆದುಕೊಂಡಿದ್ದರು. ಇದರಿಂದ ಮುಂದೆ ಬಂದಿದ್ದೇ ರಿಯಲ್ ಎಸ್ಟೇಟ್ ಮತ್ತು ಶುಂಠಿ ಬೆಳೆ ಎನ್ನುವ ಮಹಾ ಮಾರಿ. ಆಮೇಲೆ ಬಂದಿದ್ದು ಹೋಂ ಸ್ಟೇ, ರೆಸಾರ್ಟ್‌ಗಳು. ಒಮ್ಮೆ ದುಡ್ಡಿನ ರುಚಿ ಕಂಡಿದ್ದ ಸಮಾಜ ಹಿಂದಡಿಯಿಡಲು

ಒಪ್ಪಲೇ ಇಲ್ಲ. ಹಾವು-ಏಣಿ ಆಟ ಮುಂದುವರೆಯಿತು. ಈ ಮುಕ್ತ ಮಾರುಕಟ್ಟೆ ಅರ್ಥ ವ್ಯವಸ್ಥೆ ಎನ್ನುವುದೇ ಹೀಗೆ. ಒಮ್ಮೆ ಅದರಲ್ಲಿ ನುಗ್ಗಿದ ಮೇಲೆ ಹೊರ ಬರುವ ಪ್ರಶ್ನೆಯೇ ಇಲ್ಲ.

ಈ ಮುಕ್ತ ಮಾರುಕಟ್ಟೆ ವ್ಯವಸ್ಥೆ ಬರೀ ಆರ್ಥಿಕ ಸ್ಥಿತಿಯನ್ನಷ್ಟೇ ಬದಲಿಸಲಿಲ್ಲ. ಆರ್ಥಿಕ ವ್ಯವಸ್ಥೆಗಿಂತ ಹೆಚ್ಚಾಗಿ, ಪರಿಸರ ಮತ್ತು ಸಾಮಾಜಿಕ ವ್ಯವಸ್ಥೆಯನ್ನೇ ಬುಡಮೇಲು ಮಾಡಿತು ಎಂದರೆ ತಪ್ಪಾಗಲಾರದು. ಮೊದಲೆಲ್ಲ ಮಲೆನಾಡಿನಲ್ಲಿ ಕುಟುಂಬಗಳ ಬಾಂಧವ್ಯಕ್ಕೆ ಹೆಚ್ಚು ಪ್ರಾಮುಖ್ಯತೆ ಇತ್ತು. ಕಾಫಿ ಪ್ಲಾಂಟರ್‌ಗಳು, ಅವರ ತೋಟದ ಕೆಲಸಕ್ಕೆ ಬರುವವರು, ಸಣ್ಣ-ಪುಟ್ಟ ವ್ಯಾಪಾರದ ಬ್ಯಾರಿಗಳು, ದೊಡ್ಡ ವ್ಯಾಪಾರ ಮತ್ತು ಬಡ್ಡೀ ವ್ಯವಹಾರದ ಶೆಟ್ಟರು ಮತ್ತು ಮಾರ್ವಾಡಿಗಳು, ಇವಿಷ್ಟೆ ಮಲೆನಾಡಿನ ಜೀವನ. ಕುಟುಂಬದ ಮಕ್ಕಳು ವಯಸ್ಸಿಗೆ ಬಂದ ನಂತರ, ಒಂದೋ ಬೆಂಗಳೂರು, ಮೈಸೂರಿನತ್ತ ಮುಖ ಮಾಡಿ ಯಾವುದಾದರೂ ಕೆಲಸಕ್ಕೆ ಸೇರುತ್ತಿದ್ದರು. ಇಲ್ಲದೇ ಹೋದರೆ, ತಣ್ಣಗೆ ತೋಟ ನೋಡಿಕೊಂಡು ಮನೆಯಲ್ಲಿ ಇರುತ್ತಿದ್ದರು. ಕುಟುಂಬದ ಮದುವೆ-ಸಾವು ಮುಂತಾದ ಕಾರ್ಯಕ್ರಮಗಳಲ್ಲಿ ಸಕ್ರಿಯವಾಗಿ ಭಾಗವಹಿಸುತ್ತಿದ್ದರು.

ಮುಕ್ತ ಮಾರುಕಟ್ಟೆ ವ್ಯವಸ್ಥೆ ಬಂದ ಮೇಲೆ ಕೌಟುಂಬಿಕ ಬಾಂಧವ್ಯದ ಅಡಿಪಾಯ ಕುಸಿದು ಬಿತ್ತು. ಪ್ರತಿಯೊಬ್ಬರಿಗೂ ಪ್ರತ್ಯೇಕ ಅಸ್ತಿತ್ವದ ಅವಶ್ಯಕತೆ ಕಾಣಲಾರಂಭಿಸಿತು. ಅದನ್ನು ಸಾಬೀತು ಪಡಿಸಲು ಬೇಕಾಗಿದ್ದು ಹಣ. ಅದನ್ನು ಯಾವ ರೀತಿಯಲ್ಲಿ ಬೇಕಾದರೂ ಸಂಪಾದಿಸಬಹುದು. ಓದಿದವರು ಬೆಂಗಳೂರು, ಅಮೆರಿಕಾ ಕಡೆ ಮುಖ ಮಾಡಿದರೆ, ಅಲ್ಲಿಯೇ ಉಳಿದುಕೊಂಡವರು 'ಬ್ಯುಸಿನೆಸ್' ಮಾಡಲು ಆರಂಭಿಸಿದರು. ಇವೆಲ್ಲದರ ನಡುವೆ ಮೊಬೈಲ್ ಫೋನ್ ಎಂಬ ಪುಟ್ಟ ವಸ್ತು ಎಲ್ಲರ ಜೀವನದ ಅವಿಭಾಜ್ಯ ಅಂಗವಾಗಿ, ಬೆಂಕಿಗೆ ತುಪ್ಪ ಸುರಿದಂತಾಗಿತ್ತು.

ಈ ಬೆಳವಣಿಗೆಯ ಮೊದಲ ಬಲಿಪಶುಗಳು ಎಂದರೆ, ಮಲೆನಾಡಿನಲ್ಲಿಯೇ ಹುಟ್ಟಿ, ಅಲ್ಲಿ ಜೀವನದ ಐದಾರು ದಶಕಗಳನ್ನು ಕಳೆದವರು. ವಿದ್ಯುತ್, ಟೆಲಿಫೋನ್, ರಸ್ತೆಗಳು ಮತ್ತು ಸಾರಿಗೆ ವ್ಯವಸ್ಥೆ ಇಲ್ಲದೆಯೂ ಸಂತೋಷವಾಗಿ ಜೀವನ ಕಳೆದ ಈ ಪೀಳಿಗೆಯವರು, ಮೂರು ದಶಕಗಳ ಬದಲಾವಣೆ ಕಂಡು ಹೈರಾಣಾಗಿ ಹೋದರು. ಮೊದ ಮೊದಲು ದುಡ್ಡು, ಕಾರುಗಳನ್ನು ನೋಡಿ ಸಂಭ್ರಮ ಪಟ್ಟರೂ ಸಹ, ತಮ್ಮ ಬದುಕಿನ ಆತ್ಮ ಎಂದು ನಂಬಿದ್ದ ಕುಟುಂಬ ವ್ಯವಸ್ಥೆ ಕುಸಿದು ಬೀಳುತ್ತಿರುವುದನ್ನು ನೋಡಿ ಆಡಲಾಗದೆ, ಅನುಭವಿಸಲಾಗದೆ ತೊಳಲಾಡಿದರು ಮತ್ತು ತೊಳಲಾಡುತ್ತಿದ್ದಾರೆ.

ಜೀವನದಲ್ಲಿ ಯಾರನ್ನೂ ನೋಯಿಸಬಾರದು, ಸಾಧ್ಯವಾದಷ್ಟೂ ಸಹಾಯ ಮಾಡಿ, ಸಮಾಜದಲ್ಲಿ ಒಳ್ಳೆಯ ವ್ಯಕ್ತಿ ಎನ್ನಿಸಿಕೊಳ್ಳಬೇಕು ಎನ್ನುವ

ಹಿನ್ನೆಲೆಯಲ್ಲಿ ಬದುಕಿದ ಇವರುಗಳು, ತಮ್ಮ ಮಕ್ಕಳು ತಪ್ಪು ದಾರಿ ಹಿಡಿದಾಗ, ಬೈಯಲೂ ಸಾಧ್ಯವಾಗದೆ ಸುಮ್ಮನಿರಬೇಕಾದ ಪರಿಸ್ಥಿತಿಗೆ ಬಂದು ತಲುಪಿದ್ದಾರೆ. ಮೊದಲನೆಯದಾಗಿ, ಈಗ ಮಕ್ಕಳು ಊರಿನಲ್ಲಿ ಇರುವುದಿಲ್ಲ. ಸಣ್ಣ, ಪುಟ್ಟ ಕೆಲಸ ಹುಡುಕಿಕೊಂಡಾದರೂ, ನಗರಗಳಿಗೆ ಹೋಗುತ್ತಾರೆ. ಊರಿನಲ್ಲಿ ಇರಬೇಕಾದರೆ, ಅವರಿಗಿಷ್ಟ ಬಂದಂತೆ ಇರಬೇಕು ಅಷ್ಟೆ. ಅವರ ತಪ್ಪುಗಳ ವಿಷಯ ಮಾತನಾಡುವಂತಿಲ್ಲ. ಅವರು ಇನ್ನೊಬ್ಬರಿಗೆ ಮೋಸ ಮಾಡಿದರೂ ಸಹ ಕೇಳುವಂತಿಲ್ಲ. ಇದು ಬರೀ ಕಾಫಿ ಪ್ಲಾಂಟರ್‌ಗಳ ಸಮಸ್ಯೆ ಅಲ್ಲ. ಅವರ ತೋಟದ ಕೆಲಸಕ್ಕೆ ಬರುವವರ ಮನೆಗಳಲ್ಲೂ ಸಹ ಇದೇ ಸಮಸ್ಯೆ. ಏಕೆಂದರೆ, ಇಲ್ಲಿ ಬರೀ ದುಡ್ಡು ಮಾತನಾಡುತ್ತದೆ ಮತ್ತು ದುಡ್ಡು ಕೈಗೆ ಕೊಡದಿದ್ದರೆ, ವಯಸ್ಸಿಗೆ ಬಂದ ಹುಡುಗರು ಮನೆಯಲ್ಲಿ ಇರಲು ಒಪ್ಪುವುದಿಲ್ಲ.

ಹಾಗಾದರೆ, ಕೊಡಗು, ಚಿಕ್ಕಮಗಳೂರು ಮತ್ತು ಸಕಲೇಶಪುರದ ಸಂಸ್ಕೃತಿ ಸಂಪೂರ್ಣವಾಗಿ ನಶಿಸಿ ಹೋಗಿದೆಯೇ? ಹಾಗೆ ಹೇಳಲು ಬರುವುದಿಲ್ಲ. ಕಳೆದ ಕೆಲವು ದಶಕಗಳ ಹಿಂದೆ, ಈ ಪ್ರಾಂತ್ಯದಲ್ಲಿ ಓದುವ ಸಂಸ್ಕೃತಿಯೇ ಇರಲಿಲ್ಲ. ಮಲೆನಾಡಿನ ಈ ಭಾಗ ಕಂಡ ಏಕೈಕ ಬರಹಗಾರರೆಂದರೆ, ಪೂರ್ಣಚಂದ್ರ ತೇಜಸ್ವಿಯವರು. ಅವರ ಪುಸ್ತಕಗಳನ್ನೇ ಎಷ್ಟೋ ಜನ ಓದಿರಲಿಲ್ಲ! ಈಗ ನೋಡಿದರೆ, ಮೂಡಿಗೆರೆಯಲ್ಲಿ ಯುವ ಬರಹಗಾರ ಒಂದು ಗುಂಪೇ ಇದೆ. ತೇಜಸ್ವಿಯವರನ್ನು ಬಹಳಷ್ಟು ಹಚ್ಚಿಕೊಂಡು, ತಮ್ಮ ಪಾಡಿಗೆ ಬರವಣಿಗೆ, ತೇಜಸ್ವಿಯವರಂತೆ ಪರಿಸರವನ್ನು ಅಭ್ಯಸಿಸುತ್ತಾ, ಯಾವುದೇ ಪ್ರಚಾರಕ್ಕೆ ತಲೆ ಕೆಡಿಸಿಕೊಳ್ಳದೆ, ತಮ್ಮ ಪಾಡಿಗೆ ಬದುಕುವ ಯುವಕರ ದೊಡ್ಡ ಗುಂಪೇ ಇದೆ. ಕೊಡಗಿನಲ್ಲೂ ಅಷ್ಟೆ. ಬಹಳಷ್ಟು ಜನ ಬರಹಗಾರರು ಬರುತ್ತಿದ್ದಾರೆ. ಇವರುಗಳಲ್ಲಿ ಹೆಚ್ಚಿನವರನ್ನು ನಾನು ನೋಡಿಲ್ಲ. ಆದರೆ, ಅವರ ಹೆಸರುಗಳು ಗೊತ್ತಿದೆ ಮತ್ತು ಅವರ ಬರವಣಿಗೆ ಮತ್ತು ಕೆಲಸಗಳ ಬಗ್ಗೆ ಅರಿವಿದೆ.

ನಾಲ್ಕೈದು ವರ್ಷಗಳ ಹಿಂದೆ ಕೊಡಗು ಮತ್ತು ಚಿಕ್ಕಮಗಳೂರಿನಲ್ಲಿ ಭೂಕುಸಿತ ಉಂಟಾದಾಗ, ಇವರಲ್ಲಿ ಹೆಚ್ಚಿನವರು ಸ್ವಯಂ ಪ್ರೇರಣೆಯಿಂದ ಕಷ್ಟಕ್ಕೀಡಾದ ಜನಗಳ ಸಹಾಯಕ್ಕೆ ನುಗ್ಗಿದ್ದರು. ಇವರ ಬಳಿ ಬಹಳಷ್ಟು ಹಣ ಇದೆ ಎಂದಲ್ಲ. ಆದರೆ, ಸಹಾಯ ಮಾಡುವ ಕಳಕಳಿ ಇದೆ. ತಮ್ಮ ಕೆಲಸಗಳನ್ನೆಲ್ಲ ಬದಿಗಿಟ್ಟು, ನಿರಾಶ್ರಿತ ಕೇಂದ್ರಗಳನ್ನು ಸ್ಥಾಪಿಸಿ, ಸಂತ್ರಸ್ತರು ಎಲ್ಲೇ ಇದ್ದರೂ ಅವರ ಸಹಾಯಕ್ಕೆ ನುಗ್ಗಿದ್ದಾರೆ. ಇವರುಗಳಿಗೆ ದೊಡ್ಡ ಮಟ್ಟದಲ್ಲಿ ಪ್ರಚಾರ ಸಿಕ್ಕಿಲ್ಲ. ಇವರನ್ನು ನೋಡಿದಾಗ, ಆ ಜೀವನ ಇನ್ನೂ ಜೀವಂತವಾಗಿದೆ ಮತ್ತು ಮುಂದೆಯೂ ಇರುತ್ತದೆ ಎನ್ನುವ ನಿರಾಳತೆ ಮೂಡುತ್ತದೆ.

ಇವೆಲ್ಲ ನನಗೆ ನೆನಪಿಗೆ ಬಂದಿದ್ದು, ಕುಶಾಲನಗರದಲ್ಲಿ ನೆಲೆಸಿರುವ ನೌಶಾದ್ ಜನ್ನತ್ತ್, ತನ್ನ ಪುಸ್ತಕವಾದ 'ಫಾರೆಸ್ಟರ್ ಪೊನ್ನಪ್ಪ' ಪುಸ್ತಕಕ್ಕೆ

ಮುನ್ನುಡಿ ಬರೆಯಲು ಕೇಳಿದಾಗ. ಇಲ್ಲಿಯವರೆಗೆ ನಾನು ಯಾವುದೇ ಪುಸ್ತಕಗಳಿಗೆ ಮುನ್ನುಡಿ ಬರೆದಿಲ್ಲವಾದರೂ, ನೌಶಾದ್‌ಗೆ ಇಲ್ಲ ಎಂದು ಹೇಳಲಾಗಲಿಲ್ಲ. ನೌಶಾದ್ ಜನ್ನತ್ತ್ ಮೊದಲು ಪರಿಚಯವಾಗಿದ್ದು ಭಾರದ್ವಾಜ ಆನಂದತೀರ್ಥ ಅವರ ಮೂಲಕ. ಕೊಡಗಿನ ಭೂಕುಸಿತದ ಸಮಯದ ವಿವರಗಳನ್ನೊಳಗೊಂಡ ಅವರ ಪುಸ್ತಕ 'ಜಲಪ್ರಳಯ'ವನ್ನು ಆನಂದತೀರ್ಥರು ಬಿಡುಗಡೆ ಮಾಡಿದ್ದರು. ಆ ಪುಸ್ತಕವನ್ನು ಓದಿದ ಮೇಲೆ ನೌಶಾದ್ ಒಳಗಿನ ವಿಶೇಷ ವ್ಯಕ್ತಿತ್ವದ ಪರಿಚಯವಾಗಿತ್ತು.

ಫಾರೆಸ್ಟರ್ ಪೊನ್ನಪ್ಪ ಸಹ ಮಲೆನಾಡಿನಲ್ಲಿ ಬದಲಾದ ಆರ್ಥಿಕ ಮತ್ತು ಸಾಮಾಜಿಕ ವ್ಯವಸ್ಥೆಯ ಸುತ್ತಲೂ ಹೆಣೆದಿರುವ ಕಾದಂಬರಿ. ಇಲ್ಲೊಂದು ಜೀವನವಿದೆ, ಬದಲಾವಣೆ ಇದೆ ಮತ್ತು ಆ ಬದಲಾವಣೆಯನ್ನು ಜೀರ್ಣಿಸಿಕೊಳ್ಳಲು ಆಗದ ಆರ್ದ್ರತೆ ಇದೆ. ಸೈನ್ಯ, ಪೋಲಿಸ್ ಮತ್ತು ಅರಣ್ಯ ಇಲಾಖೆ ಸೇರುತ್ತಿದ್ದ ಕೊಡವರಲ್ಲಿ, ಗೌರವಕ್ಕಾಗಿ ಬದುಕುವ ಪರಿಪಾಠವಿತ್ತು. ನಮ್ಮ ಪೀಳಿಗೆ, 'ಅಂಥ ಒಳ್ಳೆಯ ಮನುಷ್ಯನಿಗೆ ಎಂತಹಾ ಮಗ ಹುಟ್ಟಿದ?' ಎಂದು ಸಮಾಜ ಮಾತನಾಡುವುದು ಸಾಮಾನ್ಯವಾಗುತ್ತಿದ್ದ ಕಾಲ. ಏಕೆಂದರೆ, ಅದು ಬದಲಾವಣೆಯ ಕಾಲವೂ ಹೌದು. ಅಂತಹ ಸಂದರ್ಭಗಳಲ್ಲಿ, ಜೀವನದುದ್ದಕ್ಕೂ ಗೌರವಯುತವಾಗಿ, ಎದೆ ಎತ್ತಿ ಬದುಕಿದ ವ್ಯಕ್ತಿಗಳು, ತಮ್ಮ ಆರಡಿಯ ದೇಹವನ್ನು ಹಿಡಿಯಷ್ಟಕ್ಕೆ ಕುಗ್ಗಿಸಿ ಓಡಾಡುವುದನ್ನೂ ನೋಡಿದ್ದೇವೆ.

ಇಂತಹ ಸಂದಿಗ್ಧ ಪರಿಸ್ಥಿತಿಯನ್ನು ನೌಶಾದ್ ಬಹಳ ಅಚ್ಚುಕಟ್ಟಾಗಿ ನಿರೂಪಿಸಿದ್ದಾರೆ. ಇಲ್ಲಿ ಒಬ್ಬ ದಕ್ಷ ಅರಣ್ಯಾಧಿಕಾರಿಯ ಕಥೆಯಿದೆ. ಅಪ್ಪನಷ್ಟೇ ಯೋಗ್ಯನಾಗಿ, ಸೈನ್ಯಕ್ಕೆ ಸೇರಿದ ಮಗನ ಕಥೆಯಿದೆ. ಹಾಗೆಯೇ, ಒಂದೇ ತಪ್ಪಿನಿಂದ ದಾರಿ ತಪ್ಪಿ, ಹಣದ ಹಿಂದೆ ಹೋದ ಇನ್ನೊಬ್ಬ ಮಗನಿದ್ದಾನೆ. ಬದಲಾದ ಪರಿಸ್ಥಿತಿಯಲ್ಲಿನ ಜೀವನದ ಚಿತ್ರಣವಿದೆ. ಮಲೆನಾಡಿನ ವಾಸ್ತವತೆಯನ್ನು ಮತ್ತು ಅಂತರಾತ್ಮವನ್ನು ನೌಶಾದ್ ಈ ಕಾದಂಬರಿಯಲ್ಲಿ ಸುಂದರವಾಗಿ ಚಿತ್ರಿಸಿದ್ದಾರೆ ಎಂದು ಮಾತ್ರ ಹೇಳಬಲ್ಲೆ.

–ವಿನಯ್ ಮಾಧವ್

ಕೃತಿಯ ಕುರಿತಾಗಿ...

ಅನಿರೀಕ್ಷಿತವಾಗಿ ಕೆಲವೊಂದು ಪಾತ್ರಗಳು ನಮ್ಮ ಎದುರಿಗೆ ಧುತ್ತನೆ ಬಂದು ನಿಂತುಬಿಡುತ್ತವೆ. ಮರು ಯೋಚನೆ ಮಾಡದೇ ಆ ಕ್ಷಣಕ್ಕೆ ಅವುಗಳನ್ನು ಅಕ್ಷರಕ್ಕಿಳಿಸುವ ಪ್ರಯತ್ನವನ್ನು ಮಾಡಿಬಿಡಬೇಕು. ಇಲ್ಲವಾದರೆ ಅವುಗಳು ನಮ್ಮೊಳಗೆಯೇ ಕಮರಿ ಹೋಗುವ ಸಾಧ್ಯತೆಯೇ ಹೆಚ್ಚು. ಈ "ಫಾರೆಸ್ಟರ್ ಪೊನ್ನಪ್ಪ" ಕೂಡ ಹೀಗೆಯೇ ಒಂದು ತಡರಾತ್ರಿ ಹೊಳೆದದ್ದು! ಮರುಕ್ಷಣವೆ ಬರೆಯಲು ಶುರುಹಚ್ಚಿಕೊಂಡೆ. ಆದರೆ ಅದು ಕೃತಿಯಾಗಲು ತೆಗೆದುಕೊಂಡದ್ದು ಬರೋಬ್ಬರಿ ಒಂದೂವರೆ ವರ್ಷಗಳು!

ಕಾಡು ಮತ್ತು ಅದನ್ನು ಕಾಯುವವರೆಂದರೆ, ನನಗೆ ಮೊದಲಿನಿಂದಲೂ ಒಂದು ರೀತಿಯ ಕುತೂಹಲ. ಅವರಿಬ್ಬರೂ ಅಷ್ಟೇ ನಿಗೂಢ ಕೂಡ! ಯಾರನ್ನು ತೆಳುವಾಗಿ ಪರಿಗಣಿಸಲು ಸಾಧ್ಯವೇ ಇಲ್ಲ. ಕಾಡು ಮತ್ತು ಕಾಡು ಕಾಯುವವರನ್ನು ಹತ್ತಿರದಿಂದ ಒಡನಾಡಿದ್ದರಿಂದಲೊ ಏನೋ ಫಾರೆಸ್ಟರ್ ಪೊನ್ನಪ್ಪನಂತ ಒಂದು ಕಥೆ ಕಟ್ಟಲು ನನ್ನಿಂದ ಸಾಧ್ಯವಾಗಿದ್ದು. ಹಣದಾಸೆಗಾಗಿ ಅರಣ್ಯವನ್ನು ಲೂಟಿ ಮಾಡಲು ತೆರೆಮರೆಯಲ್ಲಿ ಕುಮ್ಮಕ್ಕು ನೀಡುವ ಅರಣ್ಯಾಧಿಕಾರಿಗಳನ್ನು ನಾನು ನೋಡಿದ್ದೇನೆ, ಅದೇ ರೀತಿ ಅರಣ್ಯ ಸಂಪತ್ತನ್ನು ಉಳಿಸುವ ಸಲುವಾಗಿ ತನ್ನ ಪ್ರಾಣ ತೆರಲು ಸಿದ್ಧವಾಗುವ ಸಿಬ್ಬಂದಿಗಳನ್ನು ನಾನು ಕಂಡಿದ್ದೇನೆ. ಮಿಗಿಲಾಗಿ, ಖಾಕಿಯೊಳಗಿನ ನೋವು, ಹತಾಶೆ, ಲಂಪಟತನ, ಕ್ರೌರ್ಯ, ಸಂಕಟ, ದುರಾಸೆ, ಕುಟುಂಬ ಎಲ್ಲದಕ್ಕು ನಾನು ಕಿವಿಯಾಗಿದ್ದೇನೆ. ಸಾಲದ್ದಕ್ಕೆ, ಯೌವ್ವನಾವಸ್ಥೆಯಲ್ಲಿ ಮಾಡುವ ಸಣ್ಣಪುಟ್ಟ ಎಡವಟ್ಟುಗಳಿಂದಾಗಿ ತಮ್ಮ ಬದುಕನ್ನೆ ಬಲಿಕೊಟ್ಟ ಅದೆಷ್ಟೊ ಯುವಕರನ್ನು ಸಹ ನಾನು ಬಲ್ಲೆ. ಅದನ್ನೆಲ್ಲಾ ಈ ಮೂಲಕ ಹೇಳುವ ಪ್ರಯತ್ನವನ್ನು ಮಾಡಿದ್ದೇನಷ್ಟೆ.

'ಅರಣ್ಯವನ್ನು ಉಳಿಸುತ್ತೇನೆ' ಎಂದು ಪ್ರಮಾಣವಚನ ಸ್ವೀಕರಿಸಿ, ಖಾಕಿ ಬಟ್ಟೆ ತೊಟ್ಟು ಬಂದವರೆಲ್ಲ ಈ ಮೊದಲು ನಾಗರಹೊಳೆಯಲ್ಲಿ ರೇಂಜರ್ ಆಗಿದ್ದ ಕೆ.ಎಂ. ಚೆಣ್ಣಪ್ಪನವರಂತೆ ಬದುಕಲು ಸಾಧ್ಯವಿಲ್ಲ ಎನ್ನುವುದು ನಾ ಕಂಡುಕೊಂಡ ಸತ್ಯ. ಈ ಚೆಣ್ಣಪ್ಪನವರು ನನ್ನನ್ನು ಬಹುವಾಗಿ ಕಾಡಿದ

ವ್ಯಕ್ತಿ! ನಾ ಕಂಡಂತೆ (ಕೇಳಿದಂತೆ, ಓದಿದಂತೆ) ಒಬ್ಬ ಅರಣ್ಯಾಧಿಕಾರಿಯಾಗಿ ಇಷ್ಟೊಂದು ನಿಷ್ಠುರ ಮತ್ತು ಪ್ರಾಮಾಣಿಕವಾಗಿ ಬದುಕಲು ಸಾಧ್ಯ ಎನ್ನುವುದೇ ಒಂದು ಅಚ್ಚರಿ! ಆದ್ದರಿಂದಲೇ ನಾನು ಬರೆದ "ಫಾರೆಸ್ಟರ್ ಪೊನ್ನಪ್ಪ" ಎಂಬ ಅರಣ್ಯಾಧಿಕಾರಿ ಮತ್ತವರ ಕುಟುಂಬದ ಜೀವನಗಾಥೆಯನ್ನು ಚೆಣ್ಣಪ್ಪನವರಿಗೆ ಅರ್ಪಿಸಬೇಕೆಂದು ನಿಶ್ಚಯಿಸಿದ್ದು.

ಫಾರೆಸ್ಟರ್ ಪೊನ್ನಪ್ಪನನ್ನು ಬರೆದ ನಂತರದ ಒಂದಷ್ಟು ದಿನ, ಆ ಗುಂಗಿನಿಂದ ನನಗೆ ಹೊರಬರಲು ಸಾಧ್ಯವಾಗಲೇ ಇಲ್ಲ. ಅದ್ಯಾಕೋ ಒಂದು ರೀತಿಯ ವಿಚಿತ್ರ ಸಂಕಟ ಒಳಗೊಳಗೆ ಹಬೆಯಾಡುತ್ತಿತ್ತು. ಪಾತ್ರಗಳ ವಿಚಾರವಾಗಿ ಹೆಚ್ಚು ತಲೆಕೆಡಿಸಿಕೊಂಡಿದ್ದರಿಂದ ಈ ರೀತಿ ಅನ್ನಿಸುತ್ತಿರಬಹುದೇನೊ ಎಂದುಕೊಂಡು ಸುಮ್ಮನಾದೆ. ಆದರೆ, ನಂತರದಲ್ಲಿ ಹಸ್ತಪ್ರತಿ ಓದಿದ ಆಬೀದಾ ಜನ್ನತ್ ಮತ್ತು ರಂಜಿತ್ ಕವಲಪಾರ ಕೂಡ ಅದೇ ಅಭಿಪ್ರಾಯ ವ್ಯಕ್ತಪಡಿಸಿದಾಗ, ನನ್ನ ಮೊದಲೆರಡು ಕೃತಿಗಳಂತೆ ಸ್ವತಃ ಪ್ರಕಾಶಿಸುವುದರ ಬದಲು, ರಾಜ್ಯದ ಮೂಲೆಮೂಲೆಗೂ ತಲುಪಿಸುವ ಯಾವುದಾದರು ಪ್ರಕಾಶಕರಿಗೆ ಈ ಕೃತಿಯನ್ನು ಕೊಡಬೇಕು ಎಂದು ಯೋಚಿಸತೊಡಗಿದೆ. ಆ ಕ್ಷಣಕ್ಕೆ ನೆನಪಾದದ್ದೆ, ಈ "ವೀರಲೋಕ". ತಡಮಾಡದೇ ವೀರಕಪುತ್ರ ಶ್ರೀನಿವಾಸರಲ್ಲಿ ಕೇಳಿಕೊಂಡೆ. ಅವರು ಕೂಡ ಹಸ್ತಪ್ರತಿಯನ್ನು ಓದಿ ಪ್ರೀತಿಯಿಂದ ಒಪ್ಪಿಕೊಂಡರು. ದೊಡ್ಡದೊಡ್ಡವರೆಡೆಯಲ್ಲಿ ಹೊಸ ಬರಹಗಾರರನ್ನು ಪ್ರೋತ್ಸಾಹಿಸುವ ಅವರ ಸಾಹಿತ್ಯಪ್ರೀತಿಗೆ ನಾನೆಂದೂ ಅಭಾರಿ.

ಇತ್ತೀಚಿನ ಬರಹಗಾರರಲ್ಲಿ ನನಗೆ ಮಾಕೋನಹಳ್ಳಿ ವಿನಯ್ ಮಾಧವ್ ಸರ್ ಎಂದರೆ ತುಂಬಾ ಅಚ್ಚುಮೆಚ್ಚು ಮತ್ತು ರಾಜ್ಯದಲ್ಲಿ ಪತ್ರಕರ್ತರಾಗಿ ಅವರದ್ದು ಬಹಳ ದೊಡ್ಡ ಹೆಸರು. ಅವರ "ವನ್ಯಲೋಕದಲ್ಲಿ ನಾಲ್ಕು ಹೆಜ್ಜೆಗಳು" ನನಗೆ ಆಪ್ತವಾದ ಕೃತಿ. ಫಾರೆಸ್ಟರ್ ಪೊನ್ನಪ್ಪನನ್ನು ಬರೆದ ನಂತರದಲ್ಲಿ ಅವರಿಗೆ ಕರೆಯಾಯಿಸಿ, "ಸರ್, ಅರಣ್ಯಾಧಿಕಾರಿಯೊಬ್ಬರ ಕುರಿತು ಕಾದಂಬರಿಯೊಂದು ಬರೆದಿದ್ದೇನೆ, ಅದಕ್ಕೊಂದು ಮುನ್ನುಡಿ ಬರೆದುಕೊಡಿ" ಎಂದೆ. ಅದಕ್ಕವರು, "ಮುನ್ನುಡಿ ಬರೆಯುವಷ್ಟು ದೊಡ್ಡ ಬರಹಗಾರನಲ್ಲ ನಾನು" ಎಂದು ಪ್ರಾರಂಭಮಾಡಿ, ಕೊನೆಗೆ ನನ್ನ ಮಾತಿಗೆ ಕಟ್ಟುಬಿದ್ದು ಒಪ್ಪಿಕೊಂಡರು. ಅವರಿಗೂ ನಾನು ಋಣಿ.

ಕರಡು ತಿದ್ದಿದ ಡಾ. ಪ್ರದೀಪ್ ಮಾಲ್ಗುಡಿ ಮತ್ತು ಪ್ರಶಾಂತ್ ಸಾಗರ್‌ರವರಿಗೆ ಹಾಗೂ ಕಾದಂಬರಿ ಓದಿ ಸೂಕ್ತ ಸಲಹೆಯೊಂದಿಗೆ ಸಣ್ಣಪುಟ್ಟ ಮಾರ್ಪಾಟು ಮಾಡಿಸಿದ ಗುಬ್ಬಚ್ಚಿ ಸತೀಶ್ ಅವರಿಗೆ ಅನಂತ ಧನ್ಯವಾದಗಳು ಜೊತೆಗೆ ವೀರಲೋಕ ಬಳಗದ ಕೌಸ್ತುಭ, ವಿಜಯ್ ವಿಕ್ರಮ್ ಮತ್ತು ಮುಖಪುಟ ರಚಿಸಿದ ರೂಪಾ ವಿಪಿನ್ ಅವರಿಗೂ ಹೃದಯ ತುಂಬಿದ ಪ್ರೀತಿ.

ಇನ್ನುಳಿದಂತೆ ಫಾರೆಸ್ಟರ್ ಪೊನ್ನಪ್ಪ ಮತ್ತು ಅವರ ಕುಟುಂಬದ ಕಹಾನಿಯನ್ನು ನಿಮ್ಮ ಕೈಗಿಡುತ್ತಿದ್ದೇನೆ. ಓದಿದ ನಿಮಗೆ ಅರೆಕ್ಷಣವಾದರೂ ನನ್ನ ಕಾದಂಬರಿಯ ಯಾವುದಾದರೊಂದು ಪಾತ್ರ ಕಾಡಿದರೆ ಅದೇ ನನ್ನ ಮತ್ತು ಈ ಕೃತಿಯ ಗೆಲುವು ಎಂದು ಹೇಳುತ್ತಾ...

–ನೌಶಾದ್ ಜನ್ನತ್

ಪ್ರಕಾಶಕರ ಮಾತು

ಪ್ರಿಯ ಓದುಗ ದೊರೆಗಳೆ, ಅತ್ಯಂತ ಪ್ರಾಚೀನ ಭಾಷೆಗಳಲ್ಲಿ ಒಂದಾದ ಕನ್ನಡಕ್ಕೆ ಭಾರತೀಯ ಭಾಷೆಗಳಲ್ಲೇ ವಿಶೇಷ ಸ್ಥಾನವಿದೆ. ಈ ನೆಲದ ಮಣ್ಣಿನ ಕಣಕಣದಲ್ಲೂ ಸಾಹಿತ್ಯದ ಘಮಲಿದೆ. ಸಾಂಸ್ಕೃತಿಕ ಹುಡಿಯಿದೆ. ಎಂಟೆಂಟು ಜ್ಞಾನಪೀಠ ಪ್ರಶಸ್ತಿಗಳನ್ನು ಪಡೆದ ಹೆಮ್ಮೆಯೂ ಜತೆಗಿದೆ. ಆದರೆ, ಸಾಹಿತ್ಯವನ್ನು ದಾಟಿಸುವ ವಿಷಯದಲ್ಲಿ ನಾವು ಹಿಂದೆ ಇದ್ದೇವೆ. ಸಂಕಟ ಪಡುವಷ್ಟು ಓದುಗರ ಸಂಖ್ಯೆಯನ್ನು ಹೊಂದಿದ್ದೇವೆ. ಕನ್ನಡದಲ್ಲಿ ವರ್ಷಕ್ಕೆ ಸಾವಿರಾರು ಶೀರ್ಷಿಕೆಯ ಪುಸ್ತಕಗಳು ಮುದ್ರಣವಾದರೂ ಕೆಲವೇ ಕೆಲವು ಸಾಹಿತಿಗಳನ್ನು ಹೊರತುಪಡಿಸಿ, ಹೆಸರಾಂತ ಸಾಹಿತಿಗಳ ಪುಸ್ತಕಗಳ ಪ್ರತಿಗಳು ಖರ್ಚಾಗುವುದು ಕೇವಲ ಐನೂರು, ಸಾವಿರ ಮಾತ್ರ. ಹೊಸಬರದ್ದು ಇನ್ನೂ ಘೋರ. ಕರ್ನಾಟಕದ ಏಳೂವರೆ ಕೋಟಿ ಜನಸಂಖ್ಯೆಯಲ್ಲಿ, ಒಬ್ಬ ಲೇಖಕನ ಪುಸ್ತಕವು ಸಾವಿರ ಜನರಿಗೂ ತಲುಪುತ್ತಿಲ್ಲ ಎನ್ನುವುದು ಖೇದಕರ. ಆದರೆ, ಇದನ್ನು ನಂಬಲು ಸಾಧ್ಯವಾ?

ನಿಜವಾಗಿಯೂ ಓದುಗರು ಇಲ್ಲವಾ? ಅಥವಾ ಓದುಗರಿದ್ದರೂ ಅವರಿಗೆ ಕೃತಿಗಳನ್ನು ತಲುಪಿಸುವಲ್ಲಿ ಸೋಲುತ್ತಿದ್ದೇವಾ? ಎನ್ನುವ ಪ್ರಶ್ನೆಯೊಂದಿಗೆ ನಾನು ನಿಮ್ಮಂಥ ಓದುಗರ ಬೆನ್ನುಹತ್ತಿದೆ. ಲಕ್ಷಾಂತರ ಓದುಗರಿದ್ದಾರೆ. ಆದರೆ ಅವರನ್ನು ತಲುಪುವಲ್ಲಿ ನಾವು ಸೋಲುತ್ತಿದ್ದೇವೆ ಎಂಬುದು ನನಗೆ ಮೇಲ್ನೋಟಕ್ಕೆ ಹೊಳೆದ ಸತ್ಯ. ಆ ಕಾರಣದಿಂದಲೇ ನಾನೀಗ ಓದುಗ ಮತ್ತು ಲೇಖಕರ ನಡುವಿನ ಸೇತುವೆಯೊಂದರ ನಿರ್ಮಾಣಕ್ಕೆ ಮುಂದಾಗಿದ್ದೇನೆ. ಆ ಸೇತುವೆಯ ಹೆಸರು 'ವೀರಲೋಕ ಬುಕ್ಸ್'.

ಕುಗ್ರಾಮವೊಂದರಲ್ಲಿ ತಯಾರಾದ ಮಡಕೆಯೊಂದು ಇವತ್ತು ಕಾರ್ಪೋರೇಟ್ ಅಂಗಳದಲ್ಲಿ ಮಾರಾಟಕ್ಕಿದೆ. ಪದವಿ, ಪುರಸ್ಕಾರಗಳನ್ನು ಪಡೆದುಕೊಂಡ ಬರಹಗಾರನೊಬ್ಬನ ಕೃತಿಯು ಸುಸಜ್ಜಿತ ಪುಸ್ತಕ ಮಳಿಗೆಯನ್ನೂ ತಲುಪುವಲ್ಲಿ ಸೋತಿದೆ. ಹಾಗಾಗಿ 'ವೀರಲೋಕ ಬುಕ್ಸ್' ಕನ್ನಡ ಪುಸ್ತಕ ಲೋಕಕ್ಕೆ ಕಾರ್ಪೋರೇಟ್ ಟಚ್ ನೀಡುವ ಉದ್ದೇಶ ಹೊಂದಿದೆ. ಕೇವಲ ಪಟ್ಟಣದಲ್ಲಿ ಮಾತ್ರವಲ್ಲ, ಹಳ್ಳಿಗಾಡಿನ ಕಟ್ಟಕಡೆಯ ಓದುಗನಿಗೂ ಕನ್ನಡ

ಪುಸ್ತಕವನ್ನು ತಲುಪಿಸುವ ದೃಢ ಸಂಕಲ್ಪ ನಮ್ಮದಾಗಿದೆ. ಒಬ್ಬ ಓದುಗ ತಾನು ಇಷ್ಟಪಡುವ ಪುಸ್ತಕ ಕೊಳ್ಳಬೇಕಾದರೆ ನಿಗದಿತ ಪುಸ್ತಕ ಅಂಗಡಿಗೆ ಬಂದರೆ ಮಾತ್ರ ಸಿಗುತ್ತದೆ ಎಂಬುದು ನಿಜಕ್ಕೂ ಓದುಗನಿಗೆ ಮಾಡುತ್ತಿರುವ ಮೋಸ. ಆದ್ದರಿಂದ ಅವನಿರುವ ಕಡೆಯೇ ಪುಸ್ತಕ ಸಿಗುವಂತೆ ಮಾಡುವ ಉದ್ದೇಶ ನಮ್ಮ ಪ್ರಕಾಶನದ್ದು. ಅದಕ್ಕಾಗಿ ಒಂದು ದೊಡ್ಡ ನೆಟ್‌ವರ್ಕ್ ಸಿದ್ಧ ಮಾಡಿದ್ದೇವೆ. ಊರೂರಲ್ಲಿ ಪುಸ್ತಕ ಸಿಗುವಂತೆ ಮಾಡುತ್ತಿದ್ದೇವೆ. ಇನ್ನೂ ಏನೇನೋ ಯೋಜನೆಗಳಿವೆ...

ಈ ಹೊಸ ರೀತಿಯ ಕಾರ್ಯಶೈಲಿಯ ಮೂಲಕ ನಾವು ನಮ್ಮ ವೀರಲೋಕ ಪ್ರಕಾಶನವನ್ನು ಆರಂಭಿಸಿದ್ದೇವೆ. ಇದಕ್ಕೆ ನಾಡಿನ ಖ್ಯಾತ ಸಾಹಿತಿಗಳಾದ ಶ್ರೀ ನೌಶಾದ್ ಜನ್ನತ್ತ್, ಶ್ರೀ ವಿಶ್ವೇಶ್ವರ ಭಟ್, ಶ್ರೀ ಕುಂ. ವೀರಭದ್ರಪ್ಪ, ಶ್ರೀ ಜೋಗಿ, ಶ್ರೀ ರವಿ ಕೃಷ್ಣಾರೆಡ್ಡಿ, ಶ್ರೀ ರಂಗಸ್ವಾಮಿ ಮೂಕನಹಳ್ಳಿ, ಶ್ರೀಮತಿ ದೀಪಾ ಹಿರೇಗುತ್ತಿ, ಶ್ರೀ ಗಣೇಶ್ ಕಾಸರಗೋಡು, ಅನಂತ ಹುದೆಂಗಜೆ, ಡಾ. ಶರಣು ಹುಲ್ಲೂರು, ಶ್ರೀ ಸಂತೋಷಕುಮಾರ ಮೆಹೆಂದಳೆ, ಎನ್. ಧನಂಜಯ, ಡಾ. ಡಿ.ಎಸ್. ಶ್ರೀನಿವಾಸ ಪ್ರಸಾದ್, ಡಾ. ಗವಿಸ್ವಾಮಿ ಎನ್., ನರೇಂದ್ರ ರೈ ದೇರ್ಲ, ಶ್ರೀ ಮಂಜುನಾಥ್ ಚಾಂದ್, ಶ್ರೀಮತಿ ಶುಭಶ್ರೀ ಭಟ್ಟ, ಶ್ರೀಮತಿ ನಾಗವೇಣಿ ವೆಂ. ಹೆಗಡೆ ಹೆಗ್ಗರ್ಸಿಮನೆ, ಶ್ರೀ ರಾಘವ್, ಡಾ. ವಾಸುದೇವ ಶೆಟ್ಟಿ, ಶ್ರೀ ಸದಾಶಿವ್ ಸೊರಟೂರು, ಶ್ರೀ ರಾಜೀವ ನಾರಾಯಣ ನಾಯಕ, ಶ್ರೀ ಶಶಿಧರ ಹಾಲಾಡಿ, ಶ್ರೀ ಎಸ್.ವಿ. ಶ್ರೀನಿವಾಸಮೂರ್ತಿ, ಶ್ರೀ ಮಂಜುನಾಥ್ ಕುಣಿಗಲ್, ಶ್ರೀ ಜಯರಾಮಾಚಾರಿ, ಶ್ರೀಮತಿ ಗಾಯತ್ರಿ ರಾಜ್ ಮತ್ತು ಖ್ಯಾತ ಕಲಾವಿದರಾದ ಶ್ರೀ ರಮೇಶ್ ಅರವಿಂದ್ ಅವರು ವೀರಲೋಕಕ್ಕೆ ತಮ್ಮ ಕೃತಿಗಳನ್ನು ಕೊಟ್ಟು ಪ್ರೋತ್ಸಾಹಿಸುತ್ತಿದ್ದಾರೆ. ಓದುಗನಿರುವ ಕಡೆಯೇ ಪುಸ್ತಕಗಳನ್ನು ಒದಗಿಸುವ ಈ ಮಹತ್ಕಾರ್ಯಕ್ಕೆ ನಿಮ್ಮ ಬೆಂಬಲವೂ ಇರಲೆಂದು ಪ್ರಾರ್ಥಿಸುವೆ.

'ಫಾರೆಸ್ಟರ್ ಪೊನ್ನಪ್ಪ' ಕೃತಿ ಓದುವ ಸುಖ ನಿಮ್ಮದಾಗಲಿ.

ನಿಮ್ಮ,

–ವೀರಕಪುತ್ರ ಶ್ರೀನಿವಾಸ

ವೀರಲೋಕ ಬುಕ್ಸ್

ಅಧ್ಯಾಯ–1

ತಿತಿಮತಿ ಅರಣ್ಯ ವ್ಯಾಪ್ತಿಗೆ ಒಳಪಡುವ ಆರ್.ಎಫ್.ಓ. ಕಚೇರಿಯಲ್ಲಿ ಫೋನು ರಿಂಗಣಿಸತೊಡಗಿತು. ಕರೆ ಸ್ವೀಕರಿಸಿದ ರೇಂಜರ್ ಅಚ್ಚಯ್ಯನವರು "ಹಲೋ" ಎನ್ನುತ್ತಿದ್ದಂತೆ, ಆ ಕಡೆಯಿಂದ ಏದುಸಿರು ಬಿಡುತ್ತಾ..

"ಸರ್ ನಾನು ಗಾರ್ಡ್ ಮುನಿಯ ಮಾತಾಡ್ತಾ ಇರೋದು".

"ಹೇಳೋ ಮುನಿಯ, ಏನ್ ವಿಷಯ?"

"ಸರ್, ಕಾಡೊಳಗೆ ಇಂದು ವಾಚರ್‌ಗಳನ್ನು ಕರೆದುಕೊಂಡು ಬೀಟ್‌ಗೆ ಹೋಗಿದ್ದೆ. ಅಲ್ಲಿ ನೋಡಿದ್ರೆ ಯಾರೋ ಕಿಡಿಗೇಡಿಗಳು ತೇಗದ ಮರವನ್ನು ಕಡಿದುಬಿಟ್ಟಿದ್ದಾರೆ!"

"ಏನ್ ಹೇಳ್ತ ಇದ್ದೀಯಾ ನೀನು? ಮೀಸಲು ಅರಣ್ಯದೊಳಗೆ ಬಂದು ತೇಗದ ಮರವನ್ನು ಕಡಿದುಕೊಂಡು ಹೋಗಿದ್ದಾರೆ ಎಂದರೆ, ನೀವೆಲ್ಲಾ ಕತ್ತೆ ಕಾಯ್ತಾ ಇದ್ರಾ?"

"ಇಲ್ಲ ಸರ್, ಕಳೆದ ಎರಡ್ಮೂರು ದಿನದಿಂದ ಭಾರೀ ಮಳೆ ಅಲ್ವಾ! ಅದರಿಂದ ಆ ಕಡೆ ಹೋಗ್ಲಿಕ್ಕೆ ಆಗಿರಲಿಲ್ಲ."

"ಅಷ್ಟೂ ಗೊತ್ತಾಗಲ್ವ ನಿಮಗೆ! ಮರಗಳ್ಳರು ಕಾಡು ನುಗ್ಗಲು ಹೆಚ್ಚಾಗಿ ಆಯ್ಕೆ ಮಾಡಿಕೊಳ್ಳುವುದೇ ಮಳೆಗಾಲ! ಹೀಗಿರುವಾಗ, ಮಳೆ ಬರ್ತಿದೆ ಅಂತ, ಕ್ವಾಟ್ರಸ್‌ನಲ್ಲಿ ಹೆಂಡ ಕುಡಿದು ಬೆಚ್ಚಗೆ ಮಲಗಿದ್ರೆ ಇನ್ನೇನಾಗುತ್ತೆ? ಈ ವಿಚಾರ ಏನಾದ್ರು 'ಡಿ.ಎಫ್.ಓ' ಅವರಿಗೆ ತಿಳಿದರೆ, ಮತ್ತೆ ಎಲ್ಲರೂ ಶಾಶ್ವತವಾಗಿ ಮನೆಯಲ್ಲಿ ಬೆಚ್ಚಗೆ ಕೂರಬೇಕಾಗುತ್ತದೆ ಗೊತ್ತಾ!" ಎಂದು ಮುನಿಯನ ಬಳಿ ಸಿಟ್ಟಿನಿಂದ ರೇಂಜರ್ ಅಚ್ಚಯ್ಯನವರು ರೇಗಾಡತೊಡಗಿದರು.

ರಿಸೀವರ್ ಕಿವಿಗೆ ಅದುಮಿ ಹಿಡಿದಿದ್ದ ಮುನಿಯ, ರೇಂಜರ್ ಅಚ್ಚಯ್ಯನವರು ತಾರಾಮಾರ ಬಯ್ಯುತ್ತಿರುವುದನ್ನು ಕೇಳಿಸಿಕೊಳ್ಳುತ್ತಾ, 'ಹುಂ ಸರ್, ಹುಂ ಸರ್' ಎಂದು ಹ್ಲೂಂಗುಟ್ಟುತ್ತಲೆ ಇದ್ದ.

"ಏನು ಹೇಳಿದ್ರು ಹುಂ, ಹುಂ' ಎಂದು ಹೇಳ್ತಾ ಇದ್ದೀಯಲ್ಲ! ನಿಮ್ಮಂಥ ಹೆಡ್ಡರನ್ನೆಲ್ಲ ಅರಣ್ಯ ರಕ್ಷಣೆಗೆ ನೇಮಕಾತಿ ಮಾಡಿದವರಿಗೆ ಬುದ್ಧಿ ಇಲ್ಲ" ಎಂದು ಅಚ್ಚಯ್ಯನವರು ಮತ್ತಷ್ಟು ಕುಪಿತರಾದರು.

ಎದುರುತ್ತರ ಕೊಟ್ಟರೆ ಕೆಂಡಾಮಂಡಲರಾಗುವ ಅಚ್ಚಯ್ಯನವರ ಸ್ವಭಾವದ ಅರಿವಿದ್ದ ಮುನಿಯ ಮೌನವಾಗಿ ಕೇಳಿಸಿಕೊಳ್ಳುತ್ತಲೇ ಇದ್ದ. "ಹೇ ಮುನಿಯ..." ಎಂದು ಇವನಿಗೆ ತಾನು ಹೇಳುತ್ತಿರುವುದು ಕೇಳುತ್ತಿದೆಯೋ? ಇಲ್ಲವೋ? ಎಂದು ಖಾತರಿಪಡಿಸಿಕೊಳ್ಳುವ ಸಲುವಾಗಿ ಅಚ್ಚಯ್ಯನವರು ಮತ್ತೆ ಜೋರಾಗಿ ಅರಚಿದರು.

"ಹೇಳಿ ಸರ್"

"ಎಷ್ಟು ಮರ ಕಡಿದಿದ್ದಾರೋ?".

"ಎರಡು ಮರ, ಸರ್".

"ಎಷ್ಟು ಮೀಟರ್ ಇರಬಹುದು?"

"ಎರಡು ಸೇರಿ 'ಮೂರು ಮೀಟರ್ ಇರಬಹುದು".

"ಕಳ್ಳ ಬಡ್ಡಿಮಕ್ಕು ದೊಡ್ಡ ಮರವನ್ನೇ ನೋಡಿ ಕಡಿದುಬಿಟ್ಟಿದ್ದಾರಲ್ಲ!"

"ಹೌದು, ಸರ್".

"ಕಡಿದ ಮರವನ್ನು ಸಾಗಿಸಿದ್ದಾರ! ಹೇಗೆ?"

"ಇಲ್ಲ ಸರ್, ಬೆಳಿಗ್ಗೆ ನಾನು ಮತ್ತು ವಾಚರ್‌ಗಳು ಆ ಮಾರ್ಗವಾಗಿ ಹೋಗುತ್ತಿದ್ದಾಗ, ಬಿದ್ದ ಮರದ ಕೊಂಬೆ ಇನ್ನೊಂದು ಮರದಲ್ಲಿ ಸಿಕ್ಕಿಹಾಕಿಕೊಂಡಿರುವಂತೆ ಕಾಣಿಸಿತು. ಮಳೆಗಾಳಿಗೆ ಯಾವುದೋ ಕೊಂಬೆ ಮುರಿದುಬಿದ್ದಿರಬಹುದು ಎಂದು ಕಾಡೊಳಗಿನ ಕಾಲುರಸ್ತೆಯಿಂದ ಒಂದು ನೂರುಮೀಟರ್ ಒಳಗಡೆ ಹೋಗಿ ಕೊಂಬೆ ಕಾಣಿಸಿದ ಜಾಗದ ಬಳಿ ನೋಡಿದಾಗ, ಸುತ್ತಲೂ ತೇಗದ ಹಸಿಎಲೆ ಮತ್ತು ಸಣ್ಣಸಣ್ಣ ರೆಂಬೆಗಳು ಬಿದ್ದಿರುವುದು ಕಂಡಿತು. ಪುನಃ ಸುತ್ತಲೂ ಕಣ್ಣಾಡಿಸಿದಾಗ ಬಾಳ್‌ನಿಂದ ಕತ್ತರಿಸಿದ ಮರದ ಕೊಂಬೆಗಳು ಅಲ್ಲಲ್ಲಿ ಕಾಣಸಿಕ್ಕಿತ್ತು. ಸಂಶಯ ಬಂದು ಪಕ್ಕದಲ್ಲಿ ಗುಡ್ಡೆ ಮಾಡಿದ ಹಾಗೆ ಕಾಣುತ್ತಿದ್ದ ತರಗೆಲೆಗಳನ್ನು ಸರಿಸಿದಾಗ, ಮರ ಕಡಿದ ನಂತರದಲ್ಲಿ ಆ ಮರದ ಬುಡಕ್ಕೆ ಮಣ್ಣು ಹಾಕಿ, ಅಲ್ಲಿ ಸೊಪ್ಪಿನಿಂದ ಮುಚ್ಚಿ ಹೋಗಿದ್ದ ಜಾಗ ಗೋಚರಿಸಿತು ಸರ್!" ಎಂದು ಮುನಿಯ ಕಾಡೊಳಗೆ ತಾನು ಕಂಡ ಸನ್ನಿವೇಶವನ್ನು ರೇಂಜರ್ ಅಚ್ಚಯ್ಯನವರಿಗೆ ಕಣ್ಣಿಗೆ ಕಟ್ಟುವಂತೆ ವಿವರಿಸಿದ.

"ಹಾಗಾದರೆ ಕಳ್ಳರು ಮರದ ನಾಟಾಗಳನ್ನು ಸಾಗಿಸಿರಬೇಕು! ಅಲ್ವಾ?" ಎಂದು ಆತಂಕದಿಂದ ಅಚ್ಚಯ್ಯನವರು ಕೇಳಿದರು.

"ಇಲ್ಲ ಸರ್, ಕಡಿದ ಮರದ ಎಲೆಗಳು ಇನ್ನೂ ಹಸಿಯಾಗಿಯೇ ಇತ್ತು, ಜೊತೆಗೆ ತುಂಡರಿಸಿದಾಗ ಉದುರಿದ ಮರದ ಹೊಟ್ಟು ಸಹ ಅಲ್ಲೆ ಬಿದ್ದುದ್ದರಿಂದ, ಕಳ್ಳರು ಅಲ್ಲಿಯೇ ಎಲ್ಲಾದರೂ ಅವಿತುಕೊಂಡಿದ್ದಾರ? ಎಂಬ ಸಂಶಯದಿಂದ ಸುತ್ತಮುತ್ತ ಸ್ವಲ್ಪಹೊತ್ತು ತಡಕಾಡಿದೆ, ಅವಾಗ ಒಂದು ಇಪ್ಪತ್ತು ಮರಗಳ ಅಂತರದಲ್ಲಿ ಎರಡೂ ಮರದ ಸುಮಾರು ಹದಿನೈದು ದಿಮ್ಮಿಗಳನ್ನು ಸಾಲಾಗಿ ಜೋಡಿಸಿ, ಕಾಡುಸೊಪ್ಪುಗಳಿಂದ ಮುಚ್ಚಿಟ್ಟಿದ್ದು ಕಾಣಿಸಿತು ಸರ್" ಎಂದು ಮುನಿಯ ಆತಂಕದಿಂದ ಹೇಳಿದ.

"ಅವರಿಗೆ ಎಷ್ಟು ಧೈರ್ಯವಿರಬಹುದು ನೋಡು! ರಿಝರ್ವ್ ಫಾರೆಸ್ಟ್ ಒಳಗಿಂದ ಮರಕಡಿದು, ಅದನ್ನು ಸಾವಕಾಶವಾಗಿ ತೆಗೆದುಕೊಂಡು ಹೋಗುವ ಎಂದು ಕಾಡಿನೊಳಗೆ ಮರೆಮಾಡಿ ಇಟ್ಟಿದ್ದಾರೆ ಎಂದರೆ ಅವರು ಕಡಿಮೆ ಕಳ್ಳರೇನು ಅಲ್ಲ! ಇವರ ಬೆನ್ನಿಗೆ ನಮ್ಮವರೆ ಯಾರೋ ನಿಂತಿರಬೇಕು. ಇಲ್ಲವಾದ್ರೆ ಕಳ್ಳ ಸೂಳೆಮಕ್ಕಳಿಗೆ ಕಾಡಿಗೆ ನುಗ್ಗಿ ಮರ ಕಡಿಯಲು ಧೈರ್ಯ ಎಲ್ಲಿಂದ ಬರುತ್ತೆ? ಹೇಳು, ಇದನ್ನು ಹೀಗೆ ಬಿಟ್ಟರೆ ಆಗೋದಿಲ್ಲ, ನಾನು ಅಲ್ಲಿಗೆ ಬರುವವರೆಗೂ ಆ ಜಾಗಬಿಟ್ಟು ಕದಲದೇ, ಅಲ್ಲೆ ಎಲ್ಲಾದರೂ ಮರೆಯಲ್ಲಿ ಕುಳಿತು, ಯಾರಾದರೂ ಮರ ಸಾಗಿಸಲು ಬರುತ್ತಾರ? ಅಂತ ಕಾವಲು ಇರು" ಎಂದು ಹೇಳಿ ಅಚ್ಚಯ್ಯ ಫೋನು ಕುಕ್ಕಿದರು.

ಮೈಸೂರಿನಿಂದ ಹುಣಸೂರು ಮೂಲಕ ಕೇರಳಕ್ಕೆ ಸಂಪರ್ಕ ಕಲ್ಪಿಸುವ ರಸ್ತೆಯ ಎರಡೂ ಬದಿಯಲ್ಲಿ ಹಬ್ಬಿಕೊಂಡಿರುವ ತಿತಿಮತಿ ಅರಣ್ಯವಲಯದಲ್ಲಿ ಬ್ರಿಟಿಷರ ಕಾಲದಲ್ಲಿಯೇ ಸಾವಿರಾರು ಎಕರೆ ತೇಗದ ನೆಡುತೋಪುಗಳನ್ನು ಮಾಡಿದ್ದರು. ಈ ತೋಪುಗಳು ನಾಗರಹೊಳೆ ದಟ್ಟಾರಣ್ಯದವರೆಗೂ ಹಬ್ಬಿತ್ತು. ಅಂದು ಬಿತ್ತಿದ್ದ ಆ ತೇಗದ ಸಸಿಗಳು, ಇಂದು ನಭೋಮಂಡಲವನ್ನು ಚುಂಬಿಸಲು ಹೊರಟಂತೆ ಮುಗಿಲೆತ್ತರಕ್ಕೆ ಬೆಳೆದು, ಲಕ್ಷಾಂತರ ರೂಪಾಯಿ ಮೌಲ್ಯದ ಬೆಲೆ ಬಾಳುವ ಮರಗಳಾಗಿ ಮಾರ್ಪಾಟಾಗಿವೆ.

ತಿತಿಮತಿ ಮೀಸಲು ಅರಣ್ಯಕ್ಕೆ ಒಳಪಡುವಂತೆ, ಮುಖ್ಯ ರಸ್ತೆಯಲ್ಲಿ ಸಿಗುವ 'ಆನೆಚೌಕೂರು' ಎಂಬ ಪ್ರದೇಶದಲ್ಲಿ ಅರಣ್ಯ ಇಲಾಖೆಯ ವತಿಯಿಂದ ಚೆಕ್‌ಪೋಸ್ಟ್ ಒಂದನ್ನು ನಿರ್ಮಿಸಿದ್ದು, ದಟ್ಟಾರಣ್ಯದ ನಡುವೆ ಇರುವ ಈ ರಸ್ತೆಯ ಮೂಲಕ ಓಡಾಡುವ ಅಂತರರಾಜ್ಯ ವಾಹನಗಳ ಮೇಲೆ ಇಲಾಖೆಯವರು ಹದ್ದಿನ ಕಣ್ಣಿಟ್ಟು, ಹಗಲುರಾತ್ರಿ ಕಣ್ಣಿಗೆ ಎಣ್ಣೆಬಿಟ್ಟುಕೊಂಡು ಸಂರಕ್ಷಣೆ ಮಾಡುತ್ತಿದ್ದರು. ಆದರೆ ಇಲಾಖೆಯೊಳಗಿದ್ದ ಕೆಲವು ಭ್ರಷ್ಟ

ಅಧಿಕಾರಿಗಳು, ಅರಣ್ಯ ಇಲಾಖೆ ಮತ್ತು ಸರಕಾರದ ಕಣ್ಣಿಗೆ ಮಣ್ಣೆರಚಿ, ಕಳ್ಳಕಾಕರು ನೀಡುವ ಪುಡಿಗಾಸಿಗೆ ಎಂಜಲು ಸುರಿಸುತ್ತಾ ಬೆಲೆಬಾಳುವ ಮರಗಳನ್ನು ಕಾಡಿನೊಳಗಿಂದ ಕದ್ದು ಸಾಗಿಸಲು ಅವರಿಗೆ ಕುಮ್ಮಕ್ಕು ನೀಡುತ್ತಿದ್ದರು.

ರೇಂಜರ್ ಅಚ್ಚಯ್ಯ ಸ್ವಲ್ಪ ಒರಟಾದ್ರು, ತುಂಬಾ ಶಿಸ್ತಿನ ವ್ಯಕ್ತಿ. ಎಂತಹದ್ದೆ ಪರಿಸ್ಥಿತಿ ಬಂದರೂ ಯಾರೊಂದಿಗೂ ಶಾಮೀಲಾಗಿ ಮರಗಳ್ಳತನಕ್ಕೆ ಕುಮ್ಮಕ್ಕು ಕೊಡುತ್ತಿರಲಿಲ್ಲ. ಅವರ ಈ ರೀತಿಯ ವರ್ತನೆಯಿಂದಾಗಿ 'ಕಳ್ಳತನದಿಂದ ಮರವ್ಯಾಪಾರ ನಡೆಸುವ ವ್ಯಾಪಾರಿಗಳಿಗೂ ಮತ್ತು ಇಲಾಖೆಯೊಳಗಿದ್ದುಕೊಂಡು ಮರಗಳ್ಳತನಕ್ಕೆ ಬೆಂಬಲ ನೀಡುತ್ತಿದ್ದ ಸಿಬ್ಬಂದಿಗಳಿಗು' ಅಚ್ಚಯ್ಯನವರು ನುಂಗಲಾರದ ಬಿಸಿತುಪ್ಪವಾಗಿ ಪರಿಣಮಿಸಿದ್ದರು. ಹೀಗಿರುವಾಗ ಕಾಡೊಳಗೆ ಮರಕಡಿದ ಈ ಆಘಾತಕಾರಿಯಾದ ಸುದ್ದಿಯನ್ನು ಮುನಿಯನಿಂದ ತಿಳಿದ ಅಚ್ಚಯ್ಯನವರು ಅಕ್ಷರಶಃ ತರಗುಟ್ಟಿಹೋಗಿದ್ದರು. ಸಾಲದ್ದಕ್ಕೆ, ಕಾಡೊಳಗೆ ನುಗ್ಗಿ ಬೆಲೆಬಾಳುವ ಮರಗಳನ್ನು ಕಳ್ಳರು ಕಡಿದ ವಿಚಾರವೇನಾದ್ರು ಮೇಲಧಿಕಾರಿಗಳಿಗೆ ಮತ್ತು ಮಾಧ್ಯಮದವರಿಗೆ ಗೊತ್ತಾದ್ರೆ, ನಮ್ಮ ಕೆಲಸಕ್ಕೆ ಕುತ್ತುಬರುವ ಎಲ್ಲಾ ಸಾಧ್ಯತೆಯಿದೆ ಎಂಬ ಆತಂಕ ಸಹ ಅವರಲ್ಲಿ ಕಾಡತೊಡಗಿತು. ಅದರ ಜೊತೆಗೆ 'ನಮ್ಮ ಸಿಬ್ಬಂದಿಯಲ್ಲಿ ಯಾರಾದರು ಆ ಕಳ್ಳರೊಂದಿಗೆ ಶಾಮೀಲಾಗಿರಬಹುದಾ!' ಎಂಬ ಪ್ರಶ್ನೆ ಕೂಡ ಅಚ್ಚಯ್ಯನವರ ತಲೆಯೊಳಗೆ ಹೊಕ್ಕು, ಕುಳಿತಲ್ಲಿಯೇ ಚಡಪಡಿಸತೊಡಗಿದರು.

ಅಚ್ಚಯ್ಯನವರು ವಲಯಾರಣ್ಯಾಧಿಕಾರಿಯಾಗಿ ಕಾರ್ಯನಿರ್ವಹಿಸುತ್ತಿದ್ದ ಅದೇ ರೇಂಜ್‌ನಲ್ಲಿ 'ಕಾನೂರಿನ ಪೊನ್ನಪ್ಪ' ಎಂಬ ಯುವಕ ಕೂಡ ಫಾರೆಸ್ಟರ್ ಆಗಿ ಕರ್ತವ್ಯ ನಿರ್ವಹಿಸುತ್ತಿದ್ದ. ಅಚ್ಚಯ್ಯನವರು ಗಮನಿಸಿದಂತೆ ಕರ್ತವ್ಯನಿಷ್ಠೆಯ ಜೊತೆಗೆ ನೇರನುಡಿಯ ಪೊನ್ನಪ್ಪ ಯಾವುದೇ ಅವ್ಯವಹಾರಗಳಲ್ಲಿ ಭಾಗಿಯಾಗುತ್ತಿರಲಿಲ್ಲ. ಆದ್ದರಿಂದ ಅವನನ್ನು ಕರೆದುಕೊಂಡು 'ಮರ ಕಡಿದಿದ್ದಾರೆ' ಎಂದು ಮುನಿಯ ತಿಳಿಸಿದ ಆ ಪ್ರದೇಶಕ್ಕೆ ಒಮ್ಮೆ ಹೋಗಿಬರುವ ಎಂದುಕೊಂಡು, ಒಬ್ಬ ವಾಚರ್‌ನನ್ನು ಕಳಿಸಿ ಆನೆಚೌಕೂರು ಗೇಟ್‌ನಲ್ಲಿ ಅಂದು ಕರ್ತವ್ಯ ನಿರ್ವಹಿಸುತ್ತಿದ್ದ ಪೊನ್ನಪ್ಪನನ್ನು ಬರಲು ಹೇಳಿ ಕಳುಹಿಸಿದರು.

ಸಮಯ 12 ಗಂಟೆ ಆಗಿರಬಹುದು.

ಒಂದು ಕಡೆ ಹುಣಸೂರಿನಿಂದ ಬರುವ ವಾಹನಗಳು, ಇನ್ನೊಂದು ಕಡೆ ಪಿರಿಯಾಪಟ್ಟಣ ಭಾಗದಿಂದ, ಮತ್ತೊಂದು ಕಡೆ ವಿರಾಜಪೇಟೆ ದಿಕ್ಕಿನಿಂದ ಬರುವ ವಾಹನಗಳು ಆನೆಚೌಕೂರು ಗೇಟಿನ ಮೂಲಕವೇ ಹಾದುಹೋಗಬೇಕಿತ್ತು. ತುಂಬಾ ಸೂಕ್ಷ್ಮ ಪ್ರದೇಶವಾದ ಈ ಚೆಕ್‌ಪೋಸ್ಟಿನಲ್ಲಿ ಕರ್ತವ್ಯನಿರತ 'ಫಾರೆಸ್ಟರ್ ಪೊನ್ನಪ್ಪ' ವಾಹನಗಳನ್ನು ತಪಾಸಣೆ ಮಾಡಿ

ಕಳುಹಿಸುತ್ತಿದ್ದ. ಸುಮಾರು ನಾಲ್ಕು ಕಿ.ಮೀ ದೂರದಲ್ಲಿದ್ದ ಆರ್.ಎಫ್.ಓ. ಕಚೇರಿಯಿಂದ ವೇಗವಾಗಿ ಸೈಕಲ್ ತುಳಿಯುತ್ತಾ ಬಂದ ವಾಚರ್ ಮುತ್ತ, ಚೆಕ್‌ಪೋಸ್ಟ್ ಮೂಲಕ ಹಾದುಹೋಗುವ ವಾಹನಗಳ ವಿವರಗಳನ್ನು ಎಂಟ್ರಿಬುಕ್‌ನಲ್ಲಿ ಬರೆದಿಡುತ್ತಿದ್ದ ಪೊನ್ನಪ್ಪನ ಬಳಿ ಹೋಗಿ, "ಸರ್ ಸಾಹೇಬ್ರು ಕರೀತಾವ್ರೆ" ಎಂದ.

ಬರೆಯುವುದರಲ್ಲಿ ಮಗ್ನನಾಗಿದ್ದ ಪೊನ್ನಪ್ಪ ತನ್ನ ಹುರಿಮೀಸೆಯನ್ನು ನೇವರಿಸುತ್ತಾ, ತಲೆ ಎತ್ತಿ ನೋಡಿದಾಗ, ಸೈಕಲ್ ತುಳಿದುಕೊಂಡು ಬಂದ ಮುತ್ತ, ಸುಸ್ತಾಗಿ ಅವನ ಎದುರಿಗೆ ಬುಸುಬುಸು ಎಂದು ಉಸಿರು ಬಿಡುತ್ತಾ ನಿಂತಿದ್ದು ಕಾಣಿಸಿತು. "ಯಾಕೋ ಇಷ್ಟು ಅವಸರವಾಗಿ ಬಂದೆ, ಏನಾಯ್ತೋ?" ಎಂದು ಪೊನ್ನಪ್ಪ ಕೇಳಿದ.

"ಸಾ.. ಸಾಹೇಬ್ರು ತುಂಬಾ ಸಿಟ್ಟಾಗವ್ರೇ, ಯಾರೋ ಫೋನ್ ಮಾಡಿದ್ರು! ಅವರ ಜೊತೆ ಮಾತನಾಡಿ ಫೋನು ಇಟ್ಟವರೇ, ನಿಮ್ಮನ್ನು ಇವಾಗಲೇ ಕರ್ಕೊಂಡು ಬಾ" ಅಂತ ಹೇಳಿಕಳುಹಿಸಿದ್ರು ಎಂದು ಹೇಳಿದ.

ಏನಾದರು ತುರ್ತು ವಿಷಯವಿರಬೇಕು, ಇಲ್ಲವಾದರೆ ಸಾಹೇಬ್ರು ವಾಚರ್‌ನನ್ನು ಕಳುಹಿಸುತ್ತಿರಲಿಲ್ಲ ಎಂದು ಮನಗಂಡ ಪೊನ್ನಪ್ಪ, "ಸರಿ, ಮುತ್ತ, ನೀನು ಹೊರಡು, ನಾನು ಬೈಕಿನಲ್ಲಿ ಬರುತ್ತೇನೆ" ಎಂದು ತನ್ನ ರಾಜ್‌ದೂತ್ ಮೋಟರ್ ಸೈಕಲನ್ನೇರಿ ಗುಡುಗುಡು ಎಂದು ಶಬ್ದ ಮಾಡುತ್ತಾ ವೇಗವಾಗಿ ರೇಂಜರ್ ಕಚೇರಿಯ ಬಳಿಗೆ ಹೊರಟ. ಚೆಕ್‌ಪೋಸ್ಟ್‌ನಲ್ಲಿ ಪೊನ್ನಪ್ಪನೊಂದಿಗೆ ಕರ್ತವ್ಯ ನಿರ್ವಹಿಸುತ್ತಿದ್ದ ಗಾರ್ಡ್ ಮಾದಪ್ಪ, ಏನೋ ಸಮಸ್ಯೆ ಆಗಿರಬೇಕು, ಅದಕ್ಕೆ ರೇಂಜರ್ ಸಾಹೇಬ್ರು ಫಾರೆಸ್ಟರ್‌ರನ್ನು ಬರಹೇಳಿದ್ದಾರೆ! ಎಂದು ನೆನೆದು ಪೊನ್ನಪ್ಪನ ಕೆಲಸವನ್ನು ಮುಂದುವರೆಸತೊಡಗಿದ.

ಒಂದೈದು ನಿಮಿಷದಲ್ಲಿ ರೇಂಜ್ ಆಫೀಸಿನ ಒಳಹೊಕ್ಕ ಪೊನ್ನಪ್ಪ "ನಮಸ್ಕಾರ ಸರ್" ಎಂದ.

ಕಳೆದ ಕೆಲವು ವರ್ಷಗಳಲ್ಲಿ ಅಕ್ರಮವಾಗಿ ಮರಕಡಿದ ಪ್ರಕರಣಕ್ಕೆ ಸಂಬಂಧಪಟ್ಟ ಎಲ್ಲಾ 'ಎಫ್.ಓ.ಸಿ.' ಕಡತಗಳನ್ನು ತರಿಸಿ ಅಚ್ಚಯ್ಯನವರು ತಿರುವಿಮರುವಿ ಪರಿಶೀಲಿಸುತ್ತಿದ್ದರು. ಪೊನ್ನಪ್ಪನ ಧ್ವನಿ ಕೇಳಿದವರೆ ಅವನತ್ತ ತಿರುಗಿ, "ಬಾ ಪೊನ್ನಪ್ಪ ಕೂತ್ಕೋ, ನಿನ್ನ ಬಳಿ ಒಂದು ಮುಖ್ಯವಾದ ವಿಚಾರ ಹೇಳಲಿಕ್ಕೆ ಇತ್ತು, ಅದಕ್ಕಾಗಿ ಬರಹೇಳಿದ್ದು" ಎಂದರು.

ಅಚ್ಚಯ್ಯನವರ ಮೇಜಿನ ಮುಂಭಾಗದ ಮರದ ಕುರ್ಚಿಯನ್ನು ಎಳೆದು ಕುಳಿತ ಪೊನ್ನಪ್ಪ "ಏನ್ ವಿಷಯ?" ಸರ್ ಎಂದ.

"ನೀನು ಎಷ್ಟು ವರ್ಷದಿಂದ ಈ ವಲಯದಲ್ಲಿ ಕೆಲಸ ಮಾಡುತ್ತಿದ್ದೀಯಾ?"

"ನಾಲ್ಕು ವರ್ಷ' ಆಗ್ತಾ ಬಂತು ಸರ್".

"ಅಂದರೆ ನಾನು ಬರುವ ಎರಡು ವರ್ಷಕ್ಕೂ ಮೊದಲೇ ನೀನು ಈ ಅರಣ್ಯವ್ಯಾಪ್ತಿಯಲ್ಲಿ ಕಾರ್ಯ ನಿರ್ವಹಿಸುತ್ತಿದ್ದೀಯ ಎಂದಾಯ್ತು!"

"ಹೌದು ಸರ್".

"ನಿನಗೆ ಇಷ್ಟು ವರ್ಷಗಳಲ್ಲಿ ಮೀಸಲು ಅರಣ್ಯ ಅಂದರೆ, ಕಾಡಿನ ಒಳಭಾಗದಲ್ಲಿ ಮರ ಕಡಿದ ಅಥವಾ ಕಳ್ಳತನ ಮಾಡಿದ ಯಾವುದಾದರು ಪ್ರಕರಣ ನೆನಪಿದೆಯಾ?"

"ಇಲ್ಲ ಸರ್, ಆದರೆ ಮೂರು ವರ್ಷಗಳಿಗೆ ಮೊದಲು ಒಮ್ಮೆ ನಾನು ಕಾಡಿನೊಳಗೆ ಬೀಟ್‌ಗೆ ಹೋಗಿದ್ದಾಗ ಒಂದು ತೇಗದ ಮರವನ್ನು ಗರಗಸದ ಮೂಲಕ ಕುಯ್ದುದ್ದರ ಕುರುಹು ಕಣ್ಣಿಗೆ ಬಿತ್ತು. ಆದರೆ ಪ್ರಕರಣಕ್ಕೆ ಸಂಬಂಧಪಟ್ಟ ಹಾಗೆ ಸಾಕ್ಷಿಗಳ್ಯಾವುದು ಅಂದು ನಮಗೆ ಸಿಕ್ಕಿರಲಿಲ್ಲ. ಮುಖ್ಯವಾಗಿ ಕಡಿದ ಮರದ ನಾಟಾಗಳನ್ನು ಆರೋಪಿಗಳು ಸಾಗಿಸಿ, ಅದಾಗಲೇ ತಿಂಗಳುಗಳು ಕಳೆದಿರುವಂತೆ ಮರದ ಬುಡ ಬಾಡಿಹೋಗಿ ಮತ್ತೆ ಚಿಗುರಲು ಪ್ರಾರಂಭವಾಗಿತ್ತು. ಎಲ್ಲಾ ಸಿಬ್ಬಂದಿಯನ್ನು ಕೂಲಂಕಷವಾಗಿ ವಿಚಾರಿಸಿದೆ. ಅಂದು ಎಲ್ಲರೂ ಈ ವಿಚಾರವಾಗಿ ನಮಗೇನೂ ಗೊತ್ತಿಲ್ಲ ಎಂದು ಕೈ ತೊಳೆದುಕೊಂಡರು. ಆದರೆ ನನ್ನ ಒಳಮನಸ್ಸು ಮಾತ್ರ, ಕಳ್ಳರ ಬೆಂಬಲಕ್ಕೆ ನಿಂತ ಅರಣ್ಯರಕ್ಷಕರ ಸೋಗಿನಲ್ಲಿರುವ ಊಸರವಳ್ಳಿಗಳು ನಮ್ಮ ನಡುವೆ ಇದ್ದಾರೆ ಎಂದು ಹೇಳುತ್ತಿತ್ತು. ಈ ವಿಷಯವಾಗಿ ಅಂದಿನ ಆರ್.ಎಫ್.ಓ. ಅವರ ಗಮನಕ್ಕೂ ತಂದಿದ್ದೆ. ಅವರು ಕೂಡ ಈ ಪ್ರಕರಣವನ್ನು ಅಷ್ಟೊಂದು ಗಂಭೀರವಾಗಿ ತೆಗೆದುಕೊಳ್ಳದೇ, ಸಾಕ್ಷಿ ಇಲ್ಲದ ಮೇಲೆ ನಾವೇನೂ ಮಾಡಲು ಸಾಧ್ಯವಿಲ್ಲ ಎಂದು ಕೈಚೆಲ್ಲಿದ್ದರು" ಎಂದು ಅಂದಿನ ನೆನಪುಗಳನ್ನು ಹಂಚಿಕೊಳ್ಳುತ್ತಾ, "ಏಕೆ ಸರ್ ಏನಾಯ್ತು?" ಎಂದು ಅಚ್ಚಯ್ಯನವರಲ್ಲಿ ಕೇಳಿದ.

"ಹೌದು ಪೊನ್ನಪ್ಪ, ನೀನು ಹೇಳುವುದರಲ್ಲೂ ಹುರುಳಿದೆ, ಕಳೆದ ಐದಾರು ವರ್ಷಗಳಿಂದೀಚೆಗೆ ಈ ಭಾಗದಲ್ಲಿ ನಡೆದ ಹಲವಾರು ಪ್ರಕರಣಕ್ಕೆ ಸಂಬಂಧಪಟ್ಟ ಕಡತಗಳು ನಮ್ಮಲ್ಲಿ ಇದ್ದರು, ಅರಣ್ಯದೊಳಗೆ ಮರ ಕಡಿದದ್ದಕ್ಕೆ ಸಂಬಂಧಿಸಿದ ಯಾವುದೇ ಕಡತಗಳಾಗಲಿ, ಕುರುಹುಗಳಾಗಲಿ ಇಲ್ಲಿ ಕಾಣುತ್ತಿಲ್ಲ. ಅಂದರೆ ಇಲಾಖೆಯೊಳಗಡೆಯೂ ಸಹ ಮರಗಳ್ಳರು ಕಾರ್ಯಾಚರಿಸುತ್ತಿದ್ದಾರೆ ಎಂಬುದು ಸಾಬೀತಾಯಿತು" ಎಂದು ಅಚ್ಚಯ್ಯನವರು ಕಣ್ಣರಳಿಸಿ ಹೇಳಿದರು.

ಅಚ್ಚಯ್ಯನವರ ಮಾತು ಕೇಳಿದ ಪೊನ್ನಪ್ಪ, 'ಯಾವುದೋ ನಡೆಯಬಾರದ ಘಟನೆ ನಡೆದಿದೆ, ಅದರ ಸಲುವಾಗಿಯೇ ಸಾಹೇಬ್ರು ನನ್ನನ್ನು ಬರಹೇಳಿರುವುದು!' ಎಂದುಕೊಳ್ಳುತ್ತಾ ಅಚ್ಚಯ್ಯನವರು ಮುಂದೇನು ಹೇಳಬಹುದು ಎಂದು ಕೈಕಟ್ಟಿ, ತದೇಕಚಿತ್ತದಿಂದ ಅವರನ್ನೆ ನೋಡುತ್ತಾ ಕುಳಿತ.

ಮಾತು ಮುಂದುವರೆಸಿದ ಅಚ್ಚಯ್ಯನವರು.. "ಆ ಕಳ್ಳರ ಕಾಟ ಮತ್ತೆ ಶುರುವಾಗಿದೆ ಪೊನ್ನಪ್ಪ! ನಿನ್ನೆ ಯಾರೋ ಕಿಡಿಗೇಡಿಗಳು ಕಾಡಿನ ಒಳನುಗ್ಗಿ, ಸುಮಾರು ಮೂರು ಮೀಟರ್ ಗಾತ್ರದ ಎರಡು ತೇಗದ ಮರಗಳನ್ನು ಕಡಿದು ಅಲ್ಲಿಯೇ ಒಂದು ಬದಿಯಲ್ಲಿ ಜೋಡಿಸಿಟ್ಟು ಹೋಗಿದ್ದಾರೆ ಎಂದು, ಕೆಲವು ನಿಮಿಷಗಳ ಮೊದಲು ಗಾರ್ಡ್ ಮುನಿಯ ಕರೆ ಮಾಡಿ ಹೇಳಿದ. ಇವರನ್ನು ಹೀಗೆಯೇ ಬಿಟ್ಟರೆ ಕಾಡನ್ನೆಲ್ಲ ಗುಡಿಸಿ ಗುಂಡಾಂತರ ಮಾಡಿ ಬಿಡುತ್ತಾರೆ. ಈ ವಿಚಾರವನ್ನು ಹೊರಗಡೆ ಯಾರಿಗೂ ಗೊತ್ತಾಗದಂತೆ ಗೌಪ್ಯವಾಗಿಟ್ಟು ಕಳ್ಳರನ್ನು ಹಿಡಿಯುವ ಪ್ರಯತ್ನವನ್ನು ನಾವು ಮಾಡಬೇಕು, ಜೊತೆಗೆ ಮರಗಳ್ಳರೊಂದಿಗೆ ಶಾಮೀಲಾಗಿರುವ ಸಿಬ್ಬಂದಿಗಳಿಗೆ ಏನಾದರು ಈ ವಿಷಯ ತಿಳಿದರೆ, ಅವರು 'ಇಲಾಖೆಗೆ ವಿಷಯ ಗೊತ್ತಾಗಿದೆ' ಎಂಬ ಮಾಹಿತಿಯನ್ನು ಕಳ್ಳರಿಗೆ ತಲುಪಿಸಿಬಿಡುತ್ತಾರೆ. ಆದರಿಂದ ಈ ಪ್ರಕರಣವನ್ನು ತುಂಬಾ ಸೂಕ್ಷ್ಮವಾಗಿ ಬೆನ್ನತ್ತಬೇಕು. ಜೊತೆಗೆ ಮುನಿಯನಿಗೆ ನಾವು ಬರುವವರೆಗೂ ಅಲ್ಲಿಯೇ ಎಲ್ಲಾದರೂ ಮರೆಯಲ್ಲಿ ಅವಿತು ಕುಳಿತು ಕಾವಲು ಕಾಯಬೇಕು ಎಂದು ಸೂಚಿಸಿದ್ದೇನೆ. ಆದ್ದರಿಂದ ನಾವಿಬ್ಬರು ಒಮ್ಮೆ ಸ್ಥಳಕ್ಕೆ ಹೋಗಿ ನೋಡಿಕೊಂಡು ಬರುವಾ" ಎಂದು ಹೇಳುತ್ತಾ ಕುಳಿತಲ್ಲಿಂದ ಎದ್ದರು.

ಹಲವು ದಿನಗಳಿಂದ ಕಚೇರಿಯ ಮೂಲೆಯ ರ್‍ಯಾಕ್‌ನಲ್ಲಿ ಉಪಯೋಗಿಸದೆ ಧೂಳುಹಿಡಿದು ಕುಳಿತಿದ್ದ ಡಬಲ್ ಬ್ಯಾರಲ್ ಕೋವಿಯನ್ನು ಕೈಗೆತ್ತಿಕೊಂಡ ಅಚ್ಚಯ್ಯ, ಅದರ ನಡುವನ್ನೊಮ್ಮೆ ಮುರಿದು ತೋಟಾ ಇದೆಯಾ ಎಂದು ಖಾತರಿಪಡಿಸಿ, ಹೆಗಲೇರಿಸಿಕೊಂಡು ಕಚೇರಿಯಿಂದ ಪೊನ್ನಪ್ಪನೊಂದಿಗೆ ಹೊರಬಂದರು. ಅಚ್ಚಯ್ಯನವರು ಹೊರಬರುತ್ತಿರುವುದನ್ನ ಗಮನಿಸಿದ ಚಾಲಕ ಮಣಿ, ಜೀಪು ಹತ್ತಿ ಹೊರಡಲು ಅಣಿಯಾದ.

ಜೀಪಿನ ಬಳಿ ತಲುಪಿದ ಅಚ್ಚಯ್ಯನವರು, "ಹೇ ಮಣಿ, ನೀನು ಈ ಕಡೆ ಬಾ, ಪೊನ್ನಪ್ಪ ಜೀಪು ಓಡಿಸುತ್ತಾನೆ" ಎಂದು ಚಾಲಕ ಮಣಿಯನ್ನುದ್ದೇಶಿಸಿ ಹೇಳಿದರು. ಮಣಿ ಮರುಮಾತನಾಡದೆ ಕೆಳಗಿಳಿದು, ಪೊನ್ನಪ್ಪನ ಕೈಗೆ ಜೀಪಿನ ಕೀಯನ್ನಿತ್ತ. ಎಂಬತ್ತರ ಮಾಡೆಲಿನ ಡಿ.ಐ. ಜೀಪು ಅದು. ಕಾಡೊಳಗೆ ಮತ್ತು ಗುಡ್ಡಗಾಡು ಪ್ರದೇಶಗಳಲ್ಲಿ ಓಡಾಡಲು ಸೂಕ್ತ ಎಂದು ಸರಕಾರ, ಮಲೆನಾಡು ಭಾಗದ ಅರಣ್ಯ ಇಲಾಖೆಗೆ ಈ ರೀತಿಯ ಜೀಪುಗಳನ್ನು ಕೊಡುತ್ತಿತ್ತು. ಹೊಗೆ ಉಗುಳುವುದು ಸ್ವಲ್ಪ ಜಾಸ್ತಿ ಅನ್ನುವುದೊಂದನ್ನು ಬಿಟ್ಟರೆ, ಓಟದಲ್ಲಿ ಚಿರತೆಯನ್ನು ಮೀರಿಸುತ್ತಿತ್ತು ಆ ಜೀಪು.

ವಾಹನವೇರಿದ ಪೊನ್ನಪ್ಪ, ಅಚ್ಚಯ್ಯನವರನ್ನು ಕೂರಿಸಿಕೊಂಡು ಮಿಂಚಿನ ವೇಗದಲ್ಲಿ ಕಾಡಿನತ್ತ ಜೀಪು ಚಲಾಯಿಸತೊಡಗಿದ. ಒಂದು ವೇಳೆ ಆಗಂತುಕರೇನಾದ್ರು ಕಾಡಿನೊಳಗಿದ್ದು ಅವರಿಗೆ ವಾಹನ ಬರುವ ಶಬ್ದ

ಕೇಳಿದರೆ ಅವರು ಪರಾರಿಯಾಗಿಬಿಡಬಹುದು ಎಂದು ಯೋಚಿಸಿ, ಮುನಿಯ ತಿಳಿಸಿದ ಸ್ಥಳ ತಲುಪಲು ಇನ್ನು ಅರ್ಧ ಕಿ.ಮೀಟರ್ ದೂರವಿರುವಾಗಲೇ ಜೀಪನ್ನು ನಿಲ್ಲಿಸಿ, ಇಬ್ಬರು ಕಾಡಿನೊಳಕ್ಕೆ ನಡೆಯತೊಡಗಿದರು. ಕಳೆದ ಎರಡ್ಮೂರು ದಿನಗಳ ಮೊದಲು ಮಳೆ ಬಂದಿದ್ದರಿಂದ ನೆಲದಲ್ಲಿ ಭಾರವಾದ ಜೀವಿಗಳೇನಾದ್ರು ಓಡಾಡಿದ್ದರೆ, ಮಣ್ಣಿನ ಮೇಲೆ ಗುರುತನ್ನು ಕಾಣಲು ಸಾಧ್ಯವಾಗುವಷ್ಟರ ಮಟ್ಟಿಗೆ ನೆಲ ತೇವವಾಗಿತ್ತು. ಅಚ್ಚಯ್ಯನವರು ಕಚೇರಿಯಿಂದ ತಂದಿದ್ದ ಜೋಡಿ ನಳಿಕೆಯ ಕೋವಿಯನ್ನು ಕೈಗೆತ್ತಿಕೊಂಡ ಪೊನ್ನಪ್ಪ, ತನ್ನ ತೋಳಿನ ತುದಿಗೆ ಒತ್ತಿಹಿಡಿದು, ಮುಂಬದಿಗೆ ಗುರಿಯಿಟ್ಟು, ಒಂದರ ಹಿಂದೆ ಒಂದರಂತೆ ಹೆಜ್ಜೆಯಿಡುತ್ತಾ, ಕಾಲಿನಲ್ಲಿ ಗಿಡಗಂಟೆಗಳನ್ನು ಸರಿಸುತ್ತಾ, ಬೇಟೆಗೆ ಸಿದ್ಧವಾದ ಹುಲಿಯಂತೆ ಮುಂದಕ್ಕೆ ಸಾಗತೊಡಗಿದ. ಅವನ ಹಿಂದೆಯೇ ರೇಂಜರ್ ಅಚ್ಚಯ್ಯ ಕೂಡ ನಾಲ್ಕು ದಿಕ್ಕಿಗೂ ಕಿವಿಗೊಟ್ಟು, ಸುತ್ತಲೂ ಕಣ್ಣು ಹಾಯಿಸುತ್ತಾ ಎಚ್ಚರಿಕೆಯಿಂದ ಪೊನ್ನಪ್ಪನನ್ನು ಹಿಂಬಾಲಿಸತೊಡಗಿದರು.

ಅವರಿಬ್ಬರು ನಡೆದು ಅದಾಗಲೇ ಕಾಡಿನ ನಡುಮಧ್ಯ ತಲುಪಿದ್ದರು. ಮುನಿಯ ಹೇಳಿದ ಸ್ಥಳ ತಲುಪಲು ಇನ್ನೊಂದು ಹತ್ತು ಗಜಗಳಷ್ಟು ಅಂತರವಿತ್ತು. ಶಾಂತವಾಗಿದ್ದ ಕಾನನದ ಆ ಪ್ರಶಾಂತತೆಗೆ ಭಂಗ ತರುವಂತೆ ತಮ್ಮ ಬಲಭಾಗದಲ್ಲಿ 'ಚರ್ರ್ ಪರ್ರ್' ಎಂದು ಹಸಿಮರದ ಕೊಂಬೆಯನ್ನು ಯಾರೋ ಮುರಿದ ಶಬ್ದ ಇಬ್ಬರಿಗು ಕೇಳಿಸಿತು. ಅವರು ನಡೆದು ಹೋಗುತ್ತಿದ್ದ ಜಾಗದಿಂದ ಕೇವಲ ಇಪ್ಪತ್ತು ಅಡಿ ದೂರದಲ್ಲಿ ಅನಿರೀಕ್ಷಿತವಾಗಿ ಕೇಳಿಬಂದ ಆ ಶಬ್ದದಿಂದಾಗಿ ಇಬ್ಬರಿಗೂ ದಿಗಿಲು ಹುಟ್ಟಿ ಧುತ್ತನೆ ನಿಂತರು. ಅಚ್ಚಯ್ಯನವರ ಕಣ್ಣುಗಳು ಏನಿರಬಹುದು! ಎಂಬ ಆತಂಕದಿಂದ ಪೊನ್ನಪ್ಪನನ್ನೆ ದಿಟ್ಟಿಸುತ್ತಿತ್ತು. ಪೊನ್ನಪ್ಪ, 'ಬಾಯಿಯ ಮೇಲೆ ಬೆರಳಿಟ್ಟು, ಶಬ್ದ ಮಾಡಬೇಡಿ' ಎಂದು ಅಚ್ಚಯ್ಯನವರಿಗೆ ಸನ್ನೆ ಮಾಡಿ, ಧ್ವನಿ ಕೇಳಿ ಬಂದ ಕಡೆಗೆ ದೃಷ್ಟಿ ಹಾಯಿಸತೊಡಗಿದ.

ಮತ್ತೆ ಮೌನ! ಯಾವುದೇ ಶಬ್ದ ಕೇಳಿಬರುತ್ತಿಲ್ಲ... ಬಹುಶಃ ಮರಗಳ್ಳರು ನಮ್ಮ ಮೇಲೆರಗುವ ಸಲುವಾಗಿ ಮರೆಯಲ್ಲಿ ಹೊಂಚು ಹಾಕಿ ಕುಳಿತಿರಬಹುದಾ! ಎಂಬ ಸಂಶಯ ಮೂಡಿ, ಹಣೆಯ ಮೇಲೆ ಜಾರತೊಡಗಿದ ಬೆವರನ್ನು ಅಚ್ಚಯ್ಯನವರು ಒರೆಸಿಕೊಂಡರು.

ಪೊನ್ನಪ್ಪನಿಗೆ ಈ ರೀತಿಯಾಗಿ ಕಾಡಿನಲ್ಲಿ ಸುತ್ತಾಡಿ ಅಭ್ಯಾಸವಿತ್ತು. ಕೆಲವೊಮ್ಮೆ ಕಾಡುಪ್ರಾಣಿಗಳು ಮೇಲೆರಗಿದಾಗಲೂ ಅವುಗಳಿಂದ ತಪ್ಪಿಸಿಕೊಂಡು ಸುರಕ್ಷಿತವಾಗಿ ಹಿಂತಿರುಗಿ ಬಂದಿದ್ದ. ಇವೆಲ್ಲದರ ಅರಿವಿದ್ದ ಅಚ್ಚಯ್ಯನವರು, ಈ ರೀತಿಯ ಸೂಕ್ಷ್ಮ ಪ್ರಕರಣವನ್ನು ಭೇದಿಸಲು ಪೊನ್ನಪ್ಪನೇ ಸರಿಯಾದ ವ್ಯಕ್ತಿ ಎಂದು ಅಂದಾಜುಮಾಡಿ, ಅವನನ್ನೆ ಜೊತೆಗೆ ಕರೆದುಕೊಂಡು ಬಂದಿದ್ದರು.

ಸಾಲದ್ದಕ್ಕೆ ಪೊನ್ನಪ್ಪನನ್ನೆ ಮುಂದೆ ನಡೆಯಲು ಹೇಳಿ ಅವನ ಹಿಂದೆ ಹೆಜ್ಜೆ ಹಾಕುತ್ತಿದ್ದರು.

ನಿಂತಲ್ಲಿಯೇ ಅಲುಗಾಡದೇ ಕಣ್ಣಗಲಿಸಿ, ಶಬ್ದ ಕೇಳಿದ ಕಡೆಗೆ ಗುರಿಯಿಟ್ಟು, ಬಂದೂಕಿನ ಕುದುರೆಯನ್ನೆಳೆಯಲು ಪೊನ್ನಪ್ಪ ಸಿದ್ಧವಾಗಿದ್ದ. ಕೊಂಬೆ ಮುರಿದ ಧ್ವನಿ ಕೇಳಿದ್ದು ಒಂದು ದೊಡ್ಡ ಬಿದಿರಿನ ಪೊದೆಯ ಹಿಂಭಾಗದಿಂದಾಗಿತ್ತು!

ಆ ಪ್ರಕ್ಷುಬ್ಧ ವಾತಾವರಣದಲ್ಲಿ ಇದನ್ನೆಲ್ಲ ಪಕ್ಕದ ಮರದ ತುದಿಯಲ್ಲಿ ಕುಳಿತು ಗಮನಿಸುತ್ತಿದ್ದ ಮುಚ್ಚ ಇಲ್ಲೇನೊ ಸಂಭವಿಸಲಿದೆ ಎಂಬ ಭಯದಿಂದ 'ಕಿರ್ರ್ ಕಿರ್ರ್' ಎಂದು ಅರಚುತ್ತಾ ಕೊಂಬೆಯಿಂದ ಕೊಂಬೆಗೆ ಹಾರಿ ಕಣ್ಮರೆಯಾಯಿತು. ಬಾನೆತ್ತರಕ್ಕೆ ಬೆಳೆದು ನಿಂತಿದ್ದ ಕಾಡುಜಾತಿಯ ಮರಗಳು ದಟ್ಟವಾಗಿ ಚಪ್ಪರ ಹಾಕಿದಂತೆ ಆವರಿಸಿಕೊಂಡಿದ್ದರಿಂದ ನಡುನೆತ್ತಿಯ ಮೇಲೆ ಉರಿಯುತ್ತಿದ್ದ ಸೂರ್ಯ ಕಾನನದ ಒಳಗೆ ಇಣುಕಲು ತಿಣುಕಾಡುತ್ತಿದ್ದ. ಇಬ್ಬರೂ ಶಬ್ದ ಕೇಳಿಬಂದ ಆ ಜಾಗವನ್ನೆ ದಿಟ್ಟಿಸುತ್ತ ನಿಂತಿದ್ದರು. ಒಂದೈದು ನಿಮಿಷಗಳಿಂದ ಯಾವುದೇ ಶಬ್ದ ಆ ಬದಿಯಿಂದ ಕೇಳಿಬರದೆ ಇದ್ದಾಗ, ಪೊನ್ನಪ್ಪ ಧೈರ್ಯ ಮಾಡಿ ಅಷ್ಟಗಲಕ್ಕೆ ಭೂತಾಕಾರದಲ್ಲಿ ಬೆಳೆದು ನಿಂತಿದ್ದ ಆ ಬಿದಿರುಮೆಳೆಯ ಕಡೆಗೆ ಮೆಲ್ಲನೆ ಹೆಜ್ಜೆ ಹಾಕತೊಡಗಿದ.

ಪೊನ್ನಪ್ಪ ಮುಂದಡಿಯಿಟ್ಟ ಶಬ್ದ ಕೇಳಿದ್ದೆ ತಡ, ಪೊದೆಯ ಹಿಂಭಾಗದಿಂದ 'ಬುಸ್‌ಬುಸ್' ಎಂದು ಬಲವಾಗಿ ಉಸಿರುಬಿಡುವ ಶಬ್ದ ಕೇಳಿಬರತೊಡಗಿತು. ಆ ಧ್ವನಿ ಕೇಳುತ್ತಿದ್ದಂತೆಯೆ, ಪೊದೆಯ ಹಿಂದೆ ನಮ್ಮ ಮೇಲೆರಗುವ ಸಲುವಾಗಿ ಹೊಂಚುಹಾಕಿ ಕುಳಿತಿರುವುದು ನರಮನುಷ್ಯರಲ್ಲ ಬದಲಾಗಿ 'ಕಾಡುಮೃಗ' ಎನ್ನುವುದು ಇಬ್ಬರಿಗೂ ತಕ್ಷಣಕ್ಕೆ ಖಾತರಿಯಾಯಿತು. 'ನಾವು ಅವುಗಳ ವಾಸಸ್ಥಳವನ್ನು ಆಕ್ರಮಿಸಲು ಬಂದವರು' ಎಂದು ನಮ್ಮ ಮೇಲೆ ದಾಳಿ ಮಾಡುವ ಮೊದಲೇ ಇಲ್ಲಿಂದ ಜಾಗ ಖಾಲಿ ಮಾಡಿಬಿಡುವುದು ಒಳಿತು ಎಂದು ಪೊನ್ನಪ್ಪ ಮುಂದಿಟ್ಟ ಹೆಜ್ಜೆಯನ್ನು ಹಿಂದಿಡತೊಡಗಿದ.

ಅರೆಕ್ಷಣದಲ್ಲಿ, ದೈತ್ಯಾಕಾರದ ಕರ್ರನೆಯ ಮೂತಿಗೆ ಮೂಗುತಿಯಿಟ್ಟಂತೆ, ಎರಡು ಬಿಳಿಯ ಕೊಂಬುಗಳನ್ನು ಜಳಪಿಸಿ, ಘೀಳಿಡುತ್ತಾ ಬಿದಿರಿನ ಬದಿಯಿಂದ ಆನೆಯೊಂದು ಹೊರಬಂತು. ಪೊನ್ನಪ್ಪ ಮತ್ತು ಅಚ್ಚಯ್ಯ ಮಿಸುಕಾಡದೇ ನಿಂತಲ್ಲಿಯೆ ನಿಂತರು. 'ಒಂದು ವೇಳೆ ತಮ್ಮ ಎದುರಿಗೆ ಬರುತ್ತಿರುವುದು ಒಂಟಿಸಲಗವೇನಾದರೂ ಆಗಿದ್ದರೆ, ಅದು ನಮ್ಮ ಮೇಲೆರಗುವುದರಲ್ಲಿ ಯಾವುದೇ ಸಂಶಯವಿಲ್ಲ. ಆನೆಗೂ ನಾವು ನಿಂತ ಜಾಗಕ್ಕೂ ಕೆಲವೇ ಕೆಲವು ಅಡಿಗಳ ಅಂತರವಿದ್ದು ನಾವು ಭಂಡ ಧೈರ್ಯ ಮಾಡಿ ಓಡಲು ಶುರುಮಾಡಿದರು ಕೂಡ ಯಾವುದೇ ರೀತಿಯ ಪ್ರಯೋಜನವಾಗಲಾರದು. ಕಾರಣ, ನಾವು ಹತ್ತು ಹೆಜ್ಜೆ ಇಡುವ ವೇಳೆಗೆ, ಆ ದೈತ್ಯ ಆನೆ ಒಂದು

ಹೆಜ್ಜೆಯನ್ನಿಟ್ಟು ನಮ್ಮನ್ನು ತಲುಪಿ ಸಿಗಿದು ಹಾಕುವುದಂತು ಗ್ಯಾರಂಟಿ! ಜೊತೆಗೆ ಪ್ರಾಣರಕ್ಷಣೆಗೆಂದು ಕೈಯಲ್ಲಿರುವ ಬಂದೂಕಿನಿಂದೇನಾದರು ಆನೆಯತ್ತ ಗುಂಡು ಹಾರಿಸಿದರೆ ಮುಂದೆ ಇಲಾಖೆಯ ವತಿಯಿಂದ ಎದುರಾಗುವ ಪ್ರಶ್ನೆಗಳಿಗೆ ಮತ್ತು ಕಾನೂನು ಕಟ್ಟಳೆಗಳಿಗೆ ಉತ್ತರ ಹೇಳಬೇಕಾಗುತ್ತದೆ. ಏನು ಮಾಡುವುದು ಇಗ್ಗುತ್ತಪ್ಪ!' ಎಂದು ಇಬ್ಬರು ಮುಖಮುಖ ನೋಡಿಕೊಳ್ಳತೊಡಗಿದರು.

ಆನೆ ನೇರವಾಗಿ ಇವರೆಡೆಗೆ ನಡೆದು ಬರತೊಡಗಿತು. 'ಇನ್ನೇನು ನಮ್ಮ ಕಥೆ ಮುಗಿಯಿತು' ಎಂದು ನೆನೆದು ಇಬ್ಬರು ಗರಬಡಿದವರಂತೆ ನಿಂತಲ್ಲಿಯೇ ನಿಂತರು. ತಮ್ಮತ್ತ ಬಂದ ಆ ಬೃಹತ್ ಆನೆ, ನೋಡನೋಡುತ್ತಿದ್ದಂತೆ ತನ್ನ ದಿಕ್ಕನ್ನು ಬದಲಿಸಿ ಕಾಡೊಳಗಡೆ ಚಲಿಸತೊಡಗಿತು. ಕ್ಷಣಾರ್ಧದಲ್ಲಿ ಅದರ ಹಿಂದೆ ಮೆರವಣಿಗೆ ಹೊರಟಂತೆ ದೊಡ್ಡವು, ಸಣ್ಣವು ಎಂದು ಏಳೆಂಟು ಆನೆಗಳ ದಂಡು, ಕುಲುಕುತ್ತಾ, ತಾನು ನಡೆದಿದ್ದೆ ದಾರಿ ಎಂಬಂತೆ ಗಿಡಗಂಟೆಗಳನ್ನು ಮುರಿಯುತ್ತಾ, ಎದುರಿಗೆ ಸಿಕ್ಕಿದ್ದನ್ನು ನೆಲಸಮ ಮಾಡುತ್ತಾ ಹೊರಟು ಹೋದವು.

ಕಾಡಿನೊಳಗೆ ಆನೆಹಿಂಡು ಮರೆಯಾಗುವವರೆಗೂ, ಉಸಿರು ಬಿಗಿಹಿಡಿದು, ಕೋವಿಯನ್ನು ಎದೆಗೊತ್ತಿ ಗುರಿಯಿಟ್ಟ ಅದೇ ಭಂಗಿಯಲ್ಲಿ ಪೊನ್ನಪ್ಪ ಮತ್ತು ಅವನ ಹಿಂದೆ ಅಚ್ಚಯ್ಯನವರು ಅಲುಗಾಡದೆ ಹಾಗೆಯೇ ನಿಂತಿದ್ದರು. ಅವುಗಳು ಮರೆಯಾದ ನಂತರದಲ್ಲಿ ದೀರ್ಘವಾದ ನಿಟ್ಟುಸಿರೊಂದನ್ನು ಬಿಟ್ಟು, ಕಾಡಿನೊಳಗಡೆ ಇವೆಲ್ಲ ಸಹಜ ಎಂಬಂತೆ ಪರಸ್ಪರ ಮುಖನೋಡಿ ಮುಗುಳ್ನಗುತ್ತ ಮುನಿಯನೆಡೆಗೆ ಮತ್ತೆ ಹೆಜ್ಜೆ ಹಾಕತೊಡಗಿದರು.

ಅಚ್ಚಯ್ಯನವರು, 'ನಾನು ಬರುವವರೆಗೆ ನೀನು ಅಲ್ಲಿಂದ ಕದಲಬೇಡ, ಕಳ್ಳರು ಬಂದು ಮರ ಸಾಗಿಸಿಬಿಟ್ಟರೆ ಕಷ್ಟ' ಎಂದು ಹೇಳಿದ್ದರಿಂದ ಜೊತೆಯಲ್ಲಿದ್ದ ವಾಚರ್‌ಗಳನ್ನು ಆನೆ ಕ್ಯಾಂಪಿಗೆ ಕಳುಹಿಸಿ, ಮರಳಿ ಅದೇ ಜಾಗಕ್ಕೆ ಬಂದ ಮುನಿಯ, ಮರದ ದಿಮ್ಮಿಗಳನ್ನು ಜೋಡಿಸಿದ್ದಲ್ಲಿಂದ ಸುಮಾರು ಇಪ್ಪತ್ತು ಅಡಿ ದೂರದಲ್ಲಿ ಯಾರಿಗೂ ಕಾಣದೇ, ಮರೆಯಾಗಿ ಕೂರಲು ಸಾಧ್ಯವಾಗುವಂತಹ ಒಂದು ಮತ್ತಿ ಮರವನ್ನೇರಿ ಕುಳಿತುಕೊಂಡಿದ್ದ. ಅವನು ಕುಳಿತ ಜಾಗದಿಂದ ನೋಡಿದರೆ ತೇಗದ ಮರದ ನಾಟಾಗಳನ್ನು ಜೋಡಿಸಿಟ್ಟಿರುವ ಪ್ರದೇಶ ಸ್ಪಷ್ಟವಾಗಿ ಕಾಣುತ್ತಿತ್ತು.

ಕಾಡಾನೆಗಳು ಭಯವಿಲ್ಲದೆ ಸುತ್ತುತ್ತಿರುವುದನ್ನು ನೋಡಿದರೆ! 'ಈ ಸಮಯದಲ್ಲಿ ಕಳ್ಳರು ಬಂದು ಮರ ಸಾಗಿಸುವ ದುಸ್ಸಾಹಸಕ್ಕೆ ಕೈ ಹಾಕುವುದಿಲ್ಲ' ಎಂದು ಮನಗಂಡ ಅಚ್ಚಯ್ಯ ಮತ್ತು ಪೊನ್ನಪ್ಪ ವೇಗವಾಗಿ ಮುನಿಯನತ್ತ ಹೆಜ್ಜೆಹಾಕಿದರು. ಅವರು ನಡೆಯುವ ವೇಗಕ್ಕೆ ಕಾಲಿನಡಿಯಲ್ಲಿ ತರಗೆಲೆಗಳು ಸಿಕ್ಕಿ 'ಚರ್ರ್ ಪರ್ರ್' ಎಂಬ ಸದ್ದು ಕೇಳಿಬರುತ್ತಿತ್ತು. ಯಾರೋ

ತಾನು ಕುಳಿತಿರುವ ದಿಕ್ಕಿನತ್ತ ವೇಗವಾಗಿ ನಡೆದುಕೊಂಡು ಬರುತ್ತಿರುವ ಶಬ್ದ ಜೋರಾಗಿ ಮುನಿಯನಿಗೆ ಕೇಳತೊಡಗಿದ್ದೆ ತಡ, ಅವನ ಎದೆಬಡಿತ ಹೆಚ್ಚಾಗಿ, ಕುಳಿತಿದ್ದ ಮರದ ಕೊಂಬೆಯ ಮೇಲಿಂದಲೇ ಕಾಲುಗಳು 'ತರತರ' ಎಂದು ನಡುಗತೊಡಗಿದವು.

'ಕಳ್ಳರು ಮರಕಡಿದ ವಿಷಯ ಇಲಾಖೆಗೆ ತಿಳಿದು, ಅವರನ್ನು ಹಿಡಿಯುವ ಸಲುವಾಗಿ ನಾನು ಮರವೇರಿ ಕುಳಿತಿದ್ದೇನೆ ಎಂಬ ವಿಷಯವೇನಾದರೂ ಕಳ್ಳರಿಗೆ ತಿಳಿದರೆ, ಅವರು ಮಾಡುವ ಮೊದಲ ಕೆಲಸ ನನ್ನನ್ನು ಮುಗಿಸುವುದು! ಈ ಸಾಹೇಬ್ರ ಮಾತು ಕೇಳಿ ನಾನು ಸಾಯುವಂಗೆ ಆಯ್ತಲ್ಲಪ್ಪ ದೇವರೇ' ಎಂದು ಭಯದಿಂದ ತಬ್ಬಿದ್ದ ಕೊಂಬೆಯನ್ನು ಮತ್ತಷ್ಟು ಬಿಗಿಯಾಗಿ ಮುನಿಯ ಹಿಡಿದುಕೊಂಡ. ಇವೆಲ್ಲದರ ನಡುವೆ ಮರದ ಮೇಲೆ ಶಿಸ್ತಾಗಿ ಓಡಾಡುತ್ತಿದ್ದ ಕೆಂಜಿಗೆಗಳು ಯಾವುದೋ ಜೀವಿ ನಮ್ಮ ದಾರಿಗೆ ಅಡ್ಡ ಬಂದು ನಿಂತಿದೆ ಎಂದು ಗಾಬರಿಗೊಂಡು ಮುನಿಯನ ಮೈಮೇಲೆ ಓಡಾಡತೊಡಗಿದವು. ಇರುವೆಗಳು ಹರಿದಾಡಲು ಪ್ರಾರಂಭವಾದಂತೆ ಮೈಯೆಲ್ಲ ಕಚಗುಳಿಯಿಟ್ಟಂತಾಗಿ, ಎಲ್ಲಾದರು ಗುಪ್ತಾಂಗಕ್ಕೆ ಕಡಿದು ಬಿಡಬಹುದು! ಎಂಬ ಭಯದಿಂದ ಒಂದೊಂದನ್ನೆ ಹಿಡಿದು ಬೆರಳತುದಿಯಲ್ಲಿಟ್ಟು ಮುನಿಯ ಹಿಚುಕತೊಡಗಿದ. ಯಾವಾಗ ಈ ಜೀವಿ ತಮ್ಮ ಮೇಲೆ ಆಕ್ರಮಣ ಮಾಡಿ ಒಬ್ಬೊಬ್ಬರನ್ನಾಗಿ ಕೊಲ್ಲಲು ಶುರುಮಾಡಿದ್ದಾನೆ ಎನ್ನುವ ಸುಳಿವು ಇರುವೆಗಳಿಗೆ ಸಿಕ್ಕಿತ್ತೋ, ಎಲ್ಲಾ ಕೆಂಜಿಗೆಗಳು ಕುಂಡಿಯೆತ್ತಿ ಸಿಕ್ಕಸಿಕ್ಕಲ್ಲಿ ಮುನಿಯನಿಗೆ ಕಡಿಯಲು ಪ್ರಾರಂಭ ಮಾಡಿದವು.

'ಇರುವೆ ಕಡಿತ ಸಹಿಸಲಾಗದೇ, ಮರದಿಂದೇನಾದರು ನಾನು ಈಗ ಕೆಳಗಿಳಿದರೆ, ಆ ಮರಗಳ್ಳರ ಆಕ್ರಮಣಕ್ಕೆ ಬಲಿಯಾಗಿ ಸಾಯಬೇಕಾಗುತ್ತದೆ! ಅದಕ್ಕಿಂತ ಕೆಂಜಿಗೆಯ ಕಡಿತವನ್ನೆ ಸಹಿಸಿಕೊಳ್ಳುವ' ಎಂದು ಕಣ್ಣಿಗೆ ಕಾಣುತ್ತಿದ್ದ ಇರುವೆಗಳನ್ನು ಕಿತ್ತು ಹಾಕುತ್ತಾ, ಶಬ್ದ ಬರುತ್ತಿದ್ದ ಕಡೆಗೆ ಸೂಕ್ಷ್ಮವಾಗಿ ಮುನಿಯ ನೋಡತೊಡಗಿದ. ಕಡು ಹಸಿರು ಬಣ್ಣದ ಟೋಪಿಯ ಮೇಲೆ ಬಿಳಿ ಬಣ್ಣದ ದೊಡ್ಡದೊಡ್ಡ ಮಚ್ಚೆಗಳನ್ನು ಹೋಲುವ, ನಮ್ಮ ಸಿಬ್ಬಂದಿಗಳು ಧರಿಸುವಂತಹ ಟೋಪಿಯನ್ನು ತೊಟ್ಟ ಆಕೃತಿಗಳೆರಡು, ಉಣ್ಣೆಗುತ್ತಿಗಳನ್ನು ಸರಿಸಿಕೊಂಡು ನೇರ ತೇಗದ ನಾಟಾಗಳನ್ನು ಮುಚ್ಚಿಟ್ಟಿದ್ದ ಕಡೆಗೆ ವೇಗವಾಗಿ ನಡೆದು ಬರುತ್ತಿರುವುದು ಮುನಿಯನಿಗೆ ಕಾಣಿಸತೊಡಗಿತು. ಒಂದು ವೇಳೆ ಕಳ್ಳರು ಕೂಡ ಇಲಾಖೆಯವರ ಕಣ್ಣಿಗೆ ಮಣ್ಣೆರಚುವ ಸಲುವಾಗಿ ನಮ್ಮ ರೀತಿಯ ಪೋಷಾಕುಗಳನ್ನು ತೊಟ್ಟಿರಬಹುದಾ? ಅಥವಾ ಸಾಹೇಬ್ರೇನಾದ್ರು ಬಂದ್ರಾ? ಎಂಬ ಗೊಂದಲದಿಂದ, ಮೊದಲಿಗೆ ಬಂದಿರುವವರು ಯಾರು ಎಂದು ಖಾತರಿಪಡಿಸಿಕೊಂಡು, ನಂತರ ಸನ್ನೆ ಮಾಡಿದರಾಯಿತು! ಎಂದು ಎಡಗೈಯ ಮೇಲೆ ಹರಿದಾಡುತ್ತಿದ್ದ ಇರುವೆಯನ್ನು ಬಲಗೈಯಲ್ಲಿ ಹಿಚುಕಿ, ನಡೆದು

ಬರುತ್ತಿದ್ದವರೆಡೆಗೆ ಮುನಿಯ ದಿಟ್ಟಿಸತೊಡಗಿದ. ಜೊತೆಗೆ ಇತ್ತ ಬರುತ್ತಿರುವ ಒಬ್ಬನ ಕೈಯಲ್ಲಿ ಬಂದೂಕಿರುವುದು ಕೂಡ ಮುನಿಯನಿಗೆ ಕಾಣಿಸಿತು.

ನಾಟಾಗಳನ್ನು ಕಾಡುಸೊಪ್ಪುಗಳಿಂದ ಮುಚ್ಚಿದ್ದ ಆ ಪ್ರದೇಶ, ನಡೆದು ಬರುತ್ತಿದ್ದವರ ಕಣ್ಣಿಗೆ ಬಿದ್ದದ್ದೆ ತಡ, ಒಮ್ಮೆಲೆ ಅಲ್ಲಿಯೇ ನಿಂತು, ದಿಮ್ಮಿಗಳತ್ತ ಕೈ ತೋರಿಸಿ ಇಬ್ಬರೂ 'ಗುಸುಗುಸು' ಎಂದು ಮಾತನಾಡತೊಡಗಿದರು. ಸೂಕ್ಷ್ಮವಾಗಿ ನೋಡಿದರೆ ಮುಂದೆ ಬಂದೂಕು ಹಿಡಿದು ನಿಂತಿರುವವನ ಹುರಿಮೀಸೆ ಎದ್ದು ಕಾಣುತ್ತಿತ್ತು. 'ಹೌದಲ್ಲ! ಅದು ನಮ್ಮ ಫಾರೆಸ್ಟರ್ ಪೊನ್ನಪ್ಪನವರು!' ಮತ್ತೊಮ್ಮೆ ಕಣ್ಣರಳಿಸಿ ಮುನಿಯ ನೋಡಿದ, ಹಿಂಬದಿಯಲ್ಲಿ ಕಣ್ಣಿಗೆ ಕನ್ನಡಕ ಧರಿಸಿದ್ದ ರೇಂಜರ್ ಅಚ್ಚಯ್ಯನವರು ಅತ್ತಿತ್ತ ನೋಡುತ್ತಾ ನಿಂತಿದ್ದು ಸ್ಪಷ್ಟವಾಯಿತು.

ಬಂದಿರುವ ಇಬ್ಬರೂ ನಮ್ಮವರೆ ಎಂಬುದು ಖಾತರಿಯಾಗುತ್ತಿದ್ದಂತೆ, ಹೋದ ಜೀವ ಬಂದಂತಾದ ಮುನಿಯ, ಬಲಗೈಯಿಂದ ಅರ್ಧ ಬಾಯಿಯನ್ನು ಮುಚ್ಚಿ 'ಕೂಯ್' ಎಂದು ಕೂಗು ಹಾಕಿದ. ಪೊನ್ನಪ್ಪ, ಥಟ್ಟನೆ ಧ್ವನಿ ಬಂದ ಕಡೆಗೆ ತಿರುಗಿ ನೋಡಿದ. ಸುಮಾರು ಇಪ್ಪತ್ತು ಅಡಿ ಎತ್ತರದ ಮತ್ತಿ ಮರದ ಕೊಂಬೆಯನ್ನು ತಬ್ಬಿ ಹಿಡಿದು, ಎಲೆಗಳ ಮಧ್ಯದಿಂದ ಇಣುಕಿ ಮುನಿಯ ಕೈಬೀಸುತ್ತಿದ್ದ. ಮರದ ಮೇಲಿಂದ ಕೂಗಿದ್ದು ಮುನಿಯ ಎಂಬುದನ್ನು ಖಚಿತಪಡಿಸಿಕೊಂಡ ಪೊನ್ನಪ್ಪ, 'ನೋಡಿದೆ' ಎನ್ನುವ ಸಂಕೇತವಾಗಿ ಅವನು ಕೂಡ ಮರಳಿ 'ಕೂಯ್, ಕೂಯ್' ಎಂದು ಎರಡು ಬಾರಿ ಕೂಗಿದ.

ಪೊನ್ನಪ್ಪನ ಧ್ವನಿ ನಿಲ್ಲುವ ಮೊದಲೇ, ಇರುವೆ ಕಾಟವನ್ನು ಸಹಿಸಲಾಗದೇ, ಸಾವಧಾನವಾಗಿ ಮರದಿಂದ ಇಳಿಯುವ ಬದಲು, ಒಂದೇ ಸಮನೆ ದಪ್ಪಚರ್ಮದ ಮತ್ತಿ ಮರವನ್ನು ಎರಡು ಕೈಯಿಂದ ಬಳಸಿ, ಬಾಚಿ ತಬ್ಬಿಕೊಂಡು 'ಪರಪರ' ಎಂದು ಮುನಿಯ ಜಾರತೊಡಗಿದ. ಅವನು ಕೆಳಗಿಳಿದ ರಭಸಕ್ಕೆ ಹೊಟ್ಟೆ, ಎದೆ ಭಾಗದಲ್ಲೆಲ್ಲ ತರಚಿಹೋಯಿತು. ನೆಲಮುಟ್ಟಿದೊಡನೆ ಮುನಿಯ ತೊಟ್ಟಿದ್ದ ಖಾಕಿ ಬಣ್ಣದ ಷರ್ಟನ್ನು ಸರಿಸಿ ನೋಡಿದಾಗ, ಹೊಟ್ಟೆ, ಕೈ ಭಾಗದಲ್ಲಿ ಜಾರುವ ರಭಸದಲ್ಲಿ ತರಚಿ, ಮೈಚರ್ಮ ಸುಲಿದು ರಕ್ತ ಜಿನುಗತೊಡಗಿತ್ತು.

ಕೈಯಲ್ಲಿ ಬಂದೂಕು ಇದ್ದರು ಕೂಡ, ಅಡಗಿ ಕುಳಿತ ಮರಗಳ್ಳರು ಯಾವ ಮೂಲೆಯಿಂದ ಬಂದು ನಮ್ಮ ಮೇಲೆ ಆಕ್ರಮಣ ಮಾಡಬಹುದು ಎಂಬ ಆತಂಕ ಮತ್ತು ಎಚ್ಚರಿಕೆಯಿಂದ ಇಬ್ಬರೂ ನಿಂತಿರುವಾಗಲೇ, ಮುನಿಯ ಗಾಬರಿಯಾಗಿ ಮರದಿಂದ ಇಳಿದು, ಮೈ ಸವರಿಕೊಂಡು, ತಮ್ಮತ್ತ ಎದ್ದುಬಿದ್ದು ಓಡಿಬರುತ್ತಿರುವುದನ್ನು ಕಂಡು, 'ಕಳ್ಳರು ಇಲ್ಲೆ ಎಲ್ಲೋ ಪಕ್ಕದಲ್ಲಿ ಅವಿತು ಕುಳಿತುಕೊಂಡಿರಬಹುದು. ಆದ್ದರಿಂದಲೆ ಮುನಿಯ

ಇಷ್ಟೊಂದು ಆತುರವಾಗಿ ಓಡಿಬರುತ್ತಿದ್ದಾನೆ' ಎಂದು ಸಂಶಯಗೊಂಡ ಪೊನ್ನಪ್ಪ ಕೋವಿಯನ್ನು ಇನ್ನಷ್ಟು ಬಲವಾಗಿ ಹಿಡಿದುಕೊಂಡು ಸುತ್ತಲೂ ನೋಡತೊಡಗಿದ.

ಎಡವುತ್ತಾ, ಒಂದೆರಡು ಬಾರಿ ಮುಗ್ಗರಿಸಿಕೊಂಡು ಪೊನ್ನಪ್ಪನವರ ಬಳಿಗೆ? ಓಡಿ ಬಂದ ಮುನಿಯ 'ಉಫ್ ಉಫ್' ಎಂದು ಏದುಸಿರು ಬಿಡುತ್ತಾ, ಸುಸ್ತಾಗಿ ಮಂಡಿಯ ಮೇಲೆ ತನ್ನೆರಡು ಕೈಗಳನ್ನು ಊರಿ, ಬಾಗಿ ನಿಂತ. ಅಚ್ಚಯ್ಯನವರು, "ಏನಾಯ್ತೋ ಮುನಿಯ, ಕಳ್ಳರು ಇಲ್ಲೇ ಎಲ್ಲಾದರೂ ಇದ್ದಾರಾ?" ಎಂದು ಆತಂಕದಿಂದ ಕೇಳಿದರು.

ದೀರ್ಘವಾದ ನಿಟ್ಟುಸಿರೊಂದನ್ನು ಬಿಟ್ಟ ಮುನಿಯ, "ಅವರ್‍ಯಾರೂ ಇಲ್ಲ ಸಾರ್, ಆ ಮರದ ಮೇಲೆ ಕೆಂಜಿಗೆಗಳಿಂದ ಕಚ್ಚಿಸಿಕೊಂಡು ಮೈಯೆಲ್ಲ ಉರಿಹತ್ತಿಕೊಂಡುಬಿಟ್ಟಿತ್ತು. ನೀವು ಬರೋದು ಇನ್ನು ಸ್ವಲ್ಪ ತಡವಾಗಿದ್ದರೂ ನಾನು ಸತ್ತೇ ಹೋಗಿಬಿಡುತ್ತಿದ್ದೆನೋ ಏನೋ!" ಎಂದು ಅವರ ಮುಂದೆಯೇ ಧರಿಸಿದ್ದ ಮೇಲಂಗಿಯನ್ನು ಬಿಚ್ಚಿ, ಆಕ್ರಮಣ ಮಾಡಿ ಸುಸ್ತಾಗಿ ಅಲ್ಲಲ್ಲಿ ಅಂಟಿಕೊಂಡಿದ್ದ ಇರುವೆಗಳನ್ನು ಕೀಳುತ್ತಾ ಹೇಳಿದ.

ಮುನಿಯನ ಕಪ್ಪು ಮೈಯ ಮೇಲೆ ಅಲ್ಲಲ್ಲಿ ಇರುವೆ ಕಡಿತದಿಂದಾಗಿ ಉಬ್ಬಿರುವುದು ಮತ್ತು ಮರದಿಂದ ಜಾರಿದಾಗ ಎದೆ ಮತ್ತು ಹೊಟ್ಟೆಯ ಭಾಗದಲ್ಲಿ ಚರ್ಮ ಸುಲಿದು ರಕ್ತ ಬರುತ್ತಿರುವುದನ್ನು ನೋಡಿದ ಇಬ್ಬರಿಗೂ ಅವನ ಅವಸ್ಥೆಯ ಅರಿವಾಯಿತು. ಇನ್ನು ಕಳ್ಳರು ಕಾಡುನುಗ್ಗಿ ಮರ ಕಡಿದ ವಿಚಾರವಾಗಿ ಇವನನ್ನು ರೇಗಿ ಯಾವುದೇ ಪ್ರಯೋಜನವಿಲ್ಲ ಎಂದುಕೊಂಡ ಅಚ್ಚಯ್ಯನವರು ಸಮಾಧಾನದಿಂದ, "ಕಳ್ಳರಿಗೆ ಸಂಬಂಧಪಟ್ಟ ಹಾಗೆ ಬೇರೇನಾದ್ರೂ ಕುರುಹುಗಳು ಕಣ್ಣಿಗೆ ಬಿತ್ತಾ?" ಎಂದು ಅವನ ಬಳಿ ವಿಚಾರಿಸತೊಡಗಿದ್ರು. ಮುನಿಯ, ಈ ಮೊದಲು ಫೋನಿನಲ್ಲಿ ಏನು ಹೇಳಿದ್ದನೋ, ಅದನ್ನೆ ಮತ್ತೊಮ್ಮೆ ಪುನರಾವರ್ತನೆ ಮಾಡಿದ. ಉಳಿದಂತೆ ಅವನಲ್ಲಿ ಯಾವುದೇ ಮಾಹಿತಿ ಇರಲಿಲ್ಲ.

ಮರ ಕಡಿದ ಜಾಗಕ್ಕೂ, ದಿಮ್ಮಿಗಳನ್ನು ಅಡಗಿಸಿ ಇಟ್ಟ ಸ್ಥಳಕ್ಕೂ ಸುಮಾರು ನೂರು ಮೀಟರ್‌ಗಳ ಅಂತರವಿತ್ತು. ಕಾಲುದಾರಿಯಲ್ಲಿ ನಿಂತು ಆ ಪ್ರದೇಶವನ್ನು ನೋಡಿದರೆ, ಮಳೆಗಾಳಿಗೆ ಸಹಜವಾಗಿ ಯಾವುದೋ ಮರ ಬಿದ್ದಿದೆ ಎನ್ನುವ ರೀತಿಯಲ್ಲಿ ಕಾಣುವಂತಿತ್ತು. ಸಾಲದ್ದಕ್ಕೆ ಮರದ ಬುಡವನ್ನು ಭೂಮಿಯಿಂದ ಒಂದು ಅಡಿ ಆಳಕ್ಕೆ ಬಗೆದು, ಸುತ್ತಲೂ ಮಣ್ಣು ಬಿಡಿಸಿ, ಗರಗಸದಿಂದ ಮರ ಬೀಳಿಸಿದ ನಂತರದಲ್ಲಿ ತಮಗೆ ಬೇಕಾದ ಅಳತೆಗೆ ತುಂಡರಿಸಿ, ಬುಡವನ್ನು ಮಣ್ಣಿನಲ್ಲಿ ಮುಚ್ಚಿ, ನೆಲ ಸಮತಟ್ಟಾಗಿ ಕಾಣುವಂತೆ ಮಾಡಿ, ನಂತರ ಅದರ ಮೇಲೆ ತರಗೆಲೆಗಳನ್ನು ಚೆಲ್ಲಿ, ಮರ ಕಡಿದಿದ್ದಾರೆ

ಎನ್ನುವುದಕ್ಕೆ ಒಂದು ಸಣ್ಣ ಕುರುಹನ್ನು ಕೂಡ ಉಳಿಸದೇ ಕಳ್ಳರು ಅಲ್ಲಿಂದ ಕಾಲ್ಕಿತ್ತಿದ್ದರು. ಕಾಡುಗಳ್ಳರು ಅರಣ್ಯದೊಳಗೆ ಓಡಾಡಿದ್ದಾರೆ ಎನ್ನುವುದಕ್ಕೆ ಸಾಕ್ಷಿಯಾಗಿ ಹೆಜ್ಜೆಗುರುತುಗಳು, ಸೇದಿ ಬಿಸಾಡಿದ ಬೀಡಿ ತುಂಡುಗಳು ಅಥವಾ ಆಹಾರದ ಪೊಟ್ಟಣಗಳನ್ನೇನಾದರು ಕಾಡೊಳಗೆ ಬಿಟ್ಟು ಹೋಗಿದ್ದಾರ? ಎಂದು ಅಚ್ಚಯ್ಯನವರು ಪದೇಪದೇ ಮುನಿಯನ ಬಳಿ ಕೇಳುತ್ತಲೆ ಇದ್ದರು.

ಅಚ್ಚಯ್ಯನವರ ಮಾತಿಗೆ ಉತ್ತರಿಸುತ್ತಾ, ಸುತ್ತಲೂ ಕಣ್ಣಾಡಿಸುತ್ತಿದ್ದ ಮುನಿಯ, ನಾಟಾ ಮುಚ್ಚಿದ್ದ ಪೊದೆಯ ಬಳಿಗೆ ಬಂದು ಅದರ ಮೇಲೆ ಕಳ್ಳರು ಜೋಡಿಸಿದ್ದ ಎಲೆಬಳ್ಳಿಗಳನ್ನು ಸರಿಸಲು ಕೈ ಹಾಕಿದ.

ತಕ್ಷಣವೇ, "ಏ ಮುನಿಯ, ಏನು ಮಾಡ್ತಾ ಇದ್ದೀಯಾ ನೀನು?" ಎಂದು ಸಿಟ್ಟಿನಿಂದ ಪೊನ್ನಪ್ಪ ಗದರಿದ ಧ್ವನಿ ಕೇಳಿತು.

ಪೊನ್ನಪ್ಪನ ಮಾತು ಕೇಳಿ ಒಮ್ಮೆಲೆ ಬೆಚ್ಚಿದ ಮುನಿಯ, "ಸಾಹೇಬ್ರಿಗೆ ನಾಟಾಗಳನ್ನು ತೋರಿಸಲು ಸರಿಸಿದೆ ಸರ್" ಎಂದು ಗಾಬರಿಯಿಂದ ಹೇಳಿದ.

"ಬುದ್ಧಿ ಇಲ್ವೇನೋ ನಿಂಗೆ! ಬಾ ಈ ಕಡೆ. ಅವರು ಮರ ಕಡಿದು ಈ ರೀತಿ ಜೋಡಿಸಿ ಇಟ್ಟಿದ್ದಾರೆ ಎಂದರೆ, ಇವತ್ತಲ್ಲ ನಾಳೆ ಬಂದು ಇಲ್ಲಿಂದ ತೆಗೆದುಕೊಂಡು ಹೋಗಿಯೇ ಹೋಗುತ್ತಾರೆ. ಒಂದು ವೇಳೆ ಒಳಗಿರುವ ನಾಟಾಗಳನ್ನು ನೋಡುವ ಸಲುವಾಗಿ, ಮೇಲೆ ಮುಚ್ಚಿರುವ ಸೊಪ್ಪುಸದೆಗಳನ್ನು ನಾವು ಸರಿಸಿದರೆ, ಅವರು ಗುರುತಿಗಾಗಿ ಇಟ್ಟ ವಸ್ತು ಮೂಲಸ್ಥಳದಿಂದ ಸರಿದುಬಿಡುತ್ತದೆ. ಕಳ್ಳರು ಮರಸಾಗಿಸಲು ಬಂದಾಗ, ಮೊದಲು ಮಾಡುವ ಕೆಲಸ ಎಂದರೆ, ತಾವು ಗುರುತಿಗಾಗಿ ಇಟ್ಟಿದ್ದ ವಸ್ತುವನ್ನು ಗಮನಿಸುವುದು, ಹೀಗಿರುವಾಗ ತಾವು ಇಟ್ಟಿದ್ದ ಗುರುತು ಆಯಾ ಜಾಗದಲ್ಲಿ ಸರಿ ಇದೆ ಎಂಬುದು ಅವರಿಗೆ ಖಾತರಿಯಾದರೆ ಮಾತ್ರ ಅವರು ದಿಮ್ಮಿಗಳನ್ನು ಸಾಗಿಸುವ ಯತ್ನ ಮಾಡುತ್ತಾರೆ. ಇಲ್ಲವಾದರೆ, ಇಲಾಖೆಯವರಿಗೆ ನಾವು ಮಾಡಿರುವ ಕುಕೃತ್ಯದ ವಾಸನೆ ಬಡಿದಿದೆ ಎಂದು ಅನುಮಾನಗೊಂಡು ಮರದ ತುಂಡುಗಳನ್ನು ಇಲ್ಲಿಯೇ ಬಿಟ್ಟು ಕಾಲ್ಕೀಳುತ್ತಾರೆ. ನಂತರ ನಾವು ತಿಪ್ಪರಲಾಗ ಹೊಡೆದರು ಅವರನ್ನು ಹಿಡಿಯಲು ಸಾಧ್ಯವಿಲ್ಲ. ಏನೇ ಆದರೂ ಸರಿ, ಈ ಕಳ್ಳರನ್ನು ಕೈಯಾರೆ ಹಿಡಿದು, ಮೀಸಲು ಅರಣ್ಯದೊಳಗೆ ನುಗ್ಗಿ ಮರಕಡಿದರೆ ಪರಿಣಾಮ ಏನಾಗಬಹುದು ಎಂಬುದನ್ನು ಎಲ್ಲಾ ಮರಗಳ್ಳರಿಗು ತೋರಿಸಿಕೊಡಬೇಕು. ಒಂದು ವೇಳೆ ಕಡಿದ ಮರವನ್ನು ಸಾಗಿಸಲು ಅವರು ಬರದೇ ಹೋದರೆ ಅರಣ್ಯ ರಕ್ಷಕರಾದ ನಮ್ಮ ತಲೆಗೆ ಈ ಹಗರಣ ಸುತ್ತಿಕೊಳ್ಳುವ ಸಂಭವವಿದೆ. ಆದ್ದರಿಂದ ಎಚ್ಚರಿಕೆಯಿಂದ ಈ ಪ್ರಕರಣವನ್ನು ಭೇದಿಸಬೇಕು" ಎಂದು ಈ ಪ್ರಕರಣದ ಪ್ರಾಮುಖ್ಯತೆಯನ್ನು ಕೋಪದಿಂದ ಪೊನ್ನಪ್ಪ ವಿವರಿಸಿದ.

ಪೊನ್ನಪ್ಪನ ಮಾತುಗಳನ್ನು ಕೇಳಿದ ಮುನಿಯ, ಮರುಮಾತನಾಡದೇ ತಲೆತಗ್ಗಿಸಿ ನಿಂತ.

"ಸರಿಯಾಗಿ ಹೇಳಿದೆ ಪೊನ್ನಪ್ಪ" ಎಂದು ಅವನ ಮಾತಿಗೆ ಸಹಮತ ಸೂಚಿಸಿದ ಅಚ್ಚಯ್ಯ, "ಏ ಮುನಿಯ ಫಾರೆಸ್ಟರ್ ಏನು ಹೇಳುತ್ತಾರೋ, ಆ ರೀತಿಯೇ ಮಾಡು, ಅವಸರದಿಂದ ಏನೇನೋ ಮಾಡ್ಲಿಕ್ಕೆ ಹೋಗಿ ಎಡವಟ್ಟು ಮಾಡ್ಕೋಬೇಡ, ಮುಂದೇನು ಮಾಡಬೇಕೆಂದು ಪೊನ್ನಪ್ಪನೇ ತೀರ್ಮಾನಿಸಲಿ" ಎಂದರು.

"ಸರ್, ಅದಾಗಲೇ ಮರಕಡಿದು ಎರಡು ದಿನವಾಗಿದೆ. ಏನೇ ಆದರೂ ಇನ್ನೆರಡು ದಿನದಲ್ಲಿ ನಾಟಾಗಳನ್ನು ಸಾಗಿಸಲು ಮರಗಳ್ಳರು ಬಂದೇಬರುತ್ತಾರೆ. ಒಂದು ವೇಳೆ ಇಂದು ಬಂದರೂ ಬರಬಹುದು! ಆ ಸಮಯ ನೋಡಿ ಅವರನ್ನು ನಾವು ಕೈಯಾರೆ ಹಿಡಿಯಬೇಕು" ಎಂದು ಪೊನ್ನಪ್ಪ ಹೇಳಿದ.

"ಅದು ಸರಿಯೇ! ಆದರೆ, ಇವರು ಮರದ ನಾಟಾಗಳನ್ನು ಜೋಡಿಸಿರುವ ಈ ಜಾಗದಲ್ಲಿ ಅವಿತುಕೊಂಡು ಪಹರೆ ಕೂರಲು ಇಲ್ಲೆಲ್ಲೂ ಯಾವುದೇ ಸೂಕ್ತ ಸ್ಥಳ ಕಾಣುತ್ತಿಲ್ಲ. ಎಲ್ಲಿ ಕುಳಿತರೂ ಅವರ ಕಣ್ಣಿಗೆ ಬೀಳುತ್ತೇವೆ. ಅವರ ಬಳಿಯೇನಾದ್ರೂ ಶಸ್ತ್ರಾಸ್ತ್ರಗಳು ಇದ್ದರೆ ಖಂಡಿತವಾಗಿ ಪ್ರಾಣಾಪಾಯಕ್ಕೆ ನಾವೇ ಎಡೆಮಾಡಿಕೊಟ್ಟಂತೆ ಆಗುತ್ತದೆ" ಎಂದು ಅಚ್ಚಯ್ಯನವರು ಸುತ್ತಾ ಕಣ್ಣು ಹಾಯಿಸುತ್ತಾ ಹೇಳಿದರು.

"ಖಂಡಿತವಾಗಿ ಅವರ ಬಳಿ ಮಾರಕಾಯುಧಗಳು ಇದ್ದೇ ಇರುತ್ತವೆ. ಇಲ್ಲವಾದರೆ ಇಷ್ಟು ಧೈರ್ಯವಾಗಿ ಕಾಡೊಳಗೆ ನುಗ್ಗಿ ಮರಕಡಿಯಲು ಸಾಧ್ಯವೇ ಇಲ್ಲ. ಮರಗಳ್ಳರನ್ನು ನಾವು ಕೈಯಾರೆ ಹಿಡಿಯಬೇಕು ಎಂದರೆ, ಅವರು ಬರುವವರೆಗೆ ಕಾದು ಕೂರುವುದು ಬಿಟ್ಟರೆ, ಬೇರೆ ದಾರಿ ಇಲ್ಲ. ಜೊತೆಗೆ ನಮ್ಮವರು ಯಾರೆಲ್ಲ ಈ ಹಗರಣದಲ್ಲಿ ಶಾಮೀಲಾಗಿದ್ದಾರೆ ಎಂಬುದು ಕೂಡ ನಿಖರವಾಗಿ ಹೇಳುವಂತಿಲ್ಲ. ಒಂದು ವೇಳೆ ನಾವು ಮಾಡುತ್ತಿರುವ ಪ್ಲ್ಯಾನ್‌ನ ಬಗ್ಗೆ ನಮ್ಮವರೇನಾದ್ರು ಅವರಿಗೆ ಮಾಹಿತಿ ಕೊಟ್ಟರೆ, ಅವರು ಏನೇ ಆದರೂ ಮರ ತೆಗೆದುಕೊಂಡು ಹೋಗಲು ಬರುವುದಿಲ್ಲ. ಹಾಗೊಂದು ವೇಳೆ ಬಂದರೆ, ನಮ್ಮವರಿಗೆ ಪ್ರಾಣಹಾನಿ ಮಾಡಿಯಾದರೂ ಮರಗಳನ್ನು ಸಾಗಿಸಲು ಪ್ರಯತ್ನಿಸುತ್ತಾರೆ" ಎಂದು ಪೊನ್ನಪ್ಪ ತನ್ನ ಅಭಿಪ್ರಾಯವನ್ನು ಹೇಳಿದ.

"ಹೌದು ಪೊನ್ನಪ್ಪ ನೀನು ಹೇಳುತ್ತಿರುವುದು ಸರಿಯೇ. ಈ ಪ್ರಕರಣಕ್ಕೆ ಸಂಬಂಧಪಟ್ಟ ಹಾಗೆ ಯಾವುದೇ ನಿರ್ಣಯಗಳನ್ನು ತೆಗೆದುಕೊಳ್ಳುವುದಾದರೂ ತುಂಬಾ ಸೂಕ್ಷ್ಮವಾಗಿ ಅವಲೋಕಿಸಿಯೇ ಮುಂದಡಿ ಇಡಬೇಕು. ಸಾಲದ್ದಕ್ಕೆ ಯಾವ ಕ್ಷಣದಲ್ಲಿ ಬೇಕಾದರೂ ಮರಗಳ್ಳರು ಮರಳಿ ಬರಬಹುದಾದ ಸಾಧ್ಯತೆ ಇರುವುದರಿಂದ, ಇಲ್ಲಿ ಹೆಚ್ಚು ಹೊತ್ತು ಕಾಲಹರಣ ಮಾಡುವುದು ಕೂಡ

ಅಪಾಯವೇ" ಎಂದು ಹೇಳಿದ ಅಚ್ಚಯ್ಯನವರು ಮತ್ತೆ ಮುಂದುವರೆಸಿ, "ಬನ್ನಿ ಕಚೇರಿಗೆ ಹೋಗಿ ಚರ್ಚಿಸಿ, ಮುಂದೇನು ಮಾಡಬೇಕು ಎಂಬುದನ್ನು ತೀರ್ಮಾನಿಸುವ" ಎಂದು ಹೇಳಿ, ಅಲ್ಲಿಂದ ಹೊರಡಲು ಅನುವಾದರು. 'ತಾನು ಇಲ್ಲಿಯೇ ಉಳಿಯಬೇಕೇನೋ' ಎಂಬ ಆತಂಕದಿಂದ ಮುನಿಯ ಅಚ್ಚಯ್ಯನವರ ಮುಖವನ್ನೆ ನೋಡಿದ. ಅಲ್ಲಿನ ಪರಿಸ್ಥಿತಿಯನ್ನು ನೋಡಿದರೆ, ಕಳ್ಳರು ಈ ಬೆಳಕಿರುವ ಸಮಯದಲ್ಲಿ ದಿಮ್ಮಿಗಳನ್ನು ಸಾಗಿಸುವ ದುಸ್ಸಾಹಸಕ್ಕೆ ಕೈ ಹಾಕಲಾರರು ಎಂದು ಆಲೋಚಿಸಿದ ಅಚ್ಚಯ್ಯನವರು ಮುನಿಯನನ್ನು ಕೂಡ ತಮ್ಮೊಂದಿಗೆ ಬರಲು ತಿಳಿಸಿದರು. ಪೊನ್ನಪ್ಪ ಮತ್ತು ಮುನಿಯ ಅಚ್ಚಯ್ಯನವರೊಂದಿಗೆ ಜೀಪಿನತ್ತ ಹೆಜ್ಜೆ ಹಾಕಿದರು.

ತಿತಿಮತಿಯ ಬ್ರಿಟಿಷರ ಕಾಲದ, ಶಿಥಿಲಾವಸ್ಥೆಗೆ ತಲುಪಿದ್ದ ಕಟ್ಟಡದಲ್ಲಿರುವ ವಲಯ ಅರಣ್ಯಾಧಿಕಾರಿಗಳ ಕಚೇರಿಯಲ್ಲಿ ರೇಂಜರ್ ಅಚ್ಚಯ್ಯನವರು ತಮ್ಮ ಕುರ್ಚಿಗೊರಗಿ ಬಹಳ ಗಾಢವಾಗಿ ಯೋಚನೆ ಮಾಡುತ್ತಾ ಕುಳಿತಿದ್ದರು. ಅವರ ಮೇಜಿನ ಮುಂದಿದ್ದ ಮರದ ಕುರ್ಚಿಯಲ್ಲಿ ಪೊನ್ನಪ್ಪ ಸಹ ಆಸೀನನಾಗಿದ್ದ. ಮುನಿಯ ಒಂದು ಬದಿಯಲ್ಲಿ ಗೋಡೆಗೊರಗಿ ನಿಂತು ಅಚ್ಚಯ್ಯನವರು ಮುಂದೇನು ಹೇಳಬಹುದು ಎಂದು ಎದುರು ನೋಡುತಲಿದ್ದ. ಮೇಲೆ ಜೋತು ಹಾಕಿದ್ದ ಫ್ಯಾನ್ ತಿರುಗುವ ನಡುವಲ್ಲಿ 'ಕಟಕ್ ಕಟಕ್' ಎಂಬ ಶಬ್ದವನ್ನು ಹೊರಡಿಸಿ ತನಗೂ ಕೂಡ ಈ ಕಟ್ಟಡದಂತೆ ವಯಸ್ಸಾಗಿದೆ ಎಂಬುದನ್ನು ಸಾರುತ್ತಿತ್ತು. ಗೋಡೆಗೆ ಮೊಳೆ ಹೊಡೆದು ನೇತುಹಾಕಿದ್ದ ದೊಡ್ಡ ಗಾತ್ರದ ಗಡಿಯಾರ ಇಡೀ ಕೋಣೆಗೆ ಕೇಳಿಸುವಂತೆ ಶಿಸ್ತಾಗಿ 'ಟಕ್ ಟಕ್' ಎಂದು ಮುಳ್ಳನ್ನು ಚಲಾಯಿಸುತ್ತಿತ್ತು.

ಮಧ್ಯಾಹ್ನ ಬಂದ ದೂರವಾಣಿ ಕರೆಯಿಂದಾಚೆಗೆ ರೇಂಜರ್ ಅಚ್ಚಯ್ಯನವರು ಸಿಟ್ಟಿನಿಂದ ರೇಗಿದ್ದು, ನಂತರದಲ್ಲಿ ವಾಚರ್ ಮುತ್ತನನ್ನು ಕಳುಹಿಸಿ ಫಾರೆಸ್ಟರ್ ಪೊನ್ನಪ್ಪನನ್ನು ಕರೆಸಿಕೊಂಡು, ಡ್ರೈವರ್ ಮಣಿಯನ್ನು ಇಲ್ಲೆ ಉಳಿಸಿ, ಜೀಪಿನಲ್ಲಿ ಎಲ್ಲೋ ಹೊರಗಡೆ ಹೋಗಿ ತಾಸುಗಳ ನಂತರ ಮರಳಿ ಬಂದು ಕಚೇರಿಯೊಳಗೆ ಕುಳಿತು ಗಾಢವಾಗಿ ಯೋಚನೆ ಮಾಡುತ್ತಿರುವುದನ್ನು ಗಮನಿಸಿದ ರೇಂಜರ್ ಕಚೇರಿಯ ಗುಮಾಸ್ತ ಗಂಗಾಧರಯ್ಯ, ವಿಷಯವೇನೆಂದು ತಿಳಿದುಕೊಳ್ಳುವ ಸಲುವಾಗಿ ಅಚ್ಚಯ್ಯನವರ ಕೋಣೆಯ ಬಾಗಿಲಿಗೆ ಮರೆಯಾಗಿ ಕಿವಿನಿಮಿರಿಸಿ ನಿಂತಿದ್ದ.

ಅಚ್ಚಯ್ಯನವರು ಮಾತು ಮುಂದುವರೆಸುವ ಸಲುವಾಗಿ ತಲೆ ಎತ್ತಿದಾಗ, ಬಾಗಿಲ ಸಂದಿಯಲ್ಲಿ ಯಾರೋ ಅವಿತು ನಿಂತಿರುವಂತೆ, ಕೆಳಬದಿಯಲ್ಲಿ ಖಾಕಿಬಣ್ಣದ ಪ್ಯಾಂಟು ಮತ್ತು ಬಿಳಿಯ ಹವಾಯಿ ಚಪ್ಪಲು ಧರಿಸಿರುವ ಕಾಲು ಕಾಣಿಸಿತು. ಸಿಟ್ಟಿನಿಂದ ಅಚ್ಚಯ್ಯನವರು, "ಏ ಯಾರಲ್ಲಿ ಬಾಗಿಲ ಬಳಿ

ನಿಂತಿರುವುದು" ಎಂದು ಕೂಗಿದರು. ಪೊನ್ನಪ್ಪ ಮತ್ತು ಮುನಿಯ ಸಾಹೇಬ್ರ ಧ್ವನಿ ಕೇಳಿ, ಬಾಗಿಲ ಸಂದಿಯಲ್ಲಿ ಕಾಣುತ್ತಿದ್ದ ಕಾಲಿನೆಡೆಗೆ ತಿರುಗಿ ನೋಡಿದರು. 'ತರತರ' ಎಂದು ನಡುಗುತ್ತಾ ಮರೆಯಿಂದ ಗುಮಾಸ್ತ ಗಂಗಾಧರಯ್ಯ, ಅಚ್ಚಯ್ಯನವರ ಮುಂದೆ ಬಂದು ನಿಂತ.

ಗಂಗಾಧರಯ್ಯನ ಮುಖದರ್ಶನವಾಗುತ್ತಿದ್ದಂತೆ ಪಿತ್ತ ನೆತ್ತಿಗೇರಿದಂತಾದ ಅಚ್ಚಯ್ಯನವರು "ಬಾಗಿಲ ಹಿಂದೆ ಅಡಗಿ ನಿಂತು ಏನು ಗೂಢಚಾರಿಕೆ ಮಾಡುತ್ತಿದ್ದೀಯಾ?" ಎಂದು ಸಿಟ್ಟಿನಿಂದ ಕೇಳಿದರು.

"ಬೆಳಿಗ್ಗೆ ಟೀ ತರುವ ಮುಂಚೆ ನೀವು ಹೊರ ಹೋದ್ರಲ್ಲ, ಅದಕ್ಕೆ ಇವಾಗ ತರಬೇಕಾ? ಎಂದು ಕೇಳುವಾ ಅಂತ ಬಂದೆ ಸಾರ್.." ಎಂದು ಗದ್ಗದಿತನಾಗಿ ಭಯದಿಂದ ಗಂಗಾಧರಯ್ಯ ಹೇಳಿದ.

"ಟೀ ಬೇಕಾದರೆ ನಾನು ಬೆಲ್ ಬಾರಿಸುತ್ತೇನೆ, ಅದುಬಿಟ್ಟು ನೀನು ಬಾಗಿಲ ಬಳಿ ಅವಿತು ನಿಂತು ಕೇಳುವ ಅಧಿಕಪ್ರಸಂಗವನ್ನು ಇಟ್ಕೋಬೇಡ, ನೀನೊಂದು ಕೆಲಸ ಮಾಡು, ಬಾಕಿ ಇರುವ ಟಪಾಲುಗಳನ್ನೆಲ್ಲ ಈಗಲೇ ತೆಗೆದುಕೊಂಡು ಮಡಿಕೇರಿ ಡಿ.ಎಫ್.ಓ. ಕಚೇರಿಗೆ ಕೊಟ್ಟು ಬಾ" ಎಂದು ಗದರಿಸಿ ಅಲ್ಲಿಂದ ಅವನನ್ನು ಸಾಗಹಾಕಿದರು.

ಅಚ್ಚಯ್ಯನವರು, ಈ ರೀತಿಯಾಗಿ ಗುಮಾಸ್ತ ಗಂಗಾಧರಯ್ಯನ ಮೇಲೆ ಸಿಟ್ಟಾಗಲು ಬಹಳಷ್ಟು ಕಾರಣಗಳು ಇದ್ದವು. ಕಾಫಿ ತೋಟಗಳಲ್ಲಿ ಬೆಳೆಯುವ ನಂದಿ, ಹಲಸು, ಹೊನ್ನೆಯಂಥ ಕಾಡು ಮರಗಳನ್ನು 'ಬೋನೋಫೈಡ್ ಪಾಸ್' ಪಡೆದು ಮರಮುಟ್ಟುಗಳಾಗಿ ಪರಿವರ್ತಿಸಲು, ಅನುಮತಿಗಾಗಿ ವ್ಯಾಪಾರಿಗಳು, ತೋಟದ ಮಾಲೀಕರು ಅರಣ್ಯ ಇಲಾಖೆಗೆ ಅರ್ಜಿ ಸಲ್ಲಿಸಿರುತ್ತಿದ್ದರು. ಈ ಅರ್ಜಿಗಳನ್ನು ಸಹಿ ಹಾಕಿಸುವ ಸಲುವಾಗಿ ಕಚೇರಿಯೊಳಗಿನ ಬೇರೆಬೇರೆ ಮೇಜುಗಳಿಗೆ ತಲುಪಿಸುವ ಜವಾಬ್ದಾರಿ ಕೂಡ ಈ ಗುಮಾಸ್ತ ಗಂಗಾಧರಯ್ಯನದಾಗಿತ್ತು. ಈ ರೀತಿ ಕಚೇರಿ ಕೆಲಸಗಳಿಗಾಗಿ ಬರುತ್ತಿದ್ದ ಆ ಭಾಗದ ಮರ ವ್ಯಾಪಾರಿಗಳೊಂದಿಗೆ ನಿಕಟ ಸಂಪರ್ಕವನ್ನು ಹೊಂದಿದ್ದ ಗಂಗಾಧರಯ್ಯ, ಪಾಸ್‌ಗಾಗಿ ಸಲ್ಲಿಸಿದ್ದ ಅರ್ಜಿಗಳು ಯಾವ ಹಂತದಲ್ಲಿವೆ ಮತ್ತು ಯಾರ ಮೇಜಿನ ಮೇಲಿವೆ ಎಂಬುದನ್ನು ವ್ಯಾಪಾರಿಗಳಿಗೆ ತಿಳಿಸುವುದರ ಜೊತೆಗೆ ರೇಂಜರ್‌ರವರು ಬರುವ ಮತ್ತು ಹೋಗುವ ಸಮಯ, ಸದ್ಯ ಎಲ್ಲಿದ್ದಾರೆ, ಎಷ್ಟು ಗಂಟೆಗೆ ಬಂದರೆ ಭೇಟಿಯಾಗಬಹುದು ಎಂಬ ಮಾಹಿತಿಯನ್ನು ಕೂಡ ಚಾಚೂತಪ್ಪದೇ ಅವರಿಗೆ ರವಾನಿಸುತ್ತಿದ್ದ. ಇದಕ್ಕಾಗಿ ಅವನಿಗೆ ಆ ಅರ್ಜಿದಾರರು ಅಲ್ಪಸ್ವಲ್ಪ ಹಣವನ್ನು ಕೊಡುತ್ತಿದ್ದರು. ಈ ಸಂಗತಿಗಳೆಲ್ಲ ಕಚೇರಿಯ ಎಲ್ಲಾ ಸಿಬ್ಬಂದಿಗೂ ಮತ್ತು ಅಚ್ಚಯ್ಯನವರಿಗು ತಿಳಿದಿತ್ತು. ಇದರಿಂದಾಗಿ ಅವನಿಗೆ ನಾಲ್ಕು ಕಾಸು ಸಿಕ್ಕುವುದಾದರೆ ಸಿಗಲಿ ಎಂದು ಈ ವಿಷಯವಾಗಿ ಯಾರೂ

ಹೆಚ್ಚಾಗಿ ತಲೆಕೆಡಿಸಿಕೊಳ್ಳುತ್ತಿರಲಿಲ್ಲ. ಆದರೆ ಇಂದು ಇಷ್ಟೊಂದು ಪ್ರಮುಖ ವಿಚಾರವನ್ನು ಗೌಪ್ಯವಾಗಿ ಚರ್ಚೆ ಮಾಡುತ್ತಿರಬೇಕಾದರೆ, ಕದ್ದು ಕೇಳುತ್ತಿದ್ದ ಗಂಗಾಧರಯ್ಯನನ್ನು ಕಂಡ ಅಚ್ಚಯ್ಯನವರಿಗೆ ಸಿಟ್ಟುಬರುವುದರೊಂದಿಗೆ, ಆ ಮರ ಕಡಿದ ಕಳ್ಳರ ಸಂಪರ್ಕವೇನಾದರು ಇವನಿಗೆ ಇದ್ದರೆ ಮಾಹಿತಿ ಸೋರಿಕೆಯಾಗಿಬಿಡಬಹುದು ಎಂಬ ಸಂಶಯದಿಂದ ನಾಳೆ ಕಳಿಸಬೇಕಾಗಿದ್ದ ಟಪಾಲುಗಳನ್ನು ಇಂದೇ ಮಡಿಕೇರಿಯ ಮುಖ್ಯ ಕಚೇರಿಗೆ ಕೊಟ್ಟು ಬಾ ಎಂದು ಗಂಗಾಧರಯ್ಯನನ್ನು ಅಲ್ಲಿಂದ ಅಟ್ಟಿದ್ದರು.

ಪೊನ್ನಪ್ಪನ ಜಾಣತನದ ಅರಿವಿದ್ದ ಅಚ್ಚಯ್ಯನವರು, "ಈ ಮರಗಳ್ಳರನ್ನು ಕೈಯಾರೆ ಹಿಡಿಯಬೇಕಾದರೆ ಯಾವ ರೀತಿಯ ಉಪಾಯ ಮಾಡಬೇಕು" ಎಂದು ಮೊದಲಿಗೆ ಅವನ ಬಳಿಯೇ ಕೇಳಿದರು.

ಸ್ವಲ್ಪ ಸಮಯ ಆಲೋಚನೆ ಮಾಡಿ ಮಾತು ಮುಂದುವರೆಸಿದ ಪೊನ್ನಪ್ಪ, "ಎರಡು ಮೂರು ತಂಡಗಳನ್ನು ಮಾಡಿಕೊಂಡು ಶಸ್ತ್ರಸಜ್ಜಿತವಾಗಿ ಅರಣ್ಯದೊಳಗೆ ಕಾದುಕುಳಿತರೆ ಅವರನ್ನು ಖಂಡಿತವಾಗಿ ಹಿಡಿಯಬಹುದು ಸರ್" ಎಂದು ತನ್ನ ಅನಿಸಿಕೆಯನ್ನು ವ್ಯಕ್ತಪಡಿಸಿದ.

"ಕಾಡಿನ ಹೊರಭಾಗದಲ್ಲಾದರೆ ವಾಹನಗಳಲ್ಲೋ, ಮರೆಯಲ್ಲೋ ಕುಳಿತು, ಕಾವಲು ಕಾಯಬಹುದು. ಆದರೆ ಕಾಡಿನ ಒಳಗೆ ಎಷ್ಟು ಅಂತ ಕೂರಲು ಸಾಧ್ಯವಾಗುತ್ತೆ. ಕಾಡುಮೃಗಗಳ ಕಾಟ ಬೇರೆ ಇರುತ್ತೆ; ಅವರು ಯಾವಾಗ ಬರಬಹುದು ಎಂಬ ಖಚಿತ ಮಾಹಿತಿಯೂ ಕೂಡ ನಮಗೆ ಇಲ್ಲದೆ, ಎಷ್ಟು ದಿನ ಅಂತ ಕಾಡಿನೊಳಗೆ ಕಾದು ಕೂರಲು ಸಾಧ್ಯ!" ಎಂದು ಪೊನ್ನಪ್ಪನ ಅಭಿಪ್ರಾಯಕ್ಕೆ ಪ್ರತಿಯಾಗಿ ಅಚ್ಚಯ್ಯನವರು ಆತಂಕ ವ್ಯಕ್ತಪಡಿಸಿದರು.

"ಸರ್, ನನ್ನ ಮೇಲೆ ನಂಬಿಕೆ ಇಡಿ. ಎರಡು ಜನರಿರುವ ನಾಲ್ಕು ತಂಡ, ಬಂದೂಕು, ಉತ್ತಮವಾದ ಟಾರ್ಚ್ ಮತ್ತು ಎರಡು ದಿನಕ್ಕೆ ಬೇಕಾದ ಆಹಾರ ಹಾಗು ನಿಮ್ಮ ಸಂಪರ್ಕ ಸಾಧಿಸಲು ಬೇಕಾದ ವೈರ್‌ಲೆಸ್‌ನ ವ್ಯವಸ್ಥೆಯನ್ನು ನೀವು ಮಾಡಿಕೊಡಿ, ಅದೆಷ್ಟೇ ಕಷ್ಟವಾದರು ಸರಿ, ಕಾಡಿನಲ್ಲಿ ಕಾದು ಕುಳಿತು ನಾವು ಕಳ್ಳರನ್ನು ಹಿಡಿದೇ ಹಿಡಿಯುತ್ತೇವೆ" ಎಂದು ಪೊನ್ನಪ್ಪ ಆತ್ಮವಿಶ್ವಾಸದಿಂದ ಹೇಳಿದ.

ಪೊನ್ನಪ್ಪನ ಮಾತುಗಳನ್ನು ಕೇಳಿ ಅಚ್ಚಯ್ಯನವರಿಗೆ ಹೆಮ್ಮೆ ಎನಿಸಿತು. ಮಾತು ಮುಂದುವರೆಸಿ, "ನೋಡಿ ಪೊನ್ನಪ್ಪ, ನೀವು ಕೇಳಿದ ಅಗತ್ಯ ವಸ್ತುಗಳನ್ನು ನಾನು ವ್ಯವಸ್ಥೆ ಮಾಡಿಕೊಡುತ್ತೇನೆ. ಆದರೆ ಕಳ್ಳರು ಬರುವವರೆಗೂ ನಿಮಗೆ ಕಾಯಲು ಸೂಕ್ತವಾದ ಜಾಗದ ವ್ಯವಸ್ಥೆ ಅಲ್ಲಿದೆಯಾ! ಎಂಬುದರ ಬಗ್ಗೆ ಸ್ವಲ್ಪ ಯೋಚಿಸಿ ನೋಡಿ! ಕಳ್ಳರನ್ನು ಹೇಗಾದರೂ ಮಾಡಿ ಹಿಡಿಯಲೇಬೇಕು

ಅಂತ ನನಗೂ ಇಚ್ಛೆ ಇದೆ. ಹಾಗಂತ, ನಿಮ್ಮನ್ನು ಸಮಸ್ಯೆಗೆ ಸಿಕ್ಕಿಸಲು ನಾನು ತಯಾರಿಲ್ಲ" ಎಂದು ಕಳವಳ ವ್ಯಕ್ತಪಡಿಸಿದರು.

"ಸರ್, ಈ ವಿಚಾರವಾಗಿ ನೀವು ಚಿಂತಿಸಬೇಡಿ. ಕಳೆದ ಬಾರಿ ಭಾಗಮಂಡಲ ಭಾಗದಲ್ಲಿ ನರಭಕ್ಷಕ ಹುಲಿಯನ್ನು ಹೊಡೆಯುವ ಸಲುವಾಗಿ ಮರದ ಮೇಲೆ ಮಚ್ಚಾನು ಕಟ್ಟಿ ಕೂತಂತೆ ಇಲ್ಲಿಯೂ ಕೂರುತ್ತೇವೆ. ಅವರು ಏನೇ ಆದರೂ ಎರಡು ದಿನಗಳಲ್ಲಿ ಆ ಬೆಲೆಬಾಳುವ ಮರದ ದಿಮ್ಮಿಗಳನ್ನು ಸಾಗಿಸಲು ಬಂದೇ ಬರುತ್ತಾರೆ ಎಂಬ ನಂಬಿಕೆ ನನಗಿದೆ. ಅಂತಹ ಸಂದರ್ಭದಲ್ಲಿ ಅವರು ನಮ್ಮ ಕೈಯಿಂದ ತಪ್ಪಿಸಿಕೊಳ್ಳಲು ಸಾಧ್ಯವೇ ಇಲ್ಲ" ಎಂದು ತುಂಬಾ ದೃಢವಾದ ಆತ್ಮವಿಶ್ವಾಸದೊಂದಿಗೆ, "ನಾವು ಹೋಗಲು ಬೇಕಾದ ವ್ಯವಸ್ಥೆ ಮತ್ತು ಅನುಮತಿಯನ್ನು ಮಾಡಿಕೊಡಿ" ಎಂದು ಅಚ್ಚಯ್ಯನವರಲ್ಲಿ ಮತ್ತೆ ಪೊನ್ನಪ್ಪ ಕೇಳಿಕೊಂಡ.

ಮತ್ತಷ್ಟು ವಿಸ್ತರಿಸಿ, ಪೊನ್ನಪ್ಪನ ಉತ್ಸಾಹಕ್ಕೆ ತಣ್ಣೀರೆರಚುವುದು ಬೇಡ ಎಂದು ಮನಗಂಡ ಅಚ್ಚಯ್ಯನವರು, "ಆಯ್ತು" ಎಂದು ಒಪ್ಪಿಕೊಂಡು, "ಯಾರನ್ನೆಲ್ಲ ಕಾಡಿಗೆ ಕರೆದುಕೊಂಡು ಹೋಗುತ್ತೀರಾ ಎಂಬುದನ್ನು ನೀವೇ ತೀರ್ಮಾನ ಮಾಡಿಕೊಳ್ಳಿ, ಇನ್ನರ್ಧ ಗಂಟೆಯಲ್ಲಿ ನಿಮಗೆ ಹೋಗಲು ಬೇಕಾದ ಸಾಮಗ್ರಿಗಳನ್ನು ತರಿಸಿಕೊಡುತ್ತೇನೆ" ಎಂದು ಹೇಳಿ, ಒಂದೆರಡು ಕಡೆಗಳಿಗೆ ಕರೆಮಾಡಿ ಪೊನ್ನಪ್ಪ ಕೇಳಿದ ಸಾಮಗ್ರಿಗಳ ವ್ಯವಸ್ಥೆಯನ್ನು ಅಚ್ಚಯ್ಯ ಮಾಡತೊಡಗಿದರು. ಉಳಿದಂತೆ ಪೊನ್ನಪ್ಪ, ಮುನಿಯ ಹಾಗು ಮೂವರು ಗಾರ್ಡ್‌ಗಳ ಜೊತೆಗೆ, ಮೂರು ಜನ ಗಟ್ಟಿಮುಟ್ಟಾದ ಕುರುಬ ಯುವಕರನ್ನು ಕರೆದುಕೊಂಡು ಕಾಡೊಳಗೆ ಹೋಗಿ ಕಳ್ಳರನ್ನು ಕಾಯುವ ತಂಡವನ್ನು ಸಿದ್ಧಮಾಡಿಕೊಳ್ಳತೊಡಗಿದ.

ಅಚ್ಚಯ್ಯನವರು ಒಪ್ಪಿಕೊಂಡಂತೆ ಸ್ವಲ್ಪ ಹೊತ್ತಿನಲ್ಲಿ ಊಟಕ್ಕೆ ಬೇಕಾದ ಸಾಮಗ್ರಿಗಳು, ಬಂದೂಕು, ಟಾರ್ಚು, ವೈರ್‌ಲೆಸ್‌ನ ವ್ಯವಸ್ಥೆಯನ್ನು ಮಾಡಿದರು. ಪೊನ್ನಪ್ಪ, ಕಳ್ಳರನ್ನು ಹಿಡಿಯುವ ಸಲುವಾಗಿ ತನ್ನೊಂದಿಗೆ ಕಾಡಿಗೆ ಬರಲಿದ್ದ ತಂಡದವರನ್ನು ಒಂದೆಡೆ ಸೇರಿಸಿ, ಕಾಡಿನೊಳಗೆ ಕಳ್ಳರು ತೇಗದ ಮರಗಳನ್ನು ಕಡಿದು ಶೇಖರಿಸಿಟ್ಟಿದ್ದು, ಅವರು ಎರಡು ದಿನಗಳೊಳಗೆ ಅದನ್ನು ಸಾಗಿಸುವ ಸಲುವಾಗಿ ಅಲ್ಲಿಗೆ ಬಂದೇ ಬರುತ್ತಾರೆ. ಅಂತಹ ಸಂದರ್ಭದಲ್ಲಿ ನಾವು ಅವರನ್ನು ಕೈಯಾರೆ ಹಿಡಿಯಬೇಕಾಗಿದೆ ಎಂದು ಪರಿಸ್ಥಿತಿಯ ಸೂಕ್ಷ್ಮತೆಯನ್ನು ವಿವರಿಸಿ, ಒಬ್ಬೊಬ್ಬರು ಎಲ್ಲೆಲ್ಲಿ ಮತ್ತು ಹೇಗೆ ಪಹರೆ ಕಾಯಬೇಕು ಎಂಬುದನ್ನು ಹೇಳತೊಡಗಿದ. ಒಂದು ತಂಡ ಕಾಡಿನ ನಡುಭಾಗದವರೆಗೂ, ಉಳಿದ ಮೂರು ತಂಡವನ್ನು ಜೀಪಿನಲ್ಲಿ ಕರೆದುಕೊಂಡು ಹೋಗಿ, ಅಲ್ಲಿ ಬಿಟ್ಟ ನಂತರ ಮರಳಿ ಬಂದು, ಮುಖ್ಯ ರಸ್ತೆಯ ಮುಂಭಾಗದ

ತಿರುವಿನಲ್ಲಿ ವಾಹನವನ್ನು ಯಾರಿಗೂ ಕಾಣದಂತೆ ಕಾಡಿನ ಒಳಭಾಗಕ್ಕೆ ನಿಲ್ಲಿಸಿ, ಯಾವುದಾದರು ವಾಹನ ಅರಣ್ಯದೊಳಕ್ಕೆ ಹೋಗುತ್ತಿದೆಯಾ? ಎಂದು ಹದ್ದಿನ ಕಣ್ಣಿಟ್ಟು ಎಚ್ಚರಿಕೆಯಿಂದ ಕಾಯಬೇಕು. ಒಂದುವೇಳೆ ಸಂಶಯ ಬರುವಂತಹ ಯಾವುದಾದರು ವಾಹನಗಳು ಓಡಾಡುವುದಾಗಲಿ ಅಥವಾ ಕಾಡಿನೊಳಕ್ಕೆ ನುಸುಳುವುದಾಗಲಿ ಕಂಡುಬಂದರೆ ವೈರ್‌ಲೆಸ್‌ನ ಹಸಿರು ಗುಂಡಿ ಒತ್ತಿ 1, 2, 3 ಎಂದು ಎರಡು ಬಾರಿ ಹೇಳಿ, 'ವಾಹನ ಒಳಗಡೆ ಬಂದಿದೆ' ಎಂಬ ಸಂದೇಶವನ್ನು ರವಾನಿಸಬೇಕು. ಆ ಸಮಯ ನೋಡಿಕೊಂಡು ಸಾಹೇಬ್ರು ನಾಲ್ಕು ಜನರೊಂದಿಗೆ ಅರಣ್ಯದ ಒಳಕ್ಕೆ ಬರಲಿ. ನಂತರ ರಸ್ತೆಯಲ್ಲಿ ಕಾಯುತ್ತಿರುವ ಉಳಿದವರು ರೇಂಜರ್‌ರ ವಾಹನದ ಹಿಂಬದಿಯಲ್ಲಿ, ಕಾಡಿನ ರಸ್ತೆಗೆ ಅಡ್ಡಲಾಗಿ ವಾಹನ ನಿಲ್ಲಿಸಿ ಯಾವುದೇ ವಾಹನ ಅರಣ್ಯದಿಂದ ಹೊರಹೋಗದಂತೆ ತಡೆಯಬೇಕು. ಉಳಿದಂತೆ ಎರಡು ಮತ್ತು ಮೂರನೇ ತಂಡಗಳು ಏನೇ ಆದರೂ ಪ್ರತಿಕ್ರಿಯಿಸದೆ ಸುಮ್ಮನೆ ಇದ್ದು, ಕೊನೆಯ ಘಟ್ಟದಲ್ಲಿ ಕಳ್ಳರ ವಾಹನ ಕಾಡಿನೊಳಗಡೆ ಬರುವಾಗ ತಾವು ಸಿದ್ಧರಿದ್ದೇವೆ ಎಂಬುದನ್ನು ತಿಳಿಸುವ ಸಲುವಾಗಿ ಮಾತ್ರ ಎರಡು ಬಾರಿ ಮುಚ್ಚಿದ ಧ್ವನಿಯಲ್ಲಿ ಶಬ್ದ ಹೊರಡಿಸಬೇಕು. ನಾನು ಮರದ ನಾಟಾ ಜೋಡಿಸಿರುವಲ್ಲಿಂದ ಸುಮಾರು ಮೂವತ್ತು ಅಡಿ ಅಂತರದಲ್ಲಿ ಯಾವುದಾದರು ಮರದ ಮೇಲೆ ಅಟ್ಟಣೆ ಕಟ್ಟಿ ಕುರುಬರ ಸಿದ್ದಣ್ಣನೊಂದಿಗೆ ಕೂತಿರುತ್ತೇನೆ, ಮರಗಳ್ಳರು ಕಾಡಿನೊಳಗೆ ಕಾಲಿಟ್ಟರು ಎಂಬ ಸಂದೇಶ ನಿಮ್ಮಿಂದ ಬಂದ ನಂತರದಲ್ಲಿ, ಕಳ್ಳರು ಒಳಬಂದು ನಾಟಾಗಳನ್ನು ಸಾಗಿಸಲು ಶುರು ಮಾಡಿ, ಕೊನೆಯ ಹಂತ ತಲುಪಿದಾಗ ಸಿದ್ದಣ್ಣ 'ನೀಳವಾಗಿ ಒಂದು ಬಾರಿ ಮುಚ್ಚಿದ ರೀತಿ ಕೂಗನ್ನು ಹಾಕುತ್ತಾನೆ' ಆ ಸಂದರ್ಭ ಎಲ್ಲರೂ ಕುಳಿತಲ್ಲಿಂದ ನೇರವಾಗಿ ಬಂದು ನಾಲ್ಕು ದಿಕ್ಕಿನಿಂದ ಮರಗಳ್ಳರನ್ನು ಸುತ್ತುವರೆದು ಬಂಧಿಸಬೇಕು ಎಂಬುದನ್ನು ಎಲ್ಲರಿಗೂ ವಿವರವಾಗಿ ಮನವರಿಕೆ ಮಾಡಿದ ಪೊನ್ನಪ್ಪ, ಈ ರೀತಿಯಾಗಿ ನಾವು ಬಲೆ ನೇಯ್ದರೆ ಮಾತ್ರ ಕಳ್ಳರನ್ನು ನಾವು ಹಿಡಿಯಲು ಸಾಧ್ಯ ಎಂದು ತನ್ನ ತಂತ್ರವನ್ನು ವಿವರಿಸಿದ.

ರೇಂಜರ್ ಅಚ್ಚಯ್ಯ ಮತ್ತು ಸಿಬ್ಬಂದಿಗಳು ಪೊನ್ನಪ್ಪನ ಮಾತನ್ನು ತದೇಕಚಿತ್ತದಿಂದ ಆಲಿಸಿ 'ಆಯ್ತು' ಎಂದು ಒಪ್ಪಿಕೊಂಡರು. ಸಾಧಾರಣವಾಗಿ ಇಂತಹ ಸಂದರ್ಭಗಳಲ್ಲಿ ವಲಯ ಅರಣ್ಯಾಧಿಕಾರಿಗಳೆ ತಂಡದ ನೇತೃತ್ವವನ್ನು ಮತ್ತು ಕಾರ್ಯತಂತ್ರವನ್ನು ರೂಪಿಸುತ್ತಿದ್ದರು. ಆದರೆ ಪೊನ್ನಪ್ಪನ ಕುಶಲಬುದ್ಧಿ, ಚಾಣಾಕ್ಷತನ ಮತ್ತು ಅವನಿಗಿದ್ದ ಕಾಡಿನ ಇಂಚಿಂಚಿನ ಅರಿವು ಹಾಗು ಧೈರ್ಯದ ಬಗ್ಗೆ ಈ ಮೊದಲೇ ತಿಳಿದುಕೊಂಡಿದ್ದ ಅಚ್ಚಯ್ಯನವರು, ಅವನ ನಿರ್ಣಯದಂತೆ ಮುಂದುವರೆಯಲು ಸೂಚನೆ ಕೊಟ್ಟರು.

ಹೊರಡುವ ಮುನ್ನ, ಕಾಡಿನ ಹೊರಭಾಗದಲ್ಲಿ ಕಾಯಬೇಕಾಗಿರುವ ತಂಡ ಮತ್ತು ನಮ್ಮ ತಂಡವನ್ನು ಹೊರತುಪಡಿಸಿ ಇನ್ನುಳಿದ ಎರಡು ತಂಡಗಳು ದಿಮ್ಮಿಗಳಿಗೆ ಹತ್ತಿರ ಇರುವ ಯಾವುದಾದರು ಮರದ ಮೇಲೆಯೋ ಅಥವಾ ಪೊದೆಗಳ ಹಿಂಭಾಗದಲ್ಲಿಯೋ ಎಚ್ಚರಿಕೆಯಿಂದ ಕೂರಬೇಕು. ಒಂದು ವೇಳೆ ನೀವು ದೂರದಲ್ಲೆಲ್ಲಾದರೂ ಕುಳಿತು, ಆಗಂತುಕರು ನಿಮ್ಮ ಕಣ್ಣಿಗೆ ಬಿದ್ದರೆ ತಕ್ಷಣಕ್ಕೆ ನಮಗೆ ಮಾಹಿತಿ ಕೊಡಲು ನಿಮ್ಮ ಬಳಿ ವಾಕಿಟಾಕಿಯಂತಹ ಯಾವುದೇ ವಸ್ತುಗಳಿರುವುದಿಲ್ಲ. ಇದರಿಂದಾಗಿ ನಮಗೆ ಸಂದೇಶ ಕೊಡಲು ನಿಮಗೆ ಕಷ್ಟವಾಗಬಹುದು. ಮುಖ್ಯವಾಗಿ ಪೊದೆಗಳಲ್ಲಿ ಮತ್ತು ನೆಲದ ಮೇಲೆ ಕುಳಿತು ಕಾಯುವುದರಿಂದ ಕಾಡುಮೃಗಗಳ ಆಕ್ರಮಣವನ್ನು ಎದುರಿಸಬೇಕಾಗುತ್ತದೆ. ಆದ್ದರಿಂದ ಸಾಧ್ಯವಾದಷ್ಟು ಯಾವುದಾದರು ಮರದ ಮೇಲೆ ಅಟ್ಟಣೆ ಕಟ್ಟಿ ಕಾವಲು ಕಾಯುವುದೇ ಒಳಿತು ಎಂದು ಹೇಳುವುದರ ಜೊತೆಗೆ ಮರ ಹತ್ತುವುದಾದರೆ ಮೊದಲೆ ಕೈಕಾಲುಗಳಿಗೆ ಜಮಕ್ಷನ್ ಹುಡಿಯನ್ನು ಸವರಿಕೊಳ್ಳಿ ಅಂತಹ ಸಂದರ್ಭದಲ್ಲಿ ಇರುವೆಗಳ ಕಾಟದಿಂದ ತಪ್ಪಿಸಿಕೊಳ್ಳಬಹುದು ಎಂದು ಪೊನ್ನಪ್ಪ ಸಲಹೆಯನ್ನಿತ್ತ.

ಪೊನ್ನಪ್ಪನ ಮಾತು ಕೇಳಿ, ಬೆಳಿಗ್ಗೆ ಮರದ ಮೇಲೆ ಕುಳಿತು ಕೆಂಜಿಗೆಯಿಂದ ಕಡಿಸಿಕೊಂಡು ತಿಕಮುಖವನ್ನೆಲ್ಲ ಉಬ್ಬಿಸಿಕೊಂಡಿದ್ದ ಮುನಿಯ, ಆ ಬೇನೆಯನ್ನು ನೆನೆದು 'ಪಿಳಿಪಿಳಿ' ಎಂದು ಕಣ್ಣುಬಿಡುತ್ತಾ, 'ನನ್ನನ್ನು ಮತ್ತೆ ಇರುವೆ ಕಡಿತಕ್ಕೆ ಫಾರೆಸ್ಟರು ಈಡುಮಾಡಿಬಿಡುತ್ತಾರಾ?' ಎಂದು ಪೊನ್ನಪ್ಪನನ್ನೆ ದಿಟ್ಟಿಸಿ ನೋಡತೊಡಗಿದ. ಕೆಲವು ತಾಸುಗಳ ಮೊದಲು, ಮುನಿಯನ ಅವಸ್ಥೆಯನ್ನು ಕಣ್ಣಾರೆ ಕಂಡಿದ್ದ ಪೊನ್ನಪ್ಪ ಈ ಬಾರಿ ಅವನನ್ನು, ಮೊದಲ ತಂಡದ ಸದಸ್ಯನಾಗಿ ನೇಮಕ ಮಾಡಿ, ಕಾಡಿನ ಹೊರಭಾಗ ವಾಹನದಲ್ಲಿ ಕುಳಿತು ಅರಣ್ಯದೊಳಗೆ ಬರುವವರನ್ನು ಗಮನಿಸುವ ಕೆಲಸ ಸೂಚಿಸಿ, ಆ ತಂಡದ ನೇತೃತ್ವ ನೀಡಿ ಅವನ ಕೈಗೊಂದು ವಾಕಿಟಾಕಿಯನ್ನು ಒಪ್ಪಿಸಿದ. ಪೊನ್ನಪ್ಪ ತನಗೆ ಸೂಚಿಸಿದ ಕೆಲಸವನ್ನು ಕೇಳಿ ಮುನಿಯ 'ಅಬ್ಬಾ ಬದುಕಿದೆ' ಎಂದು ದೀರ್ಘವಾದ ನಿಟ್ಟುಸಿರೊಂದನ್ನು ಬಿಟ್ಟ!

ಸಂಜೆ ನಾಲ್ಕು ಘಂಟೆಯಾಗಿರಬೇಕು. ಸೂರ್ಯ ತನ್ನ ತೀವ್ರತೆಯನ್ನು ಸ್ವಲ್ಪ ಸಡಿಲಗೊಳಿಸಿ ಪಶ್ಚಿಮದತ್ತ ವಾಲುತ್ತಲಿದ್ದ. ಮರಗಳ್ಳರನ್ನು ಬಲೆಗೆ ಕೆಡವಲು ಸಿದ್ಧವಾಗಿ ನಾಲ್ಕು ತಂಡಗಳು ಒಂದು ಜೀಪನ್ನೇರಿ ದಟ್ಟಾರಣ್ಯದೊಳಹೊಕ್ಕಿತು. ಜೀಪಿನಲ್ಲಿ ಕುಳಿತಿದ್ದ ಎಂಟು ಜನರ ಮುಖದಲ್ಲೂ ಒಂದು ರೀತಿಯ ಆತಂಕ ಮನೆ ಮಾಡಿತ್ತು. ಕಾರಣ, ಆಗಂತುಕರು ಎಷ್ಟು ದಿನದಲ್ಲಿ ತಮ್ಮ ಖೆಡ್ಡಕ್ಕೆ ಬೀಳಬಹುದು ಎಂಬುದರ ಪರಿವಿರಲಿಲ್ಲ. ಒಂದು ವೇಳೆ, ಮರಗಳ್ಳರ ದಾಳಿಗೆ ನಾವು ಒಳಗಾಗಿ ಇದುವೇ ನಮ್ಮ ಕೊನೆಯ ದಿನವಾಗಿರಲೂಬಹುದು!

ಯಾವುದೂ ಹೇಳಲಿಕ್ಕೆ ಸಾಧ್ಯವಿಲ್ಲ ಎಂಬುದು ಕೂಡ ಎಲ್ಲರ ತಲೆಯಲ್ಲಿತ್ತು. ಮಿಗಿಲಾಗಿ ತಂಡದ ಎಲ್ಲಾ ಸದಸ್ಯರು ಕಾಡಿನ ಹೊಳಹೊಕ್ಕ ನಂತರದಲ್ಲಿ ಬಾಯಿಗೆ ಬೀಗ ಹಾಕಿಕೊಂಡು, ಹೇಳಬೇಕೆಂದಿರುವುದನ್ನೆಲ್ಲ ಆದಷ್ಟು ಶಬ್ದಬಾರದ ರೀತಿಯಲ್ಲಿ ಕೈಸನ್ನೆ ಮತ್ತು ಕಣ್ಸನ್ನೆಗಳ ಮೂಲಕವೇ ಹೇಳಬೇಕು ಎಂದು ಪೊನ್ನಪ್ಪ ಈ ಮೊದಲೇ ತಾಕೀತು ಮಾಡಿದ್ದರಿಂದ, ತಮಗಿದ್ದ ಗೊಂದಲಗಳನ್ನೆಲ್ಲ ಕಾಡಿಗೆ ತೆರಳುವ ಮುನ್ನವೆ, ಕೇಳಿ ಸರಿಪಡಿಸಿಕೊಂಡು ಶಿಸ್ತಿನ ಸಿಪಾಯಿಗಳಾಗಿ ಉಸಿರು ಬಿಗಿಹಿಡಿದು ಎಲ್ಲರೂ ಮೌನವಾಗಿ ಕುಳಿತಿದ್ದರು. ಪೊನ್ನಪ್ಪನ ಕಣ್ಣುಗಳಲ್ಲಿ ಮಾತ್ರ ಮರಗಳ್ಳರನ್ನು ಹೆಡೆಮುರಿ ಕಟ್ಟಲೇಬೇಕೆಂಬ ಆತ್ಮವಿಶ್ವಾಸ ಪ್ರಜ್ವಲಿಸುತ್ತಿತ್ತು.

ಜೀಪು ಕಾಡಿನ ಪ್ರಶಾಂತತೆಯನ್ನು ಸೀಳಿಕೊಂಡು, ಗಾಳಿಗೆ ವಿರುದ್ಧವಾಗಿ ರಭಸದಿಂದ ಮುನ್ನುಗ್ಗುತ್ತಿದ್ದರೆ, ಅಡವಿಯ ಗರ್ಭದೊಳಗೆ ಯಾವುದೋ ನಡೆಯಬಾರದ ಘಟನೆಗಳು ನಡೆಯುವ ಸೂಚನೆಗಳು ತಮ್ಮ ಗಮನಕ್ಕೆ ಬಂದಂತೆ ಗಿಡಗಳ ಮರೆಯಿಂದ ಕಡವೆ, ಜಿಂಕೆಗಳು ಆತಂಕದಿಂದ ಜೀಪನ್ನೆ ನೋಡುತ್ತಾ ನಿಂತಿದ್ದವು. ಬದಿಯಲ್ಲಿದ್ದ ನವಿಲೊಂದು 'ಕ್ಯಾಂವ್ ಕ್ಯಾಂವ್' ಎಂದು ಚೀರಿ, ಭಯದಿಂದ ಓಡುತ್ತಾ ಪೊದೆಯೊಳಗೆ ಕಣ್ಮರೆಯಾಯಿತು.

ಬೆಳಿಗ್ಗೆ ಅಚ್ಚಯ್ಯನವರೊಂದಿಗೆ ಬಂದ ವೇಳೆ, ಜೀಪು ನಿಲುಗಡೆ ಮಾಡಿದ್ದ ಸ್ಥಳ ತಲುಪಿದ ಕೂಡಲೆ ಪೊನ್ನಪ್ಪ ಜೀಪನ್ನು ನಿಲ್ಲಿಸಲು ಹೇಳಿದ. ಕೆಳಗಿಳಿದ ಮೂರು ತಂಡಗಳು, ತಮ್ಮ ಬಂದೂಕು, ಕತ್ತಿ, ಟಾರ್ಚು, ಎರಡು ದಿನಕ್ಕೆ ಬೇಕಾದ ಒಣರೊಟ್ಟಿ, ನೀರಿನ ಕ್ಯಾನ್ ಎಲ್ಲವನ್ನು ಹೊತ್ತುಕೊಂಡು ಕಾಡೊಳಗೆ ಎಚ್ಚರಿಕೆಯ ಹೆಜ್ಜೆಗಳನ್ನಿಡತೊಡಗಿದರು. ಎಲ್ಲರೂ ಮರೆಯಾದ ನಂತರ, ಮುನಿಯ ಮತ್ತು ಜೊತೆಗಿದ್ದ ವಾಚರ್ ಬಂದ ದಾರಿಯಲ್ಲಿಯೇ ಜೀಪು ಸಮೇತ ವಾಪಾಸ್ಸಾಗಿ, ತಮಗೆ ಸೂಚಿಸಿದ್ದ ಸ್ಥಳದಲ್ಲಿ ಕಾವಲು ಕಾಯಲು ನಿಂತರು.

ಪೊನ್ನಪ್ಪ ಸಾಮಗ್ರಿಗಳನ್ನು ಬೆನ್ನಿಗೇರಿಸಿಕೊಂಡು, ತೇಗದ ಮರದ ನಾಟಾಗಳನ್ನು ಜೋಡಿಸಿದ್ದ ಕಡೆಗೆ ಈ ಮೊದಲು ಬಂದಿದ್ದ ವಿರುದ್ಧ ದಿಕ್ಕಿನ ಮೂಲಕ ಸಾಗತೊಡಗಿದ. ಕಾರಣ, ಒಂದು ವೇಳೆ ನಾವು ತೆರಳಿದ ನಂತರದಲ್ಲಿ ಕಳ್ಳರೇನಾದ್ರು ಸ್ಥಳಕ್ಕೆ ಮರ ಸಾಗಿಸಲು ಬಂದಿದ್ದರೆ, ನಾವು ಹೋಗುವ ದಾರಿಯಲ್ಲಿ ಯಾರನ್ನಾದರು ಕಾವಲಿಗೆ ಕೂರಿಸಿರಬಹುದು. ಆದ್ದರಿಂದ ಅದೇ ಮಾರ್ಗವಾಗಿ ಹೋಗುವುದು ಸೂಕ್ತವಲ್ಲ ಎಂದುಕೊಂಡು, ಇನ್ನೊಂದು ಬದಿಯಿಂದ ಉದ್ದೇಶಿತ ಪ್ರದೇಶಕ್ಕೆ ಎಚ್ಚರಿಕೆಯಿಂದ ಹೆಜ್ಜೆ ಹಾಕತೊಡಗಿದ.

ನಾಟಾವನ್ನು ಜೋಡಿಸಿದ್ದ ಪ್ರದೇಶ ತಲುಪಲು ಇನ್ನಷ್ಟು ದೂರವೇ ಬಾಕಿಯಿದೆ ಎನ್ನುವಾಗ ಎಲ್ಲರನ್ನು ಮಿಸುಕಾಡದೇ ನಿಲ್ಲಲ್ಲು ಸೂಚಿಸಿದ ಪೊನ್ನಪ್ಪ,

ತಮ್ಮದಲ್ಲದ ಯಾವುದಾದರು ಅಪರಿಚಿತ ಶಬ್ದವೋ ಅಥವಾ ಚಲನವಲನಗಳು ಕೇಳಿಸುತ್ತಿವೆಯೋ ಎಂದು ಏಕಾಗ್ರತೆಯಿಂದ ಕಿವಿಗೊಡತೊಡಗಿದ. ಯಾವುದೇ ಶಬ್ದ ಕೇಳಿಬರದಿದ್ದಾಗ ಈ ಕ್ಷಣದವರೆಗೆ ಯಾವುದೇ ಸಮಸ್ಯೆ ಇಲ್ಲ ಮತ್ತು ಮರಗಳ್ಳರು ಮರಳಿ ಕಾಡೊಳಗೆ ಬಂದಿಲ್ಲ ಎಂಬುದನ್ನು ಖಾತರಿಪಡಿಸಿಕೊಂಡ ಪೊನ್ನಪ್ಪ, ಪಿಸು ಧ್ವನಿಯಲ್ಲಿ ಉಳಿದ ಎರಡು ತಂಡಗಳಿಗೆ ಒಂದೊಂದು ದಿಕ್ಕಿಗೆ ಹೋಗಲು ಹೇಳಿ, ನಿಮಗೆ ಎಲ್ಲಿ ಅನುಕೂಲವಾಗುತ್ತೋ ಅಲ್ಲಿ ಕುಳಿತುಕೊಳ್ಳಿ, ಕಳ್ಳರು ಅಥವಾ ವಾಹನ ಬರುವ ಕುರುಹೇನಾದರು ಕಂಡುಬಂದರೆ ಮುಚ್ಚ ಕೂಗುವ ಶಬ್ದವನ್ನೊರಡಿಸಿ ನಮಗೆ ಸಂದೇಶ ರವಾನೆ ಮಾಡಿ ಎಂದು ಮತ್ತೊಮ್ಮೆ ಹೇಳಿ, ಆದರೆ ಯಾವುದೇ ಕಾರಣಕ್ಕೂ ಕೈಯಲ್ಲಿರುವ ಬಂದೂಕನ್ನು ಉಪಯೋಗಿಸಲು ಹೋಗಬೇಡಿ, ಅಂಥಹ ಪರಿಸ್ಥಿತಿ ಏನಾದರು ಎದುರಾದರೆ ನಾನು ಗುಂಡು ಹಾರಿಸುತ್ತೇನೆಯೇ ಹೊರತು, ನೀವು ಬಂದೂಕು ಬಳಸಬಾರದು ಎನ್ನುವುದರ ಜೊತೆಗೆ ಕೋವಿಗಳನ್ನು ತಮ್ಮ ಕೈಗೆ ಕೊಟ್ಟಿರುವುದು ಎದುರಿಗಿರುವವರನ್ನು ಭಯಪಡಿಸಲೇ ಹೊರತು, ಅವರ ಮೇಲೆ ಪ್ರಯೋಗಿಸಲು ಅಲ್ಲ ಎಂಬುದನ್ನು ಅರಣ್ಯ ಸಿಬ್ಬಂದಿಗಳಿಗೆ ಮನವರಿಕೆ ಮಾಡಿದ.

ಕಾವಲು ಕಾಯುವ ಜಾಗದಿಂದ ನಾಟಾಗಳು ಕಣ್ಣಿಗೆ ಕಾಣುವಂತ ಪ್ರದೇಶದಲ್ಲಿ ಕುಳಿತುಕೊಳ್ಳುವ ಸಲುವಾಗಿ ಮೂರು ತಂಡಗಳು ಒಂದೊಂದು ದಿಕ್ಕಿಗೆ ಚಲಿಸಿದವು. ಪೊನ್ನಪ್ಪ ತನ್ನ ಕೈಗಡಿಯಾರವನ್ನು ನೋಡಿಕೊಂಡ, ಸಮಯ ಐದು ಗಂಟೆ ಎಂದು ತೋರುತ್ತಿತ್ತು. ಇನ್ನೇನು ಕೆಲವು ಕ್ಷಣಗಳಲ್ಲಿ ಕತ್ತಲು ಇಡೀ ಕಾಡನ್ನು ನುಂಗುವುದರಲ್ಲಿತ್ತು. ಅದಕ್ಕೆ ಮುಂಚಿತವಾಗಿ ಯಾವುದಾದರು ಸೂಕ್ತವಾದ ಮರವೊಂದನ್ನು ಆರಿಸಿಕೊಂಡು ಅದರ ಮೇಲೆ ಇಬ್ಬರಿಗೆ ಕುಳಿತುಕೊಳ್ಳುವಷ್ಟರ ಮಟ್ಟಿಗಿನ ಒಂದು ಸಣ್ಣ ಅಟ್ಟಣೆ ಕಟ್ಟಿಬಿಡಬೇಕೆಂದು ಯೋಚಿಸುತ್ತಿರುವಾಗ, ನಾಟಾ ಜೋಡಿಸಿದ್ದ ಜಾಗದಿಂದ ಸುಮಾರು ಮೂವತ್ತು ಅಡಿ ದೂರದಲ್ಲಿ ಎರಡು ಕೈಗಳಿಂದ ಆಲಂಗಿಸಿದರೆ ತಬ್ಬಿಕೊಳ್ಳಲು ಸಾಧ್ಯವಾಗದಷ್ಟು ದೊಡ್ಡ ಗಾತ್ರದ ಹೊನ್ನೆ ಮರವೊಂದು ಪೊನ್ನಪ್ಪನ ಕಣ್ಣಿಗೆ ಬಿತ್ತು. ಇದೇ ಸರಿಯಾದ ಜಾಗ ಎಂದು ತನ್ನೊಂದಿಗಿದ್ದ ಕುರುಬರ ಸಿದ್ದಣ್ಣನಿಗೆ, ತಕ್ಕಮಟ್ಟಿಗೆ ಕಾಲು ನೀಡಿ ಕೂರಲು ಸಾಧ್ಯವಾಗುವಂತಹ ಒಂದು ಅಟ್ಟಣೆ ಕಟ್ಟಲು ಸೂಚಿಸಿದ. ಅವನು ಪೊನ್ನಪ್ಪನ ಮಾತು ಮುಗಿಯುವ ಮುಂಚೆಯೇ ಕಾಡಿನೊಳಗೆ ಕಣ್ಮರೆಯಾಗಿ, ನಾಲ್ಕು ಬಡಿಗೆಗಳನ್ನು ಕಡಿದು ತಂದು ಹೊನ್ನೆ ಮರದ ಬುಡದಲ್ಲಿಟ್ಟು, ಸೊಂಟಕ್ಕೆ ಅಗ್ಗ ಸಿಕ್ಕಿಸಿ 'ರಪರಪ' ಅಂತ ಮರವೇರಿ, ತುದಿಗೆ ತಲುಪಿದವನೇ ಸೊಂಟದಲ್ಲಿದ್ದ ಹಗ್ಗವನ್ನು ಕೆಳಗೆ ಇಳಿಬಿಟ್ಟ.

ಸಿದ್ದಣ್ಣ ಕಡಿದು ತಂದಿದ್ದ ಬಡಿಗೆಗಳನ್ನು, ಅವನು ಇಳಿಬಿಟ್ಟ ಹಗ್ಗಕ್ಕೆ ಪೊನ್ನಪ್ಪ ಕಟ್ಟುತ್ತಿದ್ದಂತೆ, ವೇಗವಾಗಿ ಮರದ ಮೇಲಕ್ಕೆ ಎಳೆದುಕೊಂಡು, ಕುಳಿತು ನೋಡಿದರೆ ಮರದ ತುಂಡುಗಳನ್ನು ಜೋಡಿಸಿರುವ ಪ್ರದೇಶ ಸರಿಯಾಗಿ ಕಾಣುವ ರೀತಿಯ ಒಂದು ಭಾಗದಲ್ಲಿ ಮಚ್ಚಾನು ಕಟ್ಟಲು ಶುರುಮಾಡಿದ. ಇದಕ್ಕು ಮೊದಲು ಅರಣ್ಯ ಇಲಾಖೆಯವರ ಜೊತೆಗೂಡಿ ಈ ರೀತಿಯ ಅಟ್ಟಣೆಗಳನ್ನು ಹಲವಾರು ಬಾರಿ ಕಟ್ಟಿದ ಅಭ್ಯಾಸವಿದ್ದುದ್ದರಿಂದ, ಸಿದ್ದಣ್ಣ ಶೀಘ್ರ ಮತ್ತು ಸಲೀಸಾಗಿ ಅಟ್ಟಣೆಯ ಕೆಲಸ ಮುಗಿಸತೊಡಗಿದ. ಪೊನ್ನಪ್ಪ ಕೂಡ ಅಡಗುತಾಣದ ಕೆಲಸ ಬೇಗ ಮುಗಿದರೆ, ಒಂದು ಕಡೆ ಕುಳಿತು ಕಾವಲು ಕಾಯಬಹುದಲ್ಲ ಎಂದು ಬೇಗಬೇಗ ಹಗ್ಗದಲ್ಲಿ ಮರದ ಮೇಲಕ್ಕೆ ಸಾಮಗ್ರಿಗಳನ್ನು ಸಾಗಿಸಲು ಸಹಕರಿಸತೊಡಗಿದ.

ಸಮಯ ಸರಿದು, ರವಿ ಕಣ್ಮರೆಯಾಗುವ ಕಡೆಯ ಹಂತದ ಕುರುಹಾಗಿ, ಬಾನೆಲ್ಲ ಕೆಂಪು ಮತ್ತು ಹಳದಿ ಬಣ್ಣಕ್ಕೆ ತಿರುಗಲು ಶುರುವಾಗಿತ್ತು. ಹಕ್ಕಿಪಕ್ಷಿಗಳೆಲ್ಲ ಆಹಾರ ಹುಡುಕುವುದನ್ನು ನಿಲ್ಲಿಸಿ, ತಮ್ಮ ದಿನಚರಿಯ ಕಡೆಯ ಘಟ್ಟವಾಗಿ 'ಚಿಲಿಪಿಲಿ' ಎಂದು ತಮ್ಮ ಗೂಡುಗಳತ್ತ ಹಾರಲು ಪ್ರಾರಂಭಮಾಡಿದ್ದವು. ಅಷ್ಟರಲ್ಲಿ ಅಡಗುತಾಣದ ಕೆಲಸ ಮುಗಿಸಿದ ಸಿದ್ದಣ್ಣ, 'ಅಟ್ಟಣೆ ರೆಡಿ' ಎಂದು ಪೊನ್ನಪ್ಪನಿಗೆ ಸನ್ನೆ ಮಾಡಿದ. ಕಡೆಯದಾಗಿ, ನಾವು ಇಲ್ಲೆ ಸುತ್ತಮುತ್ತಲು ಅವಿತು ಕುಳಿತಿದ್ದೇವೆ ಎಂಬುದನ್ನು ಸಾಬೀತು ಪಡಿಸುವ ಯಾವುದಾದರು ಸಾಕ್ಷಿ ಕಣ್ಣಿಗೆ ಕಾಣುವಂತೆ ಕೆಳಗೆ ಬಿದ್ದಿದೆಯಾ ಎಂದು ಪೊನ್ನಪ್ಪ ಸುತ್ತಲೂ ಕಣ್ಣಾಡಿಸಿದ. ಯಾವುದು ಇಲ್ಲ ಎಂಬುದು ದೃಢವಾಗುತ್ತಿದ್ದಂತೆ ಸಿದ್ದಣ್ಣ ಇಳಿಬಿಟ್ಟ ಹಗ್ಗದ ಸಹಾಯದಿಂದ ಮರವೇರಿದ.

ಅಟ್ಟಣೆಯ ಮೇಲೆ ಕುಳಿತುಕೊಂಡ ಪೊನ್ನಪ್ಪ ಕಾಡನ್ನೊಮ್ಮೆ ಸೂಕ್ಷ್ಮವಾಗಿ ದಿಟ್ಟಿಸಿದ. ಮರಗಳ್ಳರು ಕಡಿದು ಜೋಡಿಸಿದ್ದ ನಾಟಾಗಳು ನೇರವಾಗಿ ಕುಳಿತಲ್ಲಿಗೆ ಕಾಣುತಲಿತ್ತು. ಅದಾಗಲೇ ಸುತ್ತಲೂ ಕತ್ತಲು ಆವರಿಸಿ, ರಾತ್ರಿ ಬೇಟೆಗೆ ಹೊರಡುವ ಪ್ರಾಣಿಗಳ ವಿಲಕ್ಷಣ ಕೂಗುಗಳು ಒಂದೊಂದಾಗಿ ಕಾಡಿನ ನಾಲ್ಕು ದಿಕ್ಕುಗಳಿಂದ ಕೇಳಿಬರತೊಡಗಿದ್ದವು. ಮಳೆ ಬರುವ ಯಾವುದೇ ಲಕ್ಷಣವಿಲ್ಲದಿದ್ದರಿಂದ ಬಾನಿನಲ್ಲಿ ಒಂದೊಂದೇ ನಕ್ಷತ್ರಗಳು ತಮ್ಮ ಇರುವಿಕೆಯನ್ನು ಸಾಬೀತುಪಡಿಸುವ ಸಲುವಾಗಿ ಅಲ್ಲಲ್ಲಿ ಮಿನುಗತೊಡಗಿದ್ದವು.

ಉಳಿದಂತೆ, ಬೇರೆ ದಿಕ್ಕಿನಲ್ಲಿ ಕಾವಲು ಕಾಯುತ್ತಿದ್ದ ಗಾರ್ಡ್‌ಗಳ ಎರಡನೇ ತಂಡ, ದೊಡ್ಡ ಒಂದು ಬಂಡೆಕಲ್ಲಿನ ಹಿಂಭಾಗದಲ್ಲಿ, ತಗ್ಗಾಗಿದ್ದ ಒಂದು ಪ್ರದೇಶವನ್ನು ಆಯ್ಕೆ ಮಾಡಿಕೊಂಡು, ತಮ್ಮೊಂದಿಗಿದ್ದ ಗೋಣಿಚೀಲವನ್ನು ನೆಲದ ಮೇಲೆ ಹಾಸಿ ಕುಳಿತುಕೊಂಡಿದ್ದರೆ, ಮತ್ತೊಂದು ದಿಕ್ಕಿಗೆ ಕಾವಲು ಕಾಯಲು ಹೋಗಿದ್ದ ಮೂರನೇ ತಂಡ ಬಿಲ್ವರದ ಮರವೊಂದನ್ನು ಏರಿ

ಕುಳಿತುಕೊಂಡಿತ್ತು. ಮರದ ಮೇಲೆ ಕುಳಿತಿದ್ದ ಪೊನ್ನಪ್ಪ ಮತ್ತು ಮೂರನೇ ತಂಡ ತಾವು ಕುಳಿತಿದ್ದ ಮರದ ಮೇಲಿನ ಕೊಂಬೆಗೆ ಉದ್ದನೆಯ ಹಗ್ಗವೊಂದನ್ನು ಕಟ್ಟಿ, ಅವಶ್ಯಬಿದ್ದರೆ ಆ ಹಗ್ಗವನ್ನು ಇಳಿಬಿಟ್ಟು, ಅದರ ಸಹಾಯದಿಂದ ಶೀಘ್ರವಾಗಿ ಕೆಳಗೆ ಇಳಿಯಲು ವ್ಯವಸ್ಥೆ ಮಾಡಿಕೊಂಡಿದ್ದರು.

ಕಳ್ಳರೇನಾದ್ರು ಕಡಿದು ಶೇಖರಿಸಿಟ್ಟಿದ್ದ ನಾಟಾಗಳನ್ನು ಸಾಗಿಸಲು ಬರುವವರಿದ್ದರೆ, ರಾತ್ರಿ ಹತ್ತು ಘಂಟೆಯಿಂದ ಮಧ್ಯರಾತ್ರಿ ಒಂದು ಘಂಟೆಯ ಒಳಗೆ ಬರುವ ಸಾಧ್ಯತೆಯೇ ಹೆಚ್ಚು. ಕಾರಣ, ಇಲ್ಲಿಂದ ನಾಟಾಗಳನ್ನು ತುಂಬಿ ಅವರ ಜಾಗಗಳಿಗೆ ತಲುಪಿಸಬೇಕಾದರೆ ತುಂಬಾ ಸಮಯ ಬೇಕಾಗಬಹುದು, ತಡವಾದರೆ ಬೆಳಕರಿದು ಬಿಡಬಹುದು ಎಂಬ ಭಯ ಕೂಡ ಸಾಮಾನ್ಯವಾಗಿ ಕಳ್ಳರಲ್ಲಿ ಇದ್ದೆ ಇರುತ್ತದೆ! ಎಂದು ಪೊನ್ನಪ್ಪ ಮನದಲ್ಲಿ ಅಂದಾಜು ಮಾಡತೊಡಗಿದ.

ಸಮಯ ಮೆಲ್ಲನೇ ಸರಿಯುತಲಿತ್ತು. ಪೊನ್ನಪ್ಪ, ತಂದಿರುವ ರೊಟ್ಟಿಗಳನ್ನು ತಿನ್ನು ಎಂದು ಸಿದ್ದಣ್ಣನ ಬಳಿ ಹೇಳಿದ. ಮಧ್ಯಾಹ್ನದಿಂದ ಒಂದು ಹನಿ ನೀರನ್ನು ಸಹ ಕುಡಿಯದೇ, ಸಂಜೆ ಮರ ಹತ್ತಿ, ಅಡಗುತಾಣ ನಿರ್ಮಿಸಿ ಸುಸ್ತಾಗಿದ್ದ ಸಿದ್ದಣ್ಣ, ಪೊನ್ನಪ್ಪನ ಮಾತು ಮುಗಿಯುವ ಮುನ್ನವೇ, ಬ್ಯಾಗಿನೊಳಗೆ ಕೈಯಾಕಿ ರೊಟ್ಟಿಯನ್ನು ತೆಗೆದುಕೊಂಡು 'ಗಬಗಬ' ಎಂದು ತಿನ್ನಲು ಶುರುಮಾಡಿದ. ಅವನು ತಾರಮಾರ ತಿನ್ನುತ್ತಿರುವ ಶೈಲಿಯನ್ನು ನೋಡಿದ ಪೊನ್ನಪ್ಪ, 'ಮೆಲ್ಲೆ ಮೆಲ್ಲೆ' ಎಂದು ಕೈಯನ್ನು ಮೇಲೆಕೆಳಗೆ ಮಾಡಿ ಸನ್ನೆ ಮಾಡತೊಡಗಿದ. ಕಾರಣ, ಇವನು ತಿನ್ನುವ ಅವಸರದಲ್ಲಿ ಗಂಟಲಿಗೆ ಏನಾದರು ಸಿಕ್ಕಿಕೊಂಡುಬಿಟ್ಟರೆ, ಕಳ್ಳರನ್ನು ಹಿಡಿಯಲು ಹೂಡಿದ ಉಪಾಯ ಮತ್ತು ಪಟ್ಟ ಕಷ್ಟವೆಲ್ಲಾ 'ಹೊಳೆಯಲ್ಲಿ ಹುಣಸೆ ಹಣ್ಣು ತೊಳೆದಂತೆ' ಆಗಿಬಿಡುತ್ತದೆ ಎಂಬ ಆತಂಕ ಪೊನ್ನಪ್ಪನಲ್ಲಿತ್ತು.

ಆ ಕಗ್ಗತ್ತಲಿನಲ್ಲಿ ಎತ್ತರೆತ್ತರಕ್ಕೆ ಬೆಳೆದು ನಿಂತಿದ್ದ ತೇಗದ ಮರಗಳು ಕತ್ತಲಲ್ಲಿ ಯಾರೋ ಕದ್ದು ನೋಡುತ್ತಿರುವವರ ನೆರಳಂತೆ ಕಪ್ಪನೇ ಗೋಚರಿಸುತ್ತಿತ್ತು. ಇವೆಲ್ಲದರ ನಡುವೆ ದೂರದಲ್ಲೆಲ್ಲೊ ಆನೆಯೊಂದು ಭಯಂಕರವಾಗಿ ಘೀಳಿಡುವ ಶಬ್ದವೊಂದು ಮೆಲ್ಲನೆ ಕೇಳಿಬರತೊಡಗಿತು. ಹೊತ್ತು ಕಳೆಯುತ್ತಿದ್ದಂತೆ 'ಗುಂಯ್ ಗುಂಯ್' ಎಂಬ ನಾದವನ್ನು ಹೊರಡಿಸುತ್ತಾ ಸೊಳ್ಳೆಗಳು ಪೊನ್ನಪ್ಪ ಮತ್ತು ಸಿದ್ದಣ್ಣನ ಮೇಲೆ ದಾಳಿಯಿಡಲು ಪ್ರಾರಂಭಮಾಡಿದವು. ಮೊದಲೇ ಶಬ್ದಮಾಡಬಾರದು ಎಂಬ ಆಜ್ಞೆಯಾಗಿದ್ದರಿಂದ ಬಾಯಲ್ಲಿ ಊದಿ ಸೊಳ್ಳೆಗಳನ್ನು ಓಡಿಸಲು ಸಿದ್ದಣ್ಣ ಪ್ರಯತ್ನಪಡುತ್ತಿದ್ದ. ಪೊನ್ನಪ್ಪ ಕೈಗಡಿಯಾರ ನೋಡಿದ, ಕಾಲಮಾಪಕ ಯಂತ್ರದ ಮುಳ್ಳು 'ಹತ್ತು ಘಂಟೆ' ಎಂದು ತೋರಿಸುತ್ತಿತ್ತು. ಬೆಳಿಗ್ಗೆಯಿಂದ ಕೆಲಸ ಮಾಡಿ ಬಳಲಿದ್ದ ಸಿದ್ದಣ್ಣನಿಗೆ

ಹೊಟ್ಟೆಗೆ ಎರಡು ರೊಟ್ಟಿ ಬಿದ್ದದ್ದೆ ತಡ 'ಆಂವ್' ಎಂದು ಆಕಳಿಸಲು ಪ್ರಾರಂಭಮಾಡಿದ.

ಸಿದ್ದಣ್ಣನಿಗೆ ನಿದ್ದೆ ಬರುತ್ತಿರುವುದನ್ನು ಗಮನಿಸಿದ ಪೊನ್ನಪ್ಪ, "ನೀನು ಸ್ವಲ್ಪ ಹೊತ್ತು ಮಲಗು, ಏನಾದರು ಅವಶ್ಯಬಿದ್ದರೆ ನಾನು ಎಬ್ಬಿಸುತ್ತೇನೆ" ಎಂದು ಹೇಳಿದ. ಫಾರೆಸ್ಟರ್‌ರ ಮಾತನ್ನು ಆಲಿಸಿದವನೇ, ಮುಂದಕ್ಕೆ ಕಾಲು ನೀಡಿ, ಮರದ ಕೊಂಬೆಗೆ ಬೆನ್ನೊರಗಿಸಿ, ಸಿದ್ದಣ್ಣ ಕಣ್ಣು ಮುಚ್ಚಿದ. ವನ್ಯಮೃಗಗಳ ಆಕ್ರಮಣವೊಂದನ್ನು ಬಿಟ್ಟು ಬೇರೆ ಎಂತಹದ್ದೆ ಪರಿಸ್ಥಿತಿ ಎದುರಾದರು, ಟಾರ್ಚ್ ಹಾಕುವುದಾಗಲಿ, ಬಂದೂಕು ಉಪಯೋಗಿಸುವುದಾಗಲಿ ಮಾಡಬಾರದು ಎಂದು ಆ ಮೊದಲೇ ಪೊನ್ನಪ್ಪ ಎಲ್ಲರಿಗೂ ನಿರ್ದೇಶನ ಕೊಟ್ಟಿದ್ದರಿಂದ, ಸಣ್ಣಪುಟ್ಟ ಶಬ್ದಗಳು ಕೆಳಭಾಗದಿಂದ ಕೇಳಿಬಂದರು ಟಾರ್ಚ್ ಆನ್ ಮಾಡಿ ಯಾರೂ ನೋಡುವಂತಿರಲಿಲ್ಲ. ಆ ಪ್ರಶಾಂತತೆಯಲ್ಲಿ ಕಾಡುಪ್ರಾಣಿಗಳು ಅತ್ತಿತ್ತ ಓಡಾಡುತ್ತಿರುವ ಮತ್ತು ಬಿದಿರು ಮೆಳೆಗಳು ಪರಸ್ಪರ ಒರೆಸಿಕೊಳ್ಳುವಾಗ 'ಕರ್ರ್ ಕರ್ರ್' ಎಂದು ಕೇಳಿಬರುತ್ತಿದ್ದ ಧ್ವನಿಯನ್ನು ಬಿಟ್ಟರೆ, ತಣ್ಣನೆಯ ಗಾಳಿ 'ಸುಂಯ್' ಎಂದು ಬೀಸುವ ಶಬ್ದ ಮಾತ್ರ ಕೇಳಿಸುತ್ತಿತ್ತು. ಕಾರಣ, ವಾತಾವರಣ ಅಷ್ಟೊಂದು ಪ್ರಶಾಂತಮೌನವಾಗಿತ್ತು.

ಇತ್ತ ಮರವೇರದೆ ಬಂಡೆಗಳ ಹಿಂದಿನ ತಗ್ಗು ಪ್ರದೇಶದಲ್ಲಿ ಗೋಣಿಚೀಲ ಹಾಸಿ ಕಾವಲು ಕಾಯುತ್ತಿದ್ದ ತಂಡ, ಯಾಕಾದರು ನೆಲದ ಮೇಲೆ ಕುಳಿತು ಕಾಯುವ ಭಂಡ ಧೈರ್ಯ ಮಾಡಿದೆವೋ ಎಂದು ಭಯದಿಂದ ಚಡಪಡಿಸಲು ಶುರುವಿಟ್ಟುಕೊಂಡಿದ್ದರು. ಕಾರಣ, ಅವರು ಕುಳಿತ ತುಸುಹೊತ್ತಲ್ಲೆ, 'ನಾವು ಕುಳಿತ ಈ ಪ್ರದೇಶ ಅಷ್ಟೊಂದು ಸುರಕ್ಷಿತವಲ್ಲ' ಎಂದು ಅವರಿಗೆ ಅನಿಸತೊಡಗಿತು. ಜೊತೆಗೆ ನೆಲದ ಮೇಲೆ ಕುಳಿತಿದ್ದರಿಂದ ಹಾವು, ಚೇಳಿನಂತಹ ಯಾವುದೇ ಸರೀಸೃಪಗಳು ಬಳಿ ಬಂದರೂ ಗೊತ್ತಾಗುತ್ತಿರಲಿಲ್ಲ. ಮುಖ್ಯವಾಗಿ ಆನೆ, ಹುಲಿಗಳಂತಹ ಯಾವುದೇ ಪ್ರಾಣಿ ಆಕ್ರಮಣಕ್ಕೆ ಮುಂದಾದರೆ ಅವುಗಳ ಕಣ್ಣಿಗೆ ಮೊದಲು ಬೀಳುವುದು ನಾವೇ ಆಗಿರುತ್ತೇವೆ ಎಂಬುದು ಅರ್ಥವಾಗತೊಡಗಿದ ಮೇಲಂತೂ ಅವರ ಭಯ ಇನ್ನಷ್ಟು ಹೆಚ್ಚಾಗತೊಡಗಿತು. ಮರದ ಮೇಲೆ ಹತ್ತಿ ಮಚ್ಚಾನು ಕಟ್ಟಿ, ಆಯಾಸ ಮಾಡಿಕೊಂಡು, ಸಮಯ ವ್ಯರ್ಥ ಮಾಡುವ ಬದಲು, ಇಲ್ಲೆ ಎಲ್ಲಾದರೂ ಕೂರುವ ಎಂದು ಉದಾಸೀನ ಮಾಡಿ ಬಂಡೆಯ ಹಿಂದೆ ಕುಳಿತುಕೊಂಡಿದ್ದ ಅವರಿಗೆ ಹೊತ್ತು ಕಳೆಯುತ್ತಿದ್ದಂತೆ, 'ಸ್ವಲ್ಪ ಕಷ್ಟವಾದರೂ ಮರದ ಮೇಲೆ ಕುಳಿತುಕೊಳ್ಳುವ ವ್ಯವಸ್ಥೆಯೊಂದನ್ನು ಮಾಡಿಕೊಂಡಿದ್ದರೆ ಈ ರೀತಿಯಾಗಿ ಆತಂಕ ಮತ್ತು ಭಯದಿಂದ ಸಮಯ ಕಳೆಯುವ ಸನ್ನಿವೇಶ ಎದುರಾಗುತ್ತಿರಲಿಲ್ಲ' ಎಂದು ತಮ್ಮನ್ನು ತಾವೇ ಬಯ್ದುಕೊಳ್ಳತೊಡಗಿದರು.

ಅಟ್ಟಣೆ ಹತ್ತಿ ಕುಳಿತಿರುವವರು ಬೇಕಾದರೆ, ಒಬ್ಬರಾದ ನಂತರ ಒಬ್ಬರಂತೆ ಸ್ವಲ್ಪಹೊತ್ತು ನಿದ್ರೆ ಮಾಡಲು ಅವಕಾಶವಿತ್ತು. ಆದರೆ ಕೆಳಗೆ ಕುಳಿತವರು ನಿದ್ರೆ ಮಾಡುವುದು ಹೋಗಿ, ಒಂದು ಸಣ್ಣ ಅರಣೆ ಚಲಿಸಿದ ಶಬ್ದ ಕೇಳಿಬಂದರೂ, ಅವರೆದೆ ದಡದಡ ಅಂತ ಬಡಿದುಕೊಳ್ಳುತ್ತಿತ್ತು, ಸಾಲದ್ದಕ್ಕೆ ಯಾರೋ ನಮ್ಮತ್ತ ಬರುತ್ತಿದ್ದಾರೆ ಎಂದು ಅವರ ಮನಸ್ಸಿಗೆ ಆಗಾಗ ಕಾಡತೊಡಗಿತ್ತು.

ಸಮಯ ಸರಿಯುತ್ತಿದ್ದಂತೆ ಕಪ್ಪಿಟ್ಟಿದ್ದ ಮೋಡಗಳೆಲ್ಲ ಸರಿದು, ಮೋಡದೆಡೆಯಲ್ಲಿ ಬಂಧಿಯಾಗಿದ್ದ ಚಂದಮಾಮ ಬೆಳಕನ್ನು ಸೂಸಲು ಶುರುಮಾಡಿದ್ದ. ತಾರೆಗಳೆಲ್ಲ ಮಿನುಗತೊಡಗಿದ್ದವು. ಬಹು ಸಮಯದಿಂದ ಒಂಟಿಸಲಗವೊಂದು ಘೀಳಿಡುತ್ತಿರುವ ಶಬ್ದ ದೂರದಿಂದ ಕೇಳಿಬರುತ್ತಿರುವುದನ್ನು ಬಿಟ್ಟರೆ ಉಳಿದಂತೆ ಕಾಡುಪ್ರಾಣಿಗಳೆಲ್ಲಾ ಅಂದ್ಯಾಕೋ ಮೌನವಾಗಿರುವಂತೆ ತೋಚುತ್ತಿತ್ತು. 'ಸಲಗ ಯಾಕೆ ಒಂದೇ ಸಮನೆ ಘೀಳಿಡುತ್ತಿದೆ! ಒಂದು ವೇಳೆ ಅದರ ಜೊತೆಗಾರರು ಎಲ್ಲಾದರು ಕಳೆದುಹೋಗಿದ್ದು, ಅವರ ಹುಡುಕಾಟ ನಡೆಸುತ್ತಿರಬಹುದಾ? ಅಥವಾ ಕಾಡೊಳಗೆ ನರಮನುಷ್ಯರು ಲಗ್ಗೆಯಿಟ್ಟಿದ್ದಾರೆ ಎಂಬ ವಾಸನೆ ಮೂಗಿಗೆ ಬಡಿದು, ಆಕ್ರಮಣ ಮಾಡಲೆಂದೇ ನಮ್ಮ ಜಾಡು ಹಿಡಿದು ಇತ್ತಕಡೆ ಏನಾದರು ಬರುತ್ತಿದೆಯ!' ಎಂದು ಆ ಆನೆಯ ಆಕ್ರಂದನ ಕೇಳಿ ಪೊನ್ನಪ್ಪನ ಮನಸ್ಸಿಗೆ ಅನ್ನಿಸತೊಡಗಿತು. ಆದರೆ ಇದ್ಯಾವುದರ ಪರಿವೆ ಇಲ್ಲದೇ ಸಿದ್ದಣ್ಣ ಮಾತ್ರ ಕಾಲು ನೀಡಿ ಮೆಲ್ಲನೆ ಗೊರಕೆ ಹೊಡೆಯಲು ಶುರು ಮಾಡಿದ್ದ. ಎಲ್ಲರೂ ಜೀವ ಕೈಯಲ್ಲಿ ಹಿಡಿದುಕೊಂಡು ಕಳ್ಳರಿಗಾಗಿ ಕಾದು ಕುಳಿತಿರುವ ಈ ಸಂದರ್ಭದಲ್ಲೂ, ಅದು ಒಂದು ಮರದ ಮೇಲೆ ಕುಳಿತು ಇವನಿಗೆ ಇಷ್ಟು ಚೆನ್ನಾಗಿ ನಿದ್ರೆ ಮಾಡಲು ಸಾಧ್ಯವಾಗುತ್ತಿದೆಯಲ್ಲ! ಎಂದು ಪೊನ್ನಪ್ಪ ಆಶ್ಚರ್ಯಪಟ್ಟುಕೊಂಡು ಮನಸ್ಸಲ್ಲೆ ನಕ್ಕ.

ಹೊತ್ತು ಕಳೆದಂತೆ ಪೊನ್ನಪ್ಪನ ಹೊಟ್ಟೆ ಕೂಡ ತಾಳ ಹಾಕಲು ಪ್ರಾರಂಭಮಾಡಿತು. ಮೆಲ್ಲನೇ ಶಬ್ದ ಮಾಡದೇ ಕೈಚೀಲದಿಂದ ರೊಟ್ಟಿಯನ್ನು ತೆಗೆದು ಮೆಲ್ಲಲು ಶುರುಮಾಡಿದ. ಸಮಯ ಸುಮಾರು ಹನ್ನೆರಡು ಗಂಟೆಯಾಗಿರಬಹುದು, ಮರಗಳ್ಳರು ಬರುವ ಯಾವುದೇ ಲಕ್ಷಣಗಳು ಕಾಣುತ್ತಿರಲಿಲ್ಲ. ಸೊಳ್ಳೆ ಕಡಿತ ಮಾತ್ರ ವಿಪರೀತವಾಗಿತ್ತು. ಪೊನ್ನಪ್ಪ ಕುಳಿತಲ್ಲಿಂದಲೆ ಸುತ್ತಲೂ ಕಣ್ಣಾಡಿಸುತ್ತಲಿದ್ದ. ಕಾಡಿನ ಉದ್ದಗಲಕ್ಕೂ ನೀರವಮೌನ ಆವರಿಸಿತ್ತು. 'ಉಳಿದ ಎರಡು ತಂಡಗಳ ಕಥೆಯೇನೋ, ಅವರು ಎಲ್ಲಿ ಬಚ್ಚಿಟ್ಟುಕೊಂಡಿದ್ದಾರೋ, ಅವರಿಗೆ ಸಮಸ್ಯೆ ಏನಾದರು ಆಗಿರಬಹುದಾ?' ಎಂಬ ನೂರೆಂಟು ಪ್ರಶ್ನೆಗಳು ಪೊನ್ನಪ್ಪನ ತಲೆಯಲ್ಲಿ ಕಾಡುತ್ತಲೆ ಇದ್ದವು.

ಮಧ್ಯರಾತ್ರಿ ಒಂದೂವರೆ ಘಂಟೆ ಕಳೆಯುತ್ತಾ ಇದ್ದ ಹಾಗೆ, ಪೊನ್ನಪ್ಪನಿಗೆ ನಿದ್ದೆಮಂಕು ಆವರಿಸಲು ಶುರುವಾಯಿತು. ಗಡದ್ದಾಗಿ ತಿಂದು, ಕಾಲು ನೀಡಿ

ಲೋಕದ ಪರಿವೇ ಇಲ್ಲದೆ ಗೊರಕೆ ಹೊಡೆಯುತ್ತಿದ್ದ ಸಿದ್ದಣ್ಣನಿಗೆ, ಪೊನ್ನಪ್ಪ ಕಾಲಲ್ಲಿ ಎರಡು ಬಾರಿ ತಿವಿದು ಎಚ್ಚರಿಸಿದ. ಚಕ್ಕನೆ ಎಚ್ಚರಗೊಂಡ ಸಿದ್ದಣ್ಣ, ಮರಗಳ್ಳರು ಬಂದಿದ್ದರಿಂದ ಫಾರೆಸ್ಟರ್ ನನ್ನನ್ನು ಎಬ್ಬಿಸಿರಬಹುದು ಎಂದು ಕಣ್ಣು ಬಿಟ್ಟವನೇ ಗಾಬರಿಯಿಂದ ಸುತ್ತಲೂ ನೋಡತೊಡಗಿದ. ಪೊನ್ನಪ್ಪ ಮೆಲ್ಲನೆ ಅವನ ಕೈಯನ್ನು ಅದುಮಿ, "ಏನೂ ಇಲ್ಲ, ಆತಂಕ ಪಡಬೇಡ, ನಾನು ಸ್ವಲ್ಪಹೊತ್ತು ಮಲಗುತ್ತೇನೆ. ಯಾರಾದರೂ ಬಂದ ಶಬ್ದ ಕೇಳಿಸಿದರೆ ನನ್ನನ್ನು ಎಬ್ಬಿಸು" ಎಂದು ಅವನ ಕಿವಿಯಲ್ಲಿ ಪಿಸುಗುಟ್ಟಿದ.

"ಆಯ್ತು ಸರ್" ಎಂದ ಸಿದ್ದಣ್ಣ, ತೇಗದ ನಾಟಾ ಜೋಡಿಸಿದ್ದ ಕಡೆಗೆ ದೃಷ್ಟಿ ಹಾಯಿಸುತ್ತಾ ಕುಳಿತ. ಮರದ ಮೇಲೆ ಕುಳಿತು ಪಹರೆ ಶುರುಮಾಡಿದ ಸುಮಾರು ಆರೇಳು ಗಂಟೆಗಳಿಂದಲೂ ಒಂದೇ ಭಂಗಿಯಲ್ಲಿ ಕುಳಿತಿದ್ದ ಪೊನ್ನಪ್ಪನಿಗೆ ಕಾಲು ಮರಗಟ್ಟಿದಂತಾಗಿತ್ತು. ಕಾಲು ನೀಡಿ, ಹಾಗೆ ಬೆನ್ನೊರಗಿಸಿ ಕಣ್ಣು ಮುಚ್ಚಿದ. ತುಂಬಾ ಆಯಾಸವಾಗಿದ್ದರಿಂದಲೋ ಏನೋ, ಕಣ್ಣು ಮುಚ್ಚಿದ ಕ್ಷಣಾರ್ಧದಲ್ಲಿ ನಿದ್ದೆಯ ಮಂಪರು ಆವರಿಸಿಬಿಟ್ಟಿತು. ಸಿದ್ದಣ್ಣನಿಗೆ ಒಂದು ಬೀಡಿ ಸೇದಬೇಕು ಎಂದು ಮನಸೆಳೆಯುತ್ತಿತ್ತು. ಆದರೆ ಹೊಗೆಯ ವಾಸನೆಯಿಂದಾಗಿ ಮರಗಳ್ಳರಿಗೆ ತಾವು ಕಾವಲು ಕಾಯುತ್ತಿರುವುದು ಗೊತ್ತಾಗಿ ಬಿಡಬಹುದು ಮತ್ತು ಪೊನ್ನಪ್ಪನವರ ಬೈಗಳ ತಿನ್ನಬೇಕಾಗುತ್ತದೆ ಎಂಬ ಭಯದಿಂದ ತನ್ನ ಬೀಡಿ ಚಟವನ್ನು ನಿಯಂತ್ರಿಸಿಕೊಂಡು ಹಾಗೇ ಕುಳಿತಿದ್ದ.

ತುಸು ಹೊತ್ತಿನ ಬಳಿಕ 'ಚರ್ರ್ ಪರ್ರ್' ಎಂದು ಹುಣ್ಣಿಗುತ್ತಿಗಳನ್ನು ಸರಿಸಿ, ಯಾರೋ ತಮ್ಮತ್ತ ನಡೆದು ಬರುತ್ತಿರುವ ಶಬ್ದ ಕೇಳಿಸತೊಡಗಿತು. ಸಿದ್ದಣ್ಣ ಭಯದಿಂದ ಶಬ್ದ ಕೇಳಿ ಬರುತ್ತಿದ್ದ ದಿಕ್ಕಿನ ಕಡೆಗೆ ದಿಟ್ಟಿಸಿ ನೋಡತೊಡಗಿದ. ದೂರದಿಂದ ಭಾರವಾದ ಹೆಜ್ಜೆಗಳನ್ನಿಡುತ್ತಾ ತಮ್ಮತ್ತ ಯಾರೋ ಬರುತ್ತಿದ್ದಾರೆ. ಆದರೆ ಈ ಕಗ್ಗತ್ತಲಿನಲ್ಲಿ ಯಾವುದೂ ಸ್ಪಷ್ಟವಾಗಿ ಸಿದ್ದಣ್ಣನಿಗೆ ಕಾಣುತ್ತಿಲ್ಲ. ಪೊನ್ನಪ್ಪನನ್ನು ಎಬ್ಬಿಸಬೇಕು ಅನ್ನುವಷ್ಟರಲ್ಲಿ ಮತ್ತೆ ನಿಶ್ಶಬ್ದ!

ಸಿದ್ದಣ್ಣ ಸೂಕ್ಷ್ಮವಾಗಿ ಕಿವಿಗೊಟ್ಟು ಕೇಳತೊಡಗಿದ. ಬಿದಿರು ಮೆಳೆಗಳು 'ಕರ್ರ್ ಕರ್ರ್' ಎಂದು ಒರೆಸಿಕೊಳ್ಳುವ ಶಬ್ದವನ್ನು ಬಿಟ್ಟರೆ ಬೇರೇನೂ ಕೇಳುತ್ತಿರಲಿಲ್ಲ. ಒಂದು ವೇಳೆ ನನಗೆ ಹಾಗೆ ಅನ್ನಿಸಿದ್ದಾ! ಎಂದು ತನ್ನನ್ನು ತಾನೆ ಪ್ರಶ್ನೆ ಮಾಡಿಕೊಂಡ. ಅಷ್ಟರಲ್ಲಿ ದಡೂತಿ ದೇಹದ ಮೂರು ನಾಲ್ಕು ಜನ ಏಕಕಾಲದಲ್ಲಿ, ಒಂದೇ ರೀತಿಯಲ್ಲಿ ಶಿಸ್ತಾಗಿ ಹೆಜ್ಜೆ ಹಾಕುತ್ತ, ತಮ್ಮತ್ತ ಬರುತ್ತಿರುವಂತೆ ಮತ್ತೆ ಶಬ್ದ ಕೇಳಿಬರತೊಡಗಿತು. ಯಾವುದಕ್ಕೂ ಒಮ್ಮೆ ಖಾತರಿಪಡಿಸಿಕೊಂಡ ನಂತರವೇ ಫಾರೆಸ್ಟರ್ ಅವರನ್ನು ಎಬ್ಬಿಸಿದರೆ ಸಾಕು ಎಂದು ಶಬ್ದ ಕೇಳಿಬರುತ್ತಿದ್ದ ದಿಕ್ಕಿನೆಡೆಗೆ ನೋಡುತ್ತಾ ಕುಳಿತ.

ಒಂದತ್ತು ನಿಮಿಷ ಕಳೆದಿರಬಹುದು. 'ಬುಸ್ ಬುಸ್' ಎನ್ನುತ್ತಾ, ತಾವು ಕುಳಿತಿದ್ದ ಹೊನ್ನೆ ಮರದೆಡೆಗೆ ಕಪ್ಪಗಿನ ದೈತ್ಯಾಕೃತಿಯೊಂದು ನಡೆದು ಬರುತ್ತಿತ್ತು. ಕಾಡಿನಲ್ಲೆ ಓಡಾಡಿಕೊಂಡಿದ್ದ ಸಿದ್ದಣ್ಣನಿಗೆ ಬಳಿ ಬರುತ್ತಿರುವುದು ಯಾರೆಂದು ಕ್ಷಣಮಾತ್ರದಲ್ಲಿ ಖಾತರಿಯಾಯಿತು. ಹೌದು! 'ತಾಸುಗಳ ಮೊದಲು ಅಲ್ಲೆಲ್ಲೋ ದೂರದಲ್ಲಿ ಘೀಳಿಡುತ್ತಿದ್ದ ಒಂಟಿಸಲಗವೇ ಈಗ ನಮ್ಮತ್ತ ಬರುತ್ತಿರುವುದು' ಆ ಕಗ್ಗತ್ತಲಿನಲ್ಲೂ ಮೇಲಿಂದ ಸೂಸುತ್ತಿದ್ದ ಚಂದಿರನ ಬೆಳಕಿನಲ್ಲಿ ಸಲಗದ ಚೂಪಾದ ಎರಡು ಉದ್ದನೆಯ ಕೊಂಬುಗಳು ನಳನಳಿಸುತ್ತಿದ್ದವು. ನಾವು ಮರದ ಮೇಲೆ ಕುಳಿತಿರುವುದನ್ನೇನಾದ್ರೂ ಆನೆ ನೋಡಿದ್ದರೆ ಅಥವಾ ಅದಕ್ಕೆ ಸಂಶಯ ಮೂಡಿದ್ದರೆ, ಸಲಗ ಮರಕ್ಕೆ ಗುದ್ದಿ, ನಮ್ಮನ್ನು ಕೆಳಕ್ಕೆ ಬೀಳಿಸಿ, ನಮ್ಮ ಮೇಲೆ ಆಕ್ರಮಣ ಮಾಡುವುದರಲ್ಲಿ ಯಾವುದೇ ಸಂಶಯವಿಲ್ಲ ಎಂದು ಭಯಗೊಂಡು, ಆನೆ ಹತ್ತಿರತ್ತಿರ ತಲುಪಿದರೂ ಪೊನ್ನಪ್ಪನನ್ನು ಕರೆಯುವುದನ್ನು ಮರೆತ ಸಿದ್ದಣ್ಣ ಭಯದಿಂದ ಅದನ್ನೆ ದಿಟ್ಟಿಸುತ್ತಾ ಕುಳಿತ.

ಹೊನ್ನೆ ಮರದ ಬುಡಕ್ಕೆ ಬಂದ ಒಂಟಿಸಲಗ, ಇಲ್ಲಿ ಯಾರೋ ಇದ್ದಾರೆ ಎಂಬ ಸಂಶಯ ಮೂಡಿದಂತೆ ಸುತ್ತಲೂ ಒಮ್ಮೆ ಕಣ್ಣಾಡಿಸಿತು. ನಂತರ ಮರಕ್ಕೆ ಒಂದು ಸುತ್ತು ಬಂದು ಯಾರೂ ಇಲ್ಲ ಎಂಬುದನ್ನು ಖಾತರಿಪಡಿಸಿಕೊಂಡು ಮರಕ್ಕೊರಗಿತು. ಅದಾಗಲೇ ಎಲ್ಲೊ ಕೆಸರಲ್ಲಿ ಮುಳುಗಿ ಎದ್ದು ಬಂದಿದ್ದ ಆ ಸಲಗ ಮೈಯ್ಯೆಲ್ಲಾಗುತ್ತಿದ್ದ ತುರಿಕೆಗಳನ್ನು ಸಹಿಸಿಕೊಳ್ಳಲಾಗದೇ ಬೃಹದ್ದಾಗಿ ಬೆಳೆದಿದ್ದ ಆ ಹೊನ್ನೆಮರಕ್ಕೆ ತನ್ನ ಮೈಯನ್ನು ಮೆಲ್ಲನೆ ಒರೆಸಿ, ತುರಿಕೆ ಕಡಿಮೆ ಮಾಡಿಕೊಳ್ಳಲು ಪ್ರಯತ್ನ ಪಡುತ್ತಿತ್ತು. ಆನೆ ತನ್ನೆಲ್ಲಾ ಬಲವನ್ನು ಪ್ರಯೋಗಿಸಿ, ಮರಕ್ಕೆ ಮೈಯ ಚರ್ಮವನ್ನು ಒರೆಸಿಕೊಳ್ಳುತ್ತಿದ್ದರೆ, ಹೊನ್ನೆ ಮರ ಅತ್ತಿಂದಿತ್ತ ಅಲುಗಾಡಲು ಪ್ರಾರಂಭವಾಯಿತು.

ನಿದ್ದೆಯಲ್ಲಿದ್ದ ಪೊನ್ನಪ್ಪನಿಗೆ ಯಾಕೋ ಗಾಳಿಯಲ್ಲಿ ತೇಲುತ್ತಾ, ಅಲುಗಾಡಿದ ಅನುಭವವಾಗತೊಡಗಿತು. ಎಚ್ಚರಗೊಂಡ ಪೊನ್ನಪ್ಪ, ದೇಹವನ್ನು ಅಲುಗಾಡಿಸದೇ, ಹಾಗೆಯೇ ಕಣ್ಣುಬಿಟ್ಟು ಸುತ್ತಲೂ ಕಿವಿಗೊಡತೊಡಗಿದ. ನಾವು ಕುಳಿತ ಮರದ ಬುಡದಲ್ಲಿ 'ಸರ್ರ್ ಸರ್ರ್' ಎಂದು ಶಬ್ದ ಕೇಳಿಬರುವುದರ ಜೊತೆಗೆ ಮರ ಮೆಲ್ಲನೇ ಅಲುಗಾಡುತ್ತಿದೆ ಎಂಬುದು ಅವನಿಗೆ ಖಾತರಿಯಾಯಿತು. ಒಂದು ವೇಳೆ ಮರಗಳ್ಳರೇನಾದ್ರೂ ಬಂದು, ತಾವು ಕುಳಿತ ಮರಕ್ಕೆ ಗರಗಸ ಹಾಕಲು ಪ್ರಾರಂಭಮಾಡಿಬಿಟ್ಟರಾ! ಎಂದು ಸಂಶಯ ಮೂಡಿ, ಸಿದ್ದಣ್ಣನ ಕಡೆಗೆ ನೋಡಿದ.

ಒಂದು ಬದಿಯಲ್ಲಿ ಕುಳಿತಿದ್ದ ಸಿದ್ದಣ್ಣ, ಮರ ಅಲುಗಾಡಿದಂತೆ ತಾನು ಕೂಡ ಹಿಂದೆಮುಂದೆ ವಾಲುತ್ತಾ, ಕತ್ತು ಬಗ್ಗಿಸಿ ಕೆಳಭಾಗಕ್ಕೆ ತದೇಕಚಿತ್ತದಿಂದ

ನೋಡುತ್ತಿದ್ದ. ತಲೆಯ ಬದಿಯಲ್ಲಿ ಇಟ್ಟಿದ್ದ ಜೋಡಿ ನಳಿಕೆಯ ಕೋವಿಯನ್ನು ಕ್ಷಣಮಾತ್ರದಲ್ಲಿ ಕೈಗೆತ್ತಿಕೊಂಡ ಪೊನ್ನಪ್ಪ, ಕೋವಿಯ ನಳಿಕೆಯಿಂದ ಸಿದ್ದಣ್ಣನ ಬೆನ್ನಿಗೆ ತಿವಿದ, ಮರದ ಕೆಳಬದಿಯಲ್ಲಿ ಸಲಗದ ಕೀಟಲೆಯನ್ನು ನೋಡುತ್ತಾ ಕುಳಿತಿದ್ದ ಸಿದ್ದಣ್ಣನಿಗೆ ಹಿಂಬದಿಯಿಂದ ಯಾರೋ ಚುಚ್ಚಿದ ಅನುಭವ ಆದ ತಕ್ಷಣ ಒಮ್ಮೆಲೆ ಬೆಚ್ಚಿ ತಿರುಗಿ ನೋಡಿದ. ಕುಳಿತಲ್ಲಿಂದಲೇ ಕೋವಿಯನ್ನು ಭುಜಕ್ಕೊರಗಿಸಲು ಸಿದ್ಧವಾಗುತ್ತಿದ್ದ ಪೊನ್ನಪ್ಪನ ಕಣ್ಣುಗಳು ಆ ಕಗ್ಗತ್ತಲಿನಲ್ಲೂ ಕೆಂಡದಂತೆ ಹೊಳೆಯುತ್ತಿದ್ದವು.

ಪೊನ್ನಪ್ಪ, 'ಕಳ್ಳರೇನಾದರೂ ಬಂದರಾ?' ಎಂದು ಸಿದ್ದಣ್ಣನೆಡೆಗೆ ಕಣ್ಸನ್ನೆ ಮಾಡಿದ. ಸಿದ್ದಣ್ಣ 'ಸಾ.. ಸಾ..' ಎಂದು ಭಯದಿಂದ ತೊದಲತೊಡಗಿದ. "ಏನೋ ಹೇಳ್ತಾ ಇದ್ದೀಯಾ ನೀನು?" ಎಂದು ಪೊನ್ನಪ್ಪ ಮೆಲ್ಲನೆ ಪಿಸುಗುಟ್ಟಿದ. ಸಿದ್ದಣ್ಣ, ಮತ್ತೆ 'ಆ.. ಆ..' ಎಂದು ಕೆಳಗೆ ಕೈ ತೋರಿಸುತ್ತಿದ್ದನೆ ಹೊರತು ಅವನ ಬಾಯಿಂದ ಸ್ಪಷ್ಟವಾಗಿ ಮಾತುಗಳು ಹೊರಬರುತ್ತಿರಲಿಲ್ಲ. ಅವನು ಏನು ಹೇಳುತ್ತಿದ್ದಾನೆ ಎಂದು ಅರ್ಥವಾಗದ ಪೊನ್ನಪ್ಪ, ಬಂದೂಕನ್ನು ಕೆಳಭಾಗಕ್ಕೆ ಗುರಿಮಾಡಿ ದಿಟ್ಟಿಸಿ ನೋಡಿದರೆ, ದೈತ್ಯಕಾರದ ಒಂಟಿಸಲಗವೊಂದು ಹೊನ್ನೆಮರದ ಬುಡಕ್ಕೆ ತನ್ನ ಮೈ ಒರೆಸಿಕೊಂಡು ಪ್ರಪಂಚದ ಶ್ರೇಷ್ಠ ಸುಖಗಳಲ್ಲಿ ಒಂದಾದ ತುರಿಕೆಯನ್ನು ಆಸ್ವಾದಿಸುತ್ತಿತ್ತು. ಪೊನ್ನಪ್ಪ ತನ್ನ ಗುರಿ ಬದಲಿಸದೆ ಹಾಗೆಯೇ ಬಾಗಿ ಕುಳಿತ. ಒಂದು ವೇಳೆ ನಾವು ಮರದ ಮೇಲೆ ಕುಳಿತಿರುವುದನ್ನು ಏನಾದರೂ ಆನೆ ಗಮನಿಸಿದ್ದರೆ, ಈ ವೇಳೆಗಾಗಲೇ ಮರಕ್ಕೆ ಗುದ್ದಿ, ನಮ್ಮನ್ನು ಕೆಳಕ್ಕೆ ಬೀಳಿಸಿ ಆಕ್ರಮಣ ಮಾಡಿಯಾಗಿರುತ್ತಿತ್ತು. ಅದು ನಮ್ಮನ್ನು ನೋಡದಿರುವುದರಿಂದಲೇ ಇನ್ನೂ ಕೂಡ ಮೈಮರೆತು ತನ್ನ ತುಂಟಾಟಗಳನ್ನು ಮುಂದುವರೆಸುತ್ತಾ ಅಲ್ಲಿಯೇ ನಿಂತಿದೆ ಎಂದು ಪೊನ್ನಪ್ಪನಿಗೆ ಅನಿಸಿತು.

ಭಯದಿಂದ ಸಿದ್ದಣ್ಣನ ಕೈಕಾಲುಗಳು ಅದುರುತ್ತಿರುವುದನ್ನು ಕಂಡ ಪೊನ್ನಪ್ಪ, 'ಭಯಪಡಬೇಡ ಏನು ಆಗಲ್ಲ' ಎಂದು ಸಿದ್ದಣ್ಣನ ಕೈಯನ್ನು ಅದುಮಿದ. ಅವನ ಕೈ ನಡುಗುತ್ತಲೇ ಇತ್ತು. ಒಂದರ್ಧ ಗಂಟೆ ಕಳೆದ ನಂತರದಲ್ಲಿ ಆನೆ, ಹೊನ್ನೆ ಮರವನ್ನು ಬಿಟ್ಟು ಮುಂದಕ್ಕೆ ಹೆಜ್ಜೆಹಾಕತೊಡಗಿತು. ಆನೆ ಒಂದು ವೇಳೆ ಉಳಿದ ತಂಡಗಳು ಕುಳಿತಿರುವ ಜಾಗಕ್ಕೆ ಹೋಗಿ ಏನಾದ್ರು ದಾಂಧಲೆ ಮಾಡಿಬಿಡಬಹುದೇನೋ ಎಂದು ಪೊನ್ನಪ್ಪನಿಗೆ ಮತ್ತೆ ಆತಂಕ ಶುರುವಾಯಿತು. ಬಹುಶಃ ಅವರು ಮರದ ಮೇಲೆ ಅಟ್ಟಣೆ ಕಟ್ಟದೆ, ನೆಲದ ಮೇಲೆ ಕುಳಿತಿದ್ದರೆ ಈ ಒಂಟಿಸಲಗದ ಕಣ್ಣಿಗೆ ಬೀಳುವುದರಲ್ಲಿ ಯಾವುದೇ ಸಂಶಯವಿಲ್ಲ. ಆನೆ ಹೋಗುವ ದಾರಿಯಲ್ಲಿ ಅಡ್ಡಲಾಗಿ ನಮ್ಮ ತಂಡದವರು ಸಶ್ತ್ರಸಜ್ಜಿತರಾಗಿ ಕುಳಿತಿರುವುದನ್ನು ಅದು ಗಮನಿಸಿದರೆ, ಅವರ

ಮೇಲೆರಗುವುದಂತು ನಿಚ್ಚಳ! ಎಂದು ಪೊನ್ನಪ್ಪ ಯೋಚಿಸುತ್ತಿರುವಾಗಲೇ ಆನೆ, ತೇಗದ ನಾಟಾಗಳನ್ನು ಜೋಡಿಸಿ, ಮುಳ್ಳುಬಳ್ಳಿಗಳಿಂದ ಮುಚ್ಚಿದ್ದ ಪ್ರದೇಶಕ್ಕೆ ತಲುಪಿತು.

ತಾನು ಸಾಧಾರಣವಾಗಿ ಓಡಾಡುವ ಈ ಜಾಗದಲ್ಲಿ, ಹಿಂದೆಂದೂ ಈ ರೀತಿಯ ಒಂದು ಅನಧಿಕೃತ ಪೊದೆಯನ್ನು ನಾನು ನೋಡಿರಲಿಲ್ಲವಲ್ಲ! ಎಂದು ಅನುಮಾನಗೊಂಡ ಒಂಟಿಸಲಗ ಕೋಪದಿಂದ 'ಬುಸ್ ಬುಸ್' ಎನ್ನುತ್ತಾ ಅದರ ಸುತ್ತಲು ಓಡಾಡತೊಡಗಿತು. ಒಂದ್ಹತ್ತು ನಿಮಿಷಗಳ ನಂತರ, ಆ ಜಾಗದಲ್ಲಿ ಕೃತಕವಾದ ಪೊದೆಯೊಂದನ್ನು ನಿರ್ಮಿಸಿ, ತನ್ನ ಮೇಲೆರಗಲು ಯಾರೋ ಸಂಚು ಮಾಡುತ್ತಿದ್ದಾರೆ ಎಂಬ ಸಂಶಯ ಅದಕ್ಕೆ ಕಾಡಿತೊ ಏನೋ! ಕೆಲಹೊತ್ತು ಅಲುಗಾಡದೇ ಆ ಪೊದೆಯನ್ನೆ ದಿಟ್ಟಿಸುತ್ತಾ ನಿಂತಲ್ಲಿಯೇ ನಿಂತಿತು.

ಮರದ ಮೇಲೆ ಕುಳಿತಿದ್ದ ಪೊನ್ನಪ್ಪ ಮತ್ತು ಸಿದ್ದಣ್ಣನಿಗೆ, ಮರಗಳ್ಳರು ಜೋಡಿಸಿದ್ದ ತೇಗದ ದಿಮ್ಮಿಗಳ ಬಳಿ ಮಿಸುಕಾಡದೇ ನಿಂತು, ಕಿವಿನಿಮಿರಿಸಿ ಸುತ್ತಲೂ ಯಾರಾದರೂ ಇದ್ದಾರಾ ಎಂದು ಆಲಿಸುತ್ತಿರುವ, ಒಂಟಿಸಲಗದ ಕರ್‍ರಗಿನ ನೆರಳಿನ ಆಕೃತಿ ತಿಂಗಳ ಬೆಳಕಿನಲ್ಲಿ ಸ್ಪಷ್ಟವಾಗಿ ಗೋಚರಿಸುತ್ತಿತ್ತು. ಈ ಆನೆ ಸಾಮಾನ್ಯದ್ದಲ್ಲ! ಬದಲಿಗೆ, ಅದು ಬಲು ಬುದ್ಧಿವಂತ ಪುಂಡ ಆನೆ ಎಂಬುದು ಪೊನ್ನಪ್ಪನಿಗೆ ಅರಿವಾಯಿತು, ಕಾರಣ, ಅದೆಷ್ಟು ನಿಶ್ಶಬ್ದವಾಗಿ ನಿಂತು, ಸುತ್ತಲೂ ಕಿವಿಗೊಡುತ್ತಿತ್ತು ಅಂದರೆ, ಅಲ್ಲೊಂದು ಪ್ರಾಣಿ ನಿಂತಿದೆ ಎನ್ನುವುದು ಕೂಡ ಯಾರಿಗೂ ಅನುಮಾನ ಬರದಿರುವಷ್ಟರ ಮಟ್ಟಿಗೆ ಶಬ್ದ ಮಾಡದೆ ನಿಂತಿತ್ತು. ಇದರ ಜೊತೆಗೆ ಸುಮಾರು ಒಂದು ತಾಸಿನಿಂದ ಆನೆಯ ಉಪಟಳವನ್ನು ಗಮನಿಸುತ್ತಿದ್ದ ಸಿದ್ದಣ್ಣನಂತೂ ಭಯದಿಂದ ಅವನು ಬಿಡುತ್ತಿರುವ ಉಸಿರಿನ ಶಬ್ದ ಅವನಿಗೆ ಕೇಳಿಸದಿರುವಷ್ಟರ ಮಟ್ಟಿಗೆ ಶಾಂತವಾಗಿ ಬಿಟ್ಟಿದ್ದ.

ಕೆಲಹೊತ್ತು ಮೌನವಾಗಿ ತೇಗದ ದಿಮ್ಮಿಗಳ ಬಳಿ ನಿಂತಿದ್ದ ಸಲಗಕ್ಕೆ ತನ್ನ ಸೂಕ್ಷ್ಮ ಗ್ರಹಿಕೆಯ ಶಕ್ತಿಯ ಮೂಲಕ ತನ್ನನ್ನು ಮುಖಾಮುಖಿ ಎದುರಿಸಲಾಗದೇ, ಅಲ್ಲೆಲ್ಲೋ ದೂರದಲ್ಲಿ ಹೊಂಚುಹಾಕಿ ಕುಳಿತಿರುವ ನರಮನುಷ್ಯರು ನನ್ನನ್ನೆ ದಿಟ್ಟಿಸುತ್ತಿರುವ ರೀತಿಯಲ್ಲಿ ಭಾಸವಾಗತೊಡಗುತ್ತಿದ್ದಂತೆ ಕೋಪದಿಂದ ಮುಂಬದಿಯ ತನ್ನೆರಡು ಪಾದಗಳನ್ನು ಸ್ವಲ್ಪ ಮೇಲೆಕೆತ್ತಿ, ಕಾಡೆ ನಡುಗಿ ಹೋಗುವಂತೆ ಭಯಂಕರ ಶಬ್ದದೊಂದಿಗೆ ಘೀಳಿಡಲು ಪ್ರಾರಂಭ ಮಾಡಿತು. ಅಷ್ಟುಹೊತ್ತು, ಕಾಡೊಳಗಡೆ ನರಮನುಷ್ಯರು ಬೇಟೆಗಾಗಿ ಕಾದುಕುಳಿತಿದ್ದ ವಾಸನೆ ಮೂಗಿಗೆ ಬಡಿದು, ಆತಂಕದಿಂದ ತೆಪ್ಪಗೆ ಕುಳಿತಿದ್ದ ಪ್ರಾಣಿಗಳೆಲ್ಲ ಆನೆಯ ಆಕ್ರಂದನವನ್ನು ಕೇಳಿದ್ದೆ ತಡ ಒಮ್ಮೆಲೆ ವಿಚಿತ್ರವಾಗಿ ಕಿರುಚಲು ಪ್ರಾರಂಭಮಾಡಿದವು.

ಅಲ್ಲೆ ಪಕ್ಕದ ಪೊದೆಯೊಳಗೆ ಅವಿತು ಕುಳಿತಿದ್ದ ಗುಳ್ಳೆನರಿಯೊಂದು ಕೂಗುತ್ತಾ ಕಾಡಿನ ಉಳಿದ ಪ್ರಾಣಿಗಳಿಗೆ ಅಪಾಯದ ಮುನ್ಸೂಚನೆ ನೀಡುತ್ತಾ, ಹೊನ್ನೆಮರದ ಪಕ್ಕದಿಂದ ಓಡಿ ಕತ್ತಲಲ್ಲಿ ಕಣ್ಮರೆಯಾಯಿತು. ಒಂದಷ್ಟು ನಿಮಿಷಗಳಿಗೆ ಮೊದಲು ಮೌನವಾಗಿದ್ದ ಕಾಡು, ಪ್ರಾಣಿಗಳ ವಿಚಿತ್ರ ಕೂಗಿನೊಂದಿಗೆ ಎಚ್ಚೆತ್ತುಕೊಂಡು ಕ್ಷಣಮಾತ್ರದಲ್ಲಿ ಒಂದು ರೀತಿಯ ಭಯದ ವಾತಾವರಣವನ್ನು ಸೃಷ್ಟಿಮಾಡಿತು. ಒಂಟಿಸಲಗ ಮಾತ್ರ ಗುಟುರು ಹಾಕುತ್ತಾ ಮದವೇರಿದಂತೆ ದಿಮ್ಮಿಯ ಸುತ್ತಲು ಓಡಾಡುತ್ತಲೇ ಇತ್ತು.

ಇತ್ತ ಪೊನ್ನಪ್ಪನನ್ನು ಹೊರತುಪಡಿಸಿ, ಮರವೇರಿದ್ದ ಮತ್ತೊಂದು ತಂಡ ಎಚ್ಚರದಿಂದ ಮಧ್ಯರಾತ್ರಿಯವರೆಗೂ ಪಹರೆಗೆ ಕುಳಿತಿದ್ದು, ಒಂದು ಗಂಟೆಯ ನಂತರ ಇನ್ನು ಕಳ್ಳರು ಬರುವುದು ಸಂಶಯ ಎಂದು ಮನಗಂಡು ಒಬ್ಬ ನಿದ್ರೆಗೆ ಜಾರಿದರೆ, ಮತ್ತೊಬ್ಬ ತನ್ನ ಕಾವಲಿನ ಭಾಗವಾಗಿ ಕಣ್ಣರಳಿಸಿ, ಕಾಡಿನ ಧ್ವನಿಗಳಿಗೆ ಕಿವಿಗೊಟ್ಟು ಕುಳಿತಿದ್ದ. ನೆಲದ ಮೇಲೆ ಕುಳಿತಿದ್ದ ಮತ್ತೊಂದು ತಂಡ ಕೂಡ ಎಚ್ಚರವಾಗಿಯೇ ಇತ್ತು. ಹೀಗಿರುವಾಗ ಒಂಟಿಸಲಗ ಬಂದು ಪೊನ್ನಪ್ಪನವರು ಕುಳಿತಿದ್ದ ಹೊನ್ನೆಮರಕ್ಕೆ 'ಸರ್ರ್ ಸರ್ರ್' ಎಂದು ಮೈಯೊರೆಸಿಕೊಳ್ಳಲು ಶುರುಮಾಡಿದಾಗ ಎಲ್ಲರೂ ಎಚ್ಚರಗೊಂಡು, ಪೊನ್ನಪ್ಪ ಊಹಿಸಿದಂತೆಯೇ, ಕಳ್ಳರು ಅಕ್ಕಪಕ್ಕದಲ್ಲೆಲ್ಲೋ ಗರಗಸದಿಂದ ಮರ ಕುಯ್ಯಲು ಯತ್ನಿಸುತ್ತಿದ್ದಾರೆ ಎಂದು ತಿಳಿದು, ಕಳ್ಳರನ್ನು ಕಣ್ಣಾರೆ ಕಂಡ ಉಳಿದ ತಂಡದವರ್ಯಾರಾದರೂ ಮಂಗಗಳಂತೆ ಧ್ವನಿ ಹೊರಡಿಸಿ ಸಂದೇಶ ನೀಡಿದರೆ, ಮುನ್ನುಗ್ಗಿ ಕಳ್ಳರನ್ನು ಕೈಯಾರೆ ಹಿಡಿಯಬೇಕು ಎಂದು ಕಿವಿನಿಮಿರಿಸಿ ಕಾಯುತ್ತಾ ಕುಳಿತರು.

ಆದರೆ ತೇಗದ ತುಂಡುಗಳನ್ನು ಜೋಡಿಸಿದ್ದಲ್ಲಿಗೆ ಬಂದ ಒಂಟಿಸಲಗ, ಘೀಳಿಟ್ಟು ಯಾವಾಗ ಕಾಡಿನ ಶಾಂತತೆಯನ್ನು ಕದಡಿತೋ, ಬಂದಿರುವುದು ಕಳ್ಳರಲ್ಲ, ಅದು "ಗಜರಾಜ" ಎಂಬುದು ಎಲ್ಲರಿಗು ಮನವರಿಕೆಯಾಗಿತ್ತು. ಸ್ವಲ್ಪ ಏರುಪೇರಾದರು ಆನೆ ನಮ್ಮ ಮೇಲೆರಗುವುದರಲ್ಲಿ ಯಾವುದೇ ಸಂಶಯವಿಲ್ಲ! ಜೊತೆಗೆ ಅವಿತು ಕುಳಿತಿದ್ದ ಮೂರು ತಂಡಗಳಿಗೂ ಒಂಟಿಸಲಗ ತೇಗದ ದಿಮ್ಮಿಗಳನ್ನು ಮುಚ್ಚಿಟ್ಟಿದ್ದ ಕೃತಕ ಪೊದೆಯ ಸುತ್ತಲೂ ನಡೆಸುತ್ತಿದ್ದ ದಾಂಧಲೆಗಳನ್ನು ಕುಳಿತಲ್ಲಿಂದಲೇ ಕಾಣಬಹುದಾಗಿತ್ತು. ಹೀಗೆ ಪ್ರತಿ ತಂಡದವರು, ಉಳಿದವರ ಕಥೆ ಏನಾಗಿರಬಹುದು? ಎಂಬ ಆತಂಕದಿಂದ ಚಿಂತಾಕ್ರಾಂತರಾಗಿ ಕುಳಿತಿದ್ದರು.

ಎರಡನೆ ತಂಡದವರ ಅವಸ್ಥೆಯಂತು ಹೇಳತೀರದ್ದಾಗಿತ್ತು. ಕಾರಣ, ಅವರು ಆನೆ ನಿಂತಿರುವ ಕೇವಲ ಐವತ್ತು ಅಡಿ ಅಂತರದಲ್ಲಿ ನೆಲದ ಮೇಲೆ ಕುಳಿತಿದ್ದರು. ಸಲಗ ಏನಾದರು ನಾವು ಕುಳಿತಿರುವ ಬಂಡೆಗಳ ಕಡೆ ಬಂದು, ನಾವೇನಾದರೂ ಅದರ ಕೈಯಲ್ಲಿ ಸಿಕ್ಕಿಹಾಕಿಕೊಂಡರೆ ಅದು ನಮ್ಮನ್ನು ತನ್ನ

ಬಲವಾದ ಕೋರೆಗಳಿಂದ ತಿವಿದು, ಅಗಲವಾದ ಅದರ ಪಾದಗಳಿಂದ ತುಳಿದು ಅಪ್ಪಚ್ಚಿ ಮಾಡಿಬಿಡಬಹುದೇನೋ ಎಂಬ ಭಯ ಅವರಿಗೆ ಶುರುವಾಗಿಬಿಟ್ಟಿತ್ತು. ಒಂದು ವೇಳೆ ಒಂಟಿಸಲಗ ನಮ್ಮ ಮೇಲೆ ದಾಳಿ ಮಾಡಲು ಮುಂದೆ ಬಂದರೆ ಆತ್ಮರಕ್ಷಣೆಗಾಗಿ ಒಂದು ಸುತ್ತು ಗುಂಡು ಹಾರಿಸಿ, ಎರಡನೆ ಸುತ್ತಿಗೆ ಮದ್ದು ತುಂಬಿಸುವ ವೇಳೆಗಾಗಲೇ ಅದು ನಮ್ಮನ್ನು ಚೆಂಡಾಡಿರುತ್ತೆ! ಓಡಿ ತಪ್ಪಿಸಿಕೊಳ್ಳುವ ಎಂದರೆ, ಅದು ಈ ಕಗ್ಗತ್ತಲಿನಲ್ಲಿ ಸಾಧ್ಯವಾಗದ ಮಾತು. ಇನ್ನುಳಿದಿರುವ ಏಕೈಕ ದಾರಿಯೆಂದರೆ ಅದು 'ಆ ಸಲಗದ ಕಣ್ಣಿಗೆ ನಮ್ಮನ್ನು ಕಾಣದೆ ಇರುವ ರೀತಿ ಕಾಪಾಡಪ್ಪ ಎಂದು ತಮಗೆ ಗೊತ್ತಿರುವ ಅಷ್ಟೂ ದೇವರುಗಳ ಹೆಸರನ್ನು ಕರೆಯುವುದು' ಎಂದು ದೇವನಾಮಗಳನ್ನು ಜಪಮಾಡಲು ಪ್ರಾರಂಭ ಮಾಡಿದರು.

ಇತ್ತ ಒಂಟಿ ಸಲಗಕ್ಕೆ 'ಆ ಪೊದೆಯೊಳಗೆ ಯಾರೋ ದುಷ್ಕರ್ಮಿಗಳು ಕುಳಿತಿರಬಹುದು' ಎಂಬ ಸಂಶಯ ಬಲವಾಗಿ ಕಾಡತೊಡಗಿತು. ಒಂದು ವೇಳೆ ಆ ಪೊದೆಯೊಳಗಡೆ ಕುಳಿತಿರುವ ವೈರಿಗಳು ಎಲ್ಲಾದರು ನನ್ನ ಮೇಲೆ ದಾಳಿ ಮಾಡಿಬಿಡಬಹುದಾ? ಎಂಬ ಭಯದಿಂದಾಗಿ, ಸಲಗ ನಿಂತಲ್ಲಿ ನಿಲ್ಲಲಾಗದೇ ನಾಲ್ಕು ಹೆಜ್ಜೆ ಹಿಂದೆ ಸರಿಯುತ್ತಿತ್ತು, ಮತ್ತೆ ಪುನಃ ಮುಂದೆ ಬಂದು ಸೊಂಡಿಲಿನಿಂದ ಮುಳ್ಳುಗಿಡಗಳನ್ನು ಸರಿಸಿ ಮೂಸುತ್ತಿತ್ತು. ಆನೆಯ ಈ ವಿಚಿತ್ರ ವರ್ತನೆಯನ್ನು ಮರದ ಮೇಲೆ ಮತ್ತು ಬಂಡೆಯ ಹಿಂದೆ ಕುಳಿತಿದ್ದವರು ಬಿಟ್ಟ ಕಣ್ಣು ಬಿಟ್ಟಂತೆ ನೋಡುತ್ತಾ ಕುಳಿತಿದ್ದರು.

ಸಮಯ ಸರಿಯಾಗಿ ತಡರಾತ್ರಿ ಮೂರುವರೆ ಗಂಟೆ ಆಗಿರಬಹುದು. ಕೆಲ ತಾಸುಗಳಿಂದ ಒಂದೇ ಸಮನೆ ರಾದ್ಧಾಂತ ಮಾಡಿ ಬಳಲಿದ್ದ ಸಲಗ ಮೆಲ್ಲನೆ ಬಂದ ದಾರಿಯಲ್ಲೆ ಮರಳಿ ಹೆಜ್ಜೆ ಹಾಕತೊಡಗಿತು. ಆನೆ ಮರಳುವುದನ್ನು ಎಲ್ಲರೂ ನೋಡಿದರಾದರೂ, ಮತ್ತೆ ಮರಳಿ ಬರಬಹುದೇನೋ ಎಂಬ ಆತಂಕದಿಂದ ಮಿಸುಕಾಡದೆ ಹಾಗೆಯೇ ಕುಳಿತುಕೊಂಡಿದ್ದರು. ಹೊತ್ತು ಸರಿದು ತಂಗಾಳಿ ಬೀಸತೊಡಗಿದರು, ಅವಿತು ಕುಳಿತವರ ನೆತ್ತಿಯ ಮೇಲೆ ಬೆವರಿನ ಹನಿಗಳು ಜಿನುಗುತ್ತಲೆ ಇದ್ದವು. ಇನ್ನೇನು ಬೆಳಕ್ಹರಿಯಲಿದೆ ಎಂಬುದಕ್ಕೆ ಪೂರಕವಾಗಿ ಕಾಡುಕೋಳಿಗಳು ಕೂಗುತ್ತಾ, ಓಡಾಡುವ ಶಬ್ದ ಕಾಡಿನ ನಾಲ್ಕು ದಿಕ್ಕುಗಳಿಂದ ಕೇಳಿಬರತೊಡಗಿತು. ಮರದ ಎಲೆಗಳ ಮೇಲೆ ಕುಳಿತ ಇಬ್ಬನಿಗಳು ತಲೆಯ ಮೇಲೆ ತೊಟ್ಟಿಕ್ಕತೊಡಗಿದವು. ಮೂಡಣದಲ್ಲಿ ನೇಸರ ಕೆಂಪಗೆ ಹೊಳೆಯತೊಡಗಿದಂತೆ ಸೂರ್ಯರಶ್ಮಿಯ ಕಿರಣಗಳು ನೆಲಕ್ಕೆ ಚುಂಬಿಸುವ ಸಲುವಾಗಿ ಕಾಡುಮರಗಳ ನಡುವಿನಿಂದ ಇಣುಕತೊಡಗಿದವು.

ಪೊನ್ನಪ್ಪ ಮರದಿಂದ ಕೆಳಗಿಳಿದು, ಕೈಕಾಲುಗಳನ್ನೆಲ್ಲಾ ಒಮ್ಮೆ ಉದ್ದನೆ ಚಾಚಿ, ಮೈಮುರಿಯತೊಡಗಿದ. ಒಂದೇ ಭಂಗಿಯಲ್ಲಿ ಕುಳಿತು ಬೆಳಕರಿಸಿದ್ದರಿಂದ ಅವನಿಗೆ ಮೈಯೆಲ್ಲ ಹೆಪ್ಪುಗಟ್ಟಿದಂತಾಗಿತ್ತು. ಸಿದ್ದಣ್ಣ ಕೂಡ ಅವನ ಹಿಂದಿನಿಂದಲೆ ಮರದಿಂದ ಇಳಿದು ಪಕ್ಕದ ಪೊದೆಯ ಬಳಿಗೆ ಹೋಗಿ ಮೂತ್ರ ಮಾಡಿದ. ಪೊನ್ನಪ್ಪ ನಾಟಾದ ಬಳಿಗೆ ಹೋಗಿ ನೋಡುವಾಗ, ರಾತ್ರಿ ಒಂಟಿ ಸಲಗ ದಾಂಧಲೆ ನಡೆಸಿದ್ದರಿಂದಾಗಿ ನಾಟಾದ ಸುತ್ತಲೂ ಆನೆಯ ದೊಡ್ಡ ದೊಡ್ಡ ಹೆಜ್ಜೆಗಳು ಮೂಡಿರುವುದು ಎದ್ದು ಕಾಣುತ್ತಿದ್ದವು. ಪೊದೆಯೊಳಗೆ ಯಾರೋ ಕುಳಿತಿದ್ದಾರೆ ಎಂಬ ಸಂಶಯದಿಂದ ಆನೆ ತನ್ನ ಸೊಂಡಿಲಿನಿಂದ ಮುಚ್ಚಿದ್ದ ಸೊಪ್ಪುಸದೆಗಳನ್ನು ಎಳೆದಾಡಿದ್ದರಿಂದ ಒಂದು ಬದಿಯಲ್ಲಿ ನಾಟಾದ ತುಂಡುಗಳು ಕೂಡ ಜರುಗಿದ್ದವು. ಪೊನ್ನಪ್ಪ ಅಡಗುತಾಣದಿಂದ ಹೊರಬಂದು, ಮರದ ದಿಮ್ಮಿಗಳನ್ನು ಜೋಡಿಸಿದ್ದ ಸ್ಥಳವನ್ನು ಪರಿಶೀಲನೆ ಮಾಡುತ್ತಿರುವುದನ್ನು ನೋಡಿದ ಉಳಿದ ಎರಡು ತಂಡಗಳು, ಮೆಲ್ಲನೆ ಕುಳಿತಲ್ಲಿಂದ ಎದ್ದು ಅವರ ಬಳಿಗೆ ಬಂದರು. ಅವರನ್ನು ಕಂಡಿದ್ದೆ ತಡ ಹತ್ತಿರಕ್ಕೆ ಬರಬೇಡಿ ಎಂದು ಸನ್ನೆ ಮಾಡಿದ ಪೊನ್ನಪ್ಪ, ಅವರ ಬಳಿ ತೆರಳಿ, "ದಿಮ್ಮಿಗಳ ಬಳಿ ಹೋಗಬೇಡಿ. ಅಲ್ಲಿ ಆನೆಯ ಹೆಜ್ಜೆಗುರುತು ಮತ್ತು ಲದ್ದಿ ಬಿದ್ದಿದೆ. ಅದರ ಮೇಲೆ ನಾವು ಓಡಾಡಿದರೆ ನಮ್ಮ ಕಾಲ್ಗುರುತುಗಳು ಅಲ್ಲಿ ಅಚ್ಚೊತ್ತುವ ಸಾಧ್ಯತೆ ಇದೆ" ಎಂದು ಹೇಳಿದ.

ಎಲ್ಲರೂ 'ಸರಿ, ಸರಿ' ಎಂದು ರಾತ್ರಿಪೂರ ನಿದ್ದೆಗೆಟ್ಟು ಕೆಂಪಗೆ ಕಾಂತಿಹೀನವಾಗಿದ್ದ ಕಣ್ಣುಗಳಿಂದ ಸನ್ನೆ ಮಾಡಿ ಸರಿದು ನಿಂತರು. ರಾತ್ರಿ ಒಂಟಿಸಲಗ ಅಚಾನಕ್ಕಾಗಿ ಬಂದು ಕಾಟ ಕೊಟ್ಟಿದ್ದರಿಂದ ಎಲ್ಲರೂ ಬಸವಳಿದು ಹೋಗಿದ್ದರು.

"ಕಳ್ಳರಂತು ಬೆಳಿಗ್ಗೆ ಬರುವ ಯಾವುದೇ ಸಾಧ್ಯತೆ ಇಲ್ಲವಾದ್ದರಿಂದ ನೀವೆಲ್ಲ ಕ್ವಾಟ್ರಸ್‌ಗೆ ಹೋಗಿ ವಿಶ್ರಾಂತಿ ತೆಗೆದುಕೊಂಡು ಸಂಜೆಯ ವೇಳೆಗೆ ಮರಳಿ ಬಂದರೆ ಸಾಕು" ಎಂದು ಐದೂ ಜನರನ್ನು ಕಳುಹಿಸಿದ ಪೊನ್ನಪ್ಪ, ಕಾಡಿನ ನಡುಭಾಗದಲ್ಲಿದ್ದ ಕೆರೆಯ ಬಳಿಗೆ ಹೆಜ್ಜೆ ಹಾಕಿದ.

ಬೆಳಗಿನ ನಿತ್ಯಕರ್ಮಗಳನ್ನು ಮುಗಿಸಲು ಕೆರೆಯ ಬಳಿಗೆ ಹೋದ ಪೊನ್ನಪ್ಪನಿಗೆ, ರಾತ್ರಿ ನೀರು ಕುಡಿಯಲು ಬಂದ ಒಂಟಿಸಲಗ ಕೆರೆಯ ಬದಿಯ ಕೆಸರಲ್ಲಿ ಸಿಲುಕಿಕೊಂಡು ಪರದಾಡಿದ ಕುರುಹನ್ನು ಕಾಣಲು ಸಾಧ್ಯವಾಯಿತು. 'ಹೊ, ಹೋ ಇಲ್ಲಿಂದ ಹೇಗೊ ತಪ್ಪಿಸಿಕೊಂಡು ಆ ಆನೆ ನಾವು ಕುಳಿತಿದ್ದ ಮರದತ್ತ ಬಂದಿರಬೇಕು'. ಪುಣ್ಯಕ್ಕೆ ನಮ್ಮವರು ಯಾರೂ ಆ ಒಂಟಿಸಲಗದ ಕಣ್ಣಿಗೆ ಬಿದ್ದಿಲ್ಲ. ಒಂದುವೇಳೆ ನಾವೇನಾದರು ಅದರ ಕಣ್ಣಿಗೆ ಬಿದ್ದಿದ್ದರೆ ಕೆಸರಲ್ಲಿ

ಸಿಕ್ಕಿಕೊಂಡು ಕೊಸರಾಡಿದ ಕೋಪವನ್ನೆಲ್ಲ ನಮ್ಮ ಮೇಲೆ ತೀರಿಸಿಕೊಂಡು ಬಿಡುತ್ತಿತ್ತು ಎಂದು ಮನದಲ್ಲಿ ಅಂದುಕೊಂಡ.

ಮರಳಿ ಹೋದ ಅರಣ್ಯ ಸಿಬ್ಬಂದಿಗಳು, 'ಮರಗಳ್ಳರು ರಾತ್ರಿ ಬರದೇ ಇದ್ದದ್ದು ಮತ್ತು ತಡರಾತ್ರಿಯಲ್ಲಿ ಆನೆ ಬಂದು ಕೊಟ್ಟ ಪರಿಪಾಟಲಗಳನ್ನು' ಚಾಚುತಪ್ಪದೆ ರೇಂಜರ್ ಅಚ್ಚಯ್ಯನವರಿಗೆ ವಿವರಿಸಿದರು. 'ಛೇ' ಈ ಮರಗಳ್ಳರಿಂದಾಗಿ ನಮ್ಮ ಸಿಬ್ಬಂದಿ ಎಷ್ಟೊಂದು ಸಮಸ್ಯೆಗಳನ್ನು ಅನುಭವಿಸುವಂತಾಯ್ತಲ್ಲ. "ಕಳ್ಳ ಬಡ್ಡಿಮಕ್ಕಳು, ಸಿಕ್ಕಿ ಹಾಕಿಕೊಳ್ಳಲಿ ಅವರನ್ನು ಜೀವನಪೂರ್ತಿ ಜೈಲಿನಲ್ಲಿ ಕೊಳೆಯುವ ಹಾಗೆ ಮಾಡುತ್ತೇನೆ" ಎಂದು ಹೇಳುತ್ತಾ, ವಾಕಿಟಾಕಿಯನ್ನು ಆನ್ ಮಾಡಿ, "ಹಲೋ ಹಲೋ, ಅಚ್ಚಯ್ಯ ಹಿಯರ್" ಎಂದರು.

ಅತ್ತ 'ಕರ್ರ್ ಕರ್ರ್' ಎಂದು ಶಬ್ದವಾಗುತ್ತಿದ್ದಂತೆ ವೈರ್‌ಲೆಸನ್ನು ಪೊನ್ನಪ್ಪ ಆನ್ ಮಾಡಿದ. "ನೀವು ಬೇರೆ ಒಬ್ಬರೇ ಇದ್ದೀರ, ಸ್ವಲ್ಪ ಹುಷಾರಾಗಿರಿ" ಎಂಬ ಅಚ್ಚಯ್ಯನವರ ಧ್ವನಿ ಕೇಳಿಸಿತು.

"ನನ್ನ ವಿಚಾರವಾಗಿ ನೀವು ಚಿಂತೆ ಮಾಡಬೇಡಿ ಸರ್, ಇನ್ನೆರಡು ದಿನ ತಡವಾದರೂ ಪರ್ವಾಗಿಲ್ಲ, ಈ ಕಳ್ಳರನ್ನು ಹಿಡಿದು ಅವರಿಗೆ ಒಂದು ಗತಿ ಕಾಣಿಸಲೇಬೇಕು" ಎಂದೆನ್ನುತ್ತಾ 'ಸಿಬ್ಬಂದಿಯನ್ನು ಸಂಜೆಯ ವೇಳೆಗೆ ಅಗತ್ಯ ಸಾಮಗ್ರಿಗಳೊಂದಿಗೆ ಮರಳಿ ಕಳುಹಿಸಿಕೊಡಿ. ಅದರ ನಡುವಲ್ಲಿ ಏನಾದರು ಮರಗಳ್ಳರು ಬರುವ ಲಕ್ಷಣ ಕಂಡರೆ, ನಾನು ನಿಮಗೆ ಮಾಹಿತಿ ನೀಡುತ್ತೇನೆ' ಎಂದು ಅಚ್ಚಯ್ಯನವರ ಬಳಿಹೇಳಿ ವೈರ್‌ಲೆಸನ್ನು ಪೊನ್ನಪ್ಪ ಆಫ್ ಮಾಡಿದ. ನಂತರ ಮರಗಳ್ಳತನಕ್ಕೆ ಸಂಬಂಧಪಟ್ಟ ಬೇರೇನಾದರು ಕುರುಹುಗಳು ಸಿಗಬಹುದಾ? ಎಂದು ಕಾಡಿನ ಸುತ್ತಲೂ ಎಚ್ಚರಿಕೆಯಿಂದ ಒಂದಷ್ಟು ಸುತ್ತಾಡಿ, ಹನ್ನೆರಡು ಗಂಟೆಯ ವೇಳೆಗೆ ಮರಳಿ ಮಚ್ಚಾನಿನತ್ತ ಬಂದು, ಮರದ ಮೇಲೆ ಹತ್ತಿ, ನಿನ್ನೆ ಬರುವಾಗ ಕಟ್ಟಿಕೊಂಡು ಬಂದಿದ್ದ ಒಣರೊಟ್ಟಿಯನ್ನು ಬಾಯಿಗೆ ಹಾಕಿಕೊಂಡು ಜಗಿಯತೊಡಗಿದ. ಕೆಲಸಮಯಗಳ ತರುವಾಯ, ರಾತ್ರಿ ಪೂರ ಆನೆ ಅವಾಂತರದಿಂದ ನಿದ್ರೆಗೆಟ್ಟು ಬಳಲಿದ್ದರಿಂದ ಹಾಗೆಯೇ ಕಾಲು ನೀಡಿ ನಿದ್ರೆಗೆ ಜಾರಿದ.

ಸಮಯ ಸರಿಸುಮಾರು ನಾಲ್ಕು ಗಂಟೆಯಾಗಿರಬಹುದು. 'ಚರ್ರ್ ಪರ್ರ್' ಎಂದು ತರಗೆಲೆಗಳ ಮೇಲೆ ಹೆಜ್ಜೆ ಹಾಕುತ್ತಾ, ತನ್ನತ್ತ ಯಾರೋ ನಡೆದು ಬರುತ್ತಿರುವಂತೆ ಪೊನ್ನಪ್ಪನಿಗೆ ನಿದ್ದೆಮಂಪರಿನಲ್ಲಿ ಭಾಸವಾಗತೊಡಗಿತು. ತಕ್ಷಣ ಎಚ್ಚರಗೊಂಡ ಪೊನ್ನಪ್ಪ, ಯಾರಿರಬಹುದು? ಎಂದು ಮಲಗಿದ್ದಲ್ಲಿಂದಲೆ ಯೋಚಿಸಿ, ಪಕ್ಕದಲ್ಲಿದ್ದ ಕೋವಿಯನ್ನು ಶಬ್ದ ಕೇಳಿಬರುತ್ತಿರುವೆಡೆಗೆ ಗುರಿಯಿಟ್ಟು ನೋಡಿದ. ಬೆಳಿಗ್ಗೆ ವಿಶ್ರಾಂತಿಗೆ ತೆರಳಿದ್ದ ತಮ್ಮದೆ ತಂಡ ಬೆನ್ನಿಗೆ ಬಂದೂಕು

ನೇತು ಹಾಕಿಕೊಂಡು, ಒಂದು ಕೈಯಲ್ಲಿ ರಾತ್ರಿ ಪಾಳಿಗೆ ಬೇಕಾದ ಸಾಮಗ್ರಿ ಮತ್ತು ನೀರಿನ ಕ್ಯಾನ್‌ಗಳನ್ನು ಹಿಡಿದು ಮೆಲ್ಲಮೆಲ್ಲನೆ ಹೆಜ್ಜೆಗಳನ್ನು ಹಾಕುತ್ತಾ ಪೊನ್ನಪ್ಪ ಕುಳಿತಿದ್ದ ಹೊನ್ನೆ ಮರದೆಡೆಗೆ ನಡೆದುಕೊಂಡು ಬರುತ್ತಿತ್ತು. ಅವರೆಷ್ಟೇ ಶಬ್ದಬಾರದಂತೆ ಎಚ್ಚರಿಕೆಯಿಂದ ಹೆಜ್ಜೆಹಾಕುತ್ತಿದ್ದರೂ ಕಾಲೆಜ್ಜೆ ಸದ್ದು ಮಾತ್ರ ಕೇಳಿ ಬರುತ್ತಲೆ ಇತ್ತು.

ಅರಣ್ಯ ಸಿಬ್ಬಂದಿಯ ತಲೆ ಕಂಡ ತಕ್ಷಣ, ಮರದ ಕೊಂಬೆಗೆ ಕಟ್ಟಿದ್ದ ಹಗ್ಗವನ್ನು ಇಳಿಬಿಟ್ಟು ಪೊನ್ನಪ್ಪ ಕೆಳಗಿಳಿದು ಬಂದು, ನಾವು ಕಾವಲು ಕುಳಿತಿರುವ ವಿಚಾರವಾಗಿ ಹೊರಗಡೆ ಯಾರಿಗಾದರು ಸಂಶಯ ಮೂಡಿದೆಯ? ಎಂದು ಸಿಬ್ಬಂದಿಗಳ ಬಳಿ ಕೇಳಿದ. "ಇಲ್ಲ ಸರ್, ಯಾರಿಗೂ ಸಂಶಯ ಬಂದಿಲ್ಲ. ಆದರೆ ನಿನ್ನೆ ರಾತ್ರಿ ನಡೆದ ಆನೆಯ ಕಥೆ ಕೇಳಿದ ಸಾಹೇಬ್ರು, ಇವತ್ತು ಒಂದು ದಿನ ನೋಡಿ, ಮರಗಳ್ಳರು ಬರದೇ ಹೋದರೆ, ನಾಳೆಯಿಂದ ಬೇರೆಯೇನಾದ್ರು ಉಪಾಯ ಹೂಡುವ, ನೀವು ಸುಮ್ಮನೇ ಕಾಡಿನಲ್ಲಿ ಕುಳಿತು ರಿಸ್ಕ್ ತಗೋಬೇಡಿ" ಎಂದು ಹೇಳಿದ್ದಾರೆ ಎಂದರು. ಅಚ್ಚಯ್ಯನವರು ಆ ರೀತಿಯಾಗಿ ಹೇಳುವುದಕ್ಕಿಂತ ಮಿಗಿಲಾಗಿ 'ಪಹರೆಗೆಂದು ಬಂದಿದ್ದ ಅಷ್ಟು ಜನ ಅರಣ್ಯ ಸಿಬ್ಬಂದಿಗೆ, ಈ ರೀತಿ ಜೀವವನ್ನು ಪಣಕ್ಕಿಟ್ಟು, ಕಾದುಕುಳಿತು ಕಳ್ಳರನ್ನು ಹಿಡಿಯಲು ಸುತಾರಂ ಇಷ್ಟವಿರಲಿಲ್ಲ' ಎಂಬುದು ಅವರ ಮುಖಲಕ್ಷಣ ನೋಡಿದಾಗಲೆ ಪೊನ್ನಪ್ಪನಿಗೆ ಅರ್ಥವಾಗಿತ್ತು. ಹೆಚ್ಚೆಂದರೆ ಇವತ್ತು ಒಂದು ದಿನ ಮರಗಳ್ಳರಿಗಾಗಿ ನಾವು ಇಲ್ಲಿ ಕಾವಲು ಕಾಯಬಹುದು, ನಾಳೆಯಿಂದ ನಾವು ಕೂರುತ್ತೇವೆ ಎಂದರೂ ಅಚ್ಚಯ್ಯನವರು ಒಪ್ಪುವುದಿಲ್ಲ. 'ಒಂದು ವೇಳೆ ಈ ರೀತಿ ಕಾವಲುಕುಳಿತು ಏನಾದರು ಸಮಸ್ಯೆ ಎದುರಾದರೆ, ಅದು ಅಚ್ಚಯ್ಯನವರ ತಲೆಗೆ ಬಂದುಬಿಡಬಹುದು ಎಂಬ ಕಳವಳ ಕೂಡ ಅವರಲ್ಲಿರುತ್ತೆ' ಎಂದು ಪೊನ್ನಪ್ಪನಿಗೆ ಅನ್ನಿಸತೊಡಗಿತು. 'ಕೊನೆಯದಾಗಿ ಇವತ್ತು ಒಂದು ದಿನ ಪ್ರಯತ್ನ ಮಾಡಿ ನೋಡುವ!' ಎಂದು ದೀರ್ಘವಾದ ನಿಟ್ಟುಸಿರೊಂದನ್ನು ಬಿಟ್ಟ ಪೊನ್ನಪ್ಪ, 'ಹೆಚ್ಚು ಹೊತ್ತು ಇಲ್ಲೆ ಮಾತನಾಡಿಕೊಂಡು ನಿಲ್ಲುವುದು ಬೇಡ ಎಲ್ಲರೂ ಅವರವರ ಸ್ಥಳಕ್ಕೆ ಹೋಗಿ ಕಾವಲು ಕೂರಲು ಬೇಕಾದ ಸಿದ್ಧತೆಗಳನ್ನು ಮಾಡಿ' ಎಂದು ತಿಳಿಸಿ, ತನ್ನೊಂದಿಗೆ ರಾತ್ರಿ ತಂಗಿದ್ದ ಸಿದ್ದಣ್ಣನೊಂದಿಗೆ ಊಟದ ಸಾಮಗ್ರಿಗಳು ಮತ್ತು ನೀರಿನ ಕ್ಯಾನ್‌ಗಳನ್ನು ಹಗ್ಗದ ಮೂಲಕ ಮರದ ಮೇಲಕ್ಕೆ ಸಾಗಿಸತೊಡಗಿದ. ನಿನ್ನೆ ರಾತ್ರಿ ಒಂಟಿಸಲಗದ ಕಾಟಕ್ಕೆ ಬೆಚ್ಚಿದ್ದ ಎರಡನೆಯ ತಂಡದವರು ಇಂದು ಬಂದ ಕೂಡಲೇ ತಡಮಾಡದೆ ಒಂದು ಬೀಟೆ ಮರವನ್ನು ಆಯ್ಕೆ ಮಾಡಿಕೊಂಡು, ಅದರಲ್ಲಿ ಮಚ್ಚಾನು ಕಟ್ಟಲು ಶುರುಮಾಡಿದರು. ಉಳಿದಂತೆ ಮೂರನೆ ತಂಡ ಕೂಡ ಮರವೇರಿ ಕುಳಿತುಕೊಂಡಿತು.

ಮಧ್ಯಾಹ್ನ ಬಿಸಿಲಿನ ಧಗೆ ಕೊಂಚ ಹೆಚ್ಚಿದ್ದರಿಂದ, ಸಾಯಂಕಾಲವಾಗುತ್ತಿದ್ದಂತೆ ಮೋಡಗಳು ಕಪ್ಪಿಡಲು ಶುರುವಾಗಿ, ತಣ್ಣನೆಯ ಗಾಳಿ ಬೀಸತೊಡಗಿತು. ಪೊನ್ನಪ್ಪನಿಗೆ ಕಳೆದೆರಡು ದಿನಗಳಿಂದ, ಮರಗಳ್ಳರ ಹಿಂದೆ ಬಿದ್ದಿದ್ದರಿಂದಾಗಿ ಮರೆತು ಹೋಗಿದ್ದ, ಮನೆ ಮತ್ತು ಹೆಂಡತಿ ಮಕ್ಕಳ ನೆನಪು ಮೆಲ್ಲನೆ ಕಣ್ಣ ಮುಂದೆ ಬರತೊಡಗಿತು. ತಾನು ವಾಸ ಮಾಡುತ್ತಿರುವ ಕಾನೂರಿನ ಪರಿಸರ, ಕಾಲೇಜು ದಿನಗಳಲ್ಲಿ ಪ್ರೀತಿಸಿ ಮದುವೆಯಾದ ಬೊಳ್ಳವ್ವ, ಕೆಲವರ್ಷಗಳಲ್ಲಿ ಪ್ರೀತಿಯ ಸಂಕೇತವಾಗಿ ಹುಟ್ಟಿದ ಇಬ್ಬರು ಗಂಡು ಮಕ್ಕಳು, ಅರಣ್ಯ ಇಲಾಖೆಯ ಕೆಲಸದಿಂದಾಗಿ ಕುಟುಂಬದೊಂದಿಗೆ ಅನ್ಯೋನ್ಯವಾಗಿ ಕಳೆಯಬೇಕಾದಂತಹ ಸಮಯದಲ್ಲಿ ಅವರನ್ನು ಅಗಲಿ ಇರಬೇಕಾಗಿ ಬಂದದ್ದು, ಎಲ್ಲವೂ ನೆನಪಿನ ಬುತ್ತಿಯಿಂದ ತೆರೆದುಕೊಳ್ಳಲು ಪ್ರಾರಂಭವಾಯಿತು.

ಮೊದಮೊದಲು ಕರ್ತವ್ಯದ ದೆಸೆಯಿಂದಾಗಿ ಗಂಡನೊಂದಿಗೆ ಹೆಚ್ಚು ಸಮಯ ಕಳೆಯಲು ಸಾಧ್ಯವಾಗುತ್ತಿಲ್ಲವಲ್ಲ ಎಂದು ಬೊಳ್ಳವ್ವ ಬೇಸರಿಸಿಕೊಳ್ಳುತ್ತಿದ್ದಳು. ಜೊತೆಗೆ ಈ ಅರಣ್ಯ ಇಲಾಖೆಯ ಕೆಲಸವನ್ನು ಬಿಟ್ಟುಬಿಡಿ, ಪೂರ್ವಜರಿಂದ ಬಳುವಳಿಯಾಗಿ ಬಂದಿರುವ ಕಾಫಿ ತೋಟದಲ್ಲಿ ವ್ಯವಸಾಯ ಮಾಡಿ ಬದುಕುವ ಎಂದು ಆಗಾಗ ಹೇಳುತ್ತಿದ್ದಳು. ಹೀಗಿರುವಾಗ ಚೇರಂಬಾಣೆಯಲ್ಲಿರುವ ಅವಳ ದೊಡ್ಡಮ್ಮನ ಮಗಳ ವಿವಾಹದ ದಿನ ಹತ್ತಿರ ಬಂದಿತ್ತು. ತಮ್ಮ ಮದುವೆಗೆ ಓಡಾಡಿ, ಮುಂದೆ ನಿಂತು ಎಲ್ಲಾ ಸಹಕಾರ ನೀಡಿದ್ದ ಕುಟುಂಬವದು. ಅವರ ಮಗಳ ಮದುವೆಗೆ ಅದೇ ರೀತಿ ನಾವು ಕೂಡ ಓಡಾಡಬೇಕು ಎಂದು ಗಂಡಹೆಂಡಿರಿಬ್ಬರು ಈ ಮೊದಲೇ ತೀರ್ಮಾನ ಮಾಡಿಕೊಂಡಿದ್ದರು. ಅದರಂತೆ ಮೂರು ದಿನಗಳಿಗೆ ಮೊದಲೇ ಬೊಳ್ಳವ್ವ ಮತ್ತು ಮಕ್ಕಳು ಮದುವೆ ಮನೆಗೆ ಹೋಗಿದ್ದರು. ಹೋಗುವ ಮೊದಲು ನೀವು ಕೂಡ ಒಂದು ದಿನ ಮೊದಲೆ ಮೇಲಧಿಕಾರಿಯೊಂದಿಗೆ ಮಾತನಾಡಿ ರಜೆ ತೆಗೆದುಕೊಂಡು ಬರಬೇಕು ಎಂದು ಪೊನ್ನಪ್ಪನಿಗೆ ತಿಳಿಸಿಹೋಗಿದ್ದಳು.

ಆ ದಿನಗಳಲ್ಲಿ ಪೊನ್ನಪ್ಪ, ಸಿದ್ದಾಪುರದ ಮೂಲಕ ಪಿರಿಯಾಪಟ್ಟಣಕ್ಕೆ ಹಾದುಹೋಗುವ ಮಾಲ್ದಾರೆ ಚೆಕ್‌ಪೋಸ್ಟ್‌ನಲ್ಲಿ ಕರ್ತವ್ಯ ನಿರ್ವಹಿಸುತ್ತಿದ್ದ. ಮೈಸೂರು ಜಿಲ್ಲೆಗೆ ಸಂಪರ್ಕ ಕಲ್ಪಿಸುತ್ತಿದ್ದ ಕೊಡಗಿನ ಮುಖ್ಯ ಚೆಕ್‌ಪೋಸ್ಟ್‌ಗಳಾದ ಕುಶಾಲನಗರದ ಕೊಪ್ಪ ಮತ್ತು ತಿತಿಮತಿಯ ಆನೆಚೌಕೂರು ಚೆಕ್‌ಪೋಸ್ಟ್‌ನಲ್ಲಿ ಬಿಗಿಭದ್ರತೆಯೊಂದಿಗೆ ಪೊಲೀಸ್ ಸಿಬ್ಬಂದಿಗಳು ದಿನದ ಇಪ್ಪತ್ತನಾಲ್ಕು ತಾಸು ಕಾವಲಿರುತ್ತಿದ್ದುದರಿಂದ, ಕೊಡಗಿನೊಳಗಿಂದ ಕದ್ದು ಮರ ಸಾಗಾಟ ಮಾಡುತ್ತಿದ್ದ ಸಣ್ಣಪುಟ್ಟ ವ್ಯಾಪಾರಿಗಳು ಹೆಚ್ಚಿನದಾಗಿ ಮಾಲ್ದಾರೆ ಗೇಟ್ ಮೂಲಕವೆ, ತರಕಾರಿ ಗಾಡಿಗಳ ಸೋಗಿನಲ್ಲಿ ಕೆಳಗೆ ಮರದ ನಾಟಾಗಳನ್ನು ಜೋಡಿಸಿ ಅಥವಾ ಮೇಲೆ ಗೊಬ್ಬರದ ಚೀಲಗಳನ್ನು ಒಪ್ಪಾಗಿ ಜೋಡಿಸಿ ತಳದಲ್ಲಿ ದಿಮ್ಮಿಗಳನ್ನು

ತುಂಬಿ ಯಾವುದೇ ಸಂಶಯ ಬಾರದ ರೀತಿಯಲ್ಲಿ ತಪಾಸಣಾ ಗೇಟನ್ನು ದಾಟಿಸುತ್ತಿದ್ದರು. ಅದರಿಂದಾಗಿ ಅರಣ್ಯ ಇಲಾಖೆಯ ಸಿಬ್ಬಂದಿಗಳು ಮೈಯೆಲ್ಲಾ ಕಣ್ಣು ಮಾಡಿಕೊಂಡು ಆ ಗೇಟ್‌ನಲ್ಲಿ ಕಾವಲು ಕೂರಬೇಕಿತ್ತು.

ಅಂದು ಕೂಡ ಪಾಲಿಬೆಟ್ಟ ಭಾಗದಿಂದ ಕಾಫಿ ಮೂಟೆಗಳನ್ನು ತುಂಬಿಕೊಂಡು ಹೊರಟಿರುವ ಒಂದು ಪಿಕ್‌ಅಪ್ ವಾಹನದ ಕೆಳಭಾಗದಲ್ಲಿ ಐದಾರು ಬೀಟೆಮರದ ನಾಟಾಗಳನ್ನು ತುಂಬಿ ಸಾಗಿಸಲು ಯತ್ನಿಸುತ್ತಿದ್ದಾರೆ ಎಂಬ ಮಾಹಿತಿಯೊಂದು ಇಲಾಖೆಯವರಿಗೆ ಬಂದಿತ್ತು. ಆ ಮಾಹಿತಿಯ ಜಾಡುಹಿಡಿದು ಮೂವರು ಗಾರ್ಡ್‌ಗಳೊಂದಿಗೆ ಚೆಕ್‌ಪೋಸ್ಟಿನ ಮೂಲಕ ಹಾದುಹೋಗುತ್ತಿದ್ದ ಪ್ರತಿಯೊಂದು ವಾಹನಗಳನ್ನು ತಡೆದು ನಿಲ್ಲಿಸಿ ಪೊನ್ನಪ್ಪ ತಪಾಸಣೆ ನಡೆಸುತ್ತಿದ್ದ. ಸಂಜೆ ಕರ್ತವ್ಯ ಮುಗಿದ ನಂತರದಲ್ಲಿ ಮಡದಿಯ ದೊಡ್ಡಮ್ಮನ ಮಗಳ ಮದುವೆಗೆ ಬೇರೆ ಹೋಗಬೇಕೆಂದು ಪೊನ್ನಪ್ಪ ಅಂದುಕೊಂಡಿದ್ದ. ಆದರೆ ಕಳ್ಳಮಾಲು ತುಂಬಿಕೊಂಡು ಬರುತ್ತಿದ್ದ ವಾಹನ, ಹೊರಡಬೇಕೆಂದು ತೀರ್ಮಾನಿಸಿದ್ದ ಆ ಸಮಯದವರೆಗೆ ಬರಲಿಲ್ಲವಾದ್ದರಿಂದ ಪೊನ್ನಪ್ಪನಿಗೆ ಮದುವೆಗೆ ಹೋಗಲು ಆಗಿರಲಿಲ್ಲ. ಜೊತೆಗೆ ಅದು ದಿನದ 24 ಗಂಟೆಯೂ ವಾಹನಗಳು ಓಡಾಡುವ ಮುಖ್ಯ ರಸ್ತೆಯಾಗಿದ್ದರಿಂದ, ಯಾವ ಸಂದರ್ಭದಲ್ಲಿ ಬೀಟೆ ಮರ ತುಂಬಿದ ವಾಹನ ಬರುತ್ತದೆ ಎಂಬುದನ್ನು ಊಹಿಸಲು ಸಾಧ್ಯವಿರಲಿಲ್ಲ. ಇದರಿಂದಾಗಿ ಕಾದು ನೋಡುವ ಎಂದು ಮದುವೆಗೆ ಹೋಗದೆ ಚೆಕ್‌ಪೋಸ್ಟ್‌ನಲ್ಲಿಯೇ ಪೊನ್ನಪ್ಪ ಕಾವಲು ಕುಳಿತಿದ್ದ.

ಹೀಗಿರುವಾಗ ರಾತ್ರಿ ಹನ್ನೆರಡು ಗಂಟೆಯ ವೇಳೆಗೆ ಸಿದ್ದಾಪುರ ಭಾಗದಿಂದ ಕಾಫಿ ಮೂಟೆಯನ್ನು ತುಂಬಿಕೊಂಡ ಬಿಳಿಬಣ್ಣದ ಫೋರ್‌ವ್ಹೀಲರ್ ಪಿಕ್‌ಅಪ್ ಒಂದು ವೇಗವಾಗಿ ಬರುವುದು ಕಾಣಿಸಿತು. ಆ ವಾಹನವನ್ನು ತಡೆದ ಪೊನ್ನಪ್ಪ ಮತ್ತು ಸಿಬ್ಬಂದಿ, ವಾಹನದಲ್ಲಿದ್ದ ಇಬ್ಬರನ್ನು ವಿಚಾರಣೆ ಮಾಡಲು ನಿಲ್ಲಿಸಿದ್ದರು.. ಆದರೆ ವಾಹನದಲ್ಲಿದ್ದವರು ಪೊನ್ನಪ್ಪನ ಪ್ರಶ್ನೆಗೆ ಸಮರ್ಪಕವಾದ ಉತ್ತರವನ್ನು ನೀಡದೆ ಕಳ್ಳರಂತೆ ವರ್ತಿಸತೊಡಗಿದಾಗ ಅನುಮಾನಗೊಂಡ ಪೊನ್ನಪ್ಪ, ಬಂದಿದ್ದ ಮಾಹಿತಿಯ ಆಧಾರದ ಮೇಲೆ ಇಬ್ಬರನ್ನು ಬಂಧಿಸಿ, ವಾಹನವನ್ನು ಮುಟ್ಟುಗೋಲು ಹಾಕಿಕೊಂಡು ಅರಣ್ಯ ಕಚೇರಿಗೆ ಕರೆದುಕೊಂಡು ಹೋಗಿದ್ದ.

ಮರುದಿನ ಬೆಳಕರಿಯುವ ವೇಳೆಗಾಗಲೆ ಕಚೇರಿಯ ಮುಂದೆ ಜನಸ್ತೋಮ ನೆರೆದು ಬಿಟ್ಟಿತ್ತು. ಕಾರಣ, ಆ ಕಾಫಿ ತುಂಬಿದ್ದ ವಾಹನ, ಸಿದ್ದಾಪುರ ಭಾಗದ ಒಬ್ಬ ರಾಜಕಾರಣಿಯದ್ದಾಗಿತ್ತು. ಅವರ ತೋಟದಿಂದ ಕಾಫಿ ತುಂಬಿಕೊಂಡು ಬರುವ ವೇಳೆ, ನಡುದಾರಿಯಲ್ಲಿ ವಾಹನ ಕೆಟ್ಟು ಹೋಗಿದ್ದರಿಂದ ಪಕ್ಕದೂರಿಗೆ ಹೋಗಿ ಮೆಕ್ಯಾನಿಕ್‌ನನ್ನು ಕರೆದುಕೊಂಡು ಬಂದು ವಾಹನ ಸರಿಪಡಿಸಿ ಹೊರಡುವಾಗ ತಡರಾತ್ರಿಯಾಗಿತ್ತು. ಇತ್ತ, ಬೀಟೆಮರ ಸಾಗಿಸುತ್ತಿದ್ದವರಿಗೆ ತಾವು

ಮರ ಕೊಂಡೊಯ್ಯುತ್ತಿರುವ ವಿಚಾರ ಇಲಾಖೆಯವರಿಗೆ ಗೊತ್ತಾಗಿದೆ ಎಂದು ತಿಳಿದು ತಮ್ಮನ್ನು ಹಿಡಿಯುವ ಸಲುವಾಗಿ ಚೆಕ್‌ಪೋಸ್ಟಿನಲ್ಲಿ ಸರ್ಪಗಾವಲು ಹಾಕಿದ್ದಾರೆ ಎಂದು ಕಳ್ಳರೊಂದಿಗೆ ಶಾಮೀಲಾಗಿದ್ದ ಕೆಲವು ಇಲಾಖೆಯೊಳಗಿನ ಸಿಬ್ಬಂದಿಯೇ ಮಾಹಿತಿ ಕೊಟ್ಟಿದ್ದರಿಂದ, ಅಂದು ಮರ ಸಾಗಿಸದೆ ತಟಸ್ಥರಾಗಿ ಉಳಿದಿದ್ದರು. ಹೀಗಿರುವಾಗ ಕಾಫಿ ಮೂಟೆಗಳನ್ನು ಹೊತ್ತುಬಂದ ವಾಹನ ಮರಗಳ್ಳರದ್ದೆ ಇರಬೇಕು ಎಂದು ಅಪಾರ್ಥ ಮಾಡಿಕೊಂಡ ಪೊನ್ನಪ್ಪ ಮತ್ತು ಸಿಬ್ಬಂದಿ ವಾಹನ ಸಮೇತ ಇಬ್ಬರನ್ನು ಬಂಧಿಸಿ ಅರಣ್ಯ ಕಚೇರಿಗೆ ಕೊಂಡೊಯ್ದಿದ್ದರು. ಈ ವಿಚಾರ ಬೆಳಗಾಗುವ ಹೊತ್ತಿಗೆ ಕಾಳ್ಗಿಚ್ಚಿನಂತೆ ಊರಿನ ಎಲ್ಲಾ ಭಾಗಕ್ಕೂ ಹಬ್ಬಿ, ಕಚೇರಿಯ ಕದ ತೆರೆಯುವ ಮೊದಲೆ ರಾಜಕಾರಣಿಯ ಚೇಲಾಗಳು ಅರಣ್ಯ ಇಲಾಖೆಯ ವಿರುದ್ಧ ಘೋಷಣೆಗಳನ್ನು ಕೂಗುತ್ತಾ ಪ್ರತಿಭಟನೆ ಮಾಡತೊಡಗಿದ್ದರು.

ಇವೆಲ್ಲದರ ನಡುವೆ, ಮುಟ್ಟುಗೋಲು ಹಾಕಿಕೊಂಡು ಬಂದಿದ್ದ ವಾಹನದ ಅಸಲಿಯತ್ತನ್ನು ಅರಿಯದ ಅಂದಿನ ರೇಂಜರ್ ಮತ್ತು ಪೊನ್ನಪ್ಪ, ಸರ್ವರ ಸಮಕ್ಷಮದಲ್ಲಿ ವಾಹನದ ಮೇಲೆ ಜೋಡಿಸಲಾಗಿದ್ದ ಕಾಫಿ ಮೂಟೆಗಳನ್ನು ವಾಹನದಿಂದ ಇಳಿಸಿ ತಪಾಸಣೆ ಮಾಡಿ ಎಂದು ಸಿಬ್ಬಂದಿಗೆ ಅಣತಿ ಮಾಡಿದರು. ಮೂಟೆಗಳನ್ನು ವಾಹನದಿಂದ ಇಳಿಸಿದಾಗ, ಆ ವಾಹನದಲ್ಲಿ ಬೀಟೆಮರದ ನಾಟಾ ಇರಲಿ, ಮರದ ಒಂದು ಚಕ್ಕೆಯೂ ಲಭಿಸಲಿಲ್ಲ! ಕೊನೆಯಲ್ಲಿ ಪೊನ್ನಪ್ಪನಿಗೆ ತನ್ನ ಎಡವಟ್ಟಿನ ಅರಿವಾಗುವುದರ ಜೊತೆಗೆ ಅರಣ್ಯ ಇಲಾಖೆ ಮತ್ತು ಪೊನ್ನಪ್ಪನ ವಿರುದ್ಧ ಅಲ್ಲಿ ನೆರೆದಿದ್ದವರ ಆಕ್ರೋಶದ ಕಟ್ಟೆಯೊಡೆದು ಪರಿಸ್ಥಿತಿ ಕೈಮೀರುವ ಹಂತಕ್ಕೆ ತಲುಪಿತು. ನಂತರದಲ್ಲಿ ಇಲಾಖೆಯ ಉನ್ನತ ಅಧಿಕಾರಿಗಳು ರಾಜಕಾರಣಿಯ ಮನವೊಲಿಸಿ ನಿಮ್ಮ ಮೇಲೆ ಯಾವುದೇ ವೈಯಕ್ತಿಕ ದ್ವೇಷ ಇಟ್ಟುಕೊಂಡು ಪೊನ್ನಪ್ಪ ಈ ರೀತಿಯಾಗಿ ವಾಹನ ಮತ್ತು ಡ್ರೈವರ್‌ನನ್ನು ಬಂಧಿಸಿಲ್ಲ. ಇಲಾಖೆಗೆ ಬಂದ ಸುಳ್ಳು ಮಾಹಿತಿಯಿಂದಾಗಿ ಇಷ್ಟೆಲ್ಲ ಸಮಸ್ಯೆ ಉದ್ಭವವಾಗಿದ್ದು, ಇನ್ನು ಮುಂದೆ ಈ ರೀತಿಯ ಯಾವುದೇ ತಪ್ಪು ನಡೆಯದ ಹಾಗೆ ನೋಡಿಕೊಳ್ಳುತ್ತೇವೆ ಎಂದು ಪರಿಸ್ಥಿತಿಯನ್ನು ತಿಳಿಗೊಳಿಸುವ ವೇಳೆಗೆ ಸಮಯ ಸಂಜೆ ಕಳೆದಿತ್ತು. ಇತ್ತ ಮಡದಿಯ ಮನೆಯಲ್ಲಿ ಮದುವೆ ಸಮಾರಂಭ ಕೂಡ ಮುಕ್ತಾಯವಾಗಿತ್ತು. ಎಲ್ಲವೂ ಮುಗಿದ ಮೇಲೆ ಇನ್ನು ಅಲ್ಲಿಗೆ ಹೋಗುವುದು ಸರಿಯಲ್ಲ ಎಂದುಕೊಂಡ ಪೊನ್ನಪ್ಪ ಕ್ವಾಟ್ರಸ್‌ಗೆ ತೆರಳಿ ಬೇಸರದಿಂದ ಸ್ವಲ್ಪ ಮದ್ಯ ಸೇವಿಸಿ ಮಲಗಿ ಬಿಟ್ಟಿದ್ದ.

ಮದುವೆಗೆಂದು ತವರು ಮನೆಗೆ ಹೋಗಿದ್ದ ಬೊಳ್ಳವ್ವ ಮತ್ತು ಮಕ್ಕಳು ಪೊನ್ನಪ್ಪ ಮದುವೆಗೆ ಬಾರದಿದ್ದುದ್ದಕ್ಕೆ ಕೋಪ ಮಾಡಿಕೊಂಡು, ಒಂದು ವಾರ ಕಳೆದರು ಮರಳಿ ಮನೆಗೆ ಬಾರದೇ ಕೋಪ ಪ್ರಕಟಿಸಿದ್ದರು. 'ತಾನು

ಮದುವೆಗೆ ಹೋಗದೆ ಇದ್ದುದರಿಂದ ಹೆಂಡತಿಗೆ ಮತ್ತು ಅವರ ಕುಟುಂಬಕ್ಕೆ ಬೇಸರವಾಗಿರಬಹುದು. ಆದರಿಂದ ಪರಿಸ್ಥಿತಿ ತಣ್ಣಗಾದ ಮೇಲೆ ಅವರೇ ಮರಳಿ ಬರಲೀ' ಎಂದು ಇತ್ತ ಪೊನ್ನಪ್ಪ ಕಾಯುತ್ತಿದ್ದ. ದಿನ ಹತ್ತು ಕಳೆದರು ಮಡದಿ ಮರಳದೆ ಇದ್ದಾಗ, ಅವರ ಮನೆಗೆ ಪೊನ್ನಪ್ಪ ಕರೆ ಮಾಡಿ ವಿಚಾರಿಸಿದಾಗ ಮೊದಮೊದಲು ತಾನು ಮಾತನಾಡುವುದೆ ಇಲ್ಲವೆಂದು ಬೊಳ್ಳವ್ವ ಹಠ ಹಿಡಿದು ನಂತರ ಒಂದಷ್ಟು ಕೋಪ ತಣ್ಣಗಾದ ಮೇಲೆ, "ಅಪ್ಪರ ಮಟ್ಟಿಗೆ ಮದುವೆಗೆ ಬರಬೇಕು ಎಂದು ಮನೆಯವರೆಲ್ಲರು ಕರೆದರೂ, ನೀವು ಬೇಕು ಅಂತಲೇ ಅಹಂಕಾರದಿಂದ ಬರದೆ ಹೋದಿರಿ" ಎಂದು ಸಂಕಟದಿಂದ ಅಳಲು ಶುರುಮಾಡಿದ್ದಳು. ಮಡದಿಯ ಅಳುವನ್ನು ಸಹಿಸಲಾಗದೆ, ಇತ್ತ ವಾಸ್ತವ ಪರಿಸ್ಥಿತಿಯನ್ನು ಫೋನಿನಲ್ಲಿ ವಿವರಿಸಲು ಆಗದೆ, ಕರೆ ಕಟ್ ಮಾಡಿ, ಮರುದಿನ ನೇರವಾಗಿ ಪೊನ್ನಪ್ಪ ಅವರ ಮನೆಗೆ ಹೋಗಿದ್ದ

ತಾನು ಮದುವೆಗೆ ಹೊರಡಲು ಸಜ್ಜಾಗಿದ್ದಲ್ಲಿಂದ ಹಿಡಿದು ಮರುದಿನ ರಾಜಕಾರಣಿಯೊಬ್ಬನ ವಾಹನವನ್ನು ಹಿಡಿದಿದ್ದರಿಂದಾಗಿ ಎದುರಾದ ಸಮಸ್ಯೆಗಳನ್ನು ಬೊಳ್ಳವ್ವ ಮತ್ತು ಅವರ ಕುಟುಂಬಕ್ಕೆ ಪೊನ್ನಪ್ಪ ವಿವರಿಸಿದ ಮೇಲೆ 'ಅಯ್ಯೋ ಪರಿಸ್ಥಿತಿಯನ್ನು ಅರ್ಥಮಾಡಿಕೊಳ್ಳದೆ ಅನಗತ್ಯವಾಗಿ ಪೊನ್ನಪ್ಪನ ಮೇಲೆ ಕೋಪ ಮಾಡಿ, ಅಪಾರ್ಥ ಮಾಡಿಕೊಂಡು ಬಿಟ್ಟೆನಲ್ಲ' ಎಂದು ಬೊಳ್ಳವ್ವಳಿಗೆ ಪಾಪಪ್ರಜ್ಞೆ ಕಾಡಲು ಶುರುವಾಯಿತು. ನಂತರ ಮಕ್ಕಳನ್ನು ಕರೆದುಕೊಂಡು ಪೊನ್ನಪ್ಪನ ಜೊತೆಗೆ ಮನೆಗೆ ಹೆಜ್ಜೆ ಹಾಕಿದಳು. ಈ ಘಟನಾವಳಿಗಳೆಲ್ಲ ಮರದ ಮೇಲೆ ಕಾಲು ನೀಡಿ ಕುಳಿತಿದ್ದ ಪೊನ್ನಪ್ಪನ ಮನದಲ್ಲಿ ಮೆಲ್ಲಗೆ ಹಾದು ಕಾಡಿನ ನೀರವತೆಯಲ್ಲಿ ಲೀನವಾದವು.

ಅಧ್ಯಾಯ-2

ದೂರದಿಂದ ಸಣ್ಣದೊಂದು ಬೆಳಕಿನ ಕಿಡಿ ಅತ್ತಿತ್ತ ವಾಲುತ್ತಾ ಮರದ ನಾಟಾಗಳನ್ನು ಜೋಡಿಸಿದ್ದ ದಿಕ್ಕಿನತ್ತ ಬರತೊಡಗಿತು. ಸಮಯ ಹತ್ತಿರತ್ತಿರ ರಾತ್ರಿ ಎಂಟು ಗಂಟೆಯಾಗಿರಬಹುದು. ಮರದ ಮೇಲೆ ಕುಳಿತಿರುವ ಮೂರು ತಂಡಗಳಿಗೆ ಸಣ್ಣ ಬೆರಳು ಗಾತ್ರದ ಬೆಳಕು, ಕಾಡಿನ ಕಗ್ಗತ್ತಲನ್ನು ಸೀಳಿಕೊಂಡು ಎಲ್ಲಿಯೂ ತಟಸ್ಥವಾಗದೆ ತಮ್ಮತ್ತ ನೇರ ಬರುತ್ತಿರುವುದು ಕಾಣಿಸತೊಡಗಿತು. ಮಳೆ ಬರುವ ಎಲ್ಲಾ ಲಕ್ಷಣಗಳು ಕಂಡುಬರುತ್ತಿದ್ದು, ಕುಳಿತಿರುವ ಮಚ್ಚಾನನ್ನು ಎತ್ತಿಕೊಂಡು ಹೋಗುವಷ್ಟು ರಭಸದಿಂದ ಗಾಳಿ ಬೀಸುತ್ತಲೇ ಇತ್ತು.

ಒಂದು ವೇಳೆ ಈ ಕಪ್ಪಿಟ್ಟ ವಾತಾವರಣದಲ್ಲಿ ಮಿಂಚುಹುಳ ಬೆಳಗುತ್ತಿರುವುದೇನಾದರು ನಮಗೆ ಬೆಳಕಿನ ರೀತಿ ಕಾಣಿಸುತ್ತಿರಬಹುದಾ? ಸಾಧ್ಯವಿಲ್ಲ! ನಿರಂತರವಾಗಿ ಆ ಬೆಳಕು ಪ್ರಜ್ವಲಿಸುತ್ತಾ ಇತ್ತ ಕಡೆ ಬರುತ್ತಲೇ ಇದೆ ಅಂದರೆ ಅದು ಯಾವುದೋ ಪ್ರಾಣಿ ಅಥವಾ ಬೆಳಕು ಸೂಸುವ ಕೀಟದ್ದಲ್ಲ. ಬದಲಿಗೆ, ಯಾರೋ ನರಮನುಷ್ಯರೇ ಇರಬೇಕು; ಬರುಬರುತ್ತಾ ಬೆಳಕಿನ ಪ್ರಖರತೆ ಹೆಚ್ಚಾಗುವುದರ ಜೊತೆಗೆ ಆ ವ್ಯಕ್ತಿ ಬಿರುಸಿನಿಂದ ಹೆಜ್ಜೆ ಹಾಕುತ್ತಿರುವಂತೆ ಕಾಲಸಪ್ಪಳವು ಕೇಳಿಬರತೊಡಗಿತು.

'ಹೌದು! ಇದು ಮರಗಳ್ಳರೇ ಆಗಿರಬೇಕು. ಬಳಿ ಬರುತ್ತಿರುವ ಬೆಳಕನ್ನು ಗಮನಿಸಿದರೆ ಯಾರೋ ಒಬ್ಬರು ಮಾತ್ರ ಬರುತ್ತಿರುವ ರೀತಿ ಕಾಣಿಸುತ್ತಿದೆ. ಒಂದು ವೇಳೆ, ಈ ಕಗ್ಗತ್ತಲಿನಲ್ಲಿ ಆಗಂತುಕನ ಹಿಂದೆ ಬರುತ್ತಿರುವವರನ್ನು ನಮಗೆ ಕಾಣಿಸುತ್ತಿಲ್ಲವಾ?' ಎಂದು ಮರದ ಮೇಲಿದ್ದವರು ಜೋಡಿನಳಿಕೆಯ ಬಂದೂಕನ್ನು ಬರುತ್ತಿದ್ದ ಬೆಳಕಿನತ್ತ ಗುರಿಮಾಡಿ ಉಸಿರು ಬಿಗಿಹಿಡಿದು

ನೋಡುತ್ತಾ ಕುಳಿತರು. ಜೊತೆಗಿದ್ದ ಉಳಿದವರು, ಬೇರ್‍ಯಾವುದಾದರು ದಿಕ್ಕಿನಿಂದ ಯಾರಾದರೂ ಬರುತ್ತಿರುವ ಅಥವಾ ಬೆಳಕೇನಾದರು ಕಾಣುತ್ತಿದೆಯಾ! ಎಂದು ದಿಟ್ಟಿಸಿ ನೋಡತೊಡಗಿದರು.

ಗಾರ್ಡ್ ಮುನಿಯನಿಗೆ, 'ಕಾಡಿನ ಒಳಗಡೆಗೆ ಅಪರಿಚಿತ ವ್ಯಕ್ತಿ ಅಥವಾ ವಾಹನಗಳೇನಾದ್ರು ಬಂದರೆ ವೈರ್‌ಲೆಸ್‌ನ ಮೂಲಕ 1, 2, 3 ಎಂದು ಎರಡು ಬಾರಿ ಹೇಳಿ ಸಂದೇಶ ಕೊಡಬೇಕು' ಎಂದು ತಿಳಿಸಿದ್ದೆ. ಹಾಗಾದರೆ ಮುನಿಯನಿಗೆ ಈ ಆಗಂತುಕ ಕಾಡೊಳಗೆ ಬಂದಿದ್ದು ಕಾಣಿಸಲಿಲ್ವಾ? ಅಥವಾ ನಾನು ಕಾವಲು ಕೂರಲು ಹೇಳಿದ ಜಾಗದಲ್ಲಿ ಮುನಿಯ ಮತ್ತು ಇಲಾಖೆಯ ಜೀಪು ಇಲ್ವಾ? ಒಂದು ವೇಳೆ, ತಮಗೆ ಗೊತ್ತಿಲ್ಲದ ಇನ್ಯಾವುದಾದರು ಭಾಗದಿಂದ ಈ ಕಳ್ಳರು ಕಾಡಿನ ಹೊಳಹೊಕ್ಕುಬಿಟ್ಟಿದ್ದಾರ? ಎಂಬ ಹಲವು ಪ್ರಶ್ನೆಗಳು ಪೊನ್ನಪ್ಪನ ತಲೆಯಲ್ಲಿ ಸುಳಿದಾಡತೊಡಗಿದವು. ಇನ್ನು ತಡ ಮಾಡುವುದು ಬೇಡ, ಅಚ್ಚಯ್ಯನವರಿಗೆ ಮಾಹಿತಿ ಕೊಟ್ಟುಬಿಡುವ ಎಂದು ಪೊನ್ನಪ್ಪ ಯೋಚಿಸುತ್ತಿರುವಷ್ಟರಲ್ಲಾಗಲೆ, ಒಂದು ಕೈಯಲ್ಲಿ ಉದ್ದದ ಟಾರ್ಚು ಹಾಗು ಮತ್ತೊಂದು ಕೈಯಲ್ಲಿ ಕತ್ತಿಯನ್ನು ಹೋಲುವ ಮಾರಕಾಯುಧವನ್ನು ಹಿಡಿದ ಕಪ್ಪಗಿನ ಮನುಷ್ಯಾಕೃತಿಯೊಂದು ನಾಟಾಗಳನ್ನು ಜೋಡಿಸಿದ್ದ ಪೊದೆಯ ಬಳಿಗೆ ಬಂದು ಸುತ್ತಲೂ ಕೈಯಲ್ಲಿನ ಟಾರ್ಚಿನ ಬೆಳಕಿನಿಂದ ಪರಿಶೀಲಿಸತೊಡಗಿತು. ಈಗ ತಾನೇನಾದರೂ ವೈರ್‌ಲೆಸ್ಸನ್ನು ಚಾಲು ಮಾಡಿದರೆ ಅದರಿಂದ ಹೊರಡುವ 'ಕರಕರ' ಶಬ್ದದಿಂದಾಗಿ ನಾವು ಮರದ ಮೇಲೆ ಕಾವಲು ಕುಳಿತಿರುವ ವಿಚಾರ ಮರಗಳ್ಳರ ಕಡೆಯವನಿಗೆ ಖಾತರಿಯಾಗಿಬಿಡುತ್ತದೆ. ಜೊತೆಗೆ ಸದ್ಯ ಬಂದಿರುವವನು ಒಬ್ಬನೆ ಇರುವುದರಿಂದ, ಇನ್ಯಾರಾದರೂ ಬರಬಹುದಾ ಎಂದು ಕಾದು ನೋಡುವಾ! ಯಾಕೆಂದರೆ ಇಲ್ಲಿ ಜೋಡಿಸಿರುವ ನಾಟಾಗಳನ್ನು ಯಾವುದೇ ಕಾರಣಕ್ಕು ಒಬ್ಬನಿಂದ ಸಾಗಿಸಲಂತು ಸಾಧ್ಯವಿಲ್ಲ ಎಂದು ಪೊನ್ನಪ್ಪ ಯೋಚಿಸುತ್ತಿರುವಾಗಲೇ, ಬಂದಿದ್ದ ವ್ಯಕ್ತಿ ಪಾದರಸದಂತೆ ದಿಮ್ಮಿಗಳ ಸುತ್ತಲೂ ಓಡಾಡಿ ಥಟ್ಟನೆ ಕೈಯಲ್ಲಿದ್ದ ಬೆಳಕನ್ನು ಆರಿಸಿದ. ಸುತ್ತಲೂ ನೀರವ ಮೌನ! ಆ ಕತ್ತಲಿನಲ್ಲಿ ಎತ್ತರೆತ್ತರಕ್ಕೆ ಬೆಳೆದ ಕಾಡುಮರಗಳ ನೆರಳುಗಳನ್ನು ಬಿಟ್ಟರೆ ಬೇರೇನೂ ಕಾಣುತ್ತಿಲ್ಲ. ಕೆಲವೇ ಕ್ಷಣಗಳಲ್ಲಿ ಭಯಂಕರ ಮಳೆಬರುವ ಲಕ್ಷಣವಿದೆಯೆಂಬುದರ ಮುನ್ಸೂಚನೆಯಾಗಿ ಒಂದೆರಡು ಕೋಲ್ಮಿಂಚುಗಳು ಆಗಸದಲ್ಲಿ ಫಳ್ಳನೆ ಮಿಂಚಿ ಮರೆಯಾದವು.

ಪೊನ್ನಪ್ಪ ಕಣ್ಣಿನ ರೆಪ್ಪೆ ಮಿಟುಕಿಸದೆ, ಕೊನೆಯದಾಗಿ ಬೆಳಕು ಕಂಡಿದ್ದ ಕಡೆಗೆ ಸೂಕ್ಷ್ಮವಾಗಿ ಕಣ್ಣೋಟ ಬೀರತೊಡಗಿದ. ಆ ಕತ್ತಲಲ್ಲಿ ಏನೂ ಕಾಣಿಸುತ್ತಿರಲಿಲ್ಲ. ಬಂದಿದ್ದವನು ಟಾರ್ಚ್ ನಂದಿಸಿ, ದಿಮ್ಮಿಗಳ ಬದಿಯಲ್ಲಿ ಕುಳಿತು ಸುತ್ತಲು ಯಾರಾದರೂ ಗಮನಿಸುತ್ತಿದ್ದಾರಾ? ಎಂದು ನೋಡತೊಡಗಿದ. ದಟ್ಟಡವಿಯ

ಕತ್ತಲಿನ ವಿಚಿತ್ರ ಶಬ್ದಗಳನ್ನು ಹೊರತುಪಡಿಸಿ ಅವನಿಗೆ ಬೇರೆ ಯಾವ ಶಬ್ದವೂ ಕೇಳಿಸುತ್ತಿರಲಿಲ್ಲ. ಸುತ್ತ ಯಾರೂ ಇಲ್ಲವೆಂದು ಖಾತರಿಯಾದದ್ದೆ ತಡ, ಕುಳಿತಲ್ಲಿಂದ ಎದ್ದು ಮತ್ತೆ ಟಾರ್ಚ್ ಆನ್ ಮಾಡಿದ.

ಬಂದಿದ್ದ ಆಗಂತುಕ ಏನಾದ? ಒಂದು ವೇಳೆ ಮರಳಿ ಹೋಗಿರಬಹುದಾ? ಎಂದು ಮರದ ಮೇಲೆ ಕುಳಿತವರು ಯೋಚಿಸುತ್ತಿರುವಾಗಲೇ ಚಕ್ಕನೇ ಟಾರ್ಚಿನ ಬೆಳಕು ಹೊತ್ತಿಕೊಂಡಿದ್ದನ್ನು ನೋಡಿ ಪ್ರತಿಯೊಬ್ಬರ ಎದೆ 'ಡವಡವ' ಎಂದು ಬಡಿದುಕೊಳ್ಳಲು ಶುರುವಾಯಿತು. ಇವರು ಸಾಮಾನ್ಯ ಕಳ್ಳರಲ್ಲ. ಇವರಿಗೆ ಅಡವಿಯ ಇಂಚಿಂಚಿನ ಅರಿವಿರುವುದರ ಜೊತೆಗೆ ಕಳ್ಳತನದಲ್ಲಿ ಪಳಗಿದವರು ಎಂದು ಪೊನ್ನಪ್ಪನಿಗೆ ಮನವರಿಕೆಯಾಯಿತು. ಕಾರಣ, ಆಗಂತುಕ ಬೆಳಕು ನಂದಿಸಿ ನಿಂತಾಗ ಕಾಡಿನೊಳಗೆ ಅವನ ಇರುವಿಕೆಯ ಕುರುಹನ್ನು ಪತ್ತೆಹಚ್ಚುವುದು ಸಹ ಅಸಾಧ್ಯವಾಗಿತ್ತು. ಅಷ್ಟು ನಿಶ್ಶಬ್ದವಾಗಿ ಅವನು ಏಕಾಗ್ರತೆಯಿಂದ ಸುತ್ತಲಿನ ಪ್ರದೇಶಗಳನ್ನು ಗಮನಿಸುತ್ತಲಿದ್ದ.

ಕಳ್ಳರ ಕಡೆಯವನು ಟಾರ್ಚನ್ನು ಬೆಳಗಿಸಿ ಸುತ್ತಲೂ ಕಣ್ಣಾಡಿಸಿದ. ಒಂದೆರಡು ಬಾರಿ ಮೇಲ್ಭಾಗಕ್ಕೂ ಬೆಳಕನ್ನು ಹರಿಸಿದ. ಬೆಳಕು ಮೇಲೆ ಬರುತ್ತಿದ್ದ ಹಾಗೆ ಮಚ್ಚಾನಿನ ಮೇಲೆ ಇದ್ದವರು, ಉಸಿರು ಬಿಗಿಹಿಡಿದು ಮಿಸುಕಾಡದೆ ಕುಳಿತರು. ಬೆಳಕು ಮರದ ಮೇಲೆಲ್ಲ ಓಡಾಡಲು ಶುರುವಾದಾಗ, ಒಂದು ವೇಳೆ ನಮ್ಮ ಇರುವಿಕೆ ಇವನಿಗೆ ತಿಳಿಯಿತಾ? ಇಲ್ಲಾ ಸಾಧ್ಯವಿಲ್ಲ; ನಾವು ಹೊತ್ತು ಮೂಡುವ ಮುನ್ನವೆ ಕೆಳಗೆ ನಿಂತು ನೋಡಿದರೆ ನಮ್ಮ ಅಡಗುತಾಣ ಕಾಣುತ್ತಿರಲಿಲ್ಲ. ಹಾಗಿರುವಾಗ 'ಈ ಕತ್ತಲಕೂಪದಲ್ಲಿ ಅದು ಆ ಟಾರ್ಚಿನ ಬೆಳಕಿನಲ್ಲಿ ನಮ್ಮನ್ನು ಕಾಣಲು ಸಾಧ್ಯವೇ ಇಲ್ಲ' ಎಂದು ಪೊನ್ನಪ್ಪ ತನ್ನನ್ನು ತಾನು ಸಮಾಧಾನ ಪಡಿಸಿಕೊಳ್ಳಲು ಶುರುಮಾಡಿದ. ಕೆಲಕ್ಷಣಗಳಲ್ಲಿ ಆ ಆಗಂತುಕ ಬಂದಿದ್ದ ದಾರಿಯಲ್ಲೆ ಮತ್ತೆ ಹಿಂತಿರುಗಿ ಮರಳುವ ಕುರುಹಾಗಿ ಬೆಳಕು ಹಿಮ್ಮುಖವಾಗಿ ಚಲಿಸುತ್ತಿರುವಂತೆ ಕಾಣತೊಡಗಿತು.

"ಸರ್, ಅವನು ವಾಪಾಸು ಹೋಗುತ್ತಿದ್ದಾನೆ. ಬೆನ್ನಟ್ಟಿ ಹಿಡಿದುಬಿಡುವಾ, ಇನ್ನು ಈ ರೀತಿಯ ಒಂದು ಸಂದರ್ಭ ನಮಗೆ ಸಿಗದೇ ಹೋಗಬಹುದು" ಎಂದು ಪೊನ್ನಪ್ಪನ ಕಿವಿಯಲ್ಲಿ ಸಿದ್ದಣ್ಣ ಪಿಸುಗುಟ್ಟಿದ.

"ಆತುರಪಡಬೇಡ ಸಿದ್ದಣ್ಣ, ಇಂದು ಖಂಡಿತವಾಗಿಯೂ ಮರಗಳ್ಳರು ಬಂದೆ ಬರುತ್ತಾರೆ. ಈ ಕ್ಷಣದವರೆಗೆ ಅವರು ಮರ ಸಾಗಿಸಲು ಬರುತ್ತಾರ? ಎಂಬುದೇ ಒಂದು ಯಕ್ಷಪ್ರಶ್ನೆಯಾಗಿ ನನಗೆ ಕಾಡುತ್ತಿತ್ತು. ಆದರಿವಾಗ, ಕಳ್ಳರ ಕಡೆಯ ಮಾಹಿತಿದಾರ ಬಂದು ನೋಡಿಕೊಂಡು ಹೋಗಿದ್ದಾನೆ ಎಂದರೆ, ಇನ್ನು ಕೆಲವೇ ಕ್ಷಣಗಳಲ್ಲಿ ಕಳ್ಳರ ಪಡೆ ಮರ ಸಾಗಿಸಲು ಬರುವುದು ನಿಚ್ಚಳ. ಜೊತೆಗೆ ಅವನು ಮರಳಿ ಹೋಗುವಾಗ ಅವನ ಹೆಜ್ಜೆಗಳಲ್ಲಿ ಗಾಬರಿಯಾಗಲಿ

ಅಥವಾ ವ್ಯತ್ಯಾಸಗಳಾಗಲಿ ಇರಲಿಲ್ಲ ಅಂದರೆ ಅವನ ಗಮನಕ್ಕೆ ನಾವು ಬರಲಿಲ್ಲ ಎಂಬುದು ಸಾಬೀತಾಯಿತು. ಒಂದು ವೇಳೆ ಅವನು ನಮ್ಮನ್ನು ನೋಡಿದ್ದರೆ, ಬಂದದ್ದಕ್ಕಿಂತ ಹೆಚ್ಚಿನ ವೇಗವಾಗಿ ಮರಳಿ ಹೆಜ್ಜೆ ಹಾಕುತ್ತಿದ್ದ" ಎಂದು ಕಳ್ಳನ ಮನಸ್ಥಿತಿಯನ್ನು ಅರಿತವನಂತೆ ಪೊನ್ನಪ್ಪ ವಿವರಿಸಿದ.

ಆಗಂತುಕನ ಕೈಯಲ್ಲಿದ್ದ ಬೆಳಕು ಕಗ್ಗತ್ತಲಿನಲ್ಲಿ ಮರೆಯಾಗುತ್ತಿದ್ದ ಹಾಗೆ ವೈರ್‌ಲೆಸ್‌ನ ಹಸಿರು ಗುಂಡಿ ಒತ್ತಿದ ಪೊನ್ನಪ್ಪ, "ಹಲೋ, ಮುನಿಯ, ಮುನಿಯ" ಎಂದರು. ಜೀಪಿನ ಸೀಟಿನಲ್ಲಿ ತಲೆಯೊರಗಿಸಿ ಆಕಾಶ ನೋಡುತ್ತಾ ಕುಳಿತಿದ್ದ ಮುನಿಯನಿಗೆ 'ಕರಕರ' ಎಂಬ ಶಬ್ದ ವಾಕಿಟಾಕಿಯಿಂದ ಮೊಳಗಿ, 'ಮುನಿಯ ಮುನಿಯ' ಎಂದು ಕರೆಯುತ್ತಿದ್ದ ಧ್ವನಿ ಕೇಳಿತು. ಥಟ್ಟನೆ ಯೋಚನಾಲಹರಿಯಿಂದ ಎದ್ದು 'ಸರ್' ಹೇಳಿ ಎಂದ. "ಅರ್ಧ ಗಂಟೆ ಮೊದಲು ಕಾಡಿನೊಳಗೆ ಯಾರಾದರೂ ಟಾರ್ಚ್ ಹಿಡಿದು ಬಂದಿದ್ದನ್ನು ನೋಡಿದ್ಯಾ?" ಎಂದು ಕೇಳಿದರು. "ಇಲ್ಲ ಸರ್, ನಾನು ಇಲ್ಲಿಯೇ ಕುಳಿತಿದ್ದೇನೆ. ಯಾರೊಬ್ಬರು ಒಳಬಂದಿಲ್ಲ" ಎಂದ.

ಇವರಿಬ್ಬರ ಮಾತನ್ನು ವೈರ್‌ಲೆಸ್‌ನ ಮೂಲಕ ಆಲಿಸುತ್ತಿದ್ದ ರೇಂಜರ್ ಅಚ್ಚಯ್ಯ, "ಒಳಗಡೆ ಯಾರಾದ್ರೂ ಬಂದಿದ್ರ ಪೊನ್ನಪ್ಪ?" ಎಂದು ಕೇಳಿದರು. "ಹೌದು ಸರ್, ಕೆಲನಿಮಿಷಗಳಿಗೆ ಮೊದಲು ಒಬ್ಬ ಬಂದು ಸುತ್ತಲೂ ಗೂಢಚಾರಿಕೆ ಮಾಡಿಕೊಂಡು ಹೋಗಿದ್ದಾನೆ. ನೀವುಗಳು ಸಿದ್ಧವಾಗಿರಿ, ನಾನು ಮಾಹಿತಿ ಕೊಟ್ಟ ತಕ್ಷಣ ಸಿಬ್ಬಂದಿಯೊಂದಿಗೆ ಒಳನುಗ್ಗಿ" ಎಂದು ಒಂದೇ ಉಸಿರಿನಲ್ಲಿ ಹೇಳಿ, ವಾಕಿಟಾಕಿಯನ್ನು ಪೊನ್ನಪ್ಪ ಆಫ್ ಮಾಡಿದ. ಮುಖ್ಯರಸ್ತೆಯಿಂದ ಆ ವ್ಯಕ್ತಿ ಒಳಗೆ ಬಂದಿಲ್ಲ ಎಂದರೆ, ಮತ್ತ್ಯಾವ ದಾರಿಯಲ್ಲಿ ಅವನು ಒಳಗೆ ಬಂದಿರಬಹುದು ಎಂಬ ಸಂಶಯ ಪೊನ್ನಪ್ಪನಿಗೆ ಮೂಡತೊಡಗಿತು. ಒಂದು ವೇಳೆ ಈಗಾಗಲೆ ಮರಗಳ್ಳರು ಕಾಡಿನ ಒಳಹೊಕ್ಕು, ಬೇರ್‍ಯಾವುದಾದರು ದಿಕ್ಕಿನಲ್ಲಿ ಬೀಡುಬಿಟ್ಟಿರಬಹುದಾ? ಎಂಬ ಸಂಶಯ ರೇಂಜರ್ ಅಚ್ಚಯ್ಯನವರಿಗೂ ಕಾಡಲು ಶುರುವಾಯಿತು.

ಆಗಂತುಕ ವಾಪಾಸು ತೆರಳಿ ಸುಮಾರು ಎರಡು ತಾಸುಗಳು ಕಳೆದರೂ ಮರಗಳ್ಳರು ಮರಳಿಬರುವ ಯಾವುದೇ ಸುಳಿವಿರಲಿಲ್ಲ. 'ಪಿರಿಪಿರಿ' ಮಳೆ ಬೇರೆ ಶುರುವಾಗಿ ತಲೆಯ ಮೇಲೆ ಹನಿಗಳು ಬೀಳತೊಡಗಿದವು. ಇಷ್ಟು ಕಷ್ಟಪಟ್ಟು ಎರಡು ದಿನದಿಂದ ಕಾದುಕುಳಿತು, ಕಳ್ಳ ಬಂದು ಬೆರಳ ತುದಿಯಲ್ಲಿ ನಿಂತರೂ ಅವನನ್ನು ಹಿಡಿಯದೆ ಬಿಟ್ಟು ಕಳುಹಿಸಿದ್ದಾರಲ್ಲ ಈ ಫಾರೆಸ್ಟರು, ಇನ್ನು ಅವನು ಮರಳಿ ಬರ್ತಾನ? ಎಂದು ಸಿದ್ದಣ್ಣ ಯೋಚಿಸುತ್ತಿರುವಾಗಲೆ ದೂರದಲ್ಲಿ ಯಾವುದೋ ಹಳೆಯ ವಾಹನ ಬರುತ್ತಿರುವ ಶಬ್ದ ಕೇಳಿಸಿತು. ತಕ್ಷಣ ಎಲ್ಲರ ಕಿವಿ ನೆಟ್ಟಗಾಗಿ, ಯಾವ ವಾಹನದ ಶಬ್ದವಿರಬಹುದು

ಎಂದು ಯೋಚಿಸುತ್ತಿರುವಷ್ಟರಲ್ಲಿ ವೈರ್‌ಲೆಸ್ ಕೂಡ 'ಕರಕರ' ಎಂದು ಶಬ್ದ ಹೊರಡಿಸುತ್ತಾ 'ಒನ್, ಟೂ, ತ್ರಿ' ಎಂದು ಎರಡು ಬಾರಿ ಉಚ್ಚರಿಸಿ 'ಸರ್ ಮೆಟಡೋರ್ ಮಾದರಿಯ ಒಂದು ವಾಹನ ಮುಖ್ಯರಸ್ತೆಯಿಂದ ಕಾಡಿನೊಳಕ್ಕೆ ನುಗ್ಗಿತು' ಎಂದು ಹೇಳುತ್ತಿರುವ ಮುನಿಯನ ನಡುಗುವ ಧ್ವನಿ ಫಾರೆಸ್ಟರ್ ಪೊನ್ನಪ್ಪ ಮತ್ತು ರೇಂಜರ್ ಅಚ್ಚಯ್ಯನವರಿಗೆ ಕೇಳಿಸಿತು.

ಪೊನ್ನಪ್ಪ, 'ಸರಿ' ಆ ವಾಹನ ಒಳಬಂದ ನಂತರದಲ್ಲಿ, ಸಾಹೇಬ್ರು ಮತ್ತು ಸಿಬ್ಬಂದಿ ಕಾಡಿನೊಳಕ್ಕೆ ಬಂದ ತಕ್ಷಣ, ದಾರಿಗೆ ಅಡ್ಡಲಾಗಿ ನೀನು ಜೀಪನ್ನು ತಂದು ನಿಲ್ಲಿಸು ಎಂದು ಮುನಿಯನಿಗೆ ಪೊನ್ನಪ್ಪ ಹೇಳುತ್ತಿರುವಾಗಲೆ, ಮಧ್ಯ ಬಾಯಿ ಹಾಕಿದ ಮುನಿಯ, "ಸರ್, ಮತ್ತೊಂದು ಅಂಬಾಸಿಡರ್ ಕಾರು ಕೂಡ ಒಳಬರುತ್ತಿದೆ" ಎಂದು ಹೇಳಿ ವಾಕಿಟಾಕಿಯನ್ನು ಆರಿಸಿದ. 'ಓ, ಹೌದಾ..! ಹಾಗಾದರೆ ಕಳ್ಳರದ್ದು ದೊಡ್ಡ ಗ್ಯಾಂಗೆ ಇದೆ, ಹೆಚ್ಚು ಕಡಿಮೆ ಆದರೆ ನಮ್ಮ ಜೀವ ತೆಗೆಯಲು ಅವರು ಹೇಸಲಾರರು' ಎಂದು ಪೊನ್ನಪ್ಪ ಮನದಲ್ಲಿ ಅಂದುಕೊಂಡು ಕಾಡುಗಳ್ಳರ ಬಂಧನಕ್ಕೆ ಸಿದ್ಧವಾದ.

ವಾಹನದ ಮುಂದಿದ್ದ ಚೆಂಡಿನಾಕೃತಿಯ ಎರಡು ಕಣ್ಣುಗಳನ್ನು ಹೋಲುವ ಹೆಡ್‌ಲೈಟ್‌ಗಳು ರಾಜಾರೋಷವಾಗಿ ಕತ್ತಲನ್ನು ಸೀಳಿಕೊಂಡು ಕಾಡಿನ ಒಳಬರತೊಡಗಿತು. ಒಂದೆರಡು ನಿಮಿಷಗಳ ಅಂತರದಲ್ಲಿ ಮುಂದಿದ್ದ ವಾಹನದ ಜೊತೆಗೆ ಮತ್ತೊಂದು ವಾಹನದ ತಲೆದೀಪವೂ ಕಾಣತೊಡಗಿತು. ವಾಹನದ ಶಬ್ದ ಹತ್ತಿರವಾಗುತ್ತಿದ್ದಂತೆ ಮರದ ಮೇಲಿದ್ದ ಎರಡನೆ ಮತ್ತು ಮೂರನೆ ತಂಡಗಳು ಮುಚ್ಚಗಳ ರೀತಿಯಲ್ಲಿ ಧ್ವನಿಯೊರಡಿಸಿ ತಾವು ಸಿದ್ಧರಿದ್ದೇವೆ ಎಂಬ ಸಂದೇಶವನ್ನು ಪೊನ್ನಪ್ಪನಿಗೆ ರವಾನೆ ಮಾಡಿದರು. ಕಾಡಿನ ನಡುವಲ್ಲಿ ಕಾಲುದಾರಿ ಕೊನೆಯಾಗುವವರೆಗೂ ಜೊತೆಯಲ್ಲಿ ಬಂದ ಎರಡು ವಾಹನಗಳು ಒಂದರ ಹಿಂದೊಂದರಂತೆ ನಿಂತುಕೊಂಡಿತು. ಮುಂದಿದ್ದ ಮೆಟಡೋರ್ ವಾಹನದಿಂದ ನಾಲ್ಕು ಮತ್ತು ಅಂಬಾಸಿಡರ್ ಕಾರಿನಿಂದ ಇಬ್ಬರು ಇಳಿದು, ನಾಟಾಗಳ ಬಳಿಗೆ ನಡೆದುಕೊಂಡು ಬರುತ್ತಿದ್ದಾರೆ ಎಂಬುದರ ಕುರುಹಾಗಿ ಆರು ಸಣ್ಣ ಕೈ ದೀಪಗಳು ಹೊತ್ತಿಕೊಂಡವು. ಆ ದೀಪಗಳನ್ನು ಮರಗಳ್ಳರು ಹಣೆಗಳಿಗೆ ಕಟ್ಟಿಕೊಂಡಿದ್ದರು. ಅವು, ಬೇಟೆಗೆ ಹೋಗುವಾಗ ಮುಂದಿರುವ ಪ್ರಾಣಿಗಳು ಸ್ಪಷ್ಟವಾಗಿ ಗೋಚರಿಸುವ ಸಲುವಾಗಿ ಹಣೆಗಳ ಮೇಲೆ ಸಿಕ್ಕಿಸಿಕೊಳ್ಳುವಂತಹ ಬ್ಯಾಟರಿಚಾಲಿತ ಕೈದೀಪಗಳಾಗಿದ್ದವು. ಬಂದವರೆ, ನಾಟಾಗಳ ಮೇಲೆ ಮುಚ್ಚಿದ್ದ ಬಳ್ಳಿಮುಳ್ಳುಗಳನ್ನು ಕಿತ್ತುಹಾಕಿ, ನಾಟಾಗಳನ್ನು ಸರಿಸಿ, ಒಂದು ನಾಟಾಕ್ಕೆ ಇಬ್ಬರಂತೆ, ಮುಂಬದಿಯಲ್ಲಿ ಒಬ್ಬ ಮತ್ತು ಹಿಂಬದಿಯಲ್ಲಿ ಮತ್ತೊಬ್ಬ ಹೆಗಲುಕೊಟ್ಟು, ದಿಮ್ಮಿಗಳನ್ನು ದೂರದಲ್ಲಿ ನಿಲ್ಲಿಸಿದ್ದ ವಾಹನದ ಬಳಿಗೆ ಹೊರತೊಡಗಿದರು. ಅವರಲ್ಲಿ ಒಬ್ಬ

ಮುಂಬದಿಯಲ್ಲಿ ನಿಂತು ಹೊತ್ತುಕೊಂಡು ಹೋಗುವವರಿಗೆ ಬೆಳಕಿನ ಮೂಲಕ ದಾರಿ ತೋರಿಸುತ್ತಿದ್ದರೆ. ಇನ್ನೊಬ್ಬ ಮಾರ್ಗದರ್ಶನ ನೀಡುತ್ತಿದ್ದ, ಉಳಿದಂತೆ ಎರಡು ತಂಡಗಳು ನಾಟಾಗಳನ್ನು ಹೊತ್ತು ಸಾಗಿಸತೊಡಗಿದರು.

ಆ ವೇಳೆಗಾಗಲೆ ಐದಾರು ಸಿಬ್ಬಂದಿಯೊಂದಿಗೆ ಸಶಸ್ತ್ರಸಜ್ಜಿತರಾಗಿ ಬಂದ ರೇಂಜರ್ ಅಚ್ಚಯ್ಯನವರು ಕಾಡಂಚಿನಲ್ಲಿ ತಮ್ಮ ವಾಹನವನ್ನು ನಿಲ್ಲಿಸಿ ಮೆಲ್ಲನೆ ಸಿಬ್ಬಂದಿಯೊಂದಿಗೆ ಕೊರಡುಗಳನ್ನು ಜೋಡಿಸಿದ್ದೆಡೆಗೆ ಹೆಜ್ಜೆಹಾಕತೊಡಗಿದರು. ಮೊದಲ ದಿನ ನಾಟಾಗಳನ್ನು ವೀಕ್ಷಿಸಲು ಬಂದಾಗ ಕಾಡಾನೆಯ ಹಿಂಡನ್ನು ಕಂಡು ಬೆಚ್ಚಿಬಿದ್ದದ್ದು ಅಚ್ಚಯ್ಯನವರ ಮನಸ್ಸಿನಲ್ಲಿ ಇನ್ನೂ ಹಸಿರಾಗೆ ಇತ್ತು. ಆದರೆ ಈಗ ಭಯಪಡುವ ಆತಂಕವಿರಲಿಲ್ಲ. ಕಾರಣ, 'ಕಳ್ಳರು, ಸಿಬ್ಬಂದಿ ಸೇರಿದಂತೆ ಹತ್ತಕ್ಕೂ ಹೆಚ್ಚು ಜನ ಮತ್ತು ಎರಡು ವಾಹನಗಳು ಓಡಾಡಿದ ಶಬ್ದಕ್ಕೆ ವನ್ಯಮೃಗಗಳು ಭಯದಿಂದ ಫರ್ಲಾಂಗುಗಟ್ಟಲೆ ದೂರ ಸರಿದಿರಬಹುದು' ಎಂದು ಅಂದಾಜು ಮಾಡಿಕೊಂಡು ಧೈರ್ಯದಿಂದ ಹೆಜ್ಜೆ ಹಾಕತೊಡಗಿದರು.

ಅಚ್ಚಯ್ಯನವರು ಒಳಹೋಗುವುದನ್ನು ಖಾತರಿಪಡಿಸಿಕೊಂಡ ಮುನಿಯ, ತನ್ನ ವಾಹನವನ್ನು ತಂದು ಅಚ್ಚಯ್ಯನವರ ವಾಹನದ ಹಿಂಭಾಗದಲ್ಲಿ ನಿಲ್ಲಿಸಿ, ಕಾವಲು ಕಾಯತೊಡಗಿದ. ಇತ್ತ ಮರಗಳ್ಳರನ್ನು ಕಂಡ ತಕ್ಷಣ ಅವರ ಮೇಲೆ ಮುಗಿಬಿದ್ದರೆ, ಅವರು ಈ ಕತ್ತಲೆಯಲ್ಲಿ ಓಡಿ ತಪ್ಪಿಸಿಕೊಳ್ಳುವ ಸಾಧ್ಯತೆಯೇ ಹೆಚ್ಚಿದ್ದು. ಮರದ ದಿಮ್ಮಿಗಳನ್ನು ಹೊತ್ತು ಅವರ ವಾಹನಕ್ಕೆ ಸಾಗಿಸುವ ಕೊನೆಯ ಹಂತದಲ್ಲಿ ಅವರನ್ನು ಸುತ್ತುವರೆದು ಬಂಧಿಸಬೇಕು ಎಂದು ಹೊರಡುವ ಮೊದಲು ನಡೆಸಿದ ಚರ್ಚೆಯಲ್ಲಿ ತೀರ್ಮಾನಿಸಲಾಗಿತ್ತು. ಕಾರಣ, ಅಂತಹ ಸಂದರ್ಭದಲ್ಲಿ ಆಗಂತುಕರು ಮರ ಹೊತ್ತು ಬಳಲುವುದರ ಜೊತೆಗೆ ವಾಹನಗಳ ಒಳಗೆ ಕಾಡಿನಿಂದ ಕದ್ದಮಾಲುಗಳು ತುಂಬಿರುವಾಗ ಮುಟ್ಟುಗೋಲು ಹಾಕಿಕೊಂಡರೆ 71(ಎ) ಕಾಯ್ದೆಯ ಅಡಿಯಲ್ಲಿ ವಾಹನಗಳನ್ನು ಕೂಡ ಮುಟ್ಟುಗೋಲು ಹಾಕಿ ಜಾಮೀನುರಹಿತವಾದ ಕೇಸು ದಾಖಲಿಸಬಹುದು ಎಂದು ಚರ್ಚಿಸಿದ್ದರು.

ಆ ಕಗ್ಗತ್ತಲಿನಲ್ಲಿ ವನ್ಯಮೃಗಗಳು ತಮ್ಮ ಮೇಲೆ ದಾಳಿ ಮಾಡಬಹುದು ಎಂದಾಗಲಿ ಅಥವಾ ಅರಣ್ಯ ಇಲಾಖೆಯವರ ಕಣ್ಣಿಗೆ ಬಿದ್ದರೆ ಜೀವನಪರ್ಯಂತ ಜೈಲು ಶಿಕ್ಷೆ ಅನುಭವಿಸಬೇಕಾಗಬಹುದು ಎನ್ನುವ ಯಾವುದೆ ಭಯ ಇಲ್ಲದೆ, ಆ ಪಿರಿಪಿರಿ ಮಳೆಯ ನಡುವೆ, ಹಣೆಯ ಮೇಲೆ ಜಿನುಗುತ್ತಿದ್ದ ಬೆವರಿನ ಹನಿಗಳನ್ನು ಸೀಟಿಕೊಂಡು ದರದರ ಎಂದು ಮರದ ದಿಮ್ಮಿಗಳನ್ನು ಮರಗಳ್ಳರು ಸಾಗಿಸುತ್ತಿದ್ದರು. ವಾಹನಕ್ಕೆ ಇನ್ನೇನು ಕೊನೆಯ ನಾಲ್ಕು ತುಂಡುಗಳು ಹಾಕಲು ಬಾಕಿ ಉಳಿದಿವೆ ಎನ್ನುವಾಗ ಪೊನ್ನಪ್ಪನ ಅಣತಿಯಂತೆ ಸಿದ್ದಣ್ಣ, ಮುಚ್ಚದ ಧ್ವನಿಯಲ್ಲಿ ನೀಳವಾಗಿ ಒಂದು ಕೂಗು

ಹಾಕಿದ್ದ. ಆ ಒಂದು ಇಷಾರೆಗಾಗಿ ಕಳೆದೆರಡು ದಿನಗಳಿಂದ ಮರದ ಮೇಲೆ ಚಾತಕ ಪಕ್ಷಿಗಳಂತೆ ಕಾವಲು ಕಾಯುತ್ತಿದ್ದ ಉಳಿದೆರಡು ತಂಡಗಳು, ತಕ್ಷಣಕ್ಕೆ ಹಗ್ಗವನ್ನು ಇಳಿಬಿಟ್ಟು ಅದರ ಸಹಾಯದಿಂದ ವೇಗವಾಗಿ ಕೆಳಕ್ಕೆ ಇಳಿದಿದ್ದರು. ಆ ವೇಳೆಗಾಗಲೇ ಕಾರ್ಯಾಚರಣೆ ನಡೆಸುತ್ತಿರುವ ಸ್ಥಳಕ್ಕೆ ರೇಂಜರ್ ಅಚ್ಚಯ್ಯ ಮತ್ತು ಸಿಬ್ಬಂದಿಗಳು ಕೂಡ ತಲುಪಿದ್ದರು.

ಮರ ಸಾಗಿಸುವ ಕೊನೆಯ ಘಟ್ಟ ತಲುಪಿದ್ದು, ಇಲ್ಲಿಯವರೆಗೆ ಏನೂ ಸಮಸ್ಯೆ ಆಗಿಲ್ಲ, ಉಳಿದ ನಾಲ್ಕು ತುಂಡು ಗಾಡಿಗೆ ಹಾಕಲು ತಾನೆ ಬಾಕಿ ಉಳಿದಿರುವುದು, ಇನ್ನುಳಿದ ಸಮಯದಲ್ಲಿ ಏನೂ ಆಗುವುದಿಲ್ಲ ಎಂಬ ಅತಿಯಾದ ಆತ್ಮವಿಶ್ವಾಸದಿಂದ ದಟ್ಟಾರಣ್ಯದೊಳಗಿಂದ ಯಾವುದೋ ಒಂದು ಪ್ರಾಣಿಯ ಕೂಗು ಕೇಳಿಬಂದರೂ ಅತ್ತ ಗಮನಕೊಡದೆ, ಕೊನೆಯ ತುಂಡುಗಳನ್ನು ಹೆಗಲಿಗೇರಿಸಿ ಬಂದಿದ್ದ ಆರು ಜನ ಮರಗಳ್ಳರು ಮೆಟಡೋರಿನತ್ತ ಹೆಜ್ಜೆಹಾಕತೊಡಗಿದರು. ಆ ಕ್ಷಣಕ್ಕೆ ಕತ್ತಲೊಳಗೆ ತೆವಳುತ್ತ ಇವರತ್ತ ಬಂದಿದ್ದ ಪೊನ್ನಪ್ಪ, ದಿಢೀರನೆ ಕಳ್ಳರ ಮುಂಬದಿಯಲ್ಲಿ ಪ್ರತ್ಯಕ್ಷವಾಗಿ ಕೈಯಲ್ಲಿದ್ದ ಜೋಡುನಳಿಕೆಯ ಕೋವಿಯಿಂದ ಮುಗಿಲಿನೆಡೆಗೆ ಒಂದು ಸುತ್ತು ಗುಂಡು ಹಾರಿಸಿದ. ಒಮ್ಮೆಲೆ ಸಿಡಿದ ಗುಂಡಿನ ಶಬ್ದದಿಂದಾಗಿ ಮರಗಳ ಮೇಲೆ ಸುಖನಿದ್ರೆಗೆ ಜಾರಿದ್ದ ಹಕ್ಕಿಪಕ್ಷಿಗಳು ಭಯದಿಂದ ಬೆಚ್ಚಿ ಚೆಲ್ಲಾಪಿಲ್ಲಿಯಾಗಿ ಹಾರಿದವು.

ಅನಿರೀಕ್ಷಿತವಾಗಿ ಎದುರಿಗೆ ಬಂದು ನಿಂತ ಅರಣ್ಯಾಧಿಕಾರಿ ಮತ್ತು ಅವರು ಸಿಡಿಸಿದ ಗುಂಡಿನಿಂದಾಗಿ ಮರಗಳ್ಳರು ಭಯದಿಂದ ತತ್ತರಿಸಿಹೋದರು. ಭುಜದ ಮೇಲೆ ಮರದ ದಿಮ್ಮಿಗಳನ್ನು ಹೊತ್ತು ನಿಂತಿದ್ದರಿಂದಾಗಿ ಅತ್ತ ಕದಲಲು ಆಗದೆ, ಇತ್ತ ಓಡಲು ಆಗದೆ ಏನು ಮಾಡಬೇಕು ಎಂದು ತೋಚದೆ ಕಳ್ಳರು ತರತರ ನಡುಗತೊಡಗಿದರು. ಕಳ್ಳರ ತಲೆಯ ಮೇಲಿದ್ದ ತಲೆದೀಪದ ಬೆಳಕಿನಲ್ಲಿ, ತಮ್ಮೆಡೆಗೆ ಗುರಿಯಿಟ್ಟು, 'ಒಂದಿಂಚು ಕದಲಿದರೆ ನನ್ನ ಗುಂಡು ನಿಮ್ಮ ಎದೆ ಸೀಳಿ ಬಿಡುತ್ತದೆ' ಎಂದು ವ್ಯಾಘ್ರನ ರೀತಿ ಅರಚಿಕೊಂಡು, ತಮ್ಮೆಡೆಗೆ ಬರುತ್ತಿರುವ ಫಾರೆಸ್ಟರ್ ಪೊನ್ನಪ್ಪನನ್ನು ಕಂಡು ಮರಗಳ್ಳರ ಜಂಘಾಬಲವೇ ಉಡುಗಿಹೋಯಿತು. ಕೊನೆಯಲ್ಲಿ ದಿಮ್ಮಿ ಹೊತ್ತು ನಿಂತಿದ್ದವನು ಕೊಂಚ ಧೈರ್ಯಮಾಡಿ ಮರದ ನಾಟಾವನ್ನು ಹೆಗಲ ಮೇಲಿರಿಸಿಕೊಂಡೆ ಹಿಂಬದಿಯಿಂದ ಕಾಡಿಗೆ ಓಡಬಹುದೆ ಎಂದು ಕಣ್ಣಾಡಿಸಿದ. ಆ ಬದಿಯಿಂದ ಕೂಡ ಟಾರ್ಚಿನ ಬೆಳಕಿನ ಜೊತೆಗೆ ಬಂದೂಕಿನ ನಳಿಕೆಗಳು ಗುಂಡಿನ ಸುರಿಮಳೆಗೈಯುವ ಸಲುವಾಗಿ ಸಿದ್ಧವಾಗಿ ನಿಂತಿರುವಂತೆ ಅವನಿಗೆ ಕಂಡಿತು. ಅಷ್ಟು ಹೊತ್ತಿನಿಂದ ನಾವು ಕಾಡಿನೊಳಗೆ ಮರ ಹೊರುತ್ತಿದ್ದೆವು, ಇಲ್ಲಿಯವರೆಗೆ ಒಂದು ಎಲೆ ಉದುರಿದ ಶಬ್ದ ಕೂಡ ನಮ್ಮ ಕಿವಿಗೆ ಬೀಳಲಿಲ್ಲ. ಅದ್ಯಾವ

ಘಳಿಗೆಯಲ್ಲಿ ಬಂದು ಈ ಫಾರೆಸ್ಟಿನವರು ನಮ್ಮನ್ನು ಸುತ್ತುವರೆದರು! ಎಂದು ಭಯಭೀತರಾಗಿ ಯೋಚಿಸುತ್ತಾ, ತಪ್ಪಿಸಿಕೊಳ್ಳಲು ಯಾವುದಾದರು ಅವಕಾಶ ಸಿಗಬಹುದಾ? ಎಂದು ಪ್ರತಿಯೊಬ್ಬರು ಸುತ್ತಾ ಕಣ್ಣಾಡಿಸುತ್ತಾ ನಿಂತರು.

ಮೂರೂ ದಿಕ್ಕಿನಲ್ಲಿ ಬಂದೂಕುಗಳನ್ನು ಹಿಡಿದ ಸಿಬ್ಬಂದಿಗಳು ಕಳ್ಳರೆಡೆಗೆ ಗುರಿಯಿರಿಸಿ ನಿಂತಿರುವಾಗ, ಇತ್ತ ಕೊರಡುಗಳನ್ನು ತುಂಬಿದ್ದ ಮೆಟಡೋರ್ ವಾಹನದ ಬದಿಯಿಂದ ಅಚ್ಚಯ್ಯನವರ ನೇತೃತ್ವದಲ್ಲಿ ಆರಕ್ಕೂ ಹೆಚ್ಚು ಜನ, ನಾಲ್ಕು ಬಂದೂಕುಗಳನ್ನು ಹಿಡಿದು ಮುಂದೆ ಬಂದು ನಾಟಾಗಳನ್ನು ಹೆಗಲ ಮೇಲೆ ಹೊತ್ತುಕೊಂಡೆ ನಿಂತಿದ್ದವರ ಎದೆಗೆ ಜೋಡಿ ನಳಿಕೆಗಳ ತುದಿಯನ್ನು ಅದುಮಿ ಹಿಡಿದರು. ಒಟ್ಟು ಹನ್ನೆರಡು ಜನ ಶಸ್ತ್ರಸಜ್ಜಿತ ಅರಣ್ಯ ಸಿಬ್ಬಂದಿಗಳ ಬಲೆಯಲ್ಲಿ, ಹೆಗಲ ಮೇಲೆ ಭಾರವಾದ ದಿಮ್ಮಿಗಳನ್ನು ಹೊತ್ತು ನಿರಾಯುಧರಾಗಿ ನಿಂತಿದ್ದ ಮರಗಳ್ಳರು ಸಿಲುಕಿಕೊಂಡಿದ್ದರು. ಮಿಸುಕಾಡಿ ಗುಂಡು ಹೊಡೆಸಿಕೊಂಡು ಜೀವನ ಕೊನೆಗೊಳಿಸುವ ಬದಲು ಶರಣಾಗತಿಯೊಂದೆ ತಮಗಿರುವ ಕೊನೆಯ ದಾರಿ ಎಂಬುದು ಮರಗಳ್ಳರಿಗೆ ಆ ಕ್ಷಣಕ್ಕೆ ಮನವರಿಕೆಯಾಗಿತ್ತು.

ಮಾಲೀಕ ಕೊಡುವ ಎಂಜಲು ಹಣಕ್ಕಾಗಿ, ಭಂಡ ಧೈರ್ಯ ಮಾಡಿಕೊಂಡು, ಬ್ರಿಟಿಷರ ಕಾಲದಿಂದ ನೆಟ್ಟು ಬೆಳೆಸಿಕೊಂಡು ಬಂದಿದ್ದ ಬೆಲೆಬಾಳುವ ಮರಗಳನ್ನು ಕಡಿದು, ಕದ್ದು ಸಾಗಾಟ ಮಾಡಿ, ಅವನ ಬೊಕ್ಕಸ ತುಂಬಿಸುತ್ತಿದ್ದ ಕಳ್ಳರಿಗೆ, ಆ ಒಂದು ಕ್ಷಣ ಕಾಲಡಿಯ ಮಣ್ಣು ಬಾಯಿ ತೆರೆದು ತಮ್ಮನ್ನು ನುಂಗಿಕೊಳ್ಳುತ್ತಿರುವಂತೆ ಭಾಸವಾಗತೊಡಗಿತು. ಅರಣ್ಯ ಸಿಬ್ಬಂದಿ, ಆರು ಜನ ಕಳ್ಳರನ್ನು ಸುತ್ತುವರೆದು ಅವರ ಹೆಗಲ ಮೇಲಿದ್ದ ಮರದ ದಿಮ್ಮಿಗಳನ್ನು ಮೆಟಡೋರಿನೊಳಗೆ ಹಾಕಿಸಿ, ಕ್ಷಣಾರ್ಧದಲ್ಲಿ ಅವರ ಎರಡು ಕೈಗಳನ್ನು ಹಿಂದಕ್ಕೆ ಎಳೆದು ಬಿಗಿಯಾಗಿ ಕಟ್ಟಿ, ನಂತರ ಅದೇ ವಾಹನದೊಳಕ್ಕೆ ಮರಗಳ್ಳರನ್ನು ಬಂದೂಕಿನ ಮೂಲಕ ತಿವಿದು ಹತ್ತಿಸಿದರು. ಕಡೆಯದಾಗಿ ಆ ತಂಡದ ನೇತೃತ್ವ ವಹಿಸಿದ್ದವನು ವಾಹನವೇರುತ್ತಿದ್ದಂತೆಯೆ, 'ಕಳೆದ ಎರಡು ದಿನಗಳಿಂದ ನಾವು ಈ ಖದೀಮರಿಂದಾಗಿ ಎಷ್ಟು ಯಾತನೆಯನ್ನು ಅನುಭವಿಸಬೇಕಾಯ್ತು' ಎಂಬುದನ್ನು ನೆನೆದು, "ನಾವು ಮಕ್ಕಳಂತೆ ಸಾಕಿ ಬೆಳೆಸುತ್ತಿರುವ ತೇಗದ ಮರಗಳನ್ನು ಕಾಡೊಳಗೆ ನುಗ್ಗಿ ಕದ್ದು ಕಡಿಯಲು ನಿಮಗೆಷ್ಟು ಧೈರ್ಯ ಸೂಳೆಮಕ್ಕಳೇ" ಎಂದು ಪೊನ್ನಪ್ಪ ಹಿಂಬದಿಯಿಂದ ಒಬ್ಬನ ಬೆನ್ನು ಮೂಳೆ ಮುರಿದು ಹೋಗುವ ರೀತಿಯಲ್ಲಿ ಒದ್ದು ವಾಹನಕ್ಕೇರಿಸಿದನು. ಪಕ್ಕದಲ್ಲಿದ್ದ ಅಚ್ಚಯ್ಯ ಮತ್ತು ಸಿಬ್ಬಂದಿ ಪೊನ್ನಪ್ಪನ ಈ ಅನಿರೀಕ್ಷಿತ ವರ್ತನೆಯನ್ನು ನೋಡುತ್ತಾ ನಿಂತಿದ್ದರು.

ಮರಗಳ್ಳರು ಕಾಡಿನೊಳಕ್ಕೆ ತಂದಿದ್ದ ಅಂಬಾಸಿಡರ್ ಕಾರನ್ನು ಅಚ್ಚಯ್ಯನವರು ಚಲಾಯಿಸಿಕೊಂಡು ಮುಂದೆ ಹೊರಟರೆ, ಅವರನ್ನು ಹಿಂಬಾಲಿಸುತ್ತಾ

ಮರದ ನಾಟಾಗಳು ಮತ್ತು ಕಳ್ಳರನ್ನು ಹೊತ್ತಿದ್ದ ಮೆಟಡೋರನ್ನು ಪೊನ್ನಪ್ಪ ಚಲಾಯಿಸತೊಡಗಿದ. ಒಂದು ಸಣ್ಣ ಅವಕಾಶ ಸಿಕ್ಕಿದರೂ ಮರಗಳ್ಳರು ತಪ್ಪಿಸಿಕೊಳ್ಳುವ ಸಾಧ್ಯತೆ ಇದ್ದುದರಿಂದ ಬಂದೂಕುಗಳನ್ನು ಅವರ ಹಣೆಗೆ ಗುರಿಯಾಗಿಟ್ಟು ಉಳಿದ ಅರಣ್ಯ ಸಿಬ್ಬಂದಿಗಳು ಎಚ್ಚರಿಕೆಯಿಂದ ನಿಂತಿದ್ದರು. ಮೆಟಡೋರ್ ವಾಹನವಂತು ಅಳತೆಗೂ ಮೀರಿ ಲೋಡ್ ಆಗಿದ್ದರಿಂದ ಕಾಡಿನ ಆ ಕಡಿದಾದ ರಸ್ತೆಯಲ್ಲಿ ದಡಬಡ ಎಂದು ಶಬ್ದ ಮಾಡುತ್ತಾ ತಳುಕುಬಳುಕು ಮಾಡಿಕೊಂಡು ಮುಂದಕ್ಕೆ ಸಾಗುತ್ತಿತ್ತು. ಆ ನೀರವತೆಯಲ್ಲಿ ಕಾಡಿನ ಸುತ್ತಲೂ ಒಂದು ರೀತಿಯ ಸೂತಕದ ಛಾಯೆ ಏರ್ಪಟ್ಟಿತ್ತು.

ಅಚ್ಚಯ್ಯನವರು, ಕಳ್ಳರನ್ನು ಬಂಧಿಸಿ ವಾಹನಗಳ ಸಮೇತ ಕರೆದುಕೊಂಡು ಬರುತ್ತಿದ್ದೇವೆ, ದಾರಿಗೆ ಅಡ್ಡಲಾಗಿ ನಿಲ್ಲಿಸಿರುವ ವಾಹನಗಳನ್ನು ಬದಿಗೆ ಸರಿಸಿ, ನಮ್ಮ ಹಿಂದೆಯೇ ಬನ್ನಿ ಎಂದು ಮುನಿಯನಿಗೆ ವೈರ್‌ಲೆಸ್ ಮೂಲಕ ತಿಳಿಸಿದರು. ಅದರಂತೆ ಇವರು ರಸ್ತೆ ತಲುಪುವ ವೇಳೆಗಾಗಲೆ ವಾಹನ ಸರಿದು ಮುಂದಕ್ಕೆ ದಾರಿ ಕಾಣುತ್ತಿತ್ತು. ಅಚ್ಚಯ್ಯನವರ ಕಾರಿನ ಮುಂದೆ ಮುನಿಯ ಇಲಾಖೆಯ ಜೀಪನ್ನು ಓಡಿಸಿದರೆ, ಅವರು ಬರುವಾಗ ತಂದ ವಾಹನವನ್ನು ಗಾರ್ಡ್ ಒಬ್ಬ ಮೆಟಡೋರ್‌ನ ನಂತರದಲ್ಲಿ ಓಡಿಸಿಕೊಂಡು ಕಚೇರಿಯತ್ತ ಹೊರಟ.

ಈ ರೀತಿಯಾಗಿ ಮರಗಳ್ಳತನಕ್ಕೆ ಸಂಬಂಧಪಟ್ಟ ಆರೋಪಿಗಳನ್ನು ಬಂಧಿಸಿದರೆ, ಮರ ಮತ್ತು ವಾಹನವನ್ನು ಮುಟ್ಟುಗೋಲು ಹಾಕಿಕೊಂಡ ನಂತರದಲ್ಲಿ ನಾಟಾಗಳನ್ನು ಕಡಿದ ಪ್ರದೇಶಕ್ಕೆ, ಸ್ಥಳ ಪರಿಶೀಲನೆ ಮತ್ತು ಮಹಜರಿನ ಹೆಸರಿನಲ್ಲಿ ಆರೋಪಿಗಳನ್ನು ಕರೆದುಕೊಂಡು ಹೋಗಿ ವಿಚಾರಣೆ ಮಾಡುವ ಕೆಲ ಸಮಯಗಳವರೆಗೆ ಮಾತ್ರ ಅರಣ್ಯ ಇಲಾಖೆಯವರಿಗೆ ಕಳ್ಳರನ್ನು ತಮ್ಮ ಜೊತೆ ಇರಿಸಿಕೊಳ್ಳಲು ಅವಕಾಶ ಸಿಗುವುದು. ತದನಂತರದಲ್ಲಿ ಎಫ್.ಓ.ಸಿ. ಹಾಕಿ ಖೈದಿಗಳನ್ನು ಪೊಲೀಸ್ ಇಲಾಖೆಯವರಿಗೆ ಹಸ್ತಾಂತರಿಸಬೇಕಿತ್ತು. ಕೆಲವೊಂದು ಬಾರಿ ಆಗಂತುಕರ ಹಿಂದೆ ಇರುವವರು ಬಲಶಾಲಿಗಳು ಅಥವಾ ರಾಜಕಾರಣಿಗಳು ಮತ್ತು ಅಧಿಕಾರಿಗಳೊಂದಿಗೆ ಸಂಪರ್ಕ ಹೊಂದಿದವರಾಗಿದ್ದರೆ ಎಫ್.ಓ.ಸಿ. ಹಾಕುವ ಮೊದಲೇ ಮೇಲಧಿಕಾರಿಗಳು ಮತ್ತು ಜನಪ್ರತಿನಿಧಿಗಳಿಂದ ಕರೆ ಮಾಡಿಸಿ, ಒತ್ತಡ ತಂದು ಕಳ್ಳರನ್ನು ಬಿಡಿಸಿ ಕೇಸನ್ನು ಮುಚ್ಚಿಹಾಕುವ ಎಲ್ಲಾ ಪ್ರಯತ್ನಮಾಡುತ್ತಿದ್ದರು. ಈ ರೀತಿಯ ಅನುಭವಗಳು ಆ ಮೊದಲೆ ರೇಂಜರ್ ಅಚ್ಚಯ್ಯ ಮತ್ತು ಫಾರೆಸ್ಟರ್ ಪೊನ್ನಪ್ಪನವರಿಗೆ ಹಲವಾರು ಬಾರಿ ಆಗಿದ್ದರಿಂದ ಬೆಳಕರಿಯುವ ಮೊದಲೇ ಕಳ್ಳರಿಂದ ಈ ಪ್ರಕರಣಕ್ಕೆ ಸಂಬಂಧಪಟ್ಟ ಮತ್ತು ಇವರ ಹಿಂದೆ ಯಾರಿದ್ದಾರೆ ಎಂಬುದನ್ನು ಬಾಯಿಬಿಡಿಸುವ ಇರಾದೆಯಿತ್ತು.

ಹೀಗಾಗಿ ವಾಹನಗಳನ್ನು ಕಚೇರಿಯ ಮುಂದೆ ನಿಲ್ಲಿಸಿ, ಹಿಂಬದಿಯಲ್ಲಿದ್ದ ಹಳೆಯ ಕ್ವಾಟ್ರಸ್‌ಗೆ ಮರಗಳ್ಳರನ್ನು ಕರೆದುಕೊಂಡು ಹೋಗಿ ಕೂಡಿ ಹಾಕಿದರು. ನಂತರ ಒಣಬಿದಿರಿನ ಲಾಠಿಗಳಿಂದ ಪೊನ್ನಪ್ಪ ಮತ್ತು ಅಚ್ಚಯ್ಯನವರೊಂದಿಗೆ ಕೆಲ ಗಾರ್ಡ್‌ಗಳು ಸೇರಿಕೊಂಡು ಕೆಲವು ಗಂಟೆಗಳ ಕಾಲ ಮರಗಳ್ಳರ ಮೈಮೇಲೆ ಬಾಸುಂಡೆಗಳು ಕಾಣದ ರೀತಿಯಲ್ಲಿ ಬಡಿಯತೊಡಗಿದರು. ಈ ಮೊದಲು ಹಲವಾರು ಕ್ರಿಮಿನಲ್ ಪ್ರಕರಣಗಳಲ್ಲಿ ಸಿಕ್ಕಿಹಾಕಿಕೊಂಡಿದ್ದ ಈ ಕಳ್ಳರಿಗೆ, ಪೊಲೀಸರು ಯಾವ ರೀತಿ ಹೊಡೆಯುತ್ತಾರೆ ಎಂಬುದರ ಅನುಭವ ಇತ್ತು. ಆದರೆ ಅರಣ್ಯ ಸಿಬ್ಬಂದಿಗಳ ಕೈಯ ಏಟಿನ ರುಚಿಯನ್ನು ಅದುವರೆಗೆ ಅವರು ನೋಡಿರಲಿಲ್ಲ. ಹೀಗಿರುವಾಗ ಕಳೆದ ಕೆಲವು ತಾಸುಗಳಿಂದ, ಯಾವುದೇ ಪ್ರಶ್ನೆಗಳನ್ನು ಕೇಳದೆ, ದೇಹದ ಕೆಲವೊಂದು ಭಾಗಗಳನ್ನು ನೋಡಿ, ಹೊರಭಾಗದಲ್ಲಿ ಕುರುಹುಗಳು ಕಾಣಿಸದ ರೀತಿಯಲ್ಲಿ ಒಂದೇ ಸಮನೆ ಬಡಿಯುತ್ತಿದ್ದದ್ದನ್ನು ಕಂಡ ಕಳ್ಳರು, ಜೀವನದಲ್ಲಿ ಯಾರ ಕೈಯಲ್ಲಿ ಸಿಕ್ಕಿಹಾಕಿಕೊಂಡರು, ಅರಣ್ಯ ಇಲಾಖೆಯವರ ಕೈಯಲ್ಲಿ ಮಾತ್ರ ಸಿಕ್ಕಿಹಾಕಿಕೊಳ್ಳಬಾರದು ಎಂಬುದನ್ನು ಅರಿತುಕೊಳ್ಳತೊಡಗಿದರು. ಕೊನೆಗೆ ನೋವು ಸಹಿಸಲಾಗದೆ ಮರಗಳ್ಳರು, ಅರಣ್ಯ ರಕ್ಷಕರ ಬಳಿ "ಅಯ್ಯೋ, ಅಮ್ಮ, ಸಾಯಿಸಬೇಡಿ ಸರ್, ನೀವು ಏನು ಬೇಕಾದರು ಹೇಳಿ, ಎಲ್ಲವನ್ನು ಒಪ್ಪಿಕೊಳ್ಳುತ್ತೇವೆ" ಎಂದು ಅಂಗಲಾಚಿ ಬೇಡಿಕೊಳ್ಳತೊಡಗಿದರು.

ಮರಗಳ್ಳರ ಮಾತಿಗೆ ಸೊಪ್ಪು ಹಾಕದ ಸಿಬ್ಬಂದಿಗಳು, ಅವರನ್ನು ಕೋಣೆಯ ನಡುವಲ್ಲಿ ಕಾಲುನೀಡಿ ಕೂರಿಸಿ, ಎರಡು ಕಾಲುಗಳ ಮೇಲೆ ಒಬ್ಬೊಬ್ಬರು ಏರಿ ನಿಂತು, ಬೆನ್ನು ಮತ್ತು ಕುಂಡಿಯ ಭಾಗಕ್ಕೆ ಚರ್ಮದ ಬೆಲ್ಟಿನ ಮಾದರಿಯಲ್ಲಿದ್ದ ಹಗ್ಗದಿಂದ ಬೀಸುತ್ತಿದ್ದರೆ ಕಳ್ಳರಿಗೆ ಕಣ್ಣಂಚಿನಲ್ಲಿ ನಕ್ಷತ್ರಗಳು ಸುಳಿದಾಡಿದಂತೆ ಭಾಸವಾಗತೊಡಗಿದ್ದವು. ಅರಣ್ಯ ಇಲಾಖೆಯವರು ಮರಗಳ್ಳರ ಮೇಲೆ ವಿವಿಧ ಮಾದರಿಯ ಪ್ರಯೋಗಗಳನ್ನು ಮಾಡುತ್ತಾ ಹೋದಂತೆ, ಆ ನೋವನ್ನು ಸಹಿಸಿಕೊಳ್ಳಲಾಗದೆ ಅವರು ವಿಲವಿಲ ಎಂದು ಒದ್ದಾಡತೊಡಗಿದರು. ಮರಗಳ್ಳರು ದಾರಿಗೆ ಬಂದಿದ್ದಾರೆ ಎಂಬುದು ಸಿಬ್ಬಂದಿಗಳಿಗೆ ಅರಿವಾಗುತ್ತಿದ್ದಂತೆ ಅಚ್ಚಯ್ಯನವರು ವಿಚಾರಣೆಗೆ ಮುಂದಾದರು.

ಕಳ್ಳರ ನಾಯಕನ ಬಳಿಗೆ ಹೋದ ಅಚ್ಚಯ್ಯನವರು, "ಯಾರೋ ನಿಮ್ಮನ್ನು ಕಾಡು ನುಗ್ಗಿ ಮರಗಳ್ಳತನ ಮಾಡಲು ಕಳುಹಿಸಿದ್ದು?" ಎಂದು ಕೇಳಿದರು.

ಏಟುತಿಂದು ಹಣ್ಣುಗಾಯಿ ನೀರುಗಾಯಿಯಾಗಿದ್ದ ಕಳ್ಳರ ಮುಖ್ಯಸ್ಥ, ನೋವು ತಾಳಲಾಗದೆ ನೇರವಾಗಿ "ಮೊದಲಾಳಿ ಬೋಬನ್" ಎಂದು ಕಣ್ಣಿನಲ್ಲಿ ನೀರು ತುಂಬಿಕೊಂಡು ಹೇಳಿದ.

ಆ ಹೆಸರು ಕೇಳಿದ ತಕ್ಷಣ ಲಾಟಿ, ಬೆಲ್ಟುಗಳ ಮೂಲಕ ಮರಗಳ್ಳರ ಹಸಿಮೈಯ ಮೇಲೆ ರೌದ್ರನರ್ತನವನ್ನು ಮಾಡುತ್ತಿದ್ದ ಅರಣ್ಯ ಸಿಬ್ಬಂದಿಗಳು ಹೊಡೆಯುವುದನ್ನು ನಿಲ್ಲಿಸಿ, ಅರೆಕ್ಷಣ ದಿಗ್ಭ್ರಾಂತರಾಗಿ ಆ ಕಳ್ಳರನ್ನೆ ನೋಡುತ್ತಾ ನಿಂತರು.

'ಬೋಬನ್' ಎಂಬ ನಾಮ ಕಿವಿಗೆ ಬಿದ್ದಿದ್ದೆ ತಡ, ಎರಡು ದಿನದಿಂದ ನಿದ್ದೆಗೆಟ್ಟಿದ್ದ ಪೊನ್ನಪ್ಪನ ಕಿವಿನಿಮಿರಿತು. ಹೆಸರು ಹೇಳಿದವನ ಬಳಿ ಬಂದು, "ಏನು ಹೇಳ್ತಾ ಇದ್ದೀಯಾ ನೀನು?" ಎಂದು ಮತ್ತೊಮ್ಮೆ ಗದರಿಸಿ ಕೇಳಿದ. "ಹೌದು ಸರ್, ನಾವು ಈ ರೀತಿ ಕಾಡು ನುಗ್ಗಿ ಮರ ಕಡಿದದ್ದು ಮರವ್ಯಾಪಾರಿ ಮೊದಲಾಳಿ ಬೋಬನ್‌ಗಾಗಿ" ಎಂದು ಹೇಳಿದ. ಸಮಾಜದ ಮುಂದೆ ಗಣ್ಯವ್ಯಕ್ತಿಯ ಸೋಗಿನಲ್ಲಿ ಮರವ್ಯಾಪಾರ ಮಾಡುವುದರೊಂದಿಗೆ ವಿರಾಜಪೇಟೆ, ಗೋಣಿಕೊಪ್ಪ ಭಾಗದಲ್ಲಿ ಎರಡು ಸಾಮಿಲ್‌ಗಳ ಮಾಲೀಕನಾಗಿ, ದೊಡ್ಡದೊಡ್ಡ ರಾಜಕಾರಣಿಗಳೊಂದಿಗೆ ಗುರುತಿಸಿಕೊಂಡು ಸಮಾಜ ಸುಧಾರಕನ ರೀತಿ ಮೆರೆಯುತ್ತಿದ್ದ ಬೋಬನ್ ಈ ಹಗರಣದ ರೂವಾರಿಯಾ! ಎಂದು ಆಶ್ಚರ್ಯದಿಂದ ಪೊನ್ನಪ್ಪ ಮತ್ತು ಅಚ್ಚಯ್ಯನವರು ಮುಖಮುಖ ದಿಟ್ಟಿಸತೊಡಗಿದರು.

ಅಚ್ಚಯ್ಯನವರು, ಪೊನ್ನಪ್ಪನನ್ನು ಕೊಠಡಿಯಿಂದ ಹೊರ ಕರೆದುಕೊಂಡು ಬಂದು, "ಇವರು ಹೇಳುತ್ತಿರುವ ಹೆಸರು ಸಾಮಾನ್ಯ ವ್ಯಕ್ತಿಯದ್ದಲ್ಲ. ಇವರ ಮೇಲೆ ಕೇಸು ಜಡಿದು, ಜೈಲಿಗೆ ಅಟ್ಟಿದರೆ ಸಮಾಜದ ಕಣ್ಣಿಗೆ ಮಣ್ಣೆರಚುತ್ತಿರುವ ಈ ರೀತಿಯ ನೂರಾರು ಗೋಮುಖ ವ್ಯಾಘ್ರಗಳ ಮುಖವಾಡ ಕಳಚಿಬೀಳುವುದೇನೊ ಸತ್ಯ! ಆದರೆ ಅವರು ಎಲ್ಲಾ ಬಲವನ್ನು ಉಪಯೋಗಿಸಿ ಹೊರಬರುವುದರ ಜೊತೆಗೆ ಮುಂದಿನ ದಿನಗಳಲ್ಲಿ ನಮ್ಮ ಮೇಲೆ ಷಡ್ಯಂತ್ರ ಮಾಡಿ, ನಮ್ಮನ್ನು ಮುಗಿಸುವ ಪ್ರಯತ್ನವನ್ನೂ ಮಾಡುತ್ತಾರೆ" ಎಂದರು.

ಪೊನ್ನಪ್ಪ, "ಮುಂದೇನಾಗುತ್ತದೆ ಎಂಬುದರ ಬಗ್ಗೆ ತಲೆಕೆಡಿಸಿಕೊಳ್ಳಬೇಡಿ ಸರ್, ಕಾಡೊಳಗೆ ನುಗ್ಗಿ ಅರಣ್ಯ ಇಲಾಖೆಗೆ ಸಂಬಂಧಪಟ್ಟ ಆಸ್ತಿಯನ್ನು ಕಳ್ಳತನ ಮಾಡುವ ಖದೀಮರಿಗೆ ಇದೊಂದು ಪಾಠವಾಗುವ ರೀತಿಯಲ್ಲಿ ನಾವು ಶಿಕ್ಷೆ ಕೊಡಿಸಬೇಕು" ಎಂದು ಹೇಳುವುದರ ಜೊತೆಗೆ ಯಾವುದೇ ಕಾರಣಕ್ಕೂ ಈ ಕಳ್ಳರಿಗೆ ತಕ್ಕ ಬುದ್ಧಿ ಕಲಿಸದೆ ಹಿಂದೆ ಸರಿಯುವ ಪ್ರಮೇಯವೆ ಇಲ್ಲಾ ಎಂದು ದೃಢವಾಗಿ ಹೇಳಿದ.

ಹೊತ್ತು ಸರಿದು ಬೆಳಕರಿಯುವಷ್ಟರಲ್ಲಿ, ಕಳೆದೆರಡು ದಿನಗಳಿಂದ ಫಾರೆಸ್ಟರ್ ಪೊನ್ನಪ್ಪನವರ ನೇತೃತ್ವದಲ್ಲಿ ಕಾಡಿನಲ್ಲಿ ಕಾವಲು ಕುಳಿತು, ಲಕ್ಷಾಂತರ ರೂಪಾಯಿಯ ಬೆಲೆಬಾಳುವ ಮರಗಳನ್ನು ಕದ್ದು ಸಾಗಿಸಲು ಯತ್ನಿಸುತ್ತಿದ್ದ ಕುಖ್ಯಾತ ಮರಗಳ್ಳರನ್ನು ಹಿಡಿಯುವಲ್ಲಿ ಅರಣ್ಯ ಇಲಾಖೆ

ಯಶಸ್ವಿಯಾಗಿದೆ ಎಂಬ ಸುದ್ದಿ ಕಾಳ್ಗಿಚ್ಚಿನಂತೆ ಹರಡತೊಡಗಿತು. ಮರಗಳ್ಳರನ್ನು ಹಿಡಿದ ವಿಚಾರವನ್ನು ತಿಳಿದ ತಕ್ಷಣ ಮೇಲಧಿಕಾರಿಗಳು, ಕಾಡಿನೊಳಗೆ ನುಗ್ಗಿ ಕಳ್ಳತನ ಮಾಡಿರುವ ಈ ಅಪರೂಪದ ಪ್ರಕರಣವನ್ನು ಭೇದಿಸಿದ್ದನ್ನು ಶ್ಲಾಘಿಸಿ ಅಚ್ಚಯ್ಯನವರಿಗೆ ಕರೆ ಮಾಡಿ ಅಭಿನಂದಿಸತೊಡಗಿದರು. ಕೆಲ ಸಮಯ ಕಳೆಯುವ ವೇಳೆಗೆ ಮಾಧ್ಯಮದವರು ಹಿಂಡುಹಿಂಡಾಗಿ ಅರಣ್ಯ ಇಲಾಖೆಯ ಕಚೇರಿಯೆಡೆಗೆ ಧಾವಿಸಿ, ಬಿಸಿಬಿಸಿ ಸುದ್ದಿಗಳಿಗೆ ಬೇಕಾದ ಮಾಹಿತಿಗಳನ್ನು ಸಂಗ್ರಹಿಸತೊಡಗಿದರು. ಮೇಲಧಿಕಾರಿಗಳ ಕರೆ ಬಂದಾಗಲಾಗಲಿ ಅಥವಾ ಮಾಧ್ಯಮದವರು ವಿವರಣೆ ಕೇಳುವಾಗಾಗಲಿ ರೇಂಜರ್ ಅಚ್ಚಯ್ಯನವರು, ಕಾಡಿನಲ್ಲಿ ಕಳ್ಳತನ ಮಾಡುತ್ತಿದ್ದ ಮರಗಳ್ಳರನ್ನು ಹಿಡಿದು ತಂದಿದ್ದೇವೆ ಎಂಬುದನ್ನು ಹೇಳಿದ್ದರೆ ಹೊರತು, 'ಇದರ ಹಿಂದೆ ಯಾರಿದ್ದಾರೆ' ಎಂಬ ಕಿಂಚಿತ್ತು ಮಾಹಿತಿಯನ್ನು ಹೊರಗೆ ಬಿಟ್ಟುಕೊಟ್ಟಿರಲಿಲ್ಲ.

ಸುಮಾರು ಹನ್ನೊಂದು ಗಂಟೆಯ ವೇಳೆಗೆ ಮರಗಳ್ಳರ ವಿಚಾರಣೆಯನ್ನು ಮುಗಿಸಿದ್ದ ಅಚ್ಚಯ್ಯ ಮತ್ತು ಪೊನ್ನಪ್ಪನವರ ತಂಡ ಎಫ್.ಓ.ಸಿ ಮಾಡಲು ಬೇಕಾದ ಎಲ್ಲಾ ಸಿದ್ಧತೆಗಳನ್ನು ಮಾಡತೊಡಗಿದ್ದರು. ಅದಾಗಲೇ ಕಚೇರಿಯ ಮುಂದೆ, ಕಳ್ಳರ ಫೋಟೊವನ್ನು ಕ್ಲಿಕ್ಕಿಸಿ ಪತ್ರಿಕೆಯಲ್ಲಿ ಪ್ರಕಟಿಸುವ ಸಲುವಾಗಿ ಕುತೂಹಲದಿಂದ ಪತ್ರಕರ್ತರು ಕಾದುಕುಳಿತಿದ್ದರು. ಇದನ್ನರಿತ ಅರಣ್ಯ ಸಿಬ್ಬಂದಿ, 12 ಗಂಟೆಯ ನಂತರ ಬನ್ನಿ ಹಗರಣಕ್ಕೆ ಸಂಬಂಧಪಟ್ಟಂತೆ ಕಚೇರಿಯ ಕೆಲಸವನ್ನೆಲ್ಲಾ ಮುಗಿಸಿ ನಂತರ ಆರೋಪಿಗಳನ್ನು ಮಾಲುಸಹಿತ ನಿಮ್ಮ ಮುಂದೆ ಕೂರಿಸುತ್ತೇವೆ. ಅಲ್ಲಿಯವರೆಗೆ ದಯವಿಟ್ಟು ತೊಂದರೆ ಕೊಡಬೇಡಿ ಎಂದು ಸಾಗಹಾಕಿದರು.

ಪತ್ರಕರ್ತರೆಲ್ಲರು ಹ್ಯಾಪಮೋರೆ ಹಾಕಿಕೊಂಡು ಅತ್ತಿತ್ತ ಸರಿಯತೊಡಗುತ್ತಿದ್ದಂತೆ ನೀಲಿ ಬಣ್ಣದ ಉದ್ದನೆಯ ಕಾಂಟೆಸ್ಸಾ ಕಾರೊಂದು ಅರಣ್ಯ ಕಚೇರಿಯ ಅಂಗಳದಲ್ಲಿ ಬಂದು ನಿಂತಿತು. ಕಾರಿನ ಮುಂಬದಿಯ ಸೀಟಿನಿಂದ ಜಿಲ್ಲಾಪಂಚಾಯಿತಿ ಅಧ್ಯಕ್ಷರಾಗಿದ್ದ ಕೆ.ಪಿ.ಸುರೇಶ್‌ರವರು ಅರ್ಧ ತೋಳಿನ ಬಿಳಿಯ ಅಂಗಿ ತೊಟ್ಟು ನಗುತ್ತಾ ಇಳಿದರು. ಕಚೇರಿಯ ಮುಂಬದಿಯಲ್ಲೆ ನಿಂತಿದ್ದ ಗುಮಾಸ್ತ ಗಂಗಾಧರಯ್ಯ ಕಣ್ಣರಳಿಸಿ ನೋಡಿದ. 'ಬರುತ್ತಿರುವುದು ಜಿಲ್ಲಾ ಪಂಚಾಯಿತಿ ಅಧ್ಯಕ್ಷರಾದ ಕೆ.ಪಿ.ಸುರೇಶ್ ಅವರಲ್ವಾ!' ಎಂದು ಖಾತರಿಪಡಿಸಿಕೊಂಡು ಅವರ ಬಳಿಗೆ ನಗುತ್ತಾ ಧಾವಿಸಿ, "ನಮಸ್ಕಾರ ಸರ್" ಎಂದ.

ಗಾಂಭೀರ್ಯದಿಂದ ಸುರೇಶ್‌ರವರು, "ಸಾಹೇಬ್ರು ಇಲ್ವೇನಯ್ಯ" ಎಂದು ಕೇಳುತ್ತಾ ಕಚೇರಿಯೊಳಗೆ ಇಣುಕಿ ನೋಡಿದರು. ಮುರಿದು ಬೀಳಲು ಸಿದ್ಧವಾಗಿದ್ದ ಫ್ಯಾನಿನ ಕೆಳಗೆ ಕುಳಿತು ಸಿಬ್ಬಂದಿಯೋರ್ವರು

ಟೈಪ್‌ರೈಟರ್‌ನಲ್ಲಿ 'ಟಕ್‌ಟಕ್' ಎಂದು ಕುಟ್ಟುತ್ತಾ ಕುಳಿತಿದ್ದರು. ಉಳಿದಂತೆ ಕಚೇರಿ ಸಂಪೂರ್ಣ ಮೌನವಾಗಿತ್ತು. ಗುಮಾಸ್ತ, 'ರೇಂಜರ್ ಅಚ್ಚಯ್ಯನವರು ಒಳಗಿನ ಅವರ ಕೊಠಡಿಯಲ್ಲಿ ಕುಳಿತಿದ್ದಾರೆ' ಎಂದು ಕಣ್ಸನ್ನೆ ಮಾಡಿ ಅಧ್ಯಕ್ಷರಿಗೆ ಮಾಹಿತಿ ನೀಡಿದ. ಸುರೇಶ್‌ರವರು ರೇಂಜರ್ ಅಚ್ಚಯ್ಯ ಒಳಗೆ ಇರುವುದನ್ನು ಖಚಿತಪಡಿಸಿಕೊಂಡ ನಂತರದಲ್ಲಿ ಮರಳಿ ಕಾರಿನ ಬಳಿಗೆ ತೆರಳಿ, ಕಿಟಕಿಯೊಳಗೆ ತಲೆತೂರಿ ಅದೇನನ್ನೋ ಪಿಸುಗುಟ್ಟಿ ಮತ್ತೆ ಕಚೇರಿಯೊಳಗೆ ಹೋದರು.

"ನಮಸ್ಕಾರ ಸಾಹೇಬ್ರೆ, ಹೇಗಿದ್ದೀರಾ?" ಎಂದು ಕೇಳುತ್ತಾ ಕೆ.ಪಿ.ಸುರೇಶ್‌ರವರು ಅಚ್ಚಯ್ಯನವರ ಕೊಠಡಿಯನ್ನು ಹೊಕ್ಕರು.

"ಓ, ಬನ್ನಿ ಅಧ್ಯಕ್ಷರೇ" ಎಂದು ಅಚ್ಚಯ್ಯನವರು ಸುರೇಶ್‌ರವರನ್ನು ಬರಮಾಡಿಕೊಂಡರು. ಅದೇ ಕೋಣೆಯ ಒಂದು ಬದಿಯಲ್ಲಿ ಕುಳಿತಿದ್ದ ಪೊನ್ನಪ್ಪ ಎಫ್.ಓ.ಸಿ.ಗೆ ಬೇಕಾದ ವಿಷಯಗಳನ್ನು ಬಿಳಿಯ ಹಾಳೆಗಳ ಮೇಲೆ ಬರೆದು ಸಿದ್ಧಪಡಿಸಿಕೊಳ್ಳುತ್ತಿದ್ದ. ಒಳಬಂದವರೇ ಪೊನ್ನಪ್ಪನತ್ತ ದಿಟ್ಟಿಸಿದ ಸುರೇಶ್‌ರವರು ಹುಸಿನಗೆಯೊಂದನ್ನು ಅವನೆಡೆಗೆ ಬೀರಿದರು. ಅವನು ಕೂಡ ಮುಗುಳ್ನಕ್ಕು ತನ್ನ ಕೆಲಸದಲ್ಲಿ ಮಗ್ನನಾದ.

"ಏನ್ ಸರ್, ಇಷ್ಟು ದೂರ ಬಂದಿದ್ದು, ಏನಾದರು ವಿಷಯ ಇದ್ದಿದ್ದರೆ ಕರೆ ಮಾಡಬಹುದಿತ್ತಲ್ಲ" ಎಂದು ಔಪಚಾರಿಕವಾಗಿ ಅಚ್ಚಯ್ಯನವರು, ಮಾತು ಪ್ರಾರಂಭ ಮಾಡಿದರು. ಸುರೇಶ್‌ರವರು ನಗುತ್ತಾ, "ಇಲ್ಲ, ಇದನ್ನೆಲ್ಲ ಫೋನಿನಲ್ಲಿ ಮಾತನಾಡಲು ಸಾಧ್ಯವಿಲ್ಲ. ಆದ್ದರಿಂದ ಖುದ್ದು ಭೇಟಿಮಾಡಿ ಹೋಗುವ ಎಂದುಕೊಂಡು ಬಂದೆ" ಎಂದು ಹೇಳುತ್ತಾ, "ನನ್ನ ಸ್ನೇಹಿತರೊಬ್ಬರು ಕೂಡ ಜೊತೆ ಬಂದಿದ್ದಾರೆ. ನೀವು ಇದ್ದರೆ ಮಾತ್ರ ಅವರನ್ನು ಒಳಗೆ ಕರೆಯುವ ಎಂದುಕೊಂಡು ಕಾರಿನಲ್ಲಿಯೇ ಕುಳ್ಳಿರಿಸಿದ್ದೇನೆ" ಎಂದು ಹೇಳಿದರು.

"ಅಯ್ಯೋ ಕರೆಯೋದಲ್ವಾ, ಅದರಲ್ಲೇನಿದೆ!" ಎಂದು ಅಚ್ಚಯ್ಯನವರು ಹೇಳಿದರು.

ಸುರೇಶ್‌ರವರು ಕಾರಿನಲ್ಲಿ ಕುಳಿತಿದ್ದವರನ್ನು ಕರೆಯುವ ಸಲುವಾಗಿ ಕುಳಿತಲ್ಲಿಂದ ಏಳುವಷ್ಟರಲ್ಲಿ, "ಇರೀ ಅಧ್ಯಕ್ಷರೇ" ಎಂದು ಮೇಜಿನ ಮೇಲಿದ್ದ ಕೈಗಂಟೆಯ ಮೇಲೆ ಎರಡು ಬಾರಿ ಅಂಗೈಯಿಂದ ಅಚ್ಚಯ್ಯನವರು ಅದುಮಿದರು. 'ಅಂಗೈ' ಕೈಗಂಟೆಯ ತಲೆಯ ಮೇಲೆ ಮೊಟಕಿದ್ದೆ ತಡ 'ಟಣ್‌ಟಣ್' ಎಂಬ ಶಬ್ದ ಕಚೇರಿಯೊಳಗೆಲ್ಲ ಪ್ರತಿಧ್ವನಿಸತೊಡಗಿತು. ಮರುಕ್ಷಣ ರೇಂಜರ್‌ರ ಕೊಠಡಿಯ ಬಾಗಿಲ ಬಳಿ ಬಂದ ಗುಮಾಸ್ತ ಗಂಗಾಧರಯ್ಯ, "ಸರ್ ಕರೆದ್ರಾ?" ಎಂದು ಕೇಳಿದ.

"ಏ ಗಂಗಾಧರ, ಅಧ್ಯಕ್ಷರು ಬಂದ ಕಾರಿನಲ್ಲಿ ಅವರ ಸ್ನೇಹಿತರ್‍ಯಾರೋ ಇದ್ದಾರಂತೆ ಅವರನ್ನು ಒಳಗೆ ಬರಲು ಹೇಳು" ಎಂದು ಅಚ್ಚಯ್ಯನವರು ಹೇಳಿದರು.

ಗಂಗಾಧರಯ್ಯ, ಧರಿಸಿದ್ದ ಹವಾಯಿ ಚಪ್ಪಲಿಯನ್ನು ಸರಸರ ಎಂದು ಎಳೆಯುತ್ತಾ ಕಾರಿನೆಡೆಗೆ ಹೋಗಿ ಹಿಂಬದಿಯ ಕರಿಬಣ್ಣದ ಗಾಜಿಗೆ 'ಟಕಟಕ' ಎಂದು ಎರಡು ಬಾರಿ ಮೊಟಕಿದ. ಗಾಜು ಸೊಂಯ್ ಅಂತ ಕೆಳಗಿಳಿಯುತ್ತಲೆ ಕಾರಿನೊಳಗಿಂದ ದಡೂತಿ ದೇಹದ ಕಪ್ರಗಿನ ವ್ಯಕ್ತಿಯೊಬ್ಬರು ತನ್ನ ಬಿಳಿಯ ಹಲ್ಲುಗಳನ್ನು ಪ್ರದರ್ಶಿಸುತ್ತಾ ಮುಗುಳ್ನಕ್ಕ. ಈ ಮುಖವನ್ನು ತಾನೆಲ್ಲೋ ನೋಡಿದ್ದೇನಲ್ಲ ಎಂದು ಗಂಗಾಧರಯ್ಯ ಯೋಚಿಸುತ್ತಿರುವಾಗಲೇ 'ಏನು?' ಎಂದು ಪ್ರಶ್ನಾರ್ಥಕವಾಗಿ ಕೇಳುವ ಸ್ವರ ಕಾರಿನೊಳಗಿಂದ ಕೇಳಿ ಬಂತು.

ಗಂಗಾಧರಯ್ಯ, "ಸಾಹೇಬ್ರು ಕರಿತಾ ಇದ್ದಾರೆ" ಎಂದು ಹೇಳುವ ಮುನ್ನವೇ, ಕಾರಿನ ಬಾಗಿಲು ಸರಿಸಿ, ಸೀಟಿನ ಮೇಲೆ ಒರಗಿಸಿ ನಿಲ್ಲಿಸಲಾಗಿದ್ದ ಕಂದುಬಣ್ಣದ ಒಂದು ಸಣ್ಣ ಸೂಟ್‌ಕೇಸನ್ನು ಕೈಗೆತ್ತಿಕೊಂಡು, ದಢಾರ್ ಎಂದು ಕಾರಿನ ಬಾಗಿಲನ್ನು ಮುಚ್ಚಿ ಆ ವ್ಯಕ್ತಿ ಕಚೇರಿಯತ್ತ ನಡೆದ. ಹಿಂಬದಿಯಿಂದ ನೋಡುತ್ತಾ ನಿಂತಿದ್ದ ಗಂಗಾಧರಯ್ಯನಿಗೆ ತಕ್ಷಣಕ್ಕೆ ಆ ಮುಖ ನೆನಪಿಗೆ ಬಾರದೆ ಅಸ್ಪಷ್ಟವಾದಂತೆ ತೋರಿತು. ಅವರು, 'ಮರದ ವ್ಯಾಪಾರಿ ಬೋಬನ್' ಅಲ್ಲವಾ? ಎಂದು ಮೂಗಿನ ಮೇಲೆ ಬೆರಳಿಟ್ಟು ಯೋಚಿಸುತ್ತಿರುವಾಗಲೆ, ರೇಂಜರ್‌ರ ಕೊಠಡಿಯ ಬಾಗಿಲನ್ನು ನೂಕಿ ಅವನು ಒಳನಡೆದಿದ್ದ.

ಕದ ತೆರೆಯುವ ಶಬ್ದ ಕೇಳುತ್ತಿದ್ದಂತೆ, ಬಾಗಿಲಿಗೆ ಬೆನ್ನುಹಾಕಿ ಕುಳಿತಿದ್ದ ಪೊನ್ನಪ್ಪ ಮತ್ತು ಎದುರಿಗೆ ಕುಳಿತಿದ್ದ ಅಚ್ಚಯ್ಯನವರು ಆ ಕಡೆಗೆ ನೋಡಿದರು. ಕೊಠಡಿಯೊಳಗೆ ಬಂದು ನಿಂತಿದ್ದ ಆ ಆಕೃತಿಯನ್ನು ಕಂಡ ಅರೆಕ್ಷಣ, ಇಬ್ಬರ ಕಣ್ಣು ಕೆಂಪಗಾಗತೊಡಗಿತು. ಕಾರಣ, ಆ ಕ್ಷಣಕ್ಕೆ ಯಾರ ವಿರುದ್ಧ ಪೂರ್ತಿ ಅರಣ್ಯ ಇಲಾಖೆಯೇ ಕೊತಕೊತ ಎಂದು ಕುದಿಯುತ್ತಿತ್ತೊ, ಅವನು ಯಾವುದೇ ಭಯ, ಆತಂಕ, ಮುಲಾಜುಗಳಿಲ್ಲದೇ ತಮ್ಮೆದುರಿಗೆ ಬಂದು ಮುಖವರಳಿಸಿ ನಿಂತಿದ್ದ. ಬೋಬನ್‌ನ ಮುಖವನ್ನು ಕಂಡ ತಕ್ಷಣ ಕೆಂಡಾಮಂಡಲನಾದ ಪೊನ್ನಪ್ಪ ಬರೆಯುವುದನ್ನ ಅರ್ಧಕ್ಕೆ ನಿಲ್ಲಿಸಿ, ಕುಳಿತಲ್ಲಿಂದ ಎದ್ದು ನಿಂತು ಅಚ್ಚಯ್ಯನವರನ್ನು ದಿಟ್ಟಿಸಿದ.

ಸಿಟ್ಟಿನಿಂದ ಕೆಂಪು ಬಣ್ಣಕ್ಕೆ ತಿರುಗಿದ್ದ ಅಚ್ಚಯ್ಯನವರ ಕಣ್ಣುಗಳಿಂದ ಅಗ್ನಿಯುಂಡೆಗಳು ಹೊರಸೂಸುವಂತೆ ತೋರುತ್ತಿತ್ತು. ಅಧಿಕಾರಿಗಳಿಬ್ಬರ ಮುಖಚರ್ಯೆ ಬೋಬನ್ ಕಚೇರಿಯೊಳಗೆ ಕಾಲಿಟ್ಟ ತಕ್ಷಣ ಬದಲಾದದ್ದನ್ನು ಕಂಡ ಸುರೇಶ್‌ರವರು ಪರಿಸ್ಥಿತಿಯನ್ನು ತಿಳಿಗೊಳಿಸುವ ಸಲುವಾಗಿ "ಅಚ್ಚಯ್ಯನವರೆ ನಿಮ್ಮ ಬಳಿ ಸ್ವಲ್ಪ ಪರ್ಸನಲ್ ಆಗಿ ಮಾತನಾಡುವುದಿತ್ತು"

ಎಂದರು. ಕುಳಿತಲ್ಲಿಂದ ಕೋಪೋದ್ರಿಕ್ತರಾಗಿ ಎದ್ದ ಅಚ್ಚಯ್ಯನವರು, "ಇವನ್ಯಾಕೆ ಇಲ್ಲಿ ಬಂದ?" ಎಂದು ಕೋಪದಿಂದ ಬೋಬನ್‌ನತ್ತ ಬೊಟ್ಟು ಮಾಡಿ ಅಬ್ಬರಿಸಿದರು. ಆ ಒಂದು ಕ್ಷಣ ರೇಂಜರ್ ಅಚ್ಚಯ್ಯ ಮತ್ತು ಫಾರೆಸ್ಟರ್ ಪೊನ್ನಪ್ಪನವರು ಸಿಟ್ಟಿನಿಂದ ನಿಂತಲ್ಲಿ ನಿಲ್ಲಲಾಗದೆ ಅದುರುತ್ತಿದ್ದರೆ, ಅಚ್ಚಯ್ಯನವರ ಮೇಜಿನ ಮುಂಭಾಗದಲ್ಲಿ ಕುಳಿತಿದ್ದ ಜಿಲ್ಲಾ ಪಂಚಾಯಿತಿ ಅಧ್ಯಕ್ಷರಾದ ಕೆ.ಪಿ.ಸುರೇಶ್ ಮತ್ತು ಸಭ್ಯಸ್ಥನಂತೆ ಸೂಟ್‌ಕೇಸ್ ಹಿಡಿದು ಆರ್.ಎಫ್.ಓ. ಕಚೇರಿಯೊಳಗೆ ಕಾಲಿಟ್ಟಿದ್ದ ಬೋಬನ್‌ಗೆ ಈಗಾಗಲೇ ಇವರೆಲ್ಲರಿಗೂ ನಿನ್ನೆ ನಡೆದ ಪ್ರಕರಣದ ಸೂತ್ರಧಾರಿ ತಾನೇ ಎಂಬುದು ತಿಳಿದಿದೆ ಎಂದು ಮನದಟ್ಟಾಯಿತು.

ಕುಳಿತಲ್ಲಿಂದ ಮೇಜಿನ ಮೇಲೆ ಕೈಯೂರಿ ಮೇಲೆದ್ದ ಕೆ.ಪಿ.ಸುರೇಶ್‌ರವರು, "ದಯವಿಟ್ಟು ಸಮಾಧಾನ ಮಾಡ್ಕೋಳಿ, ಕಂಟ್ರೋಲ್ ಯುವರ್ ಸೆಲ್ಫ್ ಸಾಹೇಬ್ರೇ, ಏನೇ ಮನಸ್ತಾಪಗಳಿದ್ದರು ಮಾತನಾಡಿ ಬಗೆಹರಿಸಿಕೊಳ್ಳುವ, ನೀವು ಏನು ಬಯಸುತ್ತೀರೋ ಹಾಗೆಯೇ ಮಾಡುವ" ಎಂದು ಅಚ್ಚಯ್ಯನವರ ಕೋಪವನ್ನು ಶಮನ ಮಾಡುವ ಯತ್ನವನ್ನು ಮಾಡಿದರು.

"ನಿಮ್ಮ ಮೇಲಿರುವ ಗೌರವದಿಂದ ಹೇಳುತ್ತೇನೆ ಅಧ್ಯಕ್ಷರೆ, ಇನ್ನೊಂದು ಕ್ಷಣ ಇವನು ಇಲ್ಲೇ ಇದ್ದರೆ ಮುಂದಿನ ರಾದ್ಧಾಂತಕ್ಕೆ ನೀವೆ ಎಡೆಮಾಡಿಕೊಟ್ಟಂತೆ ಆಗಿಬಿಡುತ್ತದೆ" ಎಂದು ಬೋಬನ್‌ನನ್ನು ದಿಟ್ಟಿಸುತ್ತಾ ಅಚ್ಚಯ್ಯನವರು ಮತ್ತೆ ಅರಚಿದರು. 'ತಾನು ಹೇಳಿದರೆ ಎದುರು ಮಾತನಾಡದೇ ಅಚ್ಚಯ್ಯನವರು ಎಲ್ಲವನ್ನು ಒಪ್ಪಿಬಿಡಬಹುದು' ಎಂಬ ಬಲವಾದ ನಂಬಿಕೆಯಿಂದ ಬೋಬನ್‌ನೊಂದಿಗೆ ಅರಣ್ಯ ಕಚೇರಿಯೊಳಕ್ಕೆ ಕಾಲಿಟ್ಟಿದ್ದ ಸುರೇಶ್‌ರವರಿಗೆ, ಅಚ್ಚಯ್ಯನವರ ಮಾತು ಕೇಳಿ ಕಸಿವಿಸಿಯಾಗತೊಡಗಿತು. ಬೋಬನ್‌ನ ಮುಂದೆ ಒಂದು ರೀತಿಯ ಮುಜುಗರಕ್ಕೊಳಗಾದ ಸುರೇಶ್‌ರವರು, "ನೀನು ಸ್ವಲ್ಪ ಹೊರಗಡೆ ಇರು" ಎಂದು ಬೋಬನ್‌ನ ಬಳಿ ಮೆಲುದನಿಯಲ್ಲಿ ಹೇಳುವಷ್ಟರಲ್ಲಿ ಪರಿಸ್ಥಿತಿಯ ಸೂಕ್ಷ್ಮತೆಯನ್ನು ಅರಿತ ಬೋಬನ್, ಸೂಟ್‌ಕೇಸನ್ನು ಸುರೇಶ್‌ರವರ ಪಕ್ಕದಲ್ಲಿಟ್ಟು, ಬಾಗಿಲೆಳೆದು ಸರಸರ ಎಂದು ಹೊರ ನಡೆದು ಕಾರೇರಿ ಕುಳಿತ.

ಇತ್ತ ಮಾತು ಮುಂದುವರೆಸಿದ ಅಚ್ಚಯ್ಯನವರು, "ನೀವು ಕಚೇರಿಯೊಳಗೆ ವಕಾಲತ್ತು ವಹಿಸುವ ಸಲುವಾಗಿ ಕರೆದುಕೊಂಡು ಬಂದಿರುವುದು ಎಂಥಹ ಗೋಮುಖವ್ಯಾಘ್ರನನ್ನು ಎನ್ನುವುದು ನಿಮಗೆ ತಿಳಿದಿದೆಯಾ?" ಎಂದು ಸುರೇಶ್‌ರವರ ಬಳಿ ಕೇಳಿದರು.

"ನೋಡಿ ಅಚ್ಚಯ್ಯನವರೇ, ಅದೆಲ್ಲ ನನಗೆ ತಿಳಿದಿರುವುದರಿಂದಲೇ ನಿಮ್ಮ ಬಳಿ ನೇರ ಮಾತನಾಡುವ ಎಂದುಕೊಂಡು ಅವನನ್ನು ಇಲ್ಲಿಗೆ ಕರೆದುಕೊಂಡು

ಬಂದಿದ್ದು. ನೀವು ನೋಡಿದರೆ ಬೋಬನ್‌ನನ್ನು ಬೈದು ಆಚೆ ಅಟ್ಟಿದಿರಿ" ಎಂದು ಮುಖ ಸಣ್ಣದು ಮಾಡಿಕೊಂಡು ಹೇಳಿದರು.

ಮಧ್ಯ ಬಾಯಿ ಹಾಕಿದ ಪೊನ್ನಪ್ಪ, "ಅವನು ಮಾಡಿರುವ ಘನಂದಾರಿ ಕೆಲಸಕ್ಕೆ ಸಾಹೇಬ್ರು ಆಗಿರುವುದರಿಂದ ಬೈದು ಆಚೆ ಕಳುಹಿಸಿದರು. ಅವರ ಜಾಗದಲ್ಲಿ ನಾನಿದ್ದಿದ್ದರೆ ಗುಂಡು ಹೊಡೆದು ಅವನನ್ನು ಸಾಯಿಸಿಯೇ ಬಿಡುತ್ತಿದ್ದೆ" ಎಂದು ರೋಷದಿಂದ ಹೇಳಿದ. ಪೊನ್ನಪ್ಪನ ಮಾತು ಕೇಳಿ ಕೋಪದಿಂದ ಅವನತ್ತ ತಿರುಗಿದ ಕೆ.ಪಿ.ಸುರೇಶ್, "ಸಾಹೇಬ್ರ ಬಳಿ ನಾನು ಮಾತನಾಡುತ್ತಿರುವಾಗ ನೀನ್ಯಾಕೆ ನಡುವಲ್ಲಿ ಕಡ್ಡಿ ಅಲ್ಲಾಡಿಸುತ್ತೀಯ?" ಎಂದು ಹೇಳುತ್ತಾ ಅಡಿಯಿಂದ ಮುಡಿಯವರೆಗೆ ಒಮ್ಮೆ ಪೊನ್ನಪ್ಪನನ್ನು ಗುರಾಯಿಸಿದರು.

ಪೊನ್ನಪ್ಪನನ್ನು ಗದರಿಸುವ ರೀತಿಯಲ್ಲಿ ಮಾತನಾಡುತ್ತಿದ್ದ ಕೆ.ಪಿ. ಸುರೇಶ್‌ರವರನ್ನು ಉದ್ದೇಶಿಸಿ ಅಚ್ಚಯ್ಯನವರು, "ನೋಡಿ ಅಧ್ಯಕ್ಷರೆ, ಒಬ್ಬ ಕಳ್ಳನಿಗಾಗಿ ನಮ್ಮ ಸಿಬ್ಬಂದಿಯ ಮೇಲೆ ರೇಗುವುದು ನಿಮ್ಮ ಘನತೆಗೆ ತಕ್ಕುದ್ದಲ್ಲ. ಅವನಿಂದಾಗಿ ಕಳೆದ ಎರಡು ದಿನಗಳಿಂದ ನಮ್ಮ ಸಿಬ್ಬಂದಿ ಕಾಡಿನೊಳಗೆ ಪಡಬಾರದ ಕಷ್ಟವನ್ನು ಅನುಭವಿಸಿದ್ದಾರೆ. ಒಂದು ವೇಳೆ ಪ್ರಕರಣ ನಡೆದ ಜಾಗದಲ್ಲಿ ಅವನೇನಾದರೂ ಸಿಕ್ಕಿದ್ದರೆ ಈ ವೇಳೆಗಾಗಲೇ ಅವನಿಗೊಂದು ಗತಿ ಕಾಣಿಸಿಬಿಡುತ್ತಿದ್ದೆವು" ಎಂದು ಬೋಬನ್‌ನ ಮೇಲೆ ತಮಗೆಷ್ಟು ಸಿಟ್ಟು ಇದೆ ಎಂಬುದನ್ನು ಅಚ್ಚಯ್ಯ ಮತ್ತೊಮ್ಮೆ ಸ್ಪಷ್ಟಪಡಿಸಿದರು.

"ಸಾಹೇಬ್ರೆ, ನಡೆಯೋದೆಲ್ಲ ನಡೆದುಹೋಗಿದೆ, ನೀವು ಕಳ್ಳರನ್ನು ಕೂಡ ಬಂಧಿಸಿ ಕರೆದುಕೊಂಡು ಬಂದಿದ್ದೀರಾ. ಸಾಲದ್ದಕ್ಕೆ ಕಡಿದ ಮರದ ನಾಟಾಗಳು ಮತ್ತು ಬೋಬನ್‌ಗೆ ಸಂಬಂಧಪಟ್ಟ ಎರಡು ವಾಹನಗಳನ್ನು ಕೂಡ ಮುಟ್ಟುಗೋಲು ಹಾಕಿಕೊಂಡಿದ್ದೀರ. ಹೀಗಿರುವಾಗ ಅವರು ಯಾರಿಗಾಗಿ ಅರಣ್ಯದೊಳಗೆ ಅತಿಕ್ರಮಣ ಮಾಡಿ ಈ ರೀತಿ ಮರ ಕಡಿದಿದ್ದಾರೆ ಎಂಬುದನ್ನು ಸಹ ಈಗಾಗಲೇ ನಿಮ್ಮ ಬಳಿ ಒಪ್ಪಿಕೊಂಡಿರುತ್ತಾರೆ. ಆದ್ದರಿಂದ ನಿಮ್ಮ ಬಳಿ ನಾನು ಕೇಳಿಕೊಳ್ಳುವುದೊಂದೆ, ಈ ಪ್ರಕರಣದಿಂದ ಹೇಗಾದರು ಮಾಡಿ ಬೋಬನ್‌ನ ಹೆಸರನ್ನು ನೀವು ಕೈಬಿಡಬೇಕು. ಕಾರಣ, ಮುಂದಿನ ಜಿಲ್ಲಾಪಂಚಾಯಿತಿ ಚುನಾವಣೆಯಲ್ಲಿ ಅವನು ಸ್ಪರ್ಧಿಸಲು ತಯಾರಾಗಿದ್ದು, ನಮ್ಮ ಪಕ್ಷ ಕೂಡ ಅವನಿಗೆ ಟಿಕೆಟ್ ನೀಡಲು ಸಿದ್ಧವಾಗಿದೆ. ಇಂಥಹ ಸಂದರ್ಭದಲ್ಲಿ ಅವನೇನಾದರು ಸಿಕ್ಕಿ ಹಾಕಿಕೊಂಡುಬಿಟ್ಟರೆ ಬೋಬನ್ ಭವಿಷ್ಯಕ್ಕೆ ಕುತ್ತಾಗುವುದರ ಜೊತೆಗೆ ನಮ್ಮ ಪಕ್ಷ ಸಾರ್ವಜನಿಕವಾಗಿ ಮುಜುಗರಕ್ಕೀಡಾಗುತ್ತದೆ. ಆದ್ದರಿಂದಾಗಿ ಈ ಪ್ರಕರಣದಿಂದ ಅವನನ್ನು ಕೈಬಿಟ್ಟು ನಮಗೆ ಸಹಾಯ ಮಾಡಬೇಕು" ಎಂದು ಪರಿಪರಿಯಾಗಿ ಕೇಳಿಕೊಳ್ಳತೊಡಗಿದರು. ಮಾತು ಮುಂದುವರೆಸಿ, "ಅದಕ್ಕೆ

ಪ್ರತಿಫಲವಾಗಿ ತಾವು ಏನು ಬಯಸಿದರೂ ಅದನ್ನು ಕೊಡಲು ಅವನು ಸಿದ್ಧವಾಗಿದ್ದಾನೆ" ಎಂದು ಕೂಡ ಕೆ.ಪಿ.ಸುರೇಶ್ ಹೇಳಿದರು.

ಪೊನ್ನಪ್ಪ ಮತ್ತು ಅಚ್ಚಯ್ಯನವರಿಗೆ ಸುರೇಶ್ ರವರ ಮಾತು ಕೇಳಿ ಪಿತ್ತ ನೆತ್ತಿಗೇರಿದಂತಾಯ್ತು.

"ಕೇಸಿನಿಂದ ಅವನನ್ನು ಖಿಲಾಸೆಗೊಳಿಸಿದರೆ ಏನು ಕೊಡುತ್ತಾನಂತೆ?" ಎಂದು ಮೊಗದಲ್ಲಿ ಕೃತಕ ನಗುವೊಂದನ್ನು ಮೂಡಿಸಿ ಮಾರ್ಮಿಕವಾಗಿ ಅಚ್ಚಯ್ಯ ಕೇಳಿದರು.

ಆಮಿಷ ತೋರಿಸಿದ ಕೂಡಲೇ ಈ ರೇಂಜರ್ ತನ್ನ ಮಾತಿಗೆ ಒಪ್ಪಿಕೊಳ್ಳುತ್ತಿದ್ದಾನೆ ಎಂದುಕೊಂಡ ಸುರೇಶ್‌ರವರು, ಬೋಬನ್ ಹೊರಹೋಗುವಾಗ ಅಲ್ಲಿಯೇ ಇಟ್ಟು ಹೋಗಿದ್ದ ಬ್ರೀಫ್‌ಕೇಸನ್ನು ತೆರೆದು, "ನೋಡಿ ಅಚ್ಚಯ್ಯನವರೇ ಇದರಲ್ಲಿ ಒಂದು ಲಕ್ಷ ರೂಪಾಯಿ ಇದೆ. ನೀವು ಏನಾದರು ಮಾಡಿ ಈ ಪ್ರಕರಣದಿಂದ ಬೋಬನ್‌ನ ಹೆಸರನ್ನು ಕೈಬಿಟ್ಟರೆ ಮುಂದಿನ ದಿನಗಳಲ್ಲಿ ಈ ರೀತಿಯ ಹಲವು ಉಪಕಾರಗಳನ್ನು ನಾನು ಅವನಿಂದ ಮಾಡಿಸಿಕೊಡುತ್ತೇನೆ" ಎಂದರು.

ಮರದ ಮೇಜಿನ ಮೇಲೆ ರಮೇಶ್‌ರವರು ತೆರೆದಿಟ್ಟ, ಕಂದು ಬಣ್ಣದ ಪೆಟ್ಟಿಗೆಯ ಒಳಗಿದ್ದ ನೂರರ ಗರಿಗರಿ ನೋಟುಗಳ ಸಿಂಡುವಾಸನೆ ಮೆಲ್ಲನೆ ರೂಮಿನ ತುಂಬೆಲ್ಲ ಹರಡತೊಡಗುತ್ತಿದ್ದಂತೆ ನೋಟಿನ ಮೇಲೆ ಕನ್ನಡಿ ಧರಿಸಿದ್ದ ಗಾಂಧಿ, ನಮ್ಮ ವ್ಯವಸ್ಥೆಯನ್ನು ಅಣಕವಾಡಿ ಗಹಗಹಿಸಿ ನಗುತ್ತಿರುವಂತೆ ಪೊನ್ನಪ್ಪ ಮತ್ತು ಅಚ್ಚಯ್ಯನವರಿಗೆ ಅನ್ನಿಸತೊಡಗಿತು. ಇನ್ನು ತಡ ಮಾಡಿದರೆ ಸರಿ ಬರುವುದಿಲ್ಲ ಎಂದು ಮನಗಂಡ ಅಚ್ಚಯ್ಯನವರು ಪೊನ್ನಪ್ಪನಿಗೆ ಕಣ್ಸನ್ನೆ ಮಾಡಿದರು. ರೇಂಜರ್ ಸಾಹೇಬರ ಕಣ್ಸನ್ನೆಗಳ ಮೂಲಕ ಹೊರಟ ಪದಗಳನ್ನು ತಕ್ಷಣಕ್ಕೆ ಅರ್ಥಮಾಡಿಕೊಂಡ ಪೊನ್ನಪ್ಪ ಮರುಮಾತನಾಡದೆ ಕುಳಿತಲ್ಲಿಂದ ಎದ್ದು ಹೊರಬಂದ.

ಪೊನ್ನಪ್ಪ ಹೊರನಡೆದಿದ್ದನ್ನು ನೋಡಿದ್ದೆ ತಡ, ಅಚ್ಚಯ್ಯನವರ ಮನವೊಲಿಸಲು ಇದೆ ಸರಿಯಾದ ಸಂದರ್ಭವೆಂದುಕೊಂಡ ಕೆ.ಪಿ.ಸುರೇಶ್‌ರವರು, ಅಚ್ಚಯ್ಯನವರಿಗೆ ಇಲ್ಲಸಲ್ಲದ ಆಸೆಆಮಿಷಗಳನ್ನು ತೋರಿಸಿ, 'ಇದೊಂದು ಬಾರಿ ನೀವು ಹೇಗಾದರು ಮಾಡಿ ಅವನನ್ನು ರಕ್ಷಿಸಬೇಕು' ಎಂದು ಹೇಳುತ್ತಲೇ ಇದ್ದರು. ಒಬ್ಬ ಜಿಲ್ಲಾ ಪಂಚಾಯಿತಿ ಅಧ್ಯಕ್ಷನಾಗಿದ್ದುಕೊಂಡು ಅಕ್ರಮವಾಗಿ ಅರಣ್ಯ ಇಲಾಖೆಗೆ ಸೇರಿದ ಮರವನ್ನು ಕಡಿದು ಸಾಗಿಸಲು ಯತ್ನಿಸಿದ ಒಬ್ಬ ಕಳ್ಳನ ಪರವಾಗಿ ಇವರು ವಕಾಲತ್ತು ವಹಿಸುತ್ತಿದ್ದಾರಲ್ಲ! ಇದರಲ್ಲಿ ಇವರಿಗೂ ಏನಾದರೂ ಪಾಲಿದೆಯಾ ಎಂದು ಅಚ್ಚಯ್ಯನವರಿಗೆ ಮೆಲ್ಲನೆ ಸಂಶಯ ಮೂಡತೊಡಗಿತು.

ಅದಾಗಲೇ ಹಲವು ಮಂದಿ ಕಚೇರಿಯ ಕೆಲಸಕ್ಕೆಂದು ಬಂದಿದ್ದವರು, ಹೊರಬದಿಯಲ್ಲಿ ಕಾಯುತ್ತಾ ನಿಂತಿದ್ದರು. ಜೊತೆಗೆ ಒಳಗಡೆ ಏರುಧ್ವನಿಯಲ್ಲಿ ನಡೆಯುತ್ತಿದ್ದ ವಾಗ್ವಾದಗಳನ್ನು ಗಮನಿಸಿ, ಏನು ನಡೆಯುತ್ತಿರಬಹುದು ಎಂಬ ಕುತೂಹಲದಿಂದ ಗುಮಾಸ್ತ ಗಂಗಾಧರಯ್ಯ ಕೂಡ ಕೇಳಿಸಿಕೊಳ್ಳುವ ತವಕದಿಂದ ಸುಖಾಸುಮ್ಮನೆ ಅತ್ತಿಂದಿತ್ತ ಅಡ್ಡಾಡುತ್ತಲೆ ಇದ್ದ. ಮಧ್ಯಾಹ್ನದ ವೇಳೆಯಾಗಿದ್ದರಿಂದ ವಾಹನದ ಓಡಾಟ ಕಡಿಮೆಯಿದ್ದು, ಸುತ್ತಲೂ ವಾತಾವರಣ ಗೌಜುಗದ್ದಲವಿಲ್ಲದೆ ಪ್ರಶಾಂತವಾಗಿತ್ತು.

ಒಂದತ್ತು ನಿಮಿಷ ಆಗಿರಬಹುದು; ಅಲ್ಲಿನ ಶಾಂತತೆಗೆ ಭಂಗ ತರುವಂತೆ 'ಗುಂಯ್ ಗುಂಯ್' ಎಂದು ಸೈರನ್ ಮೊಳಗಿಸುತ್ತಾ ಎರಡ್ಮೂರು ಪೊಲೀಸ್ ವಾಹನಗಳು ಅರಣ್ಯ ಕಚೇರಿಯ ಮುಂದೆ ಬಂದು ನಿಂತ ರಭಸಕ್ಕೆ ನೆಲದಿಂದ ಧುತ್ ಎಂದು ಧೂಳು ಏಳತೊಡಗಿತು. ನೋಡುನೋಡುತ್ತಿದ್ದಂತೆಯೇ ಕ್ಯಾಮರ ಸಮೇತವಾಗಿ ಪತ್ರಕರ್ತರು ಕೂಡ ಪ್ರತ್ಯಕ್ಷರಾದರು. ಕಾರಿನ ಒಳಗೆ ಕುಳಿತು ಈ ದೃಷ್ಟಾಂತಗಳನ್ನೆಲ್ಲ ಗಮನಿಸುತ್ತಿದ್ದ ಬೋಬನ್‌ಗೆ 'ಇಲ್ಲೇನೋ ಘಟಿಸಲಿದೆ!' ಎಂಬ ಸಂಶಯ ಮೂಗಿಗೆ ಬಡಿಯಲಾರಂಭಿಸಿತು. ಕಾರಿನಿಂದ ಇಳಿದರೆ ಅಪಾಯ! ಮುಂದೇನಾಗಬಹುದು! ಎಂದು ಕಾರಿನೊಳಗಡೆಯೇ ಕುಳಿತು ಗಮನಿಸುವ ಎಂದು, ಅಲ್ಲಿಂದಲೆ ಇಣುಕಿ ನೋಡುತ್ತಾ ಭಯದಿಂದ ಬೆವರತೊಡಗಿದ.

ಇತ್ತ ಪೊಲೀಸ್ ವಾಹನ ಮತ್ತು ಮಾಧ್ಯಮದವರು ಬಂದಿರುವ ಪರಿವೇ ಇಲ್ಲದೆ ಸ್ನೇಹಿತ ಬೋಬನ್‌ನನ್ನು ಬಿಡಿಸುವ ಸಲುವಾಗಿ ಸುರೇಶ್‌ರವರು ಕಚೇರಿಯೊಳಗೆ ಅಚ್ಚಯ್ಯನವರ ಮನವೊಲಿಸುವ ಕೆಲಸದಲ್ಲಿ ಮಗ್ನರಾಗಿದ್ದರು. ಜೀಪಿನಿಂದಿಳಿದ ಪೊಲೀಸರು, ಕಾಂಟೆಸ್ಸಾ ಕಾರಿನ ಸುತ್ತ, ಬೋಬನ್ ಕಾರಿನಿಂದಿಳಿದು ಪರಾರಿಯಾಗಲು ಸಾಧ್ಯವಾಗದ ರೀತಿಯಲ್ಲಿ ನಿಂತುಕೊಂಡರು. ಜೀಪಿನಲ್ಲಿದ್ದ ಹಿರಿಯ ಪೊಲೀಸ್ ಅಧಿಕಾರಿಯೊಬ್ಬರು ಏಕಾಏಕಿ ಕಚೇರಿಯೊಳಗೆ ನುಗ್ಗಿ ಅರಣ್ಯ ಅಧಿಕಾರಿಗಳಿಗೆ ಮರಗಳ್ಳರ ಪರವಾಗಿ 'ಒಂದು ಲಕ್ಷ ರೂಪಾಯಿ' ಲಂಚ ಕೊಡಲು ಬಂದಿದ್ದ ಕೆ.ಪಿ. ಸುರೇಶ್‌ರವರ ಕೈಗೆ ಬೇಡಿ ತೊಡಿಸಲು ಮುಂದಾದರು. ಪೊಲೀಸರ ದಿಢೀರ್ ಆಗಮನ ಮತ್ತು ತನ್ನನ್ನು ಅಪರಾಧಿಯಂತೆ ಬಂಧಿಸಲು ಯತ್ನಿಸುತ್ತಿರುವುದನ್ನು ನೋಡಿ ಸಿಡಿಮಿಡಿಗೊಂಡ ಸುರೇಶ್‌ರವರು, "ಏನ್ರೋ ಮಾಡ್ತಿದ್ದೀರ ನೀವು? ನಾನು ಯಾರು ಅಂತ ಗೊತ್ತಿದ್ಯಾ ನಿಮಗೆ? ಎಂ.ಎಲ್.ಎ.ಯವರಿಗೆ ಹೇಳಿ ನಿಮ್ಮನ್ನು ಸಸ್ಪೆಂಡ್ ಮಾಡಿಸಿಬಿಡುತ್ತೇನೆ" ಎಂದು ಅರಚಾಡತೊಡಗಿದರು. ಈ ಎಲ್ಲಾ ದೃಶ್ಯಗಳನ್ನು ಮೇಜಿನ ಮೇಲಿದ್ದ ಹಣದ ಕಂತೆಗಳ ಸಮೇತವಾಗಿ ಮಾಧ್ಯಮದವರು ಕ್ಯಾಮರ ಕಣ್ಣಲ್ಲಿ ಸೆರೆಹಿಡಿಯತೊಡಗಿದ್ದರು.

ಮಾತು ಮುಂದುವರೆಸಿದ ಸುರೇಶ್‌ರವರು, “ರೀ ಅಚ್ಚಯ್ಯನವರೇ ನಾನು ಯಾರು ಅಂತ ಹೇಳಿ, ಇಲ್ಲಿ ನಂದೇನು ತಪ್ಪಿಲ್ಲ ಅಂತ ಹೇಳಿ” ಎಂದು ಕಿರುಚುತ್ತಿದ್ದರೆ ಅಚ್ಚಯ್ಯನವರು ಮಾತ್ರ ಮಂದಹಾಸ ಬೀರುತ್ತಾ ‘ನಾನು ಮತ್ತು ಪೊನ್ನಪ್ಪ ಮರಗಳ್ಳರನ್ನು ಕೆಡವಲು ತೋಡಿದ ಖೆಡ್ಡಕ್ಕೆ ನೀವು ಕೂಡ ಅನಾವಶ್ಯಕವಾಗಿ ಬಂದು ಬಿದ್ದುಬಿಟ್ರಿ!’ ಎನ್ನುವಂತೆ ಪೊಲೀಸರು ಜಿಲ್ಲಾ ಪಂಚಾಯಿತಿ ಅಧ್ಯಕ್ಷರಿಗೆ ಬೇಡಿ ತೊಡಿಸುವ ಪ್ರಹಸನವನ್ನು ನೋಡುತ್ತಾ ನಿಂತಿದ್ದರು.

ಇತ್ತ, ‘ಸುತ್ತಲೂ ಏನೋ ನಡಿತಾ ಇದೆ’ ಎಂಬ ಗೊಂದಲದಿಂದ ಕಕ್ಕಾಬಿಕ್ಕಿಯಾಗಿ ಕಾರಿನಲ್ಲಿ ಕುಳಿತಿದ್ದ ಬೋಬನ್‌ನೆಡೆಗೆ, ಪೊನ್ನಪ್ಪ ತನ್ನ ಹುರಿಮೀಸೆಯನ್ನು ತಿರುವುತ್ತಾ ಗಾಂಭೀರ್ಯದ ಹೆಜ್ಜೆಯನ್ನಿಡುತ್ತಾ ನಡೆದು ಬರುತ್ತಿದ್ದ. ಆ ಕ್ಷಣಕ್ಕೆ ಸರಿಯಾಗಿ ಬೋಬನ್‌ನ ಎಡಗಣ್ಣು ಸಹ ಪಟಪಟ ಅಂತ ಬಡಿದುಕೊಳ್ಳತೊಡಗಿತು. ಶಕುನಗಳನ್ನು ತುಂಬಾ ನಂಬುವ ಬೋಬನ್‌ಗೆ ತನಗೇನು ಗಂಡಾಂತರ ಕಾದಿದೆ ಎಂಬುದು ಅರಿವಾಗತೊಡಗಿತು. ಕಾರಿನಿಂದ ಇಳಿದು ಪರಾರಿಯಾಗುವ ಎಂದರೆ ಸುತ್ತಾ ಪೊಲೀಸರು ಬೇರೆ ನಿಂತಿದ್ದಾರೆ ಎಂದು ಬೋಬನ್ ಯೋಚಿಸುವಷ್ಟರಲ್ಲಿ ಕಾರಿನ ಬಳಿಬಂದ ಪೊನ್ನಪ್ಪ ಡೋರಿಗೆ ಕೈ ಹಾಕಿ ಎಳೆದೇ ಬಿಟ್ಟ. ಏನು ನಡೆಯುತ್ತಿದೆ! ಎಂಬುದು ಬೋಬನ್‌ನ ಅರಿವಿಗೆ ಬರುವ ಮುನ್ನವೇ ಅವನ ಕೈಗೆ ಕೂಡ ಪೊಲೀಸರು ಬೇಡಿ ತೊಡಿಸಿಯಾಗಿತ್ತು. ಬೋಬನ್ ಗಾಬರಿಯಿಂದ “ಹೇ ನನ್ನನ್ನು ಬಿಡ್ರೋ” ಎಂದು ಅರಚುವುದರ ಜೊತೆಗೆ “ನನ್ನನ್ನೇನಾದ್ರು ಬಂಧಿಸಿದ್ರೆ ನಿಮ್ಮ ಕಥೆ ಮುಗಿದಂತೆಯೇ” ಎಂದು ಪೊಲೀಸರ ಹಿಡಿತದಿಂದ ಬಿಡಿಸಿಕೊಳ್ಳುವ ಸಲುವಾಗಿ ಕೊಸರಾಡತೊಡಗಿದ.

ಆ ಸಮಯಕ್ಕೆ ಸರಿಯಾಗಿ ಕಚೇರಿಯ ಒಳಗಿಂದ ಜಿಲ್ಲಾಪಂಚಾಯಿತಿ ಅಧ್ಯಕ್ಷನು ಆದ ಗೆಳೆಯ ಸುರೇಶ್‌ನನ್ನು ಕೂಡ ಪೊಲೀಸರು ಬಂಧಿಸಿ ಕರೆತರುತ್ತಿರುವುದನ್ನು ಕಂಡಾಗಲಂತು ಬೋಬನ್‌ಗೆ ನಿಂತ ನೆಲ ಬಿರುಕು ಬಿಟ್ಟಂತಾಯ್ತು. ಇನ್ನು ಅರಚಾಡಿ ಯಾವುದೇ ಪ್ರಯೋಜನವಿಲ್ಲ, ಕಾಲಮಿಂಚಿ ಹೋಗಿದೆ, ಸುಮ್ಮನೆ ಪತ್ರಿಕೆಯವರ ಮುಂದೆ ಗೋಳಾಡಿ, ಮರ್ಯಾದೆ ಕಳೆದುಕೊಳ್ಳುವುದಕ್ಕಿಂತ ಶರಣಾಗತನಾಗುವುದೇ ಸದ್ಯಕ್ಕೆ ಉಳಿದಿರುವ ದಾರಿ ಎಂಬುದನ್ನು ತಕ್ಷಣಕ್ಕೆ ಮನದಟ್ಟು ಮಾಡಿಕೊಂಡ ಬೋಬನ್ ಬೇಡಿಯೊಳಗೆ ಬಂಧಿಯಾಗಿ ಮಿಸುಕಾಡದೆ ನಿಂತ. ಸುರೇಶ್‌ರವರು ಬೋಬನ್‌ನ ಬಳಿ ತಲುಪಿದ್ದೆ ತಡ ಇಬ್ಬರನ್ನು ಒಟ್ಟುಗೂಡಿಸಿ ಪತ್ರಕರ್ತರು ‘ಕ್ಲಿಕ್‌ಕ್ಲಿಕ್’ ಎಂದು ಫೋಟೋ ಫ್ಲ್ಯಾಶ್‌ಗಳ ಸುರಿಮಳೆಗೈಯತೊಡಗಿದರು. ಜೊತೆಗೆ ಹಿಂಬದಿಯ ಕ್ವಾಟ್ರಸ್‌ನಲ್ಲಿ ಬಡಿದು ಹಿಂಡಿಹಿಪ್ಪೆ ಮಾಡಿದ ಮರಗಳ್ಳರನ್ನು ಸಹ ಆ ಸಮಯಕ್ಕೆ

ಸರಿಯಾಗಿ ಅರಣ್ಯ ಇಲಾಖೆಯ ಸಿಬ್ಬಂದಿ ಕರೆತಂದು ಪೊಲೀಸರ ವಶಕ್ಕೆ ಒಪ್ಪಿಸಿದರು.

ಮಾಧ್ಯಮದವರಿಗೆ ಹೇಳಿಕೆ ನೀಡಲು ಸಜ್ಜಾದ ಅಚ್ಚಯ್ಯನವರು, ಹಲವು ದಿನಗಳಿಂದ ಅರಣ್ಯ ಇಲಾಖೆಯ ಬೆಲೆಬಾಳುವ ಮರಗಳನ್ನು ಕದ್ದು ಕಡಿದು ಮಾರಾಟ ಮಾಡುತ್ತಿದ್ದವರ ವಿಚಾರವಾಗಿ ಇಲಾಖೆಯವರಿಗೆ ಮಾಹಿತಿಯಿತ್ತು. ಅದರಂತೆ ಕಳ್ಳರನ್ನು ಬಲೆಗೆ ಕೆಡವುವ ಸಲುವಾಗಿ ತೆರೆಮರೆಯಲ್ಲಿ ಸತತ ಪ್ರಯತ್ನಗಳು ನಡೆಯುತ್ತಿದ್ದವು. ಇದಕ್ಕೆ ಪೂರಕವಾಗಿ ಕಳೆದೆರಡು ದಿನಗಳಿಗೆ ಮೊದಲು ಮರಗಳ್ಳರು ಕಾಡಿನೊಳಗೆ ನುಗ್ಗಿ ಮರ ಕಡಿದಿದ್ದರು. ನಂತರದಲ್ಲಿ ಅವರನ್ನು ಕೈಯಾರೆ ಹಿಡಿಯುವ ಸಲುವಾಗಿ ಅರಣ್ಯ ಇಲಾಖೆ, ಫಾರೆಸ್ಟರ್ ಪೊನ್ನಪ್ಪನವರ ನೇತೃತ್ವದಲ್ಲಿ ಯೋಜನೆ ರೂಪಿಸಿತ್ತು. ಅದರಂತೆ ಮರಗಳ್ಳರನ್ನು ಹಿಡಿಯಲು ಅರಣ್ಯ ಸಿಬ್ಬಂದಿ ಯಶಸ್ವಿಯಾಗಿದ್ದಾರೆ. ಜೊತೆಗೆ ಕುಕೃತ್ಯ ಗಮನಕ್ಕೆ ಬಂದ ಕೇವಲ 48 ತಾಸುಗಳಲ್ಲಿ ಪ್ರಕರಣವನ್ನು ಭೇದಿಸಿ ಆರೋಪಿಗಳನ್ನು ಬಂಧಿಸಿರುವುದು ಅರಣ್ಯ ಇಲಾಖೆಗೆ ಮತ್ತು ಸರಕಾರಕ್ಕೆ ಹೆಮ್ಮೆ ತರುವ ವಿಚಾರವಾಗಿದೆ ಎಂದು ಪತ್ರಿಕೆಯವರ ಮುಂದೆ ಸುದ್ದಿಗೋಷ್ಠಿ ನಡೆಸುವುದರ ಮೂಲಕ ಪೊನ್ನಪ್ಪನಿಗೆ ಅಭಿನಂದನೆಗಳನ್ನು ತಿಳಿಸಿದರು. ಮಾತು ಮುಂದುವರೆಸಿ, ಈ ಪ್ರಕರಣಕ್ಕೆ ಸಂಬಂಧಪಟ್ಟ ಹಾಗೆ ಪ್ರಮುಖ ಆರೋಪಿಯಾದ ಮರವ್ಯಾಪಾರಿ ಬೋಬನ್‌ನನ್ನು ಬಂಧಿಸಲಾಗಿದೆ ಹಾಗು ಅವನನ್ನು ಈ ಪ್ರಕರಣದಿಂದ ಖುಲಾಸೆಗೊಳಿಸುವ ಸಲುವಾಗಿ ಅರಣ್ಯ ಅಧಿಕಾರಿಗಳಿಗೆ ಹಣದ ಆಮಿಷ ಒಡ್ಡಲು ಬಂದ ಜಿಲ್ಲಾ ಪಂಚಾಯಿತಿ ಅಧ್ಯಕ್ಷರಾದ ಕೆ.ಪಿ.ಸುರೇಶ್‌ರವರನ್ನು ಕೂಡ ಸಾಕ್ಷಿ ಸಮೇತ ಬಂಧಿಸಲಾಗಿದೆ ಎಂದು ಈ ಪ್ರಕರಣದಲ್ಲಿ ಸುರೇಶ್‌ರವರ ಪಾತ್ರ ಏನೆಂಬುದನ್ನು ಕೂಡ ಪತ್ರಿಕೆಯವರಿಗೆ ಮಾಹಿತಿ ನೀಡಿದರು.

ಪೊನ್ನಪ್ಪನವರ ನೇತೃತ್ವದಲ್ಲಿ ಈ ಪ್ರಕರಣವನ್ನು ಭೇದಿಸಲಾಗಿದೆ ಎಂದು ಅಚ್ಚಯ್ಯನವರು ಹೇಳಿಕೆ ಕೊಟ್ಟಿದ್ದೆ ತಡ, ಪಕ್ಕದಲ್ಲಿ ಮೀಸೆ ತಿರುವುತ್ತ ನಿಂತಿದ್ದ ಪೊನ್ನಪ್ಪನ ಕಡೆಗೆ ಕ್ಯಾಮರ ಕಣ್ಣುಗಳು ಮುಗಿಬಿದ್ದವು. ಇತ್ತ ಅಚ್ಚಯ್ಯ ಮತ್ತು ಪೊನ್ನಪ್ಪನನ್ನು ಸುಟ್ಟು ಹಾಕಿಬಿಡುವಷ್ಟು ಕೋಪದಿಂದ ಬೋಬನ್ ಮತ್ತು ಸುರೇಶ್‌ರವರು ಪೊಲೀಸ್ ಜೀಪಿನ ಹಿಂಬದಿಯೇರಿ ಕುಳಿತರು.

ರಾಜ್ಯದ ಅರಣ್ಯ ಇಲಾಖೆಗೆ ಹೆಮ್ಮೆ ತರಿಸುವಂತೆ ಮರಗಳ್ಳರನ್ನು ಹಿಡಿದ ಈ ಪ್ರಕರಣದ ಸುದ್ದಿ, ಮರುದಿನ ಪೊನ್ನಪ್ಪ, ಮರಗಳ್ಳರು ಹಾಗೂ ಕದ್ದಮಾಲುಗಳ ಫೋಟೋ ಸಮೇತವಾಗಿ ರಾಜ್ಯದ ಪ್ರಮುಖ ಪತ್ರಿಕೆಗಳ ಮುಖಪುಟದಲ್ಲಿ ಪ್ರಕಟವಾಗಿತ್ತು. ದಿನಬೆಳಗಾಗುತ್ತಿದ್ದಂತೆ ಅತೀ ಸಾಹಸಮಯವಾಗಿ ಕಳ್ಳರನ್ನು ಹಿಡಿಯಲು ನೇತೃತ್ವ ವಹಿಸಿದ್ದ ಪೊನ್ನಪ್ಪ ರಾಜ್ಯಾದ್ಯಂತ ಮನೆಮಾತಾಗಿ

ಸಾರ್ವಜನಿಕರಲ್ಲಿ ಸಂಚಲನ ಮೂಡಿಸಿದ್ದ. ಸಾಲದ್ದಕ್ಕೆ ಜಿಲ್ಲಾ ಪಂಚಾಯಿತಿ ಅಧ್ಯಕ್ಷರೊಬ್ಬರು, ಅಧಿಕಾರಿಗಳಿಗೆ ಆಮಿಷ ಒಡ್ಡುವುದರ ಜೊತೆಗೆ ಲಕ್ಷಾಂತರ ರೂಪಾಯಿ ಹಣದೊಂದಿಗೆ ಸಾಕ್ಷಿಸಮೇತವಾಗಿ ಸಿಕ್ಕಿಹಾಕಿಕೊಂಡಿದ್ದು ರಾಜ್ಯ ರಾಜಕಾರಣದಲ್ಲಿ ಅಲ್ಲೋಲಕಲ್ಲೋಲ ಸೃಷ್ಟಿಸುವಂತಾಯ್ತು. ಆಡಳಿತ ಪಕ್ಷದವರು ಈ ವಿಚಾರವಾಗಿ ಮುಜುಗರಕ್ಕೊಳಗಾಗಿ ತಲೆತಗ್ಗಿಸುವಂತಾದರೆ, ವಿರೋಧ ಪಕ್ಷದವರು ಸರಕಾರದ ವೈಫಲ್ಯವನ್ನು ಎತ್ತಿತೋರಿಸಲು ಈ ವಿಷಯವನ್ನು ಪ್ರಮುಖ ಅಸ್ತ್ರವನ್ನಾಗಿ ಬಳಸಿಕೊಳ್ಳತೊಡಗಿದರು. ಈ ಪ್ರಕರಣದಿಂದಾಗಿ ಕೊಡಗು ಮಾತ್ರವಲ್ಲದೆ, ಉಳಿದ ಭಾಗದಲ್ಲಿ ಸಂರಕ್ಷಿತ ಅರಣ್ಯ ಪ್ರದೇಶದೊಳಗೆ ನುಗ್ಗಿ ಬೇಟೆ ಮತ್ತು ಮರಗಳ್ಳತನ ಮಾಡುತ್ತಿದ್ದವರಂತೂ ಬೆದರಿಬೆಚ್ಚಿ ಹೋಗಿದ್ದರು. ಮರುದಿನ, ಇಂತಹ ಅಪರೂಪದ ಪ್ರಕರಣವನ್ನು ಭೇದಿಸಿ, ಅರಣ್ಯ ಇಲಾಖೆಗೆ ಹೆಮ್ಮೆ ತಂದಂತಹ ತಂಡದ ಪ್ರತಿ ಸದಸ್ಯರನ್ನು ಹಿರಿಯ ಅಧಿಕಾರಿಗಳು ಬಂದು ಅಭಿನಂದಿಸುವುದರ ಜೊತೆಗೆ ಪೊನ್ನಪ್ಪನ ಕಾರ್ಯವೈಖರಿಯನ್ನು ಮುಕ್ತಕಂಠದಿಂದ ಶ್ಲಾಘಿಸಿದರು.

ಅಧ್ಯಾಯ-3

ಕಾಲೇಜಿನ ಮೈದಾನದಲ್ಲಿ ಸ್ನೇಹಿತರೊಂದಿಗೆ ಹರಟೆ ಹೊಡೆಯುತ್ತಾ ಕುಳಿತಿದ್ದ ಸನ್ನಿಯ ಬಳಿ, "ಆ ಹೋಟೆಲಿನ ನಾಯರ್ ಇದ್ದಾನಲ್ಲ, ಅವನು ಈ ಬಾರಿ ಮರಳಿ ಬರುವಾಗ ಒಂಟಿಯಾಗಿ ಬಂದಿಲ್ಲ. ಬದಲಿಗೆ ಸುಂದರವಾದ ಒಬ್ಬಳು ಚೇಚಿಯನ್ನು ಜೊತೆಗೆ ಕರೆತಂದಿದ್ದಾನೆ, ಅವಳು ಬಂದ ಮೇಲೆ ಅವನ ಹೋಟೆಲಿನಲ್ಲಿ ಯಾವಾಗಲು ಜನವೋ ಜನ" ಎಂದು ಅವನ ಸ್ನೇಹಿತ ವಿವರಿಸುತ್ತಿದ್ದ.

ಸ್ನೇಹಿತನ ಮಾತು ಕೇಳಿ, "ಹೌದಾ.. ಅಷ್ಟು ಸುಂದರವಾಗಿದ್ದಾಳ! ಹಾಗಾದರೆ ಒಮ್ಮೆ ನಾವು ಕೂಡ ನೋಡಲೇಬೇಕಲ್ಲ" ಎನ್ನುತ್ತಾ, "ಬನ್ನಿ ನಾಯರ್‌ನ ಹೋಟೆಲಿಗೆ ಹೋಗಿ ಅರ್ಧರ್ಧ ಟೀ ಕುಡಿದು, ಆ ನೆಪದಲ್ಲಿ ಅವಳನ್ನೊಮ್ಮೆ ನೋಡಿ ಬರುವಾ" ಎಂದು ಸ್ನೇಹಿತರನ್ನು ಕರೆದುಕೊಂಡು ಸನ್ನಿ ಹೋಟೆಲಿನತ್ತ ಹೆಜ್ಜೆ ಹಾಕಿದ.

ಸನ್ನಿ ಮತ್ತು ಸಂಗಡಿಗರು ಹೋಟೆಲಿನ ಮುಂಭಾಗ ತಲುಪುವ ವೇಳೆಗೆ, ಒಳಗಡೆ ಕೂರಲು ಸಹ ಜಾಗವಿಲ್ಲದೇ ಕೆಲವರು ಹೊರಭಾಗದಲ್ಲಿ ನಿಂತು ಒಳಗಡೆಗೆ ಇಣುಕುತ್ತಿರುವುದು ಸನ್ನಿ ಮತ್ತು ಸಂಗಡಿಗರಿಗೆ ಕಾಣಲು ಸಾಧ್ಯವಾಯಿತು. ಸನ್ನಿ ಮತ್ತು ಸ್ನೇಹಿತರು ನೇರವಾಗಿ ಹೋಟೆಲಿನ ಒಳಹೊಕ್ಕರು. ನೀಲಿಬಣ್ಣದ ಪಟ್ಟೆಪಟ್ಟೆ ಪಂಚೆ ಉಟ್ಟು, ಬಿಳಿ ಬಣ್ಣದ ಬನಿಯನ್ ಧರಿಸಿ ಗಲ್ಲಾಪೆಟ್ಟಿಗೆಯ ಮುಂಭಾಗದಲ್ಲಿ ಕುಳಿತಿದ್ದ ನಾಯರ್ ಈ ಮೊದಲಿಗಿಂತ ತುಸು ಹೆಚ್ಚೇ ಗೆಲುವಾಗಿರುವಂತೆ ಕಾಣುತ್ತಿದ್ದ. ಸನ್ನಿಯವರು ಒಳಬಂದ ಸಮಯಕ್ಕೆ ಸರಿಯಾಗಿ ನಡುಬದಿಯಲ್ಲಿ ತಿಂಡಿ ಮಾಡುತ್ತಾ ಕುಳಿತ್ತಿದ್ದವರು ಕೈ ತೊಳೆಯುವ

ಸಲುವಾಗಿ ಎದ್ದರು. ತಕ್ಷಣ, 'ಹೊರಗೆ ನಿಂತವರು ಆ ಜಾಗವನ್ನು ಆಕ್ರಮಿಸುವ ಮೊದಲೇ ಕುಳಿತುಬಿಡುವ' ಎಂದು ಆತುರಾತುರವಾಗಿ ಸನ್ನಿ ಮತ್ತು ಬಳಗ ಆ ಬೆಂಚಿನ ಮೇಲೆ ಹೋಗಿ ಕುಳಿತು ತಮ್ಮ ಜಾಗವನ್ನು ಭದ್ರಪಡಿಸಿಕೊಂಡರು.

ನಾಯರ್ ಕುಳಿತಲ್ಲಿಂದ ಎದ್ದುಬಂದು "ಎಂದ್ ವೇಣಂ" ಎಂದು ಕೇಳಿದ.

ಸನ್ನಿಯ ಸ್ನೇಹಿತ, "ರಂಡ್‌ಲ್ ಮೂನ್ ಕಟ್ಟನ್" ಎಂದ.

"ಶೀಲೇ, ರಂಡ್‌ಲ್ ಮೂನ್ ಕಟ್ಟನ್ ಎಡ್‌ಕ್ಕ್" ಎಂದು ಜೋರಾಗಿ ಹೇಳಿದ ನಾಯರ್, ಮರಳಿ ಟೇಬಲಿನ ಬಳಿಗೆ ಹೋಗಿ ದಾಡಿಗೆ ಕೈಕೊಟ್ಟು ಹೊರಗಡೆಗೆ ನೋಡುತ್ತಾ ಕುಳಿತ.

ಒಂದೈದು ನಿಮಿಷ ಕಳೆಯುವಷ್ಟರಲ್ಲಿ, ಮಲಯಾಳಿ ಶೈಲಿಯ ಪಂಚೆಯುಟ್ಟು, ಎದೆಬಿರಿದು ಹೊರಬರುವಂತ ಬಿಗಿಯಾದ ಕುಪ್ಪಸ ತೊಟ್ಟು, ವೈಯ್ಯಾರ ಮಾಡುತ್ತಾ ಟೀ ಲೋಟವನ್ನು ಹಿಡಿದು ಅಡುಗೆ ಕೋಣೆಯಿಂದ ಹೊರಬಂದ ಎಣ್ಣೆಗಪ್ಪು ಸುಂದರಿಯೊಬ್ಬಳು 'ಇವರ್ಕ್ಕಾಣೋ' ಎಂದು ನಾಯರಿನ ಬಳಿ ಕೇಳಿ, ಟೀ ಲೋಟವನ್ನು ಸನ್ನಿ ಮತ್ತು ಸಂಗಡಿಗರ ಮುಂದೆ ಚಾಚಿದಳು.

ನಾಯರ್‌ನ ಮಡದಿಯ ಬಾಹ್ಯ ಸೌಂದರ್ಯವನ್ನು ನೋಡಿ ಅರೆಕ್ಷಣ ದಂಗುಬಡಿದಂತಾದ ಸನ್ನಿ ಮತ್ತು ಸ್ನೇಹಿತರು, ಅವಳ ಕೈಯಿಂದ ಟೀ ಲೋಟವನ್ನು ಪಡೆದುಕೊಳ್ಳಲು ಮರೆತು, ಪಂಚೆಯ ಮೇಲ್ಭಾಗದಲ್ಲಿ ಎದ್ದು ಕಾಣುತ್ತಿದ್ದ ಅವಳ ಹೊಕ್ಕಳ ಗುಳಿ ಮತ್ತು ಕುಪ್ಪಸ ಹರಿಯುವಂತೆ ಇಣುಕುತ್ತಿದ್ದ ಅವಳೆದೆಯ ಭಾಗವನ್ನು ಬಿಟ್ಟಕಣ್ಣುಬಿಟ್ಟಂತೆ ಕಣ್ಣಗಲಿಸಿ ನೋಡತೊಡಗಿದರು. ಪಡ್ಡೆ ಹುಡುಗರ ನೋಟವನ್ನು ಬಲ್ಲವಳಾಗಿದ್ದ ಶೀಲ, ಅವರು ಎಲ್ಲಿ ಕಣ್ಣು ಹಾಯಿಸುತ್ತಿದ್ದಾರೆ ಎಂಬುದನ್ನು ಮನದಟ್ಟು ಮಾಡಿಕೊಂಡು, ಹುಸಿಮುನಿಸಿನಿಂದ ಟೀ ಲೋಟವನ್ನು ಎತ್ತಿ ಟೇಬಲಿನ ಮೇಲೆ ಕುಕ್ಕಿ "ಇದಾ ಕಟ್ಟನ್" ಎಂದು ಮೋರೆ ತಿರುಗಿಸಿಕೊಂಡು ಒಳನಡೆದಳು.

ಕಾಲೇಜಿನ ಯುವಕರು ಟೀ ಲೋಟವನ್ನು ಕೈಗೆತ್ತಿಕೊಳ್ಳದೇ, ಶೀಲ ಕುಲುಕುತ್ತ ಒಳ ಹೋಗುವುದನ್ನು ಹಿಂಬದಿಯಿಂದ ದಿಟ್ಟಿಸುತ್ತಾ ಕುಳಿತಿರುವುದನ್ನು ಕಂಡ ನಾಯರ್ "ಕಟ್ಟನ್ ತಣ್‌ತ್ ಪೋವು" ಎಂದು ಏರುಧ್ವನಿಯಲ್ಲಿ ಹೇಳಿದ. ನಾಯರ್‌ನ ಕರ್ಕಶ ಧ್ವನಿ, ಸನ್ನಿ ಮತ್ತು ಸಂಗಡಿಗರ ಕಿವಿಗೆ ಬೀಳುತ್ತಿದ್ದಂತೆ ತಮ್ಮ ದೃಷ್ಟಿಯನ್ನು ಬದಲಿಸಿ, ತಾವೇನೂ ನೋಡೇ ಇಲ್ಲವೆನ್ನುವ ರೀತಿಯಲ್ಲಿ ಟೀ ಲೋಟವನ್ನು ಕೈಗೆತ್ತಿಕೊಂಡರು. ಟೀ ಕುಡಿದ ಮೇಲೂ ಕುಳಿತಲ್ಲಿಂದ ಮೇಲೇಳಲು ಯಾರಿಗು ಮನಸ್ಸೆ ಒಪ್ಪುತ್ತಿರಲಿಲ್ಲ. 'ನಾಯರ್‌ನ ಮಡದಿ ಮತ್ತೊಮ್ಮೆ ಹೊರಬಂದು ದರ್ಶನ ಭಾಗ್ಯ ಕೊಡಬಹುದಾ!' ಎಂದು ಅಲ್ಲಿಯೇ

ಕುಳಿತು ಕಾಲಹರಣ ಮಾಡತೊಡಗಿದರು. ಆದರೆ ಅವಳು ಹೊರಬರುವ ಯಾವುದೇ ಲಕ್ಷಣ ಕಾಣಲಿಲ್ಲ. ಅಷ್ಟರಲ್ಲಿ ತಿಂಡಿ ತಿನ್ನುವ ಸಲುವಾಗಿ ಇನ್ನಷ್ಟು ಜನ ಹೋಟೆಲಿನ ಒಳಕ್ಕೆ ಬಂದರು. ಇನ್ನು ಹೆಚ್ಚು ಹೊತ್ತು ಇಲ್ಲಿಯೇ ಕುಳಿತರೆ, ನಾಯರ್ ಬಂದು 'ಮುಖಮುಖ ನೋಡಿಕೊಂಡು ಕುಳಿತದ್ದು ಸಾಕು, ಎದ್ದು ಹೊರಡಿ' ಅಂತ ಎಲ್ಲಾದರು ಹೇಳಿದರೆ, ಉಳಿದವರ ಮುಂದೆ ಮರ್ಯಾದೆ ಹೋಗಿಬಿಡುತ್ತದೆ ಎಂದು ಮನಗಂಡು, ಒಳಬಂದ ಗಿರಾಕಿಗಳಿಗೆ ಕೂರಲು ಅನುವು ಮಾಡಿಕೊಟ್ಟು, ಸನ್ನಿ ಮತ್ತು ಸಂಗಡಿಗರು ಹೊರಡಲು ಸಿದ್ಧವಾದರು. ಎಂದಿನಂತೆ ಟೀ ಕುಡಿದ ನಂತರದಲ್ಲಿ ಯಾರು ಹಣ ಕೊಡುವುದು ಎಂದು ಗೆಳೆಯರು ಪರಸ್ಪರ ಮುಖ ನೋಡುತ್ತಾ ನಿಂತದ್ದನ್ನು ಕಂಡ ಸನ್ನಿ, "ದಿನ ಇದೇ ಗೋಳಾಯ್ತು" ನಿಮ್ಮದು ಎಂದು ಕ್ಯಾಶ್ ಟೇಬಲಿನತ್ತ ತೆರಳಿ, ಜೇಬಿನೊಳಗೆ ಕೈ ತೂರಿ ಐದು ರೂಪಾಯಿಯ ನೋಟೊಂದನ್ನು ಹೊರತೆಗೆದು ಮೇಜಿನ ಮೇಲಿಟ್ಟು, "ಅಲ್ಲಾ ಚೇಟ, ಇಷ್ಟು ದಿನ ಕಾಣುತ್ತಿರಲಿಲ್ಲವಲ್ಲ" ಎಂದು ಕೇಳಿದ.

"ನಾನು ನಾಟಿಲೇಕ್ ಹೋಗಿದ್ದೆ" ಎಂದು ಮಲಯಾಳಂ ಮಿಶ್ರಿತ ಕನ್ನಡದಲ್ಲಿ ನಾಯರ್ ಉತ್ತರಿಸಿದ.

"ಹೋ ಹೌದಾ! ಊರಿಂದ ಬರುವಾಗ ಯಾರೋ ಒಬ್ಬ ಕೆಲಸದವರನ್ನು ಕೂಡ ಜೊತೆಗೆ ಕರೆದುಕೊಂಡು ಬಂದಿದ್ದೀರಾ" ಎಂದು, 'ಅವಳು ಯಾರೆಂದು ತಿಳಿದುಕೊಳ್ಳುವ ಸಲುವಾಗಿ' ಸನ್ನಿ ಒಂದು ಮಾತನ್ನು ಬಿಸಾಕಿದ.

ನಾಯರ್ ಕೋಪದಿಂದ, "ಯಾರು ಅಂದಿದ್ದು ಅವಳು ಕೆಲಸದವಳು ಎಂದು, ಅವಳು ನನ್ನ ಎರಡನೆಯ ಹೆಂಡತಿ ಶೀಲ" ಎಂದು ಚಿಲ್ಲರೆ ತೆಗೆದು ಮೇಜಿನ ಮೇಲೆ ರಪ್ಪನೆ ಇಟ್ಟ.

"ಹೋ ಹೌದಾ..." ಎಂದು ಉದ್ಗರಿಸಿ ಚಿಲ್ಲರೆ ಜೇಬಿಗಿಳಿಸಿಕೊಂಡು ಸನ್ನಿ ಮತ್ತು ಸ್ನೇಹಿತರು ಕಾಲೇಜು ಕ್ಯಾಂಪಸ್ಸಿನತ್ತ ನಡೆಯತೊಡಗಿದರು.

"ಏನ್ ಗುರು ನಾವೆಲ್ಲಾ ಕಾಲೇಜಿನಲ್ಲಿ ನೂರಾರು ಸರ್ಕಸ್ ಮಾಡಿ, ಹುಡುಗಿಯರ ಹಿಂದೆ ಜೊಲ್ಲು ಸುರಿಸುತ್ತಾ ಓಡಾಡಿದರು ಕೂಡ ಒಬ್ಬಳೇ ಒಬ್ಬಳು ಬೀಳ್ತಾ ಇಲ್ಲ! ಆದರೆ ಆ ನಾಯರ್ ನೋಡು, ಊರು ಹೋಗು, ಕಾಡು ಬಾ ಅಂತ ಕರೆಯುತ್ತಿರುವ ಈ ಕಾಲದಲ್ಲೂ ಒಳ್ಳೆ ಸಿನಿಮಾನಟಿಯನ್ನು ಹೋಲುವಂತಹ ಒಬ್ಬಳನ್ನು ಎತ್ತಾಕೊಂಡು ಬಂದಿದ್ದಾನಲ್ಲ ಏನ್ ಪುಣ್ಯವಂತನೋ ಆ ನಾಯರ್!" ಎಂದು ಸನ್ನಿಯ ಸ್ನೇಹಿತನೊಬ್ಬ ಬೇಸರ ವ್ಯಕ್ತಪಡಿಸಿದ.

ಹೀಗೆ ಸ್ನೇಹಿತರೆಲ್ಲ ಮಾತನಾಡುತ್ತಾ ಕ್ಯಾಂಪಸ್ಸಿನ ಒಳಗೆ ಕಾಲಿಡುವ ವೇಳೆಗಾಗಲೆ, ಕಾಲೇಜಿನ ಬೆಲ್ಲು ಬಾರಿಸಿತ್ತು. ಎಲ್ಲರೂ ನೇರವಾಗಿ ಕ್ಲಾಸ್‌ರೂಮಿನ ಒಳಹೊಕ್ಕು, ತಮ್ಮ ತಮ್ಮ ಆಸನದಲ್ಲಿ ಕುಳಿತರು. ಅಷ್ಟರಲ್ಲಿ ಕೆಮಿಸ್ಟ್ರಿ ಪಾಠ

ಬೋಧಿಸುವ ವೈಜಯಂತಿಯವರ ಆಗಮನವಾಯಿತು. ಎಲ್ಲರೂ ಕುಳಿತಲ್ಲಿಂದ ಒಮ್ಮೆ ಎದ್ದಂತೆ ಮಾಡಿ ಮತ್ತಲ್ಲಿಯೇ ಅಂಡೂರಿದರು. ವೈಜಯಂತಿಯವರು, ತನ್ನ ಮೂಗಿನ ಮೇಲೆ ಜಾರುತ್ತಿದ್ದ ಕನ್ನಡಕವನ್ನು ಒಮ್ಮೆ ಮೇಲಕ್ಕೆ ನೂಕಿ, ಎಲ್ಲರತ್ತ ದೃಷ್ಟಿ ಹಾಯಿಸಿ ಪಾಠ ಪ್ರಾರಂಭ ಮಾಡಿದರು. ವಿದ್ಯಾರ್ಥಿಗಳೆಲ್ಲ ವೈಜಯಂತಿಯವರು ಬೋಧಿಸುತ್ತಿದ್ದದ್ದನ್ನು ತದೇಕಚಿತ್ತದಿಂದ ಆಲಿಸುತ್ತಿದ್ದರೆ, ಸನ್ನಿ ಮಾತ್ರ ಕತ್ತು ಬಗ್ಗಿಸಿ ಮರದ ಬೆಂಚಿನ ಮೇಲೆ ಪೆನ್ನಿನಲ್ಲಿ ಗೀಚುತ್ತಾ, ನಾಯರ್‌ನ ಹೆಂಡತಿ ಶೀಲ, ಹೋಟೆಲಿನ ಅಡುಗೆ ಕೋಣೆಯಿಂದ ನಡೆದು ಬಂದ ಶೈಲಿ, ಅವಳ ಬಳುಕುವ ಆ ನಡು, ಕೋಪದಿಂದ ತಿವಿಯುವಂತೆ ದಿಟ್ಟಿಸಿದ ತೀಕ್ಷ್ಣವಾದ ಆ ನೋಟವನ್ನು ಮನಸ್ಸಿನಲ್ಲಿಯೇ ಮೆಲುಕು ಹಾಕುತ್ತಾ.. 'ಅಬ್ಬಾ.. ಈ ನಾಯರ್ ಎಲ್ಲಿಂದ ಹಿಡಿದು ತಂದ ಇವಳನ್ನು, ನಮ್ಮೂರಿನಲ್ಲಿ ಟಾರ್ಚ್ ಹಾಕಿ ಹುಡುಕಿದರು ಈ ರೀತಿಯ ಒಬ್ಬಳನ್ನು ಕಾಣಲು ಸಾಧ್ಯವಿಲ್ಲವಲ್ಲ' ಎಂದುಕೊಂಡು ತನಗರಿವಿಲ್ಲದಂತೆ ನಗತೊಡಗಿದ.

ಸನ್ನಿ ತನ್ನಿಷ್ಟಕ್ಕೆ ತಾನು ನಗುತ್ತಾ ಕುಳಿತಿರುವುದನ್ನು ಗಮನಿಸಿದ ವೈಜಯಂತಿಯವರು "ಹೇ ಸನ್ನಿ, ಸ್ಟ್ಯಾಂಡ್ ಅಪ್, ಏನು ಮಾಡುತ್ತಿದ್ದೀಯಾ? ನಾನಿಲ್ಲಿ ಗಂಟಲು ಹರ್ಕೊಂಡು ನಿಮಗೆ ಪಾಠ ಮಾಡುತ್ತಿದ್ದರೆ, ನೀನು ಅದ್ಯಾರನ್ನೊ ನೆನೆದುಕೊಂಡು, ನಗುತ್ತಾ ಹಗಲು ಕನಸ್ಸು ಕಾಣ್ತಾ ಇದ್ದಿಯಾ? ಏನಾಯ್ತು ನಿಂಗೆ!" ಎಂದು ಕೈಯಲ್ಲಿದ್ದ ಚಾಕ್ ಪೀಸಿನ ತುಂಡನ್ನು ಅವನತ್ತ ಎಸೆದರು. ಅನಿರೀಕ್ಷಿತವಾಗಿ ಕೆಮಿಸ್ಟ್ರಿ ಉಪನ್ಯಾಸಕಿ ಎಸೆದ ಸೀಮೆಸುಣ್ಣದ ತುಂಡಿನ ಹೊಡೆತದಿಂದ ನಿದ್ರಾಭಂಗವಾದವನಂತೆ ಎಚ್ಚೆತ್ತ ಸನ್ನಿ, "ಯಾರನ್ನು ಇಲ್ಲ ಮೇಡಂ" ಎಂದ.

ತಕ್ಷಣಕ್ಕೆ ಹಿಂದಿನ ಬೆಂಚಿನಲ್ಲಿ ಕುಳಿತಿದ್ದ ಅವನ ಸ್ನೇಹಿತ "ನಾಯರ್‌ನ ಹೆಂಡತಿ ಶೀಲಚೇಚಿಯನ್ನು, ಮೇಡಂ" ಎಂದು ಎಲ್ಲರಿಗು ಕೇಳುವಂತೆ ಕಿಚಾಯಿಸಿದ. ತರಗತಿಯಲ್ಲಿದ್ದ ಪ್ರತಿಯೊಬ್ಬರು ಅವನ ಮಾತು ಕೇಳಿ ಗೊಳ್ಳೆಂದು ನಕ್ಕರು. ಉಪನ್ಯಾಸಕಿ ವೈಜಯಂತಿಯವರು ಕೂಡ ನಗು ತಡೆದುಕೊಳ್ಳಲಾಗದೇ ಸನ್ನಿಯ ಬಳಿ ಬಂದು "ಯಾರೋ ಅದು?" ಎಂದು ಆಶ್ಚರ್ಯದಿಂದ ಕೇಳಿದರು.

"ಯಾರು ಇಲ್ಲ ಮೇಡಂ, ಅವರು ಸುಮ್ಮನೆ ತಮಾಷೆ ಮಾಡ್ತಾ ಇದ್ದಾರೆ" ಎಂದು ನಾಚಿಕೊಂಡ ಸನ್ನಿ, ತಲೆ ಕೆಳಗೆ ಹಾಕಿದ.

"ಕನಸ್ಸು ಕಾಣೋದಾದ್ರೆ ಯಾವುದಾದರು ಒಳ್ಳೆ ಹುಡುಗಿಯನ್ನು ನೋಡಿ ಕಾಣು. ಅದು ಬಿಟ್ಟು ಯಾವುದೋ ನಾಯರ್‌ನ ಹೆಂಡತಿಯನ್ನು, ಪಕ್ಕದ ಮನೆಯವನ ಮಡದಿಯನ್ನು ಕನಸ್ಸು ಕಾಣಬೇಡ" ಎಂದು ತಮಾಷೆ ಮಾಡಿ ಮುಂದಕ್ಕೆ ನಡೆದು ಪಾಠ ಮುಂದುವರೆಸಿದರು. ಕೆಲ ಸಮಯಗಳಲ್ಲಿ

ಕಾಲೇಜಿನ ಗಂಟೆ ಬಾರಿಸಿತು. ಎಲ್ಲರೂ ತಮ್ಮ ಪುಸ್ತಕಗಳನ್ನು ಕೈಗೆತ್ತಿಕೊಂಡು ಹೊರನಡೆದರು.

ಕ್ಯಾಂಪಸ್ಸಿನಿಂದ ಹೊರಬರುತ್ತಿದ್ದಂತೆ ಹೋಟೆಲಿನ ಬಳಿಯೇನಾದರೂ ಶೀಲಚೇಚಿ ಕಾಣುತ್ತಾಳ! ಎಂದು ಅತ್ತಕಡೆಯೇ ಸನ್ನಿ ನೋಡತೊಡಗಿದ. ಹೋಟೆಲಿನ ಮುಂಭಾಗದಲ್ಲಿ ತಿಂಡಿ ಜೋಡಿಸಲು ಇಟ್ಟಿದ್ದ ಗಾಜಿನ ಪೆಟ್ಟಿಗೆಯನ್ನು ಒರೆಸುತ್ತಾ ಶೀಲ ನಿಂತಿದ್ದಳು. ಸನ್ನಿ ಹೋಟೆಲ್ ಮರೆಯಾಗುವವರೆಗೂ ನಡೆಯಲಾಗದವನ ರೀತಿ ಕಾಲೆಳೆದುಕೊಂಡು ಅವಳನ್ನು ನೋಡುತ್ತಾ ಸಾಗತೊಡಗಿದ. ಗಾಜನ್ನು ಒರೆಸುತ್ತಾ ನಿಂತ ಶೀಲಳ ದೃಷ್ಟಿ, ತನ್ನನ್ನೇ ತಿನ್ನುವಂತೆ ನೋಡುತ್ತಾ ಹೋಟೆಲಿನ ಮುಂಭಾಗದಲ್ಲಿ ತೆವಳುತ್ತಿದ್ದವನೆಡೆಗೆ ಹರಿದಿತ್ತು.. 'ಓ ಇವನು, ಬೆಳಿಗ್ಗೆ ಟೀ ಕುಡಿಯುವ ನೆಪದಲ್ಲಿ ಬಂದು ತನ್ನನ್ನೆ ಕೆಕ್ಕರಿಸಿ ನೋಡುತ್ತಾ ಕುಳಿತವನಲ್ವಾ?' ಎಂದು ಮುಖ ಸಿಂಡರಸಿ ಮತ್ತೆ ಗಾಜಿನ ಪೆಟ್ಟಿಗೆಯನ್ನು ಒರೆಸುವುದರಲ್ಲಿ ತಲ್ಲೀನಳಾದಳು.

ಪಕ್ಕದಲ್ಲಿದ್ದ ಸ್ನೇಹಿತ, "ಬಾರೋ ಸಾಕು, ಮಂಗಳಾರತಿ ಆಯ್ತಲ್ಲ, ಇನ್ನು ನೋಡ್ತಾ ಇದ್ದರೆ ಅವಳು ಒಳಹೋಗಿ ನಾಯರ್‌ನನ್ನು ಕರೆದುಕೊಂಡು ಬರುತ್ತಾಳೆ" ಎಂದ.

"ಸುಮ್ನೆ ನಡಿಯೋ, ನೀವೆಲ್ಲ ಸತ್ಯ ಹರಿಶ್ಚಂದ್ರನ ತುಂಡುಗಳು ನೋಡು, ನೀವ್ಯಾರು ನೋಡೊದೇ ಇಲ್ಲಾ" ಎಂದು ಸನ್ನಿ ಸಿಡುಕಿದ.

ಫಾರೆಸ್ಟರ್ ಪೊನ್ನಪ್ಪನವರ ಕಿರಿಯ ಮಗ ಸನ್ನಿ ತುಂಬಾ ತುಂಟನಾಗಿದ್ದು, ಕಾಲೇಜಿನಲ್ಲಿ ರೆಬೆಲ್ ಆಗಿ ಗುರುತಿಸಿಕೊಂಡಿದ್ದ ಎನ್ನುವುದನ್ನು ಬಿಟ್ಟರೆ, ಅವನು ಎಂದಿಗೂ ಹುಡುಗಿಯರ ವಿಚಾರದಲ್ಲಿ ಹೆಸರು ಕೆಡಿಸಿಕೊಂಡಿರಲಿಲ್ಲ. ಎಷ್ಟೋ ಬಾರಿ ಇವನ ಹೀರೊಯಿಸಂಗೆ ಮನಸೋತು ಅವನ ಜೊತೆಯಲ್ಲಿ ಓದುತ್ತಿದ್ದ ಮತ್ತು ಕಿರಿಯ ತರಗತಿಯ ಹೆಣ್ಣುಮಕ್ಕಳು ಪ್ರೀತಿಬಯಸಿ ಅವನ ಹಿಂದೆ ತಿರುಗಿದ ನಿದರ್ಶನಗಳಿದ್ದವು. ಆದರೆ ಇದೇ ಪ್ರಥಮ ಬಾರಿಗೆ ಒಂದು ಹುಡುಗಿಯನ್ನು ನೋಡಿದಾಗ, ಅದರಲ್ಲೂ ಒಬ್ಬ ಮಧ್ಯವಯಸ್ಸಿನ ಹೆಂಗಸನ್ನು ಕಂಡಾಗ ಸನ್ನಿಯ ಎದೆಯಲ್ಲಿ ಗಿಟಾರ್ ಬಾರಿಸಿದಂತಾಗಿ ತರಂಗಗಳು ಏಳಲು ಶುರುವಾಗಿದ್ದವು. ಆ ವಯಸ್ಸಿನಲ್ಲಿ ಈ ರೀತಿಯಾಗಿ ಮನಸ್ಸಿನಲ್ಲಿ ಏರುಪೇರುಗಳಾಗುವುದು ಸಹಜ. ಆದರೆ ಇಪ್ಪತ್ತೊಂದರ ಸನ್ನಿಗೆ ಅವನಿಗಿಂತಲೂ 14 ವರ್ಷ ಹಿರಿಯವಳಾದ ಮೂವತ್ತೈದರ ಮಧ್ಯವಯಸ್ಕ ಆಂಟಿಯೊಂದಿಗೆ ಪ್ರೇಮಾಂಕುರವಾಗಿದ್ದು ಮಾತ್ರ ಆಶ್ಚರ್ಯವೆ! ಅದನ್ನು ಪ್ರೀತಿ ಅನ್ನುವುದಕ್ಕಿಂತ ಯೌವ್ವನದ ಕಟ್ಟೆ ಒಡೆದ ಸಂದರ್ಭದಲ್ಲಿ ವಯೋಸಹಜವಾಗಿ ಕಾಡುವ, ಅಂದರೆ 'ಆಸೆ ಆಕಾಂಕ್ಷೆಗಳನ್ನು ಈಡೇರಿಸಿಕೊಳ್ಳುವ ತುಡಿತ' ಎಂದು ಬೇಕಾದರೂ ಹೇಳಬಹುದು.

ಸನ್ನಿ, ಅವಳದ್ದೆ ಗುಂಗಿನಲ್ಲಿ ಹೊರಡಲು ಸಿದ್ಧವಾಗಿ ನಿಂತಿದ್ದ ಭಗಂಡೇಶ್ವರ ಬಸ್ಸನ್ನು ಏರಿ, ಕಿಟಕಿ ಬದಿಯ ಸೀಟಿಗೊರಗಿದ. ಬಸ್ಸು ಚೆಟ್ಟಳ್ಳಿ–ಸಿದ್ದಾಪುರ ಮಾರ್ಗವಾಗಿ ಪೊನ್ನಂಪೇಟೆಯತ್ತ ಮುಖಮಾಡಿತು. ಶೀಲಳ ಮಾದಕ ಮೈಮಾಟಕ್ಕೆ ಮನಸೋತುಹೋಗಿದ್ದ ಸನ್ನಿ ಒಂದು ರೀತಿಯಲ್ಲಿ ಮಾನಸಿಕ ಸ್ಥಿಮಿತ ಕಳೆದುಕೊಂಡಂತಾಗಿ ಬಿಟ್ಟಿದ್ದ. ಅದೆಷ್ಟರ ಮಟ್ಟಿಗೆ ಎಂದರೆ, ಬಸ್ಸು ಪ್ರತಿ ತಂಗುದಾಣದಲ್ಲಿ ನಿಲ್ಲಿಸಿದಾಗಲೂ ಏರುತ್ತಿದ್ದವರೆಲ್ಲ ಅವನಿಗೆ ಶೀಲಳ ರೀತಿಯೇ ತೋಚುತ್ತಿದ್ದರು ಮತ್ತು ಅವರಿಗೆಲ್ಲ ಸನ್ನಿ ಮುಗುಳ್ನಗೆ ಬೀರುತ್ತಿದ್ದ. ಬಸ್ಸು ಪೊನ್ನಂಪೇಟೆ ತಂಗುದಾಣ ತಲುಪಿತು.

ಅಂದು ರೇಂಜ್ ಆಫೀಸಿನಲ್ಲಿ ಹೆಚ್ಚಿನ ಕೆಲಸವಿರಲಿಲ್ಲವಾದರಿಂದ, ತುಸುಬೇಗನೇ ಪೊನ್ನಪ್ಪ ಮನೆಯ ಕಡೆ ಹೊರಟಿದ್ದರು. ಪೊನ್ನಂಪೇಟೆ ತಲುಪುವ ವೇಳೆಗೆ ಅವರಿಗೆ ಸನ್ನಿಯ ನೆನಪಾಯಿತು. 'ಇನ್ನೇನು ಮಗ ಭಗಂಡೇಶ್ವರ ಬಸ್ಸಿನಲ್ಲಿ ಬರುವವನಿದ್ದಾನೆ, ಅವನನ್ನು ಕೂಡ ಒಟ್ಟಿಗೆ ಕರೆದುಕೊಂಡು ಹೋದರಾಯಿತು' ಎಂದುಕೊಂಡು ಬಸ್ಸುತಂಗುದಾಣದ ಎದುರುಬದಿಯಲ್ಲಿ ಬೈಕು ನಿಲ್ಲಿಸಿ ಕಾಯತೊಡಗಿದರು. ಕೆಲವು ನಿಮಿಷಗಳು ಕಳೆಯುವಾಗ ಜೋರಾಗಿ ಹಾರನ್ ಬಾರಿಸುತ್ತಾ ಬಸ್ಸು ತಂಗುದಾಣದೊಳಕ್ಕೆ ಬಂತು. ಸನ್ನಿ ಬಸ್ಸಿನಿಂದಿಳಿದು ಬರುತ್ತಿರುವುದನ್ನು ಕಂಡ ಪೊನ್ನಪ್ಪ, "ಏ ಸನ್ನಿ" ಎಂದು ಕೂಗಿ, ಕೈಬೀಸಿ ಕರೆದರು. ಧ್ವನಿ ಕಿವಿಗೆ ಬೀಳುತ್ತಲೇ ಸನ್ನಿ ತಲೆ ಎತ್ತಿ ನೋಡಿದ. ಎದುರುಬದಿಯಲ್ಲಿ ಪೊನ್ನಪ್ಪ ಕೈಬೀಸುತ್ತಾ ನಿಂತಿದ್ದರು. ಪೊನ್ನಪ್ಪನವರ ಬಳಿಗೆ ನಡೆದುಕೊಂಡು ಬಂದ ಸನ್ನಿ, "ಎಂತ ಪಪ್ಪ ನೀನಿಲ್ಲಿ?" ಎಂದು ಕೇಳಿದ. "ಇವತ್ತು ಸ್ವಲ್ಪ ಬೇಗ ಡ್ಯೂಟಿ ಮುಗಿಯಿತು. ಮನೆಗೆ ಹೊರಟಿದ್ದೆ, ಅಷ್ಟರಲ್ಲಿ ನೀನು ಭಗಂಡೇಶ್ವರದಲ್ಲಿ ಬರುವ ನೆನಪಾಯಿತು. ಅದಕ್ಕೆ ಕಾಯುತ್ತಾ ನಿಂತೆ" ಎಂದು ಪೊನ್ನಪ್ಪ ಹೇಳಿದರು. "ಹೌದಾ" ಎಂದು ಸನ್ನಿ, ಅಪ್ಪನ ಹಳೆಯ ಕಾಲದ ರಾಜ್‌ದೂತ್ ಬೈಕಿನ ಹಿಂಬದಿಯೇರಿದ. ಪೊನ್ನಪ್ಪನವರು ತನ್ನ ಕೈಲಿದ್ದ ಚೀಲವನ್ನು ಸನ್ನಿಯ ಕೈಗಿತ್ತು ಕಾನೂರಿನತ್ತ ಬೈಕ್ ಚಲಾಯಿಸತೊಡಗಿದರು.

* * *

ಪೊನ್ನಪ್ಪನವರ ಹಿರಿಯ ಮಗ ಸೇನೆಗೆ ಸೇರಿ ಸುಮಾರು ನಾಲ್ಕು ವರ್ಷ ಆಗುವುದರಲ್ಲಿತ್ತು. ಹೀಗಿರುವಾಗ ಒಂದು ದಿನ ಅವನಿಂದ ಪತ್ರವೊಂದು ಬಂತು. ಅದರಲ್ಲಿ ತಾನು ಮುಂದಿನ ತಿಂಗಳು ಬರುವವನಿದ್ದು, ನನಗೆ ಸುಮಾರು ಮೂರು ತಿಂಗಳ ರಜೆ ಇದೆ ಎಂದು ಬರೆದಿದ್ದ. ಮಗ ಬರುವ ಸುದ್ದಿ ತಿಳಿದು ಪೊನ್ನಪ್ಪ ಮತ್ತು ಬೊಳ್ಳವ್ವ ದಂಪತಿಗಳು ತುಂಬಾ ಖುಷಿಯಿಂದ ಈ ಬಾರಿ

ಮಗ ರಜೆ ಮುಗಿಸಿ ಮರಳಿ ಸೇನೆಗೆ ಹೋಗುವ ಮೊದಲು ಅವನಿಗೊಂದು ಗಂಟು ಹಾಕಿಸಿಬಿಡಬೇಕು ಎಂದು ಚರ್ಚಿಸಿ ಅದರಂತೆ ಅವರ ನೆಂಟರಿಷ್ಟರು, ಅಕ್ಕಪಕ್ಕದೂರಿನಲ್ಲಿದ್ದವರಿಗೆ ತಿಳಿಸಿ ವಧು ಅನ್ವೇಷಣೆ ಮಾಡುವಂತೆ ಹೇಳಿದ್ದರು.

ಗಂಡಹೆಂಡಿರಿಬ್ಬರ ಮನದಲ್ಲೂ, ನಾವು ತಕ್ಕಮಟ್ಟಿಗೆ ಆರ್ಥಿಕವಾಗಿ ಸಬಲರಾಗಿದ್ದೇವೆ, ಮಗ ಬೇರೆ ಸೈನ್ಯದಲ್ಲಿದ್ದಾನೆ. ಆದ್ದರಿಂದ ನಮಗೆ ಒಪ್ಪುವ ರೀತಿಯಲ್ಲಿ ಒಳ್ಳೆ ಅಂತಸ್ತಿನ ಮನೆಯಿಂದಲೇ ಹೆಣ್ಣು ತರಬೇಕೆಂದು ಲೆಕ್ಕಾಚಾರ ಹಾಕಿ ಕುಳಿತುಕೊಂಡಿದ್ದರು. ಆದರೆ 'ಗಡಿ ಕಾಯುವವನಿಗೆ ಹೆಣ್ಣು ತರುವುದು ಎಷ್ಟು ಕಷ್ಟ ಇದೆ' ಎಂಬುದು ಮಗನಿಗೆ ಹೆಣ್ಣು ಹುಡುಕಲು ಪ್ರಾರಂಭ ಮಾಡಿದಾಗಲೇ ಅವರಿಗೆ ಗೊತ್ತಾಗಿದ್ದು. ಪೊನ್ನಪ್ಪ ಮತ್ತು ಮಡದಿಗೆ ಹುಡುಗಿ ಇಷ್ಟವಾದರೆ, ಮನೆಕಡೆ ಇನ್ನೇನಾದರು ತಕರಾರು ಇರುತ್ತಿತ್ತು. ಕೆಲವೊಮ್ಮೆ ಎಲ್ಲವೂ ಸರಿಯಾಯಿತು ಎನ್ನುವ ಕೊನೆಯ ಘಳಿಗೆಯಲ್ಲಿ, 'ಕೆಲಸವಿಲ್ಲದೇ ತೋಟಗೀಟ ನೋಡಿಕೊಂಡು ಮನೆಯಲ್ಲೆ ಇರುವ ಪ್ಲಾಂಟರ್ ಆದರೂ ಪರ್ವಾಗಿಲ್ಲ, ಸೇನೆಯಲ್ಲಿರುವವನಿಗೆ ನಮ್ಮ ಮಗಳನ್ನು ಕೊಡುವುದಿಲ್ಲ' ಎಂದು ಹುಡುಗಿ ಕಡೆಯವರು ಹಿಂದೇಟು ಹಾಕುತ್ತಿದ್ದರು. ಅವರ ತಲೆಯಲ್ಲಿ 'ಗಡಿಕಾಯುವವನಿಗೆ ಹೆಣ್ಣುಕೊಟ್ಟು ಪರಿತಪಿಸುವ ಬದಲು ಮಗಳು ಮನೆಯಲ್ಲಿಯೆ ಉಳಿದಿರಲಿ' ಎಂಬ ಭಾವನೆ ಮೈದಳೆದಿತ್ತು.

ಕೆಲವೊಂದು ಕಡೆ ನಿಮ್ಮ ಹುಡುಗನಿಗೆ ಬೇಕಾದುದ್ದನ್ನು ಕೊಟ್ಟು ನಾವೇ ಮದುವೆ ಮಾಡಿಕೊಳ್ಳುತ್ತೇವೆ ಎಂದು ಮುಂದೆ ಬರುತ್ತಿದ್ದರು. ಆದರೆ ಅಲ್ಲಿ ಹುಡುಗಿ ಲಕ್ಷಣವಾಗಿರುತ್ತಿರಲಿಲ್ಲ. ಜೊತೆಗೆ ವಧುವಿಗೆ ವಿದ್ಯಾಭ್ಯಾಸ ಕೂಡ ಕಡಿಮೆ ಇದ್ದು, ಮನೆತನಕ್ಕೂ ಅಷ್ಟೊಂದು ಹೆಸರಿರುತ್ತಿರಲಿಲ್ಲ. ಹೀಗೆ ಮಗನಿಗೆ ಹೆಣ್ಣು ಹುಡುಕಲು ಹೊರಟು ಸುಸ್ತಾದ ಪೊನ್ನಪ್ಪನವರ ಮಡದಿ, ಒಂದು ದಿನ 'ರಾಯ್' ಕರೆ ಮಾಡಿದಾಗ ಈ ದೃಷ್ಟಾಂತವನ್ನೆಲ್ಲಾ ಅವನ ಬಳಿ ಹೇಳಿದರು. ಅಮ್ಮನ ಮಾತು ಕೇಳಿದ ರಾಯ್, "ಅವ್ವ ನೀನು ಬೇಸರ ಮಾಡಿಕೊಳ್ಳಲ್ಲ ಅಂದರೆ ನಾನೊಂದು ಮಾತು ಹೇಳುತ್ತೇನೆ" ಎಂದ.

"ನನ್ನ ಬಳಿ ಹೇಳುವುದಕ್ಕೆ ನಿನಗೇನು ಸಂಕೋಚ, ಏನಿದ್ದರು ಹೇಳು, ನಾನೇನು ಬೇಸರ ಮಾಡಿಕೊಳ್ಳುವುದಿಲ್ಲ" ಎಂದು ಬೊಳ್ಳವ್ವ ಹೇಳಿದರು.

"ವಿರಾಜಪೇಟೆ ಬಳಿಯ ಮಗ್ಗುಲ ಗ್ರಾಮದ ಮಾಚಯ್ಯ, ನನ್ನೊಂದಿಗೆ ಸೇನೆಯಲ್ಲಿ ಕೆಲಸ ಮಾಡುತ್ತಿದ್ದಾನೆ. ಅವನಿಗೆ ದೇಚಮ್ಮ ಎಂಬ ಸಹೋದರಿಯೊಬ್ಬಳಿದ್ದಾಳೆ. ಅವಳದ್ದು ಎಂ.ಎ., ಮುಗಿಯುವ ಹಂತದಲ್ಲಿದ್ದು ಸರಕಾರಿ ಕೆಲಸಕ್ಕೆ ಪ್ರಯತ್ನ ಪಡುತ್ತಿದ್ದಾಳೆ ಅಂತ ಮಾಚಯ್ಯ ಹೇಳುತ್ತಿದ್ದ. ಅಷ್ಟೇನು ಶ್ರೀಮಂತರಲ್ಲದಿದ್ದರೂ, ನೋಡಲು ಚಂದವೂ, ಒಳ್ಳೆಯ

ಮನೆತನದವರೂ ಆಗಿದ್ದಾರೆ. ನೀನು ಮತ್ತೆ ಪಪ್ಪ, ಬಿಡುವಾದಾಗ ಒಮ್ಮೆ ಅವರ ಮನೆಗೆ ಹೋಗಿ ಹೆಣ್ಣು ಕೇಳಿ. ಮಾಚಯ್ಯ ನನ್ನ ಸ್ನೇಹಿತ ಆಗಿರುವುದರಿಂದ ನನ್ನ ಪರಿಚಯವೂ ಸಾಧಾರಣವಾಗಿ ಅವರ ಮನೆಯವರಿಗಿರುತ್ತೆ. ಆ ಕುಟುಂಬದವರು ಯಾವುದೇ ಕಾರಣಕ್ಕೂ ಈ ಸಂಬಂಧವನ್ನು ಬೇಡ ಎಂದು ಅಲ್ಲೆಗೆಳೆಯಲ್ಲ. ಒಮ್ಮೆ ಪ್ರಯತ್ನಿಸಿ ನೋಡಿ" ಎಂದು ತನ್ನ ಮನದ ಇಂಗಿತವನ್ನು ಬೊಳ್ಳವ್ವನವರ ಬಳಿ ಹೇಳಿದ. ಇನ್ನೊಂದು ವಿಚಾರ ಎಂದು ಮಾತು ಮುಂದುವರೆಸಿ, "ದೇಚಮ್ಮನನ್ನು ಹುಡುಗಿ ನೋಡಿಕೊಂಡು ಬರಲು ನಾನೇ ತಿಳಿಸಿದೆ" ಎಂದು ಯಾವುದೇ ಕಾರಣಕ್ಕೂ ಅವರ ಮನೆಯವರಿಗೆ ತಿಳಿಯಬಾರದು ಎಂದು ನಾಚಿಕೊಂಡು ಅಮ್ಮನ ಬಳಿ ಹೇಳಿದ.

"ಆಯ್ತಪ್ಪ" ಎಂದು ಒಪ್ಪಿದ ಬೊಳ್ಳವ್ವ, "ನಿನ್ನ ಬಳಿ ಅವಳ ಫೋಟೋ ಇದ್ದರೆ ಕಳುಹಿಸಿಕೊಡು, ಹೇಗಿದ್ದಾಳೆ! ಎಂದು ಒಮ್ಮೆ ನೋಡುತ್ತೇನೆ" ಎಂದು ಮಗನ ಕೇಳಿದರು

"ನನ್ನ ಬಳಿ ಇಲ್ಲಮ್ಮ, ಆದರೆ ಮಾಚಯ್ಯನ ಆಲ್ಬಮ್‌ನಲ್ಲಿ ಒಮ್ಮೆ ನೋಡಿದ ನೆನಪು, ಅವಳು ಕಾಣಲಿಕ್ಕೆ ತುಂಬಾ ಲಕ್ಷಣವಾಗಿ ಇದ್ದಾಳೆ" ಎಂದು ಆ ಹುಡುಗಿ ತನ್ನ ಮನಸ್ಸಿಗೆ ಹಿಡಿಸಿದ್ದಾಳೆ ಎಂಬುದನ್ನು ಅಮ್ಮನ ಬಳಿ ಪರೋಕ್ಷವಾಗಿ ಹೇಳಿದ.

ಮಗನ ಮಾತು ಕೇಳಿದ ಬೊಳ್ಳವ್ವ, "ಮಾಚಯ್ಯ ನಿನ್ನ ಸ್ನೇಹಿತ ಅಂತ ಬೇರೆ ಹೇಳ್ತಾ ಇದ್ದೀಯಾ! ನೀನೇ ಒಂದು ಮಾತು ಅವನ ಬಳಿ ಕೇಳ್ಬಾರ್ದ?" ಎಂದಳು.

"ಮಾಚಯ್ಯ ನನ್ನ ಆತ್ಮೀಯ ಸ್ನೇಹಿತ. ಹೀಗಿರುವಾಗ, ನಿನ್ನ ತಂಗಿಯನ್ನು ನನಗೆ ಮದುವೆ ಮಾಡಿಸಿಕೊಡುತ್ತೀಯಾ? ಎಂದು ನಾನು ಹೇಗೆ ಕೇಳಲಿ? ಒಂದು ವೇಳೆ ನಾನವನ ಬಳಿ ಹಾಗೆ ಕೇಳಿ ಅವನೇನಾದ್ರೂ ನನ್ನನ್ನು ಅಪಾರ್ಥ ಮಾಡಿಕೊಂಡರೆ!" ಎಂದು ತನ್ನ ಕಳವಳವನ್ನು ತಾಯಿಯೊಂದಿಗೆ ಹಂಚಿಕೊಂಡ.

ಸರಿ, ಎಂದು ರಾಯ್‌ನಿಂದ ಹುಡುಗಿಯ ಮನೆಯವರ ಸಂಪೂರ್ಣ ವಿವರ ಮತ್ತು ವಿಳಾಸವನ್ನು ಪಡೆದುಕೊಂಡ ಬೊಳ್ಳವ್ವ ಕರೆ ಕಟ್ ಮಾಡಿದಳು.

ಮರುದಿನ, ಮಗ್ಗುಲ ಗ್ರಾಮದಲ್ಲಿ ತನಗೆ ಪರಿಚಯವಿದ್ದ ಒಂದು ಕುಟುಂಬದವರಿಗೆ ಕರೆ ಮಾಡಿ, ಸೇನೆಯಲ್ಲಿ ಸೇವೆ ಸಲ್ಲಿಸುತ್ತಿರುವ ಮಾಚಯ್ಯನ ತಂಗಿಯನ್ನು ನನ್ನ ಹಿರಿಯ ಮಗ ರಾಯ್‌ಗೆ ತಂದುಕೊಳ್ಳಬೇಕು ಅಂದುಕೊಂಡಿದ್ದೇವೆ. ನಮ್ಮ ವಿವರಗಳನ್ನು ಅವರ ಮನೆಯವರಿಗೆ ತಿಳಿಸಿ, ಹೆಣ್ಣು ಕೊಡುತ್ತಾರ? ಎಂದು ಒಮ್ಮೆ ವಿಚಾರಿಸಿ ನೋಡಿ ಎಂದು ಹೇಳಿದರು.

ಅದರಂತೆ ಆ ಕುಟುಂಬದವರು ಮಾಚಯ್ಯನವರ ಮನೆಗೆ ಹೋಗಿ, "ಕಾನೂರಿನ ಫಾರೆಸ್ಟರ್ ಪೊನ್ನಪ್ಪನವರ ಮಗ, ಸದ್ಯ ಸೇನೆಯಲ್ಲಿ ಸೇವೆ ಸಲ್ಲಿಸುತ್ತಿರುವ ರಾಯ್‌ಗೆ ನಿಮ್ಮ ಮಗಳು ದೇಚಮ್ಮನನ್ನು ತಂದುಕೊಳ್ಳಬೇಕೆಂದು ಇಚ್ಛೆಪಡುತ್ತಿದ್ದಾರೆ. ಒಂದಷ್ಟು ಕಾಫಿ ತೋಟವೂ ಅವರಿಗಿದೆ. ಒಳ್ಳೆಯ ಬುದ್ಧಿಯ ಯುವಕ ಬೇರೆ ಎಂದು ಹುಡುಗನ ಪರವಾಗಿ ವಕಾಲತ್ತು ವಹಿಸಿ ಮಾತನಾಡಿ, ತಾವು ಕೂಡ ಹುಡುಗನ ಬಗ್ಗೆ ನಾಲ್ಕು ಕಡೆ ವಿಚಾರಿಸಿ, ತಮ್ಮ ಅಭಿಪ್ರಾಯ ಏನೆಂಬುದನ್ನು ತಿಳಿಸಿ" ಎಂದು ಮರಳಿದರು.

ಈ ವಿಷಯವಾಗಿ ಮಾಚಯ್ಯನ ಮನೆಯಲ್ಲಿ ಚರ್ಚೆ ನಡೆದು 'ಮನೆಮಗಳು ಎಂ.ಎ., ಮುಗಿಸಿ ಸರಕಾರಿ ಉಪನ್ಯಾಸಕಿ ಆಗುವವಳಿದ್ದಾಳೆ, ಹುಡುಗ ಸೇನೆಯಲ್ಲೂ ಇದ್ದಾನೆ, ಇಬ್ಬರು ಜೊತೆಯಾದರೆ ಎಲ್ಲರಿಗೂ ಸಂತೋಷವೇ. ಜೊತೆಗೆ ಪೊನ್ನಪ್ಪನವರು ಅರಣ್ಯ ಇಲಾಖೆಯಲ್ಲಿ ಸೇವೆ ಸಲ್ಲಿಸುತ್ತಾ ಇರುವಂತವರು, ಅವರಿಗೆ ಸುತ್ತಮುತ್ತ ಒಳ್ಳೆಯ ಹೆಸರಿದೆ, ದೊಡ್ಡ ಮನೆತನ ಬೇರೆ' ಎಂದು ದೇಚಮ್ಮನ ಮದುವೆಯ ವಿಚಾರದಲ್ಲಿ ಪೂರಕವಾದ ಒಂದು ತೀರ್ಮಾನ ಕೈಗೊಂಡು, ಗಡಿಯಲ್ಲಿ ಕೆಲಸ ನಿರ್ವಹಿಸುತ್ತಿದ್ದ ಮಾಚಯ್ಯನಿಗೆ ಕರೆ ಮಾಡಿ ವಿಷಯ ತಿಳಿಸಿದರು.

ಮಾಚಯ್ಯ, ಹುಡುಗನ ಪೂರ್ವಾಪರವನ್ನೆಲ್ಲ ವಿಚಾರಿಸಿದಾಗ ತನ್ನ ತಂಗಿಯನ್ನು ಮದುವೆಯಾಗುವ ಸಲುವಾಗಿ, ಸಂಬಂಧ ಬೆಳೆಸಲು ತನ್ನ ಮನೆಗೆ ಹೋದ ಮನೆಯವರು, ನನ್ನ ಜೊತೆ, ಸೇನೆಯಲ್ಲಿ ಕರ್ತವ್ಯ ನಿರ್ವಹಿಸುತ್ತಿದ್ದ ಆತ್ಮೀಯ ಗೆಳೆಯ ರಾಯ್ ಅವರ ಕುಟುಂಬ ಎಂಬುದನ್ನು ತಿಳಿದು ಸಂತೋಷಪಡುತ್ತಾನೆ. ಇದುವರೆಗೆ ಸ್ನೇಹಿತನಾಗಿದ್ದವನು, ಇದೀಗ ಬಾವನಾಗಲು ಹೊರಟಿದ್ದಾನೆ ಎಂದು ಅವನ ಖುಷಿ ಇಮ್ಮಡಿಯಾಗುತ್ತದೆ.

'ಒಂದೇ ಬೆಟಾಲಿಯನ್‌ನಲ್ಲಿ ಕಳೆದ ಕೆಲವು ವರ್ಷಗಳಿಂದ ಒಟ್ಟಿಗೆ ಕೆಲಸ ನಿರ್ವಹಿಸುತ್ತಿದ್ದರು, ತನ್ನ ಮನೆಗೆ ಹೆಣ್ಣು ನೋಡಲು ಹೋಗುತ್ತಿರುವ ವಿಚಾರವನ್ನು ರಾಯ್ ತನಗೆ ತಿಳಿಸಲೆ ಇಲ್ಲವಲ್ಲ' ಎಂದು ಮನದಲ್ಲಿ ಯೋಚಿಸಿದ ಮಾಚಯ್ಯ, ಬಿಡುವಾದಾಗ ರಾಯ್‌ನ ಕೊಠಡಿಗೆ ಹೋಗಿ, "ಎಂಥ ರಾಯ್ ಮದುವೆ ಆಗೋಕೆ, ಹುಡುಗಿ ಹುಡುಕ್ತಾ ಇದ್ದೀಯಂತೆ" ಎಂದು ಕೇಳಿದ.

"ಹೌದು ಮಾಚಿ. ಅವ್ವಂಗೆ ವಯಸ್ಸಾಯ್ತು, ಮನೆಯಲ್ಲಿ ಅವರ ಸಹಾಯಕ್ಕೆ ಅಂತ ಯಾರಾದರೂ ಬೇಕಲ್ವ! ಅದಕ್ಕೆ ಮನೆಯವರು ಬೇಗ ಮದುವೆ ಮಾಡಿಕೋ ಎಂದು ಒತ್ತಾಯ ಮಾಡಿದಾಗ, 'ಹುಂ' ಅಂತ ಸಮ್ಮತಿ ಸೂಚಿಸಿಬಿಟ್ಟೆ" ಎಂದು ಹೇಳಿ, ಉಳಿದಂತೆ ತನಗೇನು ಗೊತ್ತಿಲ್ಲ ಎನ್ನುವ ರೀತಿಯಲ್ಲಿ ಮಳ್ಳನಂತೆ ಉತ್ತರಿಸಿದ.

"ಅದೆಲ್ಲಾ ಸರಿ, ನಿಮ್ಮ ಮನೆಯವರು ಹುಡುಗಿ ನೋಡಿ, ನೋಡಿ ಕೊನೆಗೆ ನಮ್ಮ ಮನೆಗೆ ಬಂದಿದ್ದಾರೆ" ಎಂದು ಮಾಚಯ್ಯ ನಕ್ಕ!

ರಾಯ್, "ಹೌದಾ.." ಎಂದು ಮುಗುಳ್ನಕ್ಕು ಮಾಚಯ್ಯ ಮುಂದೇನು ಹೇಳುತ್ತಾನೆ! ಎಂದು ಅವನನ್ನೆ ನೋಡಿದ.

ಮಾತು ಮುಂದುವರೆಸಿದ ಮಾಚಯ್ಯ, "ನಿನಗೆ ನನ್ನ ತಂಗಿಯನ್ನು ಮದುವೆ ಮಾಡಿಸಿಕೊಡುವುದಕ್ಕೆ ನಂದೇನು ಅಭ್ಯಂತರವಿಲ್ಲ, ಆದರೆ ಅವಳು ಸರಕಾರಿ ಕೆಲಸ ಗಿಟ್ಟಿಸಿಕೊಳ್ಳಬೇಕು ಎಂದು ಹಗಲುರಾತ್ರಿ ಓದಿ ಕಷ್ಟಪಡುತ್ತಿದ್ದಾಳೆ, ನೀನು ನೋಡಿದ್ರೆ ಅಮ್ಮನಿಗೆ ವಯಸ್ಸಾಯ್ತು, ಅಂತ ನನ್ನ ತಂಗಿಯನ್ನು ಮದುವೆ ಮಾಡಿಕೊಂಡು ಅವಳನ್ನು ಅಡುಗೆ ಮನೆಗೆ ಸೀಮಿತ ಮಾಡಿ, ಅವಳಾಸೆಗೆ ಎಲ್ಲಿ ತಣ್ಣೀರೆರಚಿ ಬಿಡುತ್ತೀಯಾ ಎಂಬ ಭಯ ನನಗೆ!" ಎಂದು ರೇಗಿಸಿದ. ರಾಯ್, "ಮೊದಲು ನಿನ್ನ ತಂಗಿಯ ಬಳಿ ನನ್ನನ್ನು ಅವಳಿಗೆ ಒಪ್ಪಿಗೆ ಇದೆಯಾ ಅಂತ ಕೇಳಿನೋಡು, ಒಪ್ಪಿದರೆ ತಾನೆ ಮುಂದಿನ ಮಾತು" ಎಂದ.

ಮಾಚಯ್ಯ, "ಆ ವಿಚಾರವಾಗಿ ನೀನು ತಲೆ ಕೆಡಿಸಿಕೊಳ್ಳಬೇಡ, ನಮ್ಮ ಅಪ್ಪ ಸೈನ್ಯದಲ್ಲಿದ್ದವರು, ನಾನು ಸೇನೆಯಲ್ಲಿದ್ದೇನೆ, ಇವಾಗ ನಿನ್ನ ಮೂಲಕ ದೇಚಮ್ಮನಿಗೂ ಒಬ್ಬ ಯೋಧ ಗಂಡನಾಗಿ ಬರುವುದು ನಮ್ಮ ಮನೆಯವರಿಗೆಲ್ಲ ಸಂತೋಷದ ವಿಚಾರವೆ, ದೇಚಮ್ಮ ಕೂಡ ಖಂಡಿತಾ ಒಪ್ಪಿಕೊಳ್ಳುತ್ತಾಳೆ" ಎಂದ.

"ನೋಡು ಮಾಚಿ, ನೀನು ಅವಳ ಓದು, ಸರಕಾರಿ ಉದ್ಯೋಗದ ವಿಚಾರವಾಗಿ ಚಿಂತೆಯೇ ಮಾಡ್ಬೇಡ, ಅವಳಿಗೆ ಕೆಲಸ ಸಿಗುವವರೆಗೆ ಓದಿಸುವ ಜವಾಬ್ದಾರಿ ನನ್ನದು, ನನ್ನ ಅವ್ವ ಮತ್ತು ಪಪ್ಪ ಅವಳನ್ನು ಸ್ವಂತ ಮಗಳ ಹಾಗೆ ನೋಡಿಕೊಳ್ಳುತ್ತಾರೆ" ಎಂದು ರಾಯ್, ಮಾಚಯ್ಯನ ಬಳಿ ಹೇಳಿದ.

ಕೆಲವು ತಿಂಗಳ ನಂತರ ಮಾಚಯ್ಯ ಮತ್ತು ರಾಯ್ ಇಬ್ಬರೂ ರಜೆಯಲ್ಲಿ ಊರಿಗೆ ಬಂದರು. ಆ ಸಮಯಕ್ಕೆ ಸರಿಯಾಗಿ ದೇಚಮ್ಮಳ ಓದು ಮುಗಿದು ಅವಳಿಗೆ ವಿರಾಜಪೇಟೆ ಸರಕಾರಿ ಕಾಲೇಜಿನಲ್ಲಿ ಉಪನ್ಯಾಸಕಿ ಹುದ್ದೆಯು ಸಿಕ್ಕಿತು. ತದನಂತರ ಈ ಮೊದಲೇ ತೀರ್ಮಾನಿಸಿದಂತೆ ಪೊನ್ನಂಪೇಟೆಯ ಕೊಡವ ಸಮಾಜದ ಸಭಾಂಗಣದಲ್ಲಿ ರಾಯ್ ಮತ್ತು ದೇಚಮ್ಮಳ ಮದುವೆ ವಿಜೃಂಭಣೆಯಿಂದ ನಡೆಯಿತು.

ಮದುವೆಯ ನಂತರದಲ್ಲಿ ದೇಚಮ್ಮ ಕಾನೂರಿನ ಪೊನ್ನಪ್ಪನವರ ಮನೆಯಿಂದಲೇ ವಿರಾಜಪೇಟೆಗೆ ಕೆಲಸಕ್ಕೆ ಹೋಗಿಬರುತ್ತಿದ್ದಳು. ಮದುವೆಯಾಗಿ ಮೂರು ತಿಂಗಳು ಕಳೆಯುವ ವೇಳೆಗಾಗಲೇ ರಾಯ್‌ನ ರಜೆಯ ಅವಧಿ ಮುಗಿಯುತ್ತಾ ಬಂತು. ಮತ್ತೆ ವಿಧಿಯಿಲ್ಲದೆ ಮಡದಿಯನ್ನು ತಂದೆ ತಾಯಿಯ ಬಳಿ ಬಿಟ್ಟು ಭಾರವಾದ ಹೆಜ್ಜೆಗಳೊಂದಿಗೆ ರಾಯ್ ಕರ್ತವ್ಯಕ್ಕೆ ವಾಪಾಸ್ಸಾದ.

ಇವೆಲ್ಲದರ ನಡುವೆ ಸನ್ನಿ ಎಂದಿನಂತೆ 'ಕಾನೂರು–ಕಾಲೇಜು– ಸ್ನೇಹಿತರು' ಎಂದುಕೊಂಡು ಜಾಲಿಯಾಗಿ ಓಡಾಡಿಕೊಂಡಿದ್ದ. ಜೊತೆಗೆ ಕಾಲೇಜಿನ ಬಿಡುವಿನ ವೇಳೆಯಲ್ಲಿ ನಾಯರ್‌ನ ಮಡದಿ ಶೀಲಳನ್ನು ನೋಡುವ ಸಲುವಾಗಿ 'ಕಟ್ಟನ್' ನೆಪ ಹೇಳಿಕೊಂಡು, ಹೋಟೆಲಿಗೆ ಸ್ನೇಹಿತರೊಂದಿಗೆ ಹೋಗಿ ಕುಳಿತು ಅವಳನ್ನು ನೋಡುವುದು, ಮಾತನಾಡಿಸಲು ಯತ್ನಿಸುವುದು ಮಾಡುತ್ತಲೆ ಇದ್ದ. ಇತ್ತೀಚೆಗೆ ಶೀಲ ಕೂಡ ಸನ್ನಿಯ ನೋಟಕ್ಕೆ ಸ್ಪಂದಿಸತೊಡಗಿದ್ದಳು. ಕಾರಣ ಹಲವಾರು ಕನಸ್ಸುಗಳೊಂದಿಗೆ ಕೇರಳದಿಂದ ನಾಯರ್‌ನ ಕೈಹಿಡಿದು ಮಡಿಕೇರಿಗೆ ಕಾಲಿಟ್ಟಿದ್ದ ಶೀಲಳಿಗೆ, 'ಅರವತ್ತು ದಾಟಿ ನರನಾಡಿಗಳಿಗೆಲ್ಲ ಮುಪ್ಪು ಅಂಟಿದ ನಾಯರ್‌ನಿಗೆ ತನ್ನನ್ನು ಯಾವ ರೀತಿಯಿಂದಲೂ ಸಂತೃಪ್ತಿಗೊಳಿಸಲು ಸಾಧ್ಯವಿಲ್ಲ' ಎಂಬುದು ಮದುವೆಯಾಗಿ ಬಂದ ಕೆಲವೇ ದಿನಗಳಲ್ಲಿ ಮನವರಿಕೆಯಾಗಿತ್ತು. ಉಪ್ಪು, ಹುಳಿ ತಿನ್ನೋ ಮನುಷ್ಯ ಜನ್ಮಕ್ಕೆ ಸಹಜವಾಗಿಯೇ ನೈಸರ್ಗಿಕ ಆಸೆ ಆಕಾಂಕ್ಷೆಗಳು ಇದ್ದೇ ಇರುತ್ತವೆ. ಅದು ಕೆಲವೊಮ್ಮೆ ಮನಸ್ಸಿನ ಶಾಂತತೆಯನ್ನು ಕದಡಿ, ಆ ಸುಖವನ್ನು ಪಡೆದುಕೊಳ್ಳಲು ಹಪಹಪಿಸತೊಡಗುತ್ತದೆ. ಶೀಲ ಕೂಡ ಇದಕ್ಕೆ ಹೊರತಾಗಿರಲಿಲ್ಲ. ಹೀಗೆ ಶೀಲ ಪರಿತಪಿಸುತ್ತಿದ್ದ ರಾತ್ರಿಗಳಲ್ಲಿ, ತನಗೂ ಇದಕ್ಕೂ ಯಾವುದೇ ಸಂಬಂಧ ಇಲ್ಲವೆನ್ನುವ ರೀತಿಯಲ್ಲಿ ತನ್ನ ಪಾಡಿಗೆ ಗೋಡೆಯ ಕಡೆಗೆ ತಿರುಗಿ ಗೊರಕೆ ಹೊಡೆಯುತ್ತಾ ನಾಯರ್ ಸುಖನಿದ್ರೆ ಮಾಡುತ್ತಿದ್ದ.

ದಿನಗಳುರುಳಿದಂತೆ ನಾಯರ್ ತನ್ನನ್ನು ಮದುವೆಯಾಗಿ ಕರೆದುಕೊಂಡು ಬಂದಿರುವುದು ಸಂಸಾರ ಮಾಡಲಿಕ್ಕಾಗಿ ಅಲ್ಲ ಬದಲಾಗಿ, ಹೋಟೆಲಿನ ಕೆಲಸಕ್ಕೆ ಬೇಕಾದ ಒಬ್ಬ ಆಳಿನ ಸಲುವಾಗಿ ಎಂಬುದು ಶೀಲಳಿಗೆ ಖಾತರಿಯಾಯಿತು. ನಾಯರ್ ಕೂಡ ಶೀಲಳ ಬಳಿ ಹೋಟೆಲಿನ ಕೆಲಸದ ವಿಚಾರವಾಗಿ ಮಾತ್ರ ಮಾತನಾಡುತ್ತಿದ್ದನೇ ಹೊರತು, ಉಳಿದಂತೆ ಮೌನವಾಗಿರುತ್ತಿದ್ದ. ಹೀಗಿರುವಾಗ ಬಯಕೆಗಳು ಚಿತ್ತವನ್ನು ಕದಡುತ್ತಿದ್ದ ದಿನಗಳಲ್ಲಿ, ಸನ್ನಿಯಂತ ಕಾಲೇಜು ಯುವಕರು ಬಂದು ತನ್ನ ದೇಹದ ಉಬ್ಬುತಗ್ಗುಗಳ ಮೇಲೆ ಕಣ್ಣಾಡಿಸತೊಡಗಿದಾಗ, ಶೀಲ ಬೇಕು ಅಂತಲೇ, ತನ್ನ ಕುಪ್ಪಸದ ಮೇಲೆ ಧರಿಸಿರುತ್ತಿದ್ದ ವಸ್ತ್ರವನ್ನು ಸರಿಸಿ, ಆ ಯುವಕರ ಮುಖದಲ್ಲಿ ಆಗುತ್ತಿದ್ದ ಬದಲಾವಣೆಗಳು ಮತ್ತು ತಲ್ಲಣಗಳನ್ನು ನೋಡಿ ವಿಕೃತ ಸುಖವನ್ನು ಅನುಭವಿಸಲು ಪ್ರಾರಂಭ ಮಾಡಿದ್ದಳು. ಸನ್ನಿಗೆ ಕೂಡ ಈ ರೀತಿಯ ಅನುಭವಗಳು ಆಗತೊಡಗಿದಂತೆ, ಅವಳ ಮೋಹದಪಾಶಕ್ಕೆ ಒಳಗಾಗಿ, ಕಾಲೇಜಿಗಿಂತ ಹೆಚ್ಚಾಗಿ ನಾಯರ್‌ನ ಹೋಟೆಲಿನಲ್ಲಿ ಕುಳಿತು, ಶೀಲ ತೋರಿಸುತ್ತಿದ್ದ ಮೈಮಾಟವನ್ನು ನೋಡುವ ಸಲುವಾಗಿ ಹಾತೊರೆಯತೊಡಗಿದ. ಮುಂದುವರೆದು, ನಾಯರ್ ಯಾವ ದಿನ ಸಾಮಗ್ರಿ ಕೊಳ್ಳುವ ಸಲುವಾಗಿ

ಪೇಟೆಗೆ ಹೋಗುತ್ತಿದ್ದನೋ ಆ ಸಮಯವನ್ನು ನೋಡಿಕೊಂಡು, ಕ್ಲಾಸಿಗೆ ಚಕ್ಕರ್ ಹೊಡೆದು, ಹೋಟೆಲಿನ ಒಂದು ಮೂಲೆಯ ಟೇಬಲಿನಲ್ಲಿ ಕುಳಿತು, ಶೀಲಳ ಕೈಯಿಂದ ಟೀ ತರಿಸಿ ಕುಡಿಯಲು ಶುರುವಿಟ್ಟುಕೊಂಡ. ಶೀಲ ಕೂಡ ಮನದೊಳಗೆ ಹುದುಗಿದ್ದ ಬೇಗುದಿಯನ್ನು ಸನ್ನಿ ಬಂದು ಕುಳಿತಾಗ ಟೀ ಕೊಡುವ ನೆಪದಲ್ಲಿ, ಅವನ ಕೈ ಸವರಿ, ರವಿಕೆ ಸಡಿಲಗೊಳಿಸಿ, ಮಾದಕತೆಯ ದೃಷ್ಟಿಯನ್ನು ಅವನೆಡೆಗೆ ಬೀರಿ ಸ್ವಲ್ಪಮಟ್ಟಿಗೆ ಶಮನಮಾಡಿಕೊಳ್ಳಲು ಪ್ರಯತ್ನಪಡುತ್ತಿದ್ದಳು. ಇದರಿಂದಾಗಿ ಹೊಸಹೊಸ ಸ್ಪರ್ಶಗಳು, ಹೊಸಬಗೆಯ ಅನುಭವ, ಸುಖಗಳನ್ನು ಸನ್ನಿ ಅನುಭವಿಸುವಂತವನಾದ. ಸನ್ನಿಗೆ ಈ ರೀತಿಯ ಚೆಲ್ಲಾಟಗಳನ್ನು ಅನುಭವಿಸುತ್ತಾ ಹೋದಂತೆ, ಇನ್ನಷ್ಟು ಬೇಕು ಎಂಬ ಚಪಲ ಹೆಚ್ಚಾಗತೊಡಗಿತು. ಇವೆಲ್ಲದರ ಒಟ್ಟು ಮೊತ್ತ ಪರಿಣಾಮ ಶೀಲಳ ಹೊರತಾಗಿ ಪ್ರಪಂಚದ ಉಳಿದಿದ್ದೆಲ್ಲವೂ ನಗಣ್ಯ ಎಂಬ ನಿರ್ಧಾರಕ್ಕೆ ಸನ್ನಿ ತಲುಪಿದ್ದ.

ಹೀಗಿರುವಾಗ ಒಂದುದಿನ ನಾಯರ್‌ನ ಊರಿನಿಂದ, ಸಂಬಂಧಿಕರೊಬ್ಬರಿಗೆ ಅನಾರೋಗ್ಯವಾಗಿದೆ ಎಂಬ ಟೆಲಿಗ್ರಾಂ ಬಂದಿತ್ತು. ತುಂಬಾ ಹತ್ತಿರದವರಾಗಿದ್ದರಿಂದ ವಿಧಿಯಿಲ್ಲದೇ ನಾಯರ್, ಹೋಟೆಲ್ ಮತ್ತು ಮಡದಿಯನ್ನು ಒಂಟಿಯಾಗಿ ಬಿಟ್ಟು ಕೇರಳಕ್ಕೆ ಹೋಗಬೇಕಾದಂತಹ ಸನ್ನಿವೇಶ ಎದುರಾಯಿತು. ಇನ್ನೂ ಸರಿಯಾಗಿ ಮಡಿಕೇರಿಯ ವಾತಾವರಣಕ್ಕೆ ಒಗ್ಗಿಕೊಳ್ಳದ ಮಡದಿಯೊಬ್ಬಳನ್ನೆ ಹೇಗೆ ಬಿಟ್ಟು ಹೋಗಲಿ, ಎಂಬ ಚಿಂತೆಯಿಂದ 'ಏನು ಮಾಡುವುದು?' ಎಂದು ಹೆಂಡತಿಯ ಬಳಿಯೇ ನಾಯರ್ ಕೇಳಿದಾಗ "ಅಯ್ಯೋ ಅದಕ್ಯಾಕೆ ನೀವು ಬೇಸರ ಮಾಡ್ತೀರ, ನೀವು ಊರಿಗೆ ಹೋಗಿ ಅವರನ್ನು ನೋಡಿಕೊಂಡು ಬನ್ನಿ, ಹೋಗುವ ಮುನ್ನ ನಾಲ್ಕು ದಿನಕ್ಕೆ ಬೇಕಾಗುವ ಸಾಮಗ್ರಿಗಳನ್ನು ತಂದಿಟ್ಟು ಹೋಗಿ, ಹೋಟೆಲನ್ನು ನಾನು ನೋಡಿಕೊಳ್ಳುತ್ತೇನೆ" ಎಂದು ಶೀಲ ಗಂಡನಿಗೆ ಸಾಂತ್ವನ ಹೇಳಿದಳು. ಮಡದಿಯ ಮಾತು ಕೇಳಿ ನಾಯರ್ ನಿಟ್ಟುಸಿರುಬಿಟ್ಟ.

ಮರುದಿನ ಬೆಳಿಗ್ಗೆ ಹೋಟೆಲಿಗೆ ಬೇಕಾದ ಸಾಮಗ್ರಿಗಳನ್ನು ತರಲು ನಾಯರ್ ಪೇಟೆಗೆ ಹೊರಟು ನಿಂತ. ನಾಲ್ಕು ದಿನಕ್ಕೆ ಬೇಕಾದ ಸಾಮಗ್ರಿಯನ್ನು ಹೆಚ್ಚಾಗಿ ತರಬೇಕಾಗಿದ್ದರಿಂದ ಒಂದೆರಡು ಹೆಚ್ಚುವರಿ ಚೀಲವನ್ನು ಸಹ ಕಂಕುಳಲ್ಲಿ ಸಿಕ್ಕಿಸಿಕೊಂಡಿದ್ದ. ಪ್ರತಿದಿನ ನಾಯರ್ ಪೇಟೆಗೆ ಹೋಗುವ ಸಮಯ ಸನ್ನಿಗೆ ತಿಳಿದಿದ್ದರಿಂದ, ಅವನು ಪೇಟೆಬೀದಿ ತಲುಪುವ ವೇಳೆಗಾಗಲೇ, ಸನ್ನಿ ಕಾಲೇಜಿಗೆ ಚಕ್ಕರ್ ಹೊಡೆದು, ಹೋಟೆಲಿನಲ್ಲಿ ಹಾಜರಿದ್ದ. ಆ ಸಮಯ ಹೋಟೆಲಿನಲ್ಲಿ ಬೇರಾರು ಗಿರಾಕಿಗಳಿರಲಿಲ್ಲ. ಬಂದವನೆ ಎಂದಿನಂತೆ ಒಂದು ಮೂಲೆಯ ಟೇಬಲಿನ ಬಳಿ ಕುಳಿತ. ಸನ್ನಿ ಬಂದದ್ದನ್ನು ಗಮನಿಸಿದ ಶೀಲ, ಅವನು ಕುಳಿತ ಟೇಬಲಿನೆಡೆಗೆ ಬಳುಕುತ್ತಾ ಬಂದು, "ನಾವು ಕಾಣುತ್ತಿದ್ದ ಕನಸು

ನೆರವೇರುವ ಸಮಯ ಹತ್ತಿರ ಬಂದಿದೆ ಸನ್ನಿ, ಇಂದು ಮಧ್ಯಾಹ್ನ ನಾಯರ್ ಊರಿಗೆ ಹೋಗುತ್ತಿದ್ದಾನೆ, ಅವನು ಮರಳಿ ಬರಲಿಕ್ಕೆ ಎರಡು- ಮೂರು ದಿನವಾದರು ಆಗುತ್ತೆ" ಎಂದು ಒಂದೇ ಉಸಿರಿನಲ್ಲಿ ಹೇಳಿದಳು.

ಅವಳ ಮಾತು ಕೇಳಿ ಸನ್ನಿಯ ಮೊಗದಲ್ಲಿ ಮಂದಹಾಸ ಮೂಡುವುದರೊಂದಿಗೆ ಬಗೆಬಗೆಯ ಆಲೋಚನೆಗಳು ಗರಿಗೆದರತೊಡಗಿದವು. ಇನ್ನು ಕೆಲವೇ ತಾಸುಗಳಲ್ಲಿ ನಾಯರ್‌ನ ಮಡದಿ ನನಗೆ ಸ್ವಂತ ಆಗುವವಳಿದ್ದಾಳೆ ಎಂಬ ಖುಷಿಯಲ್ಲಿ ತೇಲತೊಡಗಿದ. ಸನ್ನಿ ಕಣ್ಣುಬಿಟ್ಟೆ ಕನಸ್ಸು ಕಾಣುತ್ತಿದ್ದದ್ದನ್ನು ನೋಡಿದ ಶೀಲ, 'ಹೋಯ್' ಎಂದು ಅವನನ್ನು ನಿದ್ರಾಲೋಕದಿಂದ ಎಚ್ಚರಿಸಿ, "ಏನು ಕನಸ್ಸು ಕಾಣ್ತಾ ಇದ್ದೀಯಾ? ನೀನಿವಾಗ ಹೊರಡು, ಸಂಜೆ ಕಾಲೇಜು ಮುಗಿಸಿ ಇಲ್ಲಿಗೆ ಬಾ, ಅಷ್ಟರಲ್ಲಿ ನಾಯರ್ ಊರ ದಾರಿ ಹಿಡಿದಿರುತ್ತಾನೆ. ಮುಂದೆ ಏನು ಮಾಡುವುದು ಎಂದು ಅವಾಗ ತೀರ್ಮಾನ ಮಾಡುವ" ಎಂದು ಅವನನ್ನು ಅಲ್ಲಿಂದ ಸಾಗಹಾಕಲು ನೋಡಿದಳು. ಸನ್ನಿ ಬಿಗಿಯಾಗಿ ಶೀಲಳ ಕೈಯನ್ನೊಮ್ಮೆ ಅದುಮಿ, "ನೀನು ಹೇಳುತ್ತಿರುವುದು ನಿಜ ತಾನೆ?" ಎಂದು ಅವಳ ಕಣ್ಣನ್ನೆ ದಿಟ್ಟಿಸುತ್ತಾ ಕೇಳಿದ. ಶೀಲ, "ನಿನ್ನಾಣೆಗು ಹೋಗ್ತಾನೆ" ಎಂದಳು. "ಸರಿ ಸಂಜೆ ಕಾಲೇಜು ಮುಗಿದ ಮೇಲೆ ಬರುತ್ತೇನೆ" ಎಂದು ಕಾಲೇಜು ಕ್ಯಾಂಪಸ್ಸಿನತ್ತ ಸನ್ನಿ ಹೆಜ್ಜೆ ಹಾಕಿದ.

ನಾಲ್ಕು ದಿನಕ್ಕೆ ಸಾಮಗ್ರಿ ತರುತ್ತೇನೆ ಎಂದು ಪೇಟೆಗೆ ಹೋಗಿದ್ದ ನಾಯರ್, ಅಂದು ಸಾಮಗ್ರಿ ಖರೀದಿಸಿ ಮರಳಿ ಹೋಟೆಲ್‌ಗೆ ಬರುವಾಗ ಸ್ವಲ್ಪ ತಡವಾಗಿತ್ತು. ಸಾಲದ್ದಕ್ಕೆ, ನಾಲ್ಕು ದಿನದ ಬದಲು, ಒಂದು ವಾರಕ್ಕಿರುವ ಸಾಮಗ್ರಿಗಳನ್ನು ಪೇಟೆಯಿಂದ ಆಟೋದಲ್ಲಿ ಹೇರಿಕೊಂಡು ಬಂದಿದ್ದ. ಬಂದವನೇ ಊರಿಗೆ ಹೊರಡಲು ಅಣಿಯಾಗಿ, ತಾನು ಊರಿಂದ ಬರುವ ತನಕ ಹೋಟೆಲಿನಲ್ಲಿ ಯಾವುದೆಲ್ಲ ಖಾದ್ಯವನ್ನು ಮಾಡಬೇಕು ಎಂಬುದನ್ನು ತಿಳಿಸಿ, "ಯಾರಿಗು ಸಾಲ ಕೊಡಬೇಡ, ವಿಶೇಷವಾಗಿ ಆ ಕಾಲೇಜು ಮಕ್ಕಳಿಗಂತು ಕೊಡಲೇಬೇಡ. ಮೊದಲು ಮಳ್ಳರ ಹಾಗೆ ತಿಂದು ಸಾಲಹೇಳುತ್ತಾರೆ. ಅದು ಬೆಳೆದ ನಂತರದಲ್ಲಿ ಗ್ಯಾಂಗ್ ಕಟ್ಟಿಕೊಂಡು ಬಂದು ಗಲಾಟೆಗೆ ನಿಂತುಬಿಡ್ತಾರೆ. ಅದಕ್ಕಿಂತ ಕೊಡದಿರುವುದೆ ಒಳ್ಳೆಯದಲ್ವ?" ಎಂದು ಕಾಲೇಜು ಮಕ್ಕಳನ್ನು ದೂರವಿಡುವ ತಂತ್ರವನ್ನು ಹೇಳಿಕೊಟ್ಟು ಕೇರಳಕ್ಕಿರುವ ಬಸ್ಸನ್ನು ನಾಯರ್ ಏರಿದ.

ನಾಯರ್‌ನ ಹೋಟೆಲ್ ಮತ್ತು ಮನೆ ಮುಖ್ಯ ರಸ್ತೆಗೆ ಹೊಂದಿಕೊಂಡಂತಿದ್ದ ಒಂದು ಹಳೆಯ ಕಾಲದ ಕಟ್ಟಡದಲ್ಲಿತ್ತು. ಮುಂಭಾಗದಲ್ಲಿ ಹೋಟೆಲ್ ನಡೆಸುತ್ತಿದ್ದರೆ, ಹಿಂಭಾಗದಲ್ಲಿ ಮನೆಯಿದ್ದು, ಇವೆರಡಕ್ಕು ಒಳಹೋಗಲು ಒಂದೇ ಮುಂಬಾಗಿಲಿತ್ತು. ಹೋಟೆಲಿನ ದ್ವಾರದ ಮೂಲಕವೇ ವಾಸದ ಮನೆಗೆ ಹೋಗಲು ಸಾಧ್ಯವಾಗುತ್ತಿದ್ದದ್ದು. ಸನ್ನಿ ಕಾಲೇಜು ಮುಗಿದ ತಕ್ಷಣ, ಸ್ನೇಹಿತರ

ಕಣ್ಣು ತಪ್ಪಿಸಿ ನಾಯರ್‌ನ ಹೋಟೆಲಿನೆಡೆಗೆ ನಡೆದ. ಆ ವೇಳೆಗೆ ಒಂದಿಬ್ಬರು ಹೋಟೆಲಿನೊಳಗೆ ಕುಳಿತು ಉಪಹಾರ ಸೇವಿಸುತ್ತಿದ್ದರು. ವಾಡಿಕೆಯಂತೆ ನಾಯರ್ ಯಾವಾಗಲು ಮುಂದಿನ ಕ್ಯಾಶ್ ಟೇಬಲಿನ ಬಳಿ ಕುಳಿತಿರುತ್ತಿದ್ದ. ಆದರೆ ಇಂದು ಅವನಲ್ಲಿರಲಿಲ್ಲ. 'ಒಂದು ವೇಳೆ ಒಳಗಿರಬಹುದಾ? ಅಥವಾ ಶೀಲಚೇಚಿ ಹೇಳಿದ ರೀತಿಯಲ್ಲಿ ಊರಿಗೆ ಹೊರಟುಹೋಗಿದ್ದಾನ?' ಎಂದು ಯೋಚಿಸುತ್ತಾ ಮೂಲೆಯ ಟೇಬಲಿನ ಬಳಿ ಹೋಗಿ ಸನ್ನಿ ಕುಳಿತ.

ಒಂದೆರಡು ನಿಮಿಷಗಳ ನಂತರ ಶೀಲ ಒಳಗಡೆಯಿಂದ ಕೈಯಲ್ಲಿ ಟೀ ಲೋಟವನ್ನು ಹಿಡಿದು ಹೊರಬಂದಳು. ಶೀಲ ತನ್ನನ್ನು ಕಂಡ ತಕ್ಷಣ, ನಾಯರ್ ಊರಿಗೆ ಹೋದ ವಿಚಾರವಾಗಿ ಕಣ್ಸನ್ನೆಯನ್ನಾದರು ಮಾಡಬಹುದು ಎಂದುಕೊಂಡು, ಸನ್ನಿ ಅವಳನ್ನೆ ಎವೆಯಿಕ್ಕದೆ ನೋಡುತ್ತಿದ್ದ. ಅವನ ನೋಟವನ್ನು ಗ್ರಹಿಸಿದ ಶೀಲ, ಸ್ವಲ್ಪ ಸತಾಯಿಸುವ ಸಲುವಾಗಿ ಪಕ್ಕದ ಟೇಬಲಿನಲ್ಲಿ ಕುಳಿತವರಿಗೆ ಟೀ ಕೊಟ್ಟು, ಇವನನ್ನು ನೋಡಿಯೇ ಇಲ್ಲವೆನ್ನುವಂತೆ ನಟಿಸಿ ಮರಳಿ ಒಳನಡೆದಳು. ಶೀಲಳ ವರ್ತನೆಯನ್ನು ಕಂಡ ಸನ್ನಿ, 'ನಾಯರ್ ಊರಿಗೆ ಹೋಗಿಲ್ಲ' ಎಂದು ಕಾಣುತ್ತದೆ ಅದಕ್ಕೇನೋ ಅವಳು ಇಷ್ಟು ಗಂಭೀರವಾಗಿ ಇರುವುದು, 'ಚೇ, ಈ ನಾಯರ್ ಊರಿಗೆ ಹೋಗದೆ, ನನ್ನ ಆಸೆಗೆ ತಣ್ಣೀರು ಎರಚಿಬಿಟ್ಟನಲ್ಲ' ಎಂದು ಮನಸ್ಸಿನಲ್ಲಿ ಗೊಣಗಿಕೊಂಡು "ಚೇಟ ಒಂದು ಟೀ" ಎಂದು ಜೋರಾಗಿ ಹೇಳಿದ. ಅವನ ಧ್ವನಿ ಕೇಳಿ ಅಡುಗೆ ಕೋಣೆಯೊಳಗಿಂದ ಶೀಲ ಮುಸಿಮುಸಿ ನಗತೊಡಗಿದಳು. ಸನ್ನಿ ಅಡುಗೆ ಕೋಣೆಯತ್ತ ನೋಡತ್ತಲೇ ಇದ್ದ. ಆದರೆ ಅವನು ಕೇಳಿದ್ದಕ್ಕೆ ಪ್ರತಿಯಾಗಿ ಯಾವುದೇ ಪ್ರತ್ಯುತ್ತರ ಒಳಗಿನಿಂದ ಬರಲಿಲ್ಲ.

ಕೆಲ ಸಮಯಗಳ ತರುವಾಯ, ಪಕ್ಕದ ಟೇಬಲಿನಲ್ಲಿ ಉಪಹಾರ ಸೇವಿಸುತ್ತಿದ್ದವರು, ಕೈ ತೊಳೆದು ಗಲ್ಲಾಪೆಟ್ಟಿಗೆಯ ಬಳಿ ಬಂದು 'ಚೇಟ ದುಡ್ಡು ತಗೋಳಿ' ಎಂದು ಕೂಗಿ ಕರೆದರು. ಸನ್ನಿಯ ಕಿವಿ ಚುರುಕಾಯಿತು. ಒಂದು ವೇಳೆ ನಾಯರ್ ಮನೆಯೊಳಗೆ ಇದ್ದರೆ, ಅವನೇ ಹೊರಬಂದು ಹಣ ಪಡೆಯಬಹುದು! ಎಂದು ಕುತೂಹಲದಿಂದ ನೋಡತೊಡಗಿದ. ಯಾರೂ ಬರಲಿಲ್ಲ! ಒಂದೆರಡು ನಿಮಿಷ ಕಾದು ನಿಂತ ಆ ಗ್ರಾಹಕರು, 'ಚೇಟ ಟೇಬಲಿನ ಮೇಲೆ ದುಡ್ಡು ಇಟ್ಟಿದ್ದೇನೆ, ಚಿಲ್ಲರೆ ನಾಳೆ ಟೀ ಕುಡಿಯಲು ಬರುವಾಗ ಪಡೆದುಕೊಳ್ಳುತ್ತೇನೆ' ಎಂದು ಹೇಳಿ ಹೊರಟುಹೋದರು.

'ಇದು ಒಳ್ಳೆ ಗ್ರಹಚಾರ ಆಯ್ತಲ್ಲ! ನಾಯರ್ ಒಳಗಡೆ ಇರಬಹುದಾ? ಒಳಗೆ ಹೋಗಿ ನೋಡಿದರೇನು? ಒಂದು ವೇಳೆ ನಾನು ಒಳಗಡೆ ಹೋಗಿ ನೋಡುವುದನ್ನು ನಾಯರ್ ಕಂಡರೆ, ನಂತರ ಹೊಸ ರಾದ್ಧಾಂತಕ್ಕೆ ಕಾರಣವಾಗಬಹುದು. ಬೇಡಬೇಡ! ಅದು ಒಂದು ರೀತಿಯಲ್ಲಿ ನನ್ನ

ಕಾಲಮೇಲೆ ನಾನೆ ಚಪ್ಪಡಿಕಲ್ಲು ಎಳೆದುಕೊಂಡ ಹಾಗೆ ಆಗಿಬಿಡುತ್ತದೆ' ಎಂದು ಯೋಚಿಸುತ್ತಾ ಕುಳಿತಲ್ಲಿಂದಲೆ ಚಡಪಡಿಸತೊಡಗಿದ. ಹೋಟೆಲಿನೊಳಗೆ ಸದ್ಯ ನಾನೊಬ್ಬನೆ ಇದ್ದೇನೆ, ಯಾರಾದರು ಬರುವ ಮೊದಲು, ಇವಳಿಗೆ ಹೊರಬಂದು ನಾನು ಇಲ್ಲಿಯೇ 'ಇರಬೇಕ ಅಥವಾ ಹೋಗಬೇಕ ಎಂಬುದನ್ನಾದರು ತಿಳಿಸಬಹುದಲ್ಲ!' ಎಂದು ಕೋಪ ಮಾಡಿಕೊಳ್ಳತೊಡಗಿದ.

ಶೀಲ ಅಡುಗೆಕೋಣೆಯಿಂದ ಇಣುಕಿ ಸನ್ನಿಯ ಚಡಪಡಿಕೆಯನ್ನು ಗಮನಿಸುತ್ತಿದ್ದಳು. ನೆಪಕ್ಕೆ, ಮೇಜಿನ ಮೇಲಿರಿಸಿದ್ದ ನೀರಿನ ಜಗ್ಗಿನಿಂದ, ಒಂದು ಲೋಟಕ್ಕೆ ಸ್ವಲ್ಪ ನೀರು ಸುರುವಿಕೊಂಡು ಸನ್ನಿ ಕುಡಿಯತೊಡಗಿದ. ಕೆಲ ಸಮಯದ ನಂತರ ಇನ್ನು ಇವಳನ್ನು ಕಾಯುವುದು ವ್ಯರ್ಥ ಎಂದು ಅಂದಾಜು ಮಾಡಿದ ಸನ್ನಿ, ಹೊರಟುಬಿಡುವಾ ಎಂದು ಕುಳಿತಲ್ಲಿಂದ ಏಳಬೇಕೆನ್ನುವಷ್ಟರಲ್ಲಿ, ಶೀಲ ಒಳಗಿನಿಂದ ಬಂದು ಟೇಬಲಿಗೆ ಅಂಟಿಕೊಂಡು ನಿಂತಳು. ಸನ್ನಿ, ತುಟಿಬಿಚ್ಚದೆ ಕೋಪದಿಂದ ಹುಬ್ಬನ್ನು ಏರಿಸಿ, 'ಏನು?' ಎಂದು ಸನ್ನೆ ಮಾಡಿದ, ಶೀಲ ಕೂಡ ಅದೇ ಭಂಗಿಯಲ್ಲಿ ಹುಬ್ಬನ್ನೇರಿಸಿ, 'ಏನು?' ಎಂದು ಮರುಸನ್ನೆ ಮಾಡಿದಳು.

ಸನ್ನಿ, "ನಾಯರ್?" ಎಂದ.

ಶೀಲ, "ಯಾವ ನಾಯರ್?" ಎಂದು ನಕ್ಕಳು

"ನಿನ್ನ ಗಂಡ" ಎಂದ ಸನ್ನಿ

"ನನ್ನ ಗಂಡ ಇಲ್ಲೆ ಕೂತಿದ್ದಾನಲ್ಲ" ಎಂದು ಸನ್ನಿಯ ಕಾಲರ್ ಹಿಡಿದು ಶೀಲ ಬಳಿಗೆ ಸೆಳೆದಳು.

ಅವಳ ಈ ರೀತಿಯ ಅನಿರೀಕ್ಷಿತ ವರ್ತನೆಯಿಂದ ಸನ್ನಿಯ ಎದೆ 'ಡವಡವ' ಎಂದು ಬಡಿದುಕೊಳ್ಳಲು ಪ್ರಾರಂಭವಾಯಿತು. 'ಇವಳು ಏನು ಮಾಡುತ್ತಿದ್ದಾಳೆ? ಯಾರಾದರು ನೋಡಿದರೆ ಏನು ಕಥೆ?' ಎಂದು ಅವಳೆದೆಗೆ ಉಸಿರು ತಾಗುವಷ್ಟು ಹತ್ತಿರದಲ್ಲಿದ್ದ ಸನ್ನಿ ಭಯದಿಂದ ಪಿಳಿಪಿಳಿ ಅಂತ ಕಣ್ಣುಬಿಟ್ಟು ಸುತ್ತಲು ನೋಡತೊಡಗಿದ. ಸನ್ನಿಯ ಬಿಸಿಯಾದ ಏದುಸಿರು ಶೀಲಳ ಎದೆಗೆ ತಾಕುತ್ತಿತ್ತು. ಅವನ ಮುಖದಲ್ಲೆಲ್ಲ ಬೆವರಿನ ಪಸೆಯೇರುತ್ತಿದ್ದದ್ದನ್ನು ನೋಡಿದ ಶೀಲ, "ಇಷ್ಟೇನಾ ನಿನ್ನ ಧೈರ್ಯ?" ಎಂದು ನಗುತ್ತಾ ಕೇಳಿದಳು.

ಸನ್ನಿ ಗಾಬರಿಯಿಂದ ಏನೂ ಮಾತನಾಡದೆ ಅವಳನ್ನೇ ದಿಟ್ಟಿಸುತ್ತ ಕುಳಿತ. ಅವನ ಹಣೆಯ ಮೇಲಿಂದ ಬೆವರಿನ ಹನಿಗಳು ತೊಟ್ಟಿಕ್ಕತೊಡಗಿದವು. ಸನ್ನಿಯ ಕಿವಿಯಂಚಿಗೆ ತನ್ನ ತುಟಿಯನ್ನು ತಂದ ಶೀಲ, "ಹೆದರಬೇಡ, ಮುದುಕ ಮಧ್ಯಾಹ್ನವೇ ಊರಿಗೆ ಹೋದ" ಎಂದು ಉಸಿರಿದಳು.

ಹುಸಿಕೋಪ ಮಾಡಿಕೊಂಡ ಸನ್ನಿ, "ಮೊದಲೇ ಹೇಳಬೇಕು ತಾನೆ" ಎಂದು ನೆತ್ತಿಯಿಂದ ಸೋರುತ್ತಿದ್ದ ಬೆವರ ಹನಿಯನ್ನು ಒರೆಸಿಕೊಂಡ.

"ನಿನಗೆಷ್ಟು ಧೈರ್ಯ ಇದೆ, ಎಂದು ತಿಳಿದುಕೊಳ್ಳುವ ಸಲುವಾಗಿ ಪರೀಕ್ಷೆ ಮಾಡಿದೆ" ಎಂದು ಶೀಲ ಕಿಸಕ್ಕನೆ ನಕ್ಕಳು.

"ನಿನಗೆ ಯಾವಾಗಲು ತಮಾಷೆ, ಅಷ್ಟೊತ್ತಿಂದ ಶಬರಿ ಕಾದ ಹಾಗೆ ಕಾಯ್ತಾ ಇದ್ದರು, ನೀನು ಹೊರಗಡೆ ಬರುವುದು ಕಾಣದೆ ಇದ್ದಾಗ, ಎದ್ದು ಹೊರಟುಬಿಡುವಾ ಎಂದು ಭಾವಿಸಿದ್ದೆ".

"ಬೇಜಾರು ಮಾಡ್ಕೊ ಬೇಡ್ವೋ, ನನ್ನ ರಾಜ" ಎಂದು ಸನ್ನಿಯ ಕೆನ್ನೆ ಚಿವುಟಿ, "ಇವಾಗ ನೀನು ಹೋಗು. ಸಂಜೆ ಏಳು ಗಂಟೆಗೆ, ಹೋಟೆಲಿನ ಬಾಗಿಲು ಮುಚ್ಚುತ್ತೇನೆ. ನೀನೊಂದು ಎಂಟು ಗಂಟೆಯ ನಂತರ ಬಂದು ಎರಡು ಬಾರಿ ಬಾಗಿಲು ಬಡಿ, ಅವಾಗ ನಾನು ಕದ ತೆರೆಯುತ್ತೇನೆ ಮುಖ್ಯವಾಗಿ, ನೀನು ಬರುವಾಗ ಯಾರಾದರು ಗಮನಿಸುತ್ತಿದ್ದಾರ ಎಂಬುದನ್ನು ನೋಡಿಕೊಂಡು ಎಚ್ಚರವಹಿಸಿ ಒಳ ಬಾ" ಎಂದು ಹೇಳಿ ಸನ್ನಿಯನ್ನು ಕಳುಹಿಸಿ ಕೊಟ್ಟಳು.

ಅಷ್ಟು ದಿನಗಳಿಂದ ಕಂಡ ಕನಸು ನೆರವೇರುವ ದಿನ ಸನಿಹದಲ್ಲಿದೆ ಎಂದು ಮನಸ್ಸಿನಲ್ಲಿಯೇ ಲೆಕ್ಕಹಾಕುತ್ತಾ ನಾಯರ್‌ನ ಹೋಟೆಲಿನಿಂದ ಹೊರಬಂದ ಸನ್ನಿ, ಕೈಗಡಿಯಾರವನ್ನೊಮ್ಮೆ ನೋಡಿ ಸಮಯ ಇನ್ನೂ ನಾಲ್ಕುವರೆ ಆಗುವುದರಲ್ಲಿದೆ, ಶೀಲ ಹೇಳಿದ ಸಮಯಕ್ಕೆ ಇನ್ನು ಬರೋಬ್ಬರಿ ಮೂರುವರೆ ತಾಸು ಕಾಯಬೇಕು ಎಂದು ಪೇಟೆಯ ಕಡೆಗೆ ಹೆಜ್ಜೆ ಹಾಕತೊಡಗಿದ.

'ಇಂದು ರಾತ್ರಿ ಮನೆಗೆ ಬರುವುದಕ್ಕೆ ಸಾಧ್ಯವಿಲ್ಲವೆಂದು ಮನೆಯವರಿಗೆ ಕರೆ ಮಾಡಿ ಏನಾದರು ಸುಳ್ಳು ಹೇಳಬೇಕಲ್ಲ!' ಎಂದು ಯೋಚಿಸುತ್ತಾ ಮಡಿಕೇರಿಯ ಬಸ್ಸು ತಂಗುದಾಣದ ಮುಂಭಾಗದಲ್ಲಿದ್ದ ಎಸ್.ಟಿ.ಡಿ. ಬೂತ್‌ನ ಒಳಹೊಕ್ಕು ಮನೆಯ ನಂಬರನ್ನು ಒತ್ತಿ, ರಿಸೀವರನ್ನು ಸನ್ನಿ ಕಿವಿಗೊರಗಿಸಿದ. ಅತ್ತಿಂದ, "ಹಲೋ, ಯಾರು ಮಾತನಾಡುವುದು" ಎಂದು ಪೊನ್ನಪ್ಪನವರ ಧ್ವನಿ ಕೇಳಿಸಿತು. ಅವರ ಧ್ವನಿ ಕೇಳುತ್ತಿದ್ದಂತೆ ಸನ್ನಿ ಕೊಂಚ ಗಲಿಬಿಲಿಗೊಂಡ. ಪೊನ್ನಪ್ಪನವರಿಗೆ ಅಂದು ರಾತ್ರಿ ಪಾಳಿಯಾಗಿದ್ದರಿಂದ ಅವರು ಆ ಸಮಯಕ್ಕೆ ಮನೆಯಲ್ಲೆ ಇದ್ದರು. ತಂದೆ ಮನೆಯಲ್ಲಿ ಇರುವ ವಿಚಾರವನ್ನು ಶೀಲಳ ಗುಂಗಿನಲ್ಲಿ ಮರೆತಿದ್ದ ಸನ್ನಿ, 'ಬೊಳ್ಳವ್ವನ ಬಳಿ ಏನಾದರು ಸುಳ್ಳು ಹೇಳಿ ಒಪ್ಪಿಸಿಬಿಡುವ' ಎಂದು ಕರೆಮಾಡಿದ್ದ. ಆದರೆ ಅನಿರೀಕ್ಷಿತವಾಗಿ ಪೊನ್ನಪ್ಪನವರ ಧ್ವನಿ ಕೇಳಿದ ಸನ್ನಿಗೆ ಗಂಟಲು ಒಣಗಿದಂತಾಯ್ತು. ಮೆಲ್ಲನೆ ಸಾವರಿಸಿಕೊಂಡು, "ಪಪ್ಪ, ನಾನು ಸನ್ನಿ ಮಾತನಾಡುತ್ತಿರುವುದು, ಅವ್ವಂಗೆ ಸ್ವಲ್ಪ ಫೋನ್ ಕೊಡು" ಎಂದ.

"ಎಲ್ಲೊ ಇದ್ದೀಯ? ಕಾಲೇಜು ಮುಗಿದ ಮೇಲೆ ಮನೆಗೆ ಬರದೆ ಫೋನ್ ಮಾಡ್ತಿದ್ದೀಯಲ್ಲ, ಏನಾಯ್ತೊ, ಏನು ಸಮಸ್ಯೆ?" ಎಂದು ಒಂದೇ ಉಸಿರಿನಲ್ಲಿ ಪೊನ್ನಪ್ಪ ನಾಲ್ಕೈದು ಪ್ರಶ್ನೆಗಳನ್ನು ಸನ್ನಿಯ ಬಳಿ ಕೇಳಿದರು.

"ಅಯ್ಯೋ ಏನೂ ಇಲ್ಲ ಪಪ್ಪ, ಅವ್ವನಿಗೆ ಕೊಡು" ಎಂದು ತಡವರಿಸುತ್ತಾ ಸನ್ನಿ ಹೇಳಿದ.

ಪೊನ್ನಪ್ಪನವರು, ಅಡುಗೆ ಕೋಣೆಯಲ್ಲಿದ್ದ ಮಡದಿಗೆ ಕೇಳಿಸುವಂತೆ, "ಏ ಬೊಳ್ಳು ಬಾ ಇಲ್ಲಿ. ನಿನ್ನ ಮಗ ಕರೆ ಮಾಡಿದ್ದಾನೆ, ಅದು ಏನು ಅಂತ ನೀನೆ ಕೇಳು!" ಎಂದು ಫೋನಿನ ರಿಸೀವರನ್ನು ಪಕ್ಕಕ್ಕೆ ಇಟ್ಟರು.

ಅಡುಗೆ ಕೋಣೆಯಲ್ಲಿ ಕಾಫಿ ಕಾಯಿಸುತ್ತಿದ್ದ ಬೊಳ್ಳವ್ವನವರಿಗೆ ಸನ್ನಿ ಕರೆ ಮಾಡಿದ್ದಾನೆ ಎಂದು ಪೊನ್ನಪ್ಪನವರು ಕರೆಯುವ ಧ್ವನಿ ಕೇಳಿದ ತಕ್ಷಣ, 'ಇವನ್ಯಾಕೆ ಫೋನು ಮಾಡುತ್ತಿದ್ದಾನೆ!' ಎಂದು ಆತಂಕದಿಂದ ಸೆರಗಿನಲ್ಲಿ ಕೈ ಒರೆಸುತ್ತ ಬಂದು ರಿಸೀವರ್ ಎತ್ತಿ "ಎಂತ ಸನ್ನಿ" ಎಂದು ಕೇಳಿದಳು.

"ಅವ್ವ ನಂಗೆ ಮುಂದಿನ ವಾರದಿಂದ ಇಂಟರ್ ಕಾಲೇಜು ಸ್ಪೋರ್ಟ್ಸ್ ಉಂಟು, ಅದಿಕ್ಕೆ ನಾಳೆ ಬೆಳಿಗ್ಗೆ ಆರು ಗಂಟೆಯಿಂದ ಕಾಲೇಜಿನಲ್ಲಿ ಪ್ರಾಕ್ಟೀಸ್ ಶುರುಮಾಡ್ತಾ ಇದ್ದಾರೆ. ಹೊರಗಡೆಯಿಂದ ಕೋಚ್ ಬೇರೆ ಬರ್ತಾ ಇದ್ದಾರೆ. ಕಾಲೇಜಿನ ಹಾಕಿ ತಂಡದ ನಾಯಕ ನಾನೇ ಆಗಿರುವಾಗ ನನಗೆ ತಪ್ಪಿಸಿಕೊಳ್ಳಲು ಸಾಧ್ಯವಿಲ್ಲ. ಆದ್ದರಿಂದ ನಾನಿಂದು ನನ್ನ ಸ್ನೇಹಿತ ರಂಜಿತ್‌ನ ಮನೆಯಲ್ಲಿ ಇದ್ದು, ನಾಳೆ ಸಂಜೆ ಕಾಲೇಜು ಮುಗಿದ ಮೇಲೆ ಮನೆಗೆ ಬರುತ್ತೇನೆ" ಎಂದು ಸುಳ್ಳು ಹೇಳತೊಡಗಿದ.

'ಯಾವ ವಿಚಾರವಾಗಿ ತನಗಿಂದು ಮನೆಗೆ ಬರಲು ಸಾಧ್ಯವಿಲ್ಲ ಎಂದು ಹೇಳಿದರೆ' ಪೊನ್ನಪ್ಪನವರು ಒಪ್ಪಿಕೊಳ್ಳುತ್ತಾರೆ ಎಂಬುದರ ಸಂಪೂರ್ಣ ಅರಿವಿದ್ದ ಸನ್ನಿ, ಕ್ರೀಡೆಯ ಹೆಸರನ್ನು ಬಳಸಿಕೊಳ್ಳತೊಡಗಿದ. ಕಾರಣ ಪೊನ್ನಪ್ಪನವರಿಗೆ ಕ್ರೀಡೆಯೆಂದರೆ ಪಂಚಪ್ರಾಣ. ಮಕ್ಕಳಿಬ್ಬರಲ್ಲಿ ಯಾರಾದರು ಒಬ್ಬರು 'ಹಾಕಿ ಕ್ರೀಡೆಯಲ್ಲಿ ದೇಶಕ್ಕೆ ಆಡಬೇಕು' ಎಂದು ಬಲವಾಗಿ ಕನಸು ಕಂಡಿದ್ದರು. ರಾಯ್ ಮತ್ತು ಸನ್ನಿ ಇಬ್ಬರು ಒಳ್ಳೆಯ ಕ್ರೀಡಾಪಟುಗಳೆ. ಆದರೆ ಇಬ್ಬರಿಗೂ ಜಿಲ್ಲಾಮಟ್ಟದಿಂದ ಮುಂದಕ್ಕೆ ಹೋಗಲು ಸಾಧ್ಯವಾಗಿರಲಿಲ್ಲ.

ಬೊಳ್ಳವ್ವ ಮಾತು ಮುಂದುವರೆಸಿ, "ಅಲ್ಲ ಕಣೋ, ಬಟ್ಟೆಗಿಟ್ಟೆ ಏನು ತೆಗೆದುಕೊಂಡು ಹೋಗದೆ, ರಾತ್ರಿ ಉಳಿತೀನಿ ಅಂತ ಹೇಳ್ತಾ ಇದ್ದೀಯಲ್ಲ" ಎಂದು ಕೇಳಿದಳು.

"ಇಲ್ಲಮ್ಮ, ಸ್ನೇಹಿತ ರಂಜಿತ್‌ನ ಬಟ್ಟೆ ನಂಗೆ ಸರಿ ಹೊಂದುತ್ತದೆ. ನಾಳೆ ಸಂಜೆಯೆ ಭಗಂಡೇಶ್ವರ ಬಸ್ಸಿನಲ್ಲಿ ವಾಪಸ್ಸು ಬಂದುಬಿಡುತ್ತೇನೆ. ಪಪ್ಪನಿಗು ಒಂದು ಮಾತು ಹೇಳಿಬಿಡು" ಎಂದು ಅವಳ ಸಮ್ಮತಿಗು ಕಾಯದೇ ಕರೆ ಕಟ್ ಮಾಡಿದ.

ಈಗಿನ ಕಾಲದ ಮಕ್ಕಳೋ! ಅದೇನು ಆತುರಾನೋ! ಎಂದು ತಲೆ ಚಚ್ಚಿಕೊಳ್ತಾ, "ನೋಡಿ ಅಂವ ಇಂದು ಬರೋದಿಲ್ವಂತೆ, ಮುಂದಿನ ವಾರದಿಂದ

ಇಂಟರ್ ಕಾಲೇಜು ಹಾಕಿ ಪಂದ್ಯ ಪ್ರಾರಂಭವಾಗುತ್ತಿದೆಯಂತೆ, ಅದಿಕ್ಕೆ ನಾಳೆಯಿಂದ ಕಾಲೇಜಿನಲ್ಲಿ ಪ್ರಾಕ್ಟೀಸ್ ಬೇರೆ ಶುರು ಮಾಡ್ತಿದ್ದಾರೆ ಅಂತೆ. ಬೆಳಿಗ್ಗೆ ಬೇಗ ಹೋಗಲು ಕಷ್ಟ ಆಗುತ್ತದೆ ಎಂದು ಅವನ ಸ್ನೇಹಿತನ ಮನೆಯಲ್ಲಿ ಇವತ್ತು ಉಳಿತೀನಿ, ನಿಮಗೆ ಹೇಳಿಬಿಡು ಎಂದು ಫೋನು ಇಟ್ಟ" ಎಂದು ಪೊನ್ನಪ್ಪನವರ ಬಳಿ ಹೇಳುತ್ತಾ ಬೊಳ್ಳವ್ವ ಅಡುಗೆ ಕೋಣೆ ಹೊಕ್ಕಳು.

ಮಡದಿಯ ಮಾತು ಕೇಳಿದ ಪೊನ್ನಪ್ಪನವರು, 'ಇಬ್ಬರು ಮಕ್ಕಳಲ್ಲಿ ಒಬ್ಬನಾದರು ದೇಶಕ್ಕೆ ಆಡುತ್ತಾನೆ ಎಂದು ಕನಸು ಕಂಡಿದ್ದೆ. ಆದರೆ ಒಬ್ಬ ದೇಶ ಕಾಯಕ್ಕಾದ್ರೂ ಹೋದ, ಇಂವ ನೋಡಿದ್ರೆ ಇಂಟರ್ ಕಾಲೇಜು ಆಡಿಕೊಂಡು ಇಲ್ಲೆ ಕಾಲ ಕಳೆಯುತ್ತಿದ್ದಾನೆ' ಎಂದು ಮನಸ್ಸಿನಲ್ಲಿ ಯೋಚಿಸುತ್ತಾ, ಮುಂಬದಿಯ ಹಜಾರದಲ್ಲಿ ಹಾಕಿದ್ದ ಆರಾಮ ಕುರ್ಚಿಯ ಮೇಲೆ ತಲೆಯೊರಗಿಸಿ, ತಾನು ಕಾಲೇಜು ದಿನಗಳಲ್ಲಿ ಹಾಕಿ ಆಡುತ್ತಿದ್ದದ್ದು, ತನ್ನ ಆಟವನ್ನು ಮೆಚ್ಚಿ ಬೊಳ್ಳವ್ವಳಿಗೆ ನನ್ನ ಮೇಲೆ ಪ್ರೇಮಾಂಕುರವಾದದ್ದನ್ನು ನೆನೆಯತೊಡಗಿದರು.

ಅದು ಇಪ್ಪತ್ತೆಂಟು ವರ್ಷಗಳ ಹಿಂದಿನ ಕಥೆ. ಪೊನ್ನಂಪೇಟೆಯ ಜೂನಿಯರ್ ಕಾಲೇಜು ಮೈದಾನದಲ್ಲಿ ತಾಲ್ಲೂಕು ಮಟ್ಟದ ಅಂತರಕಾಲೇಜು ಹಾಕಿ ಪಂದ್ಯಾಟ ಏರ್ಪಾಟಾಗಿತ್ತು. ಸುತ್ತಮುತ್ತಲಿನ ಗೋಣಿಕೊಪ್ಪ, ಕುಟ್ಟ, ಪಾಲಿಬೆಟ್ಟ, ವಿರಾಜಪೇಟೆ ಭಾಗದ ಕಾಲೇಜಿನ ವಿದ್ಯಾರ್ಥಿಗಳೆಲ್ಲ ಭಾಗವಹಿಸಿದ್ದರು. ಅದಾಗಲೆ ಹಲವು ಸುತ್ತಿನ ಪಂದ್ಯಾಟಗಳು ನಡೆದು ಕಡೆಯದಾಗಿ ಪಾಲಿಬೆಟ್ಟ ಮತ್ತು ಪೊನ್ನಂಪೇಟೆ ಕಾಲೇಜಿನ ತಂಡಗಳು ಅಂತಿಮ ಘಟ್ಟಕ್ಕೆ ತಲುಪಿದ್ದವು. ಪೊನ್ನಂಪೇಟೆ ಕಾಲೇಜು ತಂಡ ಹೇಳಿಕೊಳ್ಳುವಂತಹ ಪ್ರದರ್ಶನವನ್ನು ನೀಡದೆ ಹೋದರು, ತಂಡದ ನಾಯಕ ಪೊನ್ನಪ್ಪನ ಏಕಾಂಗಿ ಹೋರಾಟದ ಫಲವಾಗಿ ಪೊನ್ನಂಪೇಟೆ ತಂಡ ಅಂತಿಮ ಘಟ್ಟ ತಲುಪುವಲ್ಲಿ ಸಫಲವಾಗಿತ್ತು. ತಮ್ಮದೇ ಕಾಲೇಜಿನಲ್ಲಿ ನಡೆಯುತ್ತಿರುವ ಪಂದ್ಯವಾಗಿದ್ದರಿಂದ ಪೊನ್ನಂಪೇಟೆ ಕಾಲೇಜಿನ ಶಿಕ್ಷಕರಿಂದ ಹಿಡಿದು ಎಲ್ಲಾ ವಿದ್ಯಾರ್ಥಿಗಳ ದಂಡು ಅಂದು ಮೈದಾನದ ಸುತ್ತ ನೆರೆಯುವುದರೊಂದಿಗೆ ಪೊನ್ನಪ್ಪನ ನೇತೃತ್ವದಲ್ಲಿ ಆಡುತ್ತಿದ್ದ ಆಟಗಾರರ ಹೆಸರನ್ನು ಕೂಗಿ, ಸಿಳ್ಳೆಹಾಕಿ, ಚಪ್ಪಾಳೆ ತಟ್ಟಿ ಹುರಿದುಂಬಿಸುತ್ತಿದ್ದರು.

ಇತ್ತ ಪಾಲಿಬೆಟ್ಟ ತಂಡ, ನುರಿತ ಆಟಗಾರರನ್ನು ಹೊಂದಿದ್ದು, ಉತ್ತಮ ಆಟದ ಪ್ರದರ್ಶನವನ್ನು ತೋರಿಸುವ ಮೂಲಕ ನಿರಾಯಾಸವಾಗಿ ಕಡೆಯ ಘಟ್ಟವನ್ನು ತಲುಪಿದ್ದರು. ಹೀಗಿರುವಾಗ ತಮ್ಮ ಕಾಲೇಜಿನ ತಂಡ ಫೈನಲ್ ತಲುಪಿರುವ ವಿಚಾರ ತಿಳಿದು, ಮಧ್ಯಾಹ್ನ ಕಾಲೇಜು ಮುಗಿದ ತಕ್ಷಣವೇ ತಮ್ಮ ತಂಡವನ್ನು ಪ್ರೋತ್ಸಾಹಿಸುವ ಸಲುವಾಗಿ ಪಾಲಿಬೆಟ್ಟ ಜೂನಿಯರ್ ಕಾಲೇಜಿನ ಯುವಕ-ಯುವತಿಯರೆಲ್ಲ ಒಂದು ಟೆಂಪೋ ಹತ್ತಿ ಪೊನ್ನಂಪೇಟೆ ಕಾಲೇಜು ಮೈದಾನ ಸೇರಿದ್ದರು. ಪಾಲಿಬೆಟ್ಟ ತಂಡವನ್ನು ಪ್ರೋತ್ಸಾಹಿಸಲು ಬಂದಿದ್ದ

ಪಾಲಿಬೆಟ್ಟ ಕಾಲೇಜಿನ ಯುವನಾಯಕಿಯಾಗಿದ್ದ 'ಬೊಳ್ಳವ್ವ' ತಮ್ಮ ಕಾಲೇಜಿನ ಹೆಸರನ್ನು ಕೂಗಿ ಹುರಿದುಂಬಿಸುತ್ತಿದ್ದಳು. ಅವಳ ಧ್ವನಿಗೆ ಧ್ವನಿಗೂಡಿಸಿ ಉಳಿದ ವಿದ್ಯಾರ್ಥಿಗಳು ಕೂಡ 'ಪಾಲಿಬೆಟ್ಟ, ಪಾಲಿಬೆಟ್ಟ' ಎಂದು ತಮ್ಮ ಕಾಲೇಜಿನ ಹೆಸರನ್ನು ಜೋರಾಗಿ ಕೂಗಿ ಹೇಳುತ್ತಿದ್ದರು. ಎರಡೂ ಕಡೆಯವರ ಪ್ರೋತ್ಸಾಹದಿಂದಾಗಿ, ತಂಡದ ಆಟಗಾರರಲ್ಲಿ ಕ್ರೀಡಾಸ್ಫೂರ್ತಿ ಹೆಚ್ಚಾಗಿ, ಆ ಬಿಸಿಲನ್ನೂ ಲೆಕ್ಕಿಸದೆ, ಗೆಲ್ಲಲೇಬೇಕು ಎಂಬ ಹುಮ್ಮಸ್ಸಿನಿಂದ ಕಣಕ್ಕೆ ಇಳಿದಿದ್ದರು. ಆಟ ಪ್ರಾರಂಭವಾಗುವ ಮೊದಲು, ಮೇಲ್ನೋಟಕ್ಕೆ ಬಲಿಷ್ಠವಾಗಿ ಕಾಣುತ್ತಿದ್ದ ಪಾಲಿಬೆಟ್ಟ ತಂಡವೇ ಗೆಲ್ಲುತ್ತದೆ ಎಂಬ ಲೆಕ್ಕಾಚಾರವನ್ನು ಎಲ್ಲರು ಹಾಕಿದ್ದರು.

ಆಟ ಪ್ರಾರಂಭವಾಯಿತು. ಕಾರ್ಕ್ ಬಾಲ್ ಒಬ್ಬನ ಸ್ಟಿಕ್ಕಿನಿಂದ ಮತ್ತೊಬ್ಬನ ಸ್ಟಿಕ್ಕಿಗೆ ಮೈದಾನದೊಳಗೆಲ್ಲ ಓಡಾಡುತ್ತಾ, ಮಧ್ಯಂತರ ಮುಗಿಯುವ ವೇಳೆಗೆ ಎರಡು ತಂಡಗಳು ಪರಸ್ಪರ ಒಂದೊಂದು ಗೋಲನ್ನು ಬಾರಿಸಿ ಸಮಬಲ ಸಾಧಿಸಿದ್ದವು. ಪಾಲಿಬೆಟ್ಟದ ಪರವಾಗಿ ಆಟ ಪ್ರಾರಂಭವಾದ ಕೆಲವೇ ಕ್ಷಣಗಳಲ್ಲಿ ಗೋಲು ದಾಖಲಾದರೆ, ಪೊನ್ನಂಪೇಟೆ ತಂಡದ ಪರವಾಗಿ ತಂಡದ ನಾಯಕ ಮತ್ತು ಮುಂಚೂಣಿ ಆಟಗಾರ ಪೊನ್ನಪ್ಪ ಪ್ರಥಮಾರ್ಧದ ಕಡೆಯ ಕ್ಷಣದಲ್ಲಿ ಒಂದು ಗೋಲು ಬಾರಿಸಿ, ತಂಡದ ಆಟಗಾರರು ಮತ್ತು ಮೈದಾನದ ಸುತ್ತ ನೆರೆದಿದ್ದ ಬೆಂಬಲಿಗರ ಮುಖದಲ್ಲಿ ಮಂದಹಾಸ ಮೂಡಿಸುವಲ್ಲಿ ಯಶಸ್ವಿಯಾಗಿದ್ದ. ಪ್ರಥಮಾರ್ಧವನ್ನು ಕುತೂಹಲದಿಂದ ಬಿಟ್ಟಕಣ್ಣು ಬಿಟ್ಟಂತೆ ನೋಡಿದ್ದ ಪ್ರೇಕ್ಷಕರೆಲ್ಲ ಪೊನ್ನಪ್ಪನ ಏಕಾಂಗಿ ಹೋರಾಟಕ್ಕೆ ಮನಸೋತು ಹೋಗಿದ್ದರು. ಪಾಲಿಬೆಟ್ಟ ಪಾಳಯದಲ್ಲಿ ಯಾವುದೇ ಪ್ರಯಾಸವಿಲ್ಲದೆ ಗೆಲುವು ನಮ್ಮದೇ ಎಂಬ ಅತಿಯಾದ ಆತ್ಮವಿಶ್ವಾಸವನ್ನು ಹೊಂದಿದ್ದ ಆಟಗಾರರಿಗೆ, ಅನಾಯಾಸವಾಗಿ ಗೆಲ್ಲುವುದು ಅಷ್ಟು ಸುಲಭದ ಮಾತಲ್ಲ ಎಂಬುದನ್ನು ಆಟ ಪ್ರಾರಂಭವಾದ ಕೆಲವೇ ನಿಮಿಷಗಳಲ್ಲಿ ಮನವರಿಕೆಯಾಗಿತ್ತು. ಇತ್ತ ಪೊನ್ನಪ್ಪ ತನ್ನ ಉತ್ತಮ ಪ್ರದರ್ಶನದಿಂದ ಮೈದಾನದಲ್ಲಿ ಎರಡು ತಂಡದ ಆಟಗಾರರ ನಡುವೆ ಕೇಂದ್ರಬಿಂದುವಾಗಿ ಕಂಗೊಳಿಸತೊಡಗಿದ.

ಪಾಲಿಬೆಟ್ಟ ಕಾಲೇಜಿನ ಬೊಳ್ಳವ್ವ ಮತ್ತು ವಿದ್ಯಾರ್ಥಿಗಳು ಗಂಟಲು ಹರಿದು ಹೋಗುವ ರೀತಿಯಲ್ಲಿ ತಮ್ಮ ತಂಡಕ್ಕೆ ಪ್ರೋತ್ಸಾಹ ನೀಡಿ ಬಳಲಿ ಹೋಗಿದ್ದರು. ಇವೆಲ್ಲದರ ನಡುವೆ ಬೊಳ್ಳವ್ವಳ ಸ್ನೇಹಿತೆಯರು, "ನೋಡೆ ಆ ಹುಡುಗ, ಎಷ್ಟು ಚೆನ್ನಾಗಿ ಆಡುತ್ತಿದ್ದಾನೆ! ಅವನಿಲ್ಲದಿದ್ದರೆ ನಮ್ಮ ತಂಡ ಖಂಡಿತ ಗೆಲ್ಲುವ ಸಾಧ್ಯತೆ ಇತ್ತು" ಎಂದು ಅದಾಗಲೇ ಸೋಲೊಪ್ಪಿಕೊಂಡವರ ರೀತಿ ಪೊನ್ನಪ್ಪನ ವರ್ಣನೆ ಮಾಡಲು ಶುರುಮಾಡಿದ್ದರು. ವಿರೋಧಿ ಪಾಳಯದ ನಾಯಕನನ್ನು ಹೊಗಳಿ ಅಟ್ಟಕ್ಕೇರಿಸುತ್ತಿರುವ ಸ್ನೇಹಿತೆಯರನ್ನು ಕಂಡ ಬೊಳ್ಳವ್ವ, "ನೀವೇನ್ರೆ ನಮ್ಮ ತಂಡವನ್ನು ಪ್ರೋತ್ಸಾಹಿಸುವ ಸಲುವಾಗಿ ಬಂದಿದ್ದೀರೋ ಅಥವಾ

ಅವನ ಚಂದ ಕಂಡು ಮರುಳಾಗಿ ಅವನಿಗೆ ಜೈ ಎನ್ನಲು ಬಂದಿದ್ದೀರ?" ಎಂದು ಕೋಪದಿಂದ ಕೇಳಿದಳು.

ಬೊಳ್ಳವ್ವಳ ಗೆಳತಿಯೊಬ್ಬಳು, "ಇದೊಳ್ಳೆ ಕಥೆ ಆಯ್ತಲ್ಲ ಮಾರಾಯ್ತಿ! ಚಂದ ಆಡುತ್ತಿರುವವನನ್ನು ಚೆನ್ನಾಗಿ ಆಡುತ್ತಿದ್ದಾನೆ ಎಂದರೆ ನಿನಗೇನು ಬೇನೆ? ನಮ್ಮ ಕಾಲೇಜಿನವರು ಅವರಿಗಿಂತ ಉತ್ತಮವಾಗಿ ಆಡಿದ್ರೆ ನಾವು ಖುಷಿ ಪಡ್ತಾ ಇರಲಿಲ್ಲವಾ?" ಎಂದು ಖಾರವಾಗಿ ಕೇಳಿದಳು. ಬೊಳ್ಳವ್ವಳಿಗೆ ಗೆಳತಿ ಹೇಳುತ್ತಿರುವುದು ಕೂಡ ಸರಿಯಲ್ವ? ಅಂತ ಅನಿಸಿತು. ಹೊತ್ತು ಸಾಗುತ್ತಿದ್ದಂತೆ ತಾನು ಕೂಡ ಆ ಚಂದದ ಆಟಗಾರನ ಅಂದಕ್ಕೆ ಮತ್ತು ಆಟದ ಮೋಡಿಗೆ ಎಲ್ಲಿ ಮರುಳಾಗಿ ಬಿಡುತ್ತೇನೋ! ಎಂಬ ಭಯದಿಂದ ಅವನತ್ತ ಹೆಚ್ಚು ಗಮನಹರಿಸದೆ, ತಮ್ಮ ತಂಡವನ್ನು ಪ್ರೋತ್ಸಾಹಿಸತೊಡಗಿದಳು.

ದ್ವಿತೀಯಾರ್ಧ ಪ್ರಾರಂಭವಾಯಿತು. ಎರಡೂ ಕಡೆಯವರಿಂದ ಅಮೋಘ ಪ್ರದರ್ಶನ. ಒಮ್ಮೆ ಚೆಂಡು ಪಾಲಿಬೆಟ್ಟ ತಂಡದ ಗೋಲು ಪೆಟ್ಟಿಗೆಯ ಬಳಿ ಬಂದರೆ, ಮತ್ತೊಮ್ಮೆ ಪೊನ್ನಂಪೇಟೆಯ ಗೋಲು ಪೆಟ್ಟಿಗೆಯ ಬಳಿ ಹೊರಳಾಡುತ್ತಿತ್ತು. ಆಯಾ ತಂಡದ ಅಭಿಮಾನಿಗಳು ಇನ್ನೇನು ಚೆಂಡು ಗೋಲು ಪೆಟ್ಟಿಗೆಯೊಳಗೆ ಹೋಗುವುದನ್ನು ನೋಡಿ 'ಹೋ' ಎಂದು ಚೀರಬೇಕು ಎನ್ನುವಷ್ಟರಲ್ಲಿ ಮತ್ತೆ ಚೆಂಡು ಮೈದಾನದ ನಡುಭಾಗಕ್ಕೆ ಬರುತ್ತಿತ್ತು. ಹೀಗೆ ಆಟ, ಪ್ರೇಕ್ಷಕರನ್ನು ತುದಿಗಾಲಲ್ಲಿ ನಿಲ್ಲಿಸುತ್ತಾ ಬಹಳ ರೋಮಾಂಚನಕಾರಿಯಾಗಿ ಸಾಗುತ್ತಿತ್ತು.

ಪೊನ್ನಪ್ಪನಿಗೆ ಚೆಂಡಿನ ಮೇಲಿರುವ ಹಿಡಿತ, ಅವನು ಓಡುತ್ತಿರುವ ಚಿರತೆಯ ವೇಗ ಇವೆಲ್ಲವೂ ಮೈದಾನದಲ್ಲಿ ನೆರೆದಿದ್ದ ಪ್ರೇಕ್ಷಕರನ್ನು ಮಂತ್ರಮುಗ್ಧರನ್ನಾಗಿಸಿತ್ತು. ಸಮಯ ಸರಿಯುತ್ತ ಇದ್ದ ಹಾಗೆ ಬೊಳ್ಳವ್ವಳಿಗೂ ಕೂಡ, ಆ "ಕುಡಿಮೀಸೆಯ ಕುವರ" ಅದೆಷ್ಟು ಚೆನ್ನಾಗಿ ಆಡುತ್ತಿದ್ದಾನೆ ಎಂದೆನಿಸತೊಡಗಿ, ಪಂದ್ಯ ಅಂತಿಮ ಘಟ್ಟ ತಲುಪುವ ವೇಳೆಗಾಗಲೇ ನಮ್ಮ ಕಾಲೇಜು ತಂಡ ಗೆಲ್ಲದಿದ್ದರು ಪರ್ವಾಗಿಲ್ಲ. ಆ ಯುವಕ ಇನ್ನೊಂದು ಗೋಲು ಹೊಡೆಯುವಂತಾಗಲಿ ಎನ್ನುವಷ್ಟರ ಮಟ್ಟಿಗೆ ಅವಳು ಪೊನ್ನಪ್ಪನ ಆಟಕ್ಕೆ ಮರುಳಾಗಿ ಹೋಗಿದ್ದಳು. ಎರಡೂ ತಂಡದವರಿಂದ ಜಿದ್ದಾಜಿದ್ದಿನ ಹೋರಾಟದಿಂದಾಗಿ ಅಂತಿಮ ಕ್ಷಣ ತಲುಪುವವರೆಗೂ ಅದೃಷ್ಟಲಕ್ಷ್ಮಿ ಅತ್ತಿಂದಿತ್ತ ವಾಲುತ್ತಿದ್ದಳೆ ಹೊರತು, ಒಂದು ಕಡೆ ನಿಶ್ಚಲವಾಗಿ ನಿಲ್ಲುತ್ತಿರಲಿಲ್ಲ. ಕಡೆಯದಾಗಿ ಕೊನೆಯ ಸೀಟಿಯನ್ನು ಬಾರಿಸಿದ, ತೀರ್ಪುಗಾರರು ಮೂರು ನಿಮಿಷದ ಹೆಚ್ಚುವರಿ ಸಮಯವನ್ನು ನಿಗದಿ ಮಾಡಿ, 'ಈ ಅವಧಿಯಲ್ಲಿ ಯಾರು ಗೋಲು ಬಾರಿಸುತ್ತಾರೋ, ಅವರೇ ಈ ಪಂದ್ಯದ ವಿಜಯಿಗಳಾಗುತ್ತಾರೆ ಮತ್ತು ಈ ಬಾರಿ ಅಂತರ ಜಿಲ್ಲಾಮಟ್ಟದಲ್ಲಿ ಕೊಡಗನ್ನು ಪ್ರತಿನಿಧಿಸುತ್ತಾರೆ' ಎಂದು ಹೇಳಿ ಆಟಕ್ಕೆ ಚಾಲನೆ ಕೊಟ್ಟರು. ಮೈದಾನದ ಸುತ್ತ ನೆರೆದಿದ್ದ ಪ್ರತಿಯೊಬ್ಬರ

ಕಣ್ಣುಗಳು ಅಂಗಣದಲ್ಲಿ ಓಡಾಡುತ್ತಿದ್ದ ಚೆಂಡನ್ನೆ ಹಿಂಬಾಲಿಸುತ್ತಿದ್ದವು. ಇನ್ನೇನು ತೀರ್ಪುಗಾರರು ಕೊಟ್ಟಿದ್ದ ಮೂರು ನಿಮಿಷದ ಹೆಚ್ಚುವರಿ ಸಮಯದ ಕೊನೆಯ ಎರಡು ಸೆಕೆಂಡು ಬಾಕಿಯಿರುವಾಗ ಚೆಂಡಿನ ಮೇಲೆ ಹಿಡಿತ ಸಾಧಿಸಿದ ಪೊನ್ನಪ್ಪ, ತನ್ನ ಅಷ್ಟೂ ಕೌಶಲ್ಯವನ್ನು ಪ್ರಯೋಗಿಸಿ, ಎಲ್ಲ ಆಟಗಾರರನ್ನು ವಂಚಿಸಿ, ಆಟದ ಕೊನೆಯ ಸೀಟಿ ಮೊಳಗುವ ಮುನ್ನ ಗೋಲುಪೆಟ್ಟಿಗೆಯೊಳಗೆ ಚೆಂಡನ್ನು ಅಟ್ಟಿ, ತಮ್ಮ ಕಾಲೇಜುವೃಂದ ಮತ್ತು ಸಹ ಆಟಗಾರರೆಡೆಗೆ ನೋಡಿ ಹಾಕಿ ಸ್ಟಿಕ್ಕಿನ ಸಮೇತ ತನ್ನೆರಡು ಕೈಯನ್ನು ಮೇಲೆಕೆತ್ತಿ ವಿಜಯದ ನಗೆಯನ್ನು ಬೀರಿದ. ಯಾರೂ ಊಹಿಸಲು ಆಗದ ರೀತಿಯಲ್ಲಿ ಗೋಲು ಹೊಡೆದು ವಿಜಯದ ಪತಾಕೆಯನ್ನು ಹಾರಿಸಿದ ಪೊನ್ನಪ್ಪನೆಡೆಗೆ ಅರೆಕ್ಷಣದಲ್ಲಿ ಮೈದಾನದ ಸುತ್ತ ನೆರೆದಿದ್ದ ಪ್ರೇಕ್ಷಕರು, ಶಿಕ್ಷಕರು, ಕಾಲೇಜಿನ ಸಹಪಾಠಿಗಳು ಹೋ ಎಂದು ಉದ್ಘೋಷದೊಂದಿಗೆ ದೌಡಾಯಿಸಿ ಬಂದು, ಅವನನ್ನು ಎತ್ತಿ ಹೆಗಲಮೇಲೆ ಕೂರಿಸಿ, ಮೈದಾನದುದ್ದಕ್ಕು ಓಡಿ ಸಂಭ್ರಮಿಸತೊಡಗಿದರು.

ವಿಜಯೋತ್ಸವ ಮುಗಿದ ಮೇಲೆ, ಪ್ರಶಸ್ತಿ ಪ್ರಧಾನ ಸಮಾರಂಭ ಪ್ರಾರಂಭವಾಯಿತು. ವಿಜಯಲಕ್ಷ್ಮಿಯನ್ನು ತನ್ನ ತೆಕ್ಕೆಗೆ ಒಲಿಸಿಕೊಂಡ ಪೊನ್ನಂಪೇಟೆ ಕಾಲೇಜಿನ ನಾಯಕ ಪೊನ್ನಪ್ಪ ಹೋಗಿ ಪ್ರಶಸ್ತಿಯನ್ನು ಸ್ವೀಕರಿಸುತ್ತಿದ್ದರೆ, ಸೋತ ಪಾಲಿಬೆಟ್ಟ ತಂಡದವರು ಪೇಚು ಮೋರೆ ಹಾಕಿಕೊಂಡು ಕತ್ತುಬಗ್ಗಿಸಿ ಮೈದಾನದಲ್ಲೆ ನಿಂತಿದ್ದರು. ಆದರೆ ಬೊಳ್ಳವ್ವ ಮಾತ್ರ ಪೊನ್ನಪ್ಪನ ವಿಜಯೋತ್ಸವ ಮತ್ತು ಅವನು ಎಲ್ಲರಿಂದ ಹೊಗಳಿಸಿಕೊಂಡು ಬೇಷ್ ಅನ್ನಿಸಿಕೊಳ್ಳುತ್ತಿರುವುದನ್ನು ನೋಡಿ ಸಂತೋಷಪಡತೊಡಗಿದಳು. ಬೊಳ್ಳವ್ವಳ ಎದೆಗೆ ಅದಾಗಲೆ ಎದುರಾಳಿ ತಂಡದ ನಾಯಕ ಲಗ್ಗೆಯಿಟ್ಟಿದ್ದ. ಪ್ರಶಸ್ತಿ ಸ್ವೀಕರಿಸಿ ಪೊನ್ನಪ್ಪ ವೇದಿಕೆಯಿಂದ ಕೆಳಗಿಳಿದು ಬರುತ್ತಿದ್ದರೆ. ಪ್ರತಿಯೊಬ್ಬರು ಅವನ ಕೈ ಕುಲುಕುತ್ತಿದ್ದರು. ಪೊನ್ನಪ್ಪ ಕತ್ತಿನಲ್ಲಿ ಪದಕ ನೇತು ಹಾಕಿಕೊಂಡು, ಕೈಯಲ್ಲಿ ಬಂಗಾರದ ಬಣ್ಣದ ದೊಡ್ಡ ಗಾತ್ರದ ಫಲಕವನ್ನು ಹಿಡಿದು, ಬೊಳ್ಳವ್ವಳ ಮುಂದಿನಿಂದ ತನ್ನ ಸಹಪಾಠಿಗಳೆಡೆಗೆ ನಡೆದುಕೊಂಡು ಹೋಗುತ್ತಿದ್ದರೆ, ತನಗರಿವಿಲ್ಲದಂತೆ ಅವನೆಡೆಗೆ ಕೈಚಾಚಿದ ಬೊಳ್ಳವ್ವ "ವೆಲ್ ಪ್ಲೇಯ್ಡ್" ಎಂದು ಕೈ ಕುಲುಕಿದ್ದಳು.

ತಮ್ಮೆದುರು ಸೋತಿದ್ದ ಅದೇ ಪಾಲಿಬೆಟ್ಟ ಕಾಲೇಜಿನ ಸಮವಸ್ತ್ರ ಧರಿಸಿದ, ದಪ್ಪ ಉಬ್ಬಿನ, ಹಾಲುಗಲ್ಲದ ಮುದ್ದಾದ ಯುವತಿಯೊಬ್ಬಳು ತನ್ನತ್ತ ಕೈಚಾಚಿ ಶುಭಾಶಯ ಹೇಳುತ್ತಿರುವುದನ್ನು ನೋಡಿದ ಪೊನ್ನಪ್ಪ, ಅಳುಕಿನಿಂದಲೆ ಕೈನೀಡಿ ಅವಳ ಕೋಮಲವಾದ ಹಸ್ತವನ್ನು ಕುಲುಕುತ್ತಾ, "ಥ್ಯಾಂಕ್ಯೂ" ಎನ್ನುವುದರ ಜೊತೆಗೆ, "ನಿ ದಾಡ?" ಎಂದು ಕೇಳಿದ್ದ. ಇಷ್ಟೆಲ್ಲ ಅಭಿಮಾನಿಗಳ ನಡುವೆ ನನ್ನ ಮಾತಿಗೆ ಪ್ರತಿಕ್ರಿಯಿಸಿ, ಯಾವ ಮನೆತನದವಳು? ಎಂದು ಪೊನ್ನಪ್ಪ

ಕೇಳಿದ್ದಕ್ಕೆ ಸಂತೋಷಗೊಂಡ ಬೊಳ್ಳವ್ವ, ನಗುತ್ತಾ ತನ್ನ ಮನೆಯ ಹೆಸರನ್ನು ಹೇಳಿದ್ದಳು.. ಅಷ್ಟರಲ್ಲಿ ಸಹ ಆಟಗಾರರು ಪೊನ್ನಪ್ಪನ ಬಳಿ ಬಂದು ಅವನನ್ನು ಆಲಂಗಿಸಿ, ಅಭಿನಂದಿಸತೊಡಗಿದರು. ಗೆಳೆಯರು ತಬ್ಬಿ ಅಭಿನಂದಿಸುತ್ತಿದ್ದರು ಆ ಆಲಿಂಗನದ ನಡುವೆಯೂ ಬೊಳ್ಳವ್ವಳನ್ನೆ ಪೊನ್ನಪ್ಪ ದಿಟ್ಟಿಸಿ ನೋಡುತ್ತಿದ್ದ.. ಹೀಗೆ ಮೊದಲ ನೋಟದಲ್ಲೆ ಪೊನ್ನಪ್ಪ ಮತ್ತು ಬೊಳ್ಳವ್ವ ತಮ್ಮ ಹೃದಯವನ್ನು ಪರಸ್ಪರ ಬದಲಿಸಿಕೊಂಡು ಬಿಟ್ಟಿದ್ದರು.

ಹಾಕಿ ಆಟದ ನೆಪದಲ್ಲಿ ಪರಸ್ಪರ ಭೇಟಿಯಾದ ಪೊನ್ನಪ್ಪ ಮತ್ತು ಬೊಳ್ಳವ್ವ, ನಂತರದಲ್ಲಿ ಆಗಾಗ್ಗೆ ಭೇಟಿಯಾಗುತ್ತಾ ಪರಸ್ಪರ ಬಿಟ್ಟಿರಲಾಗದಷ್ಟು ಗಾಢವಾಗಿ ಪ್ರೀತಿಸಲು ಪ್ರಾರಂಭಮಾಡಿದರು. ಕೊನೆಗೆ ಈ ವಿಚಾರವಾಗಿ ಬೊಳ್ಳವ್ವಳ ಮನೆಯವರಿಗೆ ಗೊತ್ತಾಗಿ ದೊಡ್ಡ ರಾದ್ಧಾಂತವೇ ನಡೆದುಹೋಗಿತ್ತು. ಬೊಳ್ಳವ್ವಳ ತಂದೆ ಮತ್ತು ಸಹೋದರರು, 'ಓದು ಅಂತ ಕಾಲೇಜಿಗೆ ಕಳಿಸಿದ್ರೆ, ನೀನು ಪ್ರೀತಿಗೀತಿ ಅಂತ ಊರುಸುತ್ತಿ ಕುಟುಂಬದ ಮರ್ಯಾದೆಯನ್ನು ಬೀದಿಯಲ್ಲಿ ಹರಾಜು ಹಾಕುತ್ತಿದ್ದೀಯಾ?' ಎಂದು ಅವಳಿಗೆ ನಾಲ್ಕು ಬಿಗಿದು, 'ಇನ್ನು ಮುಂದೆ ನೀನು ಕಾಲೇಜಿಗೆ ಹೋಗಿ ಕಡಿದುಗುಡ್ಡೆ ಹಾಕುವುದೇನು ಬೇಕಾಗಿಲ್ಲ' ಎಂದು ಅವಳನ್ನು ಕಾಲೇಜು ಬಿಡಿಸಿ ಮನೆಯಲ್ಲಿ ಕೂಡಿಹಾಕಿದರು.

ಪೊನ್ನಪ್ಪ ಕೂಡ ವಿರಹದ ಬೇಗೆಯಿಂದ ನರಳುವುದರ ಜೊತೆಗೆ, 'ತನ್ನಿಂದಾಗಿ ಬೊಳ್ಳವ್ವಳ ವಿದ್ಯಾಭ್ಯಾಸ ಕೂಡ ಹಾಳಾಯ್ತಲ್ಲ' ಎಂದು ನೊಂದುಕೊಂಡು ಚಡಪಡಿಸತೊಡಗಿದ. ದಿನಗಳು ಉರುಳಿದವು, ಪರೀಕ್ಷೆಯ ದಿನಗಳು ಹತ್ತಿರವಾಯಿತು. ಪೊನ್ನಪ್ಪ, ಗೆಳತಿಯ ಯೋಚನೆಯಲ್ಲೆ ಪರೀಕ್ಷೆ ಬರೆಯಲು ಮುಂದಾದ. ಇತ್ತ ಬೊಳ್ಳವ್ವ, 'ಪರೀಕ್ಷೆ ಬರೆಯಲಾದರೂ ನನಗೆ ಅವಕಾಶ ಮಾಡಿಕೊಡಿ' ಎಂದು ಅಪ್ಪ, ಅಣ್ಣಂದಿರಲ್ಲಿ ಬೇಡಿಕೊಂಡ ಮೇರೆಗೆ ಕೊನೆಯದಾಗಿ ಅಣ್ಣಂದಿರ ಸರ್ಪಗಾವಲಿನಲ್ಲಿ ಪರೀಕ್ಷೆ ಬರೆಯಲು ಬಂದಿದ್ದಳು..

ಹೀಗೆ ಪರೀಕ್ಷೆ ಬರೆದ ಪೊನ್ನಪ್ಪ ಮತ್ತು ಬೊಳ್ಳವ್ವ ಇಬ್ಬರೂ ತೇರ್ಗಡೆ ಹೊಂದಿದ್ದರು. ಪೊನ್ನಪ್ಪ ಮುಂದೆ ಉನ್ನತ ವ್ಯಾಸಂಗಕ್ಕೆಂದು ಹೋದರೆ, ಬೊಳ್ಳವ್ವಳನ್ನು ಕಾಲೇಜಿಗೆ ಕಳುಹಿಸದೆ, ಉತ್ತಮವಾದ ವರ ಬಂದರೆ, ಮದುವೆ ಮಾಡಿ ಕಳುಹಿಸುವ ಎಂಬ ಉದ್ದೇಶದಿಂದ ವರಾನ್ವೇಷಣೆಗೆ ಅವಳ ಪೋಷಕರು ನಿರ್ಧರಿಸಿದ್ದರು..

ಇವೆಲ್ಲದರ ನಡುವೆ ಅದೇ ಸಮಯಕ್ಕೆ ಅರಣ್ಯ ಇಲಾಖೆಯ ಗಾರ್ಡ್ ಕೆಲಸಕ್ಕೆ ಸರಕಾರದಿಂದ ಅರ್ಜಿ ಕರೆಯಲಾಗಿತ್ತು. ಪೊನ್ನಪ್ಪ ಕೂಡ ಅರ್ಜಿ ಸಲ್ಲಿಸಿ, ಪರೀಕ್ಷೆ ಬರೆದಿದ್ದ. ಅವನ ಅದೃಷ್ಟಕ್ಕೆ ಲಿಖಿತ ಪರೀಕ್ಷೆಯಲ್ಲಿ ಉತ್ತೀರ್ಣನಾಗುವುದರ ಜೊತೆಗೆ ದೈಹಿಕ ಪರೀಕ್ಷೆಯ ಸುತ್ತಿನಲ್ಲೂ ಆಯ್ಕೆಗೊಂಡು ಅರಣ್ಯ ಇಲಾಖೆಯಲ್ಲಿ ಅವನಿಗೆ ಕೆಲಸ ಖಾತರಿಯಾಗಿತ್ತು.

ಕೆಲದಿನಗಳ ನಂತರ, ಅರಣ್ಯ ಇಲಾಖೆಯಿಂದ 'ಈ ದಿನದಂದು ತರಬೇತಿಗೆ ಹಾಜರಾಗಬೇಕು' ಎಂದು ಬರೆದಿದ್ದ ಟಪಾಲೊಂದು ಪೊನ್ನಪ್ಪನ ಮನೆಯ ವಿಳಾಸಕ್ಕೆ ಬಂದಿತ್ತು. ವಿದ್ಯಾಭ್ಯಾಸ ಮುಗಿಯುವ ಮೊದಲೇ ಸರಕಾರಿ ಹುದ್ದೆ ಸಿಕ್ಕಿದ್ದರಿಂದ ಪೊನ್ನಪ್ಪ ಮತ್ತು ಅವನ ಕುಟುಂಬದವರಿಗೆ ತುಂಬಾ ಸಂತೋಷವಾಗಿತ್ತು. ಈ ಸಂತೋಷದ ನಡುವೆ, ಬೊಳ್ಳವ್ವಳ ಚಿಂತೆ ಕೂಡ ಅವನಿಗೆ ಬಲವಾಗಿ ಕಾಡಿ ಒಂದು ವೇಳೆ ನಾನು ತರಬೇತಿ ಮುಗಿಸಿ ಬರುವ ವೇಳೆಗೆ, ಬೊಳ್ಳವ್ವಳ ಮನೆಯವರು ಅವಳಿಗೆ ಮದುವೆಯನ್ನೇನಾದರು ಮಾಡಿಸಿಬಿಟ್ಟರೆ? ಆದ್ದರಿಂದ 'ತರಬೇತಿಗೆ ಹೊರಡುವ ಮುಂಚಿತವಾಗಿ ಅವರ ಮನೆಗೆ ಹೋಗಿ, ಅವಳನ್ನು ತನಗೆ ಮದುವೆ ಮಾಡಿಸಿಕೊಡಿ' ಎಂದು ನೇರವಾಗಿ ಕೇಳುವುದೆ ಒಳಿತು ಎಂದುಕೊಂಡು, ಒಂದು ದಿನ ಧೈರ್ಯಮಾಡಿದ ಪೊನ್ನಪ್ಪ, ಬೊಳ್ಳವ್ವಳ ಮನೆಗೆ ನೇರ ಹೋಗಿದ್ದ.

ಬೊಳ್ಳವ್ವಳ ಮನೆ, ಪಾಲಿಬೆಟ್ಟದಿಂದ ಒಂದೆರಡು ಕಿ.ಮೀ ದೂರದ ಚೆನ್ನಯ್ಯನಕೋಟೆ ಗ್ರಾಮದಲ್ಲಿತ್ತು. ಅವರು ವಾಸಿಸುತ್ತಿದ್ದ ಪ್ರದೇಶ ಒಂದು ಎತ್ತರದ ಗುಡ್ಡದ ಮೇಲಿದ್ದು, ಮನೆಯ ಬಳಿಯಿಂದ ನಿಂತು ನೋಡಿದರೆ ಕಣ್ಣೆಟುಕುವಷ್ಟು ದೂರಕ್ಕೂ ಹಚ್ಚಹಸಿರಿನ ಭತ್ತದ ಗದ್ದೆಗಳು ಹರಡಿಕೊಂಡಿದ್ದವು. ಪೊನ್ನಪ್ಪ ಬೊಳ್ಳವ್ವಳ ಮನೆಗೆ ಹೊರಟ ಆ ದಿನದಂದು ಅವಳ ಅಣ್ಣ ಶಂಭು ಮನೆಯಲ್ಲಿಯೆ ಇದ್ದು, ದನಗಳಿಗೆ ಹುಲ್ಲು ಹಾಕುವ ಕಾಯಕದಲ್ಲಿ ಮಗ್ನನಾಗಿದ್ದ. ಹೀಗಿರುವಾಗ ಮನೆಯಲ್ಲಿದ್ದ ಬೇಟೆ ನಾಯಿ ಗದ್ದೆಯೆಡೆಗೆ ನೋಡಿ ಒಂದೇ ಸಮನೆ ಬೊಗಳಲು ಪ್ರಾರಂಭಮಾಡಿತು. "ಏ ರ್‍ಯಾಂಬೊ ಏನಾಯ್ತು ನಿಂಗೆ" ಎಂದು ಕೇಳುತ್ತಾ ಬಳಿ ಬಂದ ಶಂಭು, ರ್‍ಯಾಂಬೋನ ತಲೆಯನ್ನೊಮ್ಮೆ ಸವರಿ, ಗದ್ದೆಯ ಕಡೆಗೆ ನೋಡಿದ, ಯಾರೋ ಒಬ್ಬ ಅರ್ಧ ತೋಳಿನ ಅಂಗಿ ತೊಟ್ಟವನು, ಗದ್ದೆಬದಿಯ ಏರಿಯ ಮೇಲೆ ಮನೆಕಡೆಗೆ ನಡೆದುಕೊಂಡು ಬರುತ್ತಿದ್ದದ್ದು ಕಾಣಿಸಿತು. ರ್‍ಯಾಂಬೊ ಒಂದೇ ಸಮನೆ ಅತ್ತ ನೋಡಿ ಬೊಗಳುತ್ತಲೆ ಇದ್ದ. ಬರುತ್ತಿರುವ ಆಕೃತಿ ಹತ್ತಿರವಾಗುತ್ತಿದ್ದಂತೆ ಶಂಭುಗೆ ಖಾತರಿಯಾಯಿತು. 'ಇವನು ನನ್ನ ತಂಗಿಯ ಹಿಂದೆ ಸುತ್ತುತ್ತಾ ಇದ್ದವನಲ್ವ! ಇವನ್ಯಾಕೆ ಇಲ್ಲಿ ಬಂದ?' ಎಂದು ಕೋಪದಿಂದ ಮುಂಬದಿಯ ಬೇಲಿ ಬದಿಗೆ ಹೋಗಿ, ಪೊನ್ನಪ್ಪ ಬರುತ್ತಿರುವ ಕಾಲುದಾರಿಗೆ ಅಡ್ಡಲಾಗಿ ನಿಂತ.

ಮನೆ ಹತ್ತಿರವಾಗುತ್ತಿದ್ದಂತೆ ದಾರಿಗೆ ಅಡ್ಡಲಾಗಿ ಬೊಳ್ಳವ್ವಳ ಅಣ್ಣ ಶಂಭು ಕೋಪದಿಂದ ಬುಸುಗುಟ್ಟುತ್ತಾ ನಿಂತಿರುವುದು ಪೊನ್ನಪ್ಪನಿಗೆ ಅಲ್ಲಿಂದಲೇ ಕಾಣಿಸಿತು. ಪರಿಸ್ಥಿತಿಯ ಅರಿವಿದ್ದ ಪೊನ್ನಪ್ಪ ಅವನೆಡೆಗೆ ಮುಗುಳ್ನಗುತ್ತಾ ಬಂದ. ಅವನ ನಗುವನ್ನು ನೋಡಿ ಇನ್ನಷ್ಟು ಕೆರಳಿದ ಶಂಭು, "ನೀನ್ಯಾಕೆ ಬಂದೆ ಇಲ್ಲಿಗೆ, ಏನು ವಿಷಯ?" ಎಂದು ಖಾರವಾಗಿ ಕೇಳಿದ.

"ನನಗೆ ನಿಮ್ಮ ತಂದೆಯವರ ಬಳಿ ಸ್ವಲ್ಪ ಮಾತನಾಡಬೇಕಿತ್ತು" ಎಂದ ಪೊನ್ನಪ್ಪ.

"ಅವರ ಬಳಿ ನಿನಗೇನು ಮಾತನಾಡಲಿಕ್ಕೆ ಇದೆ. ಏನಿದ್ದರು ನನ್ನ ಬಳಿ ಹೇಳು" ಎಂದು ಶಂಭು ಹೇಳಿದ.

ಶಂಭುವಿಗೆ ತನ್ನ ಮೇಲಿರುವ ಕೋಪಕ್ಕೆ, ತಂದೆಯ ಬಳಿ ಮಾತನಾಡಬೇಕು ಎಂದು ತಾನು ಹೇಳಿದ ತಕ್ಷಣ, ಎದುರು ಮಾತನಾಡದೇ ಒಳಕರೆದುಕೊಂಡು ಹೋಗಿ, ಕುರ್ಚಿ ಹಾಕಿ ಕೂರಿಸಿ, ಮರ್ಯಾದೆ ಕೊಡುವವನಲ್ಲ ಎಂಬುದನ್ನು ಮೊದಲೆ ತಿಳಿದುಕೊಂಡಿದ್ದ ಪೊನ್ನಪ್ಪ, ಅವನನ್ನು ಸರಿಸಿಕೊಂಡು ಒಳಹೋಗುವ ಯತ್ನ ಮಾಡಿದ. "ಹೇ ಪೊನ್ನಪ್ಪ, ಮರ್ಯಾದೆಯಿಂದ ಹೇಳ್ತೀನಿ ಕೇಳು, ಇಲ್ಲಿಂದ ಹೊರಟುಹೋಗಿ ಬಿಡು, ಇಲ್ಲಾಂದ್ರೆ ಪರಿಸ್ಥಿತಿ ನೆಟ್ಟಗಿರಲ್ಲ ನೋಡು" ಎಂದು ಅವನ ಹಿಂದಿನಿಂದ ಚೀರಿದ.

ಮನೆಯ ಮುಂಭಾಗದಲ್ಲಿ ಅರಚಾಡುತ್ತಿರುವ ಶಬ್ದ ಕೇಳಿದಂತಾಗಿ ಮನೆಯ ಒಳಗಿಂದ ಬೊಳ್ಳವ್ವಳ ತಂದೆ 'ಅಯ್ಯಣ್ಣ' ಹೊರಬಂದರು. ಮುಂಬದಿಯಲ್ಲಿ ಮಗ ಶಂಭು ಯಾರೋ ಒಬ್ಬ ಅಪರಿಚಿತನೊಂದಿಗೆ ಕೋಪದಿಂದ ಕಿರುಚುತ್ತಾ ನಿಂತಿದ್ದ. "ಹೇ ಶಂಭು, ಏನಾಯ್ತು, ಯಾಕೆ ಕಿರುಚುತ್ತಾ ಇದ್ದೀಯಾ? ಯಾರವನು?" ಎಂದು ಕೇಳಿಕೊಂಡು ಬಳಿಗೆ ಬಂದರು.

"ನೋಡು ಪಪ್ಪ ಇವನಿಂದಾಗಿಯೇ, ನಮ್ಮ ಬೊಳ್ಳವ್ವಳ ಜೀವನ ಹಾಳಾಗಿದ್ದು, ಅವಳ ಹಿಂದಿಂದೆ ಸುತ್ತಿ, ಅವಳನ್ನು ಕಾಲೇಜಿಗೆ ಹೋಗದ ಹಾಗೆ ಮಾಡಿದ. ಇವಾಗ ನೋಡಿದರೆ ನಮ್ಮ ಮನೆಯ ಮುಂದೆ ಬಂದು ನಿಂತಿದ್ದಾನೆ. ಇವನಿಗೆಷ್ಟು ಧೈರ್ಯ ಇರಬೇಕು ಹೇಳು!" ಎಂದು ಪೊನ್ನಪ್ಪನನ್ನು ನೋಡಿ ಕೆಂಡಕಾರುತ್ತಾ ಬಂದಿರುವವನು ತಮ್ಮ ಮಗಳ ಹಿಂದೆ ಸುತ್ತುತ್ತಿದ್ದ 'ಕಾನೂರಿನ ಪೊನ್ನಪ್ಪ' ಎಂಬುದನ್ನು ಅಯ್ಯಣ್ಣನವರಿಗೆ ಶಂಭು ತಿಳಿಸಿದ.

ಶಂಭುವಿನ ಮಾತು ಮುಗಿಯುವ ಮುನ್ನವೇ, ಅಯ್ಯಣ್ಣನವರ ಬಳಿ ತೆರಳಿದ ಪೊನ್ನಪ್ಪ, ಅವರ ಕಾಲಿಗೆ ಬಿದ್ದು ನಮಸ್ಕಾರ ಮಾಡಿದ. ಕಾಲು ಕೆರೆದು ಜಗಳಕ್ಕೆ ಈ ಯುವಕ ಬಂದಿದ್ದಾನೆ ಎಂದುಕೊಂಡರೆ ಇವನು ನನ್ನ ಕಾಲಿಗೆ ಎರಗುತ್ತಿದ್ದಾನಲ್ಲ ಎಂದು ಯೋಚಿಸುತ್ತಾ ವಿಧಿಯಿಲ್ಲದೆ ಅಯ್ಯಣ್ಣನವರು, ಪೊನ್ನಪ್ಪನ ಭುಜವಿಡಿದು ಮೇಲಕ್ಕೆ ಎತ್ತಿದರು. ಎದ್ದವನೆ ಅಯ್ಯಣ್ಣನವರ ಕಣ್ಣುಗಳನ್ನೆ ದಿಟ್ಟಿಸುತ್ತಾ, "ನಿಮ್ಮ ಇಷ್ಟಕ್ಕೆ ವಿರುದ್ಧವಾಗಿ ನಾನು ಮತ್ತು ಬೊಳ್ಳವ್ವ ಪ್ರೀತಿಸಿದ್ದು ತಪ್ಪೇ. ಆದರೆ ನಿಮ್ಮನ್ನು ಎದುರು ಹಾಕಿಕೊಂಡು ಅಥವಾ ನಿಮ್ಮ ಮನಸ್ಸನ್ನು ನೋಯಿಸಿ, ನಾವಿಬ್ಬರು ಪ್ರೀತಿಸುವುದಾಗಲಿ ಅಥವಾ ಮದುವೆಯನ್ನು ಮಾಡಿಕೊಳ್ಳುವ ಯಾವುದೆ ಇರಾದೆ ನಮಗಿರಲಿಲ್ಲ. ನೀವು ಕೂಡ ಇವರೊಂದಿಗೆ ಸೇರಿಕೊಂಡು ನಮ್ಮನ್ನು ಅಪಾರ್ಥ ಮಾಡಿಕೊಂಡು

ಬಿಟ್ಟಿರಿ. ಆ ದಿನವೇ ನಾನು ನಿಮ್ಮ ಬಳಿ ಬಂದು ಕ್ಷಮೆ ಕೇಳಬೇಕು ಎಂದುಕೊಂಡಿದ್ದೆ. ಆದರೆ ನನಗೆ ಸಾಧ್ಯವಾಗಿರಲಿಲ್ಲ" ಎಂದು ವಿನಯದಿಂದ ಹೇಳಿಕೊಂಡ.

ತಂದೆಯ ಬಳಿ ನಿಂತು ಸಭ್ಯತೆಯಿಂದ ಮಾಡಿದ ತಪ್ಪಿಗೆ ಪೊನ್ನಪ್ಪ ಕ್ಷಮೆ ಕೇಳುತ್ತಿರುವುದನ್ನು ನೋಡಿದ ಶಂಭು, "ನಿನ್ನ ಮಾತನ್ನು ಕೇಳಲಿಕ್ಕೆ ಇಲ್ಲಿ ಯಾರೂ ತಯಾರಿಲ್ಲ. ಮೊದಲು ಇಲ್ಲಿಂದ ದಾಟು" ಎಂದು ಏರಿದ ಧ್ವನಿಯಲ್ಲಿ ರೇಗತೊಡಗಿದ. "ಸುಮ್ನಿರು ಶಂಭು, ಮನೆಗೆ ಸಮಾಧಾನದಿಂದ ಮಾತನಾಡಲು ಬಂದವರ ಬಳಿ ಯಾವ ರೀತಿ ಮಾತನಾಡಬೇಕು ಎಂಬ ಪರಿಜ್ಞಾನ ಬೇಡ್ವ ನಿಂಗೆ? ಬಾಯಿ ಮುಚ್ಚಿಕೊಂಡು ಇರು!" ಎಂದು ಅಯ್ಯಣ್ಣ ಜೋರಾಗಿ ಮಗನಿಗೆ ತಾಕೀತು ಮಾಡಿದರು.

ಭಾವಿ ಮಾವನವರಾಗಬೇಕಾದ ಅಯ್ಯಣ್ಣನವರು ತನ್ನ ಪರವಹಿಸಿ ಮಗನ ಬಳಿ ಮಾತನಾಡುತ್ತಿರುವುದನ್ನ ನೋಡಿ, ಇದೆ ತಕ್ಕ ಸಮಯ ಎಂದು ಭಾವಿಸಿದ ಪೊನ್ನಪ್ಪ, "ಅಂಕಲ್, ನನಗೆ ಅರಣ್ಯ ಇಲಾಖೆಯಲ್ಲಿ ಕೆಲಸ ಸಿಕ್ಕಿದೆ. ಇನ್ನೇನು ನಾನು ಟ್ರೈನಿಂಗ್‌ಗೆ ಹೊರಡುವವನಿದ್ದೇನೆ. ನೀವು ಒಪ್ಪುವುದಾದರೆ, ನಾನು ತರಬೇತಿ ಮುಗಿಸಿ ಬಂದ ನಂತರದಲ್ಲಿ ಬೊಳ್ಳವ್ವಳನ್ನು ಮದುವೆಯಾಗುತ್ತೇನೆ" ಎಂದು ಅಯ್ಯಣ್ಣನವರ ಕಣ್ಣಲ್ಲಿ ಕಣ್ಣಿಟ್ಟು ಹೇಳಿದ.

ಈ ಮೊದಲು, ಕಾನೂರಿನ ಪೊನ್ನಪ್ಪ ಎಂಬ ಒಬ್ಬ ಹುಡುಗ, ನನ್ನ ಮಗಳ ಹಿಂದೆ ಪೋಲಿ ತಿರುಗುತ್ತಿದ್ದಾನೆ ಎಂಬುದನ್ನು ಮಾತ್ರ ಕೇಳಿದ್ದ ಅಯ್ಯಣ್ಣ, ಇಷ್ಟೊಂದು ಧೈರ್ಯದಲ್ಲಿ ತನ್ನೆದುರಿಗೆ ಬಂದು ನಿಂತು, ತಮ್ಮ ಮಗಳನ್ನು ನನಗೆ ಮದುವೆ ಮಾಡಿಸಿ ಕೊಡುತ್ತೀರಾ? ಎಂದು ಕೇಳುವ ಗುಂಡಿಗೆಯುಳ್ಳವನು ಎಂದು ತಿಳಿದುಕೊಂಡಿರಲಿಲ್ಲ, ನೋಡಲು ಒಳ್ಳೆ ಸಂಸ್ಕಾರವಂತನಾಗಿ ಕಾಣುತ್ತಿದ್ದ ಪೊನ್ನಪ್ಪನನ್ನು ಮೊದಲ ನೋಟಕ್ಕೆ ಅಯ್ಯಣ್ಣನವರಿಗೆ ಹಿಡಿಸಿತು. ಒಂದೆರಡು ಕ್ಷಣ ಮೌನವಾಗಿ ನಿಂತ ಅಯ್ಯಣ್ಣ ಮಾತು ಮುಂದುವರೆಸಿ, "ನೀನೊಂದು ಕೆಲಸ ಮಾಡು, ಮೊದಲು ನಿಮ್ಮ ಮನೆಯವರನ್ನು ಬರಲು ಹೇಳು, ನಂತರ ಮಾತನಾಡುವ" ಎಂದು ಮಗಳನ್ನು ಕೊಡುವ ವಿಚಾರದಲ್ಲಿ ಹಸಿರು ನಿಶಾನೆಯನ್ನು ತೋರಿಸಿ ಪೊನ್ನಪ್ಪನನ್ನು ಕಳುಹಿಸಿದರು.

ಒಳಕೋಣೆಯಲ್ಲಿ ಬಚ್ಚಿಟ್ಟುಕೊಂಡು ಈ ಸನ್ನಿವೇಶಗಳನ್ನೆಲ್ಲ ನೋಡುತ್ತಿದ್ದ ಬೊಳ್ಳವ್ವ, ಹೆಣ್ಣುಕೊಡಿ ಎಂದು ಪೊನ್ನಪ್ಪ ಕೇಳಲು ಬಂದಾಗ, ಕೋಪಗೊಂಡು ಎಲ್ಲಿ ಅಪ್ಪ ಕೋವಿ ತೆಗೆದು ಅವನನ್ನು ಸುಟ್ಟು ಬಿಡುತ್ತಾರೋ ಎಂದು ಭಯಪಟ್ಟಿದ್ದಳು. ಆದರೆ ಅವನ ಬಳಿ ಮನೆಯವರನ್ನು ಕರೆದುಕೊಂಡು ಬಾ, ಮುಂದಿನದನ್ನು ಮಾತನಾಡುವ ಎಂದು ನನ್ನನ್ನು ಪೊನ್ನಪ್ಪನಿಗೆ ಧಾರೆ ಎರೆದು

ಕೊಡಲು ತಮಗೂ ಇಷ್ಟವಿದೆ ಎಂಬುದನ್ನು ಪರೋಕ್ಷವಾಗಿ ಹೇಳಿದ್ದನ್ನು ಕೇಳಿ ಹಿರಿಹಿರಿ ಹಿಗ್ಗತೊಡಗಿದಳು.

ಪೊನ್ನಪ್ಪ ಗದ್ದೆ ಏರಿಯ ಮೇಲೆ ನಡೆದು ಮರೆಯಾಗುವವರೆಗೂ ನೋಡುತ್ತಾ ನಿಂತಿದ್ದ ಅಯ್ಯಣ್ಣ, ನಂತರದಲ್ಲಿ ಮಡದಿಯನ್ನುದ್ದೇಶಿಸಿ, "ಹೇ ಗೌರು, ಬಾ ಇಲ್ಲಿ" ಎಂದು ಕರೆದರು. ಮಗಳೊಂದಿಗೆ ಮರೆಯಲ್ಲಿ ನಿಂತಿದ್ದ ಗೌರಮ್ಮ, "ಏನ್ರೀ" ಎಂದು ಉದ್ದವಾಗಿ ಕೇಳುತ್ತಾ, ಒಳಗಿನಿಂದ ಬರುತ್ತಿರುವ ರೀತಿಯಲ್ಲಿ ಅಯ್ಯಣ್ಣನವರು ನಿಂತಿದ್ದ ಜಗುಲಿಯ ಬಳಿಗೆ ಬಂದಳು. "ನೋಡು ಗೌರು, ಆ ಹುಡುಗ ಭಾರೀ ಒಳ್ಳೆಯವನಿದ್ದಾನೆ. ಅವನ ಧೈರ್ಯವನ್ನು ನಾ ಮೆಚ್ಚಿಕೊಂಡೆ. ಅವನಿಗೆ ನಮ್ಮ ಬೊಳ್ಳವ್ವಳನ್ನು ಕೊಟ್ಟು ಮದುವೆ ಮಾಡಿಸಿದರೆ ಅವಳ ಬಾಳು ಹಸನಾಗುವುದರಲ್ಲಿ ಯಾವುದೇ ಸಂಶಯವಿಲ್ಲ" ಎಂದು ಮಡದಿಯ ಬಳಿ ಹೇಳಿದರು.

"ನೀವು ಯಾವ ಹುಡುಗನ ವಿಚಾರವಾಗಿ ಹೇಳುತ್ತಿರುವುದು?" ಎಂದು ಗೌರಮ್ಮ ತನಗೇನೂ ತಿಳಿದೆ ಇಲ್ಲವೆನ್ನುವಂತೆ ಕೇಳಿದಳು.

"ಅದೇ ಕಣೆ, ನಮ್ಮ ಬೊಳ್ಳು ಕಾಲೇಜಿಗೆ ಹೋಗುವಾಗ ಒಬ್ಬ ಹುಡುಗ ಹಿಂದೆ ಬಿದ್ದಿದ್ದಾನೆ ಎಂದು ಶಂಭು ಬಂದು ಹೇಳಿದ್ದನಲ್ಲ ಅವನೇ! ಇವಾಗ ತಾನೆ ಬಂದು ಅರಣ್ಯ ಇಲಾಖೆಯಲ್ಲಿ ಕೆಲಸ ಸಿಕ್ಕಿದೆ. ನನಗೆ ನಿಮ್ಮ ಮಗಳನ್ನು ಮದುವೆ ಮಾಡಿಸಿಕೊಡಿ" ಎಂದು ಕೇಳಿದನೆಂದು ಮಡದಿಯ ಬಳಿ ಅಯ್ಯಣ್ಣನವರು ಹೇಳಿದರು.

"ನೋಡಿದ್ರಾ, ಅವತ್ತು ಅದೇ ಹುಡುಗನ ವಿಚಾರವಾಗಿ ರಾದ್ಧಾಂತ ಮಾಡಿ, ಬೊಳ್ಳವ್ವಳನ್ನು ಕಾಲೇಜು ಬಿಡಿಸಿ ಮನೆಯಲ್ಲಿ ಕೂರಿಸಿದ್ರಿ. ಇವಾಗ ಅದೇ ಹುಡುಗನಿಗೆ ಬೊಳ್ಳುವನ್ನು ಮದುವೆ ಮಾಡಿ ಕೊಟ್ರೆ, ಅವಳ ಬಾಳು ಹಸನಾಗುತ್ತದೆ ಎಂದು ನೀವೆ ಹೇಳ್ತಾ ಇದ್ದೀರ! ನಿಮ್ಮಿಷ್ಟ ಬಂದಂತೆ ಮಾಡಿ, ನಾನು ನಿಮ್ಮ ಬಳಿ ಒಳ್ಳೆದು-ಕೆಟ್ಟದು ಏನನ್ನು ಹೇಳಲು ಬರುವುದಿಲ್ಲ" ಎಂದು ಎಲ್ಲ ಜವಾಬ್ದಾರಿಯನ್ನು ಅಯ್ಯಣ್ಣನವರ ತಲೆಗೆ ಹಾಕಿ, ಎದುರಿಗೆ ಹುಸಿಗೋಪ ತೋರಿಸಿ, ಮನಸ್ಸಿನಲ್ಲಿ ನಗುತ್ತಾ ಒಳನಡೆದಳು.

ಬಾಗಿಲಲ್ಲೆ ನಿಂತಿದ್ದ ಬೊಳ್ಳವ್ವ, ಅಪ್ಪನ ಬಳಿ ಕೋಪ ಮಾಡಿಕೊಂಡು ಒಳಬರುತ್ತಿದ್ದ ಅಮ್ಮನನ್ನೆ ದಿಟ್ಟಿಸಿದಳು. ಕೋಪದಿಂದ ಮುಖಗಂಟಿಕ್ಕಿಕೊಂಡು ಅಯ್ಯಣ್ಣನ ಬಳಿಯಿಂದ ಒಳಬಂದ ಗೌರಮ್ಮ, ಮಗಳನ್ನು ಕಂಡ ತಕ್ಷಣವೇ "ಹುಡುಗ ಬಾರಿ ಚೆನ್ನಾಗಿದ್ದಾನೆ ಕಣೆ, ಒಳ್ಳೆ ಹುಡುಗನನ್ನೆ ಆಯ್ಕೆ ಮಾಡಿಕೊಂಡಿದ್ದೀಯ" ಎಂದು ನಗುಮೊಗದಿಂದ ಹೇಳಿದಳು.

ಅಮ್ಮನ ಮಾತು ಕೇಳಿ, 'ಒಳ್ಳೆಯ ಅಪ್ಪ, ಅಮ್ಮ' ಎಂದು ಬೊಳ್ಳವ್ವ ಮನಸ್ಸಿನಲ್ಲೆ ಹಿಗ್ಗತೊಡಗಿದಳು.

ಮರುದಿವಸ ಅಯ್ಯಣ್ಣನವರು ತಿಳಿಸಿದಂತೆ ಪೊನ್ನಪ್ಪನ ಕುಟುಂಬದವರು ಬಂದು ವಧುವನ್ನು ನೋಡುವುದರ ಜೊತೆಗೆ ಪೊನ್ನಪ್ಪ ತರಬೇತಿ ಮುಗಿಸಿ ಬಂದ ನಂತರದಲ್ಲಿ ವಿವಾಹ ನಡೆಸುವುದಾಗಿ ನಿಶ್ಚಯಿಸಿದರು. ಮುಂದೆ ಅರಣ್ಯ ಇಲಾಖೆಯ ತರಬೇತಿ ಮುಗಿಸಿ ಬಂದ ಪೊನ್ನಪ್ಪ, ಬೊಳ್ಳವ್ವಳನ್ನು ವಿವಾಹವಾಗುವುದರ ಜೊತೆಗೆ ಎರಡು ಗಂಡು ಮಕ್ಕಳನ್ನು ಹೆತ್ತು ಸುಮಾರು ಇಪ್ಪತ್ತೆಂಟು ವರ್ಷಗಳ ಅನ್ಯೋನ್ಯ ಜೀವನವನ್ನು ಕಳೆದಿದ್ದರು.

ಹಾಕಿ ಆಟದ ಸಲುವಾಗಿ ಇಂದು ಮಡಿಕೇರಿಯಲ್ಲೆ ಉಳಿದುಕೊಳ್ಳುತ್ತೇನೆ ಎಂದು ಕಿರಿಯ ಮಗ ಸನ್ನಿ ಕರೆ ಮಾಡಿದಾಗ, ತಾನೊಂದು ಕಾಲದಲ್ಲಿ ಹಾಕಿ ಆಡುತ್ತಿದ್ದದ್ದು ಮತ್ತು ಅದರಿಂದಾಗಿ ಬೊಳ್ಳವ್ವಳನ್ನು ಭೇಟಿಯಾಗಿ, ಮದುವೆಯಾದ ಆ ದಿನಗಳನ್ನು ಹಜಾರದ ಆರಾಮ ಕುರ್ಚಿಯಲ್ಲಿ ಕುಳಿತು ಮೆಲುಕು ಹಾಕುತ್ತಿದ್ದ ಪೊನ್ನಪ್ಪನವರಿಗೆ, "ತಗೋಳಿ ಕಾಫಿ, ಅದೇನು ಅಷ್ಟು ಗಾಢವಾಗಿ ಯೋಚನೆ ಮಾಡುತ್ತಿದ್ದೀರ" ಎಂದು ಬೊಳ್ಳವ್ವಳ ಧ್ವನಿ ಕಿವಿಗೆ ಸೋಕಿದಾಗಲೇ ಅವರು ವಾಸ್ತವ ಲೋಕಕ್ಕೆ ಮರಳಿದ್ದು.

ಅಧ್ಯಾಯ-4

ನಾಯರ್‌ನ ಮಡದಿ ಹೋಟೆಲ್‌ಗೆ ಬರಹೇಳಿದ ಸಮಯವಾಗಲು ಇನ್ನೂ ಎರಡೂವರೆ ತಾಸು ಕಾಯಬೇಕಾಗಿತ್ತು. ಏನೇ ಮಾಡಿದರೂ ಗಡಿಯಾರದ ಮುಳ್ಳು ಮುಂದಕ್ಕೆ ಸಾಗುತ್ತಿರಲಿಲ್ಲ. ಒಂದಷ್ಟು ಹೊತ್ತು ಅಲ್ಲಿ ಇಲ್ಲಿ ಅಡ್ಡಾಡಿ, ನಂತರ ಹೋಗಿ ಮಡಿಕೇರಿಯ ಬಸ್ಸು ನಿಲ್ದಾಣದಲ್ಲಿ ಕುಳಿತ ಸನ್ನಿ, ತಂಗುದಾಣದೊಳಕ್ಕೆ ಘಳಿಗೆಗೊಂದರಂತೆ ರಭಸದಿಂದ ಬರುತ್ತಿದ್ದ ಬಸ್ಸುಗಳು, ನೂರಾರು ರೀತಿಯ ಮುಖಭಾವಗಳನ್ನು ಹೊತ್ತು ದೂರದೂರಿಗೆ ಹೊರಡಲು ಸಜ್ಜಾಗಿರುವ ಪ್ರಯಾಣಿಕರು, ಜೋರಾಗಿ ಅಳುತ್ತಿದ್ದ ಮಕ್ಕಳು, ಭಾರವಾದ ಲಗೇಜುಗಳನ್ನು ಹೊತ್ತುಕೊಂಡು ಅತ್ತಿಂದಿತ್ತ, ಇತ್ತಿಂದತ್ತ ಓಡಾಡುತ್ತಿದ್ದ ಜನಗಳನ್ನು ನೋಡುತ್ತ ಸಮಯ ಕಳೆಯತೊಡಗಿದ.

ಸುಮಾರು ಹೊತ್ತು ಕಳೆದಾಗ, ಯಾವ ಬಸ್ಸು ಬಂದರೂ ಏರದೆ, ಸುಮ್ಮನೆ ಒಂದು ಬದಿಯಲ್ಲಿ ಕುಳಿತು ಕಾಲಹರಣ ಮಾಡುತ್ತಿದ್ದ ಸನ್ನಿಯನ್ನು ತಂಗುದಾಣದಲ್ಲಿದ್ದ ಕೆಲವರು ಅನುಮಾನದಿಂದ ನೋಡಲು ಪ್ರಾರಂಭ ಮಾಡಿದರು. ಇದು ಸನ್ನಿಯ ಅರಿವಿಗೆ ಬಂದಿದ್ದೆ ತಡ, ಇನ್ನು ಹೆಚ್ಚು ಹೊತ್ತು ಇಲ್ಲಿ ಕುಳಿತುಕೊಳ್ಳುವುದು ಸರಿಯಲ್ಲ ಎಂದು ತೀರ್ಮಾನ ಮಾಡಿದವನೇ ಎದ್ದು ಬಸ್‌ಸ್ಟಾಪಿನ ಮೂಲೆಯಲ್ಲಿದ್ದ ಶೌಚಾಲಯಕ್ಕೆ ಹೋಗಿ ಮೂತ್ರ ಮಾಡಿ, ಅಲ್ಲಿಂದ ಹೊರನಡೆದ.

ಮಡಿಕೇರಿ ಬಸ್ಸು ನಿಲ್ದಾಣದಿಂದ ಚೌಕಿಗೆ ಹೋಗುವ, ಬೆಟ್ಟದಂತ ಏರು ರಸ್ತೆಯಲ್ಲಿ ಹೆಜ್ಜೆ ಹಾಕುತ್ತಿದ್ದ ಸನ್ನಿಗೆ 'ಸಮಯ ಕಳೆಯಲು ಏನು ಮಾಡುವುದಪ್ಪ?' ಎಂಬ ಚಿಂತೆ ಕಾಡತೊಡಗಿತು. ಹೀಗೆ ಚಿಂತಾಕ್ರಾಂತನಾಗಿ

ನಡೆಯುತ್ತಿದ್ದ ಸನ್ನಿಯ ಕಣ್ಣಿಗೆ, ಎದುರು ಬದಿಯಲ್ಲಿ ಎತ್ತರಕ್ಕೆ ನಟನೊಬ್ಬನ ಕಟೌಟ್ ನಿಲ್ಲಿಸಿದ್ದ 'ಕಾವೇರಿ ಚಿತ್ರಮಂದಿರ' ಕಾಣಿಸಿತು. 'ಸುಮ್ಮನೆ ಅಲ್ಲಿ ಇಲ್ಲಿ ಅಡ್ಡಾಡಿ ಆಯಾಸ ಮಾಡಿಕೊಳ್ಳುವುದಕ್ಕಿಂತ, ಒಂದು ಟಿಕೇಟು ಖರೀದಿಸಿ ಚಿತ್ರ ನೋಡುವುದೇ, ಸಮಯ ಕಳೆಯಲು ಸರಿಯಾದ ಮಾರ್ಗ' ಎಂದು ಯೋಚಿಸಿದ ಸನ್ನಿ ತಡಮಾಡದೇ ಚಿತ್ರಮಂದಿರದತ್ತ ಸಾಗಿದ್ದ..

ಅದಾಗಲೇ ಸಿನಿಮಾ ಶುರುವಾಗಿ ಅರ್ಧ ತಾಸಿಗೂ ಮೇಲಾಗಿತ್ತು. ಟಿಕೆಟ್ ಕೌಂಟರಿನವನ ಬಳಿ ಹೋಗಿ "ಒಂದು ಬಾಲ್ಕನಿ ಟಿಕೆಟ್ ಕೊಡಿ" ಎಂದು ಸನ್ನಿ ಕೇಳಿದಾಗ "ಸರ್, ಬಾಲ್ಕನಿ ಇಲ್ಲ, ಬೇಕಾದರೆ ಗಾಂಧಿಕ್ಲಾಸ್ ಇದೆ, ಆಗಬಹುದಾ?" ಎಂದು ಟಿಕೆಟ್ ನೀಡುವವ ಉತ್ತರಿಸಿದ.

ಸದ್ಯದ ಪರಿಸ್ಥಿತಿಯಲ್ಲಿ, ಸಮಯ ಕಳೆಯಲು ನೆಲದ ಮೇಲೆ ಕುಳಿತು ಬೇಕಾದರು ಸಿನಿಮಾ ನೋಡಲು ತಯಾರಿದ್ದ ಸನ್ನಿ, "ಸರಿ ಯಾವುದಿದೆ ಅದು ಕೊಡಿ" ಎಂದು ಟಿಕೆಟ್ ಪಡೆದು, ಸೀಟು ತೋರಿಸುವವನ ಟಾರ್ಚ್ ಬೆಳಕನ್ನು ಹಿಂಬಾಲಿಸಿಕೊಂಡು ಚಿತ್ರಮಂದಿರದ ಒಳಹೊಕ್ಕ. "ಹೇ ಸೈಡ್ ಬನ್ರೋ ಪರದೆಗೆ ಅಡ್ಡ ಬರ್ತೀರಲ್ಲ" ಎಂದು ಕುತೂಹಲದಿಂದ ಚಿತ್ರ ವೀಕ್ಷಿಸುತ್ತಿದ್ದವನೊಬ್ಬ ಹಿಂದಿನಿಂದ ಕಿರುಚಿದ. ಅವನಿಗೆ ಪೂರಕವಾಗಿ ಒಂದಿಬ್ಬರು 'ಹೋ' ಎಂದು ಧ್ವನಿಗೂಡಿಸಿದರು. ಚಿತ್ರವೀಕ್ಷಕರ ಕೂಗಾಟಕ್ಕೆ ಬೆಚ್ಚಿ, ಮೆಲ್ಲನೆ ನಡುಬಗ್ಗಿಸಿ, ಕತ್ತಲೆಯಲ್ಲಿ ತಡವರಿಸಿಕೊಂಡು ಹೋಗಿ ಥಿಯೇಟರಿನವನು ಒಂದು ಮೂಲೆಯಲ್ಲಿ ತೋರಿಸಿದ ಆಸನದಲ್ಲಿ ಸನ್ನಿ ಕುಳಿತ.

ಸನ್ನಿಯ ತಲೆಯ ಮೇಲಿಂದ ಕತ್ತಲನ್ನು ಸೀಳಿಕೊಂಡು ಹೋಗುತ್ತಿದ್ದ ಬೆಳಕು ಮುಂಬದಿಯ ದೊಡ್ಡ ಪರದೆಯ ಮೇಲೆ ಬಣ್ಣಬಣ್ಣದ ಚಿತ್ತಾರಗಳನ್ನು ಮೂಡಿಸುತ್ತಿತ್ತು. ಸಿನಿಮಾದಲ್ಲಿ ಕುಣಿಯುತ್ತಿದ್ದ ನಟಿಯನ್ನು ನೋಡುತ್ತಿದ್ದ ಸನ್ನಿಗ್ಯಾಕೋ ಅವಳು ಶೀಲಳನ್ನೆ ಹೋಲುತ್ತಿರುವಂತೆ ಅನ್ನಿಸತೊಡಗಿತು. ಸಾಲದ್ದಕ್ಕೆ ಇಂದ್ಯಾಕೋ ಸಮಯದ ಮುಳ್ಳು, ಮುಂದಕ್ಕೆ ಚಲಿಸುತ್ತಲೇ ಇಲ್ಲವೆನ್ನುವಂತೆ ಸನ್ನಿಗೆ ಭಾಸವಾಗಿ, ಒಂದು ರೀತಿಯ ಸಂಕಟವನ್ನು ಅನುಭವಿಸತೊಡಗಿದ. ಸಮಯ ಸರಿಯತೊಡಗಿತು. ಸನ್ನಿ ಕೈಯಲ್ಲಿದ್ದ ಕೈಗಡಿಯಾರವನ್ನು ಮತ್ತೊಮ್ಮೆ ದಿಟ್ಟಿಸಿ ನೋಡಿದ. ಅವನ ಗಡಿಯಾರದ ಮುಳ್ಳು ಸದ್ಯ 7.45 ಎಂದು ತೋರಿಸುತ್ತಿತ್ತು. ಕುಳಿತಲ್ಲಿಂದ ಎದ್ದು ಪಕ್ಕದಲ್ಲಿದ್ದವರ ಕಾಲನ್ನು ಎಡವುತ್ತಾ, ಕುರುಡರು ನಡೆಯುವ ರೀತಿಯಲ್ಲಿ ಎರಡೂ ಕೈಗಳನ್ನು ಮುಂದಕ್ಕೆ ಚಾಚಿ ತಡಕಾಡುತ್ತ ಚಿತ್ರಮಂದಿರದಿಂದ ಸನ್ನಿ ಹೊರಬಂದ.

ಚಿತ್ರಮಂದಿರದಿಂದ ನಾಯರ್‌ನ ಹೋಟೆಲಿಗೆ ಕಾಲ್ನಡಿಗೆಯಲ್ಲಿ ತಲುಪಬೇಕಾದರೆ ಸುಮಾರು ಹತ್ತು ನಿಮಿಷಗಳ ದಾರಿ. ತನ್ನನ್ನು ಯಾರಾದರು ಗಮನಿಸುತ್ತಿದ್ದಾರ ಅಥವಾ ಹಿಂಬಾಲಿಸಿಕೊಂಡು ಬರುತ್ತಿದ್ದಾರ ಎಂಬ

ಭಯದಿಂದ ಹೆಜ್ಜೆಗಳ ನಡುನಡುವೆ ತಿರುಗಿ ನೋಡುತ್ತಾ ಸನ್ನಿ ಹೋಟೆಲಿನತ್ತ ದಾಪುಗಾಲಿಡತೊಡಗಿದ. ದೂರದಲ್ಲಿ 'ನಾಯರ್ ಹೋಟೆಲ್' ಎಂಬ ಬೋರ್ಡು ಸನ್ನಿಗೆ ಕಾಣಿಸತೊಡಗಿತು. ದಾರಿಯುದ್ದಕ್ಕೂ ಬೆಳಗುತ್ತಿದ್ದ ಬೀದಿ ದೀಪದ ನೆರಳೇ ಅವನನ್ನು ಹಿಂಬಾಲಿಸಿ ಒಂದು ರೀತಿಯಲ್ಲಿ ಭಯಪಡಿಸಲು ಪ್ರಾರಂಭಮಾಡಿತ್ತು. ಅದರ ಜೊತೆಗೆ ಅಲ್ಲೆಲ್ಲೊ ನಾಯಿಗಳು ಊಳಿಡುವ ಶಬ್ದ, ಆ ಕತ್ತಲೆಯ ನೀರವತೆಯ ಕ್ರೌರ್ಯವನ್ನು ಇನ್ನಷ್ಟು ಭೀಕರಗೊಳಿಸುತ್ತಿತ್ತು.

ಮಡಿಕೇರಿಯ ಹೃದಯ ಭಾಗದಿಂದ ನಾಯರಿನ ಹೋಟೆಲ್ ಸುಮಾರು ಅರ್ಧ ಫರ್ಲಾಂಗು ದೂರ ಇದ್ದುದರಿಂದ ಆ ಭಾಗದಲ್ಲಿ ವಾಹನದ ಓಡಾಟ ತುಂಬಾ ವಿರಳವಾಗಿತ್ತು. ಇನ್ನೇನು ಹೋಟೆಲ್ ತಲುಪಲು ಹತ್ತು ಹೆಜ್ಜೆ ಬಾಕಿ ಉಳಿದಿರುವಾಗ, ಸನ್ನಿ ತಿರುಗಿ ನಿಂತು, ಸುತ್ತಲೂ ಒಮ್ಮೆ ದಿಟ್ಟಿಸಿದ. ಬೀದಿದೀಪದ ಬೆಳಕಿಗೆ ಮುತ್ತಿಕ್ಕಲು ಮಳೆಹುಳಗಳು ಹವಣಿಸುತ್ತಿದ್ದದ್ದನ್ನು ಬಿಟ್ಟರೆ, ಪಕ್ಕದಲ್ಲಿದ್ದ ಪಬ್ಲಿಕ್ ನಲ್ಲಿಯಿಂದ 'ಟಳ್ ಟಳ್' ಎಂದು ನೀರು ತೊಟ್ಟಿಕ್ಕುವ ಧ್ವನಿ ಮಾತ್ರ ಆ ನಿಶ್ಶಬ್ದ ವಾತಾವರಣದಲ್ಲೂ ಕೂಡ ಕೇಳಿಬರುತ್ತಿತ್ತು. ಯಾರೂ ಇಲ್ಲವೆಂಬುದು ಖಾತರಿಯಾದ ನಂತರದಲ್ಲಿ ದೀರ್ಘವಾದ ನಿಟ್ಟುಸಿರೊಂದನ್ನು ಬಿಟ್ಟ ಸನ್ನಿ, ಹೋಟೆಲಿನ ಬಾಗಿಲಿನತ್ತ ಹೆಜ್ಜೆಹಾಕಿದ. ತಕ್ಷಣ ಅವನಿಗೆ ಶೀಲ ಬೆಳಿಗ್ಗೆ ಹೇಳಿದ್ದು ನೆನಪಾಯಿತು. ಅದರಂತೆ ಬಾಗಿಲಿಗೆ ಎರಡು ಬಾರಿ 'ಟಕ್ ಟಕ್' ಎಂದು ಮೊಟಕಿದ.

ಇವನ ಬರುವಿಕೆಗಾಗಿ ಕಾತುರದಿಂದ ಮೈತೊಳೆದುಕೊಂಡು, ಕತ್ತಿನ ಸುತ್ತ ಪರಿಮಳ ಸೂಸುವ ಸಲುವಾಗಿ ಪೌಡರ್ ಸುರುವಿಕೊಂಡು, ತಲೆಮುಡಿಯಿಂದ ಸೋರುತ್ತಿದ್ದ ನೀರನ್ನು ಒರೆಸುತ್ತಾ ಮಂಚದ ಮೇಲೆ ಕುಳಿತಿದ್ದ ಶೀಲಳಿಗೆ, ಬಾಗಿಲಿಗೆ ಎರಡು ಬಾರಿ ಕುಟ್ಟಿದ ಶಬ್ದ ಕೇಳಿದೊಡನೆ 'ಸನ್ನಿ ಬಂದಿದ್ದಾನೆ' ಎಂದು ಖಾತರಿಯಾಯಿತು. ಎದ್ದವಳೇ ಬೆಕ್ಕಿನ ನಡಿಗೆಯಲ್ಲಿ ಸದ್ದು ಮಾಡದೇ ಮೆಲ್ಲನೆ ಕಳ್ಳ ಹೆಜ್ಜೆ ಹಾಕುತ್ತಾ ಬಾಗಿಲ ಬಳಿ ಬಂದು, ಹಲಗೆಗಳ ನಡುವಲ್ಲಿ ಬಿರುಕುಬಿಟ್ಟಿದ್ದ ಸಂದಿಯಲ್ಲಿ ಇಣುಕಿ ನೋಡಿದಳು. ತಿರುಗಿ ನಿಂತಿದ್ದ ಸನ್ನಿ ಅತ್ತಿತ್ತ ತಲೆ ಹೊರಳಿಸುತ್ತಾ ಗಾಬರಿಯಿಂದ ನಿಂತಿರುವುದು ಶೀಲಳಿಗೆ ಕಾಣಿಸಿತು. ಸದ್ದು ಮಾಡದೆ ಚಿಲಕವನ್ನು ಸರಿಸಿ, ಬಾಗಿಲನ್ನು ತೆರೆದಳು. 'ಕರ್ರ್' ಎಂದು ಬಾಗಿಲು ತೆರೆದ ಶಬ್ದ ಕಿವಿಗೆ ಬಿದ್ದ ತಕ್ಷಣ ಸನ್ನಿ ತಿರುಗಿ ನೋಡಿದ. ಬಾಗಿಲ ಸೆರೆಯಿಂದ ಪಿಳಿಪಿಳಿ ಕಣ್ಣು ಬಿಡುತ್ತಾ, ಬಾಯಿಯ ಮೇಲೆ ಬೆರಳಿಟ್ಟು ಸದ್ದು ಮಾಡಬೇಡ ಎಂದು ಸನ್ನೆ ಮಾಡುತ್ತಾ, ಅವನ ಕೈ ಹಿಡಿದು ಒಳಗೆಳೆದುಕೊಂಡ ಶೀಲ ಕದ ಮುಚ್ಚಿದಳು.

ಬಾಗಿಲ ಚಿಲ್ಕವನ್ನು ಭದ್ರಪಡಿಸಿದ ಶೀಲ, ಹೋಟೆಲಿನೊಳಕ್ಕೆ ಸಂದುಗಳ ಮೂಲಕ ಇಣುಕುತ್ತಿದ್ದ ಬೀದಿದೀಪದ ಬೆಳಕಿಗೆ ಮುಖವೊಡ್ಡಿ, ಬೇಟೆಗಾರ

ತನ್ನ ಏಕಾಗ್ರತೆಯನ್ನು ಕೋವಿಯ ನಳಿಕೆಯ ತುದಿಯಲ್ಲಿಟ್ಟು ಒಂಟಿಕಣ್ಣಿನಲ್ಲಿ ನೋಡುವ ಹಾಗೆ, ಉಸಿರು ಬಿಗಿಹಿಡಿದು ಆ ಬಾಗಿಲಿನ ಹಲಗೆಗಳ ಸೆರೆಯಲ್ಲಿ ಮತ್ತೊಮ್ಮೆ ಇಣುಕಿ ನೋಡಿದಳು. ಅವಳ ಹಿಂಬದಿಯಲ್ಲಿ ನಿಂತಿದ್ದ ಸನ್ನಿ ಭಯದಿಂದ ಅವಳನ್ನೇ ನೋಡುತ್ತಾ ನಡುಗುತಲಿದ್ದ.

ಸನ್ನಿಯತ್ತ ತಿರುಗಿದ ಶೀಲ, "ನೀ ಬಂದದ್ದನ್ನು ಯಾರೂ ನೋಡಲಿಲ್ಲ ತಾನೇ?" ಎಂದು ಮೆಲ್ಲಗೆ ಮಲಯಾಳಂ ಮಿಶ್ರಿತ ಕನ್ನಡದಲ್ಲಿ ಕೇಳಿದಳು. ಸನ್ನಿಯ ಬಾಯಿಂದ ಪದಗಳೆ ಹೊರಡುತ್ತಿಲ್ಲ. ತಡವರಿಸಿ 'ಹೂ ಹುಂ' ಎಂದು ಕತ್ತಾಡಿಸಿದ, ಆ ಮಂದ ಬೆಳಕಿನಲ್ಲಿ ಸನ್ನಿಯ ಮೊಗದಲ್ಲಿ ಆವರಿಸಿದ್ದ ಭಯ ಶೀಲಳಿಗೆ ಎದ್ದು ಕಾಣುತ್ತಿತ್ತು. 'ಸರಿ, ನಡಿ' ಎಂದು ಪಾದವನ್ನೆತ್ತಿ, ಕಾಲಬೆರಳುಗಳ ತುದಿಯಿಂದ ಹೆಜ್ಜೆಗಳನ್ನೂರುತ್ತ ಶಬ್ದವಾಗದಂತೆ ಸನ್ನಿಯ ಕೈಹಿಡಿದು ಮಲಗುವ ಕೋಣೆಗೆ ಕರೆದುಕೊಂಡು ಹೋದಳು. ಸನ್ನಿ ಮೌನವಾಗಿ ಬಸವನಂತೆ ಅವಳ ಹಿಂಬದಿಯನ್ನು ದಿಟ್ಟಿಸುತ್ತ ಅವಳಿಂದೆ ಹೆಜ್ಜೆಹಾಕತೊಡಗಿದ.

ಮಲಗುವ ಕೋಣೆಯನ್ನು ಹೊಕ್ಕವನೆ ನಾಯರ್ ಮಲಗುತ್ತಿದ್ದ ಮಂಚವನ್ನೊಮ್ಮೆ ದಿಟ್ಟಿಸಿದ. ಅವನ ಕಾಲು ನಡುಗುವುದು ಇನ್ನೂ ನಿಂತಿರಲಿಲ್ಲ. ಭಯದಿಂದಾಗಿ ಬೆರಳುಗಾತ್ರದ ಬೆವರಹನಿಗಳು ಸನ್ನಿಯ ಮುಖದಿಂದ ತೊಟ್ಟಿಕ್ಕುತ್ತಿದ್ದವು. ಅವನ ಅವಸ್ಥೆಯನ್ನು ಅರ್ಥಮಾಡಿಕೊಂಡ ಶೀಲ, ಸನ್ನಿಯನ್ನು ಬರಸೆಳೆದು ಎದೆಗವುಚಿಕೊಂಡು "ಪೇಡಿ ಆಗುನ್ನುಂಡೋ" ಎಂದು ಕೇಳಿದಳು. ಅವಳ ಅಪ್ಪುಗೆಯಿಂದ ಉಸಿರುಗಟ್ಟಿದಂತಾದ ಸನ್ನಿ, ಬಿಡಿಸಿಕೊಂಡು "ಭಯವೇನು ಇಲ್ಲ" ಎಂದು ಹೇಳಿದ.

ಸನ್ನಿಗೆ ಇದು ಮೊದಲ ಅನುಭವ ಎಂಬುದು ಅವನ ಮುಖಭಾವದಿಂದಲೇ ಅರಿತ ಶೀಲ, ತನ್ನ ಹಿಡಿತವನ್ನು ಮೆಲ್ಲನೆ ಸಡಿಲಿಸಿ, "ಗಾಬರಿಯಾಗಬೇಡ, ಕೊಂಚ ಸಾವರಿಸಿಕೋ, ನಾನು ನಿನಗೆ ಊಟ ತರುತ್ತೇನೆ" ಎಂದು ಅಡುಗೆ ಕೋಣೆಯೆಡೆಗೆ ನಡೆದಳು. ಸನ್ನಿ ಅವಳು ಹೋದ ನಂತರದಲ್ಲಿ ನಾಯರ್ ಮಲಗುತ್ತಿದ್ದ ನಂದಿ ಮರದಿಂದ ತಯಾರಿಸಿದ್ದ ಮಂಚದ ಮೇಲೆ ಸದ್ದಾಗದಂತೆ ಕುಳಿತ. ಒಂದೆರಡು ನಿಮಿಷಗಳ ತರುವಾಯ ಊಟದ ತಟ್ಟೆಯೊಂದಿಗೆ ಮರಳಿ ಬಂದ ಶೀಲ, ಪ್ಲೇಟನ್ನು ಸನ್ನಿಯ ಕೈಗಿತ್ತು, "ಊಟ ಮಾಡು" ಎಂದು ಹೇಳಿದಳು. ಅದಾಗಲೇ ಹಸಿವಿನಿಂದಾಗಿ ಸನ್ನಿಯ ಹೊಟ್ಟೆಯೊಳಗಿಂದ 'ಗುರ್ರ್ ಗುರ್ರ್' ಎಂದು ವಿಚಿತ್ರ ಶಬ್ದಗಳು ಹೊರಬರಲು ಪ್ರಾರಂಭವಾಗಿತ್ತು. ತಟ್ಟೆ ಕಂಡೊಡನೆ ಕೈಗೆತ್ತಿಕೊಂಡ ಸನ್ನಿ ಗಬಗಬ ಎಂದು ಊಟ ಮಾಡಲು ಪ್ರಾರಂಭ ಮಾಡಿದ.

ಆ ನಡುವಲ್ಲಿ 'ದಡದಡ' ಎಂದು ಯಾರೋ ಬಾಗಿಲು ಬಡಿದ ಶಬ್ದ ಕೇಳಿಬರತೊಡಗಿತು. ಅನಿರೀಕ್ಷಿತವಾಗಿ ಕೇಳಿದ ಆ ಧ್ವನಿಯಿಂದಾಗಿ ಸನ್ನಿಯ

ಬಾಯಲ್ಲಿದ್ದ ತುತ್ತು ಗಂಟಲಲ್ಲಿ ಸಿಕ್ಕಿಕೊಂಡಂತಾಗಿ, ನೀರಿಗಾಗಿ ತಡಕಾಡುತ್ತಾ, ಕಣ್ಣುಗುಡ್ಡೆಯನ್ನು ಮೇಲೆ ಮಾಡಿಕೊಳ್ಳತೊಡಗಿದ. ಪಕ್ಕದಲ್ಲೆ ಕುಳಿತು ಸನ್ನಿಯ ತೊಡೆ ಸವರುತ್ತಿದ್ದ ಶೀಲ, ತಕ್ಷಣ ಟೇಬಲಿನ ಮೇಲಿದ್ದ ನೀರಿನ ಲೋಟವನ್ನು ತಂದು ಅವನಿಗೆ ನೀರು ಕುಡಿಸಿ, ಅವನ ತಲೆಯ ಮೇಲೆ ಎರಡೇಟು ತಟ್ಟಿದಳು. ಅವಾಗ ಸನ್ನಿಯ ಗಂಟಲಲ್ಲಿ ಸಿಕ್ಕಿದ್ದ ಅನ್ನ ಮೆಲ್ಲನೆ ಕೆಳಗಿಳಿಯಿತು. ಸನ್ನಿ, 'ಎಲ್ಲವೂ ಮುಗಿಯಿತು' ಎಂಬಂತೆ ಗಾಬರಿಯಿಂದ ಶೀಲಳೆಡೆಗೆ ನೋಡಿದ.

"ಇಷ್ಟು ದೊಡ್ಡವನಿದ್ದೀಯಾ, ಈ ರೀತಿ ಹೆದರಿದರೆ ಹೇಗೆ?" ಎಂದು ಅವನ ಧೈರ್ಯವನ್ನು ಅಣಕವಾಡಿದ ಶೀಲ, "ಆ ರೀತಿ ಬಾಗಿಲು ಬಡಿಯುವುದು ಇಲ್ಲಿ ಸಾಮಾನ್ಯ; ಈ ಹೊತ್ತಿನಲ್ಲಿ ಮಡಿಕೇರಿ ನಗರದ ಬೇರೆಲ್ಲು ಊಟ ಸಿಗುವುದಿಲ್ಲ. ಅದರಿಂದ ರಾತ್ರಿ ಹೊತ್ತಲ್ಲಿ ದಾರಿ ಹೋಕರು ನಮ್ಮ ಹೋಟೆಲಿಗೆ ಬಂದು ಬಾಗಿಲು ಬಡಿಯುತ್ತಾರೆ. ನಾಯರ್ ಇದ್ದರೆ ಬಾಗಿಲು ತೆರೆದು ಉಳಿಕೆಯಾದದ್ದನ್ನು ಕಟ್ಟಿಕೊಡುತ್ತಿದ್ದ. ಈ ವಿಚಾರವಾಗೆ ನಾನು ನಿನ್ನ ಬಳಿ ಸಂಜೆ ಹೇಳಿದ್ದು, ನೀನು ಬಂದು, ಎರಡು ಬಾರಿ ಬಡಿದರೆ ಮಾತ್ರ ನಾನು ಬಾಗಿಲು ತೆಗೆಯುವುದು ಎಂದು, ತಿಳೀತಾ!" ಎಂದು ಹುಸಿಗೋಪ ಮಾಡಿಕೊಂಡು ಅವನ ಕೆನ್ನೆಯನ್ನು ಚಿವುಟಿದಳು.

ಹಲವು ದಿನಗಳಿಂದ ಶೀಲಳ ಹಿಂದಿಂದೆ ಅಲೆದಿದ್ದ ಸನ್ನಿಗೆ, ಇಂದು ಅವಳಾಗಿಯೇ, ನನ್ನ ಗಂಡ ಮನೆಯಲ್ಲಿರುವುದಿಲ್ಲ ರಾತ್ರಿ ಮನೆಗೆ ಬಾ ಎಂದಾಗ 'ಅನ್ನ ಹಳಸಿತ್ತು, ನಾಯಿ ಹಸಿದಿತ್ತು' ಎನ್ನುವಂತೆ ಹಿಂದೆಮುಂದೆ ಯೋಚನೆ ಮಾಡದೇ ನಾಯರ್‌ನ ಅಂತಃಪುರದೊಳಕ್ಕೆ ಸನ್ನಿ ಕಾಲಿಟ್ಟುಬಿಟ್ಟಿದ್ದ. ಆದರೆ ಬಂದ ನಂತರದಲ್ಲಿ ಪಕ್ಕದ ಕೋಣೆಯಲ್ಲಿ ಹಲ್ಲಿ ಲೊಚಗುಟ್ಟಿದರು, ಗೋಡೆಯ ಮೇಲಿನ ಗಡಿಯಾರ 'ಟಕ್ ಟಕ್' ಎಂದು ಶಬ್ದ ಮಾಡಿದರು, ಊಟಕ್ಕಾಗಿ ಯಾರಾದರು ಬಂದು ಬಾಗಿಲು ಬಡಿದರು ಸನ್ನಿ ಭಯದಿಂದ ಬೆಚ್ಚಿಬೀಳತೊಡಗಿದ. ಆ ಕ್ಷಣಕ್ಕೆ ಅವನಿಗೆ ಯಾವ ಮಟ್ಟಿಗೆ ಭೀತಿ ಕಾಡುತ್ತಿತ್ತು ಎಂದರೆ ಒಂದು ಬಾರಿ ಇಲ್ಲಿಂದ ತಪ್ಪಿಸಿಕೊಂಡು ಹೊರ ಹೋದರೆ ಸಾಕು ಎಂಬಂತಾಗಿಬಿಟ್ಟಿತ್ತು

ನಾಯರಿನ ಮನೆಯೊಳಗೆ ಹೊಕ್ಕ ನಂತರದಲ್ಲಿ ಆಗುವ ಪರಿಣಾಮಗಳ ಬಗ್ಗೆ, ಆ ಕ್ಷಣದವರೆಗೆ ಅವನ ತಲೆಗೆ ಸುಳಿಯದಿದ್ದ ಹಲವಾರು ವಿಚಾರಗಳು, ಒಮ್ಮಿಂದೊಮ್ಮೆಗೆ ಅವನೊಳಗೆ ಹೊಕ್ಕು, ಒಂದು ರೀತಿಯಲ್ಲಿ ಚಡಪಡಿಸತೊಡಗಿದ. ಒಂದು ವೇಳೆ ನಾನು ನಾಯರಿನ ಕೋಣೆಯೊಳಗೆ ಸೇರಿಕೊಂಡಿರುವುದು ಯಾರಿಗಾದರು ಗೊತ್ತಾಗಿ, ಶೀಲಚೇಚಿಯೊಂದಿಗೆ ನನ್ನನ್ನು ಕೈಯಾರೆ ಹಿಡಿದುಬಿಟ್ಟರೆ, ನನ್ನ ಜೀವನ, ಶಿಕ್ಷಣ, ಮಾನ, ಮರ್ಯಾದೆ ಎಲ್ಲವೂ ಇಲ್ಲಿಗೆ ಕೊನೆಯಾಗಿ ಬಿಡಬಹುದು! ಎಂದು ಆತಂಕದಿಂದ ಚಿಂತಿಸುತ್ತ,

ಆ ಮಂದಬೆಳಕಿನಲ್ಲಿ ತೆಳುವಾದ ನೀಲಿಬಣ್ಣದ ನೈಟಿ ತೊಟ್ಟು ಅತ್ತಿಂದಿತ್ತ ಓಡಾಡುತ್ತಿದ್ದ ಶೀಲಳನ್ನು ಎವೆಯಿಕ್ಕದೆ ನೋಡತೊಡಗಿದ.

ಮಧ್ಯ ವಯಸ್ಸು ಕಳೆದರೂ ಕೂಡ, ಇಲ್ಲಿಯವರೆಗೆ ಯಾವುದೇ ಗಂಡಸಿನ ಸ್ಪರ್ಶ ಸೋಕದೆ ವಿರಹದ ಬೇಗೆಯಿಂದ ಬೇಯುತ್ತಿದ್ದ ಶೀಲ ಹಲವಾರು ಕನಸುಗಳನ್ನು ಹೊತ್ತು ಮುದುಕ ನಾಯರ್‌ನನ್ನು ಮದುವೆಯಾಗಲು ಒಪ್ಪಿಕೊಂಡಿದ್ದಳು. ಆದರೆ ಅದಾಗಲೇ 'ನಾಯರಿನ ಗಂಡಸ್ತನ, ಭರಣಿಯಲ್ಲಿ ಹಾಕಿದ್ದ ಮಿಡಿ ಮಾವಿನಕಾಯಿಯಂತೆ ಸುಂಡು ಹೋಗಿದ್ದರಿಂದ' ಅವನಿಂದ ಯಾವುದೇ ಸುಖಭೋಗಗಳನ್ನು ಅನುಭವಿಸಲು ಶೀಲಳಿಗೆ ಸಾಧ್ಯವಾಗಿರಲಿಲ್ಲ. ಜೊತೆಗೆ ವಿರಹವೇದನೆಯಿಂದ ಶೀಲ ರಾತ್ರಿಪೂರ ಒದ್ದಾಡುತ್ತಿದ್ದರೆ, ನಾಯರ್ ಅವಳ ಸಮಸ್ಯೆಗೂ ತನಗೂ ಸಂಬಂಧವೇ ಇಲ್ಲವೆನ್ನುವಂತೆ, ನಂದಿಮಂಚದ ಮೂಲೆಯಲ್ಲಿ ಮುದುರಿ ಮಲಗಿಕೊಳ್ಳುತ್ತಿದ್ದ.

ಹೀಗಿರುವಾಗ ಶೀಲಳ ಎದೆಯಾಳದಲ್ಲಿ ಹುದುಗಿದ್ದ ಕಾಮದ ಜ್ವಾಲೆ ದಿನಗಳೆದಂತೆ ಒಳಗೊಳಗೆ ಹೊತ್ತಿ ಉರಿಯತೊಡಗಿತ್ತು. ಜೊತೆಗೆ ಆ ಬೇನೆಯನ್ನು ಶಮನ ಮಾಡಿಕೊಳ್ಳುವ ಸಲುವಾಗಿ ಯಾರಾದರೊಬ್ಬ ಗಂಡಸನ್ನು ಹುಡುಕುತ್ತಿದ್ದ ಶೀಲಳ ಕಣ್ಣಿಗೆ ಆ ಸಂದರ್ಭಕ್ಕೆ ಸರಿಯಾಗಿ ಸನ್ನಿ ಬೀಳುತ್ತಾನೆ. ಹೀಗೆ ಕೆಲದಿನಗಳಲ್ಲೆ ಹೊಂಚುಹಾಕಿ ಸನ್ನಿಯನ್ನು ತನ್ನ ಬಲೆಗೆ ಕೆಡವಿಕೊಳ್ಳಲು ಶೀಲ, ಯಶಸ್ವಿ ಕೂಡ ಆಗಿದ್ದಳು. ಆದರೆ ಇದ್ಯಾವುದರ ಪರಿವೇ ಇಲ್ಲದೆ, ಶೀಲಳ ಖೆಡ್ಡಕ್ಕೆ ಬಿದ್ದಿದ್ದ ಸನ್ನಿ, ನಾಯರ್‌ನ ಕೋಣೆಯೊಳಗೆ ಕಾಲಿಟ್ಟ ನಂತರದಲ್ಲಿ ಭಯದಿಂದ ತತ್ತರಿಸತೊಡಗಿದ. ಈ ಅವಕಾಶವನ್ನು ಯಾವುದೇ ಕಾರಣಕ್ಕೂ ಹಾಳುಮಾಡಿಕೊಳ್ಳಲು ಸಿದ್ಧಳಿಲ್ಲದ ಶೀಲ, ಶತಾಯಗತಾಯ ಸನ್ನಿಯ ಮೂಲಕ ತನ್ನ ಕಾಮದಾಹವನ್ನು ತಣಿಸಿಕೊಳ್ಳಲು ಪ್ರಯತ್ನ ಶುರುವಿಟ್ಟುಕೊಂಡಳು. ತನ್ನ ಆಸೆಯನ್ನು ಪೂರೈಸಿಕೊಳ್ಳುವ ಸಲುವಾಗಿ ಭಯದಿಂದ ನಡುಗುತ್ತಿದ್ದ ಸನ್ನಿಯನ್ನು ಪರಿಪರಿಯಾಗಿ ಕಾಡಿ, ಪ್ರಚೋದಿಸತೊಡಗಿದಳು. ಹಲವು ತಾಸುಗಳ ಪ್ರಯತ್ನದ ಫಲವಾಗಿ, ಮಧ್ಯರಾತ್ರಿಯಾಗುವ ವೇಳೆಗೆ, ಸನ್ನಿ ಅವಳ ಬೆತ್ತಲೆ ದೇಹವನ್ನು ನೋಡಿ ಮೇಣದಂತೆ ಕರಗಲು ಶುರುವಾದ. ನಂತರದಲ್ಲಿ ಇಬ್ಬರು ಮೈಮರೆತು ರಮಿಸತೊಡಗಿದರು.

ಮರುದಿನ ಸನ್ನಿ ಕಣ್ಣು ಬಿಟ್ಟು ನೋಡಿದರೆ, ಪಕ್ಕದಲ್ಲಿ ಶೀಲ ಇರಲಿಲ್ಲ. ಅದಾಗಲೆ ಸುತ್ತಲೂ ಬೆಳಕು ಹರಿದಿತ್ತು. ಹೊರಗಡೆ ವಾಹನಗಳು ಓಡಾಡುವ ಶಬ್ದ, ಹೋಟೆಲಿನೊಳಗೆ ಜನ ಮಾತನಾಡುವ ಧ್ವನಿ, ಕೇಳಿಸುತ್ತಿದ್ದವು. ಎದ್ದುಕುಳಿತ ಸನ್ನಿ ಕಣ್ಣೊರೆಸಿಕೊಂಡು, ರಾತ್ರಿ ಮಲಗುವ ಮುನ್ನ ಮಂಚದ ಪಕ್ಕದಲ್ಲಿದ್ದ ಟೇಬಲಿನ ಮೇಲೆ ಬಿಚ್ಚಿಟ್ಟಿದ್ದ ತನ್ನ ಎಚ್.ಎಂ.ಟಿ. ಕೈ ಗಡಿಯಾರವನ್ನು ತೆಗೆದು ನೋಡಿದ. ಸಮಯ 8.30 ಎಂದು

ತೋರಿಸುತ್ತಿತ್ತು. 'ಏನಪ್ಪ ಮಾಡುವುದು ಇವಾಗ? ಇವಳು ಬೆಳಕರಿಯುವ ಮುನ್ನವೇ ಎಬ್ಬಿಸಿ ನನ್ನನ್ನು ಹೊರ ಕಳುಹಿಸುತ್ತಾಳೆ ಎಂದುಕೊಂಡರೆ, ಹೊದಿಸಿದ ಕಂಬಳಿಯ ಮೇಲೆ ಮತ್ತೊಂದನ್ನು ಹೊದಿಸಿ, ನನ್ನನ್ನು ಬೆಚ್ಚಗೆ ಮಲಗಿಸಿ, ಊರಿಗೆ ಊರೆ ಎಚ್ಚರವಾದ ನಂತರದಲ್ಲಿ ನನ್ನನ್ನು ಏಳುವ ಹಾಗೆ ಮಾಡಿಬಿಟ್ಟಳಲ್ಲ! ಇನ್ನೇಗೆ ಇಲ್ಲಿಂದ ಹೊರಹೋಗುವುದು! ಎಂದು ಚಿಂತಾಕ್ರಾಂತನಾದ.

ಕೋಳಿ ಕೂಗುವ ಮೊದಲೇ ಎದ್ದು ಊರಿಗೆ ಹೋಗಿದ್ದರೆ, ಬಟ್ಟೆ ಬದಲಿಸಿಕೊಂಡು ಬಂದು ಮತ್ತೆ ಕಾಲೇಜಿಗೆ ಹೋಗಬಹುದಿತ್ತು. ಆದರಿವಾಗ, ರಾತ್ರಿಪೂರ ಹೊರಳಾಡಿ ಮಸುಕಾಗಿದ್ದ ಈ ಬಟ್ಟೆ ತೊಟ್ಟು ಕಾಲೇಜಿಗೆ ಹೋಗುವುದಾದರು ಹೇಗೆ? ಹೋಟೆಲಿನ ಮುಖ್ಯದ್ವಾರದಿಂದ ಹೊರಗೆ ದಾಟುವ ಎಂದರೆ ಮುಂಭಾಗದಲ್ಲಿ ತಿಂಡಿ ಮಾಡಿಕೊಂಡು ಯಾರು ಕುಳಿತ್ತಿದ್ದಾರೊ ಏನೋ? ಎಂದು ಯೋಚಿಸುತ್ತ, ರಾತ್ರಿ ಉನ್ಮಾದ ಮುಗಿಲುಮುಟ್ಟಿದ್ದ ಸಂದರ್ಭದಲ್ಲಿ ಶೀಲ ಕಳಚಿ ಮೂಲೆಗೆ ಎಸೆದಿದ್ದ ತನ್ನ ಪ್ಯಾಂಟನ್ನು ಸನ್ನಿ ತಡಕಾಡಿ ತೆಗೆದು ಧರಿಸಲು ಯತ್ನಿಸುತ್ತಿದ್ದ. ಅಷ್ಟರಲ್ಲಿ ಹೋಟೆಲಿನೊಳಗಿಂದ ಟೀ ಲೋಟವನ್ನು ಕೈಯಲ್ಲಿಡಿದುಕೊಂಡು ಕೋಣೆಗೆ ಬಂದ ಶೀಲ, ಸನ್ನಿಯನ್ನು ನೋಡಿ "ಇವಾಗ ಎದ್ದೆಯಾ? ರಾತ್ರಿ ಒಳ್ಳೆ ನಿದ್ರೆ ಬಂತಾ?" ಎಂದು ಕೇಳಿದಳು.

"ಬೆಳಿಗ್ಗೆ ಬೇಗ ಎಬ್ಬಿಸಿ ನನ್ನನ್ನು ಕಳುಹಿಸಬೇಕು ತಾನೆ? ಇಂದು ಕಾಲೇಜಿಗೆ ಹೋಗದಿದ್ದರೆ ಎಲ್ಲರಿಗು ಸಂಶಯ ಮೂಡುತ್ತದೆ!" ಎಂದು ಸಿಡುಕ್ಕುತ್ತಾ ಸನ್ನಿ ಹೊರಡಲು ಅನುವಾದ. "ನಿನಗೆ ತಲೆಗಿಲೆ ಏನಾದರು ಕೆಟ್ಟಿದೆಯಾ? ಹೊರಗಡೆ ಹೋಟೆಲಿನಲ್ಲಿ ಅಷ್ಟೊಂದು ಜನ ಕುಳಿತಿರುವಾಗ, ಕಾಲೇಜಿಗೆ ಹೋಗುತ್ತೀನಿ ಅಂತ ಹೇಳುತ್ತಿದ್ದಿಯಲ್ಲ. ಯಾರಾದರು ನೋಡಿದರೆ ಏನು ಕಥೆ?" ಎಂದು ಸನ್ನಿಯನ್ನು ಭಯಭೀತನನ್ನಾಗಿಸಿ, "ಸುಮ್ನೆ ಇಲ್ಲೆ ಕುಳಿತುಕೋ, ಜನ ಖಾಲಿಯಾದ ಮೇಲೆ ನಾನೇ ಕಳುಹಿಸಿಕೊಡುತ್ತೇನೆ" ಎಂದು ಕೋಪದಿಂದ ಹೇಳಿದ ಶೀಲ, ಟೀ ಲೋಟವನ್ನು ಅವನ ಕೈಗಿಟ್ಟಳು. ಒಲ್ಲದ ಮನಸ್ಸಿನಿಂದ ಅವಳ ಕೈಯಿಂದ ಟೀಲೋಟವನ್ನು ತೆಗೆದುಕೊಂಡ ಸನ್ನಿ, ಸುಮ್ಮನೆ ಹೀರಲು ಶುರುಮಾಡಿದ.

"ಬಚ್ಚಲಲ್ಲಿ ಬಿಸಿನೀರು ಸಿದ್ದವಾಗಿದೆ. ಸ್ನಾನ ಮಾಡಿ, ಆ ಪ್ಯಾಂಟನ್ನು ಅಲ್ಲೆ ಬಿಚ್ಚಾಕಿ, ಬಾಗಿಲ ಮೇಲೆ ಒಂದು ಪಂಚೆ ಇಟ್ಟಿದ್ದೇನೆ ಅದನ್ನು ತೊಟ್ಟುಕೋ" ಎಂದು ಶೀಲ ಹೇಳಿದಳು. ಶೀಲಳ ಮಾತು ಕೇಳಿ, 'ಇದೇನಪ್ಪ ಇವಳು ಇಲ್ಲೆ ನನ್ನನ್ನು ಕೂಡಿ ಹಾಕಿ, ಸಂಸಾರ ಮಾಡುವ ರೀತಿಯಲ್ಲಿ ಹೇಳುತ್ತಿದ್ದಾಳಲ್ಲ!' ಎಂದು ಸನ್ನಿಗೆ ಮನದಲ್ಲಿ ಕಳವಳ ಶುರುವಾಯಿತು.

"ಹಾಗಾದ್ರೆ ಇಂದು ಕಾಲೇಜಿಗೆ ಹೋಗುವುದು ಬೇಡ್ವಾ?" ಎಂದು ಮತ್ತೆ ಕೇಳಿದ.

"ಇವತ್ತಂತು ನಿನಗೆ ಹೊರಗಡೆ ದಾಟಲು ಸಾಧ್ಯವಾಗುತ್ತೆ ಅಂತ ನನಗೆ ತೋಚುತ್ತಿಲ್ಲ! ಸುತ್ತಮುತ್ತ ಅಷ್ಟೊಂದು ಜನ ತುಂಬಿಕೊಂಡಿದ್ದಾರೆ! ನಾಳೆ ಹೊತ್ತಿಗೆ ಮುಂಚೆಯೇ ಎಬ್ಬಿಸಿ ನಿನ್ನನ್ನು ಕಳುಹಿಸಿಕೊಡುತ್ತೇನೆ" ಎಂದ ಶೀಲ, 'ಇಂದು ಇಲ್ಲಿಂದ ನೀನು ಹೊರದಾಟುವುದು ಸಾಧ್ಯವಾಗದ ಮಾತು' ಎಂಬುದನ್ನು ಕಡ್ಡಿಮುರಿದಂತೆ ಸನ್ನಿಯ ಬಳಿ ಹೇಳಿದಳು.

ಅಷ್ಟರಲ್ಲಿ 'ಟು ಬೈ ತ್ರಿ ಚಾಯ' ಎಂದು ಹೋಟೆಲಿನೊಳಗಿಂದ ಕೂಗುವ ಶಬ್ದ ಕೇಳಿಸಿತು.

"ನೀನು ಹೋಗಿ ಸ್ನಾನ ಮುಗಿಸಿಕೊಂಡು ಬಾ, ನಾನು ಗಿರಾಕಿಗಳಿಗೆ ಟೀ ಕೊಟ್ಟು ಬರುತ್ತೇನೆ" ಎಂದು ಕುಪ್ಪಸದ ಮೇಲೆ ಹಾಕಿಕೊಂಡಿದ್ದ ಕರವಸ್ತ್ರವನ್ನು ಮೇಲಕ್ಕೆ ಎಳೆದುಕೊಂಡ ಶೀಲ ಆತುರಾತುರವಾಗಿ "ಬಂದೆ ಇರಿ" ಎಂದು ಹೋಟೆಲಿನೊಳಕ್ಕೆ ನಡೆದಳು.

'ಇದೊಳ್ಳೆ ಗ್ರಹಚಾರವಾಯ್ತಲ್ಲಪ್ಪ, ಹೆಂಗೋ ಬರೋದು ಬಂದುಬಿಟ್ಟೆ, ಇನ್ನು ಈ ವ್ಯೂಹದಿಂದ ತಪ್ಪಿಸಿಕೊಂಡು ಹೋಗುವುದಾದರು ಹೇಗೆ?' ಎಂದು ಯೋಚಿಸುತ್ತಾ ತಲೆಯ ಮೇಲೆ ಕೈಹೊತ್ತ ಸನ್ನಿ ಮಂಚದ ಮೇಲೆ ಹಾಗೆಯೇ ಕುಳಿತ. ಕೆಲನಿಮಿಷಗಳ ನಂತರ ಇನ್ನು ಯೋಚಿಸಿ ಫಲವಿಲ್ಲ. ಮುಂದೇನಾಗುತ್ತೊ ನೋಡುವ ಎಂದು ಬಚ್ಚಲಿನತ್ತ ನಡೆದ. ಅದಾಗಲೆ ಬಾತ್‌ರೂಮಿನ ದ್ವಾರದ ಮೇಲೆ, ನಾಯರ್ ಇದುವರೆಗೆ ಧರಿಸದೆ ಇದ್ದ ಹೊಸ ಬಿಳಿಯ ಬಣ್ಣದ ಡಬಲ್ ವೇಷ್ಟಿ ಲುಂಗಿ ಮತ್ತು ಟವೆಲನ್ನು ಶೀಲ ಜೋತು ಹಾಕಿದ್ದಳು. ಬಾತ್‌ರೂಮಿನ ಒಳಹೊಕ್ಕು ಬಾಗಿಲಿನ ಕೊಂಡಿಯನ್ನು ಭದ್ರಪಡಿಸಿದವನೆ, 'ಇಂದು ಸಂಜೆಯ ವೇಳೆಗೆ ನಾನು ಮನೆ ತಲುಪದೆ ಹೋದರೆ, ಮನೆಯವರೆಲ್ಲ ಗಾಬರಿಯಾಗುವುದಂತು ಗ್ಯಾರಂಟಿ!' ಎಂದು ಮನದಲ್ಲಿ ಅಂದುಕೊಳ್ಳುತ್ತ ಬಿಸಿಬಿಸಿ ನೀರನ್ನು ತಲೆಯ ಮೇಲೆ ಸುರುವಿಕೊಳ್ಳತೊಡಗಿದ.

ಸನ್ನಿ ಹೊರಬಂದ ಶಬ್ದ ಕೇಳುತ್ತಿದ್ದಂತೆ ಒಂದು ತಟ್ಟೆಯಲ್ಲಿ ಎರಡು ಬಿಸಿಬಿಸಿ ಪರೋಟ ಮತ್ತು ಮತ್ತಿಮೀನಿನ ಗಸಿಯನ್ನು ತಂದ ಶೀಲ, "ತಿಂಡಿ ಮಾಡು" ಎಂದು ಹೇಳಿ ಮೇಜಿನ ಮೇಲಿಟ್ಟು ಮತ್ತೆ ಹೋಟೆಲಿನೊಳಕ್ಕೆ ಹೋದಳು. ಪರೋಟವನ್ನು ತುಂಡುತುಂಡಾಗಿ ಮುರಿದು, ಮೀನಿನ ಸಾರಿನೊಂದಿಗೆ ಅದ್ದಿ ತಿಂದ ಸನ್ನಿ, ತಟ್ಟೆಯನ್ನು ಒಂದು ಮೂಲೆಯಲ್ಲಿಟ್ಟು, ಕೈತೊಳೆದುಕೊಂಡು ಬಂದವನೇ ಮಂಚದ ಮೇಲೇರಿ ಎರಡೂ ಕಾಲಗಲಿಸಿ ಅಂಗಾತ ಮಲಗಿದ. ರಾತ್ರಿ ಪೂರ ಕಣ್ಣು ಮುಚ್ಚಲು ಸಾಧ್ಯವಾಗದೇ ಇದ್ದುದರಿಂದ ಮಲಗಿದ ತಕ್ಷಣವೇ ನಿದ್ದೆಯ ಮಂಪರು ಅವನನ್ನು ಆವರಿಸತೊಡಗಿತು.

'ಸನ್ನಿ, ಹೇ ಸನ್ನಿ' ಎಂದು ಯಾರೋ ಮೈ ಕುಲುಕಿ ಕರೆಯುತ್ತಿರುವಂತೆ ಸನ್ನಿಗೆ ಭಾಸವಾಗತೊಡಗಿತು. ಕಣ್ಣು ಬಿಟ್ಟು ನೋಡಿದ. ಹೋಟೆಲಿನ ಕೆಲಸವನ್ನು ಒಬ್ಬಳೆ ಮಾಡಿ ಹೈರಾಣಾಗಿ ಹೋಗಿದ್ದ ಶೀಲ ಹಣೆಯ ಮೇಲೆ ಬೆವರು ಜಿನುಗಿಸುತ್ತಾ ಎದುರಿಗೆ ಬಂದು ಕುಳಿತಿದ್ದಳು. ಸನ್ನಿ ಕಣ್ಣು ತೆರೆದು ನೋಡುತ್ತಿದ್ದಂತೆ, "ರಾತ್ರಿ ಪೂರ ಜಾಗರಣೆ ಕೂರುವ ಸಲುವಾಗಿ, ಇರೊಬರೋ ನಿದ್ರೆಯನ್ನೆಲ್ಲ ಇವಾಗಲೇ ಮಾಡಿ ಮುಗಿಸುತ್ತಿದ್ದೀಯಾ ಕಳ್ಳ!" ಎಂದು ಅವನ ಎದೆಯ ಮೇಲಿನ ಚಿಗುರು ಕೂದಲಿನ ಮೇಲೆ ಕೈಯಾಡಿಸುತ್ತಾ ಶೀಲ ಕೇಳಿದಳು.

ಮಲಗಿದ್ದಲ್ಲಿಂದ ಎದ್ದು ಕುಳಿತ ಸನ್ನಿ, "ಗಂಟೆ ಎಷ್ಟಾಯ್ತು?" ಎಂದು ಕೇಳಿದ.

"ಗಂಟೆಯ ಬಗ್ಗೆ ಯಾಕೆ ಚಿಂತೆ ಮಾಡುತ್ತಿಯಾ? ಇನ್ನು ನಾಲ್ಕು ತಾಸು ಕಳೆದರೆ ಮತ್ತೆ ನಾವಿಬ್ಬರು ಗಂಡ ಹೆಂಡಿರ ಹಾಗೆ ತಬ್ಬಿ ಮಲಗಬಹುದು" ಎಂದು ಊಟವನ್ನು ಮೇಜಿನ ಮೇಲೆ ಇಟ್ಟು ನಗುತ್ತಾ ಹೊರನಡೆದಳು.

'ಬೆಳಿಗ್ಗೆ ತಿಂದಿದ್ದ ಪರೋಟದ ತುಂಡುಗಳೆ ಇನ್ನೂ ಎದೆಯಿಂದ ಕೆಳಗಿಳಿದಿಲ್ಲ, ಇದರ ನಡುವೆ ಊಟ ಬೇರೆ' ಎಂದು ಸನ್ನಿ ತಟ್ಟೆಯನ್ನು ದಿಟ್ಟಿಸತೊಡಗಿದ.

ಹೀಗೆ ಶೀಲಳನ್ನು ಮೋಹಿಸಿ ನಾಯರಿನ ಅಂತಃಪುರ ಸೇರಿದ ಸನ್ನಿ, ದಿನಗಳೆರಡು ಉರುಳಿದರು, ಅಲ್ಲಿಂದ ಹೊರಬರಲಾಗದೇ ಶೀಲಳ ಕಾಮದಾಟಕ್ಕೆ ನಲುಗಿ ಹಿಂಡಿಹಿಪ್ಪೆಯಾಗತೊಡಗಿದ.

ಇತ್ತ ಎರಡು ದಿನ ಕಳೆದರೂ, ಕಾಲೇಜಿನಲ್ಲಿ ತರಬೇತಿ ಇದೆ ಎಂದು ಹೋದ ಮಗ ಮರಳಿಬಾರದೇ ಇದ್ದಾಗ ಗಾಬರಿಗೊಂಡ ಪೊನ್ನಪ್ಪ, ಮರುದಿನ ಡ್ಯೂಟಿಗೆ ರಜೆ ಹಾಕಿ ಬೊಳ್ಳವ್ವಳೊಂದಿಗೆ ಸನ್ನಿಯ ಕಾಲೇಜಿಗೆ ತೆರಳಿ, "ನಾಳೆ ಬೆಳಿಗ್ಗೆಯಿಂದ ಕಾಲೇಜಿನಲ್ಲಿ ಹಾಕಿ ಪ್ರಾಕ್ಟೀಸ್ ಪ್ರಾರಂಭವಾಗುತ್ತಿರುವುದರಿಂದ ಇಂದು ರಾತ್ರಿ ಮನೆಗೆ ಬರುವುದಿಲ್ಲವೆಂದೂ, ಆ ದಿನ ಸ್ನೇಹಿತ ರಂಜಿತ್‌ನ ಮನೆಯಲ್ಲಿ ಉಳಿಯುತ್ತೇನೆ ಎಂದು ಕರೆ ಮಾಡಿದ್ದ ಮಗ ಸನ್ನಿ, ದಿನ ಎರಡು ಸಂದರೂ ಮನೆಗೆ ಮರಳಿ ಬರಲಿಲ್ಲವಲ್ಲ" ಎಂದು ವಿಚಾರಿಸಿದಾಗ ಪೊನ್ನಪ್ಪ ದಂಪತಿಗಳ ಮಾತನ್ನು ಕೇಳಿ ಆಶ್ಚರ್ಯಗೊಂಡ ಪ್ರಾಂಶುಪಾಲರು, "ಏನು ಹೇಳುತ್ತೀದ್ದಿರ ಸ್ವಾಮಿ, ನೀವು! ನಮ್ಮ ಕಾಲೇಜಿನಲ್ಲಿ ಇತ್ತೀಚಿನ ದಿನಗಳಲ್ಲಿ ಯಾವುದೇ ಪ್ರಾಕ್ಟೀಸ್ ಆಗಲಿ ಅಥವಾ ಆಟೋಟ ಸ್ಪರ್ಧೆಗಳಾಗಲಿ, ನಡೆದೇ ಇಲ್ಲವಲ್ಲ!" ಎಂದು ಹೇಳಿದರು.

ಪ್ರಾಂಶುಪಾಲರ ಮಾತು ಕೇಳುತ್ತಿದ್ದಂತೆ ಪೊನ್ನಪ್ಪ ದಂಪತಿಗಳಿಗೆ ದಿಗ್ಭ್ರಮೆಯಾಯಿತು. 'ಹಾಗಿದ್ದರೆ ಮಗ ಕಳೆದ ಮೂರು ದಿನಗಳಿಂದ

ಹೋಗಿರುವುದಾದರು ಎಲ್ಲಿಗೆ? ಅವನಿಗೆ ಏನಾದರು ಅವಘಡ ಸಂಭವಿಸಿಬಿಟ್ಟಿತಾ?' ಎಂಬ ಸಂಶಯ ಮೂಡಿ ಬೊಳ್ಳವ್ವನವರು ಅಳಲು ಪ್ರಾರಂಭ ಮಾಡಿದರು. ಪೊನ್ನಪ್ಪನವರು ಮಡದಿಯನ್ನು ಪ್ರಾಂಶುಪಾಲರ ಕೊಠಡಿಯ ಕುರ್ಚಿಯಲ್ಲಿ ಕುಳ್ಳಿರಿಸಿ ಸಾಂತ್ವಾನ ಹೇಳುತ್ತಾ, "ಅಳಬೇಡ ಕಣೆ, ಮಗನಿಗೆ ಏನೂ ಆಗಿರುವುದಿಲ್ಲ, ವಿಚಾರಿಸುವ ತಡಿ" ಎಂದು ಬೊಳ್ಳವ್ವಳ ಬೆನ್ನು ಸವರತೊಡಗಿದರು. ತಡಮಾಡದೇ ಪ್ರಾಂಶುಪಾಲರು, ಸನ್ನಿಯ ಕ್ಲಾಸಿನ ಮುಖ್ಯ ಶಿಕ್ಷಕರನ್ನು ಕರೆಸಿ ಅವನ ಕುರಿತಾಗಿ ವಿಚಾರಿಸತೊಡಗಿದರು. ಅವರು ಕೂಡ 'ಸನ್ನಿ ಕಾಲೇಜಿಗೆ ಬಂದು ಮೂರು ದಿನವಾಗಿದೆ' ಎನ್ನುತ್ತಾ ಹಾಜರಾತಿ ಪುಸ್ತಕವನ್ನು ಮುಂದಿಟ್ಟು ಸಾಕ್ಷಿಸಮೇತ ದೃಢಪಡಿಸಿದರು. ನಂತರ ಎಲ್ಲರ ಸಮಕ್ಷಮದಲ್ಲಿ ಸನ್ನಿಯ ಆತ್ಮೀಯ ಸ್ನೇಹಿತರು ಎನಿಸಿಕೊಂಡಿರುವ ಕೆಲವು ಹುಡುಗರು ಮತ್ತು ಸನ್ನಿಯ ಜೊತೆಗೇ ಇರುತ್ತಿದ್ದ ರಂಜಿತ್‌ನನ್ನು ಕರೆಸಿ ಕೂಲಂಕಷವಾಗಿ ವಿಚಾರಿಸಿದಾಗ, ಅವನು ಕಾಣೆಯಾದ ಆ ದಿನ ಸಂಜೆ, "ಯಾರನ್ನೊ ಭೇಟಿಯಾಗುವ ಸಲುವಾಗಿ ಟೋಲ್‌ಗೇಟ್ ಬಳಿಗೆ ಹೋಗಬೇಕಿದೆ. ನಾನು ಬರುವುದು ತಡವಾಗಬಹುದು, ಆದರಿಂದ ನೀವು ಹೊರಡಿ ಎಂದು ನಮ್ಮ ಬಳಿ ಹೇಳಿ ಅವಸರದಿಂದ ಹೊರಟು ಹೋದ. ಅನಂತರದಲ್ಲಿ ಅವನು ಎತ್ತ ಕಡೆ ಹೋದ ಎಂಬುದರ ನಿರ್ದಿಷ್ಟ ಮಾಹಿತಿ ನಮಗೆ ಇಲ್ಲ" ಎಂದು ರಂಜಿತ್ ಮತ್ತು ಸಂಗಡಿಗರು ಪ್ರಾಂಶುಪಾಲರ ಸಮ್ಮುಖದಲ್ಲಿ ಹೇಳಿದರು.

ಸ್ನೇಹಿತ ರಂಜಿತ್‌ನ ಮನೆಯಲ್ಲಿ ಉಳಿಯುತ್ತೇನೆ ಎಂದು ಸನ್ನಿ ಹೇಳಿದ ಕೊನೆಯ ಮಾತು ಇನ್ನು ಕೂಡ ಕಿವಿಯಲ್ಲಿ ಗುಂಯ್‌ಗುಟ್ಟುತ್ತಿರಬೇಕಾದರೆ, ಇದೀಗ ಅದೇ ರಂಜಿತ್ ನಾನು ಸನ್ನಿಯನ್ನು ನೋಡಿ ಮೂರು ದಿನವಾಯಿತು ಎಂದು ಹೇಳುತ್ತಿರುವುದನ್ನು ಕೇಳಿದ ಬೊಳ್ಳವ್ವನವರಿಗೆ ತಲೆಸುತ್ತು ಬಂದಂತಾಗಿ ದೊಪ್ಪನೆ ನೆಲಕ್ಕೆ ಉರುಳಿದರು.

ಕಣ್ಣಮುಂದೆ ಆಯತಪ್ಪಿ ನೆಲಕ್ಕೆ ಬಿದ್ದ ಮಡದಿಯನ್ನು ಕಂಡ ಪೊನ್ನಪ್ಪ 'ಬೊಳ್ಳು' ಎಂದು ಕಿರುಚುತ್ತಾ ಅವಳನ್ನು ಹಿಡಿದುಕೊಳ್ಳಲು ಯತ್ನಿಸಿದರು. ಒಂದು ಕ್ಷಣದಲ್ಲಿ ಅಲ್ಲಿನ ಚಿತ್ರಣವೇ ಬದಲಾಯಿತು. ಕೊಠಡಿಯ ಹೊರಗಡೆ ನಿಂತು ಈ ಪ್ರಹಸನಗಳನ್ನೆಲ್ಲ ನೋಡುತ್ತಿದ್ದ ಶಿಕ್ಷಕರೆಲ್ಲರೂ ಒಮ್ಮೆಲೇ ಒಳಗೆ ಓಡಿ ಬಂದು ಬೊಳ್ಳವ್ವನವರನ್ನು ಎತ್ತಿ ಕುಳ್ಳಿರಿಸಲು ಪ್ರಯತ್ನಪಡತೊಡಗಿದರು. ಒಬ್ಬರು 'ನೀರು ತೆಗೆದುಕೊಂಡು ಬನ್ನಿ' ಎಂದರೆ, ಮತ್ತೊಬ್ಬರು 'ಆಸ್ಪತ್ರೆಗೆ ಕರೆಮಾಡಿ ಆಂಬುಲೆನ್ಸ್ ತರಲು ಹೇಳಿ' ಎಂದು ಹೇಳುತ್ತಿದ್ದರು. ಹೀಗೆ ಪ್ರತಿಯೊಬ್ಬರೂ ಅನುಕಂಪದಿಂದ ತರಹೇವಾರಿ ಅಭಿಪ್ರಾಯಗಳನ್ನು ಹೇಳಲು

ಶುರುಮಾಡಿ, ಕೊಠಡಿಯೊಳಗೆಲ್ಲ ಒಂದು ರೀತಿಯ ಗೊಂದಲ, ಗದ್ದಲಗಳು ಶುರುವಾಗಿಬಿಟ್ಟಿತು.

"ಎಲ್ಲರೂ ಸರಿಯಿರಿ, ಅವರಿಗೆ ಸ್ವಲ್ಪ ಗಾಳಿಯಾಡಲಿ" ಎಂದು ಅಲ್ಲಿ ಜಮಾಯಿಸಿದ್ದವರನ್ನು ಹೊರಕಳಿಸುವ ಪ್ರಯತ್ನವನ್ನು ಪ್ರಾಂಶುಪಾಲರು ಮಾಡುತ್ತಿದ್ದಂತೆ, ಶಿಕ್ಷಕಿಯೊಬ್ಬರು ಮೇಜಿನ ಮೇಲೆ ಕುಡಿಯಲು ಇರಿಸಿದ್ದ ಜಗ್ಗಿನಿಂದ ಸ್ವಲ್ಪ ನೀರನ್ನು ಕೈಗೆ ಸುರುವಿಕೊಂಡು ಬೊಳ್ಳವ್ವನವರ ಮುಖಕ್ಕೆ ಚಿಮುಕಿಸಿದರು. ನೀರು ಮುಖಕ್ಕೆ ಬೀಳುತ್ತಿದ್ದಂತೆ ಬೆಚ್ಚಿದಂತಾದ ಬೊಳ್ಳವ್ವ, ತಳಾರನೆ ಕಣ್ಣು ತೆರೆದು ನೋಡಿದಾಗ ಅಲ್ಲಿದ್ದವರೆಲ್ಲ ತನ್ನನ್ನೆ ಆತಂಕದಿಂದ ದಿಟ್ಟಿಸುತ್ತಾ ನಿಂತಿರುವುದು ಮಸುಕುಮಸುಕಾಗಿ ಕಾಣಿಸಿತು.. ಅವರೆಲ್ಲರ ನಡುವಲ್ಲೆ ನಿಂತಿದ್ದ ಪೊನ್ನಪ್ಪನವರ ಮುಖ ದರ್ಶನವಾಗುತ್ತಿದ್ದಂತೆ ಸ್ವಲ್ಪ ಸಮಾಧಾನಗೊಂಡ ಬೊಳ್ಳವ್ವ, ಮೆಲ್ಲನೆ ಮಲಗಿದ್ದಲ್ಲಿಂದ ಎದ್ದು ಕುಳಿತುಕೊಳ್ಳುವ ಪ್ರಯತ್ನವನ್ನು ಮಾಡಿದ್ದರು. ಅಷ್ಟರಲ್ಲಿ ಅವಳಿಗೆ ಕೂರಲು ಕೆಲವರು ಸಹಕರಿಸಿ, ಕುಡಿಯಲು ನೀರು ತಂದು ಕೊಟ್ಟರು. ನೀರು ಕುಡಿದು ಸಾವರಿಸಿಕೊಂಡ ಬೊಳ್ಳವ್ವ, ಪೊನ್ನಪ್ಪನವರ ಎದೆಗೆ ಒರಗಿ "ನಮ್ಮ ಮಗನಿಗೆ ಏನಾಯ್ತು ರಿ!" ಎಂದು ಮತ್ತೆ ಬಿಕ್ಕಲು ಶುರುಮಾಡಿದಳು.

"ಅಳಬೇಡ ಬೊಳ್ಳು, ಅವನೆಲ್ಲಾದ್ರು ಸ್ನೇಹಿತರೊಂದಿಗೆ ಹೋಗಿರಬಹುದು. ಮರಳಿ ಬರುತ್ತಾನೆ ಬಿಡು!" ಎಂದು ಮಡದಿಯನ್ನು ಸಮಾಧಾನ ಪಡಿಸಿದರಾದರೂ, 'ಎಲ್ಲೋ ಸಣ್ಣ ಯಡವಟ್ಟು ಆದಂಗೆ ಇದೆಯಲ್ಲ' ಎಂದು ಪೊನ್ನಪ್ಪನವರ ಮನಸ್ಸಿನಾಳದಲ್ಲಿ ಸಂಶಯ ಮೂಡತೊಡಗಿತು.

ಪೊನ್ನಪ್ಪನ ಮಾತು ಕೇಳಿ, "ಏನ್ರೀ ನೀವು ಹೇಳ್ತಾ ಇರೋದು? ಅವನ ಜೊತೆ ಓಡಾಡಿಕೊಂಡಿರುವ ಸ್ನೇಹಿತರು ಕೂಡ ಮೂರು ದಿನದಿಂದ ನಾವು ನೋಡಿಲ್ಲ ಎಂದು ಹೇಳುತ್ತಿರಬೇಕಾದರೆ, ಇನ್ಯಾರ ಜೊತೆ ಹೋಗಿದ್ದಾನೆ ಎಂದು ನೀವು ಹೇಳುತ್ತಿದ್ದೀರಾ?" ಎಂದು ಉದುರುತ್ತಿದ್ದ ಕಣ್ಣೀರನ್ನು ಒರೆಸಿಕೊಂಡು ಕೇಳಿದಳು. ಅಲ್ಲಿ ನೆರೆದಿದ್ದವರಿಗೆಲ್ಲ ಬೊಳ್ಳವ್ವನವರು ಹೇಳುವುದರಲ್ಲು ಹುರುಳಿದೆ ಎಂದು ಅನ್ನಿಸತೊಡಗಿತು.

"ನೀವು ಒಂದು ಕೆಲಸ ಮಾಡಿ. ಹುಡುಗ ಕಾಣೆಯಾಗಿ ಈಗಾಗಲೇ ಮೂರು ದಿನ ಕಳೆದಿದೆ. ಇನ್ನು ಅಲ್ಲಿ ಇಲ್ಲಿ ಹುಡುಕಾಡಿ ಕಾಲಹರಣ ಮಾಡುವ ಬದಲು ನೇರ ಹೋಗಿ ಪೊಲೀಸರಿಗೆ ಒಂದು ದೂರು ಕೊಡಿ, ಅದರ ಜೊತೆಗೆ, ನಾನು ಕೂಡ ಬೇಕಾದರೆ ಕರೆ ಮಾಡಿ ಒಂದು ಮಾತು ಹೇಳುತ್ತೇನೆ" ಎಂದು ಪ್ರಾಂಶುಪಾಲರು ಹೇಳಿದರು.

ಪ್ರಾಂಶುಪಾಲರ ಮಾತು ಕೇಳಿ 'ಸನ್ನಿಗೆ ಏನಾದರು ಆಗಿರಬಹುದಾ!' ಎಂದು ಬೊಳ್ಳವ್ವ ಮತ್ತೆ ಜೋರಾಗಿ ಅಳಲು ಶುರುವಿಟ್ಟುಕೊಂಡರು. ಬೊಳ್ಳವ್ವ

ಅಳುವುದನ್ನು ನೋಡಿ, ನೆರೆದಿದ್ದ ಶಿಕ್ಷಕಿಯರೆಲ್ಲ ಪಾಪ 'ಕರುಳು ಸಂಬಂಧ' ಎಂದು ಮರುಕ ವ್ಯಕ್ತಪಡಿಸತೊಡಗಿದರು. ಇತ್ತ ಸನ್ನಿಯ ಸ್ನೇಹಿತರಾದ ರಂಜಿತ್ ಮತ್ತು ಸಂಗಡಿಗರು 'ಇದೊಳ್ಳೆ ಗ್ರಹಚಾರವಾಯ್ತಲ್ಲಪ್ಪ, ಇವರೇನಾದ್ರು ಹೋಗಿ ಇವಾಗ ದೂರು ಕೊಟ್ಟರೆ ಅದು ಸುತ್ತಿಬಳಸಿ ನಮ್ಮ ಬುಡಕ್ಕೆ ಬಂದುಬಿಡಬಹುದಾ?' ಎಂದು ಭಯಭೀತರಾಗತೊಡಗಿದರು.

"ಸರ್, ನಿಮ್ಮ ಟೆಲಿಫೋನನ್ನು ಒಮ್ಮೆ ಉಪಯೋಗಿಸಬಹುದಾ?" ಎಂದು ಪೊನ್ನಪ್ಪ ಪ್ರಾಂಶುಪಾಲರ ಬಳಿ ಕೇಳಿದರು.

"ವೈ ನಾಟ್, ಧಾರಾಳವಾಗಿ ಯೂಸ್ ಮಾಡಿ"

ಪೊನ್ನಪ್ಪ ಟೆಲಿಫೋನನ್ನು ಬಳಿಗೆಳೆದುಕೊಂಡು, ರಿಸೀವರ್ ಎತ್ತಿ, ನಂಬರಿನ ಚಕ್ರದೊಳಗೆ ತೋರು ಬೆರಳನ್ನು ತುರುಕಿ ಸರಸರನೆ ತಿರುವತೊಡಗಿದರು.

ಒಂದೆರಡು ನಿಮಿಷದಲ್ಲಿ ಆ ಬದಿಯಿಂದ, "ಹಲೋ ಆರ್.ಎಫ್.ಓ. ಅಚ್ಚಯ್ಯ ಹಿಯರ್" ಎನ್ನುವ ಧ್ವನಿ ಕೇಳಿತು.

"ಸರ್, ನಾನು ಪೊನ್ನಪ್ಪ ಮಾತನಾಡುತ್ತಿದ್ದೇನೆ."

"ಹೇಳಿ ಪೊನ್ನಪ್ಪ, ಏನಿವತ್ತು ಡ್ಯೂಟಿಗೆ ರಜಾ ಹಾಕಿದ್ದೀರ! ಮೈ ಹುಷಾರಿಲ್ವಾ!"

"ಆಗೇನು ಇಲ್ಲ ಸರ್, ಮನೆಯಲ್ಲಿ ಸ್ವಲ್ಪ ಸಮಸ್ಯೆ ಆಗಿತ್ತು, ಅದರಿಂದ"

"ಏನಾಯಿತು ಪೊನ್ನಪ್ಪ, ವಾಟ್ ಹ್ಯಾಪನ್ಡ್?"

"ಸರ್, ಮಗ ಸನ್ನಿ ಮೂರು ದಿನಗಳಿಗೆ ಮೊದಲು ಕಾಲೇಜಿನಲ್ಲಿ ಪ್ರಾಕ್ಟೀಸ್ ಇದೆ ಅಂತ ಹೋದವನು, ಇದುವರೆಗೂ ಮರಳಿ ಬಂದಿಲ್ಲ. ವಿಚಾರಿಸಿಕೊಂಡು ಹೋಗುವ ಎಂದು ಕಾಲೇಜಿಗೆ ಬಂದು ನೋಡಿದರೆ, ಕಾಲೇಜಿಗೆ ಕೂಡ ಅವನು ಬಂದು ಮೂರು ದಿನವಾಗಿದೆ ಅಂತ ಪ್ರಾಂಶುಪಾಲರು ಹೇಳುತ್ತಿದ್ದಾರೆ. ಅದಕ್ಕೆ ಒಂದು ಪೋಲೀಸು ಕಂಪ್ಲೇಂಟು ಕೊಡುವ ಅಂತ ಯೋಚನೆ ಮಾಡುತ್ತಿದ್ದೇನೆ".

"ಹೌದಾ! ಯಾವ ಸ್ಟೇಷನ್ ಹೇಳಿ?"

"ಮಡಿಕೇರಿ ಟೌನ್ ಸ್ಟೇಷನ್"

"ಸರಿಸರಿ, ನೀವೊಂದು ಕೆಲಸ ಮಾಡಿ, ಇವಾಗಲೆ ಠಾಣೆಗೆ ಹೋಗಿ, ಅಲ್ಲಿ ವೆಂಕಟರಮಣ ಅಂತ ಎಸ್.ಐ ಇರುತ್ತಾರೆ. ಅವರು ನನ್ನ ಸ್ನೇಹಿತರು ಕೂಡ, ನಾನು ಈ ತಕ್ಷಣ ಅವರಿಗೆ ಕರೆ ಮಾಡಿ ತಿಳಿಸುತ್ತೇನೆ. ಇನ್ನೇನಾದರು ಅವಶ್ಯಕತೆ ಬಿದ್ದರೆ ನನಗೆ ಕರೆ ಮಾಡಿ" ಎಂದು ಫೋನ್ ಇಟ್ಟರು.

ಪೊನ್ನಪ್ಪನವರು ಮಡಿಕೇರಿಯ ಕೋಟೆ ಮುಂಭಾಗದ ಠಾಣೆ ತಲುಪುವ ವೇಳೆಗಾಗಲೇ ಅಚ್ಚಯ್ಯನವರು, ವೆಂಕಟರಮಣನವರಿಗೆ ಕರೆ ಮಾಡಿ, 'ಅವರು ನಮ್ಮ ರೇಂಜ್‌ನ ಫಾರೆಸ್ಟರ್, ಅವರ ಮಗ ಕಳೆದ ಮೂರು ದಿನಗಳಿಂದ ಕಾಣೆಯಾಗಿದ್ದಾನೆ ಅಂತ ಹೇಳುತ್ತಿದ್ದಾರೆ, ದಯವಿಟ್ಟು ಅದೇನಾಗಿದೆ

ಎಂದು ಒಮ್ಮೆ ವಿಚಾರಿಸಿ, ಹುಡುಕಿಕೊಡಿ' ಎಂದು ತಿಳಿಸಿದ್ದರು. ರೇಂಜರ್ ಅಚ್ಚಯ್ಯನವರು ಕರೆ ಮಾಡಿ ವಿಷಯ ಮುಟ್ಟಿಸಿದ್ದರಿಂದ ವೆಂಕಟರಮಣನವರು ಪೊನ್ನಪ್ಪನನ್ನೆ ಎದುರು ನೋಡುತ್ತಿದ್ದರು. ಆ ಸಮಯಕ್ಕೆ ಸರಿಯಾಗಿ ಬಂದ ಪೊನ್ನಪ್ಪ ದಂಪತಿಗಳನ್ನು ತನ್ನ ಕಚೇರಿಯೊಳಗೆ ಕೂರಿಸಿಕೊಂಡು, ಸನ್ನಿಯ ವಿಚಾರವಾಗಿ ಒಂದೊಂದೇ ಮಾಹಿತಿಯನ್ನು ಕಲೆಹಾಕಲು ಪ್ರಾರಂಭ ಮಾಡಿದರು. ಒಂದಷ್ಟು ವಿವರವನ್ನು ಪಡೆದುಕೊಂಡ ವೆಂಕಟರಮಣನವರು, ಪೊನ್ನಪ್ಪನವರಿಂದ ಒಂದು ಕಂಪ್ಲೇಂಟು ಬರೆಸಿಕೊಂಡು ಹುಡುಕಾಟಕ್ಕೆ ಸಿದ್ಧವಾದರು.

ಮಡಿಕೇರಿ ನಗರ ಪೋಲೀಸ್ ಠಾಣೆಯ, ಅಧಿಕಾರಿಯಾಗಿದ್ದ ವೆಂಕಟರಮಣನವರು ಮೂಲತಃ ಪುತ್ತೂರು ಭಾಗದವರಾಗಿದ್ದು, ಕಳೆದ ಒಂದೂವರೆ ವರ್ಷಗಳಿಂದ ಆ ಠಾಣೆಯಲ್ಲಿ ಕರ್ತವ್ಯ ನಿರ್ವಹಿಸುತ್ತಿದ್ದರು. ತುಂಬಾ ಗಂಭೀರ ಸ್ವಭಾವದವರಾಗಿದ್ದ ವೆಂಕಟರಮಣನವರು ಮಡಿಕೇರಿಗೆ ಬಂದ ನಂತರದಲ್ಲಿ ಬಗೆಹರಿಯದೆ ಮೂಲೆಯಲ್ಲಿ ಧೂಳು ಹಿಡಿಯುತ್ತ ಕುಳಿತಿದ್ದ ಹಲವಾರು ಪ್ರಕರಣಗಳನ್ನು ಭೇದಿಸಿ, ಕಡಿಮೆ ಅವಧಿಯಲ್ಲಿ ಹೆಚ್ಚು ಜನಪ್ರಿಯತೆಯನ್ನು ಗಳಿಸುವುದರ ಜೊತೆಗೆ ಕಳ್ಳಕಾಕರಿಗೆ ಸಿಂಹಸ್ವಪ್ನವಾಗಿದ್ದರು.

ಸುಮಾರು ಇಪ್ಪತ್ತೊಂದು ವರ್ಷಗಳ ಕಾಲ ಮುದ್ದು ಮಾಡಿ ಬೆಳೆಸಿದ ಮಗ ಮೂರು ದಿನದಿಂದ ಕಾಣದೇ ಹೋದದ್ದಲ್ಲದೇ, ವಿಚಾರಿಸಿಕೊಂಡು ಬಂದಾಗ ಅವನ ಸುಳಿವಿಗೆ ಸಂಬಂಧಪಟ್ಟಂತೆ ಯಾವುದೇ ಮಾಹಿತಿ ಕಾಲೇಜಿನಿಂದಾಗಲಿ ಅಥವಾ ಅವನ ಸಹಪಾಠಿಗಳಿಂದಾಗಲಿ ಸಿಗದೇ ಹೋದಾಗ ಪೊನ್ನಪ್ಪನವರು ಅರೆಕ್ಷಣ ಗಾಬರಿಯಾಗಿದ್ದಂತು ಸತ್ಯ!. ಆದರೆ ಅದನ್ನು ಮುಖದಲ್ಲಾಗಲಿ, ಭಾವದಲ್ಲಾಗಲಿ ತೋರಿಸಿಕೊಳ್ಳದೇ ಮನಸ್ಸಲ್ಲೆ ಅದುಮಿಟ್ಟುಕೊಂಡರು. ಕಾರಣ, ತಾನು ಈ ವಿಚಾರವಾಗಿ ಮಡದಿಯ ಮುಂದೆ ಗಾಬರಿ ಮಾಡಿಕೊಂಡರೆ ಬೊಳ್ಳವ್ವ ಮತ್ತಷ್ಟು ಹೆದರಿ ಇನ್ನೇನಾದರು ಅನಾಹುತಕ್ಕೆ ನಾನೇ ಎಡೆ ಮಾಡಿಕೊಟ್ಟಂತಾಗುತ್ತದೆ ಎಂಬುದರ ಅರಿವು ಪೊನ್ನಪ್ಪನವರಿಗೆ ಇತ್ತು.

ದೂರು ಕೊಟ್ಟ ನಂತರದಲ್ಲಿ ಮಡದಿಯನ್ನು ಕೂರಿಸಿಕೊಂಡ ಪೊನ್ನಪ್ಪನವರು ಕಾನೂರಿನ ಕಡೆಗೆ ಬೈಕು ಚಲಾಯಿಸತೊಡಗಿದರು. ಬೊಳ್ಳವ್ವನವರ ಮುಖದ ಮೇಲೆ ಕಣ್ಣೀರು ಜಾರುತ್ತಲೇ ಇತ್ತು. ಇತ್ತ ಪೊಲೀಸಿನವರು ತನಿಖೆಯ ಜಾಡನ್ನು ಹಿಡಿದು ಸನ್ನಿಯ ನಾಪತ್ತೆ ಪ್ರಕರಣವನ್ನು ಭೇದಿಸಲು ಸಿದ್ಧತೆ ಮಾಡಿಕೊಳ್ಳತೊಡಗಿದರು.

ಮರುದಿನ ಬೆಳಿಗ್ಗೆ ಸಮಯ ಸುಮಾರು ಹನ್ನೊಂದು ಗಂಟೆ. ಬಿಡುವಿನ ವೇಳೆಯಾಗಿದ್ದರಿಂದ ವಿದ್ಯಾರ್ಥಿಗಳು ಕಾಲೇಜು ಕ್ಯಾಂಪಸ್ಸಿನಲ್ಲಿ ಅತ್ತಿಂದಿತ್ತ ಓಡಾಡುತ್ತಾ, ಹೆಣ್ಣು ಮಕ್ಕಳನ್ನು ರೇಗಿಸುತ್ತಾ, ಕೆಲವರು ಕಾಲೇಜು ಕಟ್ಟಡದ

ಮುಂಭಾಗದ ಮೈದಾನದಲ್ಲಿ ಕ್ರಿಕೆಟ್ ಆಡುತ್ತಾ, ಒಂದಷ್ಟು ಯುವಕ ಯುವತಿಯರು ಗ್ರೂಪ್‌ಸ್ಟಡಿ ಹೆಸರಿನಲ್ಲಿ ಒಂದು ಕಡೆ ಗುಂಪುಗೂಡಿ ಹರಟೆ, ವಿನೋದಾವಳಿಯ ಮೂಲಕ ತಮ್ಮದೇ ಲೋಕದಲ್ಲಿ ವಿಹರಿಸುತ್ತಿದ್ದರು.

ಈ ಸಂದರ್ಭ ನೀಲಿಬಣ್ಣದ ಕೆಂಪುಗೂಟದ ಪೊಲೀಸ್ ಜೀಪೊಂದು, ಗಾಳಿಯನ್ನು ಸೀಳಿಕೊಂಡು, ಧೂಳೆಬ್ಬಿಸುತ್ತಾ ಕಾಲೇಜಿನ ಗೇಟಿನೊಳಕ್ಕೆ ಬಂತು. ಪಾಠಪ್ರವಚನಗಳು ನಡೆಯುವ ಸಂದರ್ಭ ಈ ರೀತಿಯಾಗಿ ಯಾವುದೇ ವಾಹನಗಳು ಕಾಲೇಜು ಕ್ಯಾಂಪಸ್ಸಿನೊಳಗೆ ಬರುವುದು ಕಡಿಮೆ. ಹೀಗಿರುವಾಗ ವಾಡಿಕೆಗೆ ವಿರುದ್ಧವಾಗಿ ಪೊಲೀಸ್ ವಾಹನವೊಂದು ಏಕಾಏಕಿ ಗೇಟಿನೊಳಕ್ಕೆ ಬಂದದ್ದನ್ನು ನೋಡಿ ಇಡೀ ಕ್ಯಾಂಪಸ್ಸೆ ಸ್ತಬ್ಧವಾಯಿತು. ಎಲ್ಲರೂ ಓಡಿ ಬಂದು ಜೀಪನ್ನು ಸುತ್ತುವರೆದು ಆಶ್ಚರ್ಯದಿಂದ ನೋಡುತ್ತಾ ನಿಂತರು. ಟಾಕುಟೀಕಾಗಿ ಪೊಲೀಸ್ ಸಮವಸ್ತ್ರ ಧರಿಸಿ ಮುಂಬದಿಯಿಂದ ಇಳಿದ ಇನ್ಸ್‌ಪೆಕ್ಟರ್ ವೆಂಕಟರಮಣನವರು, ತನ್ನ ಕೆಂಡ ಉಗುಳುವ ಕಂಗಳಿಂದ ಎಲ್ಲರನ್ನು ಒಮ್ಮೆ ದಿಟ್ಟಿಸಿ, "ಪ್ರಾಂಶುಪಾಲರ ಕೊಠಡಿ ಎಲ್ಲಿ?" ಎಂದು ಗಂಭೀರವಾಗಿ ಕೇಳಿದರು. ವಿದ್ಯಾರ್ಥಿಗಳೆಲ್ಲ ಭಯದಿಂದ ಏನೂ ಮಾತನಾಡದೆ, ಅವರನ್ನೇ ದಿಟ್ಟಿಸುತ್ತ ನಿಂತಿದ್ದರು.

"ಏನು ಹೇಳಿದ್ದು ಕೇಳಿಸಲಿಲ್ಲವಾ? ಪ್ರಾಂಶುಪಾಲರ ಕೊಠಡಿ ಎಲ್ಲಿರುವುದು?" ಎಂದು ಗದರಿಸುವ ಧ್ವನಿಯಲ್ಲಿ ಮತ್ತೊಮ್ಮೆ ಸ್ವಲ್ಪ ಗಡುಸಾಗಿ ಇನ್ಸ್‌ಪೆಕ್ಟರ್ ವೆಂಕಟರಮಣ ಕೇಳಿದರು. ಮುಂಬದಿಯಲ್ಲಿ ನಿಂತಿದ್ದ ಒಬ್ಬ ಯುವಕ ಸ್ವಲ್ಪ ತಡವರಿಸಿಕೊಂಡು "ಸರ್, ಆ ಬದಿ" ಎಂದು ಕೊಠಡಿಯತ್ತ ಬೊಟ್ಟು ಮಾಡಿ ತೋರಿಸಿದ. 'ಹ್ಮ್' ಎಂದು ತಲೆಯ ಮೇಲಿನ ಟೋಪಿಯನ್ನು ಸರಿಪಡಿಸಿಕೊಂಡು, ಮೊಣಕೈ ಉದ್ದದ ಲಾಠಿಯನ್ನು ತಿರುವುತ್ತಾ ಆಫೀಸು ರೂಮಿನತ್ತ ಠಾಣಾಧಿಕಾರಿ ಮತ್ತು ಅವರೊಂದಿಗಿದ್ದ ಇಬ್ಬರು ಪೇದೆಗಳು ಹೆಜ್ಜೆ ಹಾಕಿದರು. ಆ ಕ್ಷಣ ಸುತ್ತಲಿನ ವಾತಾವರಣ ಅದೆಷ್ಟು ಪ್ರಶಾಂತತೆಯಿಂದ ಕೂಡಿತ್ತು ಎಂದರೆ, ಪೊಲೀಸರು ಕೊಠಡಿಯೆಡೆಗೆ ನಡೆಯುತ್ತಿರುವಾಗ ಅವರ ಕಾಲಿನ ಬೂಟಿನಿಂದ ಹೊರಡುತ್ತಿದ್ದ 'ಟಕ್ ಟಕ್' ಎಂಬ ಶಬ್ದ ಕೂಡ ಅಲ್ಲಿ ನೆರೆದಿದ್ದವರ ಕಿವಿಗೆ ಚೆನ್ನಾಗಿ ಕೇಳಿಬರುತ್ತಿತ್ತು.

ಪ್ರಾಂಶುಪಾಲರ ಕೊಠಡಿಯ ಬಾಗಿಲಿಗೆ ಕೈಯಲ್ಲಿದ್ದ ಲಾಠಿಯಿಂದ ಎರಡು ಬಾರಿ ಮೊಟಕಿ, "ಮೇ ಐ ಕಮಿನ್" ಎಂದು ವೆಂಕಟರಮಣನವರು ಕೇಳಿದರು. ಯಾವುದೋ ಕಡತವನ್ನು ತಿರುವುತ್ತಾ ಕುಳಿತಿದ್ದ ಪ್ರಾಂಶುಪಾಲರು, "ಯೆಸ್" ಎನ್ನುತ್ತಾ ಕತ್ತೆತ್ತಿದರು. ಅವರ ಬಾಯಿಂದ ಹೊರಟ ಶಬ್ದ ಮುಗಿಯುವ ವೇಳೆಗಾಗಲೆ ಎರಡು ಹೆಜ್ಜೆ ಒಳಬಂದಿದ್ದ ವೆಂಕಟರಮಣನವರು, "ನಾನು ನಗರ ಠಾಣಾಧಿಕಾರಿ ವೆಂಕಟರಮಣ" ಎಂದು ಪರಿಚಯ ಮಾಡಿಕೊಂಡರು.

ಕುಳಿತಲ್ಲಿಂದ ಎದ್ದು ಗೌರವದಿಂದ ಬರಮಾಡಿಕೊಂಡ ಪ್ರಾಂಶುಪಾಲರು, "ಬನ್ನಿ ಸರ್, ಕುಳಿತುಕೊಳ್ಳಿ" ಎಂದು ಮುಂದಿದ್ದ ಕುರ್ಚಿಯತ್ತ ಬೊಟ್ಟು ಮಾಡಿದರು.

ಕುರ್ಚಿಯನ್ನು ರಫ್ ಅಂತ ಎಳೆದು ಕುಳಿತ ಠಾಣಾಧಿಕಾರಿ, ಕೈಯಲ್ಲಿದ್ದ ಲಾಠಿ ಮತ್ತು ತಲೆಯಲ್ಲಿದ್ದ ಟೋಪಿಯನ್ನು ಕಳಚಿ ಟೇಬಲಿನ ಮೇಲಿಟ್ಟು, "ಕಾನೂರಿನಿಂದ ಬರುವ, ಫಾರೆಸ್ಟರ್ ಪೊನ್ನಪ್ಪನವರ ಮಗ ಸನ್ನಿ ಹೇಗೆ?" ಎಂದು ಕೇಳಿದರು.

ಪ್ರಾಂಶುಪಾಲರು, "ಒಳ್ಳೆ ಹುಡುಗ ಆದರೆ ಸ್ವಲ್ಪ ತುಂಟ. ಆ ವಯಸ್ಸೆ ಅಂಥದ್ದು ಅಲ್ವಾ? ಆದರೆ ಹಾಕಿ ಆಟದಲ್ಲಿ ಬಾರಿ ಮುಂದು, ಉತ್ತಮ ವಿದ್ಯಾರ್ಥಿ ಬೇರೆ, ಅದೆಲ್ಲಿ ಹೋದನೋ! ಏನೋ! ಮೂರು ದಿನದಿಂದ ಕಾಲೇಜಿಗೂ ಬಂದಿಲ್ಲ!" ಎಂದರು.

"ಪೊನ್ನಪ್ಪನವರು ನಿನ್ನೆ ಠಾಣೆಗೆ ಬಂದು ಮಗ ಕಾಣುತ್ತಿಲ್ಲ ಎಂದು ಕಂಪ್ಲೇಂಟು ಕೊಟ್ಟು ಹೋಗಿದ್ದಾರೆ. ಆ ವಿಚಾರವಾಗಿ ನಿಮ್ಮ ಬಳಿ ಸ್ವಲ್ಪ ಮಾತನಾಡುವ ಎಂದು ಬಂದೆವು" ಎಂದು ತಾನು ಬಂದ ವಿಷಯದ ಕುರಿತಾಗಿ ವೆಂಕಟರಮಣನವರು ತಿಳಿಸಿದರು.

"ಹೌದಾ! ನಿನ್ನೆ ದಿನ ಪೊನ್ನಪ್ಪ ದಂಪತಿಗಳು, ಇಲ್ಲಿಗೆ ಬಂದು ವಿಚಾರಿಸಿದಾಗಲೇ ಆ ಹುಡುಗ ಕಾಣೆಯಾಗಿರುವ ವಿಷಯ ನಮಗೂ ಕೂಡ ಗೊತ್ತಾಗಿದ್ದು. ಪಾಪ! ಪೊನ್ನಪ್ಪನವರ ಮಡದಿಯ ಗೋಳು ಮತ್ತು ಸಂಕಟವನ್ನು ನೋಡಲಾಗುತ್ತಿರಲಿಲ್ಲ. ಈ ಹುಡುಗರು ಇದ್ಯಾಕೆ ಹಿಂಗೆ ಮಾಡುತ್ತಾರೊ ಒಂದೂ ಗೊತ್ತಾಗುವುದಿಲ್ಲ, ಒಂದು ವೇಳೆ ಅವನಿಗೆ ಏನಾದರೂ ಅನಾಹುತ ಸಂಭವಿಸಿರಬಹುದಾ!" ಎಂದು ಆಶ್ಚರ್ಯದಿಂದ ವೆಂಕಟರಮಣನವರ ಬಳಿ ಪ್ರಾಂಶುಪಾಲರು ಕೇಳಿದರು.

"ಸದ್ಯ ಏನೂ ಹೇಳಲಿಕ್ಕೆ ಆಗುವುದಿಲ್ಲ. ತನಿಖೆ ನಡೆಯುತ್ತಿದೆ. ಆದರೆ ಸತ್ಯಾಂಶ ಏನು ಅಂತ ಹೊರಬರಬೇಕಾದರೆ ನಿಮ್ಮ ಸಂಪೂರ್ಣ ಸಹಕಾರ ನಮಗೆ ಬೇಕು" ಎಂದು ವೆಂಕಟರಮಣ ತಿಳಿಸಿದರು.

"ಅಫ್‌ಕೋರ್ಸ್, ನನ್ನ ಮತ್ತು ಕಾಲೇಜಿನ ಆಡಳಿತ ಮಂಡಳಿಯ ಸಂಪೂರ್ಣ ಸಹಕಾರ ನಿಮ್ಮೊಂದಿಗೆ ಇದ್ದೆ ಇರುತ್ತೆ. ನಮ್ಮಿಂದ ಏನಾಗಬೇಕು ಎಂದು ನೀವು ತಿಳಿಸಿದರೆ ಸಾಕು" ಎಂದು ಠಾಣಾಧಿಕಾರಿಯವರನ್ನು ನೋಡಿದರು.

ಅವರ ಮಾತು ಕೇಳಿ ಮುಖವರಳಿಸಿದ ಇನ್ಸ್‌ಪೆಕ್ಟರ್‌ರವರು, "ಮೊದಲಿಗೆ ಸನ್ನಿಯ ಕ್ಲಾಸ್ ಟೀಚರನ್ನು ಒಮ್ಮೆ ಕರೆಯಿರಿ" ಎಂದು ಹೇಳಿದರು.

ಪ್ರಾಂಶುಪಾಲರು, ಮೇಜಿನ ಮೇಲಿದ್ದ ಕೈಗಂಟೆಗೆ ಎರಡು ಬಾರಿ ಮೊಟಕಿದರು. ಕೋಣೆಯಲ್ಲೆಲ್ಲಾ 'ಟಣ್ ಟಣ್' ಎಂಬ ಧ್ವನಿ ಮಾರ್ದನಿಸಿತು.

ಒಂದೆರಡು ನಿಮಿಷಗಳಲ್ಲಿ ಗುಮಾಸ್ತ ಬಾಗಿಲ ಬಳಿ ಬಂದು “ಸರ್ ಕರೆದ್ರಾ” ಎಂದು ಕೇಳಿದ.

“ನೀನು ಹೋಗಿ ಆ ಓಮನ ಟೀಚರ್‌ರನ್ನು ಕರೆದುಕೊಂಡು ಬಾ” ಎಂದು ಪ್ರಾಂಶುಪಾಲರು ಹೇಳಿದರು.

ಅದಾಗಲೇ ಪೊಲೀಸ್ ವಾಹನ ಕಾಲೇಜು ಕ್ಯಾಂಪಸ್ಸಿನೊಳಕ್ಕೆ ಬಂದ ವಿಚಾರವಾಗಿ ಶಿಕ್ಷಕರ ಕೊಠಡಿಯಲ್ಲಿ ಬಿಸಿಬಿಸಿ ಚರ್ಚೆ ನಡೆಯುತ್ತಿತ್ತು. ಆ ಸಮಯಕ್ಕೆ ಸರಿಯಾಗಿ ಅಲ್ಲಿಗೆ ಬಂದ ಗುಮಾಸ್ತ, “ಓಮನ ಟೀಚರ್‌ರನ್ನು ಪ್ರಾಂಶುಪಾಲರು ಕರೆಯುತ್ತಿದ್ದಾರೆ” ಎಂದು ಹೇಳಿದ. ಅವನ ಮಾತು ಕೇಳಿ ಎಲ್ಲರೂ ಮುಖಮುಖ ನೋಡಿಕೊಳ್ಳತೊಡಗಿದರು.

ಓಮನ ಟೀಚರ್ ಕುಳಿತಲ್ಲಿಂದ ಎದ್ದು ಉಳಿದ ಶಿಕ್ಷಕರ ಮುಖವನ್ನೊಮ್ಮೆ ನೋಡಿದರು. ಎಲ್ಲರ ಕಣ್ಣುಗಳಲ್ಲು ನೂರೆಂಟು ಪ್ರಶ್ನೆಗಳು ಉದ್ಭವವಾಗಿ, ‘ಓಮನ ಟೀರ್‍ರೆ ಏನಾದ್ರು ಯಡವಟ್ಟು ಮಾಡಿ, ಸಿಕ್ಕಿಹಾಕಿಕೊಂಡು ಬಿಟ್ರಾ!’ ಎನ್ನುವ ರೀತಿಯಲ್ಲಿ ತನ್ನನ್ನು ಅಪರಾಧಿಯಂತೆ ಶಿಕ್ಷಕರೆಲ್ಲ ನೋಡುತ್ತಿರುವ ಹಾಗೆ ಟೀಚರಿಗೆ ಭಾಸವಾಗತೊಡಗಿತು. ಮೂಲೆಯಲ್ಲಿ ಕುಳಿತಿದ್ದ ಇತಿಹಾಸ ಬೋಧಿಸುವ ಸಿದ್ಧರಾಜು ಮೇಷ್ಟ್ರು, ಓಮನ ಟೀಚರ್‌ರ ಮುಖದಲ್ಲಿರುವ ದುಗುಡವನ್ನು ಮನಗಂಡು, ಗುಮಾಸ್ತನ ಬಳಿ, “ಏನ್ ವಿಷಯ? ಪ್ರಾಂಶುಪಾಲರ ಕೊಠಡಿಯಲ್ಲಿ ಏನಾದ್ರು ಗಂಭೀರ ಚರ್ಚೆ ಪೊಲೀಸರೊಂದಿಗೆ ನಡೆಯುತ್ತಿದೆಯಾ?” ಎಂದು ಕೇಳಿದರು.

“ಗೊತ್ತಿಲ್ಲ ಸರ್, ನಾನು ಒಳಹೋದಾಗ ಮಾತು ನಿಲ್ಲಿಸಿದ ಪ್ರಾಂಶುಪಾಲರು, ಓಮನ ಟೀಚರ್‌ರನ್ನು ಬರಹೇಳು, ಅಂತ ಮಾತ್ರ ಹೇಳಿದರು” ಎಂದ.

“ಗಾಬರಿಯಾಗುವಂತ ವಿಚಾರವೇನು ಇರಲ್ಲ ಮೇಡಂ, ನೀವು ಹೋಗಿ, ಏನು ಅಂತ ಕೇಳಿಕೊಂಡು ಬನ್ನಿ” ಎಂದು ಸಿದ್ಧರಾಜುರವರು, ಓಮನರವರಿಗೆ ಧೈರ್ಯ ತುಂಬಿದರು. ಓಮನ ಟೀಚರ್ ಭಯದಿಂದಲೇ ಗುಮಾಸ್ತನನ್ನು ಹಿಂಬಾಲಿಸಿದರು.

“ಮೆ ಐ ಕಮಿನ್, ಸರ್.”

“ಯೆಸ್ ಬನ್ನಿ..” ಎಂದು ಟೀಚರ್‌ರನ್ನು ಒಳಕರೆದ ಪ್ರಾಂಶುಪಾಲರು, “ನೋಡಿ ಓಮನರವರೆ ಇವರು ವೆಂಕಟರಮಣ ಅಂತ ನಗರ ಠಾಣಾಧಿಕಾರಿ, ಇವರಿಗೆ ನಿಮ್ಮಿಂದ ಕೆಲವೊಂದು ಮಾಹಿತಿಗಳು ಬೇಕಾಗಿದೆ ದಯವಿಟ್ಟು ಸಹಕರಿಸಿ” ಎಂದು ಇನ್ಸ್‌ಪೆಕ್ಟರ್‌ರನ್ನು ಪರಿಚಯಿಸಿದರು.

ಆಯ್ತು ಎನ್ನುವ ಭಂಗಿಯಲ್ಲಿ ತಲೆಯಾಡಿಸಿದ ಓಮನ, ಅದೇನು ಅಂತ ಕೇಳಿ ಎನ್ನುವ ಭಾವದಲ್ಲಿ ವೆಂಕಟರಮಣನವರ ಮುಖವನ್ನೊಮ್ಮೆ ದಿಟ್ಟಿಸಿದರು.

"ನೋಡಿ ಮಿಸ್" ಎಂದು ಮಾತು ಶುರು ಮಾಡಿದ ವೆಂಕಟರಮಣನವರು, "ನಿಮ್ಮ ವಿದ್ಯಾರ್ಥಿ ಸನ್ನಿ ಹೇಗೆ?" ಎಂದರು.

ಠಾಣಾಧಿಕಾರಿಯ ಮಾತು ಕೇಳಿ 'ಉಫ್' ಅಂತ ದೀರ್ಘವಾದ ನಿಟ್ಟುಸಿರೊಂದನ್ನು ಬಿಟ್ಟ ಓಮನ ಟೀಚರ್, 'ಅಬ್ಬಾ.. ಇವರು ಕಾಣೆಯಾಗಿರುವ ಸನ್ನಿಯನ್ನು ವಿಚಾರಿಸುವ ಸಲುವಾಗಿ ನನ್ನನ್ನು ಕರೆದಿರುವುದು, ಅದುಬಿಟ್ಟರೆ ಇಲ್ಲೇನು ಸಮಸ್ಯೆಯಿಲ್ಲ!' ಎಂದು ಸಮಾಧಾನ ಪಟ್ಟುಕೊಳ್ಳತೊಡಗಿದರು.

'ತನ್ನನ್ನು ಪ್ರಾಂಶುಪಾಲರ ಕೊಠಡಿಗೆ ಕರೆಯುತ್ತಿದ್ದಾರೆ, ಅದು ಪೊಲೀಸರ ಸಮ್ಮುಖದಲ್ಲಿ' ಎಂದು ಕಾಲೇಜಿನ ಗುಮಾಸ್ತ ಬಂದು ಹೇಳಿದಾಗ ಓಮನ ಟೀಚರ್ ಅರೆಕ್ಷಣ ಆಘಾತಕ್ಕೊಳಗಾಗಿದ್ದರು. ಅವರು ಈ ರೀತಿಯಾಗಿ ಆತಂಕಪಟ್ಟುಕೊಳ್ಳಲು ಹಲವಾರು ಕಾರಣಗಳಿದ್ದವು.

ಓಮನ ಟೀಚರ್ ಮತ್ತು ಅವಳ ಗಂಡ ಪೀತಾಂಬರ ಪ್ರೀತಿಸಿ ಮದುವೆಯಾಗಿದ್ದರು. ವೃತ್ತಿಯಲ್ಲಿ ಬಡಗಿಯಾಗಿದ್ದ ಪೀತಾಂಬರ ಮದುವೆಯಾದ ಹೊಸದರಲ್ಲಿ ಓಮನಳನ್ನು ತುಂಬಾ ಚೆನ್ನಾಗಿ ನೋಡಿಕೊಳ್ಳುತ್ತಿದ್ದ. ಗಂಡ ಹಗಲುರಾತ್ರಿ ದುಡಿಯುತ್ತಿದ್ದರೂ ಸಹ ಕುಟುಂಬದೊಳಗೆ ತುಂಬಾ ಆರ್ಥಿಕ ಸಮಸ್ಯೆ ಇದ್ದುದರಿಂದ ಅವನಿಗೆ ಒತ್ತಾಸೆಯಾಗುವ ಸಲುವಾಗಿ ಪದವಿ ಮುಗಿಸಿದ್ದ ಓಮನ ತಾನು ಎಂ.ಎ., ಓದಿ ಸರಕಾರಿ ಕೆಲಸ ಗಿಟ್ಟಿಸಿಕೊಳ್ಳುವ ಇಚ್ಛೆಯನ್ನು ಗಂಡನ ಬಳಿ ವ್ಯಕ್ತಪಡಿಸಿದ್ದಳು.

ಮಡದಿಯ ಮಾತು ಕೇಳಿದ ಪೀತಾಂಬರ, 'ಅವಳು ಹೇಳುವುದು ಸರಿಯೇ, ಓಮನ ಓದುವುದರಿಂದಾಗಿ, ಅವಳ ಆಸೆಯೂ ಈಡೇರುವುದರ ಜೊತೆಗೆ ನಮ್ಮ ಕುಟುಂಬಕ್ಕೆ ಒಳಿತಾಗುತ್ತೆ ಎನ್ನುವುದಾದರೆ ನಾನೇಕೆ ಅಡ್ಡಗಾಲು ಹಾಕಲಿ' ಎಂದು ತನ್ನ ಆಸೆ ಆಕಾಂಕ್ಷೆಗಳನ್ನೆಲ್ಲ ಬದಿಗೊತ್ತಿ ಓಮನಳನ್ನು ಎಂ.ಎ., ಓದಿಸಲು ಸಮ್ಮತಿಸಿ, ಮೈಸೂರಿಗೆ ಕಳುಹಿಸಿ ಕೊಟ್ಟಿದ್ದ

ದಿನಗಳುರುಳಿದವು. ಓಮನ ಹಾಸ್ಟೆಲ್‌ನಲ್ಲಿ ತಂಗಿದ್ದು, ಚೆನ್ನಾಗಿ ಓದಲು ಶುರುವಿಟ್ಟುಕೊಂಡಳು. ಈ ನಡುವೆ ತಾನೊಬ್ಬನೆ ಮನೆಯಲ್ಲಿದ್ದು ಹೆಂಡತಿಯ ನೆನಪು ಕಾಡುವಾಗಲೆಲ್ಲ, ಪೀತಾಂಬರ ಸ್ನೇಹಿತರೊಡಗೂಡಿ ಚೂರುಚೂರು ಹೆಂಡ ಕುಡಿಯುವ ಚಟವನ್ನು ಮೈಗೂಡಿಸಿ ಕೊಂಡಿದ್ದ. ಓಮನ ತನ್ನ ಓದು ಮುಗಿಸಿ, ಅನುಭವಕ್ಕಾಗಿ, ಖಾಸಗಿ ಕಾಲೇಜಿನಲ್ಲಿ ಒಂದು ವರ್ಷ ಕೆಲಸ ಮಾಡಿ, ಸರಕಾರಿ ಕೆಲಸದೊಂದಿಗೆ ಊರಿಗೆ ಮರಳಿ ಬರುವಾಗ ವರ್ಷ ಮರ್‍ನಾಲ್ಕು ಕಳೆದಿತ್ತು. ಆದರೆ ಆ ವೇಳೆಗಾಗಲೇ ಪೀತಾಂಬರ ಮದ್ಯಕ್ಕೆ ಸಂಪೂರ್ಣ ದಾಸನಾಗಿಬಿಟ್ಟಿದ್ದ.

ಮೊದಮೊದಲು 'ಹೆಂಡತಿಗೆ ಸರಕಾರಿ ಕೆಲಸವನ್ನು ಕೊಡಿಸಲು ತಾನು ಇಷ್ಟು ವರ್ಷ ಕಷ್ಟಪಟ್ಟಿದ್ದರಿಂದ ಸಾಧ್ಯವಾಯಿತು' ಎಂದು ಎಲ್ಲರೊಂದಿಗೆ

ಹೆಮ್ಮೆಯಿಂದ ಹೇಳಿಕೊಳ್ಳುತ್ತಿದ್ದ ಪೀತಾಂಬರ, ಓಮನಳಿಗೆ ತನ್ನೂರಿನಲ್ಲೆ ಸರಕಾರಿ ಕೆಲಸ ಸಿಕ್ಕಿ, ಶಿಸ್ತಾಗಿ ಬಟ್ಟೆ ಧರಿಸಿ, ಲಗುಬಗೆಯಿಂದ ತೋಳಿಗೆ ವ್ಯಾನಿಟಿ ಬ್ಯಾಗ್ ನೇತು ಹಾಕಿಕೊಂಡು, ಅವಳು ಕಾಲೇಜಿಗೆ ಹೋಗಲು ಶುರು ಮಾಡಿದ ನಂತರ, ಅವನ ಮನಸ್ಸಿನ ಮೂಲೆಯಲ್ಲಿ ಮಡದಿಯ ಮೇಲೆ ಸಣ್ಣದೊಂದು ಅಸೂಯೆಯ ಬೀಜ ಮೊಳಕೆಯೊಡೆಯಲು ಪ್ರಾರಂಭವಾಯಿತು.

'ಹರಕಲು ಪಂಚೆ, ಮಾಸಿದ ಅಂಗಿ ತೊಟ್ಟು, ಉಳಿ ಹಿಡಿದುಕೊಂಡು ಆಚಾರಿ ಕೆಲಸ ಮಾಡುವ ನನಗೆ, ಸರಕಾರಿ ಕೆಲಸದ ಜೊತೆಗೆ ಸ್ವಂತ ಸಂಪಾದನೆ ಮಾಡುತ್ತಿರುವ ಓಮನ ಯಾಕೋ ಮೊದಲಿನ ರೀತಿಯಲ್ಲಿ ಮರ್ಯಾದೆ ಮತ್ತು ಪ್ರಾತಿನಿಧ್ಯ ಕೊಡುವುದನ್ನು ಕಡಿಮೆ ಮಾಡಿದ್ದಾಳೆ!' ಎಂದು ಪೀತಾಂಬರನ ಮನಸ್ಸಿನಾಳದಲ್ಲಿ ಕಾಡಲು ಶುರುವಾಯಿತು. ಅದಾಗಲೇ ಮದುವೆಯಾಗಿ ಐದಾರು ವರ್ಷ ಕಳೆದಿದ್ದರೂ ಸಹ ಸರಿಯಾಗಿ ಸಂಸಾರ ನಡೆಸಲಾಗಲಿ, ಕೂಡಲಾಗಲಿ ಇಬ್ಬರಿಗು ಸಾಧ್ಯವಾಗದೆ ಇದ್ದುದರಿಂದ ಮಕ್ಕಳ ಕನಸು ಸಹ ಹಾಗೆಯೇ ನೆನೆಗುದಿಗೆ ಬಿದ್ದಿತ್ತು. ಇದರ ಜೊತೆಗೆ ಪೀತಾಂಬರ ಕುಡಿದು ಕುಡಿದು, ಮಡದಿಯ ಆಸೆ ಆಕಾಂಕ್ಷೆಗಳನ್ನು ಪೂರೈಸಲು ಸಾಧ್ಯವಾಗದಷ್ಟರ ಮಟ್ಟಿಗೆ ಬಸವಳಿದು ಹೋಗಿದ್ದ.

ಪೀತಾಂಬರನ ಮನಸ್ಸಿನಲ್ಲಿ, ಓಮನಳ ಬೇಕುಬೇಡಗಳನ್ನು ಪೂರೈಸಿ, ತಾನೊಬ್ಬ ಗೃಹಸ್ಥ ಎಂಬುದನ್ನು ಸಾಬೀತುಪಡಿಸಬೇಕು ಎಂಬ ತವಕವಿತ್ತು. ಆದರೆ ಅವನ ದೇಹ ಈ ಆಸೆಗೆ ಪೂರಕವಾಗಿ ಸ್ಪಂದಿಸುತ್ತಿರಲಿಲ್ಲ. 'ಅವಳಿಗೆ ಒಂದು ಮಗುವನ್ನು ಸಹ ನನ್ನಿಂದ ಕೊಡಲು ಆಗುತ್ತಿಲ್ಲವಲ್ಲ! ಇದರಿಂದಾಗಿ ಓಮನಳಿಗೆ ನನ್ನ ಮೇಲಿನ ಪ್ರೀತಿ ಕುಂಠಿತವಾಗಿ, ಎಲ್ಲಿ ಬೇರೊಬ್ಬನನ್ನು ಮೋಹಿಸಿಬಿಡುತ್ತಾಳೊ!' ಎಂದು ಯೋಚಿಸಿ ಹಗಲುರಾತ್ರಿ ತಲೆಕೆಡಿಸಿಕೊಳ್ಳತೊಡಗಿದ. ದಿನಗಳೆದಂತೆ ಪೀತಾಂಬರನ ಎದೆಯಲ್ಲಿ ಅವಳ ಚಾರಿತ್ರ್ಯದ ಬಗ್ಗೆ ಕೂಡ ಸಂಶಯದ ಹುತ್ತ ತಲೆಯೆತ್ತತೊಡಗಿತು.

ಹೀಗೆ ಇಲ್ಲಸಲ್ಲದನ್ನು ಮನಸ್ಸಿಗೆ ಹಚ್ಚಿಕೊಂಡ ಪೀತಾಂಬರ, ದಿನನಿತ್ಯ ಕಂಠಪೂರ್ತಿ ಕುಡಿದು ಮನೆಗೆ ಬರುವುದಲ್ಲದೇ, 'ಕಾಲೇಜಿಗೆ ಅಂತ ಎಲ್ಲಿಗೆ ಹೋಗಿದ್ದೆ? ಯಾರೊಂದಿಗೆ ಹೋಗಿದ್ದೆ?' ಎಂದು ಓಮನಳಿಗೆ ಮನಬಂದಂತೆ ಥಳಿಸಿ ತನ್ನ ವೈಫಲ್ಯವನ್ನು ಮರೆಮಾಚಲು ಯತ್ನಿಸುತ್ತಿದ್ದ. ಇದರ ಜೊತೆಗೆ ಪೀತಾಂಬರನ ಚಾಳಿಯ ಮುಂದುವರೆದ ಭಾಗವಾಗಿ, ಹೆಂಡದ ಅಮಲಿನಲ್ಲಿ ಹಾದಿಬೀದಿಗಳಲ್ಲಿ ಕಂಡಕಂಡವರೊಂದಿಗೆ ಗಲಾಟೆ ಮಾಡಿ, ಬಡಿದಾಡುವುದನ್ನು ಸಹ ರೂಢಿಮಾಡಿಕೊಂಡಿದ್ದ. ಕೊನೆಯಲ್ಲಿ ಓಮನ ಟೀಚರ್‌ರನ್ನು ಊರಿನವರು ಕಂಡಾಗ, 'ನಿಮ್ಮ ಯಜಮಾನ್ರು ಈ ರೀತಿ ಕುಡಿದು ಗಲಾಟೆ ಮಾಡಿದ್ರು, ಆ

ರೀತಿ ಬೈದರು' ಎಂದು ದೂರುಗಳನ್ನು ಹೇಳುತ್ತಿದ್ದರು. ಹೀಗೆ ಗಂಡನಿಂದ ಓಮನ ಟೀಚರ್ ಹತ್ತು ಹಲವು ಅವಮಾನಗಳನ್ನು ಊರಿನವರ ಮುಂದೆ ಅನುಭವಿಸುವಂತಾಗಿತ್ತು.

ಇಂದು ಕೂಡ ಕಾಲೇಜಿನ ಕ್ಯಾಂಪಸ್ಸಿನೊಳಕ್ಕೆ ಪೊಲೀಸ್ ವಾಹನ ಬರುವುದರ ಜೊತೆಗೆ ಪ್ರಾಂಶುಪಾಲರು ತನ್ನನ್ನು ಅವರ ಕೊಠಡಿಗೆ ಬರಹೇಳಿದ್ದಾರೆ ಎಂದಾಗ ಓಮನಳ ಮನಸ್ಸಿಗೆ ತಕ್ಷಣ ನಾಟಿದ್ದು, 'ಪೀತಾಂಬರ ಎಲ್ಲೊ ಕುಡಿದು ಗಲಾಟೆ ಮಾಡಿದ್ದಾನೆ ಅದರಿಂದಾಗಿ ಪೊಲೀಸರು ನನ್ನನ್ನು ಹುಡುಕಿಕೊಂಡು ಕಾಲೇಜಿನವರೆಗೆ ಬಂದಿರಬಹುದೆಂದು! ಇಲ್ಲಿಯವರೆಗೆ ಗಂಡನಿಂದಾಗಿ, ಮನೆಯಲ್ಲಿ ಮತ್ತು ಬೀದಿಯಲ್ಲಿ ಮಾತ್ರ ಹಿಂಸೆ, ಅವಮಾನ ಅನುಭವಿಸುತ್ತಿದ್ದೆ. ಆದರಿಂದು ಕಾಲೇಜಿನವರೆಗೂ ತಲುಪಿತ್ತಲ್ಲ' ಎಂದು ಗುಮಾಸ್ತ ಬಂದು ಕರೆದ ತಕ್ಷಣ ಬೇಸರದಿಂದ, ತಲೆತಗ್ಗಿಸಿಕೊಂಡು ಅವನ ಹಿಂದೆ ಹೆಜ್ಜೆ ಹಾಕುತ್ತ ಪ್ರಾಂಶುಪಾಲರ ಕೊಠಡಿಯನ್ನು ಓಮನ ಹೊಕ್ಕಿದ್ದಳು. ಆದರೆ ಇನ್ಸ್‌ಪೆಕ್ಟರ್ ವೆಂಕಟರಮಣನವರು, 'ನಿಮ್ಮ ವಿದ್ಯಾರ್ಥಿ ಸನ್ನಿ ಹೇಗೆ?' ಎಂದು ಕೇಳಿದಾಗ ಓಮನ ಟೀಚರ್ 'ಅನಾವಶ್ಯಕವಾಗಿ ನಾನು ಆತಂಕಕ್ಕೆ ಒಳಗಾಗಿಬಿಟ್ಟೆ' ಎಂದು ಮನಸ್ಸಿನಲ್ಲಿ ತನ್ನನ್ನೆ ತಾನು ಅಪಹಾಸ್ಯ ಮಾಡಿ ನಕ್ಕು, "ಸನ್ನಿ ಒಳ್ಳೆಯ ಹುಡುಗ, ಸರ್, ಆದರೆ ಸ್ವಲ್ಪ ಕೀಟಲೆ ಬುದ್ಧಿ, ಓದಿಗಿಂತ ತಲೆಹರಟೆ ವಿಚಾರಗಳಲ್ಲಿ ಹೆಚ್ಚಾಗಿ ಆಸಕ್ತಿ ತೋರಿಸುತ್ತಾನೆ" ಎಂದು ಹೇಳಿದಳು.

"ಅವನಿಗೆ ಯಾವುದಾದರು ಹುಡುಗಿಯರೊಂದಿಗೆ ಪ್ರೇಮ ಗೀಮ ಅಂತದ್ದೇನಾದ್ರು ಇತ್ತಾ?"

"ಇಲ್ಲ ಸರ್, ಕಾಲೇಜಿನ ಒಳಗೆ ಮತ್ತು ಬಹಿರಂಗವಾಗಿ ಸನ್ನಿ ಯಾವತ್ತು ಹುಡುಗಿಯರ ವಿಚಾರದಲ್ಲಿ ಕಾಣಿಸಿಕೊಂಡವನಲ್ಲ. ಇನ್ನು ಹೊರಗಡೆ ಏನಾದರು ಇತ್ತಾ ಎನ್ನುವುದು ನನಗೆ ಗೊತ್ತಿಲ್ಲ ಸರ್!".

ವೆಂಕಟರಮಣನವರು, 'ಯಾವುದಾದರು ಯುವತಿಯರೊಂದಿಗೆ ಸನ್ನಿಗೆ ಸಂಬಂಧ ಇತ್ತಾ' ಎಂದು ಕೇಳುತ್ತಿರುವುದನ್ನು ನೋಡಿ, ಯಾವ ಉದ್ದೇಶದಿಂದ ಠಾಣಾಧಿಕಾರಿ ಈ ಪ್ರಶ್ನೆಯನ್ನು ಕೇಳಿರಬಹುದು ಎಂಬುದು ಪ್ರಾಂಶುಪಾಲರಿಗೆ ಮೆಲ್ಲಮೆಲ್ಲನೆ ಮನವರಿಕೆಯಾಗತೊಡಗಿತು. ಒಂದು ವೇಳೆ ಪ್ರೀತಿಗೀತಿ ಅಂತ ತಲೆಕೆಡಿಸಿಕೊಂಡು ಈ ಹುಡುಗ ಯಾರನ್ನಾದ್ರು ಕಟ್ಟಿಕೊಂಡು ಓಡಿಹೋಗಿರಬಹುದಾ! ಎಂಬ ಸಂಶಯ ಈಗಾಗಲೇ ಪೊಲೀಸರಿಗೆ ಬಂದಿರಬಹುದು. ಅದರಿಂದ ಈ ರೀತಿ ಕೇಳುತ್ತಿದ್ದಾರೆ ಎಂದು ಅಂದಾಜು ಮಾಡುತ್ತಾ ಠಾಣಾಧಿಕಾರಿ ಮತ್ತು ಓಮನರ ಮಾತುಗಳನ್ನು ಪ್ರಾಂಶುಪಾಲರು ಆಲಿಸತೊಡಗಿದರು.

"ಕಳೆದ ಮೂರು ದಿನಗಳಿಂದ ಯಾವುದಾದರು ಯುವತಿ ಕಾಲೇಜಿಗೆ ಬಾರದೆ ಇರುವುದು ನಿಮ್ಮ ಗಮನಕ್ಕೆ ಬಂದಿದೆಯಾ?" ಎಂದು ಪ್ರಾಂಶುಪಾಲರತ್ತ ನೋಟ ಬೀರುತ್ತಾ ವೆಂಕಟರಮಣನವರು ಕೇಳಿದರು.

ಪ್ರಾಂಶುಪಾಲರು ತಡಮಾಡದೇ ಮೇಜಿನ ಮೇಲಿದ್ದ ಕೈಗಂಟೆಯ ಮೇಲೆ ಮತ್ತೆರಡು ಬಾರಿ ಅದುಮಿ ಬಾಗಿಲಿನತ್ತ ದಿಟ್ಟಿಸಿದರು. ಒಂದೆರಡು ನಿಮಿಷಗಳಲ್ಲಿ ಗುಮಾಸ್ತ ಮತ್ತೆ ಪ್ರತ್ಯಕ್ಷನಾದ. "ಎಲ್ಲಾ ಕ್ಲಾಸಿನ ಉಪನ್ಯಾಸಕರಲ್ಲೂ ಹಾಜರಾತಿ ಪುಸ್ತಕವನ್ನು ತೆಗೆದುಕೊಂಡು ಬರಲು ಹೇಳು" ಎಂದು ಗುಮಾಸ್ತನ ಬಳಿ ಹೇಳಿದರು.

ಕೆಲಹೊತ್ತಿನಲ್ಲಿ ಶಿಕ್ಷಕರೆಲ್ಲಾ ಕೈಯಲ್ಲಿ ಹಾಜರಿ ಪುಸ್ತಕವನ್ನು ಹಿಡಿದುಕೊಂಡು ಪ್ರಾಂಶುಪಾಲರ ಕೊಠಡಿಯಲ್ಲಿ ಹಾಜರಾದರು.

"ನಾಲ್ಕು ದಿನದಿಂದ ಯಾವ ಹೆಣ್ಣು ಮಕ್ಕಳು ಕಾಲೇಜಿಗೆ ಬಂದಿಲ್ಲ ಎಂಬುದನ್ನು ನೋಡಿ ಹೇಳಿ" ಎಂದು ಪ್ರಾಂಶುಪಾಲರು ಉಪನ್ಯಾಸಕರನ್ನು ಉದ್ದೇಶಿಸಿ ಹೇಳಿದರು. ಎಲ್ಲಾ ಶಿಕ್ಷಕರು ತಮ್ಮ ಕೈಲಿದ್ದ ಹಾಜರಿ ಪುಸ್ತಕಗಳ ಹಾಳೆಗಳನ್ನು ರಪರಪ ಎಂದು ತಿರುವಿ ನೋಡತೊಡಗಿದರು. ಈ ನಡುವೆ, ಗುಮಾಸ್ತನನ್ನು ಕರೆದ ಪ್ರಾಂಶುಪಾಲರು, "ಇನ್ಸ್‌ಪೆಕ್ಟರ್‌ಗೆ ಕುಡಿಯಲು ನಾಯರ್‌ನ ಹೋಟೆಲಿನಿಂದ ಟೀ ತೆಗೆದುಕೊಂಡು ಬಾ" ಎಂದು ಹೇಳಿದರು. 'ಸರಿ ಸರ್', ಎಂದು ತಲೆಯಾಡಿಸಿ ಶಿಕ್ಷಕರ ಕೊಠಡಿಯಲ್ಲಿದ್ದ ಫ್ಲಾಸ್ಕನ್ನು ಎತ್ತಿಕೊಂಡು ಗುಮಾಸ್ತ ಹೋಟೆಲಿನತ್ತ ಹೆಜ್ಜೆಹಾಕಿದ.

ಎಲ್ಲಾ ಉಪನ್ಯಾಸಕರು ತಮ್ಮತಮ್ಮ ಹಾಜರಿ ಪುಸ್ತಕವನ್ನು ಪರಿಶೀಲನೆ ಮಾಡಿ, ನಮ್ಮ ತರಗತಿಯಲ್ಲಿ ಎಲ್ಲರೂ ಬಂದಿದ್ದಾರೆ ಎಂದು ಹೇಳುತ್ತಿರುವ ನಡುವಲ್ಲಿ ಎರಡನೆ ವರ್ಷದ ಬಿ.ಎ., ತರಗತಿಯ ಉಪನ್ಯಾಸಕರಾದ ನಾಗಮ್ಮನವರು, "ಸರ್ ನನ್ನ ಕ್ಲಾಸಿನಲ್ಲಿ ಕಳೆದ ಮೂರು ದಿನಗಳಿಂದ ಬೆಟ್ಟಗೇರಿ ಭಾಗದಿಂದ ಬರುವ ಕಾವೇರಿ ಎಂಬ ವಿದ್ಯಾರ್ಥಿ ತರಗತಿಗೆ ಬಂದಿಲ್ಲ" ಎಂದು ಹೇಳಿದರು.

ಎಲ್ಲರ ದೃಷ್ಟಿ ಅವರತ್ತ ನೆಟ್ಟಿತು. ಠಾಣಾಧಿಕಾರಿ ವೆಂಕಟರಮಣನವರು, "ಕೊಡಿ ಇಲ್ಲಿ" ಎಂದು ಹಾಜರಾತಿ ಪುಸ್ತಕವನ್ನು ಕೈಗೆತ್ತಿಕೊಂಡು ಪರಿಶೀಲನೆ ಮಾಡಲು ಶುರುಮಾಡಿ, "ಹೌದು!" ಎಂದು ಉದ್ಘರಿಸಿ, "ನೋಡಿ ಸನ್ನಿ ಕಾಣೆಯಾದ ದಿನದಿಂದಲೇ ಕಾವೇರಿ ಕೂಡ ಕಾಲೇಜಿಗೆ ಬಂದಿಲ್ಲ, ಒಂದು ವೇಳೆ ಇವರಿಬ್ಬರಿಗೆ.." ಎಂದು ಪ್ರಾಂಶುಪಾಲರ ಮುಖವನ್ನೊಮ್ಮೆ ದಿಟ್ಟಿಸಿದರು.

"ಹೇಗೆ ಮೇಡಂ ಈ ಕಾವೇರಿ!" ಎಂದು ಠಾಣಾಧಿಕಾರಿ ನಾಗಮ್ಮನವರ ಕಡೆಗೆ ತಿರುಗಿದರು.

"ಸರ್, ಒಳ್ಳೆಯ ವಿದ್ಯಾರ್ಥಿ, ತುಂಬಾ ಬಡ ಕುಟುಂಬದವರು ಬೇರೆ, ಆ ಹುಡುಗಿ ಈ ರೀತಿ ಏನಾದರು ತಪ್ಪು ಮಾಡಿರುತ್ತಾಳೆ ಎನ್ನುವುದರಲ್ಲಿ ನನಗೆ ಯಾವುದೇ ನಂಬಿಕೆಯಿಲ್ಲ" ಎಂದರು.

"ಅಂತವರೆ ಇತ್ತೀಚಿನ ದಿನಗಳಲ್ಲಿ ಈ ರೀತಿಯ ಮನೆಹಾಳು ಕೆಲಸವನ್ನು ಹೆಚ್ಚಾಗಿ ಮಾಡುತ್ತಿರುವುದು" ಎನ್ನುತ್ತಾ, 'ಶೇಕಡ 90% ಭಾಗ ಸನ್ನಿ ಮತ್ತು ಕಾವೇರಿ ಓಡಿ ಹೋಗಿರಬಹುದಾದ ಎಲ್ಲ ಸಾಧ್ಯತೆಗಳಿವೆ' ಎಂದು ಸಂಶಯ ವ್ಯಕ್ತಪಡಿಸಿ, "ಆ ಹುಡುಗಿಯ ವಿಳಾಸ ಕೊಡಿ" ಎಂದು ಠಾಣಾಧಿಕಾರಿ ಟೀಚರ್‌ರ ಬಳಿ ಕೇಳಿದರು.

ನಾಗಮ್ಮನವರು, ಒಳ ಹೋಗಿ ಒಂದು ಫೈಲ್ ಎತ್ತಿಕೊಂಡು ಬಂದು, ಅದರಲ್ಲಿ ಹುಡುಕಿ ಒಂದು ಚೀಟಿಯಲ್ಲಿ ಕಾವೇರಿಯ ಮನೆಯ ವಿಳಾಸವನ್ನು ಬರೆದು ವೆಂಕಟರಮಣನವರ ಕೈಗಿತ್ತರು.

"ಒಮ್ಮೆ ಅವರ ಮನೆಯ ಬಳಿ ಹೋಗಿ ವಿಚಾರಿಸಿದರೆ ಸತ್ಯಾಂಶ ಏನು ಎಂಬುವುದು ಗೊತ್ತಾಗುತ್ತದೆ. ಏನಾದರು ಅವಶ್ಯಕತೆ ಬಿದ್ದರೆ ನಿಮಗೆ ಹೇಳಿ ಕಳುಹಿಸುತ್ತೇನೆ. ಆವಾಗ ನೀವು ಠಾಣೆಗೆ ಬರಬೇಕಾಗುತ್ತದೆ" ಎಂದು ಪ್ರಾಂಶುಪಾಲರ ಬಳಿ ಹೇಳಿ, ಕುಳಿತಲ್ಲಿಂದ ಅವಸರವಾಗಿ ಎದ್ದ ಠಾಣಾಧಿಕಾರಿ ಪ್ರಕರಣ ಭೇದಿಸಿದ ಹುಮ್ಮಸ್ಸಿನಿಂದ ಜೀಪಿನತ್ತ ಹೆಜ್ಜೆ ಹಾಕಿದರು.

ವೆಂಕಟರಮಣನವರು ಕಚೇರಿಯಿಂದ ಹೊರಬರುತ್ತಿರುವುದನ್ನ ಕಂಡ ಪೇದೆ, ಜೀಪ್ ಚಾಲು ಮಾಡಿ ಹೊರಡಲು ಸಿದ್ಧವಾಗಿ ಕುಳಿತ. ಜೀಪ್ ಹತ್ತಿದ ಇನ್ಸ್‌ಪೆಕ್ಟರ್, "ಬೆಟ್ಟಗೇರಿ ಕಡೆಗೆ ನಡಿ" ಎಂದರು. ಯೂಟರ್ನ್ ಹೊಡೆದು ಜೀಪನ್ನು ತಿರುಗಿಸಿಕೊಂಡ ಪೇದೆ ಜೀಪನ್ನು ಬೆಟ್ಟಗೇರಿಯತ್ತ ಚಲಾಯಿಸತೊಡಗಿದ. ವಿದ್ಯಾರ್ಥಿಗಳು ಯಥಾಪ್ರಕಾರ ಮೂಕಪ್ರೇಕ್ಷಕರಂತೆ ಜೀಪನ್ನೆ ನೋಡುತ್ತಾ ನಿಂತಿದ್ದರು. ನಾಯರ್‌ನ ಕ್ಯಾಂಟಿನ್‌ನಿಂದ ಇನ್ಸ್‌ಪೆಕ್ಟರ್ ಅವರಿಗೆ ಬಿಸಿಬಿಸಿ ಕಾಫಿಯನ್ನು ಫ್ಲಾಸ್ಕಿನಲ್ಲಿ ಹಾಕಿಸಿಕೊಂಡು ನಡೆದುಬರುತ್ತಿದ್ದ ಗುಮಾಸ್ತ, 'ಈ ಪೊಲೀಸಿನವರು ಕಾಫಿ ಕುಡಿಯದೆ ಹಾಗೆಯೇ ಹೊರಟುಬಿಟ್ಟರಲ್ಲ!' ಎಂದು ಕಾಫಿ ತುಂಬಿದ ಫ್ಲಾಸ್ಕನ್ನು ಅಲ್ಲಾಡಿಸುತ್ತಾ ಕಾಲೇಜಿನ ಒಳಕ್ಕೆ ಹೋದ.

ವರ್ಷಾವರ್ಷ ಕೊಡಗಿನಲ್ಲಿ ಮಳೆಗಾಲ ಶುರುವಾಯಿತು ಎಂದರೆ ಇನ್ನಾರು ತಿಂಗಳು ಆಕಾಶ ಹರಿದಂತೆ ಧೋ ಎಂದು ಮಳೆ ಸುರಿಯುವುದು ವಾಡಿಕೆ. ಇದರಿಂದಾಗಿ ಮಳೆ ಶುರುವಾಗುವ ಮೊದಲೆ ಮುಂಜಾಗ್ರತಾ ಕ್ರಮವಾಗಿ ಕಾವೇರಿಯ ತಂದೆ ಮೊಣ್ಣಪ್ಪನವರು, ಮನೆಯ ಹಿತ್ತಲಿನಲ್ಲಿದ್ದ ದನದ ಕೊಟ್ಟಿಗೆಯ ಮಾಡನ್ನು ಸರಿಪಡಿಸುತ್ತಿದ್ದರು. ಮುಂಬದಿಯ ಜಗುಲಿಯ ಮೇಲೆ ಕುಳಿತಿದ್ದ ಮೊಣ್ಣಪ್ಪನವರ ಮಡದಿ ಪಾರ್ವತಿ ಅಕ್ಕಿ ಸೋಸುತ್ತಿದ್ದಳು. ಹೀಗಿರುವಾಗ ತಮ್ಮ ಮನೆಯ ಕಡೆಗೆ ಯಾವುದೋ ವಾಹನ ಬರುತ್ತಿರುವ

ಧ್ವನಿ ಕೇಳಿಸಿದಂತಾಗಿ ಪಾರ್ವತಿ ಕುಳಿತಲ್ಲಿಂದ ಎದ್ದು, ಹಣೆಯ ಮೇಲ್ಭಾಗಕ್ಕೆ ಕೈಯನ್ನು ಅಡ್ಡಹಿಡಿದು ಯಾವ ವಾಹನವದು ಎಂದು ನೋಡತೊಡಗಿದರು. 'ಯಾರದಿದು ಜೀಪು! ನಮ್ಮ ಮನೆ ಕಡೆನೆ ಬರ್ತಾ ಉಂಟಲ್ಲ! ನಮ್ಮೂರಲ್ಲಿ ಈ ರೀತಿಯ ನೀಲಿ ಬಣ್ಣದ ಜೀಪು ಯಾರಿಗೂ ಇಲ್ವಲ್ಲ!' ಎಂದು ಪಾರ್ವತಿ ಆಲೋಚಿಸುವಷ್ಟರಲ್ಲಿ ಜೀಪು ಮನೆಯಂಗಳದಲ್ಲಿ ಬಂದು ನಿಂತಿತು.

ಜೀಪಿನ ಮುಂಬದಿಯಿಂದ ಎತ್ತರದ ನಿಲುವಿನ ಪೊಲೀಸು ಧಿರಿಸು ಧರಿಸಿದ್ದ ವೆಂಕಟರಮಣನವರು ಇಳಿದು, "ಇದು ಮೊಣ್ಣಪ್ಪನ ಮನೆನಾ?" ಎಂದು ಕೇಳಿದರು. ಮೊಣ್ಣಪ್ಪನವರ ಮಡದಿ ಪಾರ್ವತಿಗೆ, ಪೊಲೀಸರನ್ನ ಕಂಡ ತಕ್ಷಣ ಗಂಟಲು ಒಣಗಿ, ಬಾಯಿಂದ ಮಾತೆ ಹೊರಡದೆ ಅವರನ್ನೆ ನೋಡುತ್ತಾ ನಿಂತುಕೊಂಡಳು. ಹಿತ್ತಲಿನಲ್ಲಿದ್ದ ಮೊಣ್ಣಪ್ಪ "ಯಾರೇ ಅದು" ಎನ್ನುತ್ತಾ ಜೀಪು ಬಂದ ಶಬ್ದ ಕೇಳಿ ಮುಂಬದಿಗೆ ಬಂದರು. ಮನೆಯ ಮುಂದೆ ಪೊಲೀಸ್ ವಾಹನ ನಿಂತಿತ್ತು. ತಲೆಯಲ್ಲಿ ಕಟ್ಟಿದ್ದ ಕರವಸ್ತ್ರವನ್ನು ಕಳಚಿದ ಮೊಣ್ಣಪ್ಪ ಹಣೆಯಲ್ಲಿ ಜಿನುಗುತ್ತಿದ್ದ ಬೆವರ ಹನಿಯನ್ನು ಸೀಟಿಕೊಳ್ಳುತ್ತ ಇನ್ಸ್‌ಪೆಕ್ಟರ್‌ರ ಬಳಿ ಬಂದು.

"ನಮಸ್ಕಾರ ಸರ್" ಎಂದ.

"ನೀನೇನಾ ಮೊಣ್ಣಪ್ಪ?"

"ಹೌದು ಸರ್" ಎಂದು ವಿನಯದಿಂದ ಮೊಣ್ಣಪ್ಪ ಕೈಮುಗಿದ.

"ಎಷ್ಟು ವರ್ಷದಿಂದ ಬೆಟ್ಟಗೇರಿಯಲ್ಲಿ ವಾಸವಾಗಿದ್ದೀಯಾ?"

"ಸರ್ ನನ್ನ ಮುತ್ತಾತನ ಕಾಲದಿಂದಲೂ ಇಲ್ಲಿಯೇ ವಾಸವಾಗಿದ್ದೇವೆ"

"ನಿನಗೆ ಎಷ್ಟು ಮಕ್ಕಳು?"

"ಎರಡು ಮಕ್ಕಳು ಸರ್, ಒಂದು ಗಂಡು ಮತ್ತು ಒಂದು ಹೆಣ್ಣು"

"ಅವರೇನು ಮಾಡ್ತಾ ಇದ್ದಾರೆ?"

"ಸರ್, ಮಗ ಪಕ್ಕದ ಟಾಟಾ ಎಸ್ಟೇಟಿನಲ್ಲಿ ರೈಟರ್ ಆಗಿ ಕೆಲಸ ಮಾಡುತ್ತಿದ್ದಾನೆ. ಮಗಳು ಮಡಿಕೇರಿ ಕಾಲೇಜಿನಲ್ಲಿ ಡಿಗ್ರಿ ಮಾಡುತ್ತಿದ್ದಾಳೆ"

ಇನ್ಸ್‌ಪೆಕ್ಟರ್ ವೆಂಕಟರಮಣನವರು ಕಣ್ಣು ಕೆಂಪಗೆ ಮಾಡಿಕೊಂಡು ಒಂದರ ಹಿಂದೆ ಒಂದರಂತೆ ಪ್ರಶ್ನೆಗಳನ್ನು ಕೇಳುತ್ತಿರಬೇಕಾದರೆ, ಮೊಣ್ಣಪ್ಪ ಮತ್ತು ಪಾರ್ವತಿಗೆ, 'ಏನು ಗ್ರಹಚಾರ ಕಾದಿದೆಯೋ! ಅದ್ಯಾಕೆ ಇವರು, ಈ ರೀತಿ ಜೀಪು ಸಮೇತ ಬಂದು ನಮ್ಮ ಪೂರ್ವಾಪರವನ್ನು ವಿಚಾರಿಸುತ್ತಿದ್ದಾರೋ!' ಎಂದು ಭಯ ಕಾಡಲು ಶುರುವಾಯಿತು.

ವೆಂಕಟರಮಣನವರು ಮಾಹಿತಿ ಕಲೆ ಹಾಕುತ್ತಿರುವ ನಡುವಲ್ಲಿ "ಕುಡಿಯಲು ಸ್ವಲ್ಪ ನೀರು ಬೇಕು" ಎಂದು ಇನ್ಸ್‌ಪೆಕ್ಟರ್‌ರ ಜೊತೆಯಲ್ಲಿದ್ದ ಪೇದೆ, ನಡುಗುತ್ತಾ ನಿಂತಿದ್ದ ಪಾರ್ವತಿಯ ಬಳಿ ಕೇಳಿದ.

"ಮಗಳೇ, ಕುಡಿಯಲು ಸ್ವಲ್ಪ ನೀರು ತೆಗೆದುಕೊಂಡು ಬಾ" ಎಂದು ಒಳಗಡೆಗೆ ಕೇಳಿಸುವ ಹಾಗೆ ಪಾರ್ವತಿ ಕೂಗಿ ಹೇಳಿದಳು.

ಪಾರ್ವತಿಯ ಮಾತು ಕೇಳಿದೊಡನೆ, ವೆಂಕಟರಮಣ ಮತ್ತು ಜೊತೆಗಿದ್ದ ಪೇದೆಯ ಕಿವಿ ನೆಟ್ಟಗಾಗಿ ಮನೆಯ ಬಾಗಿಲಿನತ್ತ ದೃಷ್ಟಿ ಹಾಯಿಸಿದರು.

ಕಳೆದೆರಡು ದಿನಗಳಿಂದ ಒಂದೇ ಸಮನೆ ಮಲಗಿದ್ದು, ಮುಖವೆಲ್ಲ ಮಂಕಾಗಿ, ಕೂದಲೆಲ್ಲ ಕೆದರಿಕೊಂಡು, ಮಂಡಿಯವರೆಗಿನ ಲಂಗ ಧರಿಸಿದ್ದ ಸುಮಾರು ಇಪ್ಪತ್ತರ ಯುವತಿಯೊಬ್ಬಳು ಒಂದು ಕೈಯಲ್ಲಿ ನೀರಿನ ಚೊಂಬನ್ನು ಹಿಡಿದು, ಮತ್ತೊಂದು ಕೈಯಲ್ಲಿ ಕಣ್ಣೊರೆಸಿಕೊಂಡು ಹೊರಬಂದಳು.

ನೀರು ತುಂಬಿದ್ದ ಚೊಂಬನ್ನು ಹಿಡಿದು ನಿಂತಿದ್ದ ಕಾವೇರಿಯನ್ನು ದಿಟ್ಟಿಸುತ್ತಾ ಇನ್ಸ್‌ಪೆಕ್ಟರ್ ವೆಂಕಟರಮಣನವರು, "ಇವಳು?" ಎಂದು ಕೇಳಿದರು

"ಇವಳು ನನ್ನ ಮಗಳು ಕಾವೇರಿ. ಕಳೆದ ಮೂರು ದಿನಗಳಿಂದ ಜ್ವರ ಬಂದು, ಕಾಲೇಜಿಗೂ ಹೋಗದೆ ಮನೆಯಲ್ಲೆ ಮಲಗಿಕೊಂಡಿದ್ದಾಳೆ ಸರ್, ನಿನ್ನೆ ಮಡಿಕೇರಿಗೆ ಹೋಗಿ ಧರ್ಮಾಸ್ಪತ್ರೆಯಲ್ಲಿ ತೋರಿಸಿಕೊಂಡು ಬಂದೆವು. ಇದು ಹರಡುವ ಸೋಂಕುಜ್ವರ, ಮದ್ದು ತೆಗೆದುಕೊಂಡು ಮನೆಯಲ್ಲಿಯೇ ಇರಲಿ, ಹೊರಗಡೆ ಎಲ್ಲೂ ಕಳಿಸಬೇಡ ಎಂದು ಸೂಜಿ ಚುಚ್ಚಿ ಡಾಕ್ಟರು ಕಳುಹಿಸಿದ್ದಾರೆ. ಅದರಿಂದಾಗಿ ಅವಳನ್ನು ಎರಡು ದಿನದಿಂದ ಎಲ್ಲಿಗೂ ಕಳುಹಿಸಿಲ್ಲ" ಎಂದು ಮೊಣ್ಣಪ್ಪ ಹೇಳಿದ.

ಕಾವೇರಿಯ ಮುಖ ನೋಡಿದರೆ ಟೈಫಾಯಿಡ್ ಜ್ವರ ಬಂದ ರೀತಿಯಲ್ಲಿ ಬಾಡಿ ಹೋಗಿದ್ದಳು, ಆದರೂ ಕೂಡ ಇನ್ನಷ್ಟು ವಿಚಾರಿಸಿ ಖಾತರಿಪಡಿಸಿಕೊಳ್ಳುವ ಎಂದು ಠಾಣಾಧಿಕಾರಿಯ ಜೊತೆಗಿದ್ದ ಪೇದೆ, "ಆಸ್ಪತ್ರೆಗೆ ತೋರಿಸಿದ ಚೀಟಿಗಳೇನಾದ್ರು ಇದೆಯಾ?" ಎಂದು ಕೇಳಿದ.

"ಮಗಳೇ, ಡಾಕ್ಟ್ರು ಬರೆದುಕೊಟ್ಟ ಚೀಟಿಯನ್ನು ಸ್ವಲ್ಪ ತೆಗೆದುಕೊಂಡು ಬಾ" ಎಂದು ಪಾರ್ವತಿ ಕಾವೇರಿಗೆ ಹೇಳಿದಾಗ ಕಾವೇರಿ ಒಳಹೋಗಿ, ಮೂಲೆಯಲ್ಲೆಲ್ಲ ತಡಕಾಡಿ, ನಿನ್ನೆ ಆಸ್ಪತ್ರೆಗೆ ಹೋದಾಗ ವೈದ್ಯರು ಬರೆದುಕೊಟ್ಟ ಚೀಟಿ ಮತ್ತು ಮದ್ದಿನ ಚೀಲವನ್ನು ತಂದು ವೆಂಕಟರಮಣನವರಿಗೆ ಕೊಟ್ಟಳು. ಅವರು, 'ಅದನ್ನೊಮ್ಮೆ ಪರಿಶೀಲಿಸು' ಎಂದು ಜೊತೆಗಿದ್ದ ಪೇದೆಗೆ ಕಣ್ಸನ್ನೆಯ ಮೂಲಕ ತಿಳಿಸಿ ಮೊಣ್ಣಪ್ಪ ಮತ್ತು ಕುಟುಂಬವನ್ನು ದಿಟ್ಟಿಸುತ್ತಾ ನಿಂತರು. ಪೇದೆ ಚೀಟಿಯನ್ನು ಪಡೆದು ಮೇಲಿಂದ ಕೆಳಗಿನವರೆಗೂ ಒಮ್ಮೆ ಕಣ್ಣಾಡಿಸಿ, ನಂತರ ಮಡಿಕೇರಿಯ ಸರಕಾರಿ ಆಸ್ಪತ್ರೆಗೆ ಕರೆ ಮಾಡಿ ವಿಚಾರಿಸಿದ ನಂತರ, "ಹೌದು, ಸರ್ ಇವರು ನಿನ್ನೆ ಆಸ್ಪತ್ರೆಗೆ ಹೋಗಿ ತೋರಿಸಿಕೊಂಡು ಬಂದಿದ್ದರಂತೆ" ಎಂದು ಠಾಣಾಧಿಕಾರಿಗೆ ವಿವರ ನೀಡಿದ.

"ಸರಿ, ಹಾಗಾದರೆ ನಾವು ಹೊರಡುವ. ಏನಾದ್ರು ಅವಶ್ಯಕತೆ ಇದ್ರೆ ಹೇಳಿ ಕಳುಹಿಸುತ್ತೇನೆ. ಆಗ ಮಡಿಕೇರಿ ಠಾಣೆಗೆ ಬರಬೇಕಾಗುತ್ತದೆ" ಎಂದು ತನ್ನ ಗಡುಸಾದ ಧ್ವನಿಯಲ್ಲಿ ಹೇಳಿ ವೆಂಕಟರಮಣನವರು ಜೀಪನ್ನು ಹತ್ತಿ ಕುಳಿತರು.

ಹಿಂದೆಂದು ಇಲ್ಲದಂತೆ, ಇಂದು ದಿಢೀರನೆ ನಮ್ಮ ಮನೆಗೆ ಪೊಲೀಸರು ಬಂದಿರುವುದಾದರು ಯಾಕೆ? ನಾವು ಮಾಡಿರುವ ತಪ್ಪಾದರು ಏನು? ಎಂದು ಗೊಂದಲಕ್ಕೀಡಾದ ಮೊಣ್ಣಪ್ಪ, ಪೊಲೀಸ್ ವಾಹನ ಚಾಲು ಆಗುವ ಮೊದಲು ವೆಂಕಟರಮಣನವರ ಬಳಿ ತೆರಳಿ, "ಸರ್ ನಮ್ಮಿಂದ ಏನಾದರು ತಪ್ಪಾಗಿದೆಯಾ?" ಎಂದು ವಿನಯದಿಂದ ನಡುಬಗ್ಗಿಸಿ ಕೇಳಿದರು.

"ಹಾಗೇನು ಇಲ್ಲ ಮಾರಾಯ, ನಿಮ್ಮ ಮಗಳು ಕಾವೇರಿ ಓದುತ್ತಿರುವ ಕಾಲೇಜಿನಲ್ಲಿ ಒಬ್ಬ ಯುವಕ ಕಳೆದ ಮೂರು ದಿನಗಳಿಂದ ಕಾಣೆಯಾಗಿದ್ದಾನೆ. ಆ ವಿಚಾರವಾಗಿ ಕೆಲವೊಂದು ವಿದ್ಯಾರ್ಥಿಗಳನ್ನು ವಿಚಾರಿಸುವಾಗ ನಿನ್ನ ಮಗಳು ಕೂಡ ಒಂದೆರಡು ದಿನಗಳಿಂದ ಕಾಲೇಜಿಗೆ ಬರದೇ ಇರುವುದು ಕಂಡುಬಂತು. ಅದರಿಂದಾಗಿ ಇಲ್ಲಿ ಒಮ್ಮೆ ವಿಚಾರಿಸಿ ಹೋಗುವ ಅಂತ ಬಂದೆವು" ಎಂದು ಬಂದ ಕಾರಣವನ್ನು ವೆಂಕಟರಮಣನವರು ಮೊಣ್ಣಪ್ಪನಿಗೆ ತಿಳಿಸಿದರು.

ಇನ್ಸ್‌ಪೆಕ್ಟರ್‌ರ ಮಾತು ಕೇಳಿ ನೊಂದುಕೊಂಡ ಮೊಣ್ಣಪ್ಪ, "ಅಯ್ಯೋ ಸ್ವಾಮಿ! ನನ್ನ ಮಗಳು ನೀವು ಅಂದುಕೊಂಡ ರೀತಿಯ ತಪ್ಪು ಮಾಡುವವಳಲ್ಲ; ನಿಮಗೆ ಯಾರೋ ತಪ್ಪು ಮಾಹಿತಿ ಕೊಟ್ಟಿದ್ದಾರೆ" ಎಂದು ಗದ್ಗದಿತನಾಗತೊಡಗಿದ.

ಸನ್ನಿ ಕಾಣೆಯಾಗಿರುವುದಕ್ಕು, ಮೊಣ್ಣಪ್ಪನವರ ಮಗಳು ಕಾವೇರಿಗೂ ಯಾವುದೇ ರೀತಿಯ ಸಂಬಂಧ ಇಲ್ಲವೆನ್ನುವುದು ಅದಾಗಲೇ ವೆಂಕಟರಮಣನವರ ಗಮನಕ್ಕೆ ಬಂದಿತ್ತಾದರು, ಅದನ್ನು ಮೊಣ್ಣಪ್ಪನವರ ಮುಂದೆ ತೋರ್ಪಡಿಸಿಕೊಳ್ಳದೆ, "ಸರಿ ನೋಡುವ" ಎಂದು ಹೇಳಿ ಬಂದ ದಾರಿಗೆ ಸುಂಕವಿಲ್ಲದಂತೆ ಮುಖ ಸಪ್ಪಗೆ ಮಾಡಿಕೊಂಡು ಮಡಿಕೇರಿಯತ್ತ ಹೊರಟರು.

ಕಾವೇರಿ ಮತ್ತು ಸನ್ನಿ ಓಡಿ ಹೋಗಿಲ್ಲವಾದರೆ, ಈ ಹುಡುಗ ಹೋಗಿರುವುದಾದರು ಎಲ್ಲಿಗೆ? ಎಂದು ಹಲವು ಆಯಾಮಗಳಲ್ಲಿ ಯೋಚಿಸುತ್ತ ಠಾಣೆ ತಲುಪಿದ ವೆಂಕಟರಮಣನವರು, ಕಾಲೇಜಿನ ನಂಬರಿಗೆ ಕರೆ ಮಾಡಿ ಪ್ರಾಂಶುಪಾಲರ ಬಳಿ, "ನೋಡಿ ಸರ್, ಸನ್ನಿ ಕಾಣೆಯಾದ ಪ್ರಕರಣಕ್ಕೂ, ಕಾವೇರಿಗು ಯಾವುದೇ ರೀತಿಯ ಸಂಬಂಧವಿಲ್ಲ. ನೀವೊಂದು ಕೆಲಸ ಮಾಡಿ, ನಾನು ಇವಾಗ ಕಾಲೇಜಿಗೆ ಜೀಪು ಕಳುಹಿಸಿಕೊಡುತ್ತೇನೆ, ನೀವು ಸನ್ನಿಯ ಆತ್ಮೀಯರು ಅಂತ ಯಾರು ಗುರುತಿಸಿಕೊಂಡಿದ್ದಾರೋ ಅವರನ್ನೆಲ್ಲ ಆ ಜೀಪಿನಲ್ಲಿ ಕಳುಹಿಸಿಕೊಡಿ, ನಾನೊಮ್ಮೆ ಅವರನ್ನು ಕೂಲಂಕಷವಾಗಿ

ವಿಚಾರಿಸಬೇಕಾಗಿದೆ" ಎಂದು ಅವರ ಮರುವುತ್ತರಕ್ಕೂ ಕಾಯದೇ ಕರೆ ಕಟ್ ಮಾಡಿದರು.

ಸಮಯ ಮಧ್ಯಾಹ್ನ ಎರಡು ಗಂಟೆಯಾಗಿರಬಹುದು, ಸೂರ್ಯ ನೆತ್ತಿಯ ಮೇಲೆ ನಿಗಿನಿಗಿ ಎಂದು ಕುಣಿಯುತ್ತಿದ್ದ, ಕಾಲೇಜಿನ ವಿದ್ಯಾರ್ಥಿಗಳೆಲ್ಲ ಮಧ್ಯಾಹ್ನದ ನಂತರದ ತರಗತಿಯಲ್ಲಿ ಪಾಲ್ಗೊಳ್ಳುವ ತವಕದಲ್ಲಿದ್ದರು. ಬೆಳಿಗ್ಗೆ ಪೊಲೀಸರು ಬಂದು ಕಾಲೇಜಿನಲ್ಲಿ ವಿಚಾರಿಸಿ, ಕಾವೇರಿಯ ಮನೆಗೆ ಹೋದ ಮೇಲಂತು, 'ಮಳ್ಳರಂಗೆ ಎಲ್ಲರ ಮುಂದೆ ನಟಿಸುತ್ತಿದ್ದ ಸನ್ನಿ ಮತ್ತು ಕಾವೇರಿ ಎಲ್ಲಿಗೋ ಓಡಿ ಹೋಗಿದ್ದಾರೆ' ಎಂಬ ಗಾಳಿಸುದ್ದಿ ಕಾಲೇಜಿನ ಉದ್ದಗಲಕ್ಕೂ ಟಾಂಟಾಂ ಆಗಿ, ಎಲ್ಲರೂ ಈ ವಿಚಾರವಾಗೆ ಗುಸುಗುಸು ಮಾಡುತ್ತಿದ್ದರು.

ಹೀಗಿರುವಾಗ ಮತ್ತೆ ಮರಳಿ ಪೊಲೀಸ್ ಜೀಪು, ಕಾಲೇಜಿನ ಒಳಕ್ಕೆ ಬಂದಿತ್ತು. ಪುನಃ ಎಲ್ಲರಿಗೂ ಕುತೂಹಲ ಶುರುವಾಯಿತು. ಒಂದುವೇಳೆ ಓಡಿಹೋದ ಸನ್ನಿ ಮತ್ತು ಕಾವೇರಿಯನ್ನು ಪೊಲೀಸರು ಹುಡುಕಿ ಕರೆದುಕೊಂಡು ಬಂದುಬಿಟ್ರಾ! ಎಂದು ವಿದ್ಯಾರ್ಥಿಗಳೆಲ್ಲ ಪೊಲೀಸ್ ಜೀಪಿನತ್ತ ಧಾವಿಸಿದರು. ಆದರೆ ಜೀಪಿನೊಳಗೆ ಇಬ್ಬರು ಪೇದೆಗಳನ್ನು ಬಿಟ್ಟರೆ ಬೇರಾರು ಇರಲಿಲ್ಲ.

ಆ ಸಮಯಕ್ಕೆ ಸರಿಯಾಗಿ ಗುಮಾಸ್ತನನ್ನು ಕರೆದ ಪ್ರಾಂಶುಪಾಲರು, "ಸನ್ನಿಯೊಂದಿಗೆ ಓಡಾಡಿಕೊಂಡಿದ್ದ ರಂಜಿತ್ ಮತ್ತು ಸಂಗಡಿಗರನ್ನು ಆ ಪೇದೆಗಳೊಂದಿಗೆ ಕಳುಹಿಸು" ಎಂದು ತಾಕೀತು ಮಾಡಿದರು. ಮಧ್ಯಾಹ್ನದ ಊಟ ಮುಗಿಸಿ, ತರಗತಿಯ ಕೊಠಡಿಯಲ್ಲಿ ಬಂದು ಕುಳಿತಿದ್ದ ರಂಜಿತ್ ಮತ್ತು ಉಳಿದವರನ್ನು ಪ್ರಾಂಶುಪಾಲರ ಅಣತಿಯ ಮೇರೆಗೆ ಗುಮಾಸ್ತ ಕರೆದುಕೊಂಡು ಹೋಗಿ ಪೊಲೀಸರ ಜೀಪಿನ ಹಿಂಬದಿಗೆ ಏರಿಸಿ, "ಇವರೇ ಪ್ರಾಂಶುಪಾಲರು ಹೇಳಿದ ಹುಡುಗರು" ಎಂದು ಹೇಳಿ ಬೀಳ್ಕೊಟ್ಟ.

'ಹೋ, ಹೋ ನೋಡಿದ್ರಾ.. ಸನ್ನಿ ಮತ್ತು ಕಾವೇರಿ ಓಡಿ ಹೋಗಲು ಇವರೇ ಸಹಾಯ ಮಾಡಿರಬೇಕು. ಅದಕ್ಕೆ ಪೊಲೀಸರು ಬಂದು ಇವರನ್ನು ಕರೆದುಕೊಂಡು ಹೋಗ್ತಾ ಇದ್ದಾರೆ!' ಎಂದು ಸುತ್ತ ನೆರೆದಿದ್ದ ವಿದ್ಯಾರ್ಥಿಗಳೆಲ್ಲ ಮತ್ತೆ ಮಾತನಾಡಿಕೊಳ್ಳಲು ಪ್ರಾರಂಭಮಾಡಿದರು.

ಇತ್ತ, 'ತಮ್ಮ ಸಹಪಾಠಿಗಳ ಮುಂದೆ ಕಳ್ಳರ ರೀತಿಯಲ್ಲಿ ನಮ್ಮನ್ನು ಕರೆದುಕೊಂಡು ಹೋಗುತ್ತಿದ್ದಾರಲ್ಲ!' ಎಂದು ರಂಜಿತ್ ಮತ್ತು ಸ್ನೇಹಿತರು ಜೀಪಿನೊಳಗೆ ಅವಮಾನದಿಂದ ತಲೆತಗ್ಗಿಸಿ ಕುಳಿತರು. ಜೀಪು, ಕಾಲೇಜು ಬಿಟ್ಟು, ರೇಸ್ ಕೋರ್ಸ್ ರಸ್ತೆಯಲ್ಲಿ ಸಾಗಿ, ರಾಜಸೀಟನ್ನು ಬಳಸಿ, ಒಂದು ಸುತ್ತು ನಗರ ಪ್ರದಕ್ಷಿಣೆ ಹಾಕಿ ಕೋಟೆಯ ಮುಂಭಾಗದ, ನಗರ ಆರಕ್ಷಕ ಠಾಣೆಯ ಮುಂದೆ ಬಂದು ನಿಂತಿತು.

ಪೇದೆ ಜೀಪಿನಿಂದ ಇಳಿದು, ಹಿಂಬದಿಯಲ್ಲಿ ಆತಂಕದಿಂದ ಕುಳಿತಿದ್ದ ರಂಜಿತ್ ಮತ್ತು ಸಂಗಡಿಗರನ್ನು 'ಇಳಿರೋ ಕೆಳಗೆ' ಎಂದು ಗದರಿದ. ಮರುಮಾತನಾಡದೇ ಕೆಳಕ್ಕೆ ಇಳಿದ ಹುಡುಗರು ಪೇದೆಯನ್ನು ಹಿಂಬಾಲಿಸುತ್ತಾ ಠಾಣೆಯ ಒಳಹೊಕ್ಕರು. ಆ ವೇಳೆಗಾಗಲೇ ಬೆಳಿಗ್ಗೆಯಿಂದ ಸನ್ನಿ ಕಾಣೆಯಾದ ಪ್ರಕರಣದಲ್ಲಿ ತಲೆಕೆಡಿಸಿಕೊಂಡು ಕಾಲೇಜು-ಬೆಟ್ಟಗೇರಿ ಎಂದು ಓಡಾಡಿ ಸುಸ್ತಾಗಿದ್ದ ವೆಂಕಟರಮಣನವರು ಊಟ ಮಾಡುವ ಸಲುವಾಗಿ ಕ್ವಾಟ್ರಸ್‌ಗೆ ಹೋಗಿದ್ದರು. ರಂಜಿತ್ ಮತ್ತು ಸ್ನೇಹಿತರನ್ನು ಕರೆದುಕೊಂಡು ಬಂದಿದ್ದ ಪೇದೆ, ಕಚೇರಿಯೊಳಗೆ ಇನ್ಸ್‌ಪೆಕ್ಟರ್‌ರವರನ್ನು ಕಾಣದೇ ಹೋದಾಗ, ಮುಂಬದಿಯಲ್ಲಿ ಸೆಂಟ್ರಿ ಕಾರ್ಯ ನಿರ್ವಹಿಸುತ್ತಿದ್ದ ಪೇದೆಯ ಬಳಿ "ಸಾಹೇಬ್ರು ಎಲ್ಲಿಗೆ ಹೋದ್ರು" ಎಂದು ಕೇಳಿದ. "ಇವಾಗ ತಾನೆ ಊಟಕ್ಕೆ ಹೋದ್ರು, ಆ ಹುಡುಗ್ರನ್ನ ಕರ್ಕೊಂಡು ಬಂದ್ರೆ ಒಳಗಡೆ ಕೂರಿಸಲಿಕ್ಕೆ ಹೇಳಿದ್ದಾರೆ, ಅವರು ಬಂದ ನಂತರ ವಿಚಾರಿಸಿಕೊಳ್ಳುತ್ತಾರಂತೆ" ಎಂದು ಹೇಳಿದ.

ರಂಜಿತ್ ಮತ್ತು ಸಂಗಡಿಗರನ್ನು ಕರೆದುಕೊಂಡು ಬಂದಿದ್ದ ಪೇದೆ, ಅವರತ್ತ ತಿರುಗಿ "ಎಲ್ಲಾ ಸೇರ್ಕೊಂಡು ನಾಟಕ ಮಾಡ್ತಾ ಇದ್ದೀರಾ? ಸಾಹೇಬ್ರು ಬಂದ ಮೇಲೆ ನಿಮಗೆ ಲಾಳ ಕಟ್ತಾರೆ, ಆವಾಗ ಬಾಯಿಬಿಡದೆ ಎಲ್ಲಿ ಹೋಗ್ತೀರಾ?" ಎನ್ನುತ್ತಾ ಒಂದು ಮೂಲೆ ತೋರಿಸಿ ಅಲ್ಲಿ ಕೂತ್ಕೊಳಿ ಎಂದು ಏರಿದ ಧ್ವನಿಯಲ್ಲಿ ಹೇಳಿದ. ಆ ಭಾಗಕ್ಕೆ ರಂಜಿತ್ ಮತ್ತು ಸಂಗಡಿಗರು ತಿರುಗಿ ನೋಡಿದಾಗ ಅಲ್ಲಿ ಕುಳಿತುಕೊಳ್ಳಲು ಯಾವುದೇ ಕುರ್ಚಿಯಾಗಲಿ, ಬೆಂಚಾಗಲಿ ಕಾಣಲಿಲ್ಲ. 'ಮತ್ತೆಲ್ಲಿ ಕುಳಿತುಕೊಳ್ಳಲು ಈ ಪೊಲೀಸಪ್ಪ ಹೇಳಿದ್ದು!' ಎಂದು ಸುತ್ತಲೂ ರಂಜಿತ್ ಮತ್ತು ಸ್ನೇಹಿತರು ನೋಡತೊಡಗಿದರು. ಸುತ್ತಮುತ್ತ ಏನೂ ಕಾಣದೇ ಹೋದಾಗ, 'ಮತ್ತೆಲ್ಲಿ ಕುಳಿತುಕೊಳ್ಳುವುದು!' ಎಂಬ ಪ್ರಶ್ನಾರ್ಥಕ ಭಾವವನ್ನು ಮುಖದಲ್ಲಿ ವ್ಯಕ್ತಪಡಿಸುತ್ತಾ ಪೇದೆಯ ಮೋರೆಯನ್ನು ಮತ್ತೊಮ್ಮೆ ದಿಟ್ಟಿಸಿದರು.

"ಏನ್ರೋ, ಮಹಾನುಭಾವರ ಕುತ್ಕೋಳಿ ಎಂದರೆ ಮುಖಮುಖ ನೋಡ್ತ ಇದ್ದೀರಾ? ನಿಮಗೆ ಕೂತ್ಕೊಳಕ್ಕೆ ಸಿಂಹಾಸನ ಏನಾದ್ರು ತರಬೇಕಾ?" ಎಂದು ಇನ್ನಷ್ಟು ಗಟ್ಟಿ ಧ್ವನಿಯಲ್ಲಿ ಪೇದೆ ಅರಚಿದ. ಅವನ ಧ್ವನಿ ಕೇಳಿ ನಡುಗಿದ ಹುಡುಗರು, 'ಈ ಪೊಲೀಸಪ್ಪ ನಮ್ಮನ್ನು ನೆಲದ ಮೇಲೆಯೇ ಕುಳಿತುಕೊಳ್ಳಲು ಹೇಳುತ್ತಿರುವುದು, ಇನ್ನು ತಡ ಮಾಡಿದರೆ ಅವನಿಂದ ಪೆಟ್ಟು ಬೀಳುವುದು ನಿಶ್ಚಿತ' ಎಂದು ಯೋಚಿಸಿ, ಬಿಗಿಯಾಗಿದ್ದ ಪ್ಯಾಂಟುಗಳನ್ನು ಮೇಲಕ್ಕೆ ಎಳೆದುಕೊಂಡು ಅಲ್ಲೆ ಮೂಲೆಯಲ್ಲಿ ಕುಳಿತುಕೊಂಡರು.

ಹೆಲ್ಮೆಟ್ ಇಲ್ಲದೇ ಬೈಕು ಓಡಿಸುವಾಗ ಪೊಲೀಸರ ಕೈಗೆ ಸಿಕ್ಕಿಬಿದ್ದು ಫೈನ್ ಕಟ್ಟುವ ಸಲುವಾಗಿ ಠಾಣೆಗೆ ಬಂದಿದ್ದ ಕೆಲವರು ಒಂದು ಬದಿಯಲ್ಲಿ ನಿಂತು

ಆತಂಕದಿಂದ ಸುತ್ತಲೂ ಕಣ್ಣಾಡಿಸುತ್ತಿದ್ದರೆ, ಸಾಹೇಬ್ರು ಠಾಣೆಯಲ್ಲಿ ಇಲ್ಲದೆ ಇರುವುದರಿಂದಲೊ ಏನೋ, ಅಲ್ಲಿದ್ದ ಪೊಲೀಸರು ಮಹಿಳಾ ಪೇದೆಗಳೊಂದಿಗೆ ವಿನೋದವಾಗಿ ಮಾತನಾಡುತ್ತ ಕಾಲಕಳೆಯುತ್ತಿದ್ದರು. ಇವೆಲ್ಲದರ ನಡುವೆ, ಘಳಿಗೆಗೊಂದರಂತೆ ಒಂದು ಪೆಟ್ಟಿಗೆ ಮಾದರಿಯ ಯಂತ್ರದಿಂದ 'ಹಲೋ ಕಂಟ್ರೋಲ್ ರೂಂ' ಎಂದು ಕರಕರ ಶಬ್ದ ಹೊರಡಿಸುತ್ತಾ ಸಂದೇಶಗಳು ಕೇಳಿ ಬರುತ್ತಲೇ ಇತ್ತು. ಮತ್ತೊಂದು ಮೂಲೆಯಲ್ಲಿ ಕಬ್ಬಿಣದ ಸರಳುಗಳ ಬಾಗಿಲನ್ನು ಹೊಂದಿದ್ದ ಕೊಠಡಿಯೊಳಗೆ ಯಾವುದೋ ಮಹಾಪರಾಧ ಮಾಡಿ 'ಜೀವನವೇ ಮುಗಿದು ಹೋಯ್ತು' ಎಂಬಂತೆ ತಲೆಯ ಮೇಲೆ ಕೈಹೊತ್ತು ಗಾಢವಾಗಿ ಚಿಂತಿಸುತ್ತಾ ಅರೆಮೈಯಲ್ಲಿ ಖೈದಿಯೊಬ್ಬ ಕುಳಿತಿದ್ದ.

ಅದೇ ಮೊದಲ ಬಾರಿಗೆ ಪೊಲೀಸ್ ಠಾಣೆಯ ಮೆಟ್ಟಿಲೇರಿದ್ದ ರಂಜಿತ್ ಮತ್ತು ಸ್ನೇಹಿತರು, ಠಾಣೆಯ ಒಂದು ಬದಿಯ ಗೋಡೆಗೆ ಸಾಲಾಗಿ ಒರಗಿಸಿ ನಿಲ್ಲಿಸಲಾಗಿದ್ದ ಪುರಾತನ ಕಾಲದ ರೈಫಲ್‌ಗಳನ್ನು ಮತ್ತು ಮೂಲೆಯಲ್ಲಿದ್ದ ಕಬ್ಬಿಣದ ಸ್ಟ್ಯಾಂಡಿನ ಮೇಲೆ ಯಾರೂ ಮುಟ್ಟದೆ ಧೂಳು ಮತ್ತು ಬಲೆ ಹಿಡಿದು ಕುಳಿತಿದ್ದ ಹಳೆಯ ಕಡತಗಳನ್ನು ಹಾಗು ಗೋಡೆಯ ಮೇಲೆ ಈ ಎಲ್ಲಾ ಸನ್ನಿವೇಶಗಳಿಗೆ ಸಾಕ್ಷಿಯಾಗಿ ನಗುತ್ತಾ ಜೋತುಬಿದ್ದಿದ್ದ ಮಹಾತ್ಮನ ಪಟವನ್ನು ದಿಟ್ಟಿಸುತ್ತಾ 'ಸನ್ನಿಯ ಸಹವಾಸ ಮಾಡಿ ನಮ್ಮ ಜೀವನ ಜೈಲುಪಾಲಾಗುವಂತಾಯ್ತಲ್ಲ' ಎಂದು ಯೋಚಿಸತೊಡಗಿದರು.

ಗಂಟೆ ಮೂರು ಕಳೆಯುವ ವೇಳೆಗೆ, ಹೊರಗಡೆ ಜೀಪು ಬಂದ ಶಬ್ದವಾಯಿತು. ಹರಟೆ ಹೊಡೆಯುತ್ತಾ ಕಾಲಹರಣ ಮಾಡುತ್ತಿದ್ದ ಪೇದೆಯಲ್ಲೊಬ್ಬ ಠಾಣಾಧಿಕಾರಿಯ ಮುಖದರ್ಶನವಾಗುತ್ತಿದ್ದಂತೆ ಮೈಕೊಡವಿ ಎದ್ದುನಿಂತು, ಟೋಪಿ ಧರಿಸಿ, ಗೋಡೆಗೆ ಒರಗಿಸಿ ನಿಲ್ಲಿಸಿದ್ದ ರೈಫಲನ್ನು ಕೈಗೆತ್ತಿಕೊಂಡು, ಒಮ್ಮೆ ಭುಜಕ್ಕೆ, ಮತ್ತೊಮ್ಮೆ ಮುಂದಕ್ಕೆ ನೀಡಿ, ಕಾಲೆತ್ತಿ ನೆಲಕ್ಕೆ ಕುಕ್ಕಿ, ಸಲ್ಯೂಟ್ ಹೊಡೆದು ಗೌರವ ಸೂಚಿಸಿದ. ಉಳಿದಂತೆ ಎಲ್ಲಾ ಪೇದೆಗಳು ನಿಂತಲ್ಲಿಯೇ ಮೈ ಬಿಗಿಗೊಳಿಸಿ ಸಲ್ಯೂಟ್ ಹೊಡೆದು ಗೌರವ ಸಲ್ಲಿಸಿದರು. ವೆಂಕಟರಮಣನವರು ಅವರನ್ನೆಲ್ಲ ನೋಡಿ ಮುಗುಳ್ನಕ್ಕು ತಮ್ಮ ಕೊಠಡಿಗೆ ಹೋದರು.

ಕ್ಷಣಾರ್ಧದಲ್ಲಿ ಠಾಣೆಯೊಳಗೆ ಬದಲಾದ ಸನ್ನಿವೇಶವನ್ನು ಕಂಡು ಬೆಚ್ಚಿದ ರಂಜಿತ್ ಮತ್ತು ಸ್ನೇಹಿತರು, ನಾವು ಕೂಡ ಕುಳಿತಲ್ಲಿಂದ ಏಳಬೇಕೇನೋ! ಎಂದುಕೊಂಡು ಮೇಲೇಳಲು ಪ್ರಯತ್ನಪಟ್ಟರು. ಆದರೆ ಕಳೆದ ಒಂದು ತಾಸಿನಿಂದ ಕುಕ್ಕರಗಾಲಿನಲ್ಲಿ ಕುಳಿತಿದ್ದ ರಂಜಿತ್ ಮತ್ತು ಸಂಗಡಿಗರಿಗೆ ಕಾಲು ಮರಗಟ್ಟಿದಂತಾಗಿ, ಏಳಲು ಪ್ರಯತ್ನಪಟ್ಟರೆ ಕಾಲಿನಡಿಯಲ್ಲಿ ಕರೆಂಟು ಹೊಡೆದ ರೀತಿಯಲ್ಲಿ 'ಜುಂಜುಂ' ಅನ್ನತೊಡಗಿತು.

ಮೂಲೆಯಲ್ಲಿ ಕುಳಿತಿದ್ದ ಯುವಕರನ್ನು ದಿಟ್ಟಿಸುತ್ತಾ, ತನ್ನ ತಿರುಗುವ ಕುರ್ಚಿಯ ಮೇಲೆ ಹೋಗಿ ಕುಳಿತ ವೆಂಕಟರಮಣನವರು ಬಾಗಿಲ ಬಳಿ ನಿಂತಿದ್ದ ಪೇದೆಯ ಬಳಿ ತನಗೆ ತಿಳಿದೇ ಇಲ್ಲವೆನ್ನುವಂತೆ, "ಈ ಹುಡುಗರು ಯಾರು?" ಎಂದು ಕೇಳಿದರು.

"ಅದೇ ಸಾರ್, ಆ ಕಾಣೆಯಾದ ಸನ್ನಿಯ ಸ್ನೇಹಿತರು".

"ಹುಂ, ಬೇರೆ ಯಾವುದಾದರು ಕೇಸ್ ಬಂದಿದೆಯಾ?"

"ಮಾರ್ಕೆಟ್‌ನಲ್ಲಿ ಮುದುಕಿಯೊಬ್ಬಳ ಚೈನ್ ಕಿತ್ತುಕೊಂಡು ಓಡಿಹೋಗಲು ಯತ್ನಿಸಿದಾಗ, ಸಂತೆಯಲ್ಲಿದ್ದವರು ಮತ್ತು ಆ ಕೋಳಿ ಅಂಗಡಿಯ ಹುಡುಗರು ಸೇರಿಕೊಂಡು ಪಿಕ್‌ಪಾಕೆಟ್ ಚಂದ್ರನನ್ನು ಹಿಡಿದು, ನಾಲ್ಕು ಕೊಟ್ಟು ಇಲ್ಲಿಗೆ ಕರೆತಂದು ಒಪ್ಪಿಸಿ ಹೋಗಿದ್ದಾರೆ ಸರ್"

"ಎಲ್ಲಿದ್ದಾನೆ ಅವನು"

"ಅವನ ಬಟ್ಟೆ ಬಿಚ್ಚಿಸಿ ಲಾಕಪ್‌ನಲ್ಲಿ ಕೂರಿಸಿದ್ದೇನೆ ಸರ್"

"ಆ ಬೋಳಿಮಗಂದು ಇದೆ ಆಯ್ತು, ಅವನನ್ನು ಕರೆದುಕೊಂಡು ಬನ್ನಿ ಇಲ್ಲಿ"

ಇನ್ಸ್‌ಪೆಕ್ಟರ್‌ರ ಮಾತು ಮುಗಿಯುವ ಮುನ್ನವೆ, ಲಾಕಪ್ಪಿನೊಳಗೆ ಅರೆಮೈಯಲ್ಲಿ ಕುಳಿತಿದ್ದ ಮಡಿಕೇರಿಯ ಕುಖ್ಯಾತ ಜೇಬುಗಳ್ಳ ಚಂದ್ರನನ್ನು ದರದರನೆ ಎಳೆದುತಂದ ಪೇದೆ, ವೆಂಕಟರಮಣನವರ ಮುಂದೆ ನಿಲ್ಲಿಸಿದ. ಕುಳಿತಲ್ಲಿಂದ ಎದ್ದ ಠಾಣಾಧಿಕಾರಿ, "ಬೋಸುಡಿಮಗನೇ ಎಷ್ಟು ಬಾರಿ ಮಾಡಬೇಡ ಎಂದರು ಮತ್ತೆಮತ್ತೆ ಕಳ್ಳತನ ಮಾಡುತ್ತೀಯಾ? ಇನ್ನೊಂದು ಸಾರಿ ಸಿಕ್ಕಿಹಾಕಿಕೊಂಡರೆ ನಿನ್ನ ಜೀವನಪರ್ಯಂತ ಲೋಕಕಾಣದ ಹಾಗೆ ಕತ್ತಲೆ ಕೋಣೆಯೊಳಗೆ ಕೊಳೆಯುವಂತೆ ಮಾಡಿಬಿಡ್ತೀನಿ, ಅಂತ ಹೇಳಲಿಲ್ವಾ ನಿನಗೆ? ಮತ್ತೆ ಅದನ್ನೆ ಮಾಡಿದ್ದೀಯಾ! ಮೊದಲು ಪಿಕ್‌ಪಾಕೆಟ್ ಮಾಡುತ್ತಿದ್ದೆ. ಆದರಿವಾಗ ಹೆಂಗಸರ ಕುತ್ತಿಗೆಗೆ ಕೈ ಹಾಕುವಷ್ಟು ಧೈರ್ಯ ಬಂದುಬಿಡ್ತೇನೊ ಲೋಫರ್ ನಿನಗೆ" ಎಂದು ಅವನ ಕಪಾಳಕ್ಕೆ ಎರಡು ಬಾರಿಸಿ, ಕತ್ತು ಹಿಡಿದು ನಡು ಬಗ್ಗಿಸಿ ಬೆನ್ನಿನ ಮೇಲೆ ಮೊಣಕೈ ಗಂಟಿನಿಂದ ದಬದಬ ಎಂದು ಗುದ್ದತೊಡಗಿದರು.

"ಸರ್ ಇನ್ನುಮುಂದೆ ಈ ರೀತಿಯ ತಪ್ಪನ್ನು ಯಾವತ್ತು ಮಾಡಲ್ಲ, ಇದೊಂದು ಬಾರಿ ಬಿಟ್ಟುಬಿಡಿ" ಎಂದು ಠಾಣೆಯ ಸುತ್ತಮುತ್ತಲಿನ ಪರಿಸರಕ್ಕೆಲ್ಲ ಕೇಳುವಂತೆ ಚಂದ್ರ ಅರಚತೊಡಗಿದ. ಅವನ ಗೋಳಾಟ ಮತ್ತು ಬಿಟ್ಟುಬಿಡಿ ಎಂಬ ಕಿರುಚಾಟ ಠಾಣೆಯಲ್ಲಿಡಿ ಮಾರ್ದನಿಸಿ, ಹೊರಗಡೆ ರಸ್ತೆಯಲ್ಲಿ ಹೋಗುವ ದಾರಿಹೋಕರು ಕೂಡ ಪೊಲೀಸರು ಯಾರನ್ನೊ ಬೆಂಡು ಎತ್ತುತ್ತಿದ್ದಾರೆ ಎಂದು ಠಾಣೆಯತ್ತಲೆ ನೋಡಿಕೊಂಡು ಹೋಗತೊಡಗಿದರು.

ಠಾಣಾಧಿಕಾರಿ ವೆಂಕಟರಮಣನವರ ರೌದ್ರಾವತಾರವನ್ನು ನೋಡಿದ ರಂಜಿತ್ ಮತ್ತು ಸ್ನೇಹಿತರು ಭಯದಿಂದ ನಡುಗಿ, ಅವರ ಚಡ್ಡಿ ಒದ್ದೆಯಾಗುವುದೊಂದೆ ಬಾಕಿ ಉಳಿದಿತ್ತು. ಅಷ್ಟರ ಮಟ್ಟಿಗೆ ಥರಗುಟ್ಟಿಹೋಗಿದ್ದರು. ಸಾಮಾನ್ಯವಾಗಿ ಈ ರೀತಿಯ ಸಣ್ಣಪುಟ್ಟ ಪಿಕ್‌ಪಾಕೆಟ್ ಅಥವಾ ಹೊಡೆದಾಟಗಳಲ್ಲಿ ಸಿಕ್ಕಿಹಾಕಿಕೊಂಡ ಆರೋಪಿಗಳನ್ನು ಠಾಣೆಗೆ ಕರೆದುಕೊಂಡು ಬಂದರೆ, ಅವರ ವಿಚಾರಣೆಯನ್ನು ಪೇದೆಗಳೆ ಮಾಡುತ್ತಿದ್ದರು. ಆದರೆ ವೆಂಕಟರಮಣನವರು ಇಂದು ಈ ರೀತಿಯಾಗಿ ಚಂದ್ರನ ಮೇಲೆ ಏಕಾಏಕಿ ಹಲ್ಲೆ ಮಾಡಲು ಬಲವಾದ ಕಾರಣಗಳಿದ್ದವು. ಯಾಕೆಂದರೆ ವಿಚಾರಣೆಗೆ ಕರೆತಂದ ಖೈದಿಗಳ ಮುಂದೆ ಉಳಿದ ಅಪರಾಧಿಗಳಿಗೆ ಈ ರೀತಿ ಬೆಂಡೆತ್ತಿದರೆ, ಆರೋಪಿಗಳು ವಿಚಾರಿಸುವ ಮೊದಲೇ, ಭಯದಿಂದ ಎಲ್ಲವನ್ನು ಒಪ್ಪಿಕೊಂಡು, ಬಾಯಿಬಿಡುವ ಸಂಭವವಿತ್ತು. ಈ ರೀತಿಯ ಉಪಾಯಗಳು ಕೆಲವೊಂದು ಬಾರಿ ಯಶಸ್ವಿಯಾದ ಅನುಭವಗಳು ಕೂಡ ವೆಂಕಟರಮಣನವರಿಗೆ ಈ ಮೊದಲೇ ಇದ್ದುದರಿಂದ, ರಂಜಿತ್ ಮತ್ತು ಸಂಗಡಿಗರು ಸತ್ಯವನ್ನು ಬಾಯಿಬಿಡಲಿ ಎಂಬ ಉದ್ದೇಶದಿಂದ ತುಸು ಹೆಚ್ಚೇ ಕೋಪೋದ್ರಿಕ್ತರಾದಂತೆ ವೆಂಕಟರಮಣನವರು ನಟಿಸಿ ಪಿಕ್‌ಪಾಕೆಟ್ ಚಂದ್ರನಿಗೆ ಥಳಿಸತೊಡಗಿದ್ದರು.

ಚಂದ್ರನಿಗೆ ವೆಂಕಟರಮಣನವರ ಮೊಣಕೈಯಿಂದ ಬಿದ್ದ ಗುದ್ದುಗಳ ಪರಿಣಾಮ, ನಿತ್ರಾಣವಾಗಿ ನೆಲಕ್ಕೆ ದೊಪ್ಪನೆ ಕುಸಿದು ಬಿದ್ದ. "ಹೇ ಬನ್ರೋ ಇಲ್ಲಿ, ಇವನನ್ನು ಎತ್ತಿಕೊಂಡು ಹೋಗಿ ಸೆಲ್‌ನೊಳಗೆ ಹಾಕಿ" ಎಂದು ಬಾಗಿಲಲ್ಲಿ ನಿಂತಿದ್ದ ಪೇದೆಗೆ ಹೇಳಿ, ವೆಂಕಟರಮಣನವರು ತನ್ನ ಕುರ್ಚಿಯತ್ತ ತೆರಳಿದರು.

ಮೂಲೆಯಲ್ಲಿ ನಡುಗುತ್ತ ಕುಳಿತಿದ್ದ ರಂಜಿತ್ ಮತ್ತು ಸ್ನೇಹಿತರು ಉಸಿರಾಡುತ್ತಿದ್ದದ್ದು ಕೂಡ ಇನ್ನೊಬ್ಬರಿಗೆ ಕೇಳಿಸುತ್ತಿರಲಿಲ್ಲ. ಎಲ್ಲಾದರು ಜೋರಾಗಿ ಉಸಿರುಬಿಟ್ಟು ತಮ್ಮ ಇರುವಿಕೆಯನ್ನು ಇನ್ಸ್‌ಪೆಕ್ಟರ್ ಗಮನಿಸಿದರೆ ಆ ಕಳ್ಳನ ಬೆನ್ನಿಗೆ ಬಿದ್ದ ರೀತಿಯ ಗುದ್ದು, ತಮ್ಮ ಬೆನ್ನಿಗೂ ಬೀಳಬಹುದು ಎಂಬ ಭಯದಿಂದ ತಲೆಕೆಳಗೆ ಹಾಕಿ ಕುಳಿತಿದ್ದರು.

ವಾರೆಗಣ್ಣಿನಲ್ಲಿ ರಂಜಿತ್ ಮತ್ತು ಸಂಗಡಿಗರು ಕುಳಿತಿದ್ದ ಭಂಗಿಯನ್ನು ಗಮನಿಸಿದ ವೆಂಕಟರಮಣನವರು, ಇದೆ ಸರಿಯಾದ ಸಮಯ, ಕಬ್ಬಿಣ ಕಾಯ್ದಾಗಲೆ ತಟ್ಟಿ ಬಿಡಬೇಕು ಎಂದು ಮೇಜಿನ ಮೇಲಿದ್ದ ಲಾಠಿಯನ್ನು ಎತ್ತಿಕೊಂಡು "ಬನ್ರೊ ಇಲ್ಲಿ" ಎಂದು ಜೋರಾಗಿ ಕರೆದರು. ಕಣ್ಣಮುಂದೆ ಚಂದ್ರನಿಗೆ ಬಿದ್ದ ಬಲವಾದ ಗುದ್ದು, ಠಾಣಾಧಿಕಾರಿಯ ಆ ಗಡುಸು ಧ್ವನಿ, ಎಲ್ಲಾ ಒಟ್ಟು ಸೇರಿ ಠಾಣಾಧಿಕಾರಿ ವಿಚಾರಿಸುವ ಮುಂಚೆಯೇ 'ನಾವೇನು ತಪ್ಪು ಮಾಡಿಲ್ಲ ಸರ್' ಎಂದು ಹುಡುಗರು ಅಳಲು ಪ್ರಾರಂಭಮಾಡಿದರು.

"ನೀವೇನಾದರು ತಪ್ಪು ಮಾಡಿದ್ದೀರ ಎಂದು ನಾನು ಹೇಳಲೆ ಇಲ್ಲವಲ್ಲ. ಕುಂಬಳಕಾಯಿ ಕಳ್ಳ ಎಂದರೆ ನೀವ್ಯಾಕೆ ಹೆಗಲು ಮುಟ್ಟಿ ನೋಡಿಕೊಳ್ಳುತ್ತಿದ್ದೀರಾ?" ಎಂದು ಅವರನ್ನು ಬಳಿಗೆ ಕರೆದ ಠಾಣಾಧಿಕಾರಿ, "ನೋಡ್ರೊ ನೀವು ಓದೊ ಹುಡುಗ್ರು, ಮುಂದೆ ಬಾಳಿ ಬದುಕಬೇಕಾದವ್ರು, ಸುಮ್ನೆ ಕೇಸುಗೀಸು ಅಂತ ಏನಾದ್ರು ಮೈಮೇಲೆ ಎಳ್ಕೊಂಡ್ರೆ, ನಿಮ್ಮ ಜೀವನಾನೆ ಹಾಳಾಗಿ ಹೋಗಿಬಿಡುತ್ತೆ. ಹಾಗೆಲ್ಲ ಆಗಬಾರದು ಎಂದರೆ ಒಳ್ಳೆ ಮಾತಿನಲ್ಲಿ ಸನ್ನಿಯ ಬಗ್ಗೆ ನಿಮಗೇನು ಗೊತ್ತಿದೆ ಅದನ್ನು ಹೇಳಿಬಿಡಿ. ನಿಮಗೇನೂ ಸಮಸ್ಯೆ ಆಗದ ರೀತಿಯಲ್ಲಿ ನಾನು ನೋಡಿಕೊಳ್ಳುತ್ತೇನೆ. ಅದುಬಿಟ್ಟು ನನ್ನ ಬಳಿ ಸುಳ್ಳುಹೇಳಿ ಏನಾದ್ರು ಮುಚ್ಚಿಡಲಿಕ್ಕೆ ಪ್ರಯತ್ನಪಟ್ಟರೆ, ನಿಮ್ಮ ಮೇಲೆ ಯಾವುದಾದರೊಂದು ಕೇಸ್ ಫಿಟ್ ಮಾಡಿ, ನಿಮಗೆ ಭವಿಷ್ಯವೇ ಇಲ್ಲದ ಹಾಗೆ ಮಾಡಿಬಿಡುತ್ತೇನೆ" ಎಂದು ವೆಂಕಟರಮಣನವರು ಖಾರವಾಗಿ ಹೇಳಿದರು.

"ಸರ್, ನಿಜವಾಗಿಯೂ ಅವನು ಎಲ್ಲಿಗೆ ಮತ್ತು ಯಾರೊಂದಿಗೆ ಹೋದ ಎಂಬುದು ನಮಗೆ ಗೊತ್ತಿಲ್ಲ. ಹೋಗುವ ಆ ಘಳಿಗೆಯವರೆಗೂ ಅವನು ನಮ್ಮ ಜೊತೆ ಇದ್ದ. ಸಂಜೆ ಕಾಲೇಜು ಮುಗಿದ ಮೇಲೆ ಯಾರನ್ನೊ ಕಾಣಲಿಕ್ಕೆ ಇದೆ ಎಂದು ಹೊರಟ. ಅದಾದ ನಂತರದಲ್ಲಿ ಅವನನ್ನು ನಾವು ಕಂಡೆ ಇಲ್ಲ" ಎಂದು ಅಳುತ್ತಾ ರಂಜಿತ್ ಹೇಳಿದ.

"ಎಲ್ಲಿಗಾದ್ರು ಹೋಗ್ತೀನಿ ಅಂತ ಏನಾದ್ರು ಹೇಳಿದ್ನಾ?"

"ಇಲ್ಲ ಸರ್, ಅವನು ನಮ್ಮನ್ನ ಕಳಿಸಿ ನೇರವಾಗಿ ನಾಯರ್‌ನ ಕ್ಯಾಂಟಿನ್‌ನತ್ತ ತೆರಳಿದ".

"ಸನ್ನಿಗೆ ಬೇರಾವುದಾದರು ಚಟ, ಪ್ರೀತಿ, ಸಹವಾಸ ಈ ರೀತಿಯದ್ದು ಏನಾದ್ರು ಇದೆಯಾ?"

"ಆ ರೀತಿಯ ಚಟಗಳೇನು ಅವನಿಗಿರಲಿಲ್ಲ ಸರ್, ಆದರೆ ಇತ್ತೀಚಿನ ದಿನಗಳಲ್ಲಿ 'ನಾಯರ್' ಎರಡನೆ ಮದುವೆಯಾಗಿ ಕೇರಳದಿಂದ ಕರೆದುಕೊಂಡು ಬಂದಿದ್ದ ಅವನ ಹೆಂಡತಿಯ ವಿಚಾರವಾಗಿ ತುಂಬಾ ತಲೆಕೆಡಿಸಿಕೊಂಡಿದ್ದ ಮತ್ತು ನಮ್ಮ ಜೊತೆಗಿರುವಾಗಲೆಲ್ಲ ಆ ಶೀಲಚೇಚಿ ಎಷ್ಟು ಚಂದ ಇದ್ದಾಳೆ ಎಂದು ನಿಮಿಷನಿಮಿಷಕ್ಕೂ ಅವಳ ವಿಚಾರವನ್ನೆ ಹೇಳುತ್ತಾ ಇರುತ್ತಿದ್ದ" ಎಂದು ಸನ್ನಿಯ ಹಲವು ಮಾಹಿತಿಗಳನ್ನು ಕೊಡುವುದರ ನಡುವೆ ನಾಯರ್‌ನ ಮಡದಿ ಶೀಲಳ ವಿವರವನ್ನು ಕೂಡ ರಂಜಿತ್ ಹೇಳಿದ.

ರಂಜಿತ್‌ನ ಮಾತುಗಳನ್ನು ತದೇಕಚಿತ್ತದಿಂದ ಕೇಳುತ್ತಿದ್ದ ವೆಂಕಟರಮಣನವರಿಗೆ ತಕ್ಷಣಕ್ಕೆ ಏನೋ ಹೊಳೆಯಿತು! "ಏನು ಹೇಳಿದೆ ನೀನು, ಮತ್ತೊಮ್ಮೆ ಹೇಳು" ಎಂದು ಕುಳಿತಲ್ಲಿಂದ ಎದ್ದು ಅವನ ಬಳಿಗೆ ಹೋದರು. ರಂಜಿತ್, ಭಯದಿಂದ "ಸರ್, ನನಗೆ ಇಷ್ಟೆ ಗೊತ್ತಿರುವುದು,

ಬೇರೇನು ತಿಳಿದಿಲ್ಲ, ಹೊಡಿಬೇಡಿ" ಎಂದು ಕಣ್ಣಲ್ಲಿ ನೀರು ತುಂಬಿಕೊಂಡು ಕೈ ಮುಗಿಯತೊಡಗಿದ.

"ಹೇಯ್ ಅಳುವುದನ್ನು ನಿಲ್ಲಿಸು, ನಾನೇನು ನಿಂಗೆ ಹೊಡಿಯಲ್ಲ; ಆಗ ಏನು ಹೇಳಿದೆ ಅದನ್ನು ಮತ್ತೊಮ್ಮೆ ಹೇಳು" ಎಂದು ಮತ್ತದನ್ನೆ ಪುನರಾವರ್ತನೆ ಮಾಡಲು ವೆಂಕಟರಮಣನವರು ಹೇಳಿದರು.

"ಅದೆ ಸಾರ್, ನಾಯರ್ ಹೊಸದಾಗಿ ಮದುವೆಯಾಗಿ ಕರೆದುಕೊಂಡು ಬಂದ ಶೀಲಚೇಚಿಯ ಹಿಂದೆ ಸನ್ನಿ ತಿರುಗುತ್ತ ಇದ್ದ, ಕಾಲೇಜಿನಲ್ಲಿ ಬಿಡುವು ಸಿಕ್ಕ ಸಮಯದಲ್ಲೆಲ್ಲ ಸನ್ನಿ ನಾಯರಿನ ಹೋಟೆಲಿನಲ್ಲಿ ಹೋಗಿ ಕುಳಿತುಕೊಂಡು ಹರಟೆ ಹೊಡೆಯುತ್ತಿದ್ದ. ಅವಳು ಕೂಡ ಸನ್ನಿಗೆ ಕಣ್ಸನ್ನೆಗಳನ್ನು ತೋರಿಸುತ್ತಾ, ಮೈಕೈ ತಾಗಿಸಿಕೊಂಡು ಓಡಾಡುತ್ತಿದ್ದಳು. ಇದರಿಂದಾಗಿ ಹುಚ್ಚನಂತಾಗಿದ್ದ ಸನ್ನಿ ಯಾವಾಗಲು ಅವಳದ್ದೆ ಧ್ಯಾನವನ್ನು ಮಾಡುತಲಿರುತ್ತಿದ್ದ. ಇತ್ತೀಚಿನ ದಿನಗಳಲ್ಲಿ ಸನ್ನಿಗೆ ಈ ಒಂದು ಕೆಟ್ಟ ಅಭ್ಯಾಸ ಬಿಟ್ಟರೆ, ಉಳಿದಂತೆ ಯಾವುದೇ ಚಟಗಳಾಗಲಿ, ಹುಡುಗಿಯರ ಹುಚ್ಚಾಗಲಿ ಇರಲಿಲ್ಲ" ಎಂದು ರಂಜಿತ್ ಹೇಳಿದ.

ಅವನ ಮಾತನ್ನು ಆಲಿಸಿದ ವೆಂಕಟರಮಣನವರು, "ಕೊನೆಯ ದಿನ ಸನ್ನಿ ನಿಮ್ಮ ಜೊತೆ ಮಾತನಾಡಿ ಹೊರಟಿದ್ದು ನಾಯರಿನ ಹೋಟೆಲಿನ ಕಡೆ ಎಂದು ಹೇಳಿದೆಯಲ್ವ?"

"ಹೌದು ಸರ್, ಟೋಲ್‌ಗೇಟ್ ಬಳಿ ಯಾರನ್ನೊ ಕಾಣಲಿಕ್ಕೆ ಇದೆ ಎಂದು ನಮ್ಮನ್ನು ಮನೆಗೆ ಹೋಗಲು ಹೇಳಿ, ಸನ್ನಿ ನೇರ ನಡೆದುಕೊಂಡು ಹೋಗಿದ್ದು ನಾಯರಿನ ಹೋಟೆಲ್ ಕಡೆಗೆ"

"ಬೇಟೆಯನ್ನು ಕೈಯಂಚಿನಲ್ಲಿ ಇಟ್ಟುಕೊಂಡು ನಾವು ಊರಿಡಿ ಹುಡುಕಿ ಸುಸ್ತಾಗಿ ಹೋದ್ವಲ್ಲೊ, ಈ ಹುಡುಗರು ಇಲ್ಲೆ ಕುಳಿತಿರಲಿ, ನಾನು ಬಂದು ವಿಚಾರಿಸಿಕೊಳ್ಳುತ್ತೇನೆ" ಎಂದು ಠಾಣೆಯಲ್ಲಿದ್ದ ಪೇದೆಯ ಬಳಿ ಹೇಳಿ, ಜೊತೆಗೆ ಒಂದಿಬ್ಬರು ಕಾನ್ಸ್‌ಟೇಬಲ್‌ಗಳನ್ನು ಕರೆದುಕೊಂಡು ನಾಯರಿನ ಹೋಟೆಲಿನತ್ತ ವೆಂಕಟರಮಣನವರು ಹೊರಟರು.

ಕಳೆದ ನಾಲ್ಕು ದಿನಗಳಿಂದ ಶೀಲಳೊಂದಿಗೆ ಕಾಮಕೇಳಿಯಲ್ಲಿ ತೊಡಗಿದ್ದ ಸನ್ನಿಗೆ ನಿಲ್ಲಲು ಕೂಡ ತ್ರಾಣವಿಲ್ಲದಷ್ಟು ಸುಸ್ತಾಗಿ ಹೋಗಿದ್ದ. ಶೀಲ ತನ್ನ ಜೀವನದಲ್ಲಿ ಅನುಭವಿಸಲು ಸಾಧ್ಯವಾಗದೆ ಇದ್ದ ಎಲ್ಲ ಸುಖಗಳನ್ನು ಅನುಭವಿಸುವ ಭರದಲ್ಲಿ ಸನ್ನಿಯನ್ನು ಅಕ್ಷರಶಃ ಹಿಂಡಿಹಿಪ್ಪೆ ಮಾಡಿದ್ದಳು.

ನಾಯರ್ ಊರಿಗೆ ಹೋಗಿ ಅವತ್ತಿಗೆ ನಾಲ್ಕು ದಿನವಾಗಿತ್ತು. ಒಂದು ವೇಳೆ ಇಂದು ರಾತ್ರಿಯ ಹೊತ್ತಿಗೆ ಅವನು ಮರಳಿ ಬಂದುಬಿಡಬಹುದು. ಸನ್ನಿಯನ್ನು ಇನ್ನು ಮನೆಯಲ್ಲೆ ಉಳಿಸಿಕೊಂಡರೆ, ನಾನೇ ಸಮಸ್ಯೆಗೆ ಎಡೆಮಾಡಿಕೊಟ್ಟಂತೆ

ಆಗುತ್ತದೆ. ಅದಕ್ಕು ಮೊದಲಾಗಿ ಸಂದರ್ಭ ನೋಡಿಕೊಂಡು ಹುಡುಗನನ್ನು ಮನೆಯಿಂದ ಹೊರಗಡೆ ದಾಟಿಸಿಬಿಡಬೇಕು ಎಂದು ಶೀಲ ಮನದಲ್ಲಿ ಲೆಕ್ಕಹಾಕಿಕೊಂಡು, ಹೋಟೆಲಿಗೆ ಬರುತ್ತಿದ್ದ ಗಿರಾಕಿಗಳಿಗೆ ಕಾಫಿ-ತಿಂಡಿಗಳನ್ನು ಕೊಡುತ್ತಿದ್ದಳು. ಇವೆಲ್ಲದರ ನಡುವೆ ಒಮ್ಮೆ ಮಲಗುವ ಕೋಣೆಗೆ ಹೋಗಿ, "ಸಂಜೆಯ ವೇಳೆಗೆ ಹೇಗಾದರು ಮಾಡಿ ನಿನ್ನನ್ನು ಕಳುಹಿಸಿಕೊಡುತ್ತೇನೆ, ಸಿದ್ಧವಾಗಿರು" ಎಂದು ಸನ್ನಿಯ ಬಳಿ ಹೇಳಿದಳು. ಅವಳ ಮಾತುಕೇಳಿ 'ಬದುಕಿದೆಯಾ ಬಡಜೀವ, ಇಂದಾದರು ಹೊರಹೋಗಲು ದಾರಿತೋರಿಸಪ್ಪ ಭಗವಂತ' ಎಂದು ಮನದಲ್ಲಿ ನೆನೆದುಕೊಂಡು ಶೀಲ ಕರೆಯುವುದನ್ನೆ ಸನ್ನಿ ಕಾಯತೊಡಗಿದ.

ಹೋಟೆಲಿನೊಳಗೆ ಟೀ ಕುಡಿಯುತ್ತ ಕೊನೆಯದಾಗಿ ಒಂದಿಬ್ಬರು ಗ್ರಾಹಕರು ಕುಳಿತಿದ್ದರು. ಇವರು ಹೊರಹೋದ ತಕ್ಷಣವೆ, ಸನ್ನಿಯನ್ನು ಹೊರ ಕಳುಹಿಸಬೇಕು ಎಂದು ಯೋಚನೆ ಮಾಡಿಕೊಂಡು ಶೀಲ, ಗಲ್ಲ ಪೆಟ್ಟಿಗೆಯ ಮುಂದೆ ಚಾತಕಪಕ್ಷಿಯಂತೆ ಕಾಯುತ್ತಾ ನಿಂತಿದ್ದಳು.

ನೋಡುನೋಡುತ್ತಿದ್ದಂತೆ ಅತೀ ವೇಗವಾಗಿ ಬಂದ ಜೀಪೊಂದು ಹೋಟೆಲಿನ ಮುಂಭಾಗದಲ್ಲಿ ನಿಂತಿತು. 'ಯಾರಪ್ಪ ಇದು ಇಷ್ಟು ರಭಸವಾಗಿ ಬಂದಿದ್ದು' ಎಂದು ಶೀಲ ಹೊರಗಡೆಗೆ ಇಣುಕಿದಳು. ಪೊಲೀಸ್ ವಾಹನದಂತೆ ಕಾಣುತ್ತಿತ್ತು. ಮುಖ್ಯ ರಸ್ತೆಯಾದುದರಿಂದ ಕೆಲವೊಮ್ಮೆ ಆ ಮಾರ್ಗವಾಗಿ ಹೋಗುವ ಪೊಲೀಸರು, ಈ ರೀತಿಯಾಗಿ ಇಲಾಖೆಯ ವಾಹನದಲ್ಲಿ ಬಂದು ಟೀ ಕುಡಿದು ಹೋಗುತ್ತಿದ್ದರು. ಹಾಗೆಯೇ ಇರಬಹುದು ಎಂದುಕೊಂಡು, ಹೆಚ್ಚೇನು ತಲೆಕೆಡಿಸಿಕೊಳ್ಳದೆ ಅವರನ್ನೆ ದಿಟ್ಟಿಸುತ್ತಾ ಶೀಲ ನಿಂತಳು.

ಠಾಣಾಧಿಕಾರಿ ವೆಂಕಟರಮಣ, ಜೀಪಿನಿಂದಿಳಿದು ಹೋಟೆಲಿನೊಳಕ್ಕೆ ಬರುತ್ತಲೆ 'ಒಂದೊಳ್ಳೆಯ ಸ್ಪೆಷಲ್ ಟೀ ಮಾಡಿ ಕೊಡಮ್ಮ' ಎಂದು ಶೀಲಳ ಬಳಿ ಹೇಳುತ್ತಾ ಒಂದು ಕಡೆ ಕುಳಿತರು. ವೆಂಕಟರಮಣನವರು ಕುಳಿತಿದ್ದ ಟೇಬಲಿನೆಡೆಗೆ ಬಳುಕುತ್ತಾ ಬಂದ ಶೀಲ, "ಕಡಿಯೇನಾದರು ಬೇಕಾ?" ಎಂದು ಕೇಳಿದಳು.

ಅವಳ ವೈಯಾರದ ಮಾತು, ಬಳುಕುವ ನಡೆ, ಅರೆಬರೆ ವೇಷಭೂಷಣ ಮತ್ತು ಮೋಹಕ ನೋಟವನ್ನು ಗಮನಿಸಿದ ಠಾಣಾಧಿಕಾರಿ, 'ಸನ್ನಿಯ ಸ್ನೇಹಿತ ರಂಜಿತ್ ಹೇಳಿದ್ದರಲ್ಲು ಹುರುಳಿದೆ. ಇವಳನ್ನು ನೋಡಿದರೆ ಸಾಮಾನ್ಯ ಹೆಂಗಸಿನ ರೀತಿಯಲ್ಲಿ ಕಾಣುತ್ತಿಲ್ಲ' ಎಂದು ಲೆಕ್ಕಾಚಾರ ಹಾಕುತ್ತಾ ಹೋಟೆಲಿನ ಸುತ್ತ ಕಣ್ಣಾಡಿಸತೊಡಗಿದರು. ಹೀಗಿರುವಾಗ ಒಂದಿಬ್ಬರು ದಾರಿಹೋಕರು ಟೀ ಕುಡಿಯುವ ಸಲುವಾಗಿ ಒಳಬಂದರು. ಪೊಲೀಸರು ಕುಳಿತಿರುವುದನ್ನ ಕಂಡ ಅವರು ಅಂಜಿಕೆಯಿಂದ ಒಳಹೋಗಬೇಕ ಅಥವಾ ಹಿಂತಿರುಗಬೇಕ ಎಂದು

ಮುಂಬದಿಯಲ್ಲಿ ನಿಂತು ಯೋಚಿಸುತ್ತಿರುವಾಗಲೆ, ಶೀಲ ಅಡುಗೆಕೋಣೆಯಿಂದ ಟೀ ಲೋಟವನ್ನು ಹಿಡಿದು ಹೊರಬಂದಳು. ಇವರನ್ನು ನೋಡಿ, "ಹೇ ಯಾಕೆ ಅಲ್ಲೆ ನಿಂತುಬಿಟ್ರಿ, ಏನು ಬೇಕು?" ಎಂದಳು.

ವೆಂಕಟರಮಣನವರು, ಶೀಲಳ ಧ್ವನಿ ಕೇಳಿ ದಾರಿಹೋಕರತ್ತ ತಿರುಗಿ ನೋಡಿದರು, ಅವರಲ್ಲೊಬ್ಬ ನಗುತ್ತಾ "ನಮಸ್ಕಾರ ಸರ್" ಎನ್ನುತ್ತಾ ಸೌಮ್ಯವಾಗಿ ಪಕ್ಕದ ಬೆಂಚ್‌ನಲ್ಲಿ ಕುಳಿತು 'ರಂಡ್ ಚಾಯ' ಎಂದ.

ಟೀ ಲೋಟವನ್ನು ಕೈಗೆತ್ತಿಕೊಂಡ ವೆಂಕಟರಮಣನವರು ಶೀಲಳನ್ನು ಮಾತಿಗೆಳೆದು, "ಎಷ್ಟು ವರ್ಷದಿಂದ ಹೋಟೆಲ್ ನಡೆಸುತ್ತಿದ್ದೀರ? ವ್ಯಾಪಾರ ಹೇಗೆ ನಡೆಯುತ್ತಿದೆ?" ಎಂದು ಕೇಳಿದರು.

"ಸುಮಾರು ಇಪ್ಪತ್ತು ವರ್ಷಗಳಿಂದ ನನ್ನ ಗಂಡ ಇಲ್ಲಿ ಹೋಟೆಲ್ ನಡೆಸುತ್ತಿದ್ದಾನೆ ಸಾರೆ, ನಾನು ಬಂದು ಕೇವಲ ಒಂದೂವರೆ ವರ್ಷವಾಯಿತಷ್ಟೆ."

"ವ್ಯಾಪಾರ ಪರ್‍ವಾಗಿಲ್ಲ?"

"ಮುಖ್ಯರಸ್ತೆ ಅಲ್ವ? ಅದರಿಂದ ಚೆನ್ನಾಗಿ ನಡೆಯುತ್ತದೆ. ಜೊತೆಗೆ ಪಕ್ಕದಲ್ಲೆ ಡಿಗ್ರಿ ಕಾಲೇಜು ಇರುವುದರಿಂದ ಕಾಲೇಜುಮಕ್ಕಳ ವ್ಯಾಪಾರವೂ ಸಿಗುತ್ತದೆ" ಎಂದಳು.

"ಮನೆ ಎಲ್ಲಿ ಮಾಡ್ಕೊಂಡಿದ್ದೀರ?"

"ನಾನು ಮತ್ತು ಅವರು ಮಾತ್ರ ಇರೋದರಿಂದ, ಹೋಟೆಲಿನ ಹಿಂಭಾಗದಲ್ಲೆ ಮನೆ ಮಾಡಿಕೊಂಡಿದ್ದೇವೆ"

"ಅದೆಲ್ಲ ಸರಿ, ನಿನ್ನ ಗಂಡ ಎಲ್ಲಿ?"

"ನಮ್ಮೆಜಮಾನ್ರ ಕುಟುಂಬದಲ್ಲಿ ಯಾರಿಗೋ ಸುಖ ಇಲ್ಲ ಎಂದು ಅವರನ್ನು ನೋಡುವ ಸಲುವಾಗಿ ಕೇರಳಕ್ಕೆ ಹೋಗಿದ್ದಾರೆ, ಸಾರೆ"

"ಎಷ್ಟು ದಿನವಾಯ್ತು ಹೋಗಿ?"

"ಕಳೆದ ಸೋಮವಾರ ಹೋಗಿದ್ದು" ಎಂದು ಶೀಲ ಹೇಳಿದಳು.

ಟೀ ಕುಡಿಯಲು ಬಂದ ಪೊಲೀಸ್ ಅಧಿಕಾರಿ, ಯಾವ ಉದ್ದೇಶದಿಂದ ನನ್ನ ಬಳಿ ಈ ರೀತಿಯಾಗಿ ಪ್ರಶ್ನೆ ಮಾಡುತ್ತಿದ್ದಾರೆ ಎಂಬುದರ ಪರಿವೇ ಇಲ್ಲದ ಶೀಲ, ವೆಂಕಟರಮಣನವರ ಪ್ರಶ್ನೆಗಳಿಗೆ ನಗುನಗುತ್ತಾ ಉತ್ತರಿಸತೊಡಗಿದಳು. ಸನ್ನಿ ಕಾಣೆಯಾದ ದಿನಕ್ಕೂ, ಇವಳ ಗಂಡ ಊರಿಗೆ ಹೋದ ದಿವಸವನ್ನು ತಾಳೆ ಹಾಕಿದರೆ ನಾವು ಪೊನ್ನಪ್ಪನವರ ಮಗನನ್ನು ಹುಡುಕಿಕೊಂಡು ಸರಿಯಾದ ಜಾಗವನ್ನೆ ತಲುಪಿದ್ದೇವೆ ಎಂದು ವೆಂಕಟರಮಣನವರಿಗೆ ಅನ್ನಿಸತೊಡಗಿತು.

ಸೂರ್ಯ ನಡುನೆತ್ತಿಯಿಂದ ಸರಿದು, ತನ್ನ ತೀವ್ರತೆಯನ್ನು ಕೊಂಚ ಸಡಿಲಗೊಳಿಸಿ, ಮೆಲ್ಲನೆ ಪಡುವಣಕ್ಕೆ ಜಾರಲು ಸಜ್ಜಾಗಿದ್ದ. ವಾಹನಗಳ ಓಡಾಟವು ಕಡಿಮೆಯಾಗಿತ್ತು. ಇನ್ನೇನು ಕಾಲೇಜು ಬಿಡುವ ಸಮಯ.

ಕುಳಿತಲ್ಲಿಂದ ಎದ್ದ ಇನ್ಸ್‌ಪೆಕ್ಟರ್ ವೆಂಕಟರಮಣ, "ನನಗೆ ಒಮ್ಮೆ ಶೌಚಕ್ಕೆ ಹೋಗಬೇಕು, ಎಲ್ಲಿದೆ ನಿಮ್ಮ ಶೌಚಾಲಯ?" ಎಂದು ಶೀಲಳ ಬಳಿ ಕೇಳಿದರು. ಅವರ ಮಾತು ಕೇಳಿದ್ದೆ ತಡ, ಶೀಲಳ ಎದೆಬಡಿತ ಜಾಸ್ತಿಯಾಗಿ "ಸಾರೆ, ಅದು.. ಅದು" ಎಂದು ತಡವರಿಸತೊಡಗಿದಳು. 'ಈ ಅಧಿಕಾರಿ ಏನಾದರು ಬಚ್ಚಲಿಗೆ ಎಂದು ಒಳಹೋದರೆ, ಸನ್ನಿ ಖಂಡಿತ ಇವರ ಕಣ್ಣಿಗೆ ಬೀಳುತ್ತಾನೆ. ಇದೊಳ್ಳೆ ಗ್ರಹಚಾರವಾಯ್ತಲ್ಲಪ್ಪ!' ಎಂದು ಆತಂಕಕ್ಕೀಡಾದಳು.

"ಏನಮ್ಮ ನಿಮ್ಮ ಮನೆಯಲ್ಲಿ ಬಾತ್‌ರೂಂ ಇಲ್ವಾ?"

"ಇದೆ ಸಾರೆ" ಎಂದು ಶೀಲ ಗಾಬರಿಯಿಂದ ಹೇಳುವ ಭರದಲ್ಲಿ ಟೇಬಲಿನ ಮೇಲಿದ್ದ ಗಾಜಿನ ಲೋಟವನ್ನು ಎತ್ತಿಕೊಳ್ಳಲು ಹೋಗಿ ಅದು ಆಯ ತಪ್ಪಿ ಕೆಳಗೆ ಬಿದ್ದು ಪಳರನೆ ಹೊಡೆದು ಹೋಯಿತು.

'ತಾನು ಒಳಹೋಗಬೇಕು' ಎಂದು ಹೇಳಿದ ತಕ್ಷಣಕ್ಕೆ, ಶೀಲಳ ಬದಲಾದ ಮುಖಚರ್ಯೆಯನ್ನು ಗಮನಿಸಿದ ವೆಂಕಟರಮಣನವರಿಗೆ ಸಂಶಯ ಮತ್ತಷ್ಟು ಬಲವಾಯಿತು. ಮರುಮಾತನಾಡದೆ ಹೊರಬಂದವರೆ, ಜೀಪಿನ ಬಳಿ ನಿಂತಿದ್ದ ಪೇದೆಯ ಬಳಿ "ತಡಮಾಡದೇ ಠಾಣೆಗೆ ಹೋಗಿ ಇಬ್ಬರು ಮಹಿಳಾಪೇದೆಗಳನ್ನು ಕರೆದುಕೊಂಡು ಬಾ" ಎಂದು ಅವನ ಕಿವಿಯಲ್ಲಿ ಉಸುರಿದರು.

ವೆಂಕಟರಮಣನವರು ಹೊರಹೋದದ್ದನ್ನು ಕಂಡ ಶೀಲ, 'ಟೀ ಕುಡಿದ ಹಣ, ಕೊಡದೇ ಹೋದರು ಪರ್ವಾಗಿಲ್ಲ. ಅಬ್ಬಾ ಹೊರಟು ಹೋದರಲ್ಲ' ಎಂದು ಅಧಿಕಾರಿಯನ್ನು ಹಿಂಬದಿಯಿಂದ ನೋಡುತ್ತಾ ನಿಟ್ಟುಸಿರುಬಿಡತೊಡಗಿದಳು. ಆದರೆ ಹೆಚ್ಚು ಹೊತ್ತು ಅವಳ ಸಮಾಧಾನ ಹಾಗೆಯೇ ಉಳಿಯಲಿಲ್ಲ. ಕಾರಣ, ಇನ್ಸ್‌ಪೆಕ್ಟರ್‌ರನ್ನ ಅಲ್ಲಿಯೇ ಬಿಟ್ಟು, ಜೀಪು ಮಾತ್ರ ಮುಂದಕ್ಕೆ ಚಲಿಸಿತು. ಜೀಪು ಮುಂದೆ ಹೋಗುತ್ತಿದ್ದಂತೆ ಮತ್ತೆ ಹೋಟೆಲಿನೊಳಕ್ಕೆ ಬಂದ ವೆಂಕಟರಮಣನವರು "ಎಲ್ಲಿ ಇದೆಯಮ್ಮ ನಿಮ್ಮ ಶೌಚಾಲಯ" ಎಂದು ಸ್ವಲ್ಪ ಧ್ವನಿಯೇರಿಸಿ ಮತ್ತೆ ಕೇಳಿದರು.

ದೃಷ್ಟಿಯಲ್ಲೆ ಸುಟ್ಟುಹಾಕುವಂತೆ ದುರುಗುಟ್ಟಿಕೊಂಡು ನೋಡುತ್ತಿರುವ ಆ ಕಣ್ಣಿನ ತೀಕ್ಷ್ಣತೆ, ಕೋಪದ ಪರಕಾಷ್ಠೆಯಿಂದಾಗಿ ನಿಗಿಯುತ್ತಿರುವ ಅವರ ಉದ್ದನೆಯ ಮೂಗು ಜೊತೆಗೆ ಬಲಗೈಯನ್ನು ಎಡಗೈಯ ಅಂಗೈಯೊಳಕ್ಕೆ ಗುದ್ದುತ್ತಾ ಮತ್ತೆ ಮತ್ತೆ 'ಶೌಚಾಲಯ ಎಲ್ಲಿ' ಎಂದು ವೆಂಕಟರಮಣನವರು ಕೇಳುತ್ತಿದ್ದ ಪರಿಯನ್ನು ನೋಡುತ್ತಿದ್ದರೆ ತನಗೇನೊ ಸಮಸ್ಯೆ ಕಾದಿದೆ ಎಂದು ಶೀಲಳ ಒಳಮನಸ್ಸು ಹೇಳತೊಡಗಿತು. ಇನ್ನು ತಡಮಾಡಿದರೆ ಸರಿಯಾಗುವುದಿಲ್ಲ ಎಂದು ನೆನೆದ ಶೀಲ, ವಿಧಿಯಿಲ್ಲದೇ ಹೋಟಲಿನೊಳಗಡೆಯಿಂದ ಮನೆಯೊಳಕ್ಕೆ ಹೋಗುವ ದಾರಿಯನ್ನು ಠಾಣಾಧಿಕಾರಿಗೆ ತೋರಿಸಿಯೇ ಬಿಟ್ಟಳು. ಟೀ ಹೀರುವ ನೆಪದಲ್ಲಿ ಕುಶಲೋಪರಿ ವಿಚಾರಿಸುತ್ತ ಕುಳಿತಿದ್ದ

ಇನ್ಸ್‌ಪೆಕ್ಟರ್, ಏಕಾಏಕಿ ತನ್ನ ವರಸೆ ಬದಲಿಸಿ, ನಾಯರ್‌ನ ಹೆಂಡತಿಯ ಬಳಿ ಏರುಧ್ವನಿಯಲ್ಲಿ ಮಾತನಾಡುತ್ತಿರುವುದನ್ನು ಗಮನಿಸಿದ ಗ್ರಾಹಕರು ಇನ್ನಿಲ್ಲಿ ಕುಳಿತುಕೊಳ್ಳುವುದು ತರವಲ್ಲ ಎಂದು ಅಲ್ಲಿಂದ ಜಾಗ ಖಾಲಿ ಮಾಡುವ ಮನಸ್ಸು ಮಾಡತೊಡಗಿದರು.

ವೆಂಕಟರಮಣನವರು ಇನ್ನೇನು ಮನೆಯ ಒಳಹೋಗಬೇಕು ಎನ್ನುವಷ್ಟರಲ್ಲಿ ಮಹಿಳಾಪೇದೆಗಳನ್ನು ಕರೆತರಲು ಹೋಗಿದ್ದ ಜೀಪು ಕೂಡ ಮರಳಿ ಬಂತು. ಜೀಪಿನಿಂದಿಳಿದ ಪೇದೆಗಳು ಒಳಬರುತ್ತಿದ್ದಂತೆ ಶೀಲಳ ಎದೆ ಡಬ್‌ಡಬ್ ಎಂದು ಬಡಿದುಕೊಳ್ಳಲು ಶುರುವಾಯಿತು. 'ಇದುವರೆಗೆ ಈ ಅಧಿಕಾರಿ ನನ್ನನ್ನು ಮಾತನಾಡಿಸಿದ್ದು ಮತ್ತು ಶೌಚಕ್ಕೆ ಹೋಗುವ ಸಲುವಾಗಿ ಬಾತ್‌ರೂಂ ಎಲ್ಲಿದೆ ಅಂತ ಕೇಳುತ್ತಿದ್ದದ್ದೆಲ್ಲವೂ ನೆಪಮಾತ್ರ. ಇವರು ಇಲ್ಲಿಗೆ ಬಂದಿರುವುದರ ಉದ್ದೇಶ ಬೇರೇನೊ ಇರುವಂತಿದೆ' ಎಂಬುದು ಶೀಲಳಿಗೆ ಮನವರಿಕೆಯಾಯಿತು. ಕ್ಷಣಾರ್ಧದಲ್ಲಿ ಪೇದೆಗಳೊಂದಿಗೆ ಠಾಣಾಧಿಕಾರಿ ಒಳನುಗ್ಗಿಯೇ ಬಿಟ್ಟರು.

ಹೊರಗಡೆ ಏನು ನಡೆಯುತ್ತಿದೆ ಎಂಬುದರ ಅರಿವಿಲ್ಲದೆ, ಮೇಲಂಗಿಯನ್ನು ಸಹ ತೊಟ್ಟುಕೊಳ್ಳದೇ, ಬರಿಯ ಚಡ್ಡಿಯಲ್ಲಿ ನಾಯರಿನ ನಂದಿ ಮಂಚದ ಮೇಲೆ ಅಂಗಾತ ಕಾಲಗಲಿಸಿ ಮಲಗಿದ್ದ ಸನ್ನಿ, 'ಶೀಲ ಇನ್ನೇನು ಕರೆಯಬಹುದು' ಎಂದು ಕಣ್ಣುಮುಚ್ಚಿ ಯೋಚಿಸುತ್ತಲಿದ್ದ. ಅಷ್ಟರಲ್ಲಿ ಯಾರೊ ದರಬರ ಎಂದು ಒಳಬರುತ್ತಿರುವ ರೀತಿಯಲ್ಲಿ ಶಬ್ದ ಕೇಳಿಸತೊಡಗಿತು. ಹೋಟೆಲ್ ಮತ್ತು ಮಲಗುವ ಕೋಣೆಗೆ ಕೇವಲ ಒಂದು ಗೋಡೆಯ ಅಂತರ ಮಾತ್ರ ಇದ್ದುದರಿಂದ ಈ ರೀತಿಯ ಶಬ್ದವನ್ನು ಸನ್ನಿ ಕಳೆದ ನಾಲ್ಕು ದಿನಗಳಿಂದಲೂ ಹಲವಾರು ಬಾರಿ ಕೇಳಿದ್ದ. ಆದರಿಂದ ಈ ಸಲವೂ ಅವನು ಅಷ್ಟಾಗಿ ತಲೆಕೆಡಿಸಿಕೊಳ್ಳಲಿಲ್ಲ.

'ಸನ್ನಿ ಮನೆಯೊಳಗಡೆ ಇರುವ ವಿಚಾರ ತಿಳಿದೆ ಪೊಲೀಸರು ಇಲ್ಲಿಗೆ ಬಂದಿರುವುದು. ಇನ್ನು ಕೆಲವೇ ಕ್ಷಣಗಳಲ್ಲಿ ಅವನನ್ನು ಪೊಲೀಸರು ನೋಡುವುದಂತು ಖಚಿತ! ಭಗವಂತ ನಾನೇನು ಮಾಡಲಿ ಇವಾಗ! ಹೊರಗಡೆ ಓಡಿ ಹೋಗುವ ಎಂದರೆ ಜೀಪು ಓಡಿಸುತ್ತಿದ್ದ ಪೇದೆ ಬೇರೆ ಬಾಗಿಲಲ್ಲಿಯೇ ಕಾಯುತ್ತಿದ್ದಾನೆ. ಏನಾದರು ಅತಿಬುದ್ಧಿ ತೋರಿಸಿ ಪೊಲೀಸರ ಮುಂದೆ ಮುಜುಗರಕ್ಕೆ ಒಳಗಾಗುವ ಬದಲು, ಒಳಗಡೆ ಹೋಗಿ ಪೊಲೀಸರ ಕಾಲುಹಿಡಿದು, ನನ್ನಿಂದ ತಪ್ಪಾಗಿಬಿಡ್ತು, ಇದೊಂದು ಸಲಕ್ಕೆ ನನ್ನ ಮರ್ಯಾದೆ ಕಳೆಯಬೇಡಿ, ನಾಯರಿಗೆ ಗೊತ್ತಾದರೆ ನನ್ನ ಜೀವನ ಮೂರಾಬಟ್ಟೆಯಾಗಿಬಿಡುತ್ತದೆ ಎಂದು ಅಂಗಲಾಚಿಬಿಡುವ' ಅಂತ ತೀರ್ಮಾನಿಸಿದ ಶೀಲ, ಪೊಲೀಸರ ಹಿಂದೆಯೇ ಗುಡುಗುಡು ಎಂದು ಓಡಿದಳು.

ಕಣ್ಣು ಮುಚ್ಚಿ ಮಲಗಿದ್ದ ಸನ್ನಿಗೆ, ತನ್ನ ದೇಹದ ಮೇಲೆ ಮರದ ಹಿಡಿಕೆಯಂತ ವಸ್ತುವಿನಿಂದ ಯಾರೊ ಟಕ್‌ಟಕ್ ಎಂದು ಕುಟ್ಟುತ್ತಿರುವಂತೆ ಭಾಸವಾಗಿ ಒಂದೆರಡು ಬಾರಿ ಶೀಲ ಒಳಬಂದು ಈ ರೀತಿ ಸೌಟಿನಲ್ಲಿ ಕಚಗುಳಿ ಇಟ್ಟಂತೆ ಮಾಡಿ ಹೋಗಿದ್ದರಿಂದ ಇವಾಗಲು ಅವಳೇ ಬಂದಿರಬೇಕು ಎಂದು ನೆನೆದ ಸನ್ನಿ, "ಸುಮ್ನೆ ತಮಾಷೆ ಆಡಬೇಡ, ಜನ ಖಾಲಿಯಾದ್ರ ಅಂತ ನೋಡು, ಹೊರಗಡೆ ದಾಟಿ ಬಿಡುತ್ತೇನೆ" ಎಂದು ಕಣ್ಣು ಮುಚ್ಚಿಕೊಂಡೆ ಹೇಳಿದ.

ಮರುಕ್ಷಣ, "ನೀನೇನು ದಾಟೋದು ಬೇಡ, ನಾನೆ ದಾಟಿಸುತ್ತೇನೆ" ಎಂದು ಕಳೆದ ನಾಲ್ಕು ದಿನಗಳಿಂದ ಕೇಳಿಸದಿದ್ದ ಅಪರಿಚಿತ ಧ್ವನಿಯೊಂದು ಸನ್ನಿಯ ಕಿವಿಗೆ ಅಪ್ಪಳಿಸಿತು. 'ಪರ್ವಾಗಿಲ್ವೆ, ಶೀಲ ಗಂಡಸಿನ ಧ್ವನಿಯಲ್ಲಿ ಮಿಮಿಕ್ರಿ ಕೂಡ ಮಾಡುತ್ತಿದ್ದಾಳಲ್ಲ!' ಎಂದು ನಗುತ್ತಾ ಸನ್ನಿ ಕಣ್ಣುಬಿಟ್ಟ. ಆ ಒಂದು ಕ್ಷಣ ಸನ್ನಿಗೆ, 'ನೆಲಬಿರಿದು ಮಲಗಿದ್ದ ಮಂಚದ ಸಮೇತವಾಗಿ ಪಾತಾಳಕ್ಕೆ ಕುಸಿದು ಹೋಗುತ್ತಿರುವಂತೆ ಭಾಸವಾಯಿತು. ಕಣ್ಣೆದುರಿಗೆ ಯಮಧರ್ಮನನ್ನು ಹೋಲುವ ಅಧಿಕಾರಿಯೊಬ್ಬ ಕೈಯಲ್ಲಿದ್ದ ಲಾಠಿಯನ್ನು ತಿರುವುತ್ತ ನಿಂತಿದ್ದರೆ, ಅವರ ಜೊತೆಗೆ ಮಹಿಳಾಪೇದೆಗಳು ಅರೆಬೆತ್ತಲೆಯಾಗಿ ಮಲಗಿದ್ದ ತನ್ನನ್ನು ಮೇಲಿಂದ ಕೆಳಗಿನವರೆಗು ನೋಡುತ್ತಿರುವುದು ಗೋಚರಿಸಿತು. ಅವರನ್ನು ಕಂಡದ್ದೆ ತಡ ಭಯ ಮತ್ತು ನಾಚಿಕೆಯಿಂದ ಮೈಮುಚ್ಚಿಕೊಳ್ಳಲು ಏನಾದರು ಬಟ್ಟೆ ಸಿಗಬಹುದಾ ಎಂದು ಸನ್ನಿ ತಡಕಾಡಲು ಪ್ರಾರಂಭಮಾಡಿದ.

ಸನ್ನಿ ಮಾನ ಮುಚ್ಚಿಕೊಳ್ಳುವ ಸಲುವಾಗಿ ಬಟ್ಟೆ ಹುಡುಕುತ್ತಿರುವುದನ್ನು ಗಮನಿಸಿದ ವೆಂಕಟರಮಣನವರು, "ಬೋಳಿಮಗನೆ ಓದಿ ಒಳ್ಳೆಯವನಾಗು ಎಂದು ತಂದೆ ತಾಯಿ ಕಾಲೇಜಿಗೆ ಕಳುಹಿಸಿದರೆ, ನೀನು ನಾಯರ್‌ನ ಕೋಣೆಯೊಳಗೆ ಅವಿತು ಕುಳಿತು ಅವನ ಹೆಂಡತಿಯೊಂದಿಗೆ ಚಕ್ಕಂದ ಆಡುತ್ತಿದ್ದೀಯಾ? ನಿನ್ನನ್ನು ನಾಲ್ಕು ದಿನಗಳಿಂದ ಕಾಣ್ತಾ ಇಲ್ಲ ಎಂದು ನಿನ್ನ ಅಪ್ಪ-ಅಮ್ಮ ಊರಿಡಿ ಹುಡುಕುತ್ತಿದ್ದಾರೆ, ನೀನು ನೋಡಿದ್ರೆ, ಹಾಯಾಗಿ ಮಂಚದ ಮೇಲೆ ಬೆತ್ತಲೆ ಮಲಗಿ ಸುಖ ಅನುಭವಿಸುತ್ತಿದ್ದೀಯಾ? ಫಾರೆಸ್ಟರ್ ಪೊನ್ನಪ್ಪನವರಂತ ಗೌರವಯುತ ವ್ಯಕ್ತಿಯ ಮಾನವನ್ನು ಬೀದಿಗೆ ತರುವ ಕೆಲಸ ಮಾಡುತ್ತಿದ್ದೀಯಲ್ಲ!" ಎಂದು ಅವನು ತೆಗೆದುಕೊಳ್ಳಲು ಯತ್ನಿಸುತ್ತಿದ್ದ ಬಟ್ಟೆಯನ್ನು ತನ್ನ ಲಾಠಿಯ ತುದಿಯಂಚಿನಿಂದ ಎತ್ತಿ ಒಂದು ಬದಿಗೆ ಹಾಕಿದರು.

"ಈ ಬಡ್ಡಿಮಗನಿಗೆ ಒಂದು ತುಂಡು ಬಟ್ಟೆ ಕೂಡ ಕೊಡಬೇಡಿ, ಇವನನ್ನು ಹೀಗೆಯೇ ಅರೆಮೈಯಲ್ಲಿ ಠಾಣೆಯವರೆಗು ಮೆರವಣಿಗೆ ಮಾಡಬೇಕು" ಎಂದು ಮಹಿಳಾಪೇದೆಗಳತ್ತ ನೋಡಿ ಹೇಳಿದರು.

ಇನ್ಸ್‌ಪೆಕ್ಟರ್‌ರ ಮಾತು ಕೇಳಿ ಬೆವರತೊಡಗಿದ ಸನ್ನಿ, ಒಂದು ವೇಳೆ ಶೀಲಚೇಚಿಯ ಗಂಡನಿಗೆ ತಾನು ಒಳಗಡೆ ಇರುವುದು ಗೊತ್ತಾಗಿ ಅವನೆ ಏನಾದರು ಪೊಲೀಸರನ್ನು ಕರೆದುಕೊಂಡು ಬಂದುಬಿಟ್ಟನಾ! ಎಂದು ಮತ್ತಷ್ಟು ಭಯಭೀತನಾದ. ಅಷ್ಟರಲ್ಲಿ ಓಡಿಬಂದು ದಡಾರನೇ ವೆಂಕಟರಮಣನವರ ಕಾಲಿಗೆ ಬಿದ್ದ ಶೀಲ, "ದಯವಿಟ್ಟು ಬಿಟ್ಟುಬಿಡಿ ಸಾ, ಏನೋ ಗೊತ್ತಿಲ್ಲದೆ ತಪ್ಪು ಮಾಡಿಬಿಟ್ಟೆವು. ಊರವರಿಗೆ ಮತ್ತು ನನ್ನ ಗಂಡನಿಗೆ ಈ ವಿಷಯ ಗೊತ್ತಾದರೆ ನಾನಿನ್ನು ಬದುಕಿದ್ದು ಪ್ರಯೋಜನವಿಲ್ಲ. ಇದೊಂದು ಬಾರಿ ನಮ್ಮನ್ನು ಕ್ಷಮಿಸಿಬಿಡಿ" ಎಂದು ಬಲವಾಗಿ ಅವರ ಕಾಲುಹಿಡಿದು ಗೋಗರೆಯತೊಡಗಿದಳು.

ಶೀಲಳ ಮಾತು ಕೇಳಿದ ಸನ್ನಿಗೆ, ನಾಯರ್‌ನ ದೂರಿನ ಮೇರೆಗೆ ಪೊಲೀಸರು ಇಲ್ಲಿಗೆ ಬಂದಿಲ್ಲ ಎಂಬುದು ಖಾತರಿಯಾಯಿತು. 'ಒಂದುವೇಳೆ ಊರಿನವರೆ ಯಾರಾದರು ಪೊಲೀಸರಿಗೆ ಹಾಕಿಕೊಟ್ಟಿರಬಹುದಾ!' ಎಂದು ಯೋಚಿಸತೊಡಗಿದ.

"ಎದ್ದೇಳೆ ನಾಟಕ ಮಾಡಿದ್ದು ಸಾಕು, ಅವನೇನೋ ಸಣ್ಣ ವಯಸ್ಸಿನ ಹುಡುಗ, ನಿನ್ನಂಥ ವೈಯ್ಯಾರಿಗಳನ್ನು ಕಂಡಾಗ ಮೈಯಲ್ಲಿ ಮುಲುಮುಲು ಅನ್ನಲು ಶುರುವಾಗುವುದು ಸಹಜ. ಕತ್ತೆ ಇದ್ದಂಗೆ ಇದ್ದೀಯಾ ನಿನಗಾದರು ಬುದ್ಧಿ ಬೇಡ್ವಾ? ಈ ಹುಡುಗನನ್ನು ನಾಲ್ಕು ದಿನದಿಂದ ಕೂಡಿ ಹಾಕೊಂಡಿದ್ದೀಯಲ್ಲ ನಿನಗೆ ಮರ್ಯಾದೆ ಬೇರೆ ಕೇಡು" ಎಂದವರೇ ಪೇದೆಗಳ ಬಳಿ, "ಇಬ್ಬರನ್ನು ಎಳೆದುಕೊಂಡು ಹೋಗಿ" ಎಂದು ತಾಕೀತು ಮಾಡಿದರು.

ಪೇದೆಗಳು ಹತ್ತಿರ ಬರುತ್ತಿದ್ದಂತೆ, 'ಸರ್ ಬೇಡ, ಇದೊಂದು ಬಾರಿ ಬಿಟ್ಟಿಡಿ' ಎಂದು ಇಬ್ಬರೂ ಕೈಕಾಲು ಹಿಡಿದು ಅಂಗಲಾಚತೊಡಗಿದರು. ಅದ್ಯಾವುದಕ್ಕು ಕಿವಿಗೊಡದ ಪೊಲೀಸರು ಅರೆಬೆತ್ತಲೆಯಾಗಿದ್ದ ಸನ್ನಿ ಮತ್ತು ಶೀಲಳನ್ನು ಕೊಠಡಿಯಿಂದ ದರದರನೆ ಎಳೆದುಕೊಂಡು ಹೊರತಂದರು. ಅದೇ ಸಮಯಕ್ಕೆ ಸರಿಯಾಗಿ ಕಾಲೇಜಿನ ಕೊನೆಯ ಬೆಲ್ಲು ಕೂಡ ಬಾರಿಸಿತ್ತು. ಕಾಲೇಜು ಕ್ಯಾಂಪಸ್ಸಿನಿಂದ ಹಿಂಡುಹಿಂಡಾಗಿ ಹೊರಬರುತ್ತಿದ್ದ ಯುವಕಯುವತಿಯರು, ಹೋಟೆಲಿನ ಮುಂಭಾಗದಲ್ಲಿ ನಿಂತಿದ್ದ ಪೊಲೀಸ್ ವಾಹನ ಮತ್ತು ಜನಜಂಗುಳಿಯನ್ನು ನೋಡಿ ಕುತೂಹಲದಿಂದ ಅತ್ತ ಇಣುಕತೊಡಗಿದರು.

ಶನಿ ಹೆಗಲೇರಿದರೆ ಎಲ್ಲವೂ ಒಮ್ಮೆಲೆ ವಕ್ಕರಿಸಿಕೊಂಡು ಬರುವಂತೆ, ಕಳೆದ ನಾಲ್ಕು ದಿನಗಳಿಗೆ ಮೊದಲು ಊರಿಗೆ ಹೋಗಿದ್ದ ನಾಯರ್ ಕೂಡ ಆ ಸಮಯಕ್ಕೆ ಸರಿಯಾಗಿ ಕೇರಳದಿಂದ ಮರಳಿ ಬಂದಿದ್ದ. ಪೇಟೆಯಲ್ಲಿ ಬಸ್ಸಿಳಿದವನೇ ಊರಿನಿಂದ ಬರುವಾಗ ಮಡದಿಗೆ ಇಷ್ಟ ಎಂದು ಕಟ್ಟಿಸಿಕೊಂಡು ಬಂದಿದ್ದ ಬಾಳೆಹಣ್ಣಿನ ಚಿಪ್ಸು ಮತ್ತು ಹಲ್ವಾ

ತುಂಬಿದ್ದ ಚೀಲವನ್ನು ಹೆಗಲಮೇಲೆ ಹಾಕಿಕೊಂಡು, ಮತ್ತೊಂದು ಕೈಯಲ್ಲಿ ಪಂಚೆಯ ತುದಿಯನ್ನು ಹಿಡಿದು ಹೋಟೆಲಿನತ್ತ ನಡೆಯತೊಡಗಿದ. ಅಷ್ಟು ದೂರವಿರುವಾಗಲೆ ಅವನಿಗೆ ಹೋಟೆಲಿನ ಮುಂದೆ ಜನ ಸೇರಿರುವುದು ಕಾಣಿಸಿತು. 'ಈ ಹುಡುಗರು ಗಾಂಜಾಗಿಂಜಾ ಸೇದಿ ಹೋಟೆಲಿನ ಬಳಿ ಗಲಾಟೆ ಏನಾದ್ರು ಮಾಡಿದ್ರಾ! ನನ್ನ ಹೆಂಡತಿ ಬೇರೆ ಒಬ್ಬಳೆ ಇದ್ದಾಳೆ!' ಎಂದು ಗಾಬರಿಯಾದ ನಾಯರ್ ಆತುರಾತುರವಾಗಿ ಹೋಟೆಲಿನೆಡೆಗೆ ನಡೆದುಬಂದ.

ನೆರೆದಿದ್ದವರನ್ನು ಸರಿಸಿಕೊಂಡು ಒಳಬಂದ ನಾಯರನಿಗೆ ಆ ದೃಶ್ಯವನ್ನು ಕಂಡು ಎದೆ ಒಡೆದುಹೋಗುವುದೊಂದೆ ಬಾಕಿ. ಕಾರಣ ಅರೆಬೆತ್ತಲೆಯಾಗಿದ್ದ ಒಬ್ಬ ಯುವಕ ಮತ್ತು ತನ್ನ ಮುದ್ದಿನ ಹೆಂಡತಿ ಪೊಲೀಸರ ಬಳಿ 'ನಮ್ಮನ್ನು ಬಿಟ್ಟುಬಿಡಿ' ಎಂದು ಪರಿಪರಿಯಾಗಿ ಬೇಡಿಕೊಳ್ಳುತ್ತಿದ್ದರು. ಇಲ್ಲಿ ತನ್ನ ಊಹೆಗೂ ನಿಲುಕದ ಯಾವುದೋ ಒಂದು ಘಟನೆ ನಡೆದಿದೆ ಎಂಬುದನ್ನ ಮನಗಂಡ ನಾಯರ್ ಮುಂಬದಿಯಲ್ಲಿ ಬರುತ್ತಿದ್ದ ಇನ್ಸ್‌ಪೆಕ್ಟರ್ ವೆಂಕಟರಮಣನವರ ಬಳಿ ಹೋಗಿ "ಎಂದಾಯಿ ಸಾರೆ, ಯಾಕೆ ಕರೆದುಕೊಂಡು ಹೋಗುತ್ತಿದ್ದೀರ?" ಎಂದು ಕೇಳಿದ.

"ಯಾರ್ರೀ ಅದು? ಅವನನ್ನ ಬದಿಗೆ ಸರಿಸಿ" ಎಂದು ಪೇದೆಯ ಬಳಿ ವೆಂಕಟರಮಣನವರು ಹೇಳಿದರು.

ಪೇದೆ, "ಸರ್ ಇವನೇ ನಾಯರ್, ಈ ಮಳ್ಳಿಯ ಗಂಡ"

ಸಿಟ್ಟಿನಿಂದ ಅವನತ್ತ ನೋಡಿದ ಇನ್ಸ್‌ಪೆಕ್ಟರ್, "ಹೋ ಬಂದೇನೊ ತಲೆಹಿಡುಕ, ಹೆಂಡತಿಯನ್ನು ಕಾಲೇಜು ಯುವಕರೊಂದಿಗೆ ಹಾದರ ಮಾಡಲು ಬಿಟ್ಟು ಊರು ಸುತ್ಕೊಂಡು ಬಂದ್ಯಾ?" ಎಂದು ಎಲ್ಲರಿಗು ಕೇಳಿಸುವಂತೆ ಜೋರಾಗಿ ಕೇಳಿದರು.

ಠಾಣಾಧಿಕಾರಿಯ ಮಾತು ಕೇಳಿ, ಕೈಯಲ್ಲಿದ್ದ 'ಹಲ್ವಾ ಮತ್ತು ಬಾಳೆಕಾಯಿ ಚಿಪ್ಸಿನ' ಚೀಲವನ್ನು ದೊಪ್ಪನೆ ಕೆಳಕ್ಕೆ ಹಾಕಿ ಎದೆಯ ಮೇಲೆ ಕೈಯಿಟ್ಟುಕೊಂಡ ನಾಯರ್, "ನನಗೆ ಈ ರೀತಿ ಮೋಸ ಮಾಡಲು ನಿನಗೆ ಹೇಗೆ ಮನಸ್ಸು ಬಂತೆ?" ಎಂದು ಶೀಲಳ ಬಳಿ ಕೇಳುತ್ತಾ ತಲೆ ಚಚ್ಚಿಕೊಳ್ಳತೊಡಗಿದ. ನಾಯರ್‌ನ ಮಾತು ಕಿವಿಗೆ ಬೀಳುತ್ತಿದ್ದಂತೆ ಶೀಲ ಮುಖಮುಚ್ಚಿ ಅಳಲು ಪ್ರಾರಂಭಿಸಿದಳು. ಇತ್ತ, ಅಷ್ಟೊಂದು ಜನಗಳ ಮುಂದೆ, ಮಿಗಿಲಾಗಿ ತನ್ನ ಕಾಲೇಜು ಸಹಪಾಠಿಗಳ ಎದುರಿಗೆ ಅರೆಬೆತ್ತಲೆಯಾಗಿ ನಿಂತಿದ್ದ ಸನ್ನಿಗೆ ಅವಮಾನ ತಾಳಲಾಗದೇ ಕಣ್ಣಾಲಿಗಳು ತುಂಬಿಕೊಳ್ಳತೊಡಗಿದವು. ನೆರೆದಿದ್ದವರ ನೋಟವನ್ನು ಎದುರಿಸಲಾಗದೆ ಅವನು ಪೊಲೀಸರ ಹಿಂದಿಂದೆ ಅವಿತುಕೊಳ್ಳಲು ಶುರುಮಾಡಿದ.

ಕ್ಷಣಾರ್ಧದಲ್ಲಿ 'ಸನ್ನಿಯನ್ನು ನಾಯರ್‌ನ ಹೋಟೆಲ್ ಒಳಗಡೆಯಿಂದ ಪೊಲೀಸರು ಕಂಡುಹಿಡಿದರು' ಎಂಬ ಸುದ್ದಿ ಕಾಳ್ಗಿಚ್ಚಿನಂತೆ ಊರಲ್ಲೆಲ್ಲ ಹಬ್ಬಿತು. ವಿಷಯ ತಿಳಿಯುತ್ತಿದ್ದಂತೆ ಕಾಲೇಜಿನ ಒಳಕ್ಕೆ ಓಡೋಡಿ ಬಂದ ಗುಮಾಸ್ತ "ಸರ್, ಕಾಲೇಜಿನ ಮುಂಭಾಗದಲ್ಲಿರುವ ನಾಯರಿನ ಕ್ಯಾಂಟಿನ್‌ನ ಒಳಗಿಂದ ಕಾಣೆಯಾಗಿದ್ದ ಸನ್ನಿಯನ್ನು ಮತ್ತು ನಾಯರಿನ ಹೆಂಡತಿಯನ್ನು ಪೊಲೀಸರು ಬಂಧಿಸಿದರಂತೆ, ಬೆತ್ತಲೆಯಾಗಿದ್ದ ಸನ್ನಿಯನ್ನು ಹಾಗೆಯೇ ಮೆರವಣಿಗೆ ಮುಖಾಂತರ ಠಾಣೆಗೆ ಕರೆದುಕೊಂಡು ಹೋಗುತ್ತಿದ್ದಾರಂತೆ" ಎಂದು ಪ್ರಾಂಶುಪಾಲರ ಬಳಿ ಹೇಳಿದ.

"ಏನೋ ಹೇಳ್ತಾ ಇದ್ದೀಯಾ ನೀನು, ಬೆಳಿಗ್ಗೆ ಪೊಲೀಸರು ಬಂದಾಗ ನೀನು ಅದೇ ನಾಯರಿನ ಕ್ಯಾಂಟೀನ್‌ನಿಂದ ತಾನೆ ಕಾಫಿ ತೆಗೆದುಕೊಂಡು ಬಂದಿದ್ದು" ಎಂದು ಪ್ರಾಂಶುಪಾಲರು ಆಶ್ಚರ್ಯದಿಂದ ಗುಮಾಸ್ತನ ಬಳಿ ಕೇಳಿದರು.

"ಹೌದು ಸರ್, ನಾನು ಬೆಳಿಗ್ಗೆ ಹೋದಾಗ ಏನು ಗೊತ್ತಿಲ್ಲದ ಊಸರವಳ್ಳಿಯಂತೆ ಫ್ಲಾಸ್ಕಿನಲ್ಲಿ ಕಾಫಿ ಹೊಯ್ದುಕೊಟ್ಟಳು, ಅವಾಗೆಲ್ಲ ಆ ಹುಡುಗ ಅವಳ ಕೋಣೆಯ ಒಳಗಡೆಯೇ ಇದ್ದ, ಅವಳಿಗೆ ಎಷ್ಟು ಧೈರ್ಯವಿದೆ ನೋಡಿ!" ಎಂದು ಹೇಳುತ್ತಾ ಗುಮಾಸ್ತ ಮೂಗಿನ ಮೇಲೆ ಬೆರಳಿಟ್ಟ.

"ನಡೀರಿ ಒಮ್ಮೆ ನೋಡಿಕೊಂಡು ಬರುವ, ಈ ಹುಡುಗರಿಂದಾಗಿ ಕಾಲೇಜಿನ ಹೆಸರು ಹಾಳಾಗಿಬಿಡುತ್ತದೆ" ಎಂದು ಒಂದಿಬ್ಬರು ಶಿಕ್ಷಕರನ್ನು ಕರೆದುಕೊಂಡ ಪ್ರಾಂಶುಪಾಲರು, ನಾಯರ್ ಹೋಟೆಲಿನತ್ತ ಹೆಜ್ಜೆ ಹಾಕಿದರು. ಇವರು ಹೋಟೆಲ್ ತಲುಪುವ ವೇಳೆಗಾಗಲೆ ನಾಯರ್‌ನ ಆಕ್ರಂದನ ಮುಗಿಲು ಮುಟ್ಟಿ ಸುತ್ತಲೂ ಜನಜಾತ್ರೆಯಾಗಿತ್ತು. ಹಲವರು ಈ ಸನ್ನಿವೇಶವನ್ನು ನೋಡಿ ಮರುಕಪಡುತ್ತಿದ್ದರೆ, ಇನ್ನು ಕೆಲವರು 'ಆ, ಹಾ ಏನ್ ಅದೃಷ್ಟವಂತ ಈ ಹುಡುಗ, ಸರಿಯಾದವಳನ್ನೆ ನೋಡಿ ಬುಟ್ಟಿಗೆ ಹಾಕೊಂಡು ಬಿಟ್ಟಿದ್ದಾನೆ' ಎಂದು ಶೀಲಳನ್ನು ಕಣ್ಣಲ್ಲೆ ಹರಿದು ಮುಕ್ಕುವವರಂತೆ ನೋಡುತ್ತಾ ನಿಂತಿದ್ದರು.

ಪ್ರಾಂಶುಪಾಲರು ತಲುಪುವ ವೇಳೆಗೆ ಅರೆಬೆತ್ತಲೆಯಾಗಿದ್ದ ಸನ್ನಿ, ವೆಂಕಟರಮಣನವರ ಹಿಂದೆ ನಿಂತು ಅಳುತ್ತಿದ್ದ. ಅವನನ್ನು ಕಂಡು ಬೇಸರಗೊಂಡ ಪ್ರಾಂಶುಪಾಲರು ನೇರ ಠಾಣಾಧಿಕಾರಿಯ ಬಳಿ ಹೋಗಿ "ಸರ್ ದಯವಿಟ್ಟು ಆ ಹುಡುಗನಿಗೆ ಬಟ್ಟೆ ಧರಿಸಿಕೊಳ್ಳಲಾದ್ರು ಅವಕಾಶ ಕೊಡಿ" ಎಂದರು.

"ಸುಮ್ನೆ ಇರಿ ಸರ್, ಇದೇ ಭಂಗಿಯಲ್ಲಿ ಠಾಣೆಯವರೆಗೆ ಮೆರವಣಿಗೆ ಮಾಡಿದರೆನೇ ಇಂಥವರಿಗೆಲ್ಲ ಬುದ್ಧಿ ಬರುವುದು ಮತ್ತು ಉಳಿದವರಿಗೆ ಒಂದು ಪಾಠ ಆಗುವುದು" ಎಂದರು.

"ದಯವಿಟ್ಟು ಹಾಗೆ ಮಾಡಬೇಡಿ ಸರ್, ನೀವೇನಾದ್ರು ಆ ರೀತಿ ಮಾಡಿದ್ರೆ ನಮ್ಮ ಕಾಲೇಜಿನ ಮರ್ಯಾದೆ ಬೀದಿ ಪಾಲಾಗಿ ಬಿಡುತ್ತದೆ" ಎಂದು ಪ್ರಾಂಶುಪಾಲರು ಹೇಳಿದರು.

ಒಂದಷ್ಟು ಮಾತುಕತೆಗಳ ನಂತರ ವೆಂಕಟರಮಣನವರು, "ಆಯ್ತು ಬಿಡಿ, ವಿದ್ಯೆ ಕಲಿಸುವ ಗುರುಗಳು ನೀವು, ನಿಮ್ಮ ಮಾತಿಗೆ ನಾನು ಆಗಲ್ಲ ಅಂತ ಹೇಳೊಕಾಗುತ್ತಾ" ಎಂದು ಹೇಳಿ, "ನೋಡಮ್ಮ ಆ ಮೂಲೆಯಲ್ಲಿ ಬಿದ್ದಿರೋ ಬಟ್ಟೆಯನ್ನು ಅವನಿಗೆ ಕೊಡಿ" ಎಂದು ಮಹಿಳಾ ಪೇದೆಯ ಬಳಿ ಹೇಳಿದರು.

"ಬಾರೋ" ಎಂದು ಸನ್ನಿಯನ್ನು ಜೊತೆಗೆ ಕರೆದುಕೊಂಡು ಹೋದ ಮಹಿಳಾ ಪೇದೆ, ಕೋಣೆಯ ಹೊರಗೆ ನಿಂತು "ಬೇಗ ಬಟ್ಟೆ ಧರಿಸಿಕೊಂಡು ಬಾ" ಎಂದು ಹೇಳಿದಳು.

ಅವಳ ಮಾತು ಮುಗಿಯುವ ಮೊದಲೇ ಕೋಣೆಯ ಒಳಹೊಕ್ಕ ಸನ್ನಿ, 'ಜೀವನದಲ್ಲಿ ಒಮ್ಮೆಯೂ ಯಾರಿಂದಲು ಚೀ, ಥೂ ಎಂದು ಹೇಳಿಸಿಕೊಳ್ಳದ ನಾನು ಈ ಶೀಲಳ ಸಹವಾಸ ಮಾಡಿ ಎಲ್ಲರ ಮುಂದೆ ತಲೆ ತಗ್ಗಿಸುವಂತಾಯ್ತಲ್ಲ' ಎಂದು ನೊಂದುಕೊಳ್ಳುತ್ತಾ ಬಟ್ಟೆ ಧರಿಸತೊಡಗಿದ. ಕೋಣೆಯಿಂದ ಹೊರಬರುತ್ತಿದ್ದಂತೆ ಪೇದೆಗಳು ಸನ್ನಿ ಮತ್ತು ಶೀಲಳನ್ನು ಕರೆದುಕೊಂಡು ಹೋಗಿ ಜೀಪಿನ ಹಿಂಬದಿಗೆ ಹತ್ತಿಸಿದರು.

ನೆಲದ ಮೇಲೆ ಕುಳಿತು ರೋದಿಸುತ್ತಿದ್ದ ನಾಯರ್‌ನ ಬಳಿ, "ನೀನು ಠಾಣೆಗೆ ಬಾ" ಎಂದು ಹೇಳಿದ ವೆಂಕಟರಮಣನವರು ಪ್ರಾಂಶುಪಾಲರತ್ತ ತಿರುಗಿ, "ಸರ್ ನೀವು ಕೂಡ ಬಂದುಬಿಡಿ" ಎಂದು ಜೀಪಿನ ಬಳಿಗೆ ಹೋದರು.

ಕೆಲ ನಿಮಿಷಗಳಿಂದ ಹೋಟೆಲಿನ ಮುಂದೆ ನೆರೆದು ಈ ಎಲ್ಲಾ ಪ್ರಹಸನಗಳನ್ನು ಬಿಟ್ಟಕಣ್ಣು ಬಿಡದಂತೆ ನೋಡುತ್ತಾ ನಿಂತಿದ್ದವರನ್ನು ಉದ್ದೇಶಿಸಿ ಒಬ್ಬ ಪೇದೆ, "ಇಲ್ಲೇನು ಗೊಂಬೆ ಕುಣೀತಿದೆಯಾ? ಎಲ್ಲರೂ ಜಾಗ ಖಾಲಿ ಮಾಡಿ ಇಲ್ಲಿಂದ" ಎಂದು ಗದರಿಸಿ ಜೀಪು ಹತ್ತಿದ. ಜೀಪು ಆರೋಪಿಗಳನ್ನು ಹೊತ್ತು ಠಾಣೆಯತ್ತ ಮುಖ ಮಾಡಿದರೆ, ಗುಂಪು ಮೆಲ್ಲನೆ ಚದುರತೊಡಗಿತು. ನಾಯರಿನ ಹೋಟೆಲಿಗೆ ಮಾಮೂಲಿಯಾಗಿ ಬರುತ್ತಿದ್ದವರು, ಅವನು ನೆಲದಲ್ಲಿ ಬಿದ್ದು ರೋದಿಸುತ್ತಿರುವುದನ್ನು ನೋಡಿ ಸಹಿಸಿಕೊಳ್ಳಲಾಗದೆ ಅವನನ್ನು ಕುಳಿತಲ್ಲಿಂದ ಎಬ್ಬಿಸಿದರು. ನೆರೆದಿದ್ದವರ ನಡುವಿನಿಂದ ನಾಯರಿನ ಪ್ರಾಯದ ಮುದುಕನೊಬ್ಬ ಅವನ ಬಳಿ ಬಂದು, "ವಯಸ್ಸಿನ ಹುಡುಗಿಯನ್ನು ಮದುವೆ ಆಗುವ ಮೊದಲು ನೀನು ಯೋಚಿಸಬೇಕಿತ್ತು. ನಮ್ಮ ಕೈಯಲ್ಲಿ ಆಗದಿದ್ದ ಮೇಲೆ ಇಂಥಹ ದುಸ್ಸಾಹಸಕ್ಕೆ ಕೈ ಹಾಕಬಾರದು. ನೀನೇನು ನೊಂದುಕೊಳ್ಳಬೇಡ, ನಿನ್ನದೇನು ತಪ್ಪಿಲ್ಲ ಎಂದು ಎಲ್ಲರಿಗು ಗೊತ್ತಿದೆ, ಠಾಣೆಗೆ ಹೋಗಿ

ಅದೇನು ಮಾಡಬೇಕೊ, ಮಾಡಿಕೊಂಡು ಬಾ" ಎಂದು ನಾಯರ್‌ನನ್ನು ಸಮಾಧಾನಪಡಿಸಿದರು.

ಠಾಣೆ ತಲುಪಿದ ಕೂಡಲೇ ವೆಂಕಟರಮಣನವರು, ರೇಂಜರ್ ಅಚ್ಚಯ್ಯನವರಿಗೆ ಕರೆ ಮಾಡಿ ನಡೆದ ದೃಷ್ಟಾಂತಗಳನ್ನೆಲ್ಲ ವಿವರಿಸಿ, 'ಫಾರೆಸ್ಟರ್ ಪೊನ್ನಪ್ಪನವರ ಮಗನನ್ನು ಹುಡುಕಿ ತಂದು ಠಾಣೆಯಲ್ಲಿ ಕೂರಿಸಿದ್ದೇವೆ' ಎಂಬ ಮಾಹಿತಿಯನ್ನು ನೀಡಿದರು. ಸನ್ನಿಯ ಕಾಲೇಜಿನಿಂದ ಮನೆಗೆ ಮರಳಿದ ನಂತರದಲ್ಲಿ ಬೊಳ್ಳವ್ವ ಊಟತಿಂಡಿ ಬಿಟ್ಟು ಮಗನ ಯೋಚನೆಯಲ್ಲೆ ಕೊರಗುತ್ತ ಕುಳಿತಿದ್ದಳು. ಈ ಪರಿಸ್ಥಿತಿಯಲ್ಲಿ ನಾನು ಡ್ಯೂಟಿಗೆ ಹೋಗುವುದು ಸರಿಯಲ್ಲ ಎಂದುಕೊಂಡು ಪೊನ್ನಪ್ಪ ಕೂಡ ಮಡದಿ ಮತ್ತು ಸೊಸೆಯೊಂದಿಗೆ ಮನೆಯಲ್ಲೆ ಉಳಿದಿದ್ದರು. ಫೋನು ರಿಂಗಾಗತೊಡಗಿತು. ಕರೆ ಸ್ವೀಕರಿಸಿದರೆ, "ಪೊನ್ನಪ್ಪ ನಿಮ್ಮ ಮಗನನ್ನು ಪೊಲೀಸಿನವರು ಕಂಡು ಹಿಡಿದು, ಮಡಿಕೇರಿ ಠಾಣೆಯಲ್ಲಿ ಕರೆತಂದು ಕೂರಿಸಿದ್ದಾರೆ. ವಿಷಯ ಸ್ವಲ್ಪ ಸೆನ್ಸಿಟೀವ್ ಆಗಿರುವುದರಿಂದ ಸಾಧ್ಯವಾದಷ್ಟು ನೀವೊಬ್ಬರೆ ಹೋಗಿ, ಮಾತನಾಡಿ ಅವನನ್ನು ಕರೆದುಕೊಂಡು ಬನ್ನಿ" ಎಂದು ಹೇಳುತ್ತಿರುವ ಅಚ್ಚಯ್ಯನವರ ಧ್ವನಿ!

ಅಚ್ಚಯ್ಯನವರ ಮಾತು ಕೇಳಿ ಪೊನ್ನಪ್ಪನವರಿಗೆ ಯಾವ ರೀತಿ ಪ್ರತಿಕ್ರಿಯಿಸಬೇಕು ಎಂದು ತೋಚದೇ ಹೋಯಿತು. 'ಸೂಕ್ಷ್ಮ ವಿಚಾರ ಅಂತ ಹೇಳುತ್ತಿದ್ದಾರೆ. ಸಾಲದ್ದಕ್ಕೆ, ಒಬ್ಬರೇ ಹೋಗಿ ಅಂತ ಬೇರೆ ಹೇಳುತ್ತಿದ್ದಾರೆ' ಎಂದು ಯೋಚಿಸುತ್ತಿರುವಾಗಲೇ ಬಳಿಗೆ ಬಂದ ಬೊಳ್ಳವ್ವ, "ಏನ್ರೀ ಸನ್ನಿ ಸಿಕ್ಕಿದ್ದಾನಂತ?" ಎಂದು ಕೇಳಿದಳು. ಅಷ್ಟರಲ್ಲಿ ಕರೆ ಕಡಿತಗೊಂಡಿತ್ತು.

"ಹುಂ ಕಣೆ ಸಿಕ್ಕಿದ್ದಾನಂತೆ, ನಾನು ಹೋಗಿ ಅದೇನು ಅಂತ ನೋಡ್ಕೊಂಡು ಅವನನ್ನು ಕರೆತರುತ್ತೇನೆ" ಎಂದು ಹೇಳಿ ಮಲಗುವ ಕೋಣೆಗೆ ಹೋಗಿ ಬಟ್ಟೆ ಬದಲಿಸಲು ಪೊನ್ನಪ್ಪ ಸಿದ್ಧವಾದರು. ಅವರ ಹಿಂದೆಯೇ ಬಂದ ಬೊಳ್ಳವ್ವ ಕೂಡ ಸೀರೆ ಉಡಲು ಪ್ರಾರಂಭ ಮಾಡಿದಳು.

"ನೀನೆಲ್ಲಿಗೆ?"

"ಅದೇ ಸನ್ನಿ ಸಿಕ್ಕಿದ್ದಾನಲ್ಲ, ಬೇಗ ಹೋಗಿ ಕರ್ಕೊಂಡು ಬರುವಾ!"

"ಸುಮ್ಮನೆ ಅಲ್ಲಿಯವರೆಗೆ ಬೈಕಲ್ಲಿ ಬಂದು ನೀನ್ಯಾಕೆ ಆಯಾಸ ಮಾಡ್ಕೋತಿಯ? ಬರುವಾಗ ಬೇರೆ ಅವನು ಜೊತೆಗೆ ಇರುತ್ತಾನೆ, ಅಷ್ಟು ದೂರದಿಂದ ಮೂವರು ಹೇಗೆ ಬೈಕಲ್ಲಿ ಬರುವುದು? ಆದರಿಂದ ನೀನು ಮನೆಯಲ್ಲೆ ಇರು, ನಾನೊಬ್ಬನೆ ಹೋಗಿ ಕರೆದುಕೊಂಡು ಬರುತ್ತೇನೆ" ಎಂದು ಪೊನ್ನಪ್ಪ ಬೈಕಿನ ಚಾವಿಯನ್ನು ಎತ್ತಿಕೊಂಡು ಹೊರಬರಲು ಸಿದ್ಧವಾದರು.

ಪೊನ್ನಪ್ಪನವರ ಮಾತು ಮುಗಿಯುವ ಮುನ್ನವೇ, "ಕಳೆದ ನಾಲ್ಕು ದಿನಗಳಿಂದ ಸನ್ನಿಯನ್ನು ಕಂಡಿಲ್ಲ ಅಂತ ಅದೆಷ್ಟು ನೊಂದುಕೊಂಡಿದ್ದೇನೆ

ಎಂದು ನನಗೆ ಮಾತ್ರ ಗೊತ್ತು, ಇವಾಗ ನಾನು ಕೂಡ ಜೊತೆಯಲ್ಲಿ ಬರುತ್ತೇನೆ ಎಂದರೆ ಬೇಡ ಅಂತ ಹೇಳುತ್ತೀರ!" ಎಂದು ಬೊಳ್ಳವ್ವ ಅಳಲು ಶುರುಮಾಡಿದಳು. ಅಳುವುದರ ನಡುವೆ, "ಆ ಜಂಕ್ಷನ್‌ಗೆ ಫೋನ್ ಮಾಡಿ ಆ ಹನೀಫನ ಜೀಪನ್ನು ಬರಲಿಕ್ಕೆ ಹೇಳಿ, ಜೊತೆಯಲ್ಲೆ ಹೋಗಿ ಅವನನ್ನು ಕರೆದುಕೊಂಡು ಬರುವ" ಎಂದು ಮೂಗನ್ನು ಒರೆಸಿಕೊಂಡು ಸೀರೆಯುಡತೊಡಗಿದಳು.

ಅತ್ತೆಯ ಅಳು ಕೇಳಿ ಕೋಣೆಯಿಂದ ಹೊರಬಂದ ದೇಚಮ್ಮ, "ಮನೆಯಲ್ಲಿ ನಾನಿದ್ದೇನಲ್ಲ ಪಪ್ಪ, ಮಾಯಿಯನ್ನು ಕೂಡ ಜೊತೆಗೆ ಕರೆದುಕೊಂಡು ಹೋಗಿ, ಅವರಿಗು ಸ್ವಲ್ಪ ಸಮಾಧಾನವಾಗುತ್ತದೆ" ಎಂದು ಹೇಳಿದಳು.

'ಇದೊಳ್ಳೆ ಪ್ರಾಣ ಸಂಕಟವಾಯ್ತಲ್ಲಪ್ಪ!' ಎಂದು ಮನದಲ್ಲೆ ಅಂದುಕೊಂಡ ಪೊನ್ನಪ್ಪ ಬಾಡಿಗೆ ಜೀಪನ್ನು ಬರಹೇಳಿದರು.

ಸನ್ನಿ ಮತ್ತು ಶೀಲಳನ್ನು ಕರೆದುಕೊಂಡು ಹೊರಟ ಪೊಲೀಸ್ ಜೀಪು, ಠಾಣೆ ತಲುಪಿ ಐದು ನಿಮಿಷ ಕಳೆಯುವ ವೇಳೆಗಾಗಲೇ ಪ್ರಾಂಶುಪಾಲರು ಕೂಡ ಬಂದರು. ನಾಯರ್ ಸಹ ಹಿಂದಿನಿಂದಲೆ ಬಂದು ಠಾಣೆಯ ಒಂದು ಮೂಲೆಯಲ್ಲಿ ನಿಂತ. ಇವರೆಲ್ಲರ ಸಮ್ಮುಖದಲ್ಲಿ, ಸನ್ನಿ ಮತ್ತು ಶೀಲಳ ನಡುವೆ ಹೇಗೆ ಸಂಬಂಧ ಶುರುವಾಯಿತು ಎನ್ನುವಲ್ಲಿಂದ ಹಿಡಿದು, ಮನೆಯೊಳಗೆ ಸನ್ನಿ ತೂರಿಕೊಂಡವರೆಗಿನ ವಿಚಾರವಾಗಿ ಒಂದೊಂದೆ ಪ್ರಶ್ನೆಗಳನ್ನು ಪೊಲೀಸರು ಕೇಳತೊಡಗಿದರು. ಸನ್ನಿ ಮತ್ತು ಶೀಲ ತಲೆತಗ್ಗಿಸಿಕೊಂಡೆ ಆ ಪ್ರಶ್ನೆಗಳಿಗೆ ಉತ್ತರಿಸುತ್ತಿದ್ದರು. ಶೀಲ ಬಾಯಿಬಿಟ್ಟು ಸನ್ನಿಯನ್ನು ಬಲೆಗೆ ಹಾಕಿಕೊಂಡ ವಿಚಾರಗಳನ್ನು ಹೇಳುತ್ತಿರಬೇಕಾದರೆ, ನಾಯರ್ ಮಡದಿಯ ರಾಸಲೀಲೆಯನ್ನು ಕೇಳಿ ಬಿಕ್ಕಿಬಿಕ್ಕಿ ಅಳುತ್ತಿದ್ದ. ಇಬ್ಬರ ಮಾತುಗಳನ್ನು ವೆಂಕಟರಮಣನವರು ಆಲಿಸುತ್ತಿದ್ದರೆ, ದಫೇದಾರ್ ಒಬ್ಬರು ವಿವರಗಳನ್ನು ಬಿಳಿಹಾಳೆಯ ಮೇಲೆ ಬರೆಯುತ್ತಾ ಹೋದರು. ಕೆಲ ಸಮಯ ಕಳೆಯುವಾಗ ಪೊನ್ನಪ್ಪ ಮತ್ತು ಬೊಳ್ಳವ್ವ ಕೂಡ ಠಾಣೆಗೆ ಆಗಮಿಸಿದರು.

'ಕಡೆಗೂ, ಮಗನ ಜೀವಕ್ಕೇನು ಅಪಾಯವಿಲ್ಲದೇ ಮರಳಿ ಸಿಕ್ಕಿದ್ದಾನಲ್ಲ!' ಎಂಬ ಸಮಾಧಾನದಿಂದ ಅವಸವಸರವಾಗಿ ಮಡಿಕೇರಿಯ ಠಾಣೆ ತಲುಪಿದ ಪೊನ್ನಪ್ಪ ದಂಪತಿಗಳಿಗೆ, ಮಗ ಅಪರಾಧಿಯಂತೆ ಗೋಡೆಗೊರಗಿ ಕೈಕಟ್ಟಿ ನಿಂತಿರುವುದನ್ನು ನೋಡಿ ಅರೆಕ್ಷಣ ಕರುಳು ಚುರುಕ್ ಎನ್ನತೊಡಗಿತು. ಪೊನ್ನಪ್ಪನವರನ್ನು ಕಂಡ ತಕ್ಷಣವೆ ಬರಮಾಡಿಕೊಂಡ ವೆಂಕಟರಮಣನವರು, ಪ್ರಾಂಶುಪಾಲರ ಪಕ್ಕದ ಕುರ್ಚಿಯಲ್ಲಿ ಕುಳಿತುಕೊಳ್ಳಲು ಹೇಳಿದರು.

ಕುರ್ಚಿಯೆಳೆದು ಕುಳಿತುಕೊಂಡ ಪೊನ್ನಪ್ಪ ಸುತ್ತಲೂ ಒಮ್ಮೆ ದಿಟ್ಟಿಸಿದರು. ಮಗನ ಪಕ್ಕದಲ್ಲಿ ಯಾವುದೊ ಮಹಿಳೆ ಮತ್ತು ತಮಗೆ ಪರಿಚಯವಿಲ್ಲದ

ಒಂದಿಬ್ಬರು ನಿಂತಿರುವುದು ಅವರ ಕಣ್ಣಿಗೆ ಬಿದ್ದಿತು. ಪೊನ್ನಪ್ಪನವರಿಗೆ ಮಗನಿಂದ ಯಾವುದೊ ದೊಡ್ಡಮಟ್ಟದ ತಪ್ಪು ನಡೆದುಹೋಗಿದೆ ಎಂದು ಅನ್ನಿಸಲು ಪ್ರಾರಂಭವಾಯಿತು. ಅದೇನೆಂದು ತಿಳಿದುಕೊಳ್ಳುವ ಸಲುವಾಗಿ, "ಸರ್, ಇಷ್ಟು ದಿನ ಇವನು ಎಲ್ಲಿದ್ದ" ಎಂದು ಔಪಚಾರಿಕವಾಗಿ ವೆಂಕಟರಮಣನವರ ಬಳಿ ಮಾತು ಶುರು ಮಾಡಿದರು.

"ಅದನ್ನು ನೀವೆ, ನಿಮ್ಮ ಬಾಯಾರೆ ಕೇಳಿ ಸರ್! ನಾಲ್ಕು ದಿನದಿಂದ, ಯಾವ ಸಾಧನೆ ಮಾಡುವ ಸಲುವಾಗಿ, ಎಲ್ಲಿಗೆ ಮತ್ತು ಯಾಕೆ ಹೋಗಿದ್ದೆ ಎಂದು" ವ್ಯಂಗ್ಯವಾಗಿ ಹೇಳುತ್ತಾ ಸನ್ನಿಯನ್ನು ವೆಂಕಟರಮಣನವರು ದಿಟ್ಟಿಸಿದರು. ಸನ್ನಿ ತಲೆತಗ್ಗಿಸಿ, ಕೈಕಟ್ಟಿಯೇ ನಿಂತಿದ್ದ.

ಸನ್ನಿ ಮೌನವಾಗಿಯೇ ನಿಂತಿರುವುದನ್ನು ನೋಡಿ ಮತ್ತೆ ಮಾತು ಮುಂದುವರೆಸಿದ ಇನ್ಸ್‌ಪೆಕ್ಟರ್, "ನೀವು ಕೇಳಿದ ತಕ್ಷಣ ಬಾಯಿಬಿಟ್ಟು ಹೇಳಲು, ಅಂಥ ಘನಂದಾರಿ ಕೆಲಸವನ್ನೇನು ಅವನು ಮಾಡಿಲ್ಲ ಪೊನ್ನಪ್ಪನವರೆ, ಇವನು ಓದುತ್ತಿರುವ ಕಾಲೇಜಿನ ಮುಂದಿರುವ ಹೋಟೆಲ್ ಈ ನಾಯರಿನದು. ಅವನು ಕೂಡ ಮಗಳ ವಯಸ್ಸಿನ ಒಬ್ಬಳನ್ನು ಎರಡನೆಯ ಮದುವೆಯಾಗಿ ಕರೆದುಕೊಂಡು ಬಂದು ನೆಟ್ಟಗೆ ಬಾಳಿಸಿಲ್ಲ. ಅದೆ ಸಮಯಕ್ಕೆ ನಿಮ್ಮ ಮಗನಿಗು ಮತ್ತು ಮೂಲೆಯಲ್ಲಿ ನಿಂತಿರುವ ಆ ಮಾಯಾಂಗನೆಗೂ ಲವ್ವಿಡವ್ವಿ ಶುರುವಾಗಿದೆ. ಈ ನಾಯರ್ ಊರಿಗೆ ಹೋಗುವ ಸಮಯ ನೋಡಿಕೊಂಡು, ನಿಮ್ಮ ಮಗ ಆಟ ಉಂಟು ಎಂದು ನಿಮ್ಮ ತಲೆಗೆ ಹೊಡೆದಂಗೆ ಸುಳ್ಳುಹೇಳಿ, ಇವಳ ಮಲಗುವ ಕೋಣೆಯನ್ನು ಹೊಕ್ಕಿದ್ದಾನೆ. ಅನಂತರ ಇಬ್ಬರೂ ಸೇರಿಕೊಂಡು ತಮಗೆ ಸಾಕಾಗುವಷ್ಟರ ಮಟ್ಟಿಗೆ ಗಂಡಹೆಂಡತಿ ಆಟವಾಡಿದ್ದಾರೆ. ನೀವು ನೋಡಿದ್ರೆ ನಮ್ಮ ಮಗನಿಗೆ ಬಾಯಲ್ಲಿ ಬೆರಳು ಹಾಕಿದರೂ ಸಹ ಕಚ್ಚಲು ಬರದಷ್ಟು ಮುಗ್ಧ ಎಂದು ಊರಿಡಿ ಅವನನ್ನು ಹುಡುಕಿಸುತ್ತಿದ್ದೀರ! ಇವನು ನೋಡಿದ್ರೆ, ಅವನಿಗಿಂತ ಹದಿನಾಲ್ಕು ವರ್ಷ ದೊಡ್ಡವಳಾದ, ಅದಾಗಲೇ ಮದುವೆಯೂ ಕೂಡ ಆಗಿರುವ ಒಬ್ಬ ಮಧ್ಯವಯಸ್ಕ ಹೆಂಗಸನ್ನು ನಿಮ್ಮ ಮನೆಗೆ ಸೊಸೆಯಾಗಿ ಕರೆ ತರಲು ಸಿದ್ಧತೆ ನಡೆಸಿದ್ದಾನೆ" ಎಂದು ಸನ್ನಿ ಇಷ್ಟು ದಿನ ಕಣ್ಮರೆಯಾಗಿದ್ದ ಕಾರಣವನ್ನು ವೆಂಕಟರಮಣನವರು ವಿವರಿಸಿದರು.

ಪೊನ್ನಪ್ಪನವರಿಗೆ ವೆಂಕಟರಮಣನವರ ಮಾತು ಕೇಳಿ ಕುಳಿತ ಕುರ್ಚಿ ಕುಸಿಯುತ್ತಿರುವಂತೆ ಭಾಸವಾಗತೊಡಗಿತು. ಆ ಕ್ಷಣವೇ ಮೈಯ ಚಕ್ಕಳ ಕಿತ್ತು ಬರುವಂತೆ ಮಗನಿಗೆ ಬಾರಿಸಿಬಿಡಬೇಕು ಎನ್ನುವಷ್ಟು ಕೋಪ ಬರತೊಡಗಿತು. ಆದರೆ ಈ ಜಾಗ ಅದಕ್ಕೆ ತಕ್ಕುದ್ದಲ್ಲ ಎಂದು ಹಲ್ಲು ಕಚ್ಚಿಕೊಂಡು ಸನ್ನಿಯನ್ನು ಕಣ್ಣು ಕೆಂಪಗೆ ಮಾಡಿ ನೋಡತೊಡಗಿದರು.

ಇಷ್ಟೊಂದು ಹೀನಾಮಾನವಾಗಿ ಮಗನ ಬಗ್ಗೆ ಠಾಣಾಧಿಕಾರಿ ಹೇಳುತ್ತಿರುವುದನ್ನು ಕೇಳಿಸಿಕೊಂಡ ಬೊಳ್ಳವ್ವಳಂತು, "ಯಾಕೊ ಸನ್ನಿ ಈ ರೀತಿ ಮಾಡಿದೆ? ನನ್ನ ಬಳಿ ಹೇಳಿದ್ದರೆ ನಿನಗೆ ಒಳ್ಳೆ ಕಡೆ ನೋಡಿ, ಮದುವೆ ಮಾಡಿಸಿಕೊಡುತ್ತಿದ್ದೆವಲ್ಲ?" ಎಂದು ಅಳಲು ಶುರುಮಾಡಿದರು.

"ನಡೆಯಬಾರದ್ದೆಲ್ಲ ನಡೆದು ಹೋಗಿದೆ, ಏನೋ ಕೆಟ್ಟ ಘಳಿಗೆ ಸನ್ನಿ ಎಡವಿ ತಪ್ಪು ಮಾಡಿಬಿಟ್ಟಿದ್ದಾನೆ, ಈ ವಿಚಾರವನ್ನು ಇನ್ನೂ ದೊಡ್ಡದು ಮಾಡುತ್ತಾ ಹೋದರೆ, ಕಾಲೇಜಿನ ಮತ್ತು ಎಲ್ಲರ ಮರ್ಯಾದೆ ಹಾಳಾಗಿಬಿಡುತ್ತದೆ. ಆದರಿಂದ ಮುಂದೇನು ಮಾಡಬೇಕೋ ಅದನ್ನು ಮಾಡಿ, ಈ ವಿಚಾರಕ್ಕೆ ಇಲ್ಲಿಯೇ ತೆರೆ ಎಳೆಯುವುದು ಉತ್ತಮವಲ್ಲವೇ ಸರ್" ಎಂದು ವೆಂಕಟರಮಣನವರ ಬಳಿ ಪ್ರಾಂಶುಪಾಲರು ಹೇಳಿದರು.

"ನೀನು ಏನು ಹೇಳ್ತೀಯಾ ನಾಯರ್?" ಎಂದು ವೆಂಕಟರಮಣನವರು ನಾಯರ್‌ನತ್ತ ತಿರುಗಿದರು.

"ನಾನು ಏನು ಹೇಳುವುದು ಸಾರೆ, ಅವಳು ಮಾಡಿದ ತಪ್ಪಿಗೆ ನಾನು ಎಲ್ಲರಲ್ಲಿ ಕ್ಷಮೆ ಕೇಳುತ್ತೇನೆ. ಇನ್ನು ಮುಂದೆ ಈ ರೀತಿ ತಪ್ಪಾಗದ ಹಾಗೆ ನಾನು ನೋಡಿಕೊಳ್ಳುತ್ತೇನೆ. ಇದೊಂದು ಬಾರಿ ಕ್ಷಮಿಸಿಬಿಡಿ" ಎಂದು ನಾಯರ್ ಕಣ್ಣೀರು ಒರೆಸಿಕೊಂಡ.

"ಅಲ್ಲಯ್ಯ, ಇನ್ನು ಮುಂದೆ ತಪ್ಪಾಗದ ಹಾಗೆ ನೋಡಿಕೊಳ್ತೀನಿ ಅಂತ ಹೇಳ್ತಿದ್ದೀಯಲ್ಲ, ಇಷ್ಟು ಸಣ್ಣ ವಯಸ್ಸಿನವಳನ್ನು, ನಿಲ್ಲಲು ಕೂಡ ತಾಕತ್ತು ಇಲ್ಲದ ನೀನು ಕಟ್ಟಿಕೊಂಡಿದ್ದಿಯಲ್ಲ, ನಿನ್ನಿಂದ ಏನು ತಾನೆ ಮಾಡಲಿಕ್ಕೆ ಸಾಧ್ಯ? ಅವಳಿಗೊ ಯೌವ್ವನ, ಅವಳಾದರು ಏನು ಮಾಡಿಯಾಳು" ಎಂದು ಎಲ್ಲರ ಮುಂದೆ ನಾಯರಿನ ಮಾನವನ್ನು ಮೂರು ಕಾಸಿಗೆ ವೆಂಕಟರಮಣನವರು ಹರಾಜು ಹಾಕತೊಡಗಿದರು.

ನಾಯರ್‌ಗೆ ಸಂಕಟ ಹೆಚ್ಚಾಗಿ ಮಾತೇ ಹೊರಡಲಿಲ್ಲ. ಸ್ವಲ್ಪ ಹೊತ್ತು ಸಾವರಿಸಿಕೊಂಡ ನಾಯರ್, "ಕೊನೆಗಾಲದಲ್ಲಿ ನನ್ನನ್ನು ನೋಡಿಕೊಳ್ಳಲು ಮತ್ತು ಹೋಟೆಲಿನ ಸಹಾಯಕ್ಕೆ ಜೊತೆಯಾಗಿರಲಿ ಎಂದು ಇವಳನ್ನು ಮದುವೆಯಾದೆ. ಆದರೆ ಇವಳು ಈ ರೀತಿ ನನ್ನನ್ನು ಬೀದಿಯಲ್ಲಿ ತಂದು ನಿಲ್ಲಿಸುತ್ತಾಳೆ ಅಂತ ನನ್ನ ಕನಸು ಮನಸ್ಸಿನಲ್ಲೂ ಕೂಡ ಯೋಚಿಸಿರಲಿಲ್ಲ" ಎಂದು ತನ್ನ ನೋವನ್ನು ಎಲ್ಲರ ಮುಂದೆ ತೋಡಿಕೊಳ್ಳತೊಡಗಿದ. ಪ್ರತಿಯೊಬ್ಬರ ಮಾತನ್ನು ಕೇಳಿಸಿಕೊಳ್ಳುತ್ತಿದ್ದ ಶೀಲ ಮಾತ್ರ 'ತುಟಿಕ್‌ಪಿಟಿಕ್' ಎನ್ನದೇ ಗರಬಡಿದವಳಂತೆ ನೆಲನೋಡುತ್ತಾ ನಿಂತಿದ್ದಳು.

'ಹುಡುಗಿಯ ವಿಚಾರಕ್ಕೆ ಕೈಹಾಕಿ, ತನಗಿದ್ದ ಘನತೆ ಗೌರವವನ್ನು ಸನ್ನಿ ಮಣ್ಣುಪಾಲುಮಾಡಿಬಿಟ್ಟನಲ್ಲ' ಎಂದು ಪೊನ್ನಪ್ಪನವರು ಒಳಗೊಳಗೆ ಕೊತಕೊತ ಕುದಿಯತೊಡಗಿದರು.

"ಪೊನ್ನಪ್ಪನವರೇ, ಅರಣ್ಯ ಇಲಾಖೆಯಲ್ಲಿ ತಮಗೆ ದೊಡ್ಡ ಹೆಸರಿದೆ. ಇನ್ನು ಮುಂದಾದರು ತಾವು ಮಗನ ವಿಷಯದಲ್ಲಿ ಜಾಗ್ರತೆ ವಹಿಸದೆ ಹೋದರೆ, ಇವನು ನಿಮ್ಮನ್ನು ಖಂಡಿತವಾಗಿ ಬೀದಿಗೆ ತಂದುಬಿಡುತ್ತಾನೆ ಎಚ್ಚರ!" ಎಂದು ವೆಂಕಟರಮಣನವರು ಹೇಳಿದರು.

ವೆಂಕಟರಮಣನವರು ತನ್ನ ತಂದೆಯ ಬಳಿ ಹೇಳುತ್ತಿರುವ ಮಾತನ್ನು ಕೇಳುತ್ತಿದ್ದರೆ ಕಬ್ಬಿಣದ ಸಲಾಕೆಯಿಂದ ತನ್ನೆದೆಗೆ ತಿವಿಯುತ್ತಿರುವಂತೆ ಸನ್ನಿಗೆ ಭಾಸವಾಗತೊಡಗಿತು. ಜೊತೆಗೆ ತನ್ನ ತಪ್ಪಿನ ಅರಿವಾಗಿ ನಿಂತಲ್ಲಿಯೇ ಪಶ್ಚಾತಾಪ ಪಡತೊಡಗಿದ. ಯೌವ್ವನದ ಬಿರುಗಾಳಿಗೆ ಸಿಕ್ಕಿ, ಕುತೂಹಲ ತಣಿಸಿಕೊಳ್ಳುವ ಸಲುವಾಗಿ ಶೀಲಚೇಚಿಯ ಕೋಣೆಯೊಳಕ್ಕೆ ಹೊಕ್ಕಿದ್ದ ಸನ್ನಿ, ಅಲ್ಲಿಂದ ಹೊರಬರಲು ಅದೆಷ್ಟೇ ಪ್ರಯತ್ನಿಸಿದರೂ ಶೀಲ ಮತ್ತು ಪರಿಸ್ಥಿತಿ ಅದಕ್ಕೆ ಎಡೆಮಾಡಿಕೊಟ್ಟಿರಲಿಲ್ಲ.

'ಯಾವ ತಪ್ಪು ಮಾಡಿದರೆ ಸಮಾಜದ ಮುಂದೆ ತಲೆ ಎತ್ತಿ ನಡೆಯಲು ಸಾಧ್ಯವಿಲ್ಲವೊ, ಅದೇ ತಪ್ಪನ್ನು ಮಾಡಿ ಸಿಕ್ಕಿ ಹಾಕಿಕೊಳ್ಳುವುದರ ಜೊತೆಗೆ ಕುಟುಂಬದವರನ್ನು ಕೂಡ ತಲೆತಗ್ಗಿಸುವಂತೆ ಮಾಡಿಬಿಟ್ಟೆನಲ್ಲ! ಈ ಮುಖ ಹೊತ್ತುಕೊಂಡು ಮನೆಯವರ ಮುಂದೆ ಹೇಗೆ ಇರಲೀ, ಅದೇಗೆ ಬಾಳಲಿ' ಎಂದು ಯೋಚಿಸಿ, ಗೊಡೆಗೆ ಒರಗಿ ನಿಂತಿದ್ದ ಸನ್ನಿ ಬಿಕ್ಕತೊಡಗಿದ.

ಸರಿಸುಮಾರು ಒಂದು ಗಂಟೆಗೂ ಹೆಚ್ಚು ಕಾಲ ಎಲ್ಲರ ಸಮ್ಮುಖದಲ್ಲಿ ಇಬ್ಬರನ್ನು ರೇಗಿದ ವೆಂಕಟರಮಣನವರು, "ಇನ್ನು ಮುಂದೆ ನಿಮ್ಮಿಬ್ಬರ ವಿಷಯವಾಗಿ ಈ ರೀತಿಯೇನಾದ್ರು ಕೇಳಿಬಂದರೆ, ನಿಮ್ಮ ಗ್ರಹಚಾರ ಬಿಡಿಸುತ್ತೇನೆ" ಎಂದು ತನ್ನ ಎಂದಿನ ಶೈಲಿಯಲ್ಲಿ ಇಬ್ಬರಿಗು ಗದರಿಸಿ, ಮುಚ್ಚಳಿಕೆ ಬರೆಸಿಕೊಂಡು ಇಬ್ಬರಿಂದಲೂ ಸಹಿ ಹಾಕಿಸಿ, "ಸಾಕ್ಷಿಗಾಗಿ ಪ್ರಾಂಶುಪಾಲರಿಂದಲೂ ರುಜು ತೆಗೆದುಕೊಳ್ಳಿ" ಎಂದು ದಫೇದಾರರಿಗೆ ಹೇಳಿದರು. ಕುಳಿತಲ್ಲಿಂದ ಎದ್ದ ಎಲ್ಲರೂ ಮುಖ್ಯಪೇದೆಯ ಮೇಜಿನ ಬಳಿಗೆ ಹೋಗಿ ಅವರು ಸೂಚಿಸಿದೆಡೆಯಲ್ಲೆಲ್ಲ ಸಹಿ ಹಾಕಿದರು.

ಠಾಣೆಯ ವಿಧಿವಿಧಾನಗಳನ್ನೆಲ್ಲ ಮುಗಿಸಿದ ನಂತರದಲ್ಲಿ ಹೊರಡುವ ಮುನ್ನ, ವೆಂಕಟರಮಣನವರ ಬಳಿ ಹೋದ ನಾಯರ್ "ತುಂಬಾ ಉಪಕಾರ ಮಾಡಿದ್ರಿ ಸಾರೆ" ಎಂದು ಕೈಮುಗಿದ.

"ನೋಡೊ ನಾಯರ್, ಈಗಾಗಲೇ ಅವಳು ಅಡ್ಡ ದಾರಿ ಹಿಡಿದಿದ್ದಾಳೆ. ಇನ್ನಾದರು ನೀನು ಎಚ್ಚರ ವಹಿಸದಿದ್ದರೆ ಅವಳು ಯಾರನ್ನಾದರು

ಕರೆದುಕೊಂಡು ಓಡಿ ಹೋಗಿಬಿಡುತ್ತಾಳೆ. ಸ್ವಲ್ಪ ಹುಷಾರಾಗಿರು. ನಾಳೆಯಿಂದ ಎದೆ, ಹೊಕ್ಕಳು ಕಾಣಿಸುವ ಹಾಗೆ ಲುಂಗಿ, ಕುಪ್ಪಸವನ್ನು ತೊಡಿಸುವುದನ್ನು ಬಿಟ್ಟು, ಸೀರೆಯೋ ಅಥವಾ ಇನ್ಯಾವುದಾದರು ಬಟ್ಟೆಯನ್ನು ಹಾಕ್ಲಿಕ್ಕೆ ಹೇಳು. ಇವಳ ಆ ಪರಿಯ ವೇಷಭೂಷಣದಿಂದಲೆ ಮುಕ್ಕಾಲು ಭಾಗ ಕಾಲೇಜು ಹುಡುಗರು ಹಾಳಾಗುತ್ತಿರುವುದು. ಮುಂದಿನ ಬಾರಿ ಆ ದಾರಿಯಲ್ಲಿ ಬರುವಾಗ ಏನಾದ್ರು ಆ ವೇಷದಲ್ಲಿ ಅವಳನ್ನು ಕಂಡರೆ ನಿನ್ನ ಹೋಟೆಲಿನ ಲೈಸೆನ್ಸ್ ಕ್ಯಾನ್ಸಲ್ ಮಾಡಿಸಿಬಿಡುತ್ತೇನೆ" ಎಂದು ಹೇಳಿದರು.

"ಆಯ್ತು ಸಾರೆ" ಎಂದು ಕೈಮುಗಿದ ನಾಯರ್ ಠಾಣೆಯಿಂದ ಹೊರಟ. ಶೀಲ ಕೂಡ ಅವನ ಹೆಜ್ಜೆ ತುಳಿದಳು.

ಪೊನ್ನಪ್ಪನವರು ದಫೇದಾರ್ ಹೇಳಿದ ಕಡೆಗೆಲ್ಲ ಸಹಿ ಹಾಕಿ ಊರಿಗೆ ಹೊರಡಲು ಅನುವಾದರು. ಬೊಳ್ಳವ್ವ ದುಃಖದಿಂದ ಮಗನ ಕೈಹಿಡಿದು ಹೊರನಡೆಯುತ್ತಿರಬೇಕಾದರೆ, ಠಾಣೆಯ ಮುಂಭಾಗದಲ್ಲಿದ್ದ ಪೇದೆಯೊಬ್ಬ, 'ಇವನಿಗೆಲ್ಲ ಈ ಆಂಟಿ ಸಹವಾಸ ಬೇಕಾ' ಎಂದು ಗಹಗಹಿಸಿ ನಗುತ್ತಿದ್ದದ್ದು ತಾಯಿ ಮತ್ತು ಮಗನ ಕಿವಿಗೆ ಅಪ್ಪಳಿಸುತ್ತಿತ್ತು. ಹೊರಬಂದು ಜೀಪು ಹತ್ತುವ ಮುನ್ನ ರಸ್ತೆಯ ಆ ಬದಿಯಲ್ಲಿ ಆಟೋಗಾಗಿ ಕಾದು ನಿಂತಿದ್ದ ಶೀಲಳನ್ನು ಸನ್ನಿ ಕೊನೆಯದಾಗಿ ಒಮ್ಮೆ ದಿಟ್ಟಿಸಿದ. ಮಗ ಇಷ್ಟೆಲ್ಲ ಆದ ನಂತರವೂ ಮತ್ತೆ ಅವಳನ್ನು ನೋಡುತ್ತಿರುವುದನ್ನು ಗಮನಿಸಿದ ಬೊಳ್ಳವ್ವ, "ನಿನಗೆ ಇನ್ನೂ ಸಾಕಾಗಲಿಲ್ಲವ" ಎಂದು ಬೇಸರದಿಂದ ಕೇಳಿದಳು. ಅಮ್ಮನ ಮಾತು ಕೇಳಿ ಮರುಮಾತನಾಡದೆ, ಸನ್ನಿ ಜೀಪಿನ ಹಿಂಬದಿಯೇರಿ ಕುಳಿತ.

'ನಾನು ಕೂಡ ಪ್ರೀತಿಸಿ ಮದುವೆಯಾದವನೇ! ಹಾಗಂತ ನನಗಾಗಲೀ, ನನ್ನ ಪರಿವಾರದ ಗಂಡಸರಿಗಾಗಲಿ, ಕಂಡಕಂಡವರ ಹೆಂಡತಿಯ ಜೊತೆ ಹೋಗುವ ಚಟ ಇರಲಿಲ್ಲ. ಇವನು ನನ್ನ ಇಡೀ ಕುಟುಂಬದ ಮರ್ಯಾದೆ ಹಾಳುಮಾಡಿಬಿಟ್ಟನಲ್ಲ' ಎಂದು ಯೋಚಿಸುತ್ತ ಜೀಪಿನ ಮುಂಬದಿಯೇರಿ ಪೊನ್ನಪ್ಪ ಕುಳಿತರು.

ಜೀಪು ದಾರಿ ಸೀಳಿಕೊಂಡು ಮುಂದೆ ಹೋಗುತ್ತಿದ್ದರೆ ಒಳಗಡೆ ನೀರವ ಮೌನ. ಯಾರಾದರೊಬ್ಬರು ಈ ವಿಚಾರವಾಗಿ ನನ್ನ ಬಳಿ ಏನಾದರು ಕೇಳಿದರೆ, ಮಾತಿಗೆ ಮೊದಲೆ, 'ತಪ್ಪಾಯ್ತು ನನ್ನನ್ನು ಕ್ಷಮಿಸಿಬಿಡಿ' ಎಂದು ಹೇಳುವ ಸಲುವಾಗಿ ಪೋಷಕರು ಮೌನಮುರಿಯುವುದನ್ನು ಎದುರು ನೋಡುತ್ತಾ ಸನ್ನಿ ಕುಳಿತ.

'ಏನೋ ಕೆಟ್ಟ ಘಳಿಗೆ ಎಡವಿ ತಪ್ಪು ಮಾಡಿಬಿಟ್ಟೆ, ಇನ್ನು ಮುಂದೆ ಈ ರೀತಿ ಮಾಡಲ್ಲ' ಎಂದು ಸನ್ನಿ ನಮ್ಮ ಬಳಿ ಹೇಳಿಕೊಳ್ಳುತ್ತಾನೆ ಎಂದು, ಮಗ ಮಾತನಾಡುವುದನ್ನೆ ಬೊಳ್ಳವ್ವ ಕೂಡ ಕಾಯುತ್ತಿದ್ದಳು. ಆದರೆ ಇರ್ವರ

ಮನಸ್ಸಲ್ಲೂ ದುಗುಡ ಮಡುವುಗಟ್ಟಿ ಮೌನವಾಗಿ ಕುಳಿತರೇ ಹೊರತು, ಯಾರೊಬ್ಬರು ತುಟಿಬಿಚ್ಚಲೇ ಇಲ್ಲ.

ಸನ್ನಿಯಂತು, ಪೊಲೀಸರು ಕರೆದುಕೊಂಡು ಬರುವ ಮೊದಲು ಹೋಟೆಲಿನ ಮುಂಭಾಗದಲ್ಲಿ ಅರೆಬೆತ್ತಲೆಯಾಗಿ ಸಾರ್ವಜನಿಕರ ಮತ್ತು ಸಹಪಾಠಿಗಳ ಮುಂದೆ ನಿಲ್ಲಿಸಿ ಮಾಡಿದ ಅವಮಾನವನ್ನು ಸಹಿಸಿಕೊಳ್ಳಲಾಗದೆ ಒಳಗೊಳಗೆ ಚಡಪಡಿಸತೊಡಗಿದ. ಜೀಪು ಮನೆ ತಲುಪಿತು. ಸನ್ನಿ ವಾಹನದಿಂದ ಇಳಿದವನೆ ನೇರ ತನ್ನ ಕೋಣೆಯತ್ತ ಹೆಜ್ಜೆ ಹಾಕಿದ. ವಾಹನ ಬಂದ ಶಬ್ದ ಕೇಳಿ ಅಡುಗೆ ಕೋಣೆಯಿಂದ ಹೊರಬಂದ ದೇಚಮ್ಮ, "ನಾಲ್ಕು ದಿನದಿಂದ ಎಲ್ಲಿಹೋಗಿದ್ದೆ ಸನ್ನಿ ನೀನು, ಎಲ್ಲರು ಎಷ್ಟು ನೊಂದುಕೊಂಡರು ಗೊತ್ತಾ?" ಎಂದು ಸನ್ನಿಯನ್ನು ನೋಡಿ ನಗುತ್ತಾ ಕೇಳಿದಳು. ಸನ್ನಿ ಅತ್ತಿಗೆಯ ಮುಖವನ್ನು ಸಹ ನೋಡದೆ, ತನ್ನ ಕೋಣೆಯ ಒಳಕ್ಕೆ ಹೋಗಿ ದಡಾರನೆ ಬಾಗಿಲು ಹಾಕಿಕೊಂಡ.

ಯಾವಾಗಲು 'ಅತ್ತಿಗೆ ಅತ್ತಿಗೆ' ಎಂದು ಬೆನ್ನಹಿಂದೆ ಸುತ್ತುತ್ತಿದ್ದ ಸನ್ನಿ, ತನ್ನ ಮಾತಿಗೆ ಉತ್ತರಿಸದೆ, ಮುಖವನ್ನು ಸಹಿತ ನೋಡದೆ, ಕೋಣೆಗೆ ಹೋಗಿ ರಭಸದಿಂದ ಬಾಗಿಲು ಹಾಕಿಕೊಂಡಿದ್ದನ್ನು ನೋಡಿ, ಆಶ್ಚರ್ಯ ಮತ್ತು ಬೇಸರದಿಂದ, ಮುಚ್ಚಿದ ಬಾಗಿಲನ್ನೆ ನೋಡುತ್ತ ದೇಚಮ್ಮ ನಿಂತಳು. ಹಿಂದೆಯಿಂದ ಬಂದ ಬೊಳ್ಳವ್ವ, "ನೋಡಮ್ಮ ಅವನತ್ರ ಸದ್ಯ ಏನು ಕೇಳಲಿಕ್ಕೆ ಹೋಗಬೇಡ, ಬೆಳಿಗ್ಗೆ ಮಾತನಾಡುವ" ಎಂದು ಸೊಸೆಗೆ ಸಮಾಧಾನ ಹೇಳಿ ಒಳನಡೆದಳು. ಜೀಪಿನ ಬಾಡಿಗೆ ಹಣವನ್ನು ಕೊಟ್ಟುಕಳಿಸಿದ ಪೊನ್ನಪ್ಪನವರು ಬಂದು ತನ್ನ ಆರಾಮ ಚೇರಿನಲ್ಲಿ ಕುಳಿತು ಆಕಾಶದಲ್ಲಿ ಮಿನುಗುತ್ತಿದ್ದ ನಕ್ಷತ್ರಗಳನ್ನು ನೋಡತೊಡಗಿದರು.

ರೂಮಿನೊಳಗೆ ಹೋಗಿ ಬಾಗಿಲು ಹಾಕಿ ಕುಳಿತ ಸನ್ನಿಯ ಕಣ್ಣಮುಂದೆ, ಹೋಟೆಲಿನ ಮುಂಭಾಗದಲ್ಲಿ ಮತ್ತು ಠಾಣೆಯ ಒಳಗೆ ನಡೆದ ಘಟನೆಗಳೇ ಮತ್ತೆಮತ್ತೆ ಸುಳಿದಾಡತೊಡಗಿತು. 'ಇನ್ನು ಯಾವ ಮುಖ ಇಟ್ಟುಕೊಂಡು ನಾನು ಕಾಲೇಜಿಗೆ ಹೋಗಲಿ? ಜನ ನನ್ನ ಬಗ್ಗೆ ಏನು ಅಂದುಕೊಳ್ಳುತ್ತಾರೆ' ಎಂದು ಆ ಕತ್ತಲಕೋಣೆಯಲ್ಲಿ ಕುಳಿತು ಪರಿತಪಿಸತೊಡಗಿದ.

ಬೆಳಕರಿಯುವವರೆಗೂ ಒಂದೇ ಭಂಗಿಯಲ್ಲಿ ಕುಳಿತು ಕಣ್ಣೀರು ಸುರಿಸಿದ ಸನ್ನಿ, ತನ್ನಿಂದಾಗಿ ಮನೆಯವರಿಗೆ ಆದ ಅವಮಾನವನ್ನು ಅದ್ಯಾವ ಬೆಲೆ ತೆತ್ತರು ಮರಳಿ ಪಡೆಯಲು ಸಾಧ್ಯವಿಲ್ಲ! ಮಿಗಿಲಾಗಿ ಫಾರೆಸ್ಟರ್ ಪೊನ್ನಪ್ಪ ಎಂದರೆ ಇಡೀ ಕೊಡಗಿಗೆ ಹೆಸರುವಾಸಿ, ಅವರ ಮಗನಾಗಿ ನಾನು ಇಂತ ತಪ್ಪು ಮಾಡಿಬಿಟ್ಟೆನಲ್ಲ! ನನ್ನಿಂದಾಗಿ ಅವರು ಸಮಾಜದ ಮುಂದೆ ತಲೆತಗ್ಗಿಸುವಂತಾಯ್ತಲ್ಲ! ನಾನಿನ್ನು ಬದುಕಬೇಕಾ! ಈ ಜಗತ್ತಿನಲ್ಲಿ ಇರಲು

ನಾನು ಅರ್ಹನಾ? ಎಂದು ತನ್ನನ್ನು ತಾನು ಪ್ರಶ್ನೆ ಮಾಡಿಕೊಳ್ಳತೊಡಗಿದ. ಕತ್ತಲು ಸರಿದು ಬೆಳಕು ಹರಿಯತೊಡಗಿತು. ಸನ್ನಿ ಯೋಚನೆ ಮಾಡಿ ಮಾಡಿ ಹತಾಶೆಯ ತುತ್ತತುದಿಗೆ ತಲುಪಿದ್ದ.

ಸನ್ನಿ ಕೋಣೆಯಿಂದ ಎದ್ದುಬರುವ ಸಮಯ ಕಳೆದರೂ ಅವನ ರೂಮಿನಿಂದ ಯಾವುದೇ ಶಬ್ದ ಕೇಳಿ ಬರದೇ ಇದ್ದಾಗ ಗಾಬರಿಯಾದ ಬೊಳ್ಳವ್ವ, ಅವನ ಕೋಣೆಯ ಬಳಿಗೆ ಹೋಗಿ, 'ಸನ್ನಿ, ಸನ್ನಿ' ಎಂದು ಬಾಗಿಲು ಬಡಿಯತೊಡಗಿದಳು. ಒಂದೇ ಸಮನೆ ಚಿಂತಿಸಿ ಮರಗಟ್ಟಿದಂತಾಗಿದ್ದ ಸನ್ನಿ, ಅಮ್ಮ ಗದ್ಗದಿತರಾಗಿ ಬಾಗಿಲು ಬಡಿಯುತ್ತಿರುವುದನ್ನು ಕೇಳಿಸಿಕೊಂಡು, 'ನಾನಿಷ್ಟೆಲ್ಲ ಕೆಟ್ಟ ಕೆಲಸ ಮಾಡಿದರು, ಅದನ್ನೆಲ್ಲ ಮರೆತು ಮತ್ತೆ ನನ್ನನ್ನು ಪ್ರೀತಿಯಿಂದ ಕರೆಯುತ್ತಿದ್ದಾರಲ್ಲ! ಅವರದ್ದು ಅದೆಂಥ ನಿಷ್ಕಲ್ಮಶ ಮನಸ್ಸು! ಇವರ ಈ ಪ್ರೀತಿ ಪಡೆಯಲು ನನಗೆ ಕಿಂಚಿತ್ತು ಅರ್ಹತೆಯಿಲ್ಲ' ಎಂದವನಿಗೆ ಅನ್ನಿಸತೊಡಗಿತು. ಆ ಕ್ಷಣದವರೆಗೂ ಇನ್ನಿಲ್ಲದಂತೆ ಸಂಕಟ, ಹತಾಶೆ ಅನುಭವಿಸುತ್ತಿದ್ದವನು ಏಕಾಏಕಿ 'ನಾನಿನ್ನು ಬದುಕಲೇಬಾರದು' ಎಂಬ ನಿರ್ಧಾರವನ್ನು ಕೈಗೊಂಡೇಬಿಟ್ಟ. ಸೀದಾ ಎದ್ದವನೆ ಕಪಾಟಿನಲ್ಲಿದ್ದ ಲುಂಗಿಗಳನ್ನು ಒಂದಕ್ಕೊಂದರಂತೆ ಜೋಡಿಸಿ ಕಟ್ಟಿ, ಕುಣಿಕೆ ಮಾಡಿ, ಮೇಲೆ ಅಟ್ಟಕ್ಕೆ ಜೋತು ಬಿದ್ದಿದ್ದ ಫ್ಯಾನಿಗೆ ತೂಗು ಹಾಕಿದ. ಆ ಸಮಯಕ್ಕೆ ಸರಿಯಾಗಿ ಬಾಗಿಲು ಬಡಿಯುತ್ತಾ 'ಸನ್ನಿ, ಸನ್ನಿ' ಎಂದು ಅರಚುತ್ತಿರುವ ಮಡದಿಯ ಧ್ವನಿ ಕೇಳಿ ಕೋಣೆಯಿಂದ ಪೊನ್ನಪ್ಪ ಹೊರಬಂದರು. ಅವರನ್ನು ಕಾಣುತ್ತಿದ್ದಂತೆ, "ರೀ ಅವನು ಬಾಗಿಲು ತೆಗೆಯುತ್ತಿಲ್ಲ, ಒಳಗಡೆ ಏನಾದರು ಮಾಡಿಕೊಂಡು ಬಿಟ್ಟಿದ್ದಾನೊ ಏನೋ!" ಎಂದು ಗಾಬರಿಯಿಂದ ಬೊಳ್ಳವ್ವ ಹೇಳಿದಳು.

"ಮಾಡಬಾರದ ಕೆಲಸವನ್ನೆಲ್ಲ ಮಾಡಿದ ಮೇಲೆ ಇನ್ನು ಮಾಡಲು ಉಳಿದಿರುವುದಾದರು ಏನು? ಅದೇ ತಾನೇ!" ಎಂದು ಹೇಳುತ್ತಾ ಕೋಪದಿಂದ ಸನ್ನಿಯ ಕೋಣೆಯೆಡೆಗೆ ಧಾವಿಸಿಬಂದ ಪೊನ್ನಪ್ಪ, "ಹೇ ಸನ್ನಿ ಮರ್ಯಾದೆಯಾಗಿ ಬಾಗಿಲು ತೆಗೆಯುತ್ತೀಯ ಅಥವಾ ಒದ್ದು ಮುರಿಯಬೇಕಾ!" ಎಂದು ಬಾಗಿಲಿಗೆ ದಬದಬ ಬಡಿಯತೊಡಗಿದರು.

ಸನ್ನಿ ಬಾಗಿಲು ತೆಗೆಯಲೇ ಇಲ್ಲ. ಪೊನ್ನಪ್ಪನಿಗೆ ಪಿತ್ತ ನೆತ್ತಿಗೇರಿದಂತಾಯ್ತು. ಕೋಪ ತಾರಕಕ್ಕೇರುತ್ತಿದ್ದಂತೆ ಬಾಗಿಲಿಗೊಮ್ಮೆ ಜಾಡಿಸಿ ಒದ್ದರು. ಅದು ಹಳೆಯ ಕಾಲದ ಹೊನ್ನೆ ಮರದ ಬಾಗಿಲಾಗಿದ್ದರಿಂದ ದಡ್ ಎಂಬ ಧ್ವನಿ ಮಾತ್ರ ಕೇಳಿ ಬಂತು. "ಅಯ್ಯೋ ಯಾಕಿಂಗೆ ಮಾಡ್ತೀಯೋ, ದಯವಿಟ್ಟು ಬಾಗಿಲು ತೆಗೆಯೋ" ಎಂದು ಬೊಳ್ಳವ್ವ ಮತ್ತಷ್ಟು ಜೋರಾಗಿ ಅಳಲು ಪ್ರಾರಂಭಮಾಡಿದಳು. 'ಇನ್ನು ಯೋಚಿಸಿ ಫಲವಿಲ್ಲ' ಎಂದು ತಕ್ಷಣ ಕಾರ್ಯಪ್ರವೃತ್ತರಾದ ಪೊನ್ನಪ್ಪ, ಒಂದೆರಡು ಹೆಜ್ಜೆ ಹಿಂದಕ್ಕೆ ಸರಿದು, ರಭಸವಾಗಿ ಮುಂದಕ್ಕೆ ಬಂದು ತನ್ನ

ತೋಳಿನ ಭಾಗದಿಂದ ಬಾಗಿಲಿಗೆ ಬಲವಾಗಿ ಗುದ್ದಿಯೇ ಬಿಟ್ಟರು. ಅವರು ನುಗ್ಗಿದ ರಭಸಕ್ಕೆ ಒಳಗಡೆಯಿಂದ ಸನ್ನಿ ಹಾಕಿದ್ದ ಚಿಲ್ಕ ಕಿತ್ತು ಬಾಗಿಲು ತೆರೆದುಕೊಂಡಿತು.

ಒಳಗೆ ನೋಡಿದರೆ, ಫ್ಯಾನಿಗೆ ತೂಗು ಹಾಕಿದ್ದ, ಪಂಚೆಯ ಕುಣಿಕೆಯ ಒಳಗೆ ಕತ್ತು ಸಿಕ್ಕಿಸಿಕೊಂಡಿದ್ದ ಸನ್ನಿ, ಕಣ್ಣು ಗುಡ್ಡೆಗಳನ್ನು ಮೇಲಕ್ಕೆ ಮಾಡಿ, ನಾಲಗೆಯನ್ನು ಹೊರಹಾಕಿ, ಕೈಕಾಲುಗಳನ್ನು ಬಡಿಯುತ್ತಾ, ಇನ್ನೇನು ಕೊನೆಯ ಘಳಿಗೆಯನ್ನು ಎದುರು ನೋಡುತ್ತಿದ್ದ. ಮಿಂಚಿನ ವೇಗದಲ್ಲಿ ನುಗ್ಗಿದ ಪೊನ್ನಪ್ಪ, ಸನ್ನಿಯ ಕಾಲುಗಳನ್ನು ಬಾಚಿ ತಬ್ಬಿಕೊಂಡು ಅವನನ್ನು ಎತ್ತಿ, "ಬೊಳ್ಳು ಏ ಬೊಳ್ಳು ಬೇಗ ಹೋಗಿ ಕತ್ತಿ ತೆಗೆದುಕೊಂಡು ಬಾ" ಎಂದು ಅರಚಿಕೊಳ್ಳತೊಡಗಿದರು. ಅತ್ತು ಅತ್ತು ಬಾಗಿಲ ಬಳಿಯೇ ಕುಸಿದು ಕುಳಿತಿದ್ದ ಬೊಳ್ಳವ್ವಳಿಗೆ ಮೇಲೇಳಲು ಕೂಡ ತ್ರಾಣವಿಲ್ಲದೇ ಕುಳಿತಲ್ಲಿಯೇ ಕುಳಿತು ಅಪ್ಪಮಗನ ಪರದಾಟವನ್ನು ಅರೆಗಣ್ಣಿನಲ್ಲಿ ನೋಡುತ್ತಲೆ ಇದ್ದಳು. ಅಷ್ಟರಲ್ಲಿ ಅಡುಗೆ ಕೋಣೆಯಿಂದ ಕೊಕ್ಕೆಕತ್ತಿ ತೆಗೆದುಕೊಂಡು ಬಂದ ದೇಚಮ್ಮ, ಕೆಳಗೆ ಬಿದ್ದಿದ್ದ ಸ್ಟೂಲನ್ನು ಎತ್ತಿ ನಿಲ್ಲಿಸಿ, ಅದರ ಮೇಲತ್ತಿ, ತೂಗುತ್ತಿದ್ದ ಪಂಚೆಯನ್ನು ಸರಸರನೆ ಕತ್ತರಿಸಿದಳು. ಸನ್ನಿ ಪೊನ್ನಪ್ಪನ ಸಮೇತವಾಗಿ ದೊಪ್ಪನೆ ನೆಲಕ್ಕುರುಳಿದ.

ಅಧ್ಯಾಯ-5

ಮರಗಳ್ಳತನ ಸಾಬೀತಾಗಿ ಜೈಲುವಾಸವನ್ನು ಅನುಭವಿಸಿ ಹೊರಬಂದಿದ್ದ ಬೋಬನ್, ಪೊನ್ನಪ್ಪನ ಮೇಲೆ ಸೇಡು ತೀರಿಸಿಕೊಳ್ಳಲು ಹೊಂಚು ಹಾಕಿ ಕುಳಿತಿದ್ದ. 'ಅದೆಷ್ಟೇ ಹಣವಿದ್ದರೂ ಏನು ಪ್ರಯೋಜನ! ಊರಿನಲ್ಲಿ ತನಗಿದ್ದ ಘನತೆ ಗೌರವಗಳನ್ನೆಲ್ಲ ಮಣ್ಣುಪಾಲು ಮಾಡಿಬಿಟ್ಟನಲ್ಲ! ನನ್ನ ರಾಜಕೀಯ ಭವಿಷ್ಯವನ್ನು ನುಚ್ಚುನೂರು ಮಾಡಿಬಿಟ್ಟನಲ್ಲ! ಹೇಗಾದರು ಸರಿಯೇ, ನಾನು ಆ ಕತ್ತಲಕೋಣೆಯಲ್ಲಿ ಅನುಭವಿಸಿದ ನರಕಯಾತನೆಯ ಅಲ್ಪಪ್ರಮಾಣವನ್ನಾದರು ಆ ಫಾರೆಸ್ಟರ್ ಪೊನ್ನಪ್ಪ ಕೂಡ ಅನುಭವಿಸುವಂತಾಗಬೇಕು' ಎಂದು ಒಳಗೊಳಗೆ ಕೊತಕೊತ ಕುದಿಯತೊಡಗಿದ್ದ.

ಒಂದು ರಾತ್ರಿ ತಿತಿಮತಿಯಿಂದ ಡ್ಯೂಟಿ ಮುಗಿಸಿ ತನ್ನ ರಾಜ್‌ದೂತ್ ಬೈಕಿನಲ್ಲಿ ಪೊನ್ನಪ್ಪ ಮನೆಗೆ ತೆರಳುತ್ತಿದ್ದ ಸಂದರ್ಭ, ಯಾರೋ ಅನಾಮಿಕರು ತಮ್ಮ ತೋಟದ ಬೇಲಿಯ ಕಡೆಗೆ ತಿರುಗಿ, ಉಚ್ಚೆ ಹೊಯ್ಯುವ ಭಂಗಿಯಲ್ಲಿ ನಿಂತಿರುವುದು ದೂರದಿಂದ ಪೊನ್ನಪ್ಪನ ಕಣ್ಣಿಗೆ ಬಿದ್ದಿತ್ತು. ಬೈಕಿನ ಲೈಟು ಕಾಣುತ್ತಿದ್ದಂತೆ ಕೊಂಚ ಗಾಬರಿಯಂತಾದ ಆ ಅನಾಮಿಕರು ತಡವರಿಸತೊಡಗಿದ್ದರು. ಕೇರಳದವರ ಮಾದರಿಯಲ್ಲಿ ಪಂಚೆಯುಟ್ಟು, ನೆಪಕ್ಕೆ ಮಾತ್ರ ಮೂತ್ರ ವಿಸರ್ಜಿಸುವ ಹಾಗೆ ನಾಟಕ ಮಾಡುತ್ತಾ, ತನ್ನ ತೋಟದೊಳಗೆ ಅದೇನನ್ನೋ ದಿಟ್ಟಿಸುತ್ತಿದ್ದ ರೀತಿ ನಿಂತಿದ್ದವರನ್ನು ನೋಡಿ ಅನುಮಾನಗೊಂಡ ಪೊನ್ನಪ್ಪ, ಅವರ ಪಕ್ಕದಲ್ಲೆ ಬೈಕು ನಿಲ್ಲಿಸಿ, "ಯಾರ್‍ರೋ ನೀವು, ಇಲ್ಲೇನು ಮಾಡುತ್ತಿದ್ದೀರ?" ಎಂದು ಗದರಿಸುವ ಧ್ವನಿಯಲ್ಲಿ ಕೇಳಿದಾಗ ಆ ಅನಿರೀಕ್ಷಿತ

ಬೆಳವಣಿಗೆಯಿಂದ ಕಕ್ಕಾಬಿಕ್ಕಿಯಾದ ಆಗಂತುಕರು, "ಅದ್ ಸಾರೇ, ಮೂತ್ರ ಒಯಿಕ್ಕಾನ್ ನಿನ್ನದಾ!" ಎಂದು ಹೇಳುತ್ತಾ ಅಲ್ಲಿಂದ ಅವಸವಸರವಾಗಿ ನಡೆಯತೊಡಗಿದರು. "ಏ ನಿಲ್ರೋ ಅಲ್ಲಿ" ಎನ್ನುತ್ತಾ ಬೈಕ್ ಟ್ಯಾಂಕಿನ ಮೇಲೆ ಇರಿಸಿದ್ದ ದಿನಸಿ ಸಾಮಾಗ್ರಿಯ ಗಂಟನ್ನು ಕೆಳಕ್ಕಿಳಿಸಿ, ಸ್ಟ್ಯಾಂಡ್ ಹಾಕಿ ಪೊನ್ನಪ್ಪ ಅವರತ್ತ ತಿರುಗುವಷ್ಟರಲ್ಲಿ ಆ ಪಂಚೆಧಾರಿಗಳಿಬ್ಬರೂ ಆ ಕತ್ತಲೆಯಲ್ಲಿ ಕಣ್ಮರೆಯಾಗಿ ಹೋಗಿದ್ದರು.

ಬೆಳಗ್ಗಿನಿಂದ ಆನೆಕ್ಯಾಂಪು, ಮಡಿಕೇರಿಯ ಅರಣ್ಯಭವನ ಎಂದು ನೂರಾರು ಕಿ.ಮೀಟರ್ ಬೈಕಿನಲ್ಲಿ ಓಡಾಡಿ ಆಯಾಸಗೊಂಡಿದ್ದ ಪೊನ್ನಪ್ಪನಿಗೆ ಅವರನ್ನು ಹಿಂಬಾಲಿಸಿ ಹಿಡಿಯುವ ಚೈತನ್ಯ ಮನಸ್ಸಿನಲ್ಲಿ ಉಳಿದಿರಲಿಲ್ಲವಾದ್ದರಿಂದ, ಒಂದೆರಡು ಬಾರಿ ಹಿಂದೆಯಿಂದ 'ಹೊಯ್ ಹೋಯ್' ಎಂದು ಕಿರುಚಿದ ಪೊನ್ನಪ್ಪ ನಂತರ ಬೈಕೇರಿ ಮನೆಯತ್ತ ಹೊರಟರು. 'ಯಾರಿರಬಹುದು? ಒಂದು ವೇಳೆ ತೋಟದಲ್ಲಿ ಕಿತ್ತಳೆ ಹಣ್ಣನ್ನೇನಾದ್ರು ಕದಿಯಲು ಬಂದವರಾ? ಅಥವಾ ಹಸುಗಿಸು! ಇವರನ್ನು ನೋಡಿದರೆ ಸಣ್ಣಪುಟ್ಟ ಕಳ್ಳರಂತೆ ಕಾಣುತ್ತಿಲ್ಲ!' ಎಂದು ಯೋಚಿಸುತ್ತಾ ಗೇಟು ತೆರೆದು ಬೈಕನ್ನು ಒಳಕ್ಕೆ ನಿಲ್ಲಿಸಿದರು.

ಎದುರುಕೋಣೆಯಲ್ಲಿ ಟಿ.ವಿ. ನೋಡುತ್ತಾ ಕುಳಿತಿದ್ದ ಸನ್ನಿ ಪೊನ್ನಪ್ಪನವರ ಬೈಕಿನ ಶಬ್ದ ಕೇಳಿಸುತ್ತಿದ್ದಂತೆ ಆಫ್ ಮಾಡಿ ತನ್ನ ಕೋಣೆಗೆ ನಡೆದು ಬಾಗಿಲು ಹಾಕಿಕೊಂಡ. ಬೊಳ್ಳವ್ವ ಮನೆಯ ಎದುರಿಗಿನ ಲೈಟನ್ನು ಹಾಕುತ್ತಾ ಹೊರಬಂದರು. "ಬೊಳ್ಳು ಸ್ವಲ್ಪ ಹೊತ್ತಿಗೆ ಮುಂಚೆ ಮನೆಯ ಮುಂದೆ ಯಾರಾದರು ಅನುಮಾನಾಸ್ಪದವಾಗಿ ಓಡಾಡುತ್ತಿದ್ದದನ್ನು ಗಮನಿಸಿದೆಯಾ?" ಎಂದು ಕೇಳುತ್ತಾ ಪೊನ್ನಪ್ಪ ಮೆಟ್ಟಿಲೇರಿಕೊಂಡು ಬಂದರು. ಪೊನ್ನಪ್ಪನವರ ಮಾತು ಕೇಳಿ ಆತಂಕಗೊಂಡ ಬೊಳ್ಳವ್ವ, "ಯಾಕ್ರೀ ಏನಾಯಿತು?" ಎಂದು ಕೇಳಿದಳು. "ಏನು ಇಲ್ಲ ಸುಮ್ಮನೆ ಕೇಳಿದೆ" ಎಂದರು

'ಇನ್ನು ಗಂಡನ ಬಳಿ ಮುಚ್ಚಿಡುವುದು ತರವಲ್ಲ' ಎಂದು ನೆನೆದ ಬೊಳ್ಳವ್ವ, "ಕಳೆದ ವಾರ ನೀವು ನೈಟ್ ಡ್ಯೂಟಿಗೆ ಹೋಗಿದ್ರಲ್ಲ, ಅವತ್ತು ಸುಮಾರು ಇದೇ ಸಮಯಕ್ಕೆ ಗಂಗೆ ಕೊಟ್ಟಿಗೆಯಿಂದ ಒಂದೇ ಸಮನೆ 'ಅಂಬೋ ಅಂಬೋ' ಎಂದು ಕಿರುಚಿಕೊಳ್ಳತೊಡಗಿದ್ದಳು. ಅದೇ ವೇಳೆಗೆ ಕರಿಯ ಬೇರೆ ಜೋರಾಗಿ ಬೊಗಳತೊಡಗಿದ. ಇದೇನಾಗಿದೆ ಇವಕ್ಕೆ! ಅಂತ ನನಗೆ ಭಯ ಕಾಡಲು ಶುರುವಾಯಿತು. ಆ ಕ್ಷಣಕ್ಕೆ, ಕಳೆದವಾರ ಹುದಿಕೇರಿಯ ಕಾವೇರಪ್ಪನವರ ತುಂಬುಗರ್ಭಿಣಿ ಹಸುವನ್ನು ಕೊಟ್ಟಿಗೆಯೊಳಗೆ ನುಗ್ಗಿ ಹುಲಿ ಎತ್ತಿಕೊಂಡು ಹೋಗಿದ್ದನ್ನು ನಂಜಿ ಹೇಳಿದ್ದು ಬೇರೆ ನೆನಪಾಗಿ

ಮತ್ತಷ್ಟು ಭಯವಾಯಿತು. ಗಂಗೆ ಮತ್ತು ಕರಿಯ ಒಂದೇ ಸಮನೆ ಅಳುತ್ತಲೆ ಇದ್ದರು. ಸನ್ನಿಯಂತೂ ಯಾರಾದರು ಸತ್ತರೂ ಕೂಡ ಕೋಣೆಯಿಂದ ಹೊರಬರುವ ಜಾಯಮಾನದವನಲ್ಲ! ನಂತರ ನಾನೇ ಧೈರ್ಯ ಮಾಡಿ, ಒಂದು ಮಂಡೆಕತ್ತಿ ಎತ್ತಿಕೊಂಡು ಹೊರಬಂದು ಸುತ್ತಲೂ ಟಾರ್ಚ್ ಹಾಕಿ ನೋಡಿದೆ. ನನ್ನನ್ನು ಕಾಣುತ್ತಿದ್ದಂತೆ ಗಂಗೆ ಮತ್ತು ಕರಿಯ ಇಬ್ಬರೂ ಸುಮ್ಮನಾದರು. ಏನು ಕಾಣದಾದಾಗ ಮನೆಯೊಳಕ್ಕೆ ಬರಲು ಸಿದ್ದವಾದೆ, ಆ ಕ್ಷಣಕ್ಕೆ ಸರಿಯಾಗಿ ನಮ್ಮ ಮುಂಬದಿಯ ಬೇಲಿ ಬದಿಯಿಂದ ಏನೋ ಒಂದು ರೀತಿಯಲ್ಲಿ ಚರಪರ ಎಂಬ ಶಬ್ದ ಕೇಳಿಸಿತು. ಗಾಬರಿಯಾಗಿ ಅತ್ತ ಟಾರ್ಚ್ ಹಾಕಿ, ಯಾರದು? ಯಾರದು? ಎಂದು ಜೋರಾಗಿ ಕೇಳಿದೆ. ಅಷ್ಟರಲ್ಲಿ ನನ್ನ ಕಿರುಚಾಟ ಕೇಳಿ ಸನ್ನಿ ಕೂಡ ಕೋವಿ ತೆಗೆದುಕೊಂಡು ಹೊರಬಂದ, ಆ ವೇಳೆ ಯಾರೋ ಇಬ್ಬರು ನಮ್ಮ ಬೇಲಿ ಬದಿಯಿಂದ ಓಡಿ ಹೋದಂತೆ ಕಾಣಿಸಿತು. ಸನ್ನಿ ಬೊಬ್ಬೆ ಹಾಕಿಕೊಂಡು ಗೇಟಿನವರೆಗೆ ಓಡಿದ. ಅಷ್ಟರಲ್ಲಾಗಲೇ ಅವರು ಅಲ್ಲಿಂದ ಮಾಯವಾಗಿದ್ದರು" ಎಂದು ಹೇಳಿದಳು.

ಬೊಳ್ಳವ್ವಳ ಮಾತು ಕೇಳಿ, ಪೊನ್ನಪ್ಪನವರಿಗೆ ಅನುಮಾನ ಶುರುವಾಯಿತು. 'ಅಂದರೆ ಈ ಪಂಚೆಧಾರಿಗಳು ಏನೋ ದುರುದ್ದೇಶ ಇಟ್ಟುಕೊಂಡೇ ನನ್ನ ಮನೆಯ ಸುತ್ತ ಗಿರಕಿ ಹೊಡೆಯುತ್ತಿರುವುದು' ಎಂದು ಯೋಚಿಸುತ್ತಾ ಹಜಾರದ ಆರಾಮ ಕುರ್ಚಿಯಲ್ಲಿ ಕುಳಿತು ತನ್ನ ಕಾಲಿನ ಬೂಟನ್ನು ಬಿಚ್ಚತೊಡಗಿದರು.

ಬೊಳ್ಳವ್ವ ಒಳಹೋಗಿ ಕುಡಿಯಲು ನೀರು ತೆಗೆದುಕೊಂಡು ಬರುವ ವೇಳೆಗೆ ಪೊನ್ನಪ್ಪ ಕುರ್ಚಿಯಲ್ಲಿ ಕಾಲು ನೀಡಿ ಕುಳಿತು ಯೋಚಿಸುತ್ತಲೇ ಇದ್ದರು. ಬಳಿಗೆ ಬಂದ ಬೊಳ್ಳವ್ವ, ಪೊನ್ನಪ್ಪನೆಡೆಗೆ ಲೋಟವನ್ನು ಚಾಚಿದಳು. ಕೈಗೆತ್ತಿಕೊಂಡ ಪೊನ್ನಪ್ಪ, "ಅಲ್ಲ ಬೊಳ್ಳು ಇಷ್ಟು ಸೂಕ್ಷ್ಮ ವಿಷಯವನ್ನು ಇಷ್ಟು ದಿನವಾದರು ನನ್ನೊಂದಿಗೆ ಯಾಕೆ ಹೇಳಲಿಲ್ಲ?" ಎಂದು ಅವಳೆಡೆಗೆ ತಿರುಗಿದರು.

"ರೀ ನಿಮ್ಮ ಬಳಿ ಹೇಳಲು ನನಗೆ ಯಾಕೋ ಭಯವಾಯಿತು".

"ಎಂತ ಬೊಳ್ಳು ನೀನು ಹೇಳ್ತಾ ಇರೋದು! ಹೇಳದಿದ್ದರೆ ಮುಂದೇನಾದರು ಸಮಸ್ಯೆಯಾದರೆ?"

"ಅದಿಕ್ಕೆ ರೀ, ನಾನು ಹೇಳದೇ ಇದ್ದಿದ್ದು."

"ಏನು ಹೇಳ್ತಾ ಇದ್ದೀಯಾ ನೀನು?"

"ಅದು ರೀ..! ಅವತ್ತು ನಂಜಿ ಮತ್ತೊಂದು ವಿಷಯವನ್ನು ಕೂಡ ಹೇಳಿದ್ಳು."

"ಏನು ಅಂತ!" ಎಂದು ಪೊನ್ನಪ್ಪನವರು ಕಣ್ಣಗಲಿಸಿ ಕೇಳಿದರು.

ಬೊಳ್ಳವ್ವ 'ಅದು ಅದು' ಎಂದು ತಡಬಡಾಯಿಸತೊಡಗಿದಳು.

"ಎಂತ ಅಂತ ಹೇಳು ಬೊಳ್ಳು, ಅದ್ಯಾಕೆ ನಂಜಿ ಹೇಳಿದ್ದನ್ನು ನನ್ನ ಬಳಿ ಹೇಳಲು ಮೀನಾಮೇಷ ಎಣಿಸುತ್ತಿದ್ದೀಯಾ?" ಎಂದು ಅವಳನ್ನೆ ದಿಟ್ಟಿಸುತ್ತಾ ಕೇಳಿದರು.

"ಕೆಲವು ವರ್ಷಗಳಿಗೆ ಮೊದಲು ನೀವು ಒಬ್ಬ ಮರವ್ಯಾಪಾರಿಯನ್ನು, ಫಾರೆಸ್ಟ್‌ನಲ್ಲಿ ಮರ ಕಡಿದಿದ್ದಕ್ಕೆ ಬಂದಿಸಿ, ಜೈಲಿಗೆ ಕಳುಹಿಸಿದ್ರಲ್ಲ. ಅವನು ಇವಾಗ ಜೈಲಿನಿಂದ ಹೊರ ಬಂದಿದ್ದು! ನಿಮ್ಮ ಮೇಲೆ ಸೇಡು ತೀರಿಸಿಕೊಳ್ಳುವ ಸಲುವಾಗಿ ಕೇರಳದಿಂದ ಜನ ಕರೆಸಿದ್ದಾನಂತೆ!" ಎಂದು ಉಗುಳು ನುಂಗಿಕೊಂಡು ಬೊಳ್ಳವ್ವ ಹೇಳಿದಳು.

ಕುಳಿತಲ್ಲಿಂದ ಒಮ್ಮೆಲೆ ಎದ್ದ ಪೊನ್ನಪ್ಪ, "ಹಾಗಂತ ನಂಜಿಗೆ ಯಾರು ಹೇಳಿದರಂತೆ?"

"ಕಳೆದ ಭಾನುವಾರ ಸಂಬಳ ಇಸ್ಕೊಂಡು ನಂಜಿ ಮತ್ತು ಅವಳ ಗಂಡ ಕಾನೂರು ಜಂಕ್ಷನ್‌ಗೆ ಬೊಳ್ಳಚಾಯ ಕುಡಿಯುವ ಸಲುವಾಗಿ ಮಾಧವಕುಟ್ಟಿಯ ಹೋಟೆಲಿಗೆ ಹೋಗಿದ್ದರಂತೆ, ಅಂದು ಆ ಮಾಧವಕುಟ್ಟಿ ಚಹಾ ಕುಡಿಯಲು ಬಂದಿದ್ದ ಬೇರೊಬ್ಬರ ಬಳಿ ಹೇಳುತ್ತಿದ್ದದನ್ನು ಇವಳು ಕೇಳಿಸಿಕೊಂಡು ಬಂದಿದ್ದಾಳೆ" ಎಂದು ಅಂಜಿಕೆಯಿಂದಲೆ ಬೊಳ್ಳವ್ವ ತನ್ನ ಕಿವಿಗೆ ಬಿದ್ದ ವಿಷಯವನ್ನು ಪೊನ್ನಪ್ಪನವರ ಬಳಿ ಹೇಳಿದಳು.

'ಓ... ಓ... ನನ್ನ ಬೆನ್ನ ಹಿಂದೆ ಇಷ್ಟೆಲ್ಲಾ ಮಸಲತ್ತುಗಳು ನಡೆಯುತ್ತಿದೆಯಾ! ಹಾಗಿದ್ದರೆ ಇದೆಲ್ಲ ಆ ಬೋಬನ್‌ನದ್ದೆ ಕಿತಾಪತಿ! ಅವತ್ತೆ ಅವನನ್ನು ಗುಂಡು ಹೊಡೆದು ಬಿಸಾಕಿದ್ರೆ, ನನ್ನ ವಿರುದ್ಧ ರೌಡಿಗಳನ್ನು ಛೂ ಬಿಡುವ ಹಂತಕ್ಕೆ ಬೆಳೆಯುತ್ತಿರಲಿಲ್ಲ. ಅವನನ್ನು ಹೀಗೆಯೇ ಬಿಡಬಾರದು. ಬೊಳ್ಳವ್ವಳಿಗು ಕೂಡ ವಿಷಯ ಗೊತ್ತಾಗಿರುವುದರಿಂದ, ಮುಂದೇನಾಗಿಬಿಡುತ್ತೋ ಎಂಬ ಭಯದಿಂದಲೇ ಅವಳು ಇರುತ್ತಾಳೆ. ಇನ್ನು ಮುಂಗೋಪಿ ಸನ್ನಿಗಂತು ಈ ವಿಚಾರ ತಿಳಿದರೆ, ಆ ಬೋಬನ್‌ನನ್ನು ಏನಾದರು ಮಾಡಿಬಿಡುತ್ತಾನೆ. ಅದಕ್ಕು ಮುಂಚಿತವಾಗಿ ಅವನಿಗೊಂದು ಗತಿ ಕಾಣಿಸಿಬಿಡಬೇಕು' ಎಂದು ಯೋಚಿಸುತ್ತಾ ಪೊನ್ನಪ್ಪನವರು ಬೆಳಕು ಹರಿಸಿದರು.

ಮರುದಿನ ಕಚೇರಿಗೆ ಹೋಗುವ ಬದಲು ಪೊನ್ನಪ್ಪ ಬೈಕೇರಿ ಕಾನೂರು ಜಂಕ್ಷನಿನತ್ತ ಹೊರಟರು. ವಾರದ ದಿನವಾಗಿದ್ದರಿಂದ ಕುಟ್ಟ, ಗೋಣಿಕೊಪ್ಪಕ್ಕೆ ತೆರಳಲು ಕಾರ್ಮಿಕರೆಲ್ಲ ಬಣ್ಣಬಣ್ಣದ ಬಟ್ಟೆ ಧರಿಸಿ, ಕೈಯಲ್ಲಿ ಪ್ಲಾಸ್ಟಿಕ್ ಬ್ಯಾಗನ್ನು ಹಿಡಿದು ಭಗಂಡೇಶ್ವರಕ್ಕೆ ಕಾಯುತ್ತಾ ನಿಂತಿದ್ದರು. ಮಾಧವಕುಟ್ಟಿ ಹೆಗಲ ಮೇಲೊಂದು ಟವೆಲ್ಲು ಹಾಕಿಕೊಂಡು, ತಾಮ್ರ ಬಣ್ಣದ ಉದ್ದನೆಯ

ಪಾಟೆಗೆ, ಮತ್ತೊಂದು ಕೈಯಲ್ಲಿ ಹಿಡಿದಿದ್ದ ಪಾಟೆಯಿಂದ ಟೀಯನ್ನು ಸರ್ರೆಂದು ಮೇಲಿಂದ ಎತ್ತಿ ಹುಯ್ದು, ಬೆಳ್ಳಗಿನ ನೊರೆ ಬರಿಸಿ, ಗಾಜಿನ ಲೋಟಕ್ಕೆ ಹಾಕಿ ಗ್ರಾಹಕರಿಗೆ ಕೊಡುತ್ತಿದ್ದ. ಅವನ ಎದುರಿಗಿದ್ದ ಮಸಿಹಿಡಿದ ಸಮೊವಾರ್‌ನ ಕೆಳಗೆ ಕಾದ ಕೆಂಪಗಿನ ಕೆಂಡಗಳಿಂದ ಹೊಗೆಯಾಡುತ್ತಲೆ ಇತ್ತು. ಆ ನಡುವೆ, ಪಕ್ಕದಲ್ಲೆ ಇಟ್ಟಿದ್ದ ಪ್ಲಾಸ್ಟಿಕ್ ಪಾತ್ರೆಯಲ್ಲಿ ತುಂಬಿದ್ದ ನೀರಿಗೆ, ಗಾಜಿನ ಲೋಟವನ್ನು ಅದ್ದಿ, ಎರಡು ಬೆರಳುಗಳನ್ನು ಅದರೊಳಗೆ ಕೈಯಾಡಿಸಿ ತೊಳೆದಂತೆ ಮಾಧವಕುಟ್ಟಿ ಮಾಡುತ್ತಿದ್ದರೆ ಗಾಜಿನ ಲೋಟದಿಂದ ಟಣಕ್ ಟಣಕ್ ಎಂಬ ಶಬ್ದ ಕೇಳಿ ಬರುತ್ತಿತ್ತು. ಮುಂಬದಿಯ ಮರದ ಬೆಂಚಿನ ಮೇಲೆ ಕುಳಿತಿದ್ದ ಚಹಪ್ರಿಯರು ಒಂದು ಕೈಯಲ್ಲಿ ಗ್ಲಾಸನ್ನು ಹಿಡಿದು ಮತ್ತೊಂದು ಕೈಯಲ್ಲಿದ್ದ ಉಳ್ಳಿವಡೆಯನ್ನು ಮೆಲ್ಲುತ್ತಾ, ಕಿಸೆಯಲ್ಲಿರುವ ಹಣದಲ್ಲಿ ಸಂತೆಯಿಂದ ಅದೇನೇನೆಲ್ಲ ಖರೀದಿಸಬೇಕು ಎಂದು ಹಿಸಾಬು ಹಾಕುತ್ತಿದ್ದರು.

ಪೊನ್ನಪ್ಪನವರ ಬೈಕು ಮಾಧವಕುಟ್ಟಿಯ ಹೋಟೆಲಿನ ಎದುರಿಗೆ ಬಂದು ನಿಂತಿತು. ಹೋಟೆಲಿನ ಒಳಗಿದ್ದವರೆಲ್ಲ ಒಮ್ಮೆ ಅವರತ್ತ ನೋಡಿ ಮತ್ತೆ ಉಳ್ಳಿವಡೆ ತಿನ್ನುವುದರಲ್ಲಿ ಮಗ್ನರಾದರು. “ಎಂದ ಮಾಧವೇಟ ಸುಗ ಅಲ್ಲೆ?” ಎಂದು ಕುಶಲೋಪರಿ ವಿಚಾರಿಸುತ್ತಾ ಪೊನ್ನಪ್ಪನವರು ಹೋಟೆಲಿನೊಳಕ್ಕೆ ಕಾಲಿಟ್ಟರು. ಟೀ ಸೋಸುತ್ತಿದ್ದಲ್ಲಿಂದ ಮಾಧವಕುಟ್ಟಿ ತಲೆ ಎತ್ತಿ ನೋಡಿದ. ಎದುರಿಗೆ ಫಾರೆಸ್ಟರ್ ಪೊನ್ನಪ್ಪ ನಿಂತಿದ್ದರು. ಮಾಧವಕುಟ್ಟಿಯ ಮುಖವರಳಿತು.

“ಫಾರೆಸ್ಟ್ರಿಗೆ ಇವತ್ತು ಡ್ಯೂಟಿ ಇಲ್ವಾ!” ಎಂದು ಕೇಳಿದ.

“ಇವತ್ತು ನೈಟ್ ಡ್ಯೂಟಿ ಮಾಧವೇಟ”

“ಕುಡಿಯಲಿಕ್ಕೆ ಏನು ಕೊಡಲಿ. ಕಟ್ಟನೋ? ಅಥವಾ?”

“ಕಟ್ಟನ್” ಎನ್ನುತ್ತಾ ಎದುರಿನ ಬೆಂಚಿನಲ್ಲಿ ಪೊನ್ನಪ್ಪ ಕೂಡ ಹೋಗಿ ಕುಳಿತರು.

‘ಈ ಫಾರೆಸ್ಟರು ಹೀಗೆ ಸುಖಾಸುಮ್ಮನೆ ಬಂದು ಕೂರುವವರಲ್ಲ! ಅಪರೂಪಕ್ಕೆ ಬಂದಿದ್ದಾರೆ ಎಂದರೆ ಏನಾದರು ವಿಶೇಷ ಇರಬೇಕು’ ಎಂದು ಗಾಜಿನ ಲೋಟಕ್ಕೆ ಸ್ಪೂನಿನಲ್ಲಿ ಸಕ್ಕರೆ ಹಾಕಿ ಕಟಕಟ ಎಂದು ತಿರುವಿದ ಮಾಧವಕುಟ್ಟಿ, ಪೊನ್ನಪ್ಪನವರು ಕುಳಿತಿದ್ದ ಮೇಜಿನ ಮೇಲೆ ಇಟ್ಟ. ಲೋಟವನ್ನು ಕೈಗೆತ್ತಿಕೊಂಡ ಪೊನ್ನಪ್ಪ ಮೆಲ್ಲನೆ ಚಹವನ್ನು ಹೀರತೊಡಗಿದರು. ಹೋಟೆಲಿನೊಳಗಿದ್ದ ಗ್ರಾಹಕರು ಸ್ವಲ್ಪ ಕಡಿಮೆಯಾದ ನಂತರದಲ್ಲಿ ಆಗಂತುಕರ ಬಗ್ಗೆ ವಿಚಾರಿಸುವ ಎಂದು ಪೊನ್ನಪ್ಪನವರು ಯೋಚಿಸುತ್ತಿದ್ದರು. ಅಷ್ಟರಲ್ಲಿ, “ಫಾರೆಸ್ಟ್ರೇ ಆ ಬೋಬನ್ ಜೈಲಿನಿಂದ ಬಂದಿದ್ದಾನಂತೆ ಜೊತೆಗೆ ರೌಡಿಗಳನ್ನು

ಹೋಲುವ ಕೆಲವರು ಆಗೊಮ್ಮೆ ಇಗೊಮ್ಮೆ ಕಾನೂರಿನಲ್ಲಿ ಕಾಣಿಸಿಕೊಳ್ಳುತ್ತಿದ್ದಾರೆ. ನೀವು ಸ್ವಲ್ಪ ಹುಷಾರಾಗಿರಿ" ಎಂದು ಮಾಧವಕುಟ್ಟಿ ಟೀ ಮಾಡುವ ನಡುವೆಯೇ ಪೊನ್ನಪ್ಪನವರ ಬಳಿ ಮಾತಿಗಿಳಿದ. ಆ ವೇಳೆಗಾಗಲೇ ಕಟ್ಟನ್ ಕುಡಿದು ಲೋಟವನ್ನು ಖಾಲಿ ಮಾಡಿದ್ದ ಪೊನ್ನಪ್ಪ, 'ಸ್ವಲ್ಪ ಹೊರಕ್ಕೆ ಬರುತ್ತೀರ' ಎನ್ನುವ ರೀತಿಯಲ್ಲಿ ಕಣ್ಸನ್ನೆ ಮಾಡಿ ಹೊರಕ್ಕೆ ನಡೆದರು. ಮಾಧವಕುಟ್ಟಿ ತನ್ನ ಹೆಗಲಮೇಲಿದ್ದ ಬಟ್ಟೆಯಿಂದ ಕೈ ಒರೆಸಿಕೊಳ್ಳುತ್ತಾ ಅವರ ಹಿಂದೆಯೇ ಹೆಜ್ಜೆಹಾಕತೊಡಗಿದ.

ಮಾಧವಕುಟ್ಟಿಯನ್ನು ಹೋಟೆಲಿನ ಪಕ್ಕದ ಗಲ್ಲಿಯೊಳಕ್ಕೆ ಕರೆದುಕೊಂಡು ಹೋದ ಪೊನ್ನಪ್ಪ, ಪಿಸುಧ್ವನಿಯಲ್ಲಿ "ಯಾರದು ರೌಡಿಗಳು? ಅವರು ಏನಕ್ಕೆ ಬಂದಿರುವುದು ಎಂದು ನಿಮಗೇನಾದರು ಗೊತ್ತಾ?" ಎಂದು ಕೇಳಿದರು.

"ಫಾರೆಸ್ಟ್ರೆ ಅವರು ಬೋಬನ್‌ನ ಕಡೆಯವರಂತೆ, ನಿಮ್ಮ ಮೇಲೆ ಸೇಡು ತೀರಿಸಿಕೊಳ್ಳುವ ಸಲುವಾಗಿ ಅವನು ಕೇರಳದಿಂದ ಹಣ ಕೊಟ್ಟು ಕರೆಸಿದ್ದಂತೆ!"

"ಅವರು ಎಲ್ಲಿ ತಂಗಿರುವುದು? ಅವರ ಕೈಯಲ್ಲಿ ಮಾರಕಾಯುಧಗಳೇನಾದ್ರು ಇದೆಯಾ?"

"ಇಲ್ಲ ಫಾರೆಸ್ಟ್ರೆ, ಅವರು ಎಲ್ಲಿ ತಂಗಿರುವುದು ಅಂತ ನನಗೆ ನಿಖರವಾಗಿ ಗೊತ್ತಿಲ್ಲ, ಮತ್ತೆ ಅವರ ಕೈಯಲ್ಲಿ ಹತ್ಯಾರಗಳನ್ನೇನು ನಾನು ಕಂಡಿಲ್ಲ!"

"ಒಟ್ಟು ಎಷ್ಟು ಜನರಿದ್ದಾರೆ?"

"ಅದು ಕೂಡ ನನಗೆ ಸರಿಯಾಗಿ ಗೊತ್ತಿಲ್ಲ. ಕಳೆದ ವಾರ ಇಬ್ಬರು ನಮ್ಮ ಹೋಟೆಲಿಗೆ ಟೀ ಕುಡಿಯಲು ಬಂದಿದ್ದರು. ಅವರನ್ನು ಈ ಮೊದಲು ಇಲ್ಲೆಲ್ಲೂ ಕಂಡಿಲ್ಲವಾದ್ದರಿಂದ, ಅನುಮಾನ ಬಂದು ನೀವು ಎಲ್ಲಿಯವರು? ಎಂದು ಕೇಳಿದೆ. ಆದರೆ ಅವರ‍್ಯಾಕೋ ಉತ್ತರ ಕೊಡಲು ತಡವರಿಸುತ್ತಿದ್ದರು. ಮತ್ತೆಯೂ ಅವರ ಬಳಿ ಪ್ರಶ್ನೆ ಮಾಡಿ, ನಮ್ಮಲ್ಲಿಗೆ ಟೀ ಕುಡಿಯಲು ಬರುವುದನ್ನು ನಿಲ್ಲಿಸಿಬಿಟ್ಟರೆ! ಸುಮ್ಮನೆ ಗಿರಾಕಿಗಳು ಹಾಳಾಗಿಬಿಡುತ್ತದಲ್ಲ ಎಂದು ಯೋಚಿಸಿ ಹೆಚ್ಚೇನು ಕೇಳದೆ ಸುಮ್ಮನಾದೆ. ಅವರು ಟೀ ಕುಡಿದು ಹೋಗುವ ಸಮಯಕ್ಕೆ ಸರಿಯಾಗಿ ಬೋಬನ್‌ನ ಮಿಲ್ಲಿನ ರೈಟರ್ ತನಿಯ ಆ ಕಡೆಯಿಂದ ಹೋಟೆಲಿನೆಡೆಗೆ ನಡೆದು ಬಂದ. ಅವನನ್ನು ಕಂಡದ್ದೆ ಆ ಅನಾಮಿಕರು ಹೋಟೆಲಿನ ಹೊರಭಾಗದಲ್ಲಿ ನಿಂತು ಒಂದೆರಡು ನಿಮಿಷ ಅದೇನೊ ಅವನ ಬಳಿ ಗುಸುಗುಸು ಮಾತಾಡಿ ಹೊರಟುಹೋದರು. ತನಿಯ ಬಂದು ಟೀ ಹೇಳಿ ಕುಳಿತುಕೊಂಡ. ಟೀ ಕೊಡುವಾಗ, ಯಾರು ತನಿಯ? ಅದು ಎಂದು ನಾನವನಲ್ಲಿ ಕೇಳಿದೆ. ನನ್ನ ಮಾತು ಅವನ ಕಿವಿಗೆ ಬೀಳುತ್ತಿದ್ದಂತೆ

'ಶ್' ಎಂದು ನನ್ನನ್ನು ಮೌನವಾಗಿಸಿದ ತನಿಯ, ಇನ್ನಷ್ಟು ಹತ್ತಿರಕ್ಕೆ ಬಂದು, ಆ ಫಾರೆಸ್ಟರ್ ಪೊನ್ನಪ್ಪನಿಗೆ ಒಂದು ಗತಿ ಕಾಣಿಸುವ ಸಲುವಾಗಿ ಅವರನ್ನು ಕೇರಳದಿಂದ ನಮ್ಮ ಮೊದಲಾಳಿ ಕರೆಸಿರುವುದು. ನಮ್ಮ ಮೊದಲಾಳಿಯ ಜೊತೆ ಆಟವಾಡಿದರೆ ಸುಮ್ಮನೆ ಬಿಟ್ಟುಬಿಡ್ತಾರೆ ಅಂತ ಅಂದುಕೊಂಡಿದ್ದೀಯ! ಎಂದು ನನ್ನನ್ನೆ ಪ್ರಶ್ನೆ ಮಾಡಿದ".

"ಅವರ ಉದ್ದೇಶವಾದರು ಏನು?"

"ಗೊತ್ತಿಲ್ಲ ಫಾರೆಸ್ಟ್ರೆ! ಆ ವಿಚಾರವಾಗಿ ತನಿಯನಿಗು ಮಾಹಿತಿ ಇದ್ದಂಗಿಲ್ಲ."

ಪೊನ್ನಪ್ಪ ಮನದಲ್ಲೆ ಏನನ್ನೊ ಲೆಕ್ಕಾಚಾರ ಮಾಡತೊಡಗಿದರು.

"ಮತ್ತೊಂದು ಮುಖ್ಯ ವಿಚಾರ ಫಾರೆಸ್ಟ್ರೆ, ನಿನ್ನೆ ಸಂಜೆ ಕೂಡ ಅವರು ಟೀ ಕುಡಿಯಲು ಬಂದಿದ್ದರು. ಆದರೆ ಕಳೆದ ಬಾರಿ ಬಂದವರಲ್ಲಿ ಒಬ್ಬಮಾತ್ರ ಇದ್ದ, ಉಳಿದವನು ಹೊಸಬ! ಅಂದರೆ ಅವರು ಎರಡಕ್ಕಿಂತ ಹೆಚ್ಚು ಜನರಿರುವ ಸಾಧ್ಯತೆಯಿದೆ"

'ಮಾಧವಕುಟ್ಟಿ ಹೇಳುತ್ತಿರುವ ಪ್ರಕಾರ, ಆ ಆಗಂತುಕರು ಇಲ್ಲಿ ಬಂದು ಟೀ ಕುಡಿದ ನಂತರವೇ ನನ್ನ ತೋಟ ಮತ್ತು ಮನೆಯ ಬಳಿಗೆ ಹೋಗಿರುವುದು. ಕಾರಣ, ಕಳೆದವಾರವೂ ಅವರಿಲ್ಲಿ ಬಂದು ಟೀ ಕುಡಿದಿದ್ದಾರೆ ಮತ್ತು ಅದೇ ದಿನ ನನ್ನ ಮನೆಯ ಬಳಿಗೂ ಬಂದಿದ್ದಾರೆ! ನಿನ್ನೆಯೂ ಇಲ್ಲಿ ಬಂದು ಟೀ ಕುಡಿದಿದ್ದಾರೆ ಮತ್ತು ನನ್ನ ಕಣ್ಣಿಗೆ ಕಂಡಿದ್ದಾರೆ. ಅಂದರೆ ಮುಂದಿನ ಬಾರಿ ಕೂಡ ಅವರು ನಮ್ಮ ಮನೆಯ ಕಡೆ ಬರುವ ಮುನ್ನ ಇಲ್ಲಿಗೆ ಬಂದು ಟೀ ಕುಡಿದೇ ಹೋಗಬಹುದೇನೋ!' ಎಂದು ಪೊನ್ನಪ್ಪ ಭಾಗಿಸಿ, ಗುಣಿಸಿ ಲೆಕ್ಕ ಹಾಕತೊಡಗಿದರು.

"ಮಾಧವೇಟ ಅವರು ಮುಂದಿನ ಬಾರಿ ನಿಮ್ಮ ಹೋಟೆಲಿಗೆ ಟೀ ಕುಡಿಯಲು ಬಂದರೆ ನನಗೆ ವಿಷಯ ಮುಟ್ಟಿಸಬಹುದಾ!"

"ಅದಕ್ಕೇನು ತೊಂದರೆ ಇಲ್ಲ ಫಾರೆಸ್ಟ್ರೆ! ಆದರೆ ನಾನು ನಿಮಗೆ ಮಾಹಿತಿ ಕೊಡುತ್ತಿರುವ ವಿಚಾರವೇನಾದ್ರು ಆ ಬೋಬನ್ ಕಿವಿಗೆ ಬಿದ್ದರೆ, ಅವನು ಗ್ಯಾರಂಟಿ ನನ್ನನ್ನು ಕೊಂದೇಬಿಡುತ್ತಾನೆ"

"ಆ ವಿಚಾರವಾಗಿ ನೀವೇನು ಭಯಪಡಬೇಡಿ ಮಾಧವೇಟ. ಯಾವುದಕ್ಕು ನಾಳೆಯಿಂದ ನಮ್ಮ ವಾಚರ್ ಒಬ್ಬನನ್ನು ಇಲ್ಲಿ ಗೌಪ್ಯವಾಗಿ ಡ್ಯೂಟಿಗೆ ಹಾಕುತ್ತೇನೆ. ಅವನು ಯಾರಿಗೂ ತಿಳಿಯದ ಹಾಗೆ ಇಲ್ಲೆ ಸುತ್ತಾಮುತ್ತ ಗಸ್ತು ತಿರುಗುತ್ತಾ ಇರಲಿ, ಆ ಕೇರಳದವರೇನಾದ್ರು ಮತ್ತೆ ಜಂಕ್ಷನ್‌ನಲ್ಲಿ ಕಾಣಿಸಿಕೊಂಡರೆ, ನೀವು ನಮ್ಮ ವಾಚರ್‌ಗೆ ವಿಷಯ ಮುಟ್ಟಿಸಿಬಿಡಿ" ಎಂದು ಪೊನ್ನಪ್ಪನವರು ಹೇಳಿದರು.

ಪೊನ್ನಪ್ಪನವರ ಮಾತು ಕೇಳಿ "ಇದರಿಂದಾಗಿ ನಂಗೇನು ಸಮಸ್ಯೆ ಆಗಲ್ಲ ಅಲಾ, ಫಾರೆಸ್ಟ್ರೆ" ಎಂದು ಮಾಧವಕುಟ್ಟಿ ಗಾಬರಿಯಿಂದ ಕೇಳಿದ.

"ನಾನಿದ್ದೀನಿ ಅಂತ ಹೇಳಿಲ್ವ? ಜೊತೆಗೆ, ಹೇಗಾದರು ಆ ತನಿಯನ ಜೊತೆ ನೈಸಾಗಿ ಮಾತನಾಡಿ, ಅವರು ಒಟ್ಟು ಎಷ್ಟು ಜನ ಇದ್ದಾರೆ? ಅವರ ಉದ್ದೇಶ ಏನು ಅಂತ ತಿಳಿದುಕೊಳ್ಳಲು ಸ್ವಲ್ಪ ಪ್ರಯತ್ನಪಡಿ" ಎಂದು ಪೊನ್ನಪ್ಪ ಹೇಳಿದರು.

"ಆಯ್ತು" ಎಂದು ಒಪ್ಪಿಕೊಂಡ ಮಾಧವಕುಟ್ಟಿ ಹೋಟೆಲಿನೊಳಕ್ಕೆ ಹೋಗಿ, ದೊಡ್ಡ ಗಾತ್ರದ ಬಟ್ಟೆಯ ಟೀ ಸೋಸುವ ಜಾಲರಿಯಲ್ಲಿ ತುಂಬಿದ್ದ ಚಹಪುಡಿಯ ಮುದ್ದೆಯ ಮೇಲೆ ಬಿಸಿನೀರನ್ನು ಸುರಿದು ಕಟ್ಟನ್ ಮಾಡಲು ಪ್ರಾರಂಭಿಸಿದ.

ಕಾನೂರು ಜಂಕ್ಷನ್‌ನಿಂದ ಹೊರಟ ಪೊನ್ನಪ್ಪನವರು ನೇರ ತಿತಿಮತಿ ರೇಂಜ್ ಆಫೀಸಿನ ಕಡೆಗೆ ಮುಖ ಮಾಡಿದರು. ಕಚೇರಿಯಲ್ಲಿ ಬೋನೋಫೈಡ್ ಪಾಸ್‌ಗಾಗಿ ಬಂದಿದ್ದ ಕಡತಗಳನ್ನು ಪರಿಶೀಲಿಸಿ ಸಹಿ ಹಾಕುವುದರಲ್ಲಿ ಅಚ್ಚಯ್ಯನವರು ಮಗ್ನರಾಗಿದ್ದರು. ಅಚ್ಚಯ್ಯನವರ ಚೇಂಬರಿನೊಳಕ್ಕೆ ಕಾಲಿಡುತ್ತಿದ್ದಂತೆ "ಗುಡ್ ಮಾರ್ನಿಂಗ್ ಸರ್" ಎಂದು ಪೊನ್ನಪ್ಪ ಹೇಳಿದರು.

"ಓ ಏನ್ ಪೊನ್ನಪ್ಪ ಚೆಕ್‌ಪೋಸ್ಟಿಗೆ ಹೋಗಿಲ್ವ?"

"ಇಲ್ಲ ಸರ್ ಇವತ್ತು ತಿಮ್ಮಯ್ಯ ಫಾರೆಸ್ಟರ್‌ನ ಹೋಗಲಿಕ್ಕೆ ತಿಳಿಸಿದ್ದೇನೆ"

"ಯಾಕೆ ಬೇರೆಲ್ಲಾದರು ಹೋಗಲಿಕ್ಕಿದೆಯಾ?"

"ಆಗೇನು ಇಲ್ಲ ಸರ್, ನಾವು ಕಳೆದ ಬಾರಿ ಜೈಲಿಗೆ ಅಟ್ಟಿದ ಬೋಬನ್ ಇದ್ದಾನಲ್ಲ, ಅವನು ಮತ್ತೆ ಆಟ ಶುರು ಮಾಡಿದ್ದಾನೆ. ಆ ವಿಚಾರವಾಗಿ ಒಂದಷ್ಟು ಮಾಹಿತಿ ಕಲೆ ಹಾಕುವ ಅಂತ ಹೋಗಿದ್ದೆ".

"ಬೋಬನ್ನಾ! ಅವನು ಜೈಲಿನಲ್ಲಿದ್ದಾನಲ್ವಾ!"

"ಇಲ್ಲ ಸರ್, ಅವನು ಬಿಡುಗಡೆಯಾಗಿ ಎರಡು ತಿಂಗಳಾಯ್ತಂತೆ. ಸಾಲದ್ದಕ್ಕೆ ಬಂದ ದಿನದಿಂದಲೇ ನನ್ನ ವಿರುದ್ಧ ಕತ್ತಿ ಮಸೆಯಲು ಶುರುಮಾಡಿದ್ದಾನೆ. ನಿನ್ನೆ ರಾತ್ರಿ ನಾನು ಡ್ಯೂಟಿ ಮುಗಿಸಿ ಮನೆಗೆ ಹೋಗುವಾಗ, ಯಾರೋ ಅಪರಿಚಿತರು ತನ್ನ ತೋಟದ ಬೇಲಿ ಬದಿಯಲ್ಲಿ ನಿಂತು ಒಳಕ್ಕೆ ಇಣುಕುತ್ತಿದ್ದರು. ಅನುಮಾನಗೊಂಡು ಅವರ ಬಳಿಯಲ್ಲಿ ಬೈಕ್ ನಿಲ್ಲಿಸಿ ವಿಚಾರಿಸುವಷ್ಟರಲ್ಲಿ ಅಲ್ಲಿಂದ ಓಡಿ ಹೋದರು. ಮನೆಗೆ ಹೋಗಿ ಈ ವಿಷಯ ತಿಳಿಸಿದರೆ, ಒಂದು ವಾರದ ಮೊದಲು ಮನೆಯ ಬಳಿ ಕೂಡ ಇದೇ ರೀತಿ ಯಾರೋ ಸಂಶಯಾಸ್ಪದವಾಗಿ ಓಡಾಡುತ್ತಿದ್ದರಂತೆ, ಇದೇನಪ್ಪ! ಅಂತ ಜಾಡು ಹಿಡಿದು ಹೊರಟರೆ, ಬೋಬನ್ ನನ್ನ ಮೇಲೆ ಸೇಡು ತೀರಿಸಿಕೊಳ್ಳುವ

ಸಲುವಾಗಿ ಕೇರಳದಿಂದ ಜನ ಕರೆಸಿದ್ದಾನೆ ಎಂಬುದು ತಿಳಿಯಿತು" ಎಂದು ಪೊನ್ನಪ್ಪ ವಿವರಿಸಿದರು.

"ನೋಡಿದ್ಯಾ ಪೊನ್ನಪ್ಪ, ನಾನು ನಿನ್ನ ಬಳಿ ಅವತ್ತೆ ಹೇಳಿದೆ ಅಲ್ವಾ! ಇವರೆಲ್ಲ ವಿಷವರ್ತುಲಗಳು ಎಂದು! ಯಾವುದಕ್ಕು ನೀವು ಎಚ್ಚರವಾಗಿರಿ, ಇನ್ನು ಮುಂದೆ ಕೆಲಸ ಮುಗಿಸಿ ಮನೆಗೆ ತೆರಳುವಾಗ ಬೈಕ್‌ನಲ್ಲಿ ಹೋಗಬೇಡಿ, ಇಲಾಖೆಯ ಜೀಪನ್ನೆ ತೆಗೆದುಕೊಂಡು ಹೋಗಿ, ಯಾವುದಕ್ಕು ಕೋವಿ ಕೂಡ ನಿಮ್ಮ ಜೊತೆಗಿರಲಿ" ಎಂದು ಅಚ್ಚಯ್ಯ ಹೇಳಿದರು.

"ಸಾರ್ ನಾಳೆಯಿಂದ ಒಬ್ಬ ವಾಚರ್‌ನನ್ನು ಕಾನೂರು ಜಂಕ್ಷನ್‌ನಲ್ಲಿ ಪಹರೆಗೆ ಹಾಕಿರುತ್ತೇನೆ. ಆಗಬಹುದಾ?"

"ಕಾನೂರು, ಕುಟ್ಟ ರೇಂಜ್‌ಗೆ ಸೇರುತ್ತದಲ್ಲ ಪೊನ್ನಪ್ಪ! ಯಾವುದಕ್ಕು ಅಲ್ಲಿನ ಆರ್.ಎಫ್.ಓ. ಅವರ ಬಳಿ ಒಮ್ಮೆ ಮಾತನಾಡುತ್ತೇನೆ"

"ಬೇಡ ಸರ್ ಬೇಡ. ನಾವು ಆ ಮರಗಳ್ಳನ ಕಡೆಯವರನ್ನು ತುಂಬಾ ಸೂಕ್ಷ್ಮವಾಗಿ ಇದಿರುಗೊಳ್ಳಬೇಕು. ಮುಖ್ಯವಾಗಿ ಇಲ್ಲಿಯವರೆಗೆ ಅವರ ಉದ್ದೇಶ ಏನೆಂಬುದು ಕೂಡ ನಮಗೆ ತಿಳಿದಿಲ್ಲ. ಒಂದು ವೇಳೆ ಕುಟ್ಟದ ರೇಂಜರ್‌ರವರಿಗೆ ಆ ಬೋಬನ್‌ನೊಂದಿಗೆ ನಂಟೇನಾದರು ಇದ್ದರೆ, ನಮ್ಮ ಪ್ಲ್ಯಾನೆಲ್ಲ ಬಡಮೇಲಾಗಿಬಿಡುತ್ತದೆ! ಆದರಿಂದ ಯಾರಿಗು ತಿಳಿಯದ ರೀತಿಯಲ್ಲಿ ನಮ್ಮವರನ್ನು ಅಲ್ಲಿ ಕಾವಲಿಗೆ ನಿಲ್ಲಿಸಬೇಕು. ಬೋಬನ್‌ನ ಕಡೆಯವರು ಎಷ್ಟು ಜನರಿದ್ದಾರೆ? ಅವರ ಉದ್ದೇಶವೇನೆಂದು ತಿಳಿಯುವ ಸಲುವಾಗಿ ಅಲ್ಲಿ ಈಗಾಗಲೇ ಒಬ್ಬ ಇನ್ಫಾರ್ಮರನ್ನು ನಾನು ಸಿದ್ದಗೊಳಿಸಿದ್ದೇನೆ. ಅವನಿಗೆ ಮತ್ತೆ ಆ ಆಗಂತುಕರ ಸುಳಿವೇನಾದರು ಸಿಕ್ಕಿದರೆ, ಅವನು ನಾವು ಕಾವಲಿಗೆ ನಿಲ್ಲಿಸುವ ಸಿಬ್ಬಂದಿಯ ಮೂಲಕ ನಮಗೆ ಸುದ್ದಿ ಮುಟ್ಟಿಸುತ್ತಾನೆ" ಎಂದು ತಾನು ಹೂಡಿರುವ ಉಪಾಯದ ಬಗ್ಗೆ ಅಚ್ಚಯ್ಯನವರಿಗೆ ತಿಳಿಸುವ ಜೊತೆಗೆ "ಮರಗಳ್ಳರ ಕಡೆಯವರನ್ನು ಹಿಡಿಯುವ ಸಲುವಾಗಿ ನಾವು ತಯಾರಾಗಿರುವ ವಿಷಯವನ್ನು ನಾವಲ್ಲದೇ ಬೇರೆ ಯಾರಿಗೂ ತಿಳಿಯದಂತೆ ಗೌಪ್ಯವಾಗಿಡಬೇಕು ಸರ್" ಎಂದ. ಈ ಮೊದಲೇ ಕಳ್ಳರನ್ನು ಹಿಡಿಯಲು ವ್ಯೂಹ ರಚಿಸುವುದರಲ್ಲಿ ಪೊನ್ನಪ್ಪ ನಿಷ್ಣಾತ ಎಂಬುದರ ಅರಿವಿದ್ದ ಅಚ್ಚಯ್ಯನವರು, "ಸರಿ" ಎಂದು ಒಪ್ಪಿಕೊಂಡರು.

ಪೊನ್ನಪ್ಪ ಆನೆಚೌಕೂರು ತಪಾಸಣಾ ಗೇಟಿನ ಬಳಿಗೆ ತೆರಳಿದರು. ಅರಣ್ಯ ಇಲಾಖೆಯ ಕೆಲಸದ ಒತ್ತಡ ಒಂದು ಕಡೆಯಾದರೆ, ವಯಸ್ಸಿಗೆ ಬಂದ ಮಗ ಮಾಡಿಕೊಂಡ ಯಡವಟ್ಟನ್ನು ಮನಸ್ಸಿಗೆ ಹಚ್ಚಿಕೊಂಡು ಪೊನ್ನಪ್ಪ ಒಳಗೊಳಗೆ ಜರ್ಜರಿತರಾಗುತ್ತಿದ್ದರು. ಇವೆಲ್ಲದರ ನಡುವೆ ಬೋಬನ್‌ನಿಂದ ಎದುರಾದ ಹೊಸ ಸಮಸ್ಯೆಯಿಂದಾಗಿ ಪೊನ್ನಪ್ಪ ಮತ್ತಷ್ಟು ವ್ಯಘ್ರರಾದರು.

'ಬೋಬನ್ ಮತ್ತು ಅವನ ಸಹಚರರನ್ನು ಹೇಗಾದರು ಮಾಡಿ ಎಡೆಮುರಿ ಕಟ್ಟಲೇಬೇಕು. ಮೊದಲಿನಂತೆ ಅವರನ್ನು ಅರ್ಧಂಬರ್ಧ ಮಾಡಿಬಿಟ್ಟರೆ ಮತ್ತೆ ಮತ್ತೆ ಚಿಗುರುತ್ತಲೇ ಇರುತ್ತಾರೆ' ಎಂದು ಪೊನ್ನಪ್ಪ ಯೋಚಿಸತೊಡಗಿದರು. ಅಂದಿನಿಂದ ಪೊನ್ನಪ್ಪ ಹೋಗುವ ಕಡೆಗೆಲ್ಲ ಇಲಾಖೆಯ ಜೀಪನ್ನೆ ಬಳಸತೊಡಗಿದರು. ಮಗ್ಗುಲಲ್ಲಿ ಸದಾ ಗುಂಡು ತುಂಬಿದ್ದ ಡಬಲ್ ಬ್ಯಾರಲ್ ಕೋವಿ ಇರುತ್ತಿತ್ತು. ಜೊತೆಗೆ ವಾಚರ್ ಅಣ್ಣಪ್ಪ, ಮಾಧವಕುಟ್ಟಿ ಕೊಡುವ ಮಾಹಿತಿಗಾಗಿ ಕಾನೂರು ಜಂಕ್ಷನ್‌ನಲ್ಲಿ ಕಾವಲಿಗೆ ನಿಂತಿದ್ದ.

ಅಂದು ಭಾನುವಾರ. ಕಾರ್ಮಿಕರಿಗೆ ಸಂಬಳದ ದಿನವಾಗಿದ್ದರಿಂದ ಕಾನೂರು ಜಂಕ್ಷನ್‌ನ ಎಲ್ಲಿ ನೋಡಿದರಲ್ಲಿ ಕೂಲಿಯಾಳುಗಳ ಹಿಂಡು. ಕಾಫಿತೋಟಕ್ಕೆ ಪರವೂರುಗಳಿಂದ ಕೆಲಸದವರನ್ನು ಕರೆತರುವ ಜೀಪುಗಳು ಬೀದಿಬದಿಗಳಲ್ಲಿ ಸಾಲಾಗಿ ನಿಂತಿದ್ದವು. ಒಂಟಿಕಣ್ಣಿನ ಕೂಸಪ್ಪಣ್ಣನವರ ದಿನಸಿ ಅಂಗಡಿಯಲ್ಲಿ ಅಕ್ಕಪಕ್ಕದ ಹಾಡಿಯವರು ಮುಗಿಬಿದ್ದು ಅಕ್ಕಿಬೇಳೆಯನ್ನು ಕಟ್ಟಿಸಿಕೊಳ್ಳುತ್ತಿದ್ದರೆ, ಮಾಧವಕುಟ್ಟಿ ಎಂದಿನಂತೆ ಪುರುಸೋತ್ತಿಲ್ಲದೇ ಚಹಾವನ್ನು ಒಂದು ಪಾಟೆಯಿಂದ ಮತ್ತೊಂದು ಪಾಟೆಗೆ ಮಗ್ಗಲು ಬದಲಾಯಿಸುವುದರಲ್ಲಿ ತಲ್ಲೀನನಾಗಿದ್ದ. ಆ ವೇಳೆಗೆ ಅಪರಿಚಿತ ನಾಲ್ಕೈದು ಮುಖಗಳು ಹೋಟೆಲಿನೊಳಕ್ಕೆ ಬಂದು ಚಹ ಹೇಳಿ ಕುಳಿತುಕೊಂಡರು. ಬಂದವರೆಲ್ಲರೂ ಅದೇನೋ ಗಾಢ ಚಿಂತೆಯಲ್ಲಿರುವಂತೆ ಅವರ ಮುಖಭಾವ ಹೇಳುತ್ತಿತ್ತು. ಮಾಧವಕುಟ್ಟಿ ಅವರನ್ನು ಒಮ್ಮೆ ಸೂಕ್ಷ್ಮವಾಗಿ ದಿಟ್ಟಿಸಿದ. ಗುಂಪಿನಲ್ಲಿದ್ದವರಲ್ಲಿ ಕೆಲವರನ್ನು ಎಲ್ಲೋ ನೋಡಿದ ನೆನಪಿದೆಯಲ್ಲ! ಎಂದು ಅವನು ಯೋಚಿಸುತ್ತಿರುವಾಗಲೇ, 'ಮೊದಲಾಳಿ ಬೋಬನ್ ಕೇರಳದಿಂದ ಕರೆಸಿರುವ ರೌಡಿಗಳವರು' ಎಂದು ಅವರಲ್ಲಿಬ್ಬರನ್ನು ಅಂದು ರೈಟರ್ ತನಿಯ ತೋರಿಸಿ ಹೇಳಿದ ಮಾತು ಟಕ್ಕನೆ ಮಾಧವಕುಟ್ಟಿಯ ಸ್ಮೃತಿಪಟಲದಲ್ಲಿ ಮಿಂಚಿತು. ಹೌದು! ಅಂದು ಟೀ ಕುಡಿಯಲು ಬಂದಿದ್ದ ವೇಳೆ, ನಾನು ಪೂರ್ವಪರ ವಿಚಾರಿಸುವಾಗ ತೊದಲಿದವನು ಇವನೇ! ಮಾಧವಕುಟ್ಟಿಯ ಟೀ ಸೋಸುತ್ತಿದ್ದ ಕೈ ಗಾಬರಿಯಿಂದ ತೆಳ್ಳಗೆ ನಡುಗತೊಡಗಿತು. ಕಣ್ಣುಗಳು ಪೊನ್ನಪ್ಪನವರು ನೇಮಿಸಿದ್ದ ಸಿಬ್ಬಂದಿಯನ್ನು ಹುಡುಕಲು ಪ್ರಾರಂಭಮಾಡಿತು. ಸಾವರಿಸಿಕೊಂಡು ಟೀ ಮಾಡಿ ಆ ಆಗಂತುಕರ ಎದುರಿಗೆ ಇಟ್ಟವನೇ ಹೋಟೆಲಿನಿಂದ ಹೊರಕ್ಕೆ ಬಂದ. ಮೂಲೆಯಲ್ಲಿದ್ದ ಗಸಗಸೆ ಮರದಡಿಯಲ್ಲಿ ಅಣ್ಣಪ್ಪ ಬೀಡಿ ಸೇದುತ್ತಾ ಕುಳಿತಿದ್ದ. ಸೀದ ಅವನೆಡೆಗೆ ನಡೆದುಬಂದ ಮಾಧವಕುಟ್ಟಿ, "ಕಾಯುತ್ತಿದ್ದವರು ಬಂದಿದ್ದಾರೆ ಮತ್ತು ಇಂದು ಒಟ್ಟು ಆರು ಮಂದಿಯಿದ್ದಾರೆ ಎಂದು ಪೊನ್ನಪ್ಪನವರಿಗೆ ತಿಳಿಸಿಬಿಡು" ಎಂದು ಹೇಳಿ ಮರಳಿ ಅವಸವಸರವಾಗಿ ಹೋಟೆಲಿನೊಳಕ್ಕೆ ಹೋದ. ಮಾಧವಕುಟ್ಟಿ ಹೋಟೆಲಿನೊಳಕ್ಕೆ ಬರುವಾಗ

ಯಾವುದೇ ಸಂಶಯವಿಲ್ಲದೇ ಆಗಂತುಕರು ಉಳ್ಳಿವಡೆಯ ಜೊತೆಗೆ ಟೀ ಸವಿಯುತ್ತಿದ್ದರು.

ಅಣ್ಣಪ್ಪ ಶೀಘ್ರವಾಗಿ ಬಂದು ಪೊನ್ನಪ್ಪನವರಿಗೆ ವಿಷಯ ಮುಟ್ಟಿಸಿದ. ಅವನ ಮಾತು ಕೇಳಿ ಫಾರೆಸ್ಟರಿಗೆ ಆಶ್ಚರ್ಯವಾಗತೊಡಗಿತು. 'ತಾನು ಮನೆಯಲ್ಲಿಲ್ಲದ ದಿನವನ್ನೆ ಇವರು ಆಯ್ಕೆ ಮಾಡಿಕೊಂಡಿದ್ದಾರೆ! ಈ ಮೊದಲು ಕೂಡ ಹಾಗೆಯೇ ನಡೆದಿತ್ತು. ತಾನಿಂದು ರಾತ್ರಿಪಾಳಿ ಮಾಡುತ್ತೇನೆ ಎಂಬ ಮಾಹಿತಿ ಇವರಿಗೆ ಮೊದಲೇ ಇದೆಯಾ! ಎಂದು ಪೊನ್ನಪ್ಪನವರಿಗೆ ಅನುಮಾನ ಶುರುವಾಯಿತು. ತಡಮಾಡದೇ ರೇಂಜರ್ ಅಚ್ಚಯ್ಯನವರ ಬಳಿ ತೆರಳಿ, "ಬೋಬನ್‌ನ ಕಡೆಯ ಆರು ಜನ ಇಂದು ಮತ್ತೆ ಕಾನೂರಿನಲ್ಲಿ ಕಾಣಿಸಿಕೊಂಡಿದ್ದಾರೆ" ಎಂಬ ವಿವರವನ್ನು ತಿಳಿಸಿದರು.

"ನೀವು ಇಲ್ಲಿರುವಾಗ ಅವರು ಅಲ್ಲಿ ಏನು ಮಾಡುತ್ತಿದ್ದಾರೆ! ಅವರು ನಿಮಗೇನಾದರು ಮಾಡಬೇಕು ಅಂತ ಉದ್ದೇಶ ಇಟ್ಟುಕೊಂಡಿದ್ದರೆ, ನೀವಿರುವಲ್ಲಿಗೆ ಹುಡುಕಿಕೊಂಡು ಬರುತ್ತಿದ್ದರಲ್ಲವೇ? ಇದೊಳ್ಳೆ ತಮಾಷೆ ಆಯ್ತಲ್ಲ ಪೊನ್ನಪ್ಪ" ಎಂದು ಅಚ್ಚಯ್ಯನವರು ಹೇಳಿದರು.

"ಇಲ್ಲ ಸರ್, ಅವರ ಉದ್ದೇಶ ಬೇರೇನೊ ಇದೆ. ಅವರಿಗೆ ನನ್ನನ್ನು ಅಪಾಯಕ್ಕೀಡು ಮಾಡುವ ಯಾವುದೇ ಇರಾದೆ ಇಲ್ಲವೆಂದು ತೋಚುತ್ತದೆ. ಅವರು ಬಂದು ಇಷ್ಟು ದಿನವಾದರು ಕೂಡ ಒಮ್ಮೆಯೂ ನನ್ನ ಎದುರಿಗೆ ಬಂದಿಲ್ಲ. ಬದಲಿಗೆ ನನ್ನ ಕಂಡ ತಕ್ಷಣವೇ ಅಲ್ಲಿಂದ ಪರಾರಿಯಾಗಿದ್ದರು" ಎಂದು ಪೊನ್ನಪ್ಪ ಹೇಳಿದರು.

"ಅದು ಸರಿನೇ!"

"ಇಷ್ಟು ದಿನ ಒಬ್ಬರೋ ಇಬ್ಬರೋ ಕಾಣಿಸಿಕೊಳ್ಳುತ್ತಿದ್ದವರು ಇವತ್ತು ಸುಮಾರು ಆರು ಜನ ಬಂದಿದ್ದಾರೆ. ಅಂದಮೇಲೆ ಅವರು ಏನು ಮಾಡಬೇಕು ಎಂದು ಉದ್ದೇಶ ಇಟ್ಟುಕೊಂಡಿದ್ದಾರೋ, ಅದನ್ನು ಇಂದೇ ಮಾಡುತ್ತಾರೆ. ಅದರಿಂದ ನಾವು ಕೂಡ ಸಿದ್ಧವಾಗಿ ಕಾನೂರಿನ ಸುತ್ತ ಪಹರೆ ಕೂತರೆ ಅವರನ್ನು ಕೈಯಾರೆ ಹಿಡಿಯಬಹುದು" ಎಂದು ಪೊನ್ನಪ್ಪ ಹೇಳಿದರು.

"ಪೊನ್ನಪ್ಪ ನಿಮ್ಮ ಊರು ಕುಟ್ಟ ರೇಂಜ್‌ಗೆ ಬೇರೆ ಸೇರುತ್ತೆ, ಅಲ್ಲಿ ಹೋಗಿ ನಾವು ಕೂತು ಏನಾದರು ಹೆಚ್ಚುಕಮ್ಮಿಯಾದರೇ!"

"ಹಾಗೇನು ನಡೆಯದ ರೀತಿಯಲ್ಲಿ ನಾನು ನೋಡಿಕೊಳ್ಳುತ್ತೇನೆ ಸರ್" ಎಂದು ಪೊನ್ನಪ್ಪ ಆತ್ಮವಿಶ್ವಾಸದಿಂದ ಹೇಳಿದರು.

"ಸರಿ, ಏನು ನಿಮ್ಮ ಪ್ಲಾನ್?"

“ಮೊದಲಿಗೆ ಮಾಧವಕುಟ್ಟಿಯನ್ನು ಭೇಟಿಮಾಡಿ, ಹೆಚ್ಚಿನ ಮಾಹಿತಿಯೇನಾದರು ಇದೆಯಾ ಎಂದು ತಿಳಿದುಕೊಂಡು, ಆಗಂತುಕರು ಎತ್ತಕಡೆ ಹೋಗಿದ್ದಾರೆ ಎಂಬುದನ್ನು ಪತ್ತೆ ಹಚ್ಚಬೇಕು. ಒಂದು ವೇಳೆ ಈ ಬಾರಿಯೂ ಅವರು ನನ್ನ ಮನೆಯ ಕಡೆ ಹೋಗಿದ್ದಾದರೆ, ಅವರು ಅದೇನು ಮಾಡುವುದಿದ್ದರು ನನ್ನ ಮನೆಯ ಸುತ್ತಮುತ್ತಲೇ ಮಾಡುತ್ತಾರೆ”

“ಇದೊಳ್ಳೆ ವಿಚಿತ್ರ ಪ್ರಕರಣವಾಯ್ತಲ್ಲ! ಆ ಬಡ್ಡಿಮಕ್ಕಳ ಉದ್ದೇಶ ಏನು ಅಂತಾನು ಅರ್ಥ ಆಗ್ತಾ ಇಲ್ವಲ್ಲ!” ಎಂದು ಅಚ್ಚಯ್ಯನವರು ಪೊನ್ನಪ್ಪನನ್ನೆ ದಿಟ್ಟಿಸತೊಡಗಿದರು.

“ಅದನ್ನು ನಿಖರವಾಗಿ ಹೇಳುವಂತಿಲ್ಲ ಸರ್, ನಾವು ಕಳೆದ ಬಾರಿ ಆ ಬೋಬನ್‌ಗೆ ಕೊಟ್ಟ ಏಟಿನ ಪರಿಣಾಮ ಅವನು ಏನು ಮಾಡಲಿಕ್ಕು ಹೇಸಲಾರ”

“ಅದು ಸರಿಯೇ! ನೀವು ಮಾತ್ರ ಹುಷಾರಾಗಿರಿ, ಬೇರೆ ರೇಂಜ್ ಆಗಿರುವುದರಿಂದ ಮೈಯೆಲ್ಲ ಕಣ್ಣಾಗಿರಲಿ”

ತಡಮಾಡದೇ ನಾಲ್ಕೈದು ಗಾರ್ಡ್‌ಗಳನ್ನು ಕರೆದು ಪ್ರಕರಣದ ಸೂಕ್ಷ್ಮತೆಯನ್ನು ವಿವರಿಸಿ ಕೋವಿ ಟಾರ್ಚುಗಳ ಸಮೇತವಾಗಿ ಜೀಪೇರಿ ಪೊನ್ನಪ್ಪನವರ ತಂಡ ಕಾನೂರಿನತ್ತ ಹೊರಟಿತು. ಮುಂಬದಿಯಲ್ಲಿ ಕುಳಿತಿದ್ದ ಪೊನ್ನಪ್ಪನವರಿಗೆ ಮನದಲ್ಲಿ ಏನೋ ಒಂದು ರೀತಿಯ ಸಂಕಟ. ‘ಒಂದು ವೇಳೆ ಇವರು ನನ್ನ ಮೇಲಿರುವ ಸಿಟ್ಟಿಗೆ ಮನೆಯವರಿಗೇನಾದ್ರು ಮಾಡಿಬಿಟ್ಟರೆ! ಪೊನ್ನಪ್ಪನವರಿಗೆ ಆ ವಿಚಾರವನ್ನು ಊಹಿಸಲು ಕೂಡ ಕಷ್ಟವಾಗತೊಡಗಿತು. ಕಾನೂರು ತಲುಪಲು ಇನ್ನು ಕೊಂಚ ದೂರ ಇದೆ ಎನ್ನುವಾಗಲೇ ಜೀಪು ನಿಲ್ಲಿಸಲು ಹೇಳಿದ ಪೊನ್ನಪ್ಪ, ಒಬ್ಬ ಗಾರ್ಡನ್ನು ಕಳುಹಿಸಿ ಮಾಧವಕುಟ್ಟಿಯನ್ನು ಕರೆತರಲು ಹೇಳಿದರು.

ಹತ್ತದಿನೈದು ನಿಮಿಷ ಕಳೆಯುವಾಗ ಗಾರ್ಡ್ ಮತ್ತು ಮಾಧವಕುಟ್ಟಿ ನಡೆದು ಬರುತ್ತಿರುವುದು ಜೀಪಿನಲ್ಲಿ ಕುಳಿತಿದ್ದವರಿಗೆ ಕಾಣಿಸತೊಡಗಿತು. ಅವರು ಹತ್ತಿರವಾಗುತ್ತಿದ್ದಂತೆ ಕೆಳಗಿಳಿದ ಪೊನ್ನಪ್ಪ, “ಏನ್ ವಿಷಯ ಮಾಧವೇಟ?” ಎಂದು ಕೇಳಿಕೊಂಡು ಬಳಿಗೆ ಬಂದರು.

“ಫಾರೆಸ್ಟ್ರೆ ಸಂಜೆಯ ವೇಳೆ ಮಾಮೂಲಿಯಾಗಿ ಅವರು ಐದಾರು ಜನ ಬಂದು ಟೀ ಕುಡಿದು ಎದ್ದು ಹೋದರು. ಅಷ್ಟರಲ್ಲಾಗಲೆ ನಾನು ಅಣ್ಣಪ್ಪನಿಗೆ ವಿವರ ಮುಟ್ಟಿಸಿದ್ದೆ. ಅವರು ಹೋದ ನಂತರ ಎತ್ತ ಕಡೆ ಹೋಗುತ್ತಿದ್ದಾರೆ ಎಂದು ತಿಳಿದುಕೊಳ್ಳುವ ಸಲುವಾಗಿ ಮಗ ನಾರಾಯಣನನ್ನು ಅವರ ಹಿಂದೆಯೇ ಯಾರಿಗು ಕಾಣದಂತೆ ಮೆಲ್ಲನೆ ಹೋಗಿ ನೋಡಿಕೊಂಡು ಬರಲು ತಿಳಿಸಿದೆ. ಅವನು ನಾನು ಹೇಳಿದಂತೆಯೇ ಅವರ ಹಿಂದೆಯೇ

ಹೋದ. ಒಂದಷ್ಟು ಸಮಯದ ನಂತರ ಅವನು ಮರಳಿ ಬಂದು, ಅವರಷ್ಟು ಜನರು ಕೊಲ್ಲಿಯ ಕಡೆಯಿಂದ ಯಾರಿಗೂ ಕಾಣದಂತೆ ಫಾರೆಸ್ಟ್ರ ತೋಟಕ್ಕೆ ನುಗ್ಗಿದರು ಎಂದು ತಿಳಿಸಿದ" ಅಂತ ಮಾಧವಕುಟ್ಟಿ ವಿವರಿಸಿದ.

ಇಲ್ಲೇನೊ ಗಂಡಾಂತರ ಘಟಿಸಲಿದೆ ಎಂದು ಪೊನ್ನಪ್ಪನಿಗೆ ನಿಶ್ಚಯವಾಯಿತು. ಮಾಧವಕುಟ್ಟಿಯನ್ನು ಕೂಡ ತನ್ನ ಜೀಪಿನಲ್ಲೆ ಕೂರಿಸಿಕೊಂಡು ಜಂಕ್ಷನ್‌ಗೆ ಹೋದ ಪೊನ್ನಪ್ಪ ಮತ್ತು ತಂಡ, ಎಸ್.ಟಿ.ಡಿ ಬೂತ್‌ನಿಂದ ಅಚ್ಚಯ್ಯನವರಿಗೆ ಕರೆಮಾಡಿ ವಿವರ ಮುಟ್ಟಿಸುವ ಜೊತೆಗೆ "ಅವಶ್ಯಕತೆ ಬಿದ್ದರೆ ತಮಗೆ ಕರೆ ಮಾಡುತ್ತೇವೆ, ಹೆಚ್ಚಿನ ಸಹಾಯಕ್ಕಾಗಿ ತಾವು ಕೂಡ ಧಾವಿಸಲು ಸಿದ್ದವಾಗಿರಿ" ಎಂದು ತಿಳಿಸಿದರು. ಅಚ್ಚಯ್ಯನವರು ಕೂಡ ಕಾರ್ಯಪ್ರವೃತ್ತರಾಗತೊಡಗಿದರು.

ಜೀಪನ್ನು ಒಂದು ಬದಿಗೆ ನಿಲ್ಲಿಸಿ ಅದರಲ್ಲಿ ಒಬ್ಬ ಗಾರ್ಡ್ ಮತ್ತು ವಾಚರ್‌ನನ್ನು ಕಾವಲಿಗೆ ಕೂರಿಸಿ, "ನನ್ನ ಮನೆಗೆ ಹೋಗುವ ರಸ್ತೆಯಲ್ಲಿ ಯಾವುದಾದರು ವಾಹನ ಅನುಮಾನಸ್ಪದವಾಗಿ ಓಡಾಡಿದರೆ, ನನಗೆ ವಾಕಿಟಾಕಿಯ ಮೂಲಕ ಮಾಹಿತಿ ನೀಡಿ" ಎಂದು ಹೇಳಿ, ಉಳಿದವರನ್ನು ಕರೆದುಕೊಂಡು ಕಾಡು ದಾರಿಯಲ್ಲಿ ಪೊನ್ನಪ್ಪ ತನ್ನ ಮನೆಯತ್ತ ಹೆಜ್ಜೆ ಹಾಕಿದರು.

ಮನೆಯ ಹಿಂಬದಿಯ ಬಾಗಿಲು ಟಕ್, ಟಕ್ ಎಂದು ಬಡಿದ ಶಬ್ದ ಕೇಳಿ ಬರತೊಡಗಿತು. ಎದುರಿನ ಕೋಣೆಯಲ್ಲಿ ಟಿ.ವಿ. ನೋಡುತ್ತಾ ಕುಳಿತಿದ್ದ ಬೊಳ್ಳವ್ವ ಮತ್ತು ದೇಚಮ್ಮರಿಗೆ ಶಬ್ದ ಕೇಳುತ್ತಿದ್ದಂತೆ ಎದೆ 'ಡವಡವ' ಎಂದು ಬಡಿದುಕೊಳ್ಳತೊಡಗಿತು. ಕೆಲವು ದಿನಗಳಿಂದ ಅನುಮಾನಸ್ಪದವಾಗಿ ಮನೆ, ತೋಟದ ಬಳಿಯೆಲ್ಲಾ ಯಾರ್‍ಯಾರೋ ಓಡಾಡುತ್ತಿರುವುದು, ಪೊನ್ನಪ್ಪನವರಿಗೆ ಮರಗಳ್ಳರಿಂದ ಬೆದರಿಕೆ ಇರುವುದು ಎಲ್ಲವೂ ಒಮ್ಮೆಲೇ ಬೊಳ್ಳವ್ವಳಿಗೆ ಜ್ಞಾಪಕಕ್ಕೆ ಬರತೊಡಗಿತು. ಭಯದಿಂದ ದೇಚಮ್ಮ, ಬೊಳ್ಳವ್ವನವರ ಕೈಹಿಡಿದುಕೊಂಡಳು. ಮೆಲ್ಲನೇ ಅವಳ ಕೈಯಿಂದ ಬಿಡಿಸಿಕೊಂಡ ಬೊಳ್ಳವ್ವ, ತುಟಿಯ ಮೇಲೆ ಬೆರಳಿಟ್ಟು ಸದ್ದು ಮಾಡಬೇಡ ಎಂದು ಸನ್ನೆ ಮಾಡಿ, ರಿಮೋಟ್‌ನಿಂದ ಟಿ.ವಿ.ಯ ಸದ್ದನ್ನು ಕಡಿಮೆ ಮಾಡಿದರು. 'ಸನ್ನಿಯನ್ನು ಕರೆಯುವ ಎಂದರೆ ಅವನು ತಕ್ಷಣಕ್ಕೆ ಎದ್ದು ಹೊರಬರುವ ಅಸಾಮಿಯಲ್ಲ, ಹಿಂಬದಿಯಿಂದ ಬಂದಿದ್ದಾರೆ ಎಂದರೆ ಇದು ಶತ್ರುಗಳೇ ಇರಬೇಕು' ಎಂದು ಯೋಚಿಸಿದ ಬೊಳ್ಳವ್ವ, ತಡಮಾಡದೇ ಗೋಡೆಯ ಮೇಲೆ ತೂಗು ಹಾಕಿದ್ದ ಕೋವಿಯನ್ನು ಕೈಗೆತ್ತಿಕೊಂಡಳು. ಮತ್ತೆ ಬಾಗಿಲು ಬಡಿಯುವ ಶಬ್ದ! ಟಿ.ವಿ.ಯ ಸದ್ದು ಕಡಿಮೆ ಮಾಡಿದ್ದರಿಂದ ಇವಾಗ ಬಾಗಿಲು ಬಡಿಯುವ ಶಬ್ದ ಸ್ಪಷ್ಟವಾಗಿ ಕೇಳಿಬರತೊಡಗಿತು. ಕೋವಿ

ಹಿಡಿದುಕೊಂಡೆ ಬೊಳ್ಳವ್ವ ಹಿಂಬದಿಯ ಬಾಗಿಲಿನತ್ತ ಹೆಜ್ಜೆ ಹಾಕತೊಡಗಿದಳು. ದೇಚಮ್ಮ ಕೂಡ ಬೊಳ್ಳವ್ವಳ ಸೆರಗಿಡಿದುಕೊಂಡು ಹಿಂಬಾಲಿಸತೊಡಗಿದಳು. ಬಾಗಿಲ ಬಳಿ ತಲುಪಲು ಇನ್ನೆರಡು ಹೆಜ್ಜೆ ಬಾಕಿ ಉಳಿದಿದೆ ಎನ್ನುವಷ್ಟರಲ್ಲಿ, "ಬೊಳ್ಳು ಏ ಬೊಳ್ಳು" ಎಂದು ಕರೆಯುತ್ತಿರುವ ಪರಿಚಿತ ಧ್ವನಿ ಕೇಳಿಸತೊಡಗಿತು. "ಅದು ಪಪ್ಪನ ಧ್ವನಿ ಇದ್ದ ಹಾಗೆ ಕೇಳಿಸುತ್ತಿದೆ!" ಎಂದು ದೇಚಮ್ಮ ಮೆಲ್ಲನೆ ಬೊಳ್ಳವ್ವಳ ಕಿವಿಯಲ್ಲಿ ಉಸುರಿದಳು. ಬೊಳ್ಳವ್ವ ಮತ್ತಷ್ಟು ಕಿವಿಯಗಲಿಸಿ ಕೇಳತೊಡಗಿದಳು. ಹೌದು, ಪೊನ್ನಪ್ಪನವರದ್ದೆ ಧ್ವನಿ! ಇವರ್ಯಾಕೆ ಈ ಹೊತ್ತಲ್ಲಿ ಹಿಂಬದಿಯಿಂದ ಬಂದು ಕರೆಯುತ್ತಿದ್ದಾರೆ? ಅದು ಇಷ್ಟು ಮೆಲ್ಲಗೆ! ಎಂದು ಶಬ್ದ ಬಾರದಂತೆ ಬಾಗಿಲಿನ ಚಿಲ್ಕವನ್ನು ಸರಿಸಿ ಹೊರಕ್ಕೆ ಇಣುಕಿದಳು. ಬಾಗಿಲು ತೆರೆಯುತ್ತಿದ್ದಂತೆ ಪೊನ್ನಪ್ಪನವರು ಪುಸಕ್ಕನೆ ಒಳಕ್ಕೆ ಧಾವಿಸಿದರು. ಅವರ ಹಿಂದೆಯೇ ಗಾರ್ಡ್‌ಗಳು ಕೂಡ ಒಳಬಂದರು. ಕೋವಿಯಿಡಿದು ನಿಂತಿದ್ದ ಮಡದಿಯನ್ನು ಕಂಡ ಪೊನ್ನಪ್ಪನವರಿಗೆ ಆ ಆತಂಕದ ನಡುವೆಯೂ ಒಂದು ಕ್ಷಣ ನಗು ಬಂತು. ಅವಳನ್ನು ಕೈಹಿಡಿದು ಕೋಣೆಯೊಳಕ್ಕೆ ಕರೆದುಕೊಂಡು ಹೋದ ಪೊನ್ನಪ್ಪನವರು, "ಆ ಮರಗಳ್ಳರ ಕಡೆಯವರು ಸಂಜೆಯೇ ನಮ್ಮ ತೋಟದ ಕಡೆಗೆ ಬಂದಿದ್ದಾರೆ ಎಂಬ ಮಾಹಿತಿಯಿದೆ. ಅವರ ಉದ್ದೇಶ ಕೂಡ ಏನಿದೆ ಎಂಬುದು ನಮಗ್ಯಾರಿಗು ಗೊತ್ತಿಲ್ಲ. ನಾನು ಬರುವ ಮುನ್ನ ನಿಮಗೇನಾದರು ಕೇಡು ಮಾಡಿಬಿಡುತ್ತಾರೊ ಎಂದು ಗಾಬರಿಯಾಗಿಬಿಟ್ಟಿದ್ದೆ" ಎಂದು ಪಿಸುಧ್ವನಿಯಲ್ಲಿ ಬೊಳ್ಳವ್ವನವರ ಬಳಿ ಹೇಳಿದರು.

ನಂತರ, "ನೀನು ಮತ್ತು ದೇಚಮ್ಮ ಬೇಗ ಊಟ ಮಾಡಿ ಮಲಗಿಕೊಳ್ಳಿ, ನಾನು ಗಾರ್ಡ್‌ಗಳ ಜೊತೆ ಮುಂಬದಿಯ ಕೋಣೆಯಲ್ಲಿ ಕೂತಿರುತ್ತೇನೆ. ತಡರಾತ್ರಿ ತೋಟಕ್ಕೆ ಒಂದು ಸುತ್ತು ಹೋಗಬೇಕಾಗಬಹುದು, ನೋಡುವಾ! ಒಂದು ವೇಳೆ ಹೋಗುವವನಿದ್ದರೆ ನಿನಗೆ ತಿಳಿಸಿಯೇ ಹೋಗುತ್ತೇನೆ" ಎಂದು ಪರಿಸ್ಥಿತಿಯ ಸೂಕ್ಷ್ಮತೆಯನ್ನು ಮಡದಿಗೆ ಪೊನ್ನಪ್ಪನವರು ವಿವರಿಸಿದರು.

ಬೊಳ್ಳವ್ವ ಮರುಮಾತನಾಡದೆ ಸೊಸೆಯೊಂದಿಗೆ ಅಡುಗೆ ಕೋಣೆಗೆ ಹೋಗಿ ಅರ್ಧಂಬರ್ಧ ಉಂಡು, ಕೋಣೆ ಸೇರಿ ಬಾಗಿಲು ಭದ್ರಪಡಿಸಿಕೊಂಡಳು. ಅವರು ಹೋದ ನಂತರದಲ್ಲಿ ಉಳಿದಿದ್ದ ಅನ್ನವನ್ನು ಎಲ್ಲರಿಗೂ ಬಡಿಸಿ, ತಾನು ಉಂಡು, ಮನೆಯ ಒಂದೊಂದು ಮೂಲೆಯಲ್ಲಿ ಒಬ್ಬೊಬ್ಬರನ್ನು ಕೂರಿಸಿ ಆಗಂತುಕರ ಚಲನವಲನಗಳೇನಾದರು ಕೇಳಿಸುತ್ತಿದೆಯಾ ಎಂದು ಆಲಿಸಲು ತಿಳಿಸಿ, ಪೊನ್ನಪ್ಪ ಕೂಡ ಒಂದು ಬದಿಯಲ್ಲಿ ಹೋಗಿ ಕುಳಿತುಕೊಂಡರು.

ಸಮಯ ಹತ್ತು ಗಂಟೆ ಕಳೆದರೂ ಬೋಬನ್ ಕಡೆಯವರ ಯಾವುದೇ ಸದ್ದುಸುದ್ದಿಯಿಲ್ಲ. 'ಈ ಕ್ಷಣದವರೆಗೂ ಅವರು ಮನೆಯ ಅಕ್ಕಪಕ್ಕಕ್ಕೂ ಸುಳಿದಿಲ್ಲ.

ಹಿಂತಿರುಗಿ ಹೋಗುವ ಸಾಧ್ಯತೆಯೂ ಕಡಿಮೆ! ಒಂದು ವೇಳೆ ಹಾಗೇನಾದರು ಹೋಗಿದ್ದರೆ ಜಂಕ್ಷನ್ ಬಳಿಯಿರುವ ನಮ್ಮವರ ಕಣ್ಣಿಗೆ ಬಿದ್ದೇಬೀಳುತ್ತಿದ್ದರು. ಯಾವುದಕ್ಕು ಬಂದಾಗಿದೆ, ಏನಾಗುತ್ತೊ ಅಂತ ನೋಡಿಯೇ ಬಿಡುವಾ' ಎಂದು ಪೊನ್ನಪ್ಪ ಮೌನವಾಗಿ ಕುಳಿತಿದ್ದರು. ಕೋಣೆಯೊಳಗಿದ್ದ ದೇಚಮ್ಮ ನಿದ್ರೆಗೆ ಜಾರಿದ್ದರೆ, ಬೊಳ್ಳವ್ವ ಒಳಗೊಳಗೇ ಚಡಪಡಿಸುತ್ತಿದ್ದಳು.

'ಒಂದು ವೇಳೆ ಇವರು ನನ್ನ ತೋಟದ ನಡುಭಾಗದಲ್ಲಿರುವ ಆ ಗಂಧದ ಮರವನ್ನೇನಾದ್ರು ಹೊಡೆದುಕೊಂಡು ಹೋಗಲು ಸ್ಕೆಚ್ ಹಾಕಿದ್ದಾರಾ! ಹಾಗೇನಾದರು ಆದರೆ ಅವರನ್ನು ಅಲ್ಲಿಯೇ ಗುಂಡುಹೊಡೆದು ಸಾಯಿಸಿಬಿಡುತ್ತೇನೆ. ಇನ್ನಿಲ್ಲಿ ಕೂರುವುದು ತರವಲ್ಲ, ಯಾವುದಕ್ಕು ತೋಟಕ್ಕೆ ಒಂದು ಸುತ್ತು ಗಸ್ತು ಹಾಕಿ ಬರುವುದೇ ಒಳಿತು' ಎಂದು ಉಳಿದವರಿಗು ಸನ್ನೆ ಮಾಡಿ ಕುಳಿತಲ್ಲಿಂದ ಎದ್ದರು. ಕಾಲಸಪ್ಪಳ ಕೇಳತೊಡಗಿದಂತೆ ಮಂಚದ ಮೇಲೆ ಕುತ್ತನೆ ಕುಳಿತಿದ್ದ ಬೊಳ್ಳವ್ವ ಎದ್ದು ಬಂದು ಬಾಗಿಲು ಸರಿಸಿ ನೋಡಿದಳು. ಬೊಳ್ಳವ್ವ ಬಾಗಿಲು ತೆರೆಯುತ್ತಿರುವುದನ್ನು ಗಮನಿಸಿದ ಪೊನ್ನಪ್ಪ ಅವಳೆಡೆಗೆ ಬಂದು, "ಬಾಗಿಲು ಭದ್ರಪಡಿಸಿಕೊ ಬೊಳ್ಳು, ನಾನು ಹೊರಗಡೆ ಹೋಗಿ ಒಮ್ಮೆ ನೋಡಿಕೊಂಡು ಬರುತ್ತೇನೆ" ಎಂದು ಹೇಳಿದರು.

ಪೊನ್ನಪ್ಪನವರನ್ನೆ ದಿಟ್ಟಿಸುತ್ತಿದ್ದ ಬೊಳ್ಳವ್ವಳ ಕಂಗಳು ತುಂಬಿಕೊಳ್ಳತೊಡಗಿತು.

"ರೀ ಹುಷಾರು"

"ನೀನು ಭಯಪಡಬೇಡ ಬೊಳ್ಳು, ಅವರು ನನ್ನನ್ನೇನಾದ್ರು ಮಾಡಬೇಕು ಎಂಬ ಉದ್ದೇಶ ಇಟ್ಟುಕೊಂಡು ಬಂದವರಾಗಿದ್ದರೆ, ಇಂದಲ್ಲ ನಾಳೆ ನಾವು ಪರಸ್ಪರ ಮುಖಾಮುಖಿಯಾಗಲೇಬೇಕು. ಅದೇನೆ ಆಗುವುದಿದ್ದರು ಇವತ್ತೆ ಇತ್ಯರ್ಥ ಆಗಿಬಿಡಲೀ, ಹೊರಗಡೆ ಏನೇ ಘಟಿಸಿದರು ನೀನು ಮಾತ್ರ ಬಾಗಿಲು ತೆಗೆಯಬೇಡ" ಎಂದು ಕೋಪದಿಂದ ಹೇಳಿದ ಪೊನ್ನಪ್ಪ ಹೊರನಡೆದೇಬಿಟ್ಟರು.

'ಕಳ್ಳಕಾಕರ ವಿಚಾರದಲ್ಲಿ ನಿಷ್ಠುರವಾದಿಯಾಗಿದ್ದ ಪೊನ್ನಪ್ಪ, ಯಾವುದಾದರು ವಿಚಾರವನ್ನು ಒಮ್ಮೆ ನಿರ್ಣಯಿಸಿದರೆ ಮತ್ತೆ ಅದರಿಂದ ಹಿಂದೆ ಸರಿಯುವ ಜಾಯಮಾನದವನಲ್ಲ!' ಎಂದು ತಿಳಿದಿದ್ದ ಬೊಳ್ಳವ್ವ ಆ ಕತ್ತಲಲ್ಲಿ ಅವರು ಮರೆಯಾಗುವುದನ್ನು ನೋಡುತ್ತಾ ನಿಂತಳು.

ಅಂದು, ಕಾರ್ಯಾಚರಣೆಗೆ ಅನುವಾಗಲೇನೊ ಎಂಬಂತೆ ಚಂದಿರ ಕೂಡ ಮೈತೆರೆದು ಬೆಳಕನ್ನು ಸೂಸುತ್ತಿದ್ದ. ತೋಟದೊಳಗಿನ ಕಾಲುದಾರಿಯಲ್ಲಿ ನಡೆದರೆ ಆಗಂತುಕರಿಗೆ ಕಾಣಿಸಿಬಿಡಬಹುದು ಎಂದು ಬೇಲಿಬದಿಯ ಅಂಚಿನಿಂದ ತೋಟದೆಡೆಗೆ ಪೊನ್ನಪ್ಪ ಮತ್ತು ಸಂಗಡಿಗರು ನಡೆಯತೊಡಗಿದರು. ಕೋವಿ ಸಿಡಿಯಲು ಸಿದ್ಧವಾಗಿ ಆಗಂತುಕರನ್ನು ಎದುರು ನೋಡುತಲಿತ್ತು. ಒಂದಷ್ಟು

ದೂರ ನಡೆದಿರಬಹುದು ಕಾನನದ ಏಕತಾನತೆಗೆ ಭಂಗ ತರುವಂತೆ ದಸಕ್ ದಸಕ್ ಎಂದು ಹಾರೆಯಲ್ಲಿ ಮಣ್ಣನ್ನು ಮೀಟುತ್ತಿರುವ ಧ್ವನಿ ಗಾಳಿಯಲ್ಲಿ ತೇಲಿಬರತೊಡಗಿತು. ಪೊನ್ನಪ್ಪನವರು ತಕ್ಷಣ ಎಲ್ಲರಿಗೂ ನಿಲ್ಲುವಂತೆ ಸನ್ನೆ ಮಾಡಿ ಅಲ್ಲಿಯೇ ಕುಕ್ಕರಕಾಲಿನಲ್ಲಿ ಕುಳಿತು ಕಿವಿಗೊಡತೊಡಗಿದರು. ಧ್ವನಿ ಕೇಳುತ್ತಲೆ ಇತ್ತು. ಒಂದೈದು ನಿಮಿಷಗಳ ನಂತರ ಕೇಳಿಬರುತ್ತಿದ್ದ ಶಬ್ದದ ಲಯ ಒಮ್ಮೆಲೆ ಬದಲಾಗಿ ಸದ್ಯ ಮಣ್ಣು ಹೊತ್ತು ಹಾಕುತ್ತಿರುವಂತೆ ದಬಕ್ ದಬಕ್ ಎಂದು ಕೇಳಿಬರತೊಡಗಿತು. 'ಇವರು ನನ್ನ ತೋಟದೊಳಗೆ ಇದೇನು ಮಾಡುತ್ತಿದ್ದಾರೆ! ಒಂದು ವೇಳೆ ಯಾರನ್ನಾದರು ಕೊಲೆಗಿಲೆ ಮಾಡಿ, ನನ್ನನ್ನು ಬಲಿಪಶು ಮಾಡುವ ಸಲುವಾಗಿ ನಮ್ಮ ತೋಟದೊಳಗೆ ತಂದು ಹೂತು ಹಾಕಲು ಹೊಂಚು ಹಾಕುತ್ತಿದ್ದಾರೋ!'.

ಯಾವ ದಿಕ್ಕಿನಿಂದ ಧ್ವನಿ ಕೇಳಿಬರುತ್ತಿದೆ ಎಂದು ಖಚಿತಪಡಿಸುವ ಸಲುವಾಗಿ ಪೊನ್ನಪ್ಪ ಉಸಿರು ಬಿಗಿಹಿಡಿದು ಕಿವಿಗೊಡತೊಡಗಿದ. 'ಆ ಧ್ವನಿ ಕೇಳಿಬರುತ್ತಿರುವುದು, ತೋಟದ ನಡುಭಾಗದಲ್ಲಿ ಕಾಫಿಗಿಡಗಳಿಗೆ ನೀರು ಹಾಯಿಸಲು ಕೃತಕವಾಗಿ ನಿರ್ಮಿಸಿದ್ದ ಕೆರೆಯ ಬಳಿಯಿಂದ. ಆ ಕೆರೆಯ ಸುತ್ತಲೂ ತೇವಾಂಶ ಇರುವುದರಿಂದ ಗುಂಡಿ ತೋಡಲು ಅದುವೇ ಸರಿಯಾದ ಜಾಗ ಎಂದು ಈ ಕಳ್ಳರು ಯೋಚಿಸಿರಬಹುದು' ಎಂದು ನೆನೆದು ಮೆಲ್ಲನೆ ತೆವಳುತ್ತಾ ಕೆರೆಯ ಕಡೆಗೆ ಪೊನ್ನಪ್ಪ ಚಲಿಸತೊಡಗಿದ. ಉಳಿದವರು ಕೂಡ ಅವರನ್ನು ಹಿಂಬಾಲಿಸತೊಡಗಿದರು. ಇನ್ನೇನು ಕೆರೆ ತಲುಪಬೇಕೆನ್ನುವಷ್ಟರಲ್ಲಿ ಸೂಟೆಯ ಬೆಳಕು ಜ್ವಲಿಸುತ್ತಿರುವುದು ಕಾಣಿಸಿತು. ಎಲ್ಲರೂ ಕಾಫಿಗಿಡದಡಿಯಲ್ಲಿ ಕುಳಿತು ಆಗಂತುಕರು ಅದೇನು ಮಾಡುತ್ತಿದ್ದಾರೆ ಎಂದು ಸೂಕ್ಷ್ಮವಾಗಿ ಆ ಕಡೆಗೆ ದಿಟ್ಟಿಸತೊಡಗಿದರು. ಇರ್ವರು ಎದುರುಬದಿರಾಗಿ ನಿಂತು ಹಾರೆಯ ಮೂಲಕ ಮಣ್ಣು ಸಡಿಲಿಸಿ ಗುಂಡಿ ತೋಡುತ್ತಿದ್ದರೆ, ಮತ್ತಿಬ್ಬರು ಮಣ್ಣನ್ನು ಎತ್ತಿ ಬದಿಗೆ ಸರಿಸುತ್ತಿದ್ದರು. ಉಳಿದವರಿಬ್ಬರು ಸ್ವಲ್ಪ ದೂರ ಕುಳಿತು ಯಾರಾದರು ಬರುತ್ತಿದ್ದಾರ ಎಂದು ನೋಡಲು ಕಾವಲಿಗೆ ಕುಳಿತಿರುವುದು ಕಾಣಿಸಿತು. ಮಧ್ಯರಾತ್ರಿಯ ಪರಿವೇ ಇಲ್ಲದೇ ಆ ಆಗಂತುಕರು ದೊಂದಿಯ ಬೆಳಕಿನಲ್ಲಿ ಗುಂಡಿ ತೋಡುವ ಕೆಲಸದಲ್ಲಿ ಮಗ್ನರಾಗಿದ್ದರು.

'ಅಗೆಯುತ್ತಿರುವ ಗುಂಡಿಯೊಳಗೆ ಹೂತು ಹಾಕಲು ಶವವನ್ನೇನಾದ್ರು ತಂದು ಇಟ್ಟುಕೊಂಡಿದ್ದಾರ!' ಎಂದು ಅವರ ಅಕ್ಕಪಕ್ಕವನ್ನು ಪೊನ್ನಪ್ಪ ಗಮನಿಸತೊಡಗಿದರು. ಅಲ್ಲೇನು ಕಾಣುತ್ತಿರಲಿಲ್ಲ. ನೋಡುನೋಡುತ್ತಿದ್ದಂತೆ ಅಗೆಯುವುದನ್ನು ನಿಲ್ಲಿಸಿದ ಆಗಂತುಕರು ಹಾರೆ ಸಮೇತವಾಗಿ ಗುಂಡಿಯಿಂದ ಮೇಲಕ್ಕೆ ಬಂದರು. ಪೊನ್ನಪ್ಪನವರ ಜೊತೆಗಿದ್ದ ಗಾರ್ಡ್‌ಗಳು ಕಳ್ಳರ ಮೇಲೆ ಮುಗಿಬೀಳುವ ಸಲುವಾಗಿ ಬಂದೂಕಿನ ಹಿಡಿತವನ್ನು ಬಿಗಿಗೊಳಿಸತೊಡಗಿದರು.

ಪೊನ್ನಪ್ಪ ಆತುರಪಡಬೇಡಿ, 'ವೇಟ್ ವೇಟ್' ಎಂದು ಕೈಸನ್ನೆ ಮಾಡಿದರು. ಗಡಿಬಿಡಿ ಮಾಡಿ ಅವಾಂತರ ಸೃಷ್ಟಿಸಿದರೆ, ನಾವು ಕೆರೆದಾಟಿ ಅವರನ್ನು ತಲುಪುವ ವೇಳೆಗಾಗಲೆ ಅವರು ಎದುರುಬದಿಯಿಂದ ಸುಲಭವಾಗಿ ಓಡಿಹೋಗಲು ಸಾಧ್ಯವಿದೆ ಆದರಿಂದ ತಾಳ್ಮೆಯಿಂದ ಆ ಕಳ್ಳರು ಮುಂದೇನು ಮಾಡಬಹುದು ಅಂತ ನೋಡಿಕೊಂಡು ಮುಂದುವರೆಯುವ ಎಂದು ಪೊನ್ನಪ್ಪನವರು ಮೆಲುಧ್ವನಿಯಲ್ಲಿ ಹೇಳಿದರು. ಅದಾಗಲೇ ಎದೆಯ ಎತ್ತರಕ್ಕೆ, ನಾಲ್ಕಡಿ ಉದ್ದದ ಗುಂಡಿಯನ್ನು ಆಗಂತುಕರು ತೋಡಿ ಮುಗಿಸಿದ್ದರು. ಗುಂಡಿಯಿಂದ ಎರಡೆಜ್ಜೆ ಮುಂದಕ್ಕೆ ಬಂದ ಕಳ್ಳರ ಪಡೆ ಒಂದೆರಡು ನಿಮಿಷ ಮೌನವಾಗಿ ನಿಂತು ಸುತ್ತಲೂ ದಿಟ್ಟಿಸತೊಡಗಿದರು. ಏನು ಸಮಸ್ಯೆ ಇಲ್ಲ ಎಂಬುದು ಅರಿವಾಗುತ್ತಿದ್ದಂತೆ ಮೈಮೇಲಿನ ಮಣ್ಣನ್ನು ಒದರಿಕೊಳ್ಳುತ್ತಾ ಕೆರೆಯ ಬದಿಗೆ ಹೋಗಿ ಕೈಕಾಲು ತೊಳೆದುಕೊಂಡು ಸೂಟೆಯ ಬೆಳಕಿನ ಜೊತೆಗೆ ನಡೆಯತೊಡಗಿದರು. ಆ ಪ್ರಕಾಶಮಾನವಾದ ಬೆಳಕಿನಲ್ಲಿ ಆಗಂತುಕರ ಕಪ್ಪನೆಯ ನೆರಳುಗಳು ಆಕಾಶವನ್ನು ಮುಟ್ಟಲು ಹವಣಿಸುತ್ತಿರುವಂತೆ ಭಯಂಕರವಾಗಿ ಕಾಣುತ್ತಿತ್ತು.

ಪೊನ್ನಪ್ಪನವರ ತಂಡ ಅವರನ್ನು ಮೆಲ್ಲಗೆ ಹಿಂಬಾಲಿಸತೊಡಗಿತು. 'ಕೆರೆಯ ಪಕ್ಕದಲ್ಲಿ ಗುಂಡಿ ತೋಡಿದ್ದಾರೆಂದರೆ ಅದರಲ್ಲಿ ಏನನ್ನಾದರು ಅವರು ಮುಚ್ಚಿ ಹಾಕಿಯೇ ತೀರುತ್ತಾರೆ. ಒಂದು ವೇಳೆ ಅವರು ಊಳಲು ಉದ್ದೇಶಿಸಿರುವ ವಸ್ತುವನ್ನು ತರಲು ಹೋಗುತ್ತಿರಬೇಕು! ಇವಾಗ ಅವರ ಮೇಲೆ ಮುಗಿಬಿದ್ದು ಯಾವುದೇ ಪ್ರಯೋಜನವಿಲ್ಲ. ಸಾಕ್ಷಿ ಇಲ್ಲದಂತಾಗಿಬಿಡುತ್ತದೆ' ಎಂದು ಆತುರಪಡದೇ ಅವರ ಹೆಜ್ಜೆಯನ್ನು ಅನುಸರಿಸತೊಡಗಿದರು.

ಮರಗಳ್ಳರ ಪಡೆ ಪೊನ್ನಪ್ಪನವರ ತೋಟದ ಅಂಚನ್ನು ತಲುಪುತ್ತಿದ್ದಂತೆ ಥಟ್ಟನೆ ನಿಂತು ಒಮ್ಮೆಲೇ ಹಿಂದಕ್ಕೆ ತಿರುಗಿದರು. ಪೊನ್ನಪ್ಪನವರು ಮತ್ತು ತಂಡ ತಕ್ಷಣ ಮರೆಗೆ ಸರಿದು ನಿಂತರು. ಇನ್ನರೆ ಕ್ಷಣದಲ್ಲಿ ದೊಂದಿಯ ಬೆಳಕು ಪಕ್ಕನೆ ಆರಿತು. ಪೊನ್ನಪ್ಪನವರು ಅವರತ್ತಲೇ ದಿಟ್ಟಿಸುತ್ತಾ ಮಿಸುಕಾಡದೇ ನೆಲದ ಮೇಲೆ ಕುಳಿತಿದ್ದರು. ಇತ್ತ ಆಗಂತುಕರು ಕೂಡ ಅಷ್ಟು ದೂರದಲ್ಲಿ ಮೌನವಾಗಿ ಕುಳಿತು ಅದ್ಯಾರನ್ನೊ ಎದುರು ನೋಡುತ್ತಿದ್ದರು. ಆ ವೇಳೆಗೆ ದೂರದಿಂದ ಯಾವುದೋ ಒಂದು ವಾಹನ ಆ ಮಾರ್ಗವಾಗಿ ಬರುತ್ತಿರುವಂತೆ ಶಬ್ದ ಕೇಳಿಬರತೊಡಗಿತು. ತಕ್ಷಣ ಗುಂಪಿನಲ್ಲಿದ್ದ ಒಬ್ಬ, ಬೇಲಿಯ ಮೇಲಿಂದ ಚಂಗನೆ ನೆಗೆದು ಆ ವಾಹನಕ್ಕೆ ಸನ್ನೆ ಮಾಡತೊಡಗಿದ. ಆ ವಾಹನ ಅವನ ಬಳಿ ಬಂದು ನಿಂತಿತು. ಓಮಿನಿ ಕಾರನ್ನು ಹೋಲುತ್ತಿದ್ದ ವಾಹನ ನಿಲ್ಲುತ್ತಿದ್ದಂತೆ ಆಗಂತುಕರೆಲ್ಲ ಎದ್ದು ಕಾರಿನೆಡೆಗೆ ನಡೆದರು. ಪೊನ್ನಪ್ಪ ಮತ್ತು ತಂಡ ಕೂಡ ಮೆಲ್ಲನೆ ಅವರತ್ತ ತೆವಳುತ್ತಾ ಸಾಗತೊಡಗಿತು.

ಕಾರಿನ ಡಿಕ್ಕಿ ತೆರೆಯಿತು. 'ಅದೇನನ್ನು ಡಿಕ್ಕಿಯಿಂದ ಇಳಿಸಬಹುದು?' ಎಂದು ಪೊನ್ನಪ್ಪ ಕಣ್ಣರಳಿಸಿ ನೋಡತೊಡಗಿದ. ಬೆಳದಿಂಗಳಿನಲ್ಲಿ ಬೋಬನ್‌ನ ಕಡೆಯವರ ಚಲನವಲನಗಳೆಲ್ಲವನ್ನು ಸ್ಪಷ್ಟವಾಗಿ ಕಾಣಲು ಸಾಧ್ಯವಾಗುತ್ತಿತ್ತು. ಅವರು ತುಟಿಬಿಚ್ಚದೇ ಮಾತನಾಡುತ್ತಿದ್ದದ್ದೆಲ್ಲ ಗಾಳಿಯಲ್ಲಿ ತೇಲುತ್ತಾ ಬಂದು ಪೊನ್ನಪ್ಪನ ಕಿವಿಗೆ ಗುಸುಗುಸು ಎಂದು ಕೇಳುತ್ತಿತ್ತು. ವಾಹನದ ಹಿಂಬದಿಯಲ್ಲಿದ್ದ ಚೀಲವನ್ನು ಕೆಳಗಿಳಿಸಲು ಆಗಂತುಕರ ತಂಡ ಹರಸಾಹಸ ಪಡತೊಡಗಿತು. ಪೊನ್ನಪ್ಪ ಮತ್ತಷ್ಟು ಸೂಕ್ಷ್ಮವಾಗಿ ದಿಟ್ಟಿಸತೊಡಗಿದ. ಕಾರಿನಲ್ಲಿ ಅದೇ ಮಾದರಿಯ ಮತ್ತೊಂದೆರಡು ಮೂಟೆಗಳು ಇದ್ದಂತೆ ಕಾಣುತ್ತಿತ್ತು. 'ಆ ಚೀಲದೊಳಗೆ ಏನಿರಬಹುದು? ಇವರು ನನ್ನನ್ನು ಸಿಕ್ಕಿಸುವ ಸಲುವಾಗಿ ಅದ್ಯಾರನ್ನು ಕೊಂದು ಮೂಟೆಯಲ್ಲಿ ತುಂಬಿಕೊಂಡು ಬಂದಿದ್ದಾರೊ ಏನೋ! ಇವರನ್ನು ಮಾತ್ರ ನನ್ನ ತೋಟದೊಳಗೆ ಕಾಲಿಡಲು ಬಿಡಬಾರದು. ಅವರೇನಾದರು ಆ ಮೂಟೆಯಲ್ಲಿರುವುದನ್ನು ನಮ್ಮ ತೋಟದೊಳಗೆ ಹೂತು ಹಾಕಿಬಿಟ್ಟರೆ ಮುಂದೆ ಈ ಪ್ರಕರಣ ನನ್ನ ಕುತ್ತಿಗೆಗೂ ಸುತ್ತಿಕೊಳ್ಳುವ ಸಂಭವವಿದೆ' ಎಂದು ಯೋಚಿಸಿದ ಪೊನ್ನಪ್ಪ ಅವರೆಡೆಗೆ ವೇಗವಾಗಿ ಚಲಿಸತೊಡಗಿದ.

ಮೂಟೆ ಇಳಿಸಲು ಪರದಾಡುತ್ತಿದ್ದವರಿಗೆ ತಮ್ಮ ಕಡೆಗೆ ಯಾರೋ ಬರುತ್ತಿರುವಂತೆ ತೋಚಿತು ಎಂದು ಕಾಣುತ್ತದೆ. ಕಾರಿನಿಂದೆಳೆಯುತ್ತಿದ್ದ ಮೂಟೆಯನ್ನು ದೊಪ್ಪನೆ ನೆಲಕ್ಕೆಬಿಟ್ಟು ಶಬ್ದ ಕೇಳಿ ಬಂದ ಕಡೆಗೆ ತಿರುಗಿ ನಿಂತರು. ಹತ್ತು ಅಡಿ ದೂರದಲ್ಲಿ ಬಂದೂಕಿನ ನಳಿಕೆಗಳು ತಮ್ಮತ್ತ ಸಿಡಿಯಲು ಸಿದ್ಧವಾಗಿ ನಿಂತಿರುವುದು ಅವರಿಗೆ ಕಾಣಿಸತೊಡಗಿತು. "ಎಡಾ ಫಾರೆಸ್ಟರ್!" ಎಂದು ಅವರಲ್ಲೊಬ್ಬ ಜೋರಾಗಿ ಕಿರುಚಿದ. ಅರೆಕ್ಷಣದಲ್ಲಿ ಆಗಂತುಕರೆಲ್ಲಾ ನಾಲ್ಕು ದಿಕ್ಕಿಗೂ ಚೆಲ್ಲಾಪಿಲ್ಲಿಯಾಗಿ ಓಡತೊಡಗಿದರು. ಪೊನ್ನಪ್ಪನಿಗೆ ತಕ್ಷಣಕ್ಕೆ ನೆನಪಾಯಿತು. 'ಅಂದು ಉಚ್ಚೆ ಹೊಯ್ಯುವ ಸೋಗಿನಲ್ಲಿ ನಿಂತಿದ್ದವರ ಬಳಿ 'ನೀವ್ಯಾರು?' ಎಂದು ಕೇಳಿ ಬೈಕಿನ ಸ್ಟ್ಯಾಂಡ್ ಹಾಕಿ, ಕೆಳಗಿಳಿಯುವಷ್ಟರಲ್ಲಿ ಆ ಕತ್ತಲೆಯಲ್ಲಿ ಅವರು ಲೀನವಾಗಿಬಿಟ್ಟಿದ್ದು' ಆದರಿಂದ ತಡ ಮಾಡುವುದರಲ್ಲಿ ಅರ್ಥವಿಲ್ಲ ಎಂದು ಓಡುತ್ತಿದ್ದವನೊಬ್ಬನ ಕಾಲಿನ ಕಡೆಗೆ ಗುರಿಯಿಟ್ಟು ಬಂದೂಕಿನ ಕುದುರೆಯನ್ನು ಪೊನ್ನಪ್ಪ ಎಳೆದೇಬಿಟ್ಟರು. "ಅಮ್ಮೇ" ಎನ್ನುತ್ತಾ ಅವನು ಮುಗ್ಗರಿಸಿ ನೆಲಕ್ಕೆ ದೊಪ್ಪನೆ ಬಿದ್ದ. ಜೊತೆಗಾರ ಬಿದ್ದದ್ದೇ ತಡ, ಅವನ ಜೊತೆಗೆ ಓಡುತ್ತಿದ್ದವನು, 'ಇನ್ನು ಓಡಿದರೆ ಇವರು ಹಿಂಬದಿಯಿಂದ ಗುಂಡು ಹೊಡೆದು ಸಾಯಿಸುವುದು ನಿಶ್ಚಿತ' ಎಂದು ಕೈ ಮೇಲಕ್ಕೆ ಎತ್ತಿ ಶರಣಾಗತನಾದಂತೆ ಅಲ್ಲಿಯೇ ನಿಂತ. ಅಷ್ಟರಲ್ಲಿ ಪೊನ್ನಪ್ಪನವರ ತಂಡ ವಾಹನದ ಬಳಿಗೆ ತಲುಪಿತು. ಗಾರ್ಡ್‌ಗಳಿಬ್ಬರು ಕೈಯೆತ್ತಿ ತಿರುಗಿ ನಿಂತಿದ್ದವನ ಬಳಿಗೆ ಹೋಗಿ ಬಂದೂಕಿನ ಹಿಂಬದಿಯಿಂದ ಅವನ ಬೆನ್ನಿಗೆ ಒಂದೆರಡು ಬಾರಿ

ಬಲವಾಗಿ ಗುದ್ದಿ ಅವನ ಕೈಗಳನ್ನು ಹಿಂದಕ್ಕೆ ಎಳೆದು ಕಟ್ಟಿದರು. ಮಂಡಿಯ ಕೆಳಭಾಗಕ್ಕೆ ಗುಂಡೇಟು ತಿಂದು ರಕ್ತದ ಮಡುವಿನಲ್ಲಿ ಬಿದ್ದು ಒದ್ದಾಡುತ್ತಿದ್ದವನು ನೋವಿನಿಂದ ನರಳುತ್ತಿದ್ದ. ಉಳಿದವರಂತೂ ಆ ನಡುರಾತ್ರಿಯಲ್ಲಿ ಸುಳಿವೇ ಸಿಗದಂತೆ ಮಾಯವಾಗಿಬಿಟ್ಟಿದ್ದರು.

ಪೊನ್ನಪ್ಪನವರು ಕುತೂಹಲದಿಂದ ಕಾರಿನ ಡಿಕ್ಕಿಯಿಂದ ಜಾರಿ ನೆಲಕ್ಕೆ ಮುಖ ಮಾಡಿ ನಿಂತಿದ್ದ ಮೂಟೆಯ ಮೇಲೆ ಸವರಿ ನೋಡಿದರು. ಮೂಟೆಯೊಳಗಿರುವುದು ಹಣವಲ್ಲ ಎಂಬುದು ಖಾತರಿಯಾಯಿತು. ಜೊತೆಗಿದ್ದ ಗಾರ್ಡ್‌ನ ಬಳಿ ಚೀಲದಲ್ಲಿ ಏನಿದೆ ಎಂದು ಪೊನ್ನಪ್ಪನವರು ನೋಡಲು ತಿಳಿಸಿದರು. ಅವನು ಸೊಂಟದ ಬಳಿ ಸಿಕ್ಕಿಸಿದ್ದ ಸಣ್ಣ ಚಾಕುವನ್ನು ಹೊರತೆಗೆದು, ಗೋಣಿಚೀಲದ ಮೇಲೆ ರಪ್ಪನೆ ಎಳೆದ. ಚಾಕು ಗೀರಿದ ಕಡೆ ಚೀಲ ಬಾಯಿ ತೆರೆದುಕೊಂಡಿತು. ಟಾರ್ಚಿನ ಬೆಳಕಿಗೆ ಗೋಣಿಯೊಳಗಿಂದ ಕೆಂಪು ಮಿಶ್ರಿತ ಕಪ್ಪನೆಯ ಮರದ ತುಂಡಿನ ಭಾಗ ಹೊರಕ್ಕೆ ಕಾಣಿಸಿತು. ಪೊನ್ನಪ್ಪನಿಗೆ ಖಾತರಿಯಾಯಿತು! 'ಬೀಟೆ ಮರದ ನಾಟಗಳನ್ನು ನನ್ನ ತೋಟದೊಳಗೆ ಹುದುಗಿಸಿಟ್ಟು, ಕಾಡು ಕಾಯಬೇಕಾದ ಅರಣ್ಯ ಇಲಾಖೆಯ ಫಾರೆಸ್ಟರೆ, ಅರಣ್ಯದ ಸಂಪತ್ತನ್ನು ಲೂಟಿ ಮಾಡುತ್ತಿದ್ದಾನೆ ಎಂದು ನನ್ನನ್ನು ಸಿಕ್ಕಿಸಲು ನಡೆಸಿದ ಹುನ್ನಾರವಿದು' ಎಂದು. ಅಷ್ಟರಲ್ಲಾಗಲೆ ವಾಕಿಟಾಕಿಯ ಮೂಲಕ ಮಾಹಿತಿ ಕೊಟ್ಟು ಜಂಕ್ಷನ್‌ನ ಬಳಿ ಕಾವಲಿಗೆ ನಿಂತಿದ್ದವರನ್ನು ಸಹ ಬಳಿಗೆ ಕರೆಸಿಕೊಂಡಾಗಿತ್ತು. ಎಲ್ಲರೂ ಸೇರಿ ಆ ಮೂಟೆಯನ್ನು ಮತ್ತೆ ಕಾರಿಗೆ ಏರಿಸಿ, ಗುಂಡೇಟು ತಿಂದವನು ಮತ್ತು ಸಿಕ್ಕಿಹಾಕಿಕೊಂಡವನನ್ನು ಜೀಪಿಗೇರಿಸಿಕೊಂಡು ತಿತಿಮತಿಯತ್ತ ಹೊರಟರು.

ಪೊನ್ನಪ್ಪನವರನ್ನು ಬೀಳಿಸಲು ತೋಡಿದ್ದ ಖೆಡ್ಡಕ್ಕೆ ಮರಗಳ್ಳರೇ ಬಿದ್ದ ಸುದ್ದಿ ತಿಳಿದು ಅಚ್ಚಯ್ಯನವರು ಆ ತಡರಾತ್ರಿಯಲ್ಲೂ ಕಚೇರಿಯ ಬಳಿ ಕಾಯುತ್ತಾ ನಿಂತಿದ್ದರು. ಬೆಳಕರಿಯುವ ವೇಳೆಗೆ, 'ಕೆಲವು ದಿನಗಳಿಗೆ ಮೊದಲು ಡಿಪೋದ ಒಳಗಿಂದ ಕಾಣೆಯಾಗಿದ್ದ ಬೀಟೆ ಮರದ ತುಂಡುಗಳನ್ನು ಕದ್ದು ಸಾಗಿಸಲು ಯತ್ನಿಸುತ್ತಿದ್ದ ಬೋಬನ್ ಮತ್ತು ತಂಡವನ್ನು ತಡರಾತ್ರಿ ಫಾರೆಸ್ಟರ್ ಪೊನ್ನಪ್ಪ ನೇತೃತ್ವದ ತಂಡ ಗೋಣಿಕೊಪ್ಪ-ಮೈಸೂರು ಮುಖ್ಯರಸ್ತೆಯಲ್ಲಿ ಹಿಡಿಯಲು ಯತ್ನಿಸಿದಾಗ ಅರಣ್ಯ ಇಲಾಖೆಯ ಸಿಬ್ಬಂದಿಗಳ ಮೇಲೆ ಮಾರಕಾಸ್ತ್ರಗಳಿಂದ ಹಲ್ಲೆ ಮಾಡಲು ಯತ್ನಿಸಿದ್ದಾರೆ. ಆ ಸಂದರ್ಭ ಪ್ರಾಣರಕ್ಷಣೆಗಾಗಿ ಅರಣ್ಯ ಸಿಬ್ಬಂದಿಗಳು, ಮರಗಳ್ಳರ ಮೇಲೆ ಗುಂಡು ಹಾರಿಸಬೇಕಾಯಿತು. ಕೊನೆಯಲ್ಲಿ ಗುಂಡೇಟು ತಿಂದವನ ಜೊತೆಗೆ ಮತ್ತೊಬ್ಬ ಆರೋಪಿಯನ್ನು ಮಾತ್ರ ಬಂಧಿಸಲು ಸಾಧ್ಯವಾಗಿದ್ದು, ಉಳಿದವರೆಲ್ಲರೂ ತಪ್ಪಿಸಿಕೊಂಡಿದ್ದಾರೆ' ಎಂದು ಸುದ್ದಿ ಹರಡಿತು.

ಮಧ್ಯಾಹ್ನದ ವೇಳೆಗೆ ಬಂಧಿಸಿದ್ದವನ ಜೊತೆಗೆ ಎಫ್.ಓ.ಸಿ. ನಂಬರ್ ಹಾಕಿದ್ದ ಮೂರ್‍ನಾಲ್ಕು ಬೀಟೆ ಮರದ ತುಂಡುಗಳನ್ನು ಮಾಧ್ಯಮದವರ ಮುಂದೆ ಪ್ರದರ್ಶಿಸಿ ಕೇಸು ದಾಖಲಿಸುವುದರೊಂದಿಗೆ, ಕಳ್ಳನನ್ನು ಜೈಲಿಗೆ ಅಟ್ಟಲಾಯಿತು. ಅಷ್ಟರಲ್ಲಾಗಲೇ ತನಗೆ ಇನ್ನು ಉಳಿಗಾಲವಿಲ್ಲವೆಂದು ತಿಳಿದ ಬೋಬನ್ ಕೂಡ ಊರುಬಿಟ್ಟಿದ್ದ.

ಈ ಘಟನೆ ನಡೆದ ನಂತರದಲ್ಲಿ ಕೊಡಗಿನ ಅರಣ್ಯ ಇಲಾಖೆಯೊಳಗಡೆ ಪೊನ್ನಪ್ಪನ ವರ್ಚಸ್ಸು ಮತ್ತಷ್ಟು ಹೆಚ್ಚಾಯಿತು. ಇದಕ್ಕೆ ಇಂಬು ಕೊಡುವಂತೆ ಮೇಲಧಿಕಾರಿಗಳು ಆ ವರ್ಷ ಸರಕಾರಕ್ಕೆ ಪತ್ರ ಬರೆದು, ಹಲವಾರು ವರ್ಷಗಳಿಂದ ಅರಣ್ಯದ ಬೆಲೆಬಾಳುವ ಸಂಪತ್ತನ್ನು ಲೂಟಿ ಮಾಡುತ್ತಿದ್ದ ಕುಖ್ಯಾತ ಕಳ್ಳರನ್ನು ಹೆಡೆಮುರಿ ಕಟ್ಟಿ, ಅರಣ್ಯ ಇಲಾಖೆಗೆ ಹೆಮ್ಮೆ ತಂದ ಕೊಡಗಿನ ಫಾರೆಸ್ಟರ್ ಪೊನ್ನಪ್ಪನವರನ್ನು ಅಭಿನಂದಿಸಿ, ಸೂಕ್ತ ಗೌರವವನ್ನು ನೀಡಬೇಕು. ಇದರಿಂದಾಗಿ ಅರಣ್ಯ ಇಲಾಖೆಯ ಸಿಬ್ಬಂದಿಯನ್ನು ಉತ್ತೇಜಿಸಿದಂತಾಗುತ್ತದೆ ಹಾಗೂ ಇಲಾಖೆಯ ಸಿಬ್ಬಂದಿ ಇನ್ನಷ್ಟು ಹುರುಪಿನಿಂದ ಕರ್ತವ್ಯದಲ್ಲಿ ತಮ್ಮನ್ನು ತಾವು ತೊಡಗಿಸಿಕೊಂಡು, ಭ್ರಷ್ಟರ ಜೊತೆ ಕೈಜೋಡಿಸದೆ ಕೆಲಸ ನಿರ್ವಹಿಸಲು ಸಹಕಾರಿಯಾಗುತ್ತದೆ ಎಂಬುದನ್ನು ವಿವರಿಸಿ, ಸರಕಾರದ ಮುಂದಿನ ಯಾವುದಾದರು ಪ್ರಶಸ್ತಿಗಳಿಗೆ ಪೊನ್ನಪ್ಪನನ್ನು ಪರಿಗಣಿಸಬೇಕು ಎಂದು ಶಿಫಾರಸ್ಸು ಮಾಡಿದ್ದರು.

ಹೀಗಿರುವಾಗ ಒಂದು ದಿನ ಮಡಿಕೇರಿಯ ಡಿ.ಎಫ್.ಓ. ಕಚೇರಿಗೆ ಬೆಂಗಳೂರಿನ ಅರಣ್ಯ ಇಲಾಖೆಯ ಮುಖ್ಯ ಕಚೇರಿಯಿಂದ ಬಂದ ಒಂದು ತುರ್ತು ಸಂದೇಶ, ಎಲ್ಲರಲ್ಲೂ ಸಂತೋಷ ತರಿಸಿತ್ತು. ಕಾರಣ, ಅಂದು ಕಚೇರಿಗೆ ತಲುಪಿದ ಬಿಳಿ ಬಣ್ಣದ ಹಾಳೆಯ ಮೇಲೆ ಕಪ್ಪು ಅಕ್ಷರಗಳಲ್ಲಿ 'ಅರಣ್ಯ ಇಲಾಖೆಗೆ ಸಂಬಂಧಪಟ್ಟ ಬೆಲೆಬಾಳುವ ಮರಗಳನ್ನು ಕದ್ದು ಸಾಗಿಸುತ್ತಿದ್ದ ಕಳ್ಳರನ್ನು ಸಾಹಸಮಯವಾಗಿ ಬಂಧಿಸುವಲ್ಲಿ ಮುಖ್ಯಪಾತ್ರ ವಹಿಸಿದ್ದ ಕೊಡಗಿನ ಫಾರೆಸ್ಟರ್ ಪೊನ್ನಪ್ಪನವರನ್ನು ಈ ಸಾಲಿನ ಮುಖ್ಯಮಂತ್ರಿ ಪದಕಕ್ಕೆ ಆಯ್ಕೆ ಮಾಡಲಾಗಿದ್ದು, ಏಪ್ರಿಲ್ 5ರಂದು ಬೆಂಗಳೂರಿನ ಅರಣ್ಯಭವನದಲ್ಲಿ ನಡೆಯುವ ಕಾರ್ಯಕ್ರಮದಲ್ಲಿ ಭಾಗವಹಿಸಿ ಪೊನ್ನಪ್ಪನವರು ಪ್ರಶಸ್ತಿಯನ್ನು ಸ್ವೀಕರಿಸಬೇಕು' ಎಂದು ತಿಳಿಸಲಾಗಿತ್ತು.

ತುರ್ತು ಸಂದೇಶ ಮಡಿಕೇರಿ ಕಚೇರಿಗೆ ತಲುಪಿದ ಕೆಲನಿಮಿಷಗಳಲ್ಲಿ, ತಿತಿಮತಿ ಆರ್.ಎಫ್.ಓ ಕಚೇರಿಯ ಫೋನ್ ಟ್ರಿಣ್ ಟ್ರಿಣ್ ಎಂದು ರಿಂಗಣಿಸತೊಡಗಿತು.

"ಹಲೋ, ರೇಂಜರ್ ಅಚ್ಚಯ್ಯ ಮಾತಾಡ್ತಾ ಇದ್ದೇನೆ.." ಎಂದು ರಿಸೀವರ್ ಅನ್ನು ಕಿವಿಗಿಟ್ಟಿದ್ದ ಅಚ್ಚಯ್ಯನವರು, ಅತ್ತಿಂದ ಕೇಳಿಬರುತ್ತಿದ್ದ ಮಾತುಗಳನ್ನು

ಆಲಿಸಿ ಸಂತೋಷದಿಂದ ಸ್ತಂಭೀಭೂತರಾಗಿಹೋದರು. ಕರೆ ಕಟ್ ಮಾಡಿ, ವಾಚರ್ ಒಬ್ಬನನ್ನು ಕರೆದು ಆನೆಚೌಕೂರು ಗೇಟಿನಲ್ಲಿ ಕರ್ತವ್ಯ ನಿರ್ವಹಿಸುತ್ತಿದ್ದ ಪೊನ್ನಪ್ಪನನ್ನು ಶೀಘ್ರವೇ ಕರೆದುಕೊಂಡು ಬರಲು ಹೇಳಿಕಳುಹಿಸಿದರು.

ಎಂದಿನಂತೆ ಚೆಕ್‌ಪೋಸ್ಟ್ ಮೂಲಕ ಹಾದುಹೋಗುತ್ತಿದ್ದ ವಾಹನಗಳನ್ನು ಸೂಕ್ಷ್ಮವಾಗಿ ತಪಾಸಣೆ ನಡೆಸುತ್ತಾ ಕರ್ತವ್ಯ ನಿರ್ವಹಿಸುತ್ತಿದ್ದ ಪೊನ್ನಪ್ಪನವರ ಬಳಿಗೆ ಬಂದ ಗಾರ್ಡ್ ಒಬ್ಬ, ತಮ್ಮನ್ನು ಶೀಘ್ರವಾಗಿ ಕಚೇರಿಗೆ ಬರಲು ಅಚ್ಚಯ್ಯನವರು ಹೇಳಿ ಕಳುಹಿಸಿದ್ದಾರೆ ಎಂದು ತಿಳಿಸಿದ. ಅವನ ಮಾತು ಕೇಳಿದೊಡನೆ ತನ್ನ ರಾಜ್‌ದೂತ್ ಮೋಟರ್ ಸೈಕಲ್ಲನ್ನೇರಿ ಪೊನ್ನಪ್ಪ ಕಚೇರಿಯತ್ತ ಹೊರಟರು. ಆಫೀಸಿನ ಮುಂಭಾಗದಲ್ಲಿ ಅಚ್ಚಯ್ಯನವರು, ದಾರಿ ನೋಡುತ್ತಾ ನಿಂತಿರುವುದನ್ನು ಕಂಡ ಪೊನ್ನಪ್ಪ, 'ಯಾವುದೋ ಗಂಭೀರ ವಿಚಾರ ಇರಬೇಕು, ಇಲ್ಲವಾದರೆ ಹೀಗೆ ಕಚೇರಿಯ ಬಾಗಿಲಲ್ಲಿ ನಿಂತು ಸಾಹೇಬ್ರು ನನ್ನನ್ನು ಕಾಯುತ್ತಿರಲಿಲ್ಲ' ಎಂದು ಮನದಲ್ಲಿ ಅಂದುಕೊಳ್ಳುತ್ತಾ ಬೈಕಿನ ಸ್ಟ್ಯಾಂಡ್ ಹಾಕಿ ಆತಂಕದಿಂದ "ಎಂಥ ಆಯ್ತು, ಸರ್" ಎಂದು ಕೇಳಿಕೊಂಡು ಅವರ ಬಳಿಗೆ ಬಂದರು. ಪೊನ್ನಪ್ಪ ಬಳಿ ಬರುತ್ತಿದ್ದಂತೆ ಮುಂದೆ ಬಂದ ಅಚ್ಚಯ್ಯನವರು "ವೆಲ್ಡನ್ ಪೊನ್ನಪ್ಪ" ಎಂದು ಅವರ ಭುಜದ ಮೇಲೆ ಎರಡು ಕೈಗಳನ್ನಿಟ್ಟು, ಬರಸೆಳೆದು ಅಭಿಮಾನದಿಂದ ಆಲಂಗಿಸಿಕೊಂಡರು.

ಯಾವಾಗಲೂ ಗಂಭೀರವಾಗಿ ಇರುವ ಅಚ್ಚಯ್ಯನವರ ಇಂದಿನ ಅಪರೂಪದ ವರ್ತನೆಯನ್ನು ಕಂಡ ಪೊನ್ನಪ್ಪ, ಕಾರಣವನ್ನರಿಯದೆ ಅಚ್ಚಯ್ಯನವರ ಆಲಿಂಗನದಲ್ಲಿ ಬಂಧಿಯಾದರು. ಒಂದೆರಡು ನಿಮಿಷಗಳ ನಂತರ ಹಿಡಿತವನ್ನು ಸಡಿಲಗೊಳಿಸಿದ ಅಚ್ಚಯ್ಯನವರು, "ನೀನು ನನ್ನ ವಲಯದ ಸಿಬ್ಬಂದಿ ಎಂದು ಹೇಳಿಕೊಳ್ಳಲು ನನಗೆ ಹೆಮ್ಮೆಯಾಗುತ್ತದೆ ಪೊನ್ನಪ್ಪ" ಎಂದರು. ಈ ಅನಿರೀಕ್ಷಿತ ಬೆಳವಣಿಗೆಯಿಂದ ವಿಚಾರವೇನು? ಎಂದು ಅರಿಯದೆ ಗೊಂದಲಕ್ಕೊಳಗಾದ ಪೊನ್ನಪ್ಪ, 'ಸಾಹೇಬ್ರು ಇಷ್ಟೊಂದು ಸಂತೋಷವಾಗಿರುವುದಕ್ಕೆ ಕಾರಣವೇನೆಂದು ತಿಳಿಸುತ್ತಾರ?' ಎಂದು ಪಿಳಿಪಿಳಿ ಕಣ್ಣುಬಿಡುತ್ತಾ ಅವರನ್ನೆ ತದೇಕಚಿತ್ತದಿಂದ ದಿಟ್ಟಿಸಿ ನೋಡತೊಡಗಿದರು.

ಪೊನ್ನಪ್ಪನವರನ್ನು ಆಲಂಗಿಸಿ, ಅಭಿನಂದಿಸುತ್ತಿರುವ ಅಚ್ಚಯ್ಯನವರ ಮಾತುಗಳನ್ನು ಕೇಳಿ, ಕಚೇರಿಯೊಳಗೆ ಕುಳಿತಿದ್ದ ಸಿಬ್ಬಂದಿಗಳೆಲ್ಲ ಹೊರಗೆ ಬಂದು "ಅಭಿನಂದನೆಗಳು ಪೊನ್ನಪ್ಪನವರೇ, ನೀವು ಕೊಡಗಿನ ಅರಣ್ಯ ಇಲಾಖೆಯ ಗೌರವವನ್ನು ಮುಗಿಲೆತ್ತರಕ್ಕೆ ಏರಿಸುವುದರ ಜೊತೆಗೆ ನಿಮಗೆ ಪ್ರಶಸ್ತಿ ಬಂದಿರುವುದು ನಮಗೆಲ್ಲ ಸಂತೋಷದ ವಿಚಾರ" ಎಂದು ಕೈಕುಲುಕಿದರು.

"ಹೌದು ಪೊನ್ನಪ್ಪ! ಈ ಭಾರಿಯ ಮುಖ್ಯಮಂತ್ರಿ ಪದಕಕ್ಕೆ ನೀನು ಆಯ್ಕೆಯಾಗಿದ್ದೀಯಾ" ಎಂದು ಅಚ್ಚಯ್ಯನವರು ಮತ್ತೊಮ್ಮೆ ಪೊನ್ನಪ್ಪನವರ

ಭುಜ ತಟ್ಟಿದರು. ಅವರ ಮಾತು ಕೇಳಿ ಪೊನ್ನಪ್ಪನವರಿಗೆ ತನ್ನ ಕಿವಿಯನ್ನು ತನಗೆ ನಂಬಲಿಕ್ಕಾಗಲಿಲ್ಲ. ಹೀಗೆ ನಿಗದಿತ ದಿನದಂದು ಬೆಂಗಳೂರಿನ ಅರಣ್ಯ ಭವನದಲ್ಲಿ ನಡೆದ ಅದ್ದೂರಿ ಕಾರ್ಯಕ್ರಮದಲ್ಲಿ ಮಡದಿ ಮಕ್ಕಳೊಂದಿಗೆ ಭಾಗವಹಿಸಿದ್ದ ಪೊನ್ನಪ್ಪನವರು ಮುಖ್ಯಮಂತ್ರಿಗಳಿಂದ ತನ್ನ ಧೈರ್ಯ ಮತ್ತು ಕರ್ತವ್ಯನಿಷ್ಠೆಗಾಗಿ ಶ್ಲಾಘಿಸಲ್ಪಟ್ಟು, ಪದಕವನ್ನು ಸ್ವೀಕರಿಸಿ ಕೊಡಗಿನ ಹೆಸರಿಗೆ ಮತ್ತೊಂದು ಗರಿಮೂಡಿಸಿ ಎಲ್ಲರೂ ಹೆಮ್ಮೆಪಡುವಂತೆ ಮಾಡಿದರು.

ಅಧ್ಯಾಯ-6

ಹಲವು ವರುಷಗಳು ಸಂದರೂ ಸನ್ನಿಗೆ ಅಂದಾದ ಅವಮಾನ ಮತ್ತು ನೋವಿನ ಗುಂಗಿನಿಂದ ಹೊರಬರಲು ಸಾಧ್ಯವಾಗಲೇ ಇಲ್ಲ. ಆ ಘಟನೆ ನಡೆದ ನಂತರದಲ್ಲಿ ಅವನಿಗೆ ಕಾಲೇಜಿನತ್ತ ಮುಖ ಮಾಡಲಾಗಲಿ ಅಥವಾ ಮನೆಯವರು ಮತ್ತು ಸ್ನೇಹಿತರ ಎದುರಿಗೆ ನಿಂತು ಮಾತನಾಡಲಾಗಲಿ ಧೈರ್ಯ ಬರಲೇ ಇಲ್ಲ. ದಿನಗಳೆದಂತೆ ಎಲ್ಲರಿಂದ ದೂರವಾಗಿ ಒಂಟಿಯಾಗಿ ಕಳೆಯಲು ಪ್ರಾರಂಭ ಮಾಡಿದ್ದ. ನೋವು ಮರೆಯುವ ಸಲುವಾಗಿ ಮದ್ಯಕ್ಕೆ ಮಾರುಹೋಗಿ, ಹುಚ್ಚನಂತೆ ತಿರುಗತೊಡಗಿದ.

'ಮಗ ಇಂದು ಸರಿ ಹೋಗಬಹುದು ಅಥವಾ ನಾಳೆ ಸರಿ ಹೋಗಬಹುದು' ಎಂದು ಪೊನ್ನಪ್ಪ ದಂಪತಿಗಳು ಸಹ ದಿನದೂಡತೊಡಗಿದರು. ಆದರೆ ಅವನಲ್ಲಿ ಯಾವುದೇ ಬದಲಾವಣೆಗಳಾಗಲಿಲ್ಲ. ಸನ್ನಿಯ ಈ ವರ್ತನೆಯನ್ನು ಕಂಡು ಭಯಬಿದ್ದ ಬೊಳ್ಳವ್ವ, ಒಂದು ದಿನ ಅವನ ಬಳಿ, "ಸನ್ನಿ, ನಿನ್ನ ಇತ್ತೀಚಿಗಿನ ನಡವಳಿಕೆ ನೋಡಿದರೆ ನನಗ್ಯಾಕೊ ಭಯವಾಗುತ್ತಿದೆ. ಹೇಗೂ ನನ್ನ ಅಣ್ಣ ಶಂಭುವಿನ ಮಗಳು ಮದುವೆ ವಯಸ್ಸಿಗೆ ಬಂದಿದ್ದಾಳೆ. ನೀನು ಒಪ್ಪುವುದಾದರೆ ಅವಳನ್ನು ನಮ್ಮ ಮನೆ ತುಂಬಿಸಿಕೊಳ್ಳುವ" ಎಂದು ಕೇಳಿದಳು. ಆದರೆ ಬೊಳ್ಳವ್ವಳ ಮಾತನ್ನು ಸನ್ನಿ, ಬೇರೆಯದೆ ರೀತಿಯಲ್ಲಿ ಅಪಾರ್ಥ ಮಾಡಿಕೊಳ್ಳತೊಡಗಿದ. 'ಅಂದು ನಾನು ಶೀಲಳೊಂದಿಗೆ ಸಿಕ್ಕಿಹಾಕಿಕೊಂಡ ವಿಚಾರವನ್ನು ಅವ್ವ ಇನ್ನೂ ಮನದಲ್ಲಿ ಇಟ್ಟುಕೊಂಡು, ನನಗೆ ಹುಡುಗಿಯರ ಹುಚ್ಚಿದೆ ಎಂದು ಭಾವಿಸಿ ಮದುವೆ ಮಾಡಿಕೊ ಎಂದು ಹೇಳುತ್ತಿದ್ದಾಳೊ! ಅಥವಾ ಅಣ್ಣನ ಹೆಂಡತಿ ದೇಚಮ್ಮ ಮನೆಯಲ್ಲಿರುವುದರಿಂದ ಅಮ್ಮನಿಗೆ ನನ್ನ

ಮೇಲೆ ಭಯ, ಸಂಶಯ ಏನಾದರು ಕಾಡುತ್ತಿದೆಯ!' ಎಂದು ಸುಖಾಸುಮ್ಮನೆ ತಲೆಕೆಡಿಸಿಕೊಳ್ಳತೊಡಗಿದ.

ಬೊಳ್ಳವ್ವ ತನ್ನ ಪಾಡಿಗೆ ತಾನು ಮಾತನಾಡುತ್ತಿದ್ದರೆ, ಸನ್ನಿ ತನಗೇನು ಸಂಬಂಧವಿಲ್ಲದಂತೆ ಕತ್ತುಬಗ್ಗಿಸಿ ಯೋಚಿಸುತ್ತಾ ಕುಳಿತಿದ್ದ. "ನೀನು ಹೀಗೆ ಏನೂ ಮಾತನಾಡದೆ ಕುಳಿತರೆ, ನಾನು ಏನು ಅಂತ ಅರ್ಥಮಾಡಿಕೊಳ್ಳುವುದು? ಒಬ್ಬ ಮಗ, ಗಡಿ ಕಾಯುವ ಸಲುವಾಗಿ ಸೈನ್ಯಕ್ಕೆ ಸೇರಿದ ನಂತರದಲ್ಲಿ ಮಾತನಾಡುವುದೆ ಅಪರೂಪವಾಗಿದೆ; ಮನೆಯಲ್ಲಿರುವ ನೀನು ನೋಡಿದರೆ, ನಾವು ಮಾತನಾಡಿಸಿದರೂ ನಮ್ಮ ಬಳಿ ಮಾತನಾಡುತ್ತಿಲ್ಲವಲ್ಲ" ಎಂದು ಬೇಸರದಿಂದ ಸನ್ನಿಯ ಬಳಿ ಹೇಳಿದಳು.

ಮತ್ತೆ ಮೌನ! ಸನ್ನಿ ಏನೂ ಮಾತನಾಡದೆ ಸುಮ್ಮನೆ ಕುಳಿತಿರುವುದನ್ನು ಕಂಡು ಬೊಳ್ಳವ್ವ ಅಲ್ಲಿಂದ ಎದ್ದು ಹೊರಟಿದ್ದಳು. ಬೊಳ್ಳವ್ವ ಕೊಠಡಿಯಿಂದ ಹೊರ ಹೋದ ತಕ್ಷಣ ಎದ್ದು ಕದ ಮುಚ್ಚಿಕೊಂಡ ಸನ್ನಿ, 'ಅಂದೊಂದು ಘಟನೆಯ ಫಲವಾಗಿ ಇವರೆಲ್ಲ ಇಂದಿಗೂ ನನ್ನನ್ನು ಸಂಶಯದಿಂದ ನೋಡುತ್ತಿದ್ದಾರೆ. ಇನ್ನು ನಾನೆಷ್ಟೆ ಪ್ರಾಮಾಣಿಕವಾಗಿ ಇದ್ದರು ಮನೆಯವರು ನನ್ನನ್ನು ನಂಬಲ್ಲ, ನನ್ನ ಮೇಲೆ ನಂಬಿಕೆ ಇಲ್ಲದ ಜಾಗದಲ್ಲಿ ನಾನು ಒಂದು ಕ್ಷಣವೂ ಇರಲೇಬಾರದು. ಯಾರ ಕಣ್ಣಿಗೂ ಕಾಣದಂತೆ ಎಲ್ಲಾದರು ದೂರ ಹೋಗಿಬಿಡುವುದೇ ಈ ಸಮಸ್ಯೆಗಳಿಗೆಲ್ಲ ಪರಿಹಾರ ಎಂದು ಯೋಚಿಸತೊಡಗಿದ.

ಅಂದು ರಾತ್ರಿಯಿಡಿ ನಿದ್ರೆ ಮಾಡದೇ ಕೋಣೆಯೊಳಗಡೆ ಏಕಾಂಗಿಯಾಗಿ ಕೂತು ಯೋಚಿಸಿದ ಸನ್ನಿ ಬೆಳಗಾಗುವಷ್ಟರಲ್ಲಿ ಒಂದು ತೀರ್ಮಾನಕ್ಕೆ ಬಂದಿದ್ದ. ಅದರಂತೆ ಬೆಳಿಗ್ಗೆ ಮನೆಯಲ್ಲಿ ಪೊನ್ನಪ್ಪನವರು ಇಲ್ಲವೆನ್ನುವುದನ್ನು ಖಾತರಿಪಡಿಸಿಕೊಂಡ ಸನ್ನಿ, ಅಡುಗೆ ಕೆಲಸದಲ್ಲಿ ಮಗ್ನಳಾಗಿದ್ದ ಬೊಳ್ಳವ್ವಳ ಬಳಿಗೆ ತೆರಳಿದ. ಎಂದೂ ಇಲ್ಲದಂತೆ ಮಗ ಅಡುಗೆ ಕೋಣೆಗೆ ಬಂದಿದ್ದನ್ನು ನೋಡಿ ಸಂತೋಷಗೊಂಡ ಬೊಳ್ಳವ್ವ, "ಬಾ ಸನ್ನಿ, ಕಾಫಿ ಮಾಡಿ ಕೊಡ್ಲಾ" ಎಂದು ಕೇಳಿದಳು. "ಹುಂ ಕೊಡು" ಎಂದ ಸನ್ನಿ ಪಕ್ಕದಲ್ಲೆ ಇದ್ದ ಮರದ ಸ್ಟೂಲನ್ನು ಎಳೆದು ಕುಳಿತುಕೊಂಡ. ಸನ್ನಿ ವಾಡಿಕೆಗೆ ವಿರುದ್ಧವಾಗಿ ಅಡುಗೆ ಕೋಣೆಯಲ್ಲಿ ಬಂದು ಕುಳಿತಿರುವುದನ್ನು ಗಮನಿಸಿದ ಬೊಳ್ಳವ್ವ, ಮಗನಿಗೆ ತನ್ನ ಬಳಿ ಏನೋ ಹೇಳಲಿಕ್ಕೆ ಇದೆ ಎಂಬುದನ್ನು ಅರಿತುಕೊಂಡು, "ಎಂತ ಸನ್ನಿ, ಏನು ವಿಷಯ?" ಅಂತ ಕೇಳಿದಳು. ಅವಳ ಮಾತಿಗೆ ಕಾಯುತ್ತಿದ್ದವನಂತೆ, "ಅವ್ವ ನಂಗೆ ಸದ್ಯಕ್ಕೆ ಮದುವೆಯಾಗುವ ಯಾವುದೇ ಇರಾದೆ ಇಲ್ಲ, ನೀನು ಇನ್ನು ಮುಂದೆ ಆ ವಿಚಾರವನ್ನು ನನ್ನ ಬಳಿ ಹೇಳಬೇಡ" ಎಂದ.

"ಆಯ್ತು ಬಿಡು, ಮದುವೆ ಬೇಡವಾದರೆ ಬೇಡ; ಆದರೆ ನೀನು ಕಾಲೇಜಿಗು ಹೋಗದೆ, ಇತ್ತ ಯಾರೊಂದಿಗೂ ಮಾತನಾಡದೆ ಕೋಣೆಯಲ್ಲೆ ಇರುವುದನ್ನು

ನೋಡಿದರೆ ನನಗೆ ಭಯವಾಗುತ್ತೆ ಕಣೊ, ಹೆತ್ತಕರುಳ ನೋವನ್ನು ನೀನು ಸ್ವಲ್ಪನಾದ್ರು ಅರ್ಥಮಾಡಿಕೊ" ಎಂದು ತನ್ನ ದುಗುಡವನ್ನು ಸನ್ನಿಯ ಬಳಿ ಹೇಳಿಕೊಂಡಳು.

ಅಮ್ಮನ ನೋವನ್ನು ಕೇಳುತ್ತಾ ಕುಳಿತಿದ್ದ ಸನ್ನಿ, ಒಂದಷ್ಟು ಸಮಯದ ನಂತರ "ಅವ್ವ, ನಾನೊಂದು ಮಾತು ಹೇಳುತ್ತೇನೆ ನಡೆಸಿಕೊಡುತ್ತೀಯಾ?" ಎಂದು ಕೇಳಿದ.

"ಹೇಳೊ ಮಗನೇ, ಅದೇನು ಅಂತ. ನಾನು ನನ್ನ ಜೀವ ಒತ್ತೆ ಇಟ್ಟಾದರು ಅದನ್ನು ನಡೆಸಿಕೊಡುವ ಪ್ರಯತ್ನವನ್ನು ಮಾಡುತ್ತೇನೆ" ಎಂದಳು.

"ಪಪ್ಪನ ಬಳಿ ಮಾತನಾಡಿ, ನನಗೆ ಒಂದು ಲಕ್ಷ ಹಣ ಕೊಡಲಿಕ್ಕೆ ಹೇಳು. ನಾನು ಏನಾದ್ರು ವ್ಯಾಪಾರ-ವಹಿವಾಟು ಮಾಡಿಕೊಂಡು ಹೊರಗೆ ಇದ್ದುಬಿಡುತ್ತೇನೆ. ಮನೆಯೊಳಗೆ ಎಲ್ಲರ ಮುಖ ನೋಡುತ್ತಿದ್ದರೆ ನನಗೆ ತಲೆಕೆಟ್ಟು, ಹುಚ್ಚು ಹಿಡಿದಂತೆ ಆಗುತ್ತಿದೆ" ಎಂದು ತನ್ನ ಅಸಲಿ ಸಮಸ್ಯೆಯನ್ನು ಬೊಳ್ಳವ್ವಳ ಬಳಿ ಬಿಚ್ಚಿಟ್ಟ.

ಸನ್ನಿಯ ಮಾತನ್ನು ಕೇಳಿ ದಿಗಿಲುಗೊಂಡ ಬೊಳ್ಳವ್ವ, "ಏನೋ ಹೇಳ್ತಾ ಇದ್ದೀಯ ನೀನು? ಒಂಬತ್ತು ತಿಂಗಳು ಹೊತ್ತು, ಹೆತ್ತು ಸಾಕಿದ ನಮ್ಮ ಮುಖ ನೋಡಿದರೆ ಹುಚ್ಚುಹಿಡಿದಂತೆ ಆಗುತ್ತಿದೆ ಎಂದು ಹೇಳುತ್ತಿದ್ದೀಯಲ್ಲ, ನಿನಗೇನೊ ಆಗಿದೆ!" ಎಂದು ಕಣ್ಣೀರು ಸುರಿಸತೊಡಗಿದಳು.

"ನಿಮಗೆ ನನ್ನ ಪರಿಸ್ಥಿತಿ ಅರ್ಥವಾಗುವುದಿಲ್ಲ! ಸಾಧ್ಯವಾದರೆ ನನಗೆ ಈ ಒಂದು ಸಹಾಯ ಮಾಡಿ, ಇಲ್ಲವಾದರೆ ನನ್ನಿಷ್ಟದಂತೆ ಬದುಕಲು ಬಿಟ್ಟುಬಿಡಿ" ಎಂದು ಕೋಪದಿಂದ ಹೇಳಿ ಮತ್ತೆ ಕೋಣೆಯೊಳಕ್ಕೆ ಹೋಗಿ ಕದ ಹಾಕಿಕೊಂಡ.

ಮಗ ಹೋದ ನಂತರದಲ್ಲಿ ಒಂದಷ್ಟು ಹೊತ್ತು ಯೋಚನೆ ಮಾಡುತ್ತಾ ಕುಳಿತಿದ್ದ ಬೊಳ್ಳವ್ವ, ಪರಿಸ್ಥಿತಿ ಕೈಮೀರುವ ಮೊದಲು ನಾನು ಏನಾದರು ಮಾಡಲೇಬೇಕು. ಇಲ್ಲದಿದ್ದರೆ ಇವನೇನಾದರು ಅನಾಹುತ ಮಾಡಿಕೊಂಡು ಬಿಡುತ್ತಾನೆ. ಅವನು ವ್ಯಾಪಾರವೋ, ಅದೇನು ಸುಡುಗಾಡು ಬೇಕಾದರು ಮಾಡಿಕೊಳ್ಳಲಿ, ಆದರೆ ಮೊದಲಿನ ರೀತಿ, ಎಲ್ಲರೊಂದಿಗೆ ನಗುನಗುತ್ತಾ ಇದ್ದರೆ, ಅದುವೇ ಸಾಕು! ಎಂದು ಯಜಮಾನನ ಬಳಿ ಸನ್ನಿಯ ಪರವಾಗಿ ಮಾತನಾಡಿ ಹಣ ಕೇಳಿಕೊಡಲು ಮಾನಸಿಕವಾಗಿ ಸಿದ್ಧಳಾಗತೊಡಗಿದಳು.

ಮರುದಿನ, ರಾತ್ರಿ ಪಾಳಿಯ ಕೆಲಸ ಮುಗಿಸಿಕೊಂಡು ಅವಾಗ ತಾನೇ ಬಂದಿದ್ದ ಪೊನ್ನಪ್ಪನವರು, ಹಜಾರದಲ್ಲಿ ಕುಳಿತು ಶಕ್ತಿ ಪತ್ರಿಕೆಯನ್ನು ತಿರುವುತ್ತಿದ್ದರು. ಅವರ ಬಳಿಗೆ ಬಂದ ಬೊಳ್ಳವ್ವ, 'ಏನೂಂದ್ರೆ' ಎಂದು ಮಾತು ಶುರು ಮಾಡಿದಾಗ ಪತ್ರಿಕೆಯ ಮೇಲೆ ಕಣ್ಣಾಡಿಸುವುದರಲ್ಲಿ ಮಗ್ನರಾಗಿದ್ದ ಪೊನ್ನಪ್ಪ, 'ಅದೇನೆಂದು ಹೇಳು' ಎನ್ನುವ ದಾಟಿಯಲ್ಲಿ ಅವಳತ್ತ ನೋಡಿದರು.

"ಸನ್ನಿ ಕಾಲೇಜಿಗು ಹೋಗದೇ, ಯಾರ ಜೊತೆಯೂ ಮಾತನಾಡದೆ ಹೀಗೆಯೇ ಕೋಣೆಯೊಳಗೆ ಕುಳಿತುಕೊಂಡಿದ್ದರೆ ಅವನಿಗೆ ಏನಾದರು ಮಾನಸಿಕ ಖಾಯಿಲೆ ಬಂದುಬಿಡಬಹುದಾ? ಅಂತ ನನಗೆ ಭಯವಾಗುತ್ತಿದೆ" ಎಂದು ಹೇಳಿದಳು.

"ಸರಿ, ಅದಕ್ಕೆ ನಾನೇನು ಮಾಡಬೇಕು ಅಂತ ನೀನು ಹೇಳ್ತಾ ಇದ್ದೀಯಾ?" ಎನ್ನುತ್ತಾ ಬೊಳ್ಳವ್ವಳನ್ನೆ ಪೊನ್ನಪ್ಪ ನೋಡಿದರು.

"ಅವನಿಗೆ ಏನಾದರು ವ್ಯಾಪಾರ ವಹಿವಾಟು ಮಾಡು ಎಂದು ಸ್ವಲ್ಪ ಹಣ ಕೊಟ್ಟರೆ ಹೇಗೆ?"

"ನಿನಗೆ ತಲೆಗಿಲೆ ಕೆಟ್ಟು ಹೋಗಿದ್ಯಾ ಬೊಳ್ಳು? ಅವನೇನು ಮಾಡುವುದು ಬೇಡ, ಸುಮ್ಮನೆ ತಿನ್ಕೊಂಡು, ಉಣ್ಕೊಂಡು ಆರಾಮಾಗಿ ಎಲ್ಲರ ಜೊತೆ ಮಾತನಾಡ್ಕೊಂಡು, ಖುಷಿಯಾಗಿ ಮನೆಯಲ್ಲೆ ಇರು ಅಂತ ಹೇಳಿದ್ರೇನೆ, ನಾವೇನೋ ಅವನನ್ನು ಬಾವಿಗೆ ತಳ್ಳಲಿಕ್ಕೆ ಹೊರಟಿದ್ದೀವಿ ಅಂತ ನಮ್ಮ ಮೇಲೆಯೆ ಉರಿದುಬೀಳ್ತಾನೆ, ಅಂಥದ್ದರಲ್ಲಿ ಇವಾಗ ನೀನೇನಾದರು ವ್ಯಾಪಾರ ಮಾಡು ಎಂದು ಅವನಿಗೆ ಹಣ ಕೊಡಲು ಹೋದರೆ, ನಾನು ಕೆಲಸ ಮಾಡದೇ ಮನೆಯಲ್ಲಿ ಬಿಟ್ಟಿ ಊಟ ಮಾಡುತ್ತಿರುವುದಕ್ಕೆ, ಈ ರೀತಿ ಹೇಳುತ್ತಿದ್ದಾರೆ ಎಂದು ಮತ್ತಷ್ಟು ರಾದ್ಧಾಂತ ಮಾಡಿಬಿಡಬಹುದು" ಎಂದು ಪೊನ್ನಪ್ಪನವರು ಕಳವಳ ವ್ಯಕ್ತಪಡಿಸಿದರು.

"ಇಲ್ಲ ರೀ, ನಿನ್ನೆ ಸನ್ನಿಯೇ ನನ್ನ ಬಳಿ ಬಂದು, ಮನೆಯಲ್ಲಿ ಕುಳಿತು ನನಗೆ ಹುಚ್ಚು ಹಿಡಿದಂತೆ ಆಗುತ್ತಿದೆ, ಪಪ್ಪನತ್ರ ಹೇಳಿ ನನಗೆ ಸ್ವಲ್ಪ ಹಣ ಕೊಡಿಸು, ನಾನೇನಾದ್ರು ವ್ಯಾಪಾರ ಮಾಡುತ್ತೇನೆ ಎಂದು ಬಾಯಿಬಿಟ್ಟು ಹೇಳಿದ"

"ಹೌದಾ! ಏನು ವ್ಯಾಪಾರ ಮಾಡುತ್ತಾನಂತೆ?"

"ಅದನ್ನೇನು ನನ್ನ ಬಳಿ ಹೇಳಿಲ್ಲ"

"ಎಷ್ಟು ಹಣ ಬೇಕಂತೆ?"

"ಒಂದು ಲಕ್ಷ ಕೇಳಿ ಕೊಡಿ ಎಂದು ಹೇಳಿದ"

"ಏನೇ ಹೇಳ್ತಾ ಇದ್ದೀಯಾ ನೀನು? ಅಷ್ಟೊಂದು ಹಣವನ್ನು ನಾನು ಎಲ್ಲಿಂದ ತರಲಿ!" ಎಂದು ಆತಂಕದಿಂದ ಬೊಳ್ಳವ್ವಳ ಮುಖ ನೋಡಿದರು.

"ಮಗನಿಗೆ ಒಳ್ಳೆದಾಗುತ್ತೆ ಎಂದರೆ, ನಾವು ಎಲ್ಲಿಂದಾದರು ಕಡ ಕೇಳಿಯಾದ್ರು ಕೊಡಲೇಬೇಕು, ಅವನೇ ಬಾಯಿಬಿಟ್ಟು ಏನಾದ್ರು ಮಾಡುತ್ತೇನೆ ಎಂದು ಮುಂದಡಿಯಿಟ್ಟಾಗ, ನಾವು ಅವನ ಬೆನ್ನಿಗೆ ನಿಲ್ಲುವ; ಇಲ್ಲದೇ ಹೋದರೆ, ಮುಂದೊಂದು ದಿನ ನಮ್ಮ ಕಣ್ಣಮುಂದೆಯೇ ಅವನು ಹುಚ್ಚನಂತೆ ತಿರುಗುವುದನ್ನು, ನಾವೇ ನೋಡಿ ಪಶ್ಚಾತ್ತಾಪ ಪಡಬೇಕಾಗುತ್ತದೆ" ಎಂದು

ಹೇಳಿ, ಮಗನಿಗೆ ಹಣ ಹೊಂದಿಸಿ ಕೊಡುವುದೊಂದೆ ನಮ್ಮ ಬಳಿ ಉಳಿದಿರುವ ದಾರಿ ಎಂಬಂತೆ ಬೊಳ್ಳವ್ವ ಹೇಳಿದಳು.

"ನೀನು ಹೇಳುವುದೇನೊ ಸರಿಯೇ, ಆದರೆ ನನ್ನ ಕೈಯಲ್ಲಿ ಅಷ್ಟೊಂದು ಹಣ ಇಲ್ಲ. ಕಳೆದ ಬಾರಿ ಜಮೀನು ಪಾಲಾಗುವ ಸಂದರ್ಭ ತೋಟದ ಜೊತೆಗೆ ಸಿಕ್ಕ ಒಂದೂವರೆ ಲಕ್ಷ ರೂಪಾಯಿಯನ್ನು ಬ್ಯಾಂಕಿನಲ್ಲಿ ಹಾಗೆಯೇ ಇಟ್ಟಿದ್ದೇನೆ. ಆ ಹಣವನ್ನು ಸನ್ನಿ ಮತ್ತು ರಾಯ್‌ಗೆ ಸಮನಾಗಿ ಹಂಚಿ ಕೊಡಬೇಕು ಎಂದು ಅಂದುಕೊಂಡಿದ್ದೆ, ಅದರಲ್ಲೇನಾದ್ರು ಸನ್ನಿಗೆ ತೆಗೆದುಕೊಡುವ ಎಂದರೆ ನಾಳೆ ರಾಯ್ ಬಂದು ನನ್ನ ಪಾಲು ಎಲ್ಲಿ ಅಂದರೆ ಅವನಿಗೆ ಏನು ಹೇಳುವುದು?" ಎಂದು ತನ್ನ ದುಗುಡವನ್ನು ಮಡದಿಯ ಬಳಿ ತೋಡಿಕೊಂಡರು.

ಬೊಳ್ಳವ್ವ ಮರುಮಾತನಾಡದೆ ಪೊನ್ನಪ್ಪನವರನ್ನೆ ನೋಡುತ್ತಾ ನಿಂತಳು.

ಮಾತು ಮುಂದುವರೆಸಿದ ಪೊನ್ನಪ್ಪ, "ನೀನೊಂದು ಕೆಲಸ ಮಾಡು ಬೊಳ್ಳು, ರಾಯ್ ಕರೆ ಮಾಡುವಾಗ, ಸನ್ನಿ ವ್ಯಾಪಾರ ಮಾಡಲೊಸುಗೆ ಒಂದು ಲಕ್ಷ ರೂಪಾಯಿ ಹಣ ಕೇಳುತ್ತಿದ್ದಾನೆ. ಪಪ್ಪ, ಆಸ್ತಿ ಪಾಲಾಗುವಾಗ ಸಿಕ್ಕಿದ ಹಣವನ್ನು ನಿಮಗಿಬ್ಬರಿಗು ಕೊಡಬೇಕು ಎಂದು ಬ್ಯಾಂಕಿನಲ್ಲಿ ಇಟ್ಟಿದ್ದಾರೆ. ಇಬ್ಬರಿಗು ಸೇರಿದ ಆ ಹಣವನ್ನು ಸದ್ಯಕ್ಕೆ ಸನ್ನಿಗೆ ಕೊಡಬೇಕಾ ಅಥವಾ ಏನು ಮಾಡುವುದು? ಎಂದು ಅವನ ಬಳಿಯೇ ಕೇಳು, ಅವನು ಏನು ಹೇಳುತ್ತಾನೆ ಅನ್ನುವುದನ್ನು ನೋಡಿಕೊಂಡು ನಂತರ ತೀರ್ಮಾನ ಮಾಡುವ" ಎಂದು ಮಡದಿಯ ಮೇಲೆಯೇ ಜವಾಬ್ದಾರಿ ವಹಿಸಿಬಿಟ್ಟರು.

ಮರುದಿನ ಸಂಜೆ ಸುಮಾರು ಏಳು ಗಂಟೆಯ ಸಮಯವಿರಬಹುದು. ಮುಂಭಾಗದ ಕೋಣೆಯ ಮೂಲೆಯಲ್ಲಿದ್ದ ಕಾಫಿಗಿಡದ ಬೊಡ್ಡೆಯಿಂದ ಮಾಡಿದ್ದ ಅಲಂಕಾರಿಕ ಮೇಜಿನ ಮೇಲಿಟ್ಟಿದ್ದ ದೂರವಾಣಿ ರಿಂಗಣಿಸತೊಡಗಿತು. ಕೋಣೆಯಲ್ಲಿದ್ದ ದೇಚಮ್ಮ ಗಡಿಯಿಂದ ಪತಿಯೇ ಕರೆ ಮಾಡಿರಬಹುದು ಎಂದುಕೊಂಡು, ಲಗುಬಗೆಯಿಂದ ಓಡಿಬಂದು ರಿಸೀವರ್ ಎತ್ತಿಕೊಂಡಳು. ಹೌದು, ಜಮ್ಮುವಿನಿಂದ ರಾಯ್ ಕರೆ ಮಾಡಿದ್ದ; ಒಂದೈದು ನಿಮಿಷ ಮಡದಿಯ ಕುಶಲೋಪರಿ ವಿಚಾರಿಸಿದ ನಂತರದಲ್ಲಿ, "ಅವ್ವಂಗೆ ಫೋನು ಕೊಡು" ಎಂದ.

"ಕೊಟ್ಟೆ ಇರಿ, ರಾಯ್ ಕರೆ ಮಾಡಿದರೆ ನನ್ನನ್ನೊಮ್ಮೆ ಕರಿ, ಅವನ ಬಳಿ ಸ್ವಲ್ಪ ಮಾತನಾಡುವುದಿದೆ ಎಂದು ಮಾಯಿ ನಿನ್ನೆಯಿಂದ ಹೇಳುತ್ತಿದ್ದರು" ಎನ್ನುತ್ತಾ, ಅಡುಗೆ ಕೋಣೆಯಲ್ಲಿದ್ದ ಬೊಳ್ಳವ್ವಳಿಗೆ ಕೇಳಿಸುವಂತೆ "ರಾಯ್ ಕರೆ ಮಾಡಿದ್ದಾರೆ ಬಂದು ಮಾತನಾಡಿ ಮಾಯಿ" ಎಂದು ಕರೆದಿದ್ದಳು. 'ಮಗ ಕರೆ ಮಾಡಿದ್ದಾನೆ' ಎಂಬ ಧ್ವನಿ ಕಿವಿಗೆ ಬಿದ್ದ ತಕ್ಷಣ ಅಡುಗೆ ಕೋಣೆಯಿಂದ 'ಗುಡುಗುಡು' ಎಂದು ಓಡಿಬಂದ ಬೊಳ್ಳವ್ವ ರಾಯ್‌ನೊಂದಿಗೆ

ಮಾತನಾಡತೊಡಗಿದಳು. ರಾಯ್, ಮನೆಯವರೆಲ್ಲರ ಯೋಗಕ್ಷೇಮವನ್ನು ವಿಚಾರಿಸುತ್ತಾ "ಸನ್ನಿ ಹೇಗಿದ್ದಾನೆ?" ಎಂದು ಕೇಳಿದ.

"ಅವನ ವಿಷಯವಾಗಿ ನಿನ್ನ ಬಳಿ ಕೊಂಚ ಮಾತನಾಡುವುದಿತ್ತು. ಅದಕ್ಕಾಗಿ ನಿನ್ನೆಯಿಂದ ಕಾಯುತ್ತಿದ್ದೇನೆ" ಎಂದು ಬೊಳ್ಳವ್ವ ಹೇಳುತ್ತಿರುವಾಗಲೇ ಮಧ್ಯ ಬಾಯಿ ಹಾಕಿದ ರಾಯ್, "ತಡಿ ತಡಿ ಇದು ಟ್ರಂಕ್ ಕಾಲ್ ಆಗಿರುವುದರಿಂದ ಇವಾಗ ಕಟ್ ಆಗಬಹುದು" ಎಂದು ಹೇಳುವಷ್ಟರಲ್ಲಿ ದೂರವಾಣಿಯ ಸಂಪರ್ಕ ಕಡಿತಗೊಂಡು 'ಕುಂಯ್ ಕುಂಯ್' ಎಂಬ ನೀಳವಾದ ಶಬ್ದ ಕೇಳಿಬರತೊಡಗಿತು.

ಏನಾದರು ಮುಖ್ಯ ವಿಷಯ ಹೇಳಲು ಹೊರಟರೆ 'ಈ ಹಾಳಾದ್ದು ಫೋನು ಕಟ್ಟಾಗಿಬಿಡುತ್ತೆ' ಎಂದು ಅಲ್ಲೆ ಪಕ್ಕದಲ್ಲಿದ್ದ ಕುರ್ಚಿಯ ಮೇಲೆ ಬೊಳ್ಳವ್ವ ಕುಳಿತರು.

ಕೊಠಡಿಯಲ್ಲಿದ್ದ ದೇಚಮ್ಮಳಿಗೆ ಅತ್ತೆ ಫೋನಿನಲ್ಲಿ ಮಾತನಾಡುವ ಧ್ವನಿ ಕೇಳಿಸದೆ ಹೊರಗೆ ಬಂದು ನೋಡಿದಾಗ, ಬೊಳ್ಳವ್ವ ಮುಖ ಸಪ್ಪಗೆ ಮಾಡಿಕೊಂಡು ಟೆಲಿಫೋನಿನ ಪಕ್ಕದ ಕುರ್ಚಿಯಲ್ಲಿ ಕುಳಿತಿದ್ದಳು. "ಎಂಥ ಮಾಯಿ, ಫೋನ್ ಕಟ್ ಆಯಿತಾ?" ಎಂದಳು.

"ಹುಂ. ಈ ಹಾಳಾದ್ದು ಯಾವಾಗ್ಲೂ ಹಂಗೆ ಏನಾದ್ರು ಮಾತನಾಡಬೇಕು ಅನ್ಕೊಳುವಾಗಲೆ, ಕಟ್ಟಾಗಿಬಿಡುತ್ತೆ" ಎನ್ನುವಷ್ಟರಲ್ಲಿ ಮತ್ತೆ ಫೋನು ರಿಂಗಣಿಸತೊಡಗಿತು, ದೂರವಾಣಿ ಬಡಿದುಕೊಳ್ಳುವ ಶಬ್ದ ಕಿವಿಗೆ ಬಿದ್ದದ್ದೆ ತಡ, ಕುಳಿತಲ್ಲಿಂದ ಚಂಗನೆ ಎದ್ದು ರಿಸೀವರ್ ಕೈಗೆತ್ತಿಕೊಂಡ ಬೊಳ್ಳವ್ವ "ಹಲೋ ರಾಯ್ ಕೇಳ್ತಾ ಇದೆಯಾ?" ಎಂದಳು. "ಅಕ್ಕಯ್ಯ ಇದು ನಾನು" ಎಂದು ಬೆಂಗಳೂರಿನಲ್ಲಿ ವಾಸವಾಗಿದ್ದ ತನ್ನ ದೂರದ ಸಂಬಂಧಿ ಗೌರಮ್ಮಳ ಧ್ವನಿ. "ಹೋ! ಗೌರು ನೀನಾ? ನಾನು ರಾಯ್ ಫೋನ್ ಮಾಡ್ತಾನೆ ಅಂತ ಕಾಯ್ತಾ ಇದ್ದೆ" ಎಂದು ಬೊಳ್ಳವ್ವ ಮಾತು ಮುಂದುವರೆಸಿದಳು. ಅಪರೂಪಕ್ಕೊಮ್ಮೆ ಗೌರಮ್ಮ ಕುಶಲೋಪರಿ ವಿಚಾರಿಸುವ ಸಲುವಾಗಿ ಕರೆ ಮಾಡಿದ್ದಳು. ಇವಾಗೇನಾದರು 'ನನ್ನ ಮಗನ ಬಳಿ ಮಾತನಾಡುವುದಿದೆ, ನೀನು ನಾಳೆ ಕರೆ ಮಾಡು' ಎಂದರೆ ಅವಳೆಲ್ಲಿ ಅಪಾರ್ಥ ಮಾಡ್ಕೋಬಹುದು ಎಂದುಕೊಂಡು ಅವಳು ಕೇಳುತ್ತಿದ್ದುದ್ದಕ್ಕೆಲ್ಲ ಮನಸ್ಸಿಲ್ಲದ ಮನಸ್ಸಿನಿಂದ 'ಆಂ, ಹುಂ' ಎಂದು ಬೊಳ್ಳವ್ವ ಉತ್ತರಿಸತೊಡಗಿದಳು. ನಿಮಿಷ ಹತ್ತು ಕಳೆದರು ಗೌರಮ್ಮ ಕರೆ ಕಟ್ ಮಾಡುವ ಯಾವುದೇ ಲಕ್ಷಣ ಕಾಣಲಿಲ್ಲ. ಅತ್ತ ರಾಯ್, ಲೈನ್ ಸಿಗದೇ ಪರಿತಪಿಸುತ್ತಿರಬಹುದು ಎಂದು ಮನಗಂಡ ಬೊಳ್ಳವ್ವ, ಆ ಕ್ಷಣಕ್ಕೆ "ಅಯ್ಯೋ ಕರೆಂಟು ಹೋಯ್ತು ಗೌರು, ನಾನು ದೀಪ ಹಚ್ಚುತ್ತೇನೆ, ನೀನು ನಾಳೆ ಕರೆ ಮಾಡುತ್ತೀಯಾ?" ಎಂದು ಸುಳ್ಳು ಹೇಳಿದಳು. ಪೊನ್ನಂಪೇಟೆ ಭಾಗದಲ್ಲಿ

ಸಂಜೆಯಾಯಿತೆಂದರೆ ಈ ರೀತಿಯಾಗಿ ಕರೆಂಟ್ ಹೋಗುವ ಸಮಸ್ಯೆ ದಿನನಿತ್ಯ ಇದ್ದಿದ್ದೆ ಎಂಬ ಅರಿವಿದ್ದ ಗೌರಮ್ಮ, "ಸರಿಸರಿ ಅಕ್ಕಯ್ಯ ನಾಳೆ ಮಾಡುತ್ತೇನೆ" ಎಂದು ಕರೆ ಕಡಿತಗೊಳಿಸಿದಳು.

'ರಾಯ್‌ನ ಬಳಿ ಸನ್ನಿಯ ವಿಚಾರವಾಗಿ ಮಾತನಾಡಬೇಕು ಎಂದು ನಿನ್ನೆಯಿಂದ ಕಾಯುತ್ತಿದ್ದೆ. ಆದರೆ ಅದೇ ಸಮಯಕ್ಕೆ ಸರಿಯಾಗಿ, ಎಂದೂ ಕರೆ ಮಾಡದ ಗೌರು ಕರೆ ಮಾಡಿಬಿಟ್ಟಳಲ್ಲ' ಎಂದು ಪೆಚ್ಚು ಮೋರೆ ಹೊತ್ತುಕೊಂಡು ಮತ್ತೆ ಹೋಗಿ ಕುರ್ಚಿಯ ಮೇಲೆ ಬೊಳ್ಳವ್ವ ಕುಳಿತುಕೊಂಡಳು. ಮತ್ತೆ ರಾಯ್ ಕರೆ ಮಾಡಬಹುದು ಎಂದು ಸುಮಾರು ಹತ್ತು ಗಂಟೆಯವರೆಗೂ ಬೊಳ್ಳವ್ವ, ಕುಳಿತ ಜಾಗಬಿಟ್ಟು ಕದಲಲೇ ಇಲ್ಲ. ಗಂಟೆ ಹತ್ತು ಕಳೆದರು ಅತ್ತೆ ಬೇಸರದಿಂದ ದವಡೆಯ ಮೇಲೆ ಕೈಹೊತ್ತು ಯೋಚಿಸುತ್ತ ಕುಳಿತಿರುವುದನ್ನು ನೋಡಿದ ದೇಚಮ್ಮ, "ಇನ್ನು ಅವರು ಇವತ್ತು ಕರೆ ಮಾಡಲ್ಲ ಅಂತ ಕಾಣುತ್ತೆ, ನೀವು ಹೋಗಿ ಊಟ ಮಾಡಿ ಮಲಗಿ ಮಾಯಿ, ನಾಳೆ ಮಾತನಾಡಿದರಾಯಿತು" ಎಂದು ಹೇಳಿದಳು. ಸೊಸೆಯ ಮಾತು ಕೇಳಿ ಒಲ್ಲದ ಮನಸ್ಸಿನಿಂದ ಎದ್ದ ಬೊಳ್ಳವ್ವ ಅಡುಗೆ ಕೋಣೆಗೆ ಹೋದಳು.

ಮರುದಿನ ಅದೇ ಸಮಯಕ್ಕೆ ಸರಿಯಾಗಿ ರಾಯ್ ಕರೆ ಮಾಡಿದ. ಅಂದು ಕೂಡ ಕರೆ ಸ್ವೀಕರಿಸಿದ ದೇಚಮ್ಮ ಕಷ್ಟಸುಖ ವಿಚಾರಿಸಿಕೊಂಡು ಕಾಲಹರಣ ಮಾಡುವ ಬದಲು ನೇರವಾಗಿ ವಿಷಯಕ್ಕಿಳಿದು, "ಸನ್ನಿಯ ವಿಚಾರವಾಗಿ ನಿಮ್ಮ ಬಳಿ ಏನೋ ಮಾತನಾಡಬೇಕು ಎಂದು ಮಾಯಿ ಎರಡು ದಿನದಿಂದ ಕಾಯುತ್ತಿದ್ದಾರೆ, ಮೊದಲು ಅವರ ಬಳಿ ಮಾತನಾಡಿ, ಸಮಯ ಉಳಿದರೆ ನನ್ನ ಬಳಿ ಮಾತನಾಡಿದರಾಯಿತು" ಎಂದು ಬೊಳ್ಳವ್ವರನ್ನು ಕರೆದು ಫೋನು ಕೊಟ್ಟಿದ್ದಳು ರಾಯ್ ಅಮ್ಮನ ಧ್ವನಿ ಕೇಳಿದ ತಕ್ಷಣ, "ನಿನ್ನೆ ಏನೋ ಮಾತನಾಡಬೇಕು ಎಂದು ಹೇಳಿದ್ದೆಯಲ್ಲ! ಏನವ್ವ ಅದು" ಎಂದು ಕೇಳಿದ.

"ಅದೇ ಕಣೊ, ಸನ್ನಿ ಕಾಲೇಜಿನ ಆ ಘಟನೆ ನಡೆದ ಮೇಲೆ ಯಾರೊಂದಿಗೂ ಮಾತನಾಡದೇ, ಕಾಲೇಜಿಗು ಹೋಗದೇ, ಒಬ್ಬನೆ ಆ ರೂಮಿನಲ್ಲಿ ಕುಳಿತು ಕಾಲ ಕಳೆಯುತ್ತಿದ್ದಾನೆ. ಹೀಗೆ ಸ್ವಲ್ಪ ದಿನ ಹೋದರೆ ಅವನಿಗೆ ಮಾನಸಿಕ ಕಾಯಿಲೆ ಬರುವುದರಲ್ಲಿ ಯಾವುದೇ ಸಂಶಯವಿಲ್ಲ" ಎಂದರು.

"ಹಾಗಾದರೆ ಯಾವುದಾದರೂ ಒಳ್ಳೆಯ ಆಸ್ಪತ್ರೆಗೆ ಕರೆದುಕೊಂಡು ಹೋಗಿ ತೋರಿಸುವುದಲ್ವಾ!" ಎಂದು ಆತಂಕದಿಂದ ರಾಯ್ ಕೇಳಿದ.

"ನಮಗೆ ಅವನು ಮುಖ ಕೊಟ್ಟು ಮಾತನಾಡಿ ಅದೆಷ್ಟೊ ದಿನ ಆಗ್ಹೋಗಿದೆ, ಇನ್ನು ಆಸ್ಪತ್ರೆಗೆ ಕರೆದರೆ ಬರುತ್ತಾನೆಯೇ?"

"ಮತ್ತೇನು ಮಾಡಬೇಕೂಂತ ಅಂದುಕೊಂಡಿದ್ದೀರಾ?"

"ಒಂದು ಗೊತ್ತಾಗ್ತ ಇಲ್ಲ ರಾಯ್! ಮೊನ್ನೆ ದಿಢೀರನೆ ನನ್ನ ಬಳಿ ಬಂದು, ಇನ್ನು ಮುಂದೆ ನಾನು ಕಾಲೇಜಿಗೆ ಹೋಗುವುದಿಲ್ಲ. ನಾನು ಏನಾದರು ವ್ಯಾಪಾರ ಮಾಡಬೇಕು ಅಂದುಕೊಂಡಿದ್ದೇನೆ, ಪಪ್ಪನ ಬಳಿ ಹೇಳಿ ನನಗೆ ಒಂದು ಲಕ್ಷ ರೂಪಾಯಿ ಹಣ ಕೊಡಿಸು ಎಂದ"

"ಹೋ ಹಾಗೆ ಹೇಳಿದ್ನಾ? ಒಳ್ಳೆಯ ವಿಚಾರ, ಅವನಾಗೆ ಏನಾದ್ರು ಮಾಡ್ತೀನಿ ಅಂತ ಮುಂದೆ ಬಂದಾಗ ನಾವೆಲ್ಲರೂ ಸೇರಿಕೊಂಡು ಅವನಿಗೆ ಬೆಂಬಲ ಕೊಡುವ. ಅದೆಲ್ಲ ಸರಿ ಏನು ವ್ಯಾಪಾರ ಮಾಡಬೇಕು ಅಂದುಕೊಂಡಿದ್ದಾನಂತೆ?"

"ಗೊತ್ತಿಲ್ಲ ಕಣೊ, ಆ ವಿಚಾರವಾಗಿ ನಾನು ಅವನ ಬಳಿ ಏನು ಕೇಳಿಲ್ಲ"

"ಒಳ್ಳೆಯ ವ್ಯವಹಾರ ಏನಾದರು ಮಾಡುತ್ತೀನಿ ಅಂತ ಹೇಳಿದರೆ ಪಪ್ಪನ ಬಳಿ ಹೇಳಿ ಹಣ ಕೊಡಿಸು. ಅದು ಸಾಲುವುದಿಲ್ಲ ಇನ್ನೂ ಹೆಚ್ಚಿನದು ಏನಾದರು ಬೇಕು ಅಂತ ಹೇಳಿದರೆ ನನಗೆ ತಿಳಿಸು, ನಾನು ಕೂಡಿಟ್ಟ ಹಣದಲ್ಲಿ ಬೇಕಾದರೆ ಸ್ವಲ್ಪ ಕೊಡುತ್ತೇನೆ" ಎಂದು ಪೊನ್ನಪ್ಪ ಕೂಡಿಟ್ಟ ಹಣದ ವಿಚಾರವಾಗಿ ಬೊಳ್ಳವ್ವ ಹೇಳುವ ಮುಂಚೆಯೆ ರಾಯ್ ಹೇಳಿದ.

ಹಿರಿಯ ಮಗನ ಮಾತು ಕೇಳಿದ ಬೊಳ್ಳವ್ವಳಿಗೆ ಸಂತೋಷದಿಂದ ಕಣ್ಣಾಲಿಗಳು ತುಂಬತೊಡಗಿದವು. ಮನೆಯ ಯಜಮಾನ ಕೂಡಿಟ್ಟ ಹಣವನ್ನು ಕಿರಿಯ ಮಗನಿಗೆ ಕೊಟ್ಟರೆ, ಹಿರಿಯವನೆಲ್ಲಿ ಬೇಸರ ಮಾಡಿಕೊಳ್ಳಬಹುದು! ಎಂಬ ಕಳವಳದಿಂದ 'ದೊಡ್ಡವನ ಅಭಿಪ್ರಾಯವನ್ನು ಒಮ್ಮೆ ಕೇಳಿನೋಡು' ಎಂದು ಯಜಮಾನ ತಿಳಿಸಿದರೆ, 'ರಾಯ್, ತಮ್ಮನ ಒಳಿತಿಗಾಗಿ ತಾನು ಕೂಡಿಟ್ಟ ಹಣವನ್ನು ಬೇಕಾದರು ಕೊಡುತ್ತೇನೆ ಎನ್ನುತ್ತಿದ್ದಾನಲ್ಲ' ಎಂದು ಹೆತ್ತಮನಸ್ಸು ಸಂತೋಷಪಡತೊಡಗಿತು.

ಮಾತು ಮುಂದುವರೆಸಿದ ಬೊಳ್ಳವ್ವ, ಪಪ್ಪನ ಕಡೆಯ ಆಸ್ತಿ ಪಾಲಾದಾಗ ಸಿಕ್ಕ ಸ್ವಲ್ಪ ಹಣವನ್ನು ನಿಮಗಿಬ್ಬರಿಗೆ ಸಮನಾಗಿ ಕೊಡಬೇಕು ಎಂದು ಅವರು ಬ್ಯಾಂಕಿನಲ್ಲಿ ಕೂಡಿಟ್ಟಿದ್ದಾರೆ. ಆ ಹಣದ ಸಲುವಾಗಿ ನಿನ್ನ ಅಭಿಪ್ರಾಯ ಏನು ಎಂದು ಕೇಳಿದ ನಂತರದಲ್ಲಿ ಬೇಕಾದರೆ ಸನ್ನಿಗೆ ಕೊಡುವ ಎಂದು ಪಪ್ಪ ಹೇಳಿದರು. ಈ ವಿಚಾರವನ್ನು ನಿನ್ನ ಬಳಿ ಹೇಳಬೇಕು ಎಂದು ಮೂರು ದಿನದಿಂದ ಕಾಯುತ್ತಿದ್ದೇನೆ ಎಂದಳು.

"ಪಪ್ಪ ಕೂಡಿಟ್ಟ ಹಣವನ್ನು ಸನ್ನಿಗೆ ಕೊಡುವುದಕ್ಕೆ ನನ್ನ ಅಪ್ಪಣೆ ಯಾಕವ್ವ? ಮಿಗಿಲಾಗಿ ನನಗೆ ಆ ಹಣದಲ್ಲಿ ಯಾವುದೆ ಪಾಲು ಬೇಡ. ಅದು ಅವರ ಬಳಿಯೇ ಇರಲಿ, ಅದನ್ನು ಅವರ ಖರ್ಚಿಗೆ ಉಪಯೋಗಿಸಿಕೊಳ್ಳಲು ಹೇಳು" ಎಂದು ಅಮ್ಮನ ಬಳಿ ಹೇಳುವುದರೊಂದಿಗೆ "ಇನ್ನೆರಡು ದಿನದಲ್ಲಿ ನಾನೊಂದು ಐವತ್ತು ಸಾವಿರ ಕಳುಹಿಸಿಕೊಡುತ್ತೇನೆ. ಉಳಿದ ಹಣವನ್ನು

ಹೊಂದಿಸಿ, ಪಪ್ಪನ ಬಳಿ ಅವನಿಗೆ ಕೊಡಲು ಹೇಳು. ಮುಖ್ಯವಾಗಿ, ಸನ್ನಿ ಏನು ವ್ಯವಹಾರ ಮಾಡಬೇಕು ಎಂದುಕೊಂಡಿದ್ದಾನೊ ಅದರ ಬಗ್ಗೆ ಸಾವಧಾನವಾಗಿ ಯೋಚಿಸಿ ಮುಂದುವರೆಯಲು ಹೇಳು" ಎಂದು ಕರೆ ಕಟ್ ಮಾಡಿದ.

ಮಗನ ಮಾತು ಕೇಳಿ ನಿರಾಳಗೊಂಡ ಬೊಳ್ಳವ್ವ, ಪೊನ್ನಪ್ಪನವರ ಬಳಿ ಆ ಕೂಡಲೆ ಹೋಗಿ, 'ರಾಯ್' ಕರೆ ಮಾಡಿ ಮಾತನಾಡಿದ ವಿಚಾರ ತಿಳಿಸಿ, "ನೀವು ಕೂಡಿಟ್ಟಿರುವ ಪೂರ್ತಿ ಹಣವನ್ನು ಸನ್ನಿಗೆ ಕೊಡುವುದು ಬೇಡವಂತೆ, ಅವನೊಂದು ಐವತ್ತು ಸಾವಿರವನ್ನು ಎರಡು ದಿನದಲ್ಲಿ ಕಳುಹಿಸಿ ಕೊಡುತ್ತಾನಂತೆ, ಮಿಕ್ಕ ಹಣವನ್ನು ನೀವು ಸೇರಿಸಿ ಕೊಟ್ಟರೆ ಸಾಕೆಂದು ರಾಯ್ ತಿಳಿಸಿದ" ಎಂದು ಹೇಳಿದಳು. ಪೊನ್ನಪ್ಪನವರಿಗು ಮಡದಿಯ ಮಾತು ಕೇಳಿ ಸಂತೋಷವಾಯಿತು.

"ಸರಿ ಹಾಗಾದ್ರೆ, ಸನ್ನಿಗೆ, ಯಾವಾಗ ಹಣ ಬೇಕು ಎಂದು ಒಂದು ದಿನ ಮುಂಚಿತವಾಗಿ ತಿಳಿಸಲು ಹೇಳು" ಎಂದರು.

"ಆಯ್ತು ರೀ" ಎನ್ನುತ್ತಾ ತಟ್ಟೆಯ ಮುಂದೆ ಕುಳಿತಿದ್ದ ಯಜಮಾನನಿಗೆ ಬೊಳ್ಳವ್ವ ಊಟ ಬಡಿಸಲು ಶುರುಮಾಡಿದಳು.

ಮರುದಿನ ಪೊನ್ನಪ್ಪ ತಿತಿಮತಿಗೆ ಮತ್ತು ದೇಚಮ್ಮ ಕಾಲೇಜಿಗೆ ಹೋದ ನಂತರದಲ್ಲಿ ಎದ್ದು ಕೊಠಡಿಯಿಂದ ಹೊರಬಂದ ಸನ್ನಿ, ನಿತ್ಯಕರ್ಮಗಳನ್ನು ಮುಗಿಸಿ ಡೈನಿಂಗ್ ಟೇಬಲಿನ ಮುಂದೆ ಬಂದು ಕುಳಿತ. ಮಗ ಬಂದದ್ದನ್ನು ನೋಡಿ ಬೊಳ್ಳವ್ವ ಕಾಫಿ ತಂದು ಮೇಜಿನ ಮೇಲಿಡುತ್ತಾ "ವ್ಯಾಪಾರ ಮಾಡಲಿಕ್ಕೆ ಹಣ ಬೇಕು ಎಂದು ಕೇಳಿದ್ದೆ ಅಲ್ಲ, ಕೊಡುತ್ತಾರಂತೆ. ಯಾವಾಗ ಬೇಕು ಅಂತ ಕೇಳಲು ಪಪ್ಪ ಹೇಳಿದ್ದಾರೆ" ಎಂದು ಹೇಳಿದಳು. ಅಮ್ಮನ ಮಾತು ಕೇಳಿ ಕಣ್ಣರಳಿಸಿದ ಸನ್ನಿ, "ನಿಜವಾಗಿಯೂ ಕೊಡುತ್ತೇನೆ ಅಂತ ಪಪ್ಪ ಹೇಳಿದ್ರಾ?" ಎಂದು ಅಮ್ಮನ ಬಳಿ ಕೇಳಿದ.

"ಯಾಕೊ ಹೀಗೆ ಕೇಳ್ತೀಯಾ? ನಿಮ್ಮ ಪಪ್ಪನ ಬಗ್ಗೆ ನಿನಗೇನು ಗೊತ್ತು? ಮಡದಿ ಮಕ್ಕಳಿಗಾಗಿ ತನ್ನ ಇಡೀ ಜೀವನವನ್ನೆ ಕರ್ತವ್ಯದ ಹೆಸರಿನಲ್ಲಿ ಆ ಮನುಷ್ಯ ಕಾಡಿನಲ್ಲಿ ಮತ್ತು ಕಳ್ಳಕಾಕರೊಂದಿಗೆ ಕಳೆಯುತ್ತಿದ್ದಾರೆ. ನಿನ್ನ ಭವಿಷ್ಯ ಒಳ್ಳೇದಾಗ್ಲಿ ಎನ್ನುವ ಉದ್ದೇಶದಿಂದ ಅವರಿಂದು ಹೇಳುವ ಪ್ರತಿ ಮಾತು ನಿನಗೆ ಕಹಿಯಾಗಿ ಕಾಣಬಹುದು, ಮುಂದೊಂದು ದಿನ ನೀನು ಕೂಡ ಒಬ್ಬ ಅಪ್ಪನಾಗುತ್ತೀಯಲ್ವ, ಅಂದು ಅವರು ಈ ರೀತಿ ಯಾತಕ್ಕಾಗಿ ಹೇಳಿದ್ದರು ಎಂದು ನಿನಗೆ ಮನದಟ್ಟಾಗುತ್ತದೆ" ಎಂದು ಬೇಸರದಿಂದ ಬೊಳ್ಳವ್ವ ಹೇಳಿದಳು. ಸನ್ನಿ ಮರು ಮಾತನಾಡಲೇ ಇಲ್ಲ.

* * *

ಮುಂಜಾನೆಯೆ ಮನೆಯಿಂದ ಹೊರಟ ಸನ್ನಿ, ಪೊನ್ನಂಪೇಟೆಗೆ ತಲುಪುವ ವೇಳೆಗಾಗಲೆ ಕುಶಾಲನಗರಕ್ಕೆ ಹೊರಡಲು 'ಭಗವತಿ' ಬಸ್ಸು ಅಣಿಯಾಗಿ ನಿಂತಿತ್ತು. ಕಿಟಕಿ ಬದಿಯ ಸೀಟಿನಲ್ಲಿ ಕುಳಿತ ಸನ್ನಿ ಸುತ್ತಲೂ ಕಣ್ಣಾಡಿಸತೊಡಗಿದ. ಬಸ್ಸಿನ ಮುಂಬದಿಯಲ್ಲಿ ನಿಂತಿದ್ದ ಕಂಡಕ್ಟರ್, ಬೆರಳುಗಳ ಸಂದಿಯಲ್ಲಿ ನೋಟುಗಳನ್ನು ಸಿಕ್ಕಿಸಿಕೊಂಡು 'ಗೋಣಿಕೊಪ್ಪ, ಸಿದ್ದಾಪುರ, ಕುಶಾಲನಗರ' ಎಂದು ಲಯಬದ್ಧವಾಗಿ ಕೂಗುತ್ತಲೆ ಇದ್ದ. ದೂರದೂರುಗಳಿಗೆ ಪ್ರಯಾಣ ಬೆಳೆಸಲು ಸಿದ್ಧರಾಗಿ ಬಂದಿದ್ದ ಹಲವರು, ದಾರಿಸಾಗುವ ಮಧ್ಯದಲ್ಲಿ ಮೆಲ್ಲುವುದಕ್ಕಾಗಿ, ರಸ್ತೆಬದಿಯಲ್ಲಿ ಸಾಲಾಗಿ ತೆರೆದಿದ್ದ ಗೂಡಂಗಡಿಗಳಿಂದ, 'ಬಸ್ಸು ಹೊರಟುಬಿಡಬಹುದೇನೊ!' ಎಂಬ ಆತಂಕದಿಂದ ಆತುರಾತುರವಾಗಿ ತಿಂಡಿಪೊಟ್ಟಣಗಳನ್ನು ಕಟ್ಟಿಸಿಕೊಳ್ಳುತ್ತಿದ್ದರೆ, ಅಲ್ಲೆ ಪಕ್ಕದಲ್ಲಿ ನಿಂತಿದ್ದ ಕೆಲವೊಂದು ವೃದ್ಧರು ದಿನಪತ್ರಿಕೆಯನ್ನು ಎರಡು ಕೈಗಳಲ್ಲಿ ಮುಖದತ್ತಿರಕ್ಕೆ ಎತ್ತಿಹಿಡಿದು ದೇಶದ ಆಗುಹೋಗುಗಳನ್ನು ತಿಳಿದುಕೊಳ್ಳುತ್ತಿದ್ದರು. ತಂಗುದಾಣದ ಮೂಲೆಯಲ್ಲಿ ನಿಂತಿದ್ದ ಹಮಾಲಿಗಳು ಮುಂದಿನ ಬಸ್ಸಿಗೆ ಯಾರು ಲೋಡ್ ಮಾಡಬೇಕು ಎಂದು ಬಾಯಂಚಿನಲ್ಲಿದ್ದ ಬೀಡಿಯಿಂದ ಹೊಗೆಬಿಡುತ್ತಾ ಘಹನವಾದ ಚರ್ಚೆಯಲ್ಲಿ ತೊಡಗಿದ್ದರು. ಕಳೆದ ಹಲವು ವರ್ಷಗಳಿಂದ ಸನ್ನಿ ಇದೇ ತಂಗುದಾಣದ ಮೂಲಕ ಹಲವಾರು ಬಾರಿ ಓಡಾಡಿದ್ದರೂ, ಇಂದ್ಯಾಕೊ ಅಲ್ಲಿನ ಈ ಎಲ್ಲಾ ದೃಶ್ಯಗಳು, ಅವನ ಕಣ್ಣಿಗೆ ಹೊಸತರಂತೆ ಕಾಣಿಸತೊಡಗಿತು; ಈ ಮೊದಲು, ಪ್ರತಿದಿನ ಕಾಲೇಜಿಗೆ ಹೋಗುವ ಸಲುವಾಗಿ ಪೊನ್ನಂಪೇಟೆ ತಂಗುದಾಣಕ್ಕೆ ಬರುತ್ತಿದ್ದ ಸನ್ನಿ ಒಂದು ತೆರನಾದ ಉನ್ಮಾದದಿಂದ ತೇಲುತ್ತಿದ್ದ, ಆದರಿಂದು ಜೀವನ ಸೊನ್ನೆಯಿಂದ ಪ್ರಾರಂಭವಾಗುತ್ತಿದೆಯೇನೊ ಎಂದು ಅವನ ಮನಸ್ಸಿಗೆ ಅನ್ನಿಸತೊಡಗಿತು.

ತಂಗುದಾಣದ ಎದುರಿಗಿನ ಚಹದಂಗಡಿಯಲ್ಲಿ ಖಾಕಿ ಬಣ್ಣದ ಪ್ಯಾಂಟು ಧರಿಸಿ, ಟೀ ಕುಡಿಯುತ್ತಿದ್ದ ಭಗವತಿ ಬಸ್ಸಿನ ಡ್ರೈವರ್ ಕೈಗಡಿಯಾರವನ್ನೊಮ್ಮೆ ದಿಟ್ಟಿಸಿ, 'ಹೊರಡಲು ಸಮಯವಾಯಿತು' ಎಂದು ಖಾತರಿಮಾಡಿಕೊಂಡು, ಕುಡಿದು ಖಾಲಿಯಾಗಿದ್ದ ಟೀಲೋಟವನ್ನು ಗೂಡಂಗಡಿಯ ಕೊಬ್ಬರಿ ಮಿಠಾಯಿ ಡಬ್ಬದ ಮೇಲಿಟ್ಟು, ಅಂಗಡಿಯವನಿಗೆ ಹಣ ನೀಡಿ ಬಸ್ಸು ಹತ್ತಿದವನೆ, ರಬ್ಬರ್ ಹಾರ್ನಿನ ಮೇಲೆ ಎರಡು ಬಾರಿ ಅದುಮಿ 'ಪೊಂವ್ ಪೊಂವ್' ಎಂದು ಧ್ವನಿ ಹೊರಡಿಸಿದ. ಆ ಶಬ್ದ ಕೇಳುತ್ತಿದ್ದಂತೆ ಬಸ್ಸಿನ ಹಿಂಭಾಗದಲ್ಲಿ ನಿಂತಿದ್ದ ನಿರ್ವಾಹಕ ಜೋರಾಗಿ ಮತ್ತೊಮ್ಮೆ ಬಸ್ಸು ಚಲಿಸುವ ಮಾರ್ಗಗಳ ಹೆಸರೇಳಿ, ತನ್ನ ಕಿರುಬೆರಳಿನಲ್ಲಿ ಸಿಕ್ಕಿಸಿಕೊಂಡಿದ್ದ 'ಪೀಪಿ'ಯಿಂದ ಒಂದೆರಡು ಬಾರಿ ಸೀಟಿ ಊದಿ ಬಸ್ಸನ್ನೇರಿದ. ಬಸ್ ಸ್ಟಾರ್ಟ್ ಆಗುತ್ತಿದ್ದಂತೆ ಕೆಳಭಾಗದಲ್ಲಿದ್ದ ನಳಿಕೆಯಿಂದ ಧುತ್ತೆಂದು ಕಪ್ಪುಹೊಗೆ ಹೊರಚಿಮ್ಮಿತು. ಬದಿಯಲ್ಲಿ ನಿಂತಿದ್ದವರಿಗೆಲ್ಲ

ಉಸಿರುಗಟ್ಟಿದಂತಾಗಿ ಮುಖ ಮುಚ್ಚಿಕೊಳ್ಳತೊಡಗಿದರು. ಒಂದೆರಡು ಕ್ಷಣದಲ್ಲಿ ಅಷ್ಟೂ ಹೊಗೆ ಕಣ್ಣಿಗೆ ಕಾಣದಂತೆ ಪರಿಸರದಲ್ಲಿ ಲೀನವಾಯಿತು.

ಊರು ಸರಿಯುತ್ತಿದ್ದಂತೆ ಬಸ್ಸು, ಕಾಡು ದಾರಿಯಲ್ಲಿ ಸಾಗತೊಡಗಿತು. ಎರಡೂ ಬದಿಯಲ್ಲೂ ಮುಗಿಲೆತ್ತರಕ್ಕೆ ಬೆಳೆದು ನಿಂತಿದ್ದ ಮರಗಳ ಮೇಲೆ ಸುತ್ತಿಕೊಂಡ ಕರಿಮೆಣಸಿನ ಬಳ್ಳಿಯಿಂದ ಹಚ್ಚಹಸಿರಿನ ಉದ್ದುದ್ದದ ತೊಕ್ಕುಗಳು ನೇತಾಡುತ್ತಿದ್ದವು. ಪಾಲಿಬೆಟ್ಟದ ಟಾಟಾ ಎಸ್ಟೇಟಿನ ಮುಂಭಾಗದ ಗಾಲ್ಫ್ ಮೈದಾನದಿಂದ ವಯಸ್ಸಾದ ವ್ಯಕ್ತಿಗಳಿಬ್ಬರು ಆಟ ಮುಗಿಸಿ, ಬೆನ್ನಿಗೆ ಬ್ಯಾಟು ತುಂಬಿದ್ದ ಬ್ಯಾಗನ್ನು ಜೋತು ಹಾಕಿಕೊಂಡು ತಮಾಷೆಯಾಗಿ ಮಾತನಾಡುತ್ತ ಹೆಜ್ಜೆಹಾಕುತ್ತಿದ್ದರೆ ಆ ತೋಟದ ಎರಡೂ ಬದಿಯಲ್ಲಿ ಅಂದವಾಗಿ ತಲೆ ಕತ್ತರಿಸಿದ್ದ ಬೇಲಿಗಳು, ಆ ಕಾಫಿತೋಟದ ಸೌಂದರ್ಯವನ್ನು ಮತ್ತಷ್ಟು ಹೆಚ್ಚಿಸಿತ್ತು. ತಂಪಾದ ಗಾಳಿಯನ್ನು ಸೀಳಿಕೊಂಡು ಬಸ್ಸು ವೇಗವಾಗಿ ಕುಶಾಲನಗರದ ಹಾದಿಯತ್ತ ಚಲಿಸತೊಡಗಿತು. ಸನ್ನಿ ಮಾತ್ರ 'ಮುಂದೇನು?' ಎಂಬ ಚಿಂತೆಯಲ್ಲಿ ಸೀಟಿಗೆ ತಲೆಯೊರಗಿಸಿದ್ದ.

'ಯಾರಪ್ಪ ಅಲ್ಲಿ ಕುಳಿತಿರುವುದು, ಇದೆ ಕಡೆಯ ಸ್ಟಾಪು! ಬನ್ನಿ ಕುಶಾಲನಗರ ಬಂತು' ಎಂದು ಕೂಗುವ ಕಂಡಕ್ಟರನ ಧ್ವನಿ, ನಿದ್ದೆ ಮಂಪರಿನಲ್ಲಿದ್ದ ಸನ್ನಿಯ ಕಿವಿಗೆ ಬಿತ್ತು. ಕಣ್ಣರಳಿಸಿ ನೋಡಿದ. ಬಸ್ಸುಗಳು ಸಾಲಾಗಿ ನಿಂತಿದ್ದು, ಏಜೆಂಟ್‌ಗಳು ಬೇರೆಬೇರೆ ಊರಿನ ಹೆಸರನ್ನು ಏರುಧ್ವನಿಯಲ್ಲಿ ಕೂಗುತ್ತಿದ್ದರು. ಮತ್ತೊಂದು ಬದಿಯಲ್ಲಿ ಸಾಲಾಗಿ ಕುಳಿತ ಹೆಂಗಸರು ಹೂವನ್ನು ದಾರದಲ್ಲಿ ಪೋಣಿಸುತ್ತಿದ್ದರೆ, ಅವರ ಮುಂಭಾಗದಲ್ಲಿ ನೇತುಹಾಕಿದ್ದ ಮಲ್ಲಿಗೆ ಹೂವಿನ ನಡುವೆ ಕೆಂಗುಲಾಬಿಯಿಂದ ಪೋಣಿಸಿದ್ದ ಹೂಮಾಲೆಗಳು, ಯಾರಾದರೂ ಬಂದು 'ನಮ್ಮನ್ನು ಮದುಮಕ್ಕಳ ಕುತ್ತಿಗೆಗೆ ಹಾಕಲೋ ಅಥವಾ ಸತ್ತವರ ಎದೆಯ ಮೇಲೆ ಇಡಲೋ' ಕೊಂಡುಹೋಗುತ್ತಾರೆ ಎಂಬ ಕಾತುರದಿಂದ ಆ ಬಿರುಬಿಸಿಲಿನಲ್ಲು ಕಂಪನ್ನು ಸೂಸುತ್ತಾ ಎದುರು ನೋಡುತ್ತಿದ್ದವು. ಅದೇ ಸಾಲಿನ ಕೊನೆಯಲ್ಲಿ, ಬಾಡಿದ ಹಣ್ಣುಗಳನ್ನು ಬುಟ್ಟಿಯಲ್ಲಿಟ್ಟುಕೊಂಡು ಕೆಜಿಗೆ 'ಹತ್ತು, ಹತ್ತು' ಎಂದು ಗಂಟಲು ಹರಕೊಂಡು ಗ್ರಾಹಕರನ್ನು ತಮ್ಮತ್ತ ಸೆಳೆಯಲು ಸಾಬರ ಟೋಪಿ ಧರಿಸಿದ್ದ ವ್ಯಕ್ತಿಯೊಬ್ಬ ಹೆಣಗಾಡುತ್ತಿದ್ದ. ಇವರೆಲ್ಲರನ್ನು ಪೊರೆಯುತ್ತಿದ್ದ ಮೂಡಲಸೀಮೆಗೆ ಹೊಂದಿಕೊಂಡಂತಿರುವ ಕುಶಾಲನಗರ ಪಟ್ಟಣ ಮಾತ್ರ ಕೊಡಗಿನ ವಾತಾವರಣಕ್ಕೆ ಅಪವಾದವೆಂಬಂತೆ ಆ ಬೆಳಗಿನ ಹತ್ತುಗಂಟೆಯಲ್ಲೂ ಕೆಂಡದಂತೆ ಸುಡುತ್ತಿತ್ತು.

ಹಲವು ವರ್ಷಗಳಿಗೆ ಮೊದಲು, ಊರು ತೊರೆದು ಕುಶಾಲನಗರ ಸೇರಿಕೊಂಡಿದ್ದ ತಮ್ಮೂರಿನ ಪಕ್ಕದ ಅರವತ್ತೊಕ್ಲುವಿನ ಆಲಿಕುಟ್ಟಿಯನ್ನು ದಿನೇದಿನೇ ಮಹಾನಗರವಾಗಿ ಬೆಳೆಯುತ್ತಿರುವ ಈ ಊರಿನಲ್ಲಿ ಕಂಡು

ಹಿಡಿಯುವುದಾದರು ಹೇಗೆ! ಎಂದು ಯೋಚಿಸುತ್ತಾ ಬಸ್ಸಿನಿಂದಿಳಿದ ಸನ್ನಿ. ಖಾಸಗಿ ತಂಗುದಾಣದ ಪಕ್ಕದಲ್ಲಿದ್ದ 'ಕೊಹಿನೂರ್' ಹೋಟೆಲಿನ ಬಳಿಗೆ ಹೆಜ್ಜೆ ಹಾಕಿದ. ಅಲ್ಲೆ ಒಂದು ಬದಿಯಲ್ಲಿ ನಿಂತು ಪರಿಚಯದವರು ಯಾರನ್ನಾದರು ಕಾಣಬಹುದಾ! ಎಂದು ಎಲ್ಲರ ಮುಖ ನೋಡುತಲಿದ್ದ. ಪ್ರತಿಯೊಬ್ಬರೂ ಅವರವರ ತಲೆಬಿಸಿಯಲ್ಲಿ ಓಡಾಡುತ್ತಿದ್ದರೆ ಹೊರತು, ಸನ್ನಿಯನ್ನು ಯಾರು ಗಮನಿಸುತ್ತಲೆ ಇರಲಿಲ್ಲ.

ಹೋಟೆಲಿನ ಕ್ಯಾಷ್ ಟೇಬಲಿನ ಮುಂದೆ ತಲೆಗೊಂದು ಟವೆಲ್ಲು ಕಟ್ಟಿ, ಬಿಳಿವಸ್ತ್ರಧಾರಿಯಾಗಿ ಕುಳಿತಿದ್ದ ಮೂಸಕ್ಕ, ಟೇಬಲಿಗೆ ಮರೆಯಾಗಿ ಇಟ್ಟಿದ್ದ ಗಾಜಿನ ಒಳಗಿಂದ ಇಣುಕಿ, ಸಪ್ಲೈ ಮಾಡುತ್ತಿದ್ದ ಯುವಕನನ್ನು ಕರೆದು, "ಅವನಿಗೆ ಏನು ಬೇಕು? ಎಂದು ಕೇಳು. ಸುಮಾರು ಹೊತ್ತಿಂದ ಆ ಹುಡುಗ ಅಲ್ಲಿಯೇ ನಿಂತಿದ್ದಾನೆ" ಎಂದು ಸನ್ನಿಯತ್ತ ನೋಡುತ್ತ ಹೇಳಿದರು.

ಮಾಲೀಕನ ಮಾತು ಕೇಳಿದ ಯುವಕ, ಸನ್ನಿಯ ಬಳಿಗೆ ಹೋಗಿ, "ಮೂಸಕಾಕ ನಿಮಗೆ ಏನು ಬೇಕು?" ಎಂದು ಕೇಳುತ್ತಿದ್ದಾರೆ ಎಂದ.

"ನಮ್ಮೂರಿನ ಯಾರನ್ನೊ ಹುಡುಕಿಕೊಂಡು ಬಂದೆ" ಎಂದು ಆ ಯುವಕನ ಬಳಿ ಉತ್ತರಿಸುತ್ತಾ, ಹೋಟೆಲಿನೊಳಗಿಂದ ಇಣುಕಿ ನೋಡುತ್ತಿದ್ದ ಮಾಲೀಕನನ್ನೊಮ್ಮೆ ಸನ್ನಿ ದಿಟ್ಟಿಸಿದ.

ಮೂಸಕಾಕನ ಬಳಿಗೆ ಮರಳಿದ ಸಪ್ಲೈಯರ್ "ಅವನ ಊರಿನ ಯಾರನ್ನೊ ಹುಡುಕಿಕೊಂಡು ಬಂದಿರುವುದಂತೆ" ಎಂದು ಹೇಳಿದ.

"ಅವನನ್ನು ಇಲ್ಲಿ ಬರಲಿಕ್ಕೆ ಹೇಳು"

ಹುಡುಗ ಮರಳಿ ಸನ್ನಿಯ ಬಳಿ ಹೋಗಿ "ಕಾಕ ಕರೆಯುತ್ತಿದ್ದಾರೆ" ಎಂದ. ಆ ಯುವಕನ ಮಾತು ಕೇಳಿದ ಸನ್ನಿ, 'ನನ್ನನ್ಯಾಕೆ ಇವರು ಕರೆಯುತ್ತಿರಬಹುದು!' ಎಂದು ಯೋಚಿಸುತ್ತಾ ಒಳಕ್ಕೆ ಬಂದು ಮೂಸಕಾಕನ ಎದುರಲ್ಲಿ ನಿಂತ. ಮೇಲಿಂದ ಕೆಳಗಿನವರೆಗೆ ಸನ್ನಿಯನ್ನೊಮ್ಮೆ ದಿಟ್ಟಿಸಿದ ಮೂಸಕಾಕ, "ಯಾವ ಊರು ನಿಂದು?" ಎಂದು ಸನ್ನಿಯ ಬಳಿ ಕೇಳಿದರು.

"ಪೊನ್ನಂಪೇಟೆ ಬಳಿಯ ಕಾನೂರು"

"ಇಲ್ಲಿ ಬಂದದ್ದು?"

"ಕೆಲವು ವರ್ಷಗಳ ಹಿಂದೆ ನಮ್ಮೂರಿನಿಂದ ಬಂದಿದ್ದ ಆಲಿಕುಟ್ಟಿಯನ್ನು ನೋಡಲಿಕ್ಕೆ"

"ಇಷ್ಟು ದೊಡ್ಡ ಊರಿನಲ್ಲಿ ಎಷ್ಟೊಂದು ಆಲಿಕುಟ್ಟಿಗಳಿರುತ್ತಾರೆ! ನೀನು ಯಾರನ್ನ ಅಂತ ಹುಡುಕುತ್ತೀಯಾ? ಅವನ ವಿಳಾಸ ಏನಾದ್ರು ಇದ್ದರೆ ಕೊಡು, ವಿಚಾರಿಸುವ" ಎಂದರು.

"ಅವನ ವಿಳಾಸ ನನ್ನ ಬಳಿ ಇಲ್ಲ. ಅಂವ ಸಾಧಾರಣವಾಗಿ ಎಲ್ಲ ವ್ಯವಹಾರ ಮಾಡುತ್ತಾನಂತೆ, ಜಾಗ ಮಾರಿಸುವುದು, ಮನೆ ಕೊಡಿಸುವುದು, ತೋಟ ಮಾಡಿ ಕೊಡುವುದು ಹೀಗೆ.."

ಮೂಸಕಾಕ ಅನುಮಾನದಿಂದ, "ಅವನು ನೋಡಲಿಕ್ಕೆ ಕುಳ್ಳಕ್ಕೆ, ದಪ್ಪಕ್ಕೆ ಇದ್ದಾನ!" ಎಂದು ಕೇಳಿದರು.

"ಹೌದು ಅವನೆ, ಅವನೆ" ಎಂದು ಸನ್ನಿ ಮುಖವರಳಿಸಿದ.

"ಹೋ, ಅವನಾ! ನಮ್ಮ ಬ್ರೋಕರ್ ಆಲಿಕುಟ್ಟಿ" ಎಂದು ಹೇಳುತ್ತಾ, "ಅವನು ಯಾವುದೋ ಅರವತ್ತೊಕ್ಲು ಗ್ರಾಮದವನು ಎಂದಿದ್ದನಲ್ಲ!" ಎಂದು ಪ್ರಶ್ನಾರ್ಥಕವಾಗಿ ಸನ್ನಿಯ ಮುಖವನ್ನು ನೋಡಿದರು.

"ಹೌದೌದು, ಅರವತ್ತೊಕ್ಲು ನಮ್ಮೂರಿನಿಂದ ಕೇವಲ ನಾಲ್ಕು ಕಿ.ಮೀಟರ್ ದೂರದಲ್ಲಿ ಇರುವುದು. ಅವನ ಪರಿಚಯ ನಿಮಗಿದೆಯಾ?" ಎಂದು ಸನ್ನಿ ಕೇಳಿದ.

ನಗುತ್ತಾ ಮೂಸಕಾಕ, "ನೀನು ತಡ ಮಾಡಿಬಿಟ್ಟೆ. ಸ್ವಲ್ಪ ಬೇಗನೆ ಬಂದಿದ್ದರೆ ಅವನು ನಿನಗೆ ಇಲ್ಲಿಯೇ ಸಿಗುತ್ತಿದ್ದ" ಎಂದರು.

"ಹೌದಾ!" ಸನ್ನಿಯ ಮುಖವರಳಿತು; ಗೊತ್ತಿಲ್ಲದ ಊರಿನಲ್ಲಿ ಆಲಿಕುಟ್ಟಿಯನ್ನು ಹುಡುಕುವ ಸಲುವಾಗಿ ಅಡ್ಡಾಡಿ ಬಸವಳಿಯಬೇಕಾದೀತು ಎಂದು ಯೋಚಿಸಿಕೊಂಡು ಬಂದಿದ್ದೆ. ಆದರೆ ಯಾವುದೇ ಪ್ರಯಾಸವಿಲ್ಲದೆ ಅವನನ್ನು ಹುಡುಕಲು ಸಾಧ್ಯವಾಯಿತಲ್ಲ ಎಂದುಕೊಳ್ಳುತ್ತಾ "ಇನ್ನು ಎಷ್ಟೊತ್ತಿಗೆ ವಾಪಾಸು ಬರುತ್ತಾನೆ" ಎಂದು ಕುತೂಹಲದಿಂದ ಕಾಕನ ಬಳಿ ಕೇಳಿದ.

"ಶುಂಠಿ ಬೆಳೆಯಲು ಜಮೀನು ಭೋಗ್ಯಕ್ಕೆ ಸಿಗಬಹುದಾ? ಎಂದುಕೊಂಡು ಕೇರಳದಿಂದ ಒಂದು ಪಾರ್ಟಿ ಆಲಿಕುಟ್ಟಿಯನ್ನು ಹುಡುಕಿಕೊಂಡು ಬಂದಿದ್ದರು. ಅವರಿಗೆ ಜಾಗ ತೋರಿಸುವ ಸಲುವಾಗಿ ಜೊತೆಗೆ ಹೋಗಿದ್ದಾನೆ. ಯಾವ ಊರಿಗೆ ಹೋಗಿರುವುದು ಎಂದು ನನಗೆ ಪಕ್ಕಾ ಗೊತ್ತಿಲ್ಲ. ಆದರೆ ಸಂಜೆ ಎಷ್ಟೇ ಹೊತ್ತಾದರು ಅವನು ಇಲ್ಲಿಗೆ ಬಂದು ಊಟ ಮಾಡಿಯೇ ರೂಮಿಗೆ ಹೋಗುವುದು" ಎಂದು ತನಗೆ ತಿಳಿದಿದ್ದಷ್ಟು ಆಲಿಕುಟ್ಟಿಯ ವಿವರಗಳನ್ನು ಮೂಸಕಾಕ, ಸನ್ನಿಗೆ ತಿಳಿಸಿದ.

'ಎಲ್ಲಿಗೆ ಹೋಗಿದ್ದರು, ಸಂಜೆಯ ವೇಳೆಗೆ ಆಲಿಕುಟ್ಟಿ ಇಲ್ಲಿಗೆ ಬರುತ್ತಾನೆ ಎಂಬುದು ನಿಶ್ಚಿತ ಎಂದಾದ ಮೇಲೆ, ನಾನು ಇಲ್ಲಿಯೆ ಕಾಯುವುದು ಒಳಿತು' ಎಂದು ಮನದಲ್ಲಿ ಅಂದುಕೊಂಡ ಸನ್ನಿ, ಕೊಹಿನೂರ್ ಹೋಟೆಲಿನ ಎದುರಿಗಿದ್ದ ಮರದ ಬೆಂಚಿನ ಮೇಲೆ ಹೋಗಿ ಕುಳಿತ. ಹೋಟೆಲಿನ ಮುಂಭಾಗದಲ್ಲಿಯೇ ವಲಯ ಅರಣ್ಯಾಧಿಕಾರಿಗಳ ಕಚೇರಿಯಿರುವುದು. ಪಪ್ಪ ಅರಣ್ಯ ಇಲಾಖೆಯ ಕೆಲಸದ ನಿಮಿತ್ತ ಕುಶಾಲನಗರಕ್ಕೆ ಬಂದರೆ, ಮರಳಿ ಬರುವಾಗ ಉಂಡೆಯನ್ನು

ತರುತ್ತಿದ್ದರು. ಆ ಸಮಯ ಅವ್ವ, 'ಎಲ್ಲಿಂದ ರೀ ಇಷ್ಟು ರುಚಿಯಾದ ಉಂಡೆ!' ಎಂದು ಕೇಳಿದರೆ, 'ಕುಶಾಲನಗರದ ಆರ್.ಎಫ್.ಓ ಕಚೇರಿಯ ಎದುರಿನಲ್ಲಿ ಒಬ್ಬ ಕಾಕನ ಹೋಟೆಲ್ ಇದೆ, ಅಲ್ಲಿಂದ ತಂದದ್ದು' ಎಂದು ಪಪ್ಪ ಹೇಳುತ್ತಿದ್ದ ನೆನಪು. ಆ ತಿನಿಸನ್ನು ಮನೆಯವರು ಅದೆಷ್ಟು ಇಷ್ಟಪಡುತ್ತಿದ್ದರು ಎಂದರೆ, ಮುಂದೆ ಪಪ್ಪ ಕುಶಾಲನಗರಕ್ಕೆ ಹೋಗುವುದಿದೆ ಎಂದು ಮನೆಯಲ್ಲಿ ಹೇಳಿದರೆ ಸಾಕು, ಮನೆಮಂದಿಯೆಲ್ಲ ಮರಳಿ ಬರುವಾಗ ಮರೆಯದೇ ಕಾಕನ ಹೋಟೆಲಿನ ಉಂಡೆ ತನ್ನಿ ಎಂದು ಹೇಳುತ್ತಿದ್ದರು. ಅತ್ತಿಗೆ ದೇಚಮ್ಮನಿಗಂತೂ ಉಂಡೆ ಎಂದರೆ ಪಂಚಪ್ರಾಣ. ಉಂಡೆ ತಂದ ದಿನ ಅವಳು ಊಟವನ್ನೇ ಮಾಡುತ್ತಿರಲಿಲ್ಲ. ಆ ಖಾದ್ಯ ಅಷ್ಟೊಂದು ರುಚಿಕರವಾಗಿತ್ತು ಎಂದು ಸನ್ನಿ ಮೆಲುಕು ಹಾಕತೊಡಗಿದ. 'ಒಂದು ವೇಳೆ ಪಪ್ಪ ತರುತ್ತಿದ್ದ ಉಂಡೆ ಸಿಗುವ ಹೋಟೆಲ್ ನಾನು ಕುಳಿತಿರುವ ಈ ಹೋಟೆಲೇ ಇರಬಹುದಾ!' ಎಂದು ಯೋಚಿಸಿದ ಸನ್ನಿ. ಹೋಟೆಲಿನೊಳಕ್ಕೆ ಒಮ್ಮೆ ಇಣುಕಿದ. ಅವನ ಊಹೆಗೆ ಇಂಬುಕೊಡುವಂತೆ, ಗಾಜಿನ ಪೆಟ್ಟಿಗೆಯ ಒಳಗೆ ಎಣ್ಣೆಯಲ್ಲಿ ಕರಿಯುವಾಗ ಕಂದು ಬಣ್ಣಕ್ಕೆ ತಿರುಗಿದ್ದ ಗೋಳಾಕಾರದ ಉಂಡೆಗಳನ್ನು ಒಂದರ ಮೇಲೊಂದರಂತೆ ಜೋಡಿಸಿಟ್ಟಿದ್ದರು. ಸನ್ನಿ ಡಬ್ಬದಲ್ಲಿದ್ದ ತಿನಿಸನ್ನು ನೋಡುತ್ತಿರುವುದನ್ನು ಗಮನಿಸಿದ ಮೂಸಕಾಕ, ಆಲಿಕುಟ್ಟಿಯ ಸ್ನೇಹಿತನಿಗೆ ಒಂದು 'ಚಾಯ ಮತ್ತು ಉಂಡೆ' ಕೊಡು ಎಂದು ಸಪ್ಲೈಯರ್‌ನ ಬಳಿ ಹೇಳಿದರು.

ಕಾಕನ ಧ್ವನಿ ಕಿವಿಗೆ ಬಿದ್ದ ತಕ್ಷಣ ಸನ್ನಿ ತನ್ನ ದೃಷ್ಟಿ ಬದಲಿಸಿ, ರಸ್ತೆಯಲ್ಲಿ ಓಡಾಡುತ್ತಿರುವವರನ್ನು ನೋಡುತ್ತಾ ಕುಳಿತ. ಅಷ್ಟರಲ್ಲಿ ಹೋಟೆಲಿನ ಸಹಾಯಕ ಒಂದು ಲೋಟ ಟೀ ಮತ್ತು ಒಂದು ಪೇಪರ್ ತುಂಡಿನಲ್ಲಿ ಉಂಡೆಯನ್ನು ಮುದುಡಿ ತಂದು ಸನ್ನಿಯತ್ತ ನೀಡಿ, "ತಗೋಳಿ" ಎಂದ.

"ನನಗೆ ಬೇಡ" ಎಂದು ಸನ್ನಿ ಮುಜುಗರದಿಂದ ಹೇಳಿದ.

"ತಗೋಳಿ, ಕಾಕ ಕೊಡಲು ಹೇಳಿದರು" ಎಂದು ಹುಡುಗ ಕೈನೀಡಿ ಅಲ್ಲಿಯೇ ನಿಂತ.

ವಿಧಿಯಿಲ್ಲದೆ ಟೀ ಮತ್ತು ತಿಂಡಿಯನ್ನು ಕೈಗೆತ್ತಿಕೊಂಡು ಮೂಸಕಾಕನ ಮುಖವನ್ನೊಮ್ಮೆ ನೋಡಿದ ಸನ್ನಿ, 'ಈ ಕಾಕ, ನನ್ನ ಬಳಿ ಊರಿಗೆ ತೆರಳಲು ಬಸ್ಸಿಗೆ ಹಣವಿಲ್ಲದೇ, ಹೊಟ್ಟೆ ಹಸಿದುಕೊಂಡು ಆಲಿಕುಟ್ಟಿಯನ್ನು ಹುಡುಕಿಕೊಂಡು ಬಂದಿದ್ದೇನೆ ಎಂದೇನಾದ್ರು ಅಪಾರ್ಥ ಮಾಡಿಕೊಂಡು ಬಿಟ್ಟಿದ್ದಾರ! ಅದರಿಂದಾಗಿ ನಾನು ಕೇಳದೆ ಹೋದ್ರು ಅವರು ಚಹ ಮತ್ತು ತಿಂಡಿಯನ್ನು ಕೊಟ್ಟುಕಳಿಸಿರಬಹುದಾ!' ಎಂದು ಯೋಚಿಸತೊಡಗಿದ. ಆದರೆ ಜಾಸ್ತಿ ಹೊತ್ತು ಪೇಪರಿನ ಒಳಗಡೆ ಬೆಚ್ಚನೆ ಕುಳಿತು ತನ್ನನ್ನೇ ಇಣುಕಿ ನೋಡುತ್ತಿದ್ದ ಉಂಡೆಯ ಸುವಾಸನೆಯನ್ನು ತಡೆದುಕೊಳ್ಳಲಾಗದ ಸನ್ನಿ, ಕೊನೆಗೂ ಪೇಪರು ಸರಿಸಿ ಒಂದು ಮುರಿ ಉಂಡೆಯನ್ನು ಕಡಿದು, ಚಹಾವನ್ನು ಹೀರಲಾರಂಭಿಸಿದ.

ಸಮಯ ಸರಿಯುತ್ತಿದ್ದಂತೆ ಸನ್ನಿಗೆ ಒಂದೇ ಕಡೆ ಕುಳಿತು ಕುಂಡಿ ನೋವು ಬರತೊಡಗಿತು. ಕುಳಿತಲ್ಲಿಂದ ಎದ್ದು ಒಂದೈದು ನಿಮಿಷ ನಡೆದಾಡಿ ನರನಾಡಿಗಳನ್ನೆಲ್ಲ ಸಡಿಲಗೊಳಿಸಿಕೊಳ್ಳುವ ಎಂದರೆ, ಅಂಥಹ ಸಂದರ್ಭದಲ್ಲಿ ಆಲಿಕುಟ್ಟಿ ಏನಾದರು ಬಂದುಹೋದರೆ, ಮತ್ತೆ ಅವನು ಮರಳಿ ಬರುವವರೆಗೂ ಕಾಯಬೇಕಾಗುತ್ತದೆ; ಕುಳಿತು ಕುಳಿತು ಕುಂಡಿ ಮರಗಟ್ಟಿ ಹೋದರೂ ಅಡ್ಡಿಯಿಲ್ಲ. ಅವನನ್ನು ಭೇಟಿಯಾಗದೇ ಇಲ್ಲಿಂದ ಕದಲುವ ಪ್ರಮೇಯವೆ ಇಲ್ಲ ಎಂದು ದೃಢನಿರ್ಧಾರವನ್ನು ತೆಗೆದುಕೊಂಡ ಸನ್ನಿ ಅಲ್ಲಿಯೇ ಕುಳಿತು ಕಾಯತೊಡಗಿದ. 'ಮನೆಗೆ ಮರಳುವ ಮುನ್ನ ಕಾನೂರಿನಿಂದ ದೂರವಾಗುವ ಸಲುವಾಗಿ ಯಾವುದಾದರೊಂದು ಕೆಲಸವನ್ನೊ ಅಥವಾ ವ್ಯಾಪಾರವನ್ನೊ ಆಲಿಕುಟ್ಟಿಯ ಮೂಲಕ ಸಂಪಾದಿಸಿಕೊಂಡೆ ಹೋಗಬೇಕು' ಎಂದು ಸನ್ನಿ ಅಚಲವಾದ ತೀರ್ಮಾನವನ್ನು ಕೈಗೊಂಡಿದ್ದ. ಕಾರಣ, ನಾಯರ್‌ನ ಮಡದಿಯೊಂದಿಗೆ ಸಿಕ್ಕಿಹಾಕಿಕೊಂಡ ನಂತರದಲ್ಲಿ ಯಾರಾದರೂ ತನ್ನ ಮುಖವನ್ನು ಸೂಕ್ಷ್ಮವಾಗಿ ನೋಡಿದರೆ ಒಂದು ರೀತಿಯ ಹಿಂಸೆಯಾದಂತೆ ಸನ್ನಿಗೆ ಭಾಸವಾಗುತ್ತಿತ್ತು. ಜೊತೆಗೆ ಅದೇ ವಿಷಯವಾಗಿ ಅವರು ನನ್ನನ್ನು ಕೀಳರಿಮೆಯಿಂದ ನೋಡುತ್ತಿದ್ದಾರೆ ಎಂದು ಅವನಿಗೆ ಬಲವಾಗಿ ಕಾಡುತ್ತಿತ್ತು. ಇದರಿಂದಾಗಿ 'ಹೇಗಾದರು ಮಾಡಿ, ಪರಿಚಯದವರೇ ತುಂಬಿರುವ ತನ್ನ ಹುಟ್ಟೂರಿನಿಂದ ದೂರವಾಗಿ, ಯಾರಿಗು ತನ್ನ ಪೂರ್ವಪರ ಗೊತ್ತಿಲ್ಲದ ಯಾವುದಾದರು ಊರಲ್ಲಿ ನೆಲೆಕಂಡುಕೊಂಡರೆ ಸಾಕು' ಎಂದು ಅವನ ಮನಸ್ಸು ಪ್ರತಿಕ್ಷಣ ಚಡಪಡಿಸುತ್ತಿತ್ತು.

ಸಮಯ ಸರಿದು ಸೂರ್ಯ ನೆತ್ತಿಯ ಮೇಲೆ ಬಂದು ದಗದಗ ಉರಿಯತೊಡಗಿದ. ಪಕ್ಕದಲ್ಲೆ ಇದ್ದ ಅರಣ್ಯ ಇಲಾಖೆಯ ಡಿಪೋದಲ್ಲಿ ಕೆಲಸಮಾಡುವ ಲೋಡರ್‌ಗಳು, ಖಾಸಗಿ ಬಸ್ಸಿನ ಡ್ರೈವರ್‌ಗಳು, ಕಂಡಕ್ಟರ್‌ಗಳು ಊಟ ಮಾಡುವ ಸಲುವಾಗಿ ಹೋಟೆಲಿನತ್ತ ಹೆಜ್ಜೆ ಹಾಕಲು ಪ್ರಾರಂಭ ಮಾಡಿದ್ದನ್ನು ಕಂಡ ಸನ್ನಿ, ನನ್ನಿಂದಾಗಿ ವ್ಯಾಪಾರಕ್ಕೆ ತೊಡಕಾಗುವುದು ಬೇಡ ಎಂದು ಹೋಟೆಲಿನ ಮುಂಭಾಗದಿಂದ ಸ್ವಲ್ಪ ಹಿಂದಕ್ಕೆ ಸರಿದು ನಿಂತ. ಅದೇ ಸಮಯಕ್ಕೆ ಸರಿಯಾಗಿ ಬಿಳಿಬಣ್ಣದ ಅಂಬಾಸಿಡರ್ ಕಾರೊಂದು ವೇಗವಾಗಿ ಹೋಟೆಲಿನ ಎದುರಲ್ಲಿ ಬಂದು ನಿಂತಿತು. ಮುಂಬದಿಯಿಂದ, ಕುಳ್ಳಕ್ಕೆ, ಕಣ್ಣಿಗೆ ಕರಿ ಕನ್ನಡಕ ಸಿಕ್ಕಿಸಿ, ಟಾಕುಟೀಕಾಗಿ ಬಟ್ಟೆ ಧರಿಸಿದ್ದ ಡೊಳ್ಳುಹೊಟ್ಟೆಯ ವ್ಯಕ್ತಿಯೊಬ್ಬ ಇಳಿದು ಹೋಟೆಲಿನೊಳಕ್ಕೆ ನಡೆದ. ಹಿಂಬದಿಯಿಂದ ಬಿಳಿಬಣ್ಣದ ಶರ್ಟು ಮತ್ತು ಪಂಚೆ ಧರಿಸಿದ್ದ ಕೇರಳಿಗರನ್ನು ಹೋಲುತ್ತಿದ್ದವರಿಬ್ಬರು ಅವನ ಹೆಜ್ಜೆಯನ್ನು ಅನುಸರಿಸಿದರು.

ಅವರಿಂದ ಹತ್ತಿಪ್ಪತ್ತು ಹೆಜ್ಜೆ ದೂರದಲ್ಲಿ ನಿಂತಿದ್ದ ಸನ್ನಿ, 'ಈ ಮುಖವನ್ನು ಎಲ್ಲಿಯೋ ನೋಡಿದಂಗೆ ಇದೆಯಲ್ಲ!' ಎಂದು ಅವನನ್ನೆ ನೋಡತೊಡಗಿದ.

ಅಷ್ಟರಲ್ಲಿ ಹೋಟೆಲಿನ ಒಳಹೊಕ್ಕ ಆ ಕುಳ್ಳಗಿನ ವ್ಯಕ್ತಿ, "ಮೂಸಕ್ಕ ಮೂನ್ಸ್ಟ್ ನೈ ಚೋರ್" ಎಂದು ಹೇಳುತ್ತಾ, ಕೊನೆಯ ಟೇಬಲಿನ ಎದುರಿಗೆ ಹೋಗಿ ಕುಳಿತ.

"ಏ ಆಲಿ, ನಿನ್ನ ಹುಡುಕಿಕೊಂಡು ಊರಿಂದ ಯಾರೊ ಬಂದಿದ್ದರಲ್ಲ!"

ಕಣ್ಣಿನಿಂದ ಕರಿಕನ್ನಡಕವನ್ನು ಕಳಚಿ, ಮುಂಭಾಗದ ಕಿಸೆಯಲ್ಲಿರಿಸಿದ ಆಲಿ, "ಹೌದಾ! ಯಾರು?" ಎಂದು ಮೂಸಕಾಕನನ್ನೆ ದಿಟ್ಟಿಸಿದ.

"ಗೊತ್ತಿಲ್ಲ, ಇಷ್ಟೊತ್ತು ಇಲ್ಲೆ ಕುಳಿತಿದ್ದ. ಏ ಇವನೇ, ಆ ಹುಡುಗ ಅಲ್ಲೆಲ್ಲಾದರು ಹೊರಗಡೆ ಇದ್ದಾನ! ಎಂದು ಒಮ್ಮೆನೋಡು" ಎಂದು ಹೋಟೆಲಿನ ಹುಡುಗನ ಬಳಿ ಮೂಸಕಾಕ ಹೇಳಿದರು. ಆಲಿ, 'ತನ್ನನ್ನು ಊರಿಂದ ಯಾರಪ್ಪ ಹುಡುಕಿಕೊಂಡು ಬಂದಿರುವುದು!' ಎಂದು ಕುತೂಹಲದಿಂದ ಹೋಟೆಲಿನ ಹುಡುಗ ಯಾರನ್ನು ಕರೆದುಕೊಂಡು ಬರಬಹುದೆಂದು ಹೊರಗಡೆಯೇ ನೋಡತೊಡಗಿದ.

ಅಷ್ಟರಲ್ಲಿ ಆ ಯುವಕನೊಂದಿಗೆ ಸನ್ನಿ ಒಳಬಂದ. ಅವನ ಮುಖದರ್ಶನವಾಗುತ್ತಿದ್ದಂತೆ "ಹೊ ಇದು ನಮ್ಮ ಫಾರೆಸ್ಟರ್ ಪೊನ್ನಪ್ಪನವರ ಮಗ ಸನ್ನಿ!" ಎಂದು ಉದ್ಘರಿಸಿದ ಆಲಿಕುಟ್ಟಿ, "ಎಂತದ ಸನ್ನಿ, ನೀ ಯಾವಾಗ ಬಂದೆ?" ಎಂದು ಕುಳಿತಲ್ಲಿಂದ ಎದ್ದು ಸನ್ನಿಯನ್ನು ಮುಂಬದಿಯ ಆಸನದಲ್ಲಿ ಕುಳ್ಳಿರಿಸಿದ. 'ಹಾಗಾದರೆ ಕಾರಿನಿಂದಿಳಿದು ಬಂದದ್ದು ನಾನು ಹುಡುಕಿಕೊಂಡು ಬಂದ ಅದೇ ಆಲಿಕುಟ್ಟಿ! ಎಷ್ಟೊಂದು ಬದಲಾಗಿ ಬಿಟ್ಟಿದ್ದಾನೆ, ಊರಿನಲ್ಲಿರುವಾಗ ಕಾಫಿತೋಟದ ಮಾಲೀಕರಿಂದ ಕಾಫಿ ಖರೀದಿಸಿ, ಹಣ ಕೊಡಲಾಗದೆ ತಲೆ ಮರೆಸಿಕೊಂಡು ತಿರುಗುತ್ತಿದ್ದವನು, ಇಂದು ಎದೆಯುಬ್ಬಿಸಿ, ಕರಿಕನ್ನಡಕವನ್ನು ಹಾಕಿಕೊಂಡು ಕಾರಿನಲ್ಲಿ ತಿರುಗುವಷ್ಟರ ಮಟ್ಟಿಗೆ ಬೆಳೆದಿದ್ದಾನಲ್ಲ; ಅದಕ್ಕೆ ಹಿರಿಯರು ಹೇಳುವುದು, 'ಜೀವನದಲ್ಲಿ ಉದ್ಧಾರವಾಗಬೇಕು ಎಂದರೆ, ಹುಟ್ಟೂರನ್ನು ಬಿಟ್ಟು ಬರಬೇಕು' ಎಂದು ಮನದಲ್ಲಿ ಅಂದುಕೊಳ್ಳುತ್ತಾ, "ನಾನು ಬಂದು ಒಂದೆರಡು ಗಂಟೆ ಆಯ್ತು, ನಿನ್ನ ಬಳಿ ಒಂದು ಮುಖ್ಯ ವಿಚಾರ ಮಾತನಾಡಲಿಕ್ಕೆ ಇತ್ತು ಅದಕ್ಕಾಗಿ ಬಂದೆ" ಎಂದು ಸನ್ನಿ ಹೇಳಿದ.

"ಅದೆಲ್ಲ ಸರಿ, ಈ ಮೂಸಕಾಕನ ಹೋಟೆಲಿಗೆ ಬಂದರೆ ನಾನು ಸಿಗುತ್ತೇನೆ ಅಂತ ನಿನಗೆ ಯಾರು ಹೇಳಿದ್ದು!"

"ನನಗೆ ಯಾರು ಹೇಳಿಲ್ಲ, ಭಗವತಿ ಬಸ್ಸು ಇಳಿದು, ನಿನ್ನನ್ನು ಹುಡುಕಿಕೊಂಡು ಎಲ್ಲಿಗೆ ಹೋಗುವುದೆಂದು ಗೊತ್ತಾಗದೆ, ಈ ಹೋಟೆಲಿನ ಬಳಿ ಬಂದು ನಿಂತಿದ್ದೆ. ಆವಾಗ ಈ ಕಾಕನೆ ವಿಚಾರಿಸಿ, ಎಲ್ಲಿಯೂ ಹೋಗಬೇಡ, ಇಲ್ಲಿಯೇ ನಿಲ್ಲು ಸಂಜೆಯ ವೇಳೆಗೆ ಆಲಿಕುಟ್ಟಿ ಇಲ್ಲಿಗೆ ಬಂದೆ ಬರುತ್ತಾನೆ' ಎಂದು ಇಲ್ಲಿ ನಿಲ್ಲಿಸಿಕೊಂಡರು. ಪಾಪ, ಒಳ್ಳೆಯ ಮನುಷ್ಯ!" ಎಂದ.

ಅಷ್ಟರಲ್ಲಿ ಅವರು ಕುಳಿತಿದ್ದ ಟೇಬಲಿನ ಬಳಿಗೆ ಬಂದ ಮೂಸಕಾಕ, "ಅವನು ಬೆಳಿಗ್ಗೆಯಿಂದ ನಿನ್ನನ್ನು ಈ ಬಿಸಿಲಿನಲ್ಲಿ ಕಾದು ಸುಸ್ತಾಗಿ

ಹೋಗಿದ್ದಾನೆ. ಅವನಿಗೆ ಊಟಗೀಟ ಮಾಡಿಸುವುದು ಬಿಟ್ಟು, ಒಂದೇ ಸಮನೆ ಪುರಾಣಗಳನ್ನೆಲ್ಲ ಕೇಳಿ ತಿಳಿದುಕೊಳ್ಳುತ್ತಿದ್ದೀಯಲ್ಲ" ಎಂದು ಆಲಿಕುಟ್ಟಿಗೆ ತಮಾಷೆಯಿಂದ ರೇಗಿದರು.

ಆಲಿಕುಟ್ಟಿ, "ಏ, ಇವನೆ ಇನ್ನೊಂದು ನೈಚೋರ್ ತಗೊಂಡು ಬಾ" ಎಂದು ಆರ್ಡರ್ ಮಾಡಿ, "ವಿಶೇಷವನ್ನೆಲ್ಲ ರೂಮಿಗೆ ಹೋಗಿ ಮಾತನಾಡಿಕೊಳ್ಳುವ" ಎಂದು ಸನ್ನಿಯ ಬಳಿ ಹೇಳುತ್ತಾ, ತುಪ್ಪದ ಅನ್ನದ ತುತ್ತನ್ನು ಬಾಯಿಗಿರಿಸಿದ. ಆ ನಡುವೆ ಜೊತೆಗೆ ಬಂದಿದ್ದ ಕೇರಳದವರ ಬಳಿ, "ನಿಮಗೆ ಆ ಜಾಗ ಇಷ್ಟವಾಯಿತಾ" ಎಂದು ಕೇಳಿ ತಿಳಿದುಕೊಳ್ಳುತ್ತಿದ್ದ. ಅವರಲ್ಲೊಬ್ಬ, "ಸ್ಥಲಂ ಇಷ್ಟಮಾಯಿ, ಪಕ್ಷೆ ವೆಲ ಕೂಡ್‌ದಲಾಯಿ" ಎಂದ.

"ರೇಟಿನ ಬಗ್ಗೆ ನೀವು ತಲೆ ಕೆಡಿಸಿಕೊಳ್ಳಬೇಡಿ, ಪಾರ್ಟಿಯ ಮಗಳ ಮದುವೆ ನಿಶ್ಚಯವಾಗಿದೆ, ಅವನಿಗೆ ಸದ್ಯ ಹಣದ ಅವಶ್ಯಕತೆ ತುಂಬಾ ಇದೆ. ನೀವು ಜಾಗ ಇಷ್ಟವಾಯಿತು ಎಂಬುದನ್ನು ಮಾತ್ರ ಹೇಳಿದರೆ ಸಾಕು, ಉಳಿದದ್ದನ್ನು ನಾನು ನೋಡಿಕೊಳ್ಳುತ್ತೇನೆ" ಎಂದು ಸನ್ನಿಯ ಕಡೆ ನೋಡಿ ಕಣ್ಣು ಮಿಟುಕಿಸಿದ.

'ಎಲ ಇವನಾ, ಮಗಳ ಮದುವೆ ನಿಶ್ಚಯವಾಗಿದೆ, ಹೇಗಾದರು ಮಾಡಿ ತನ್ನ ಜಾಗಕ್ಕೆ ಒಳ್ಳೆಯ ಒಂದು ಪಾರ್ಟಿ ರೆಡಿ ಮಾಡಿ ಕೊಡು ಎಂದು ಆ ಜಮೀನಿನವನು ಇವನ ಬಳಿ ತನ್ನ ಅಸಲಿ ಸಮಸ್ಯೆಯನ್ನು ಹೇಳಿಕೊಂಡಿದ್ದನೊ ಏನೋ! ಇಂವ ನೋಡಿದರೆ ಅದನ್ನೆ ಬಂಡವಾಳ ಮಾಡಿಕೊಳ್ಳುತ್ತಿದ್ದಾನಲ್ಲ!' ಎಂದುಕೊಂಡು ಸನ್ನಿ ಊಟಮಾಡತೊಡಗಿದ.

ಊಟ ಮುಗಿಸಿ ಹೋಟೆಲಿನಿಂದ ಹೊರಬಂದ ಆಲಿಕುಟ್ಟಿ, ಕೇರಳದವರ ಬಳಿ, "ಮುಂದಿನವಾರ ಬರುವಾಗ ಹಣದ ಸಮೇತವಾಗಿ ಬನ್ನಿ. ನಾನು ಎಲ್ಲಾ ಸಿದ್ಧತೆಗಳನ್ನು ಮಾಡಿಕೊಂಡಿರುತ್ತೇನೆ" ಎಂದು ಹೇಳಿ ಅವರ ಕೈಯಿಂದಲೆ ಊಟದ ಚಾರ್ಜನ್ನು ಕೊಡಿಸಿ, ಖರ್ಚಿಗೆಂದು ಅವರಿಂದ ಮತ್ತೆ ಇನ್ನೂರು ರೂ. ಪಡೆದು ಕಿಸೆಗಿಳಿಸಿಕೊಂಡು, ಅವರನ್ನು ಬೀಳ್ಕೊಟ್ಟ. ಈ ಎಲ್ಲ ಸನ್ನಿವೇಶಗಳನ್ನು ತದೇಕಚಿತ್ತದಿಂದ ನೋಡುತಲಿದ್ದ ಸನ್ನಿಯನ್ನು ಗಮನಿಸಿದ ಆಲಿಕುಟ್ಟಿ, "ನೋಡು ಸನ್ನಿ, ಈ ಪಟ್ಟಣದಲ್ಲಿ ಬದುಕಬೇಕಾದರೆ ಈ ರೀತಿಯ ಸಣ್ಣಪುಟ್ಟ ತಟ್ಟಿಪ್ಪ್‌ಗಳನ್ನೆಲ್ಲ ಮಾಡಬೇಕಾಗುತ್ತದೆ. ಒಬ್ಬನ ಅವಶ್ಯಕತೆ ಮತ್ತು ಇನ್ನೊಬ್ಬನ ಸಮಸ್ಯೆಯನ್ನು ನಾವು ಸರಿಯಾಗಿ ಅರ್ಥಮಾಡಿಕೊಂಡರೆ ಮಾತ್ರ ಒಬ್ಬ ಯಶಸ್ವಿ ರಿಯಲ್ ಎಸ್ಟೇಟ್ ಬ್ರೋಕರ್ ಆಗಲು ಈ ಕಾಲದಲ್ಲಿ ಸಾಧ್ಯ. ಅದರ ಜೊತೆಗೆ ನಸೀಬು ಏನಾದರು ಒಮ್ಮೆ ಕೈ ಹಿಡಿದರೆ ಮತ್ತೆ ಮುಟ್ಟಿದೆಲ್ಲವೂ ಚೆನ್ನವಾಗತೊಡಗುತ್ತದೆ" ಎಂದು ತನ್ನ ದಂಧೆಯ ಒಳಮರ್ಮವನ್ನು ಸನ್ನಿಗೆ ಬಿಡಿಸಿ ಹೇಳುತ್ತಾ, ಪಕ್ಕದಲ್ಲಿದ್ದ ಪೆಟ್ಟಿಗೆ ಅಂಗಡಿಯೊಂದರಿಂದ ಸಿಗರೇಟೊಂದನ್ನು ಪಡೆದು ಬಾಯಿಯಂಚಿನಲ್ಲಿಟ್ಟು ಹೊತ್ತಿಸಿಕೊಂಡ. ಜೊತೆಗೆ

"ನಿನಗೆ ಬೇಡ್ವೇನೋ" ಎಂದು ಕೇಳುತ್ತಾ, ಸನ್ನಿಗೆ ಕೂಡ ಒಂದು ಸಿಗರೇಟನ್ನು ಕೊಡಿಸಿದ. ಸನ್ನಿ ಅವನಿಂದ ಅದನ್ನು ಪಡೆದು, ಸೇದದೆ ತನ್ನ ಮೇಲಿನ ಕಿಸೆಯಲ್ಲಿ ಹಾಕಿಕೊಂಡ.

"ಯಾಕೊ ನೀನು ಸೇದುವುದನ್ನು ಬಿಟ್ಟುಬಿಟ್ಟೆಯಾ?" ಎಂದು ಆಶ್ಚರ್ಯದಿಂದ ಆಲಿ ಕೇಳಿದ. ಕಾರಣ, ಇವರಿಬ್ಬರು ಈ ಮೊದಲು ಹಲವಾರು ಬಾರಿ ಕಾಫಿಗಿಡದಡಿಯಲ್ಲಿ ಒಟ್ಟಿಗೆ ಕುಳಿತು ಒಂದೇ ಸಿಗರೇಟನ್ನು ಹಂಚಿಕೊಂಡು ಸೇದಿದ್ದರು.

"ಹಾಗೇನು ಇಲ್ಲ, ಹೀಗೆ ಸಾರ್ವಜನಿಕವಾಗಿ ಸೇದುವುದನ್ನು ಊರವರು ಯಾರಾದರು ನೋಡಿದರೆ ಏನು ಗತಿ!" ಎಂದು ಸನ್ನಿ ಹೇಳಿದ.

ಸನ್ನಿಯ ಮಾತು ಕೇಳಿ, "ಹೋ ದೊಡ್ಡ ಮರ್ಯಾದಸ್ಥ! ಹಾಡುಹಗಲೇ ಆ ನಾಯರಿನ ಹೋಟೆಲಿನೊಳಗೆ ಹೊಕ್ಕು, ಅವನ ಹೆಂಡತಿಯೊಂದಿಗೆ ನಾಲ್ಕು ದಿನ ಚಕ್ಕಂದ ಆಡುವಾಗ ಯಾವುದೇ ಸಾರ್ವಜನಿಕರ ಬಗ್ಗೆ ಭಯ ಇರಲಿಲ್ಲ, ಇಲ್ಲಿ ಸಿಗರೇಟು ಸೇದಲು ಕಣಿ ಹೇಳುತ್ತಿದ್ದೀಯಾ!" ಎಂದು ನಗುತ್ತಾ ಬಾಲ್ಯಸ್ನೇಹಿತನನ್ನು ಆಲಿ ಕಿಚಾಯಿಸಿದ.

ಯಾವ ವಿಷಯವನ್ನು ಜೀವನದಲ್ಲಿ ಇನ್ನೆಂದು ನೆನೆದುಕೊಳ್ಳಬಾರದು ಎಂದು ಸನ್ನಿ ಅಂದುಕೊಂಡಿದ್ದನೊ, ಅದೇ ಮಾತನ್ನು ಆಲಿಕುಟ್ಟಿಯ ಬಾಯಲ್ಲಿ ಮತ್ತೆ ಕೇಳಿದಾಗ ಸನ್ನಿಗೆ ಎಕ್ಕಡದಲ್ಲಿ ಹೊಡೆದ ಅನುಭವವಾಗುವುದರೊಂದಿಗೆ ಅವನ ಮುಖ ಅಂಗೈಯಗಲ ಬಾಡಿಹೋಯಿತು. ಸಾಲದ್ದಕ್ಕೆ ತನ್ನೂರಿನಿಂದ ಐವತ್ತು ಕಿ.ಮೀಟರ್ ದೂರದಲ್ಲಿರುವ ಆಲಿಗೆ ಕೂಡ ಆ ಘಟನೆಯ ಬಗ್ಗೆ ಗೊತ್ತಾಗಿದೆ ಎಂಬುದನ್ನು ತಿಳಿದು ಸನ್ನಿಗೆ ಇನ್ನಷ್ಟು ಬೇಸರವಾಯಿತು. ಸನ್ನಿಯ ಚಹರೆ ಬದಲಾದುದ್ದನ್ನು ಗಮನಿಸಿದ ಆಲಿ, "ಹೇ ತಮಾಷೆ ಮಾಡಿದೆ ಕಣೊ, ನೀನ್ಯಾಕೆ ಅಷ್ಟೊಂದು ಬೇಜಾರು ಮಾಡ್ಕೊತಿಯಾ? ನೀನು ಪ್ರಪಂಚದಲ್ಲಿ ಯಾರೂ ಮಾಡಬಾರದನ್ನೇನು ಮಾಡಲಿಲ್ಲವಲ್ಲ" ಎಂದು ಅವನ ತೋಳಮೇಲೆ ಕೈಹಾಕಿ ಸಾಂತ್ವಾನಿಸತೊಡಗಿದ. ಸನ್ನಿಗಂತು ಯಾವ ರೀತಿ ಪ್ರತಿಕ್ರಿಯಿಸಬೇಕು ಎಂದು ತಿಳಿಯದೆ, ಹೆಜ್ಜೆಗಳು ಎಡರಲು ತೊಡಗಿದವು.

ಸನ್ನಿವೇಶವನ್ನು ಮನದಟ್ಟುಮಾಡಿಕೊಂಡ ಆಲಿಕುಟ್ಟಿ, "ಇಲ್ಲಿಯೇ ಸರ್ಕಲ್‌ನಲ್ಲಿರುವ ಗಣೇಶ್ ಲಾಡ್ಜಿನಲ್ಲಿ ನಾನು ರೂಮು ಮಾಡಿರುವುದು, ತಿಂಗಳಿಗೆ 800 ರೂಪಾಯಿ ಚಾರ್ಜು. ಲಾಡ್ಜಿನಲ್ಲಿ ರೂಂಬಾಯ್‌ಗಳಿದ್ದಾರೆ ಅವರಿಗೆ ಎರಡು ರೂಪಾಯಿ ಕೊಟ್ಟರೆ ಬಟ್ಟೆ ಬರೆಗಳನ್ನೆಲ್ಲ ಒಗೆದುಕೊಡುತ್ತಾರೆ. ಊಟ ತಿಂಡಿಗಂತೂ ಯಾವುದೇ ಸಮಸ್ಯೆಯಿಲ್ಲ, ಮೂಸಕಾಕ ಇದ್ದಾರೆ. ಅವರಿಗು ಕೂಡ ತಿಂದ ತಕ್ಷಣವೇ ಹಣ ಕೊಡಬೇಕೆಂದೇನಿಲ್ಲ. ಹೀಗೆ ಯಾವುದಾದರು ವ್ಯವಹಾರ ಕುದುರಿದರೆ ಆ ದಿನ ಒಟ್ಟಾಗಿ ಹಣ ಕೊಟ್ಟರೆ

ಸಾಕು. ಹೇಗೋ ಊರುಬಿಟ್ಟು ಬಂದು ನೆಮ್ಮದಿಯಾಗಿದ್ದೀನಿ" ಎಂದು ತನ್ನ ಸದ್ಯದ ಪರಿಸ್ಥಿತಿ ವಿವರಿಸಿ ಸನ್ನಿಯ ಚಿತ್ತವನ್ನು ಬೇರೆಡೆಗೆ ಸರಿಸುವ ಪ್ರಯತ್ನವನ್ನು ಆಲಿ ಮಾಡತೊಡಗಿದ.

ಸನ್ನಿ ಕೂಡ ಆಲಿಯ ಮಾತಿನಿಂದ ತಾನೇನು ವಿಚಲಿತನಾಗಲಿಲ್ಲ ಎಂದು ತೋರ್ಪಡಿಸುವ ಯತ್ನ ಮಾಡಿದನಾದರೂ ಅವನ ಮನಸ್ಸು ಮಾತ್ರ ಒಳಗೊಳಗೆ ಸಂಕಟದಿಂದ ಬೇಯತೊಡಗಿತು. ಪರಿಣಾಮ ಸನ್ನಿಯ ಮುಖ ಒಂದೇ ಸಮನೆ ಬಿಳುಚಿಕೊಳ್ಳತೊಡಗಿತು.

ಇಬ್ಬರು ನಡೆಯುತ್ತಾ ಆಲಿಕುಟ್ಟಿ ತಂಗಿದ್ದ ಕುಶಾಲನಗರ ಪಟ್ಟಣದ ಹೃದಯಭಾಗದಲ್ಲಿರುವ ಶೆಟ್ಟರ ಮಾಲೀಕತ್ವದ ಗಣೇಶ ಲಾಡ್ಜಿನ ಬಳಿ ತಲುಪಿದರು. ಆ ದಿನಗಳಲ್ಲಿ ಇಡೀ ಪಟ್ಟಣದಲ್ಲಿ ಒಂದೆರಡು ಲಾಡ್ಜ್‌ಗಳು ಮಾತ್ರವೇ ಇದ್ದಿದ್ದು. ವ್ಯಾಪಾರ ವಹಿವಾಟಿಗೆಂದು ಹೊರ ಊರಿಂದ ಬರುತ್ತಿದ್ದವರು ಮತ್ತು ತಮಿಳುನಾಡಿನಿಂದ ಬರುತ್ತಿದ್ದ ಕೆಲವೊಂದು ಮರದ ವ್ಯಾಪಾರಿಗಳು ಲಾಡ್ಜ್‌ಗಳಲ್ಲಿ ತಂಗುತ್ತಿದ್ದರು. ಜೊತೆಗೆ ಆಲಿಕುಟ್ಟಿಯಂಥ ಕೆಲವು ಬ್ರೋಕರ್‌ಗಳು ಪರ್ಮನೆಂಟ್ ರೂಮುಗಳನ್ನು ಕಾದಿರಿಸಿಕೊಂಡಿರುತ್ತಿದ್ದರು. ವಿಶೇಷ ಎಂದರೆ 'ಈ ಗಣೇಶ ಲಾಡ್ಜಿನಲ್ಲಿ ವಾಸ ಮಾಡಲು ಪ್ರಾರಂಭಿಸಿದ ನಂತರ ಹಲವಾರು ವ್ಯಾಪಾರಿಗಳಿಗೆ ಅದೃಷ್ಟ ಖುಲಾಯಿಸಿದೆ' ಎಂಬ ಗಾಳಿಸುದ್ದಿಯೂ ಕೂಡ ಸಾರ್ವಜನಿಕ ವಲಯದಲ್ಲಿ ತೇಲಾಡುತ್ತಿತ್ತು. ಈ ನಿದರ್ಶನಕ್ಕೆ ಇಂಬು ಕೊಡುವಂತೆ, ಕೆಲ ವರ್ಷಗಳಿಗೆ ಮೊದಲು ಮನೆಯಲ್ಲಿ ಕಿತ್ತು ತಿನ್ನುವ ಬಡತನವಿದ್ದುದ್ದರಿಂದ ಕಾಲೇಜನ್ನು ಅರ್ಧಕ್ಕೆ ಮೊಟಕುಗೊಳಿಸಿ, ಶೆಟ್ಟರ ಒಡೆತನದ ಗಣೇಶ ಲಾಡ್ಜಿನ ಉಸ್ತುವಾರಿಯಾಗಿ ಕ್ರಿಸ್ತು ಧರ್ಮದ 'ಶಾಜಿ' ಎಂಬ ಯುವಕ ಕೆಲಸಕ್ಕೆ ಸೇರಿಕೊಂಡಿದ್ದ. ಚುರುಕು ಬುದ್ಧಿಯವನಾಗಿದ್ದ ಶಾಜಿ, ಕಡಿಮೆ ಅವಧಿಯಲ್ಲಿ ಶೆಟ್ಟರ ವಿಶ್ವಾಸವನ್ನು ಗಳಿಸುವುದರೊಂದಿಗೆ ಲಾಡ್ಜಿಗೆ ತಂಗಲು ಬರುತ್ತಿದ್ದ ತಮಿಳುನಾಡು ಮೂಲದ ಕಾಫಿ ಬೆಳೆಗಾರರೊಂದಿಗೆ ಒಡನಾಡತೊಡಗಿದ. ದಿನಗಳೆದಂತೆ ಶಾಜಿ, ಕಾಫಿ ವಹಿವಾಟನ್ನು ಹೇಗೆ ಮಾಡಬೇಕು ಮತ್ತು ಅದರಿಂದ ಹೇಗೆ ಲಾಭ ಗಳಿಸಬಹುದು ಎಂಬುದನ್ನು ಸಹ ತಿಳಿದುಕೊಂಡ. ನಂತರ ಬಿಡುವಿನ ವೇಳೆಯಲ್ಲಿ ಕಾಫಿತೋಟಗಳಿಗೆ ತೆರಳಿ, ತೋಟದ ಮಾಲೀಕರೊಡನೆ ಅವರು ಬೆಳೆದ ಕಾಫಿಬೀಜಕ್ಕೆ ಬೆಲೆ ನಿರ್ಧರಿಸಿ, ಒಪ್ಪಂದ ಮಾಡಿಕೊಂಡು, ಕುಶಾಲನಗರದ ಕೆಲವೊಂದು ಕಾಫಿ ಡಿಪೋಗಳಿಗೆ ತಂದುಕೊಟ್ಟು, ಸರಿಯಾದ ಸಮಯಕ್ಕೆ ಮಾಲೀಕರ ಹಣವನ್ನು ತಲುಪಿಸುವ ಮಧ್ಯವರ್ತಿಯಾಗಿ ಕೂಡ ಕಾರ್ಯನಿರ್ವಹಿಸತೊಡಗಿದ. ಒಂದು ಬದಿಯಲ್ಲಿ ಲಾಡ್ಜಿನ ಮ್ಯಾನೇಜರ್ ಕೆಲಸ ಅದರ ಪಾಡಿಗೆ ನಡೆಯುತ್ತಿತ್ತು. ಮತ್ತೊಂದು ಕಡೆ ಕಾಫಿ ವ್ಯವಹಾರದಲ್ಲಿ ತೊಡಗಿಸಿಕೊಂಡು ಸಣ್ಣಪುಟ್ಟ

ಕಾಫಿತೋಟಗಳ ಮಾಲೀಕರ ಮತ್ತು ಕಾಫಿವರ್ಕ್ಸ್‌ಗಳ ಕೊಂಡಿಯಾಗಿ ಎಲ್ಲರ ವಿಶ್ವಾಸಗಳಿಸತೊಡಗಿದ. ಇದರ ಪರಿಣಾಮವಾಗಿ ಮುಂದೆ ತಾನೆ ಕಾಫಿ ಖರೀದಿಸಿ ವರ್ಕ್ಸ್‌ಗಳಿಗೆ ಮತ್ತು ತಮಿಳುನಾಡಿನ ಫ್ಯಾಕ್ಟರಿಗಳಿಗೆ ನೇರವಾಗಿ ಮಾರಾಟ ಮಾಡುವ ಹಂತಕ್ಕೆ ಶಾಜಿ ಬೆಳೆದ. ಯಾವಾಗ ತನ್ನ ವ್ಯಾಪಾರಕ್ಕೆ ಸಮಯ ಸಾಲದೆ ಹೋಯಿತೊ, ಲಾಡ್ಜಿನ ಕೆಲಸದಿಂದ ವಿಮುಕ್ತನಾದ ಶಾಜಿ, ನಂತರ ಅದೇ ಗಣೇಶ ಲಾಡ್ಜಿನ 8ನೇ ನಂಬರಿನ ಕೊಠಡಿಯನ್ನು ಬಾಡಿಗೆಗೆ ಪಡೆದು ಅದರಲ್ಲಿ ತನ್ನ ಕಾಫಿ ವಹಿವಾಟಿನ ಕಚೇರಿಯನ್ನು ತೆರೆದು ವ್ಯವಹಾರ ಮಾಡತೊಡಗಿದ. ಹೀಗೆ 700 ರೂಪಾಯಿಗಳ ಸಂಬಳಕ್ಕೆ ಗಣೇಶ ಲಾಡ್ಜ್‌ನ ಮ್ಯಾನೇಜರ್ ಕೆಲಸಕ್ಕೆ ಬಂದ ಶಾಜಿ, ಕೆಲವು ವರ್ಷಗಳಲ್ಲಿ ಅದೇ ಲಾಡ್ಜಿನಲ್ಲಿ ಒಂದು ಕಚೇರಿ ತೆರೆದು ಲಕ್ಷಾಂತರ ರೂಪಾಯಿಗಳ ವಹಿವಾಟನ್ನು ನಡೆಸುವ ಮಟ್ಟಕ್ಕೆ ಬೆಳೆದು ಎಲ್ಲರಲ್ಲು ಅಚ್ಚರಿ ಮೂಡಿಸಿದ್ದ. ಅದರ ಜೊತೆಗೆ ಗಣೇಶ ಲಾಡ್ಜಿನಲ್ಲಿ ತಂಗಿದ್ದ ಹಲವು ಬ್ರೋಕರ್‌ಗಳಿಗೆ ಕೂಡ ವಿವಿಧ ವ್ಯವಹಾರಗಳಲ್ಲಿ ಆರ್ಥಿಕವಾಗಿ ಯಶಸ್ಸು ಕಾಣಲು ಸಾಧ್ಯವಾಗಿತ್ತು. ಇದನ್ನೆಲ್ಲ ತಲೆಯೊಳಗೆ ಇಟ್ಟುಕೊಂಡಿದ್ದ ಆಲಿಕುಟ್ಟಿ ಕೂಡ ಗಣೇಶ ಲಾಡ್ಜಿನ 5ನೇ ನಂಬರಿನ ಕೊಠಡಿಯನ್ನು ಪರ್ಮನೆಂಟ್ ಆಗಿ ಬಾಡಿಗೆಗೆ ಪಡೆದು ತನ್ನ ಅದೃಷ್ಟ ಪರೀಕ್ಷೆಗೆ ಮುಂದಾಗಿದ್ದ.

ಮುಖ್ಯರಸ್ತೆಗೆ ಹೊಂದಿಕೊಂಡಂತಿರುವ ಗಣೇಶ ಲಾಡ್ಜಿನ ಕಿಷ್ಕಿಂಧೆಯಂತಿರುವ ಮೆಟ್ಟಿಲುಗಳನ್ನು ಆಲಿಕುಟ್ಟಿ ಮತ್ತು ಸನ್ನಿ ಏರಲು ಅನುವಾಗುತ್ತಿದ್ದಂತೆ, ಕೆಳಭಾಗದಲ್ಲಿ ಗಣೇಶ್ ಸ್ಟೋರಿನ ಗಲ್ಲಾಪೆಟ್ಟಿಗೆಯ ಎದುರಿಗೆ ಕುಳಿತಿದ್ದ ಆ ಕಟ್ಟಡದ ಮಾಲೀಕರಾದ ದೊಡ್ಡಶೆಟ್ಟರಿಗೆ ತನ್ನ ಮಂಜಾದ ಕನ್ನಡಕದೊಳಗಿಂದ ಐದನೇ ನಂಬರಿನ ಕೋಣೆಯಲ್ಲಿ ತಂಗಿರುವ ಆಲಿ ಯಾರನ್ನೊ ಮೇಲಕ್ಕೆ ಕರೆದುಕೊಂಡು ಹೋಗುತ್ತಿರುವಂತೆ ಕಾಣತೊಡಗಿತು. ತಕ್ಷಣ ದಿನಸಿ ಅಂಗಡಿಯಿಂದ ಲಾಡ್ಜಿಗೆ ಸಂಪರ್ಕವಿದ್ದ ಬೆಲ್ಲಿನ ಸ್ವಿಚ್ಚನ್ನು ಅದುಮಿದರು. ಆಲಿ ಲಾಡ್ಜಿನ ರಿಸೆಪ್ಷನ್ ತಲುಪುವ ಮೊದಲೇ ದೊಡ್ಡಗಾತ್ರದ ಗಣಪತಿ ಫೋಟೊದ ಕೆಳಗೆ ಜೋತು ಹಾಕಿದ್ದ ಬೆಲ್ಲಿನಿಂದ 'ಟರ್ರನ್, ಟರ್ರನ್' ಎಂಬ ಕರ್ಕಶ ಧ್ವನಿ ಲಾಡ್ಜಿನ ಉದ್ದಗಲಕ್ಕೂ ಮಾರ್ದನಿಸಿತು. ದೋಬಿ ಒಗೆದು ಕಳುಹಿಸಿದ್ದ ಬೆಡ್‌ಷೀಟ್ ಮತ್ತು ದಿಂಬಿನ ಹೊದಿಕೆಗಳನ್ನು ಚೆನ್ನಾಗಿ ಒದರಿ, ಎಳೆದು, ಶಿಸ್ತಾಗಿ ಮಡಚಿ ಅದನ್ನು ಆರಡಿ ಉದ್ದದ ದಿವಾನ ಮಂಚದ ಮೇಲೆ ಹಾಕಿದ್ದ ಹಾಸಿಗೆಯ ಕೆಳಗೆ ಜೋಡಿಸಿ, ಅದರ ಮೇಲೆ ಎರಡು ದಿಂಬುಗಳನ್ನು ಇಟ್ಟು ಮೇಲೇರಿ ಕುಳಿತ ಗಜಗಾತ್ರದ ಕೃಷ್ಣಶೆಟ್ಟರು, ಅತ್ತಿಂದಿತ್ತ ವಾಲುತ್ತ ತನ್ನ ಕುಂಡೆಗಳಿಂದ ಭಾರವನ್ನು ಹಾಕಿ ಲಾಡ್ಜಿನ ಹೊದಿಕೆ ಮತ್ತು ಚಾದರವನ್ನು ಅಂಡಿನಿಂದ ಇಸ್ತ್ರಿಮಾಡುವ ಹೊಸ ಪ್ರಯೋಗವನ್ನು ಮಾಡುತ್ತಿದ್ದರು. ಈ

ರೀತಿ ಮಾಡುವುದರಿಂದ ಬಟ್ಟೆಗಳಿಗೆ ಇಸ್ತ್ರಿ ಆಗದಿದ್ದರು ಪರ್ವಾಗಿಲ್ಲ, ಬಟ್ಟೆಯ ನಾಲ್ಕು ಮೂಲೆಯಲ್ಲಿ ಗೆರೆ ಮೂಡಿದರೆ ಸಾಕಾಗಿತ್ತು. ಹೀಗೆ ಇಸ್ತ್ರಿ ಮಾಡಿದ ಬಟ್ಟೆಯನ್ನು, 'ದೋಬಿಯ ಕೈಯಲ್ಲಿ ಕೊಟ್ಟು ಇಸ್ತ್ರಿ ಮಾಡಿಸಿದೆ' ಎಂದು ಸುಳ್ಳುಲೆಕ್ಕವನ್ನು ದೊಡ್ಡಶೆಟ್ಟರಿಗೆ ತೋರಿಸಿ, ಹಣಪಡೆದು, ಆ ಹಣವನ್ನು ತನ್ನ ಸಂಜೆಯ ಕುರುಕಲು ತಿಂಡಿಯ ಖರ್ಚಿಗೆ ವಿನಿಯೋಗಿಸುವ ಪ್ರಯತ್ನದಲ್ಲಿ ಕೃಷ್ಣಶೆಟ್ಟರಿದ್ದರು.

ಸದ್ಯ ಗಣೇಶ ಲಾಡ್ಜಿನ ಮ್ಯಾನೇಜರ್ ಆಗಿ ಕೆಲಸ ನಿರ್ವಹಿಸುತ್ತಿದ್ದ ಕೃಷ್ಣಶೆಟ್ಟರು ಅಸಲಿಗೆ ದೊಡ್ಡಶೆಟ್ಟರ ಅಳಿಯ. ಅಂದರೆ ಮಗಳ ಗಂಡ. ಆಗರ್ಭ ಶ್ರೀಮಂತರಾಗಿದ್ದ ದೊಡ್ಡಶೆಟ್ಟರಿಗೆ ಒಬ್ಬಳೇ ಮಗಳು. ಅವಳನ್ನು ದೂರದೂರಿಗೆ ಕೊಟ್ಟು ಮದುವೆ ಮಾಡಿಸಲು ಶೆಟ್ಟರಿಗೆ ಇಷ್ಟವಿರಲಿಲ್ಲ. ಹೀಗಿರುವಾಗ ತನ್ನ ಇಚ್ಛೆಗೆ ಒಗ್ಗುವಂಥ ವರ ಕೃಷ್ಣಶೆಟ್ಟರ ರೂಪದಲ್ಲಿ ಸಿಕ್ಕಿದಾಗ, ಹಿಂದೆಮುಂದೆ ಯೋಚನೆ ಮಾಡದ ಶೆಟ್ಟರು, ಮದುವೆ ಮಾಡಿಸಿ ಮನೆತುಂಬಿಸಿಕೊಂಡಿದ್ದರು. ಆ ಸಮಯಕ್ಕೆ ಸರಿಯಾಗಿ ಮ್ಯಾನೇಜರ್ ಹುದ್ದೆ ನಿರ್ವಹಿಸುತ್ತಿದ್ದ ಶಾಜಿ ಕೆಲಸ ತೊರೆದು, ಲಾಡ್ಜಿನಲ್ಲಿಯೇ ಕಚೇರಿ ತೆರೆದು ಸಂಪೂರ್ಣವಾಗಿ ಕಾಫಿ ಉದ್ಯಮದಲ್ಲಿ ತೊಡಗಿಕೊಂಡಿದ್ದರಿಂದ ಆ ಹುದ್ದೆಗೆ ಅಳಿಯನಾದ ಕೃಷ್ಣಶೆಟ್ಟರನ್ನು, ದೊಡ್ಡಶೆಟ್ಟರು ತಂದು ಕೂರಿಸಿದ್ದರು. ನಂತರ, ಅವರಿಗೆ ಪಕ್ಕದಲ್ಲೆ ಒಂದು ಮನೆ ಮಾಡಿಸಿಕೊಟ್ಟು, ಮಗಳ ಕುಟುಂಬದ ಖರ್ಚುವೆಚ್ಚಗಳನ್ನು ಸಹ ಅವರೇ ನೋಡಿಕೊಳ್ಳತೊಡಗಿದರು. ಇಷ್ಟಾದರು ದೊಡ್ಡಶೆಟ್ಟರಿಗೆ ವಿಧೇಯನಾಗಿರದ ಕೃಷ್ಣಶೆಟ್ಟರು, ಇಲ್ಲಸಲ್ಲದ ಲೆಕ್ಕಗಳನ್ನು ಬರೆದು ಶೆಟ್ಟರಿಂದ ಹಣ ಪೀಕುವುದರ ಕಡೆಗೆ ಹೆಚ್ಚಿನ ಗಮನ ಕೊಡುತ್ತಿದ್ದರೆ ವಿನಃ ಲಾಡ್ಜಿನ ಕೆಲಸವನ್ನು ನೆಟ್ಟಗೆ ಮಾಡುತ್ತಿರಲಿಲ್ಲ. ಕೃಷ್ಣಶೆಟ್ಟರ ಈ ಎಲ್ಲಾ ಲೀಲಾವಿಲಾಸಗಳು ದೊಡ್ಡಶೆಟ್ಟರಿಗೆ ಗೊತ್ತಿದ್ದರಿಂದ, ಯಾರಾದರು ಅನಾಮಿಕ ವ್ಯಕ್ತಿಗಳು ಲಾಡ್ಜಿನ ಮೆಟ್ಟಿಲನ್ನು ಹತ್ತುವುದು ಕಂಡರೆ, 'ತನಗೆ ಗೊತ್ತಿಲ್ಲದೆ ಯಾರನ್ನಾದರು ಲಾಡ್ಜಿನ ಕೊಠಡಿಯಲ್ಲಿ ಮಲಗಿಸಿ, ಅಳಿಯ ಹಣ ಹೊಡೆದುಬಿಡುತ್ತಾನೆ' ಎಂಬ ಆತಂಕದಿಂದ ಆಲಿಯ ಜೊತೆ ಯಾರೊ ಲಾಡ್ಜಿಗೆ ಹೋಗುತ್ತಿರುವುದನ್ನು ಗಮನಿಸಿದ ಕೂಡಲೆ ಶೆಟ್ಟರು ಬೆಲ್ಲಿನ ಸ್ವಿಚ್ಚನ್ನು ಅದುಮಿದ್ದರು.

ತೂಕಡಿಸುತ್ತಾ ಅತ್ತಿಂದಿತ್ತ ವಾಲುತ್ತಾ ಅಂಡಿನಿಂದ ಇಸ್ತ್ರಿ ಮಾಡುವ ಕಾಯಕದಲ್ಲಿ ಮಗ್ನರಾಗಿದ್ದ ಕೃಷ್ಣಶೆಟ್ಟರಿಗೆ, ಬೆಲ್ಲಿನಿಂದ ಹೊರಟ ಕರ್ಕಶ ಧ್ವನಿ ಕಿವಿಗೆ ಬಿದ್ದೊಡನೆ ಬೆಚ್ಚಿ ಬಿದ್ದಂತಾಗಿ, ತಡವರಿಸಿಕೊಂಡು ಕುಳಿತಲ್ಲಿಂದ ಎದ್ದು, ಪಾದರಕ್ಷೆಯನ್ನು ಸಹ ಹಾಕಿಕೊಳ್ಳದೆ ಆಲಿಕುಟ್ಟಿ ಮತ್ತು ಸನ್ನಿಯನ್ನು ಸರಿಸಿಕೊಂಡು ಮೆಟ್ಟಿಲಿಳಿದು ಬಂದು, ದೊಡ್ಡ ಶೆಟ್ಟರ ಬಳಿ "ಏಮಿ?" ಎಂದು ಕೇಳಿದರು.

"ಆ ಆಲಿಕುಟ್ಟಿಯ ಜೊತೆ ಯಾರು ಬಂದದ್ದು?"

"ಇರಿ, ಕೇಳುತ್ತೇನೆ" ಎಂದು ಹೇಳಿ, ಮತ್ತೆ ಮೆಟ್ಟಿಲೇರಿಕೊಂಡು ಕೃಷ್ಣಶೆಟ್ಟರು ಮೇಲಕ್ಕೆ ಹೋದರು.

"ಏ ಆಲಿಕುಟ್ಟಿ, ಇದು ಯಾರು?"

"ಇವನು ನನ್ನ ಸ್ನೇಹಿತ, ಊರಿಂದ ಬಂದಿದ್ದಾನೆ. ಒಂದು ವೇಳೆ ಸಂಜೆಯ ಹೊತ್ತಿಗೆ ಮರಳುತ್ತಾನೆ, ಇಲ್ಲವಾದರೆ ರಾತ್ರಿಗೆ ಒಂದು ಎಕ್ಸ್ಟ್ರಾ ಬೆಡ್ಡು ಕೊಡಿ, ಅದರ ಹಣ ನಾನು ಪಾವತಿ ಮಾಡುತ್ತೇನೆ" ಎಂದು ಹೇಳಿದ ಆಲಿ, ತನ್ನ ರೂಮಿನ ಚಾವಿ ಪಡೆದು ಸನ್ನಿಯನ್ನು ಕರೆದುಕೊಂಡು ಕೋಣೆಯತ್ತ ನಡೆದ. ಇತ್ತ ಮರಳಿ ಮೆಟ್ಟಿಲಿಳಿದುಕೊಂಡು ಬಂದ ಕೃಷ್ಣಶೆಟ್ಟರು, ತನ್ನ ಮಾವನವರ ಬಳಿ, ಆಲಿಕುಟ್ಟಿ ಹೇಳಿದಂತೆ ವರದಿ ಒಪ್ಪಿಸಿದರು.

ಬಾಗಿಲ ಚಿಲ್ಕವನ್ನು ಒಳಗಿಂದ ಭದ್ರಪಡಿಸಿದ ಆಲಿಕುಟ್ಟಿ, ಫ್ಯಾನಿನ ಸ್ವಿಚ್ಚನ್ನು ಅದುಮಿದ. ಅದು ಮಂದಗತಿಯಲ್ಲಿ 'ಕರಕರ' ಎಂದು ಶಬ್ದವನ್ನು ಹೊರಡಿಸುತ್ತಾ ತಿರುಗಲು ಪ್ರಾರಂಭವಾಯಿತು. ಆ ಫ್ಯಾನು ತಿರುಗುತ್ತಾ ಹೋದಂತೆ 'ಕರಕರ' ಎಂಬ ಧ್ವನಿ ಹೆಚ್ಚಾಯಿತೆ ಹೊರತು, ಅದರಿಂದ ಗಾಳಿಯೇನು ಬರುತ್ತಿರಲಿಲ್ಲ. ಗಣೇಶ ಲಾಡ್ಜಿನ ಒತ್ತೊತ್ತಿಗೆ ಕಟ್ಟಡಗಳು ಎದ್ದಿದ್ದರಿಂದ ಕಿಟಕಿಯ ಮೂಲಕ ಗಾಳಿಯೂ ಸಹ ಒಳಗಡೆಗೆ ಸುಳಿಯುತ್ತಿರಲಿಲ್ಲ. ಬೆಳಿಗ್ಗೆ ಹೋಗುವಾಗ ಬಾಗಿಲು ಮುಚ್ಚಿ ಹೋಗಿದ್ದರಿಂದ ಕೋಣೆಯ ಒಳಗಡೆಯೆಲ್ಲ ಒಂದು ರೀತಿಯ ಸಿಂಡಿನ ವಾಸನೆ ಬರುತ್ತಿತ್ತು. ಸನ್ನಿ ಹಾಸಿಗೆಯ ಮೇಲೆ ಕುಳಿತು ಜೇಬಿನಲ್ಲಿದ್ದ ಸಿಗರೇಟನ್ನು ಹೊರತೆಗೆದು ಸೇದಲು ಪ್ರಾರಂಭಮಾಡಿದ.

ತಾನು ನಾಯರ್‌ನ ಮಡದಿಯ ವಿಚಾರ ಪ್ರಸ್ತಾಪಮಾಡಿದ್ದು ಸನ್ನಿಗೆ ಅಷ್ಟು ರುಚಿಸಲಿಲ್ಲ ಎಂದು ಕಾಣುತ್ತೆ. ಅದಕ್ಕೆ ಮುಖ ಸಣ್ಣದು ಮಾಡಿಕೊಂಡು ಕುಳಿತಿದ್ದಾನೆ ಎಂಬುದನ್ನು ಮನಗಂಡ ಆಲಿಕುಟ್ಟಿ, "ಊರಿನಲ್ಲಿ ಏನು ಸಮಾಚಾರ ಸನ್ನಿ, ಎಲ್ಲರೂ ಚೆನ್ನಾಗಿದ್ದಾರ? ನೀನು ಕಾಲೇಜಿಗೆ ಹೋಗುತ್ತಿಲ್ಲವಾ?" ಎಂದು ಮಾತು ಮುಂದುವರೆಸಿದ.

ಸನ್ನಿ ಮರುಮಾತನಾಡದೇ ಸುಮ್ಮನೆ ಕುಳಿತಿದ್ದ. "ಹೇ ಸನ್ನಿ, ನಿನ್ನ ಬಳಿಯೇ ಕೇಳಿದ್ದು, ಕಾಲೇಜಿಗೆ ಹೋಗ್ತಾ ಇಲ್ವಾ?" ಎಂದು ಕೊಂಚ ಏರುಧ್ವನಿಯಲ್ಲಿ ಆಲಿ ಕೇಳಿದ.

"ಹೇಗೆ ಹೋಗೋದು ಕಾಲೇಜಿಗೆ! ಇಷ್ಟು ದೂರ ಇರುವ ನಿನಗೆ ಆ ವಿಚಾರವೆಲ್ಲ ಗೊತ್ತಿರುವಾಗ ಇನ್ನು ಅಲ್ಲಿನ ಅವಸ್ಥೆ ಕೇಳಬೇಕ? ಕಾಲೇಜು ಮತ್ತು ಅಕ್ಕಪಕ್ಕದವರ ಮುಂದೆ ನಾನು ಹೇಗೆ ತಲೆ ಎತ್ತಿಕೊಂಡು ತಿರುಗಲಿ ಹೇಳು? ಆ ಘಟನೆ ನಡೆದ ಮೇಲಂತು ನನಗೆ ಮನೆಯಿಂದ ಹೊರಗೆ ಬರುವುದಕ್ಕು

ಮನಸ್ಸು ಒಪ್ಪುತ್ತಿಲ್ಲ. ಅದೆಲ್ಲದ್ದಕ್ಕಿಂತ ಮಿಗಿಲಾಗಿ ಇತ್ತೀಚಿಗೆ ನನಗೆ ಮನೆಯಲ್ಲಿ ಇರುವುದಕ್ಕು ಸಾಧ್ಯವಾಗುತ್ತಿಲ್ಲ. ಮುಂದೇನು ಮಾಡುವುದು ಎಂದು ದಾರಿ ಕಾಣದೇ ಹೋದಾಗ, ನಿನ್ನನ್ನು ಹುಡುಕಿಕೊಂಡು ಇಲ್ಲಿಗೆ ಬಂದೆ" ಎಂದು ಬೇಸರದಿಂದ ಸಿಗರೇಟಿನ ಹೊಗೆಯನ್ನು ದೀರ್ಘವಾಗಿ ಒಮ್ಮೆ ಎದೆಯಾಳಕ್ಕೆ ಇಳಿಸಿ, ಮೆಲ್ಲನೆ ಹೊರಬಿಡುತ್ತಾ ಹೇಳಿದ.

ಆಲಿ, ಅವನ ಮಾತನ್ನೆ ತದೇಕಚಿತ್ತದಿಂದ ಆಲಿಸುತ್ತ "ಮುಂದೇನು ಮಾಡಬೇಕು ಅಂತ ಇದ್ದೀಯಾ?" ಎಂದು ಕೇಳಿದ.

"ಗೊತ್ತಿಲ್ಲ! ಇನ್ನು ಮುಂದೆ ಕಾಲೇಜಿಗಂತು ಹೋಗುವುದಿಲ್ಲ. ಬೇರೇನಾದರು ಮಾಡಬೇಕು ಅಂತ ತೀರ್ಮಾನ ಮಾಡಿದ್ದೇನೆ. ಅದಕ್ಕಾಗಿ ಸ್ವಲ್ಪ ಹಣವನ್ನು ಸಹ ಪಪ್ಪನ ಬಳಿ ಕೇಳಿದ್ದೀನಿ, ಅವರು ಕೂಡ ಹೊಂದಿಸಿಕೊಡುತ್ತೇನೆ ಎಂದು ಹೇಳಿದ್ದಾರೆ. ಮುಂದೆ ನೋಡಬೇಕು" ಎಂದ.

"ಏನು ವ್ಯಾಪಾರ ಮಾಡಬೇಕು ಅಂತ ಅಂದುಕೊಂಡಿದ್ದೀಯಾ?"

"ಗೊತ್ತಿಲ್ಲ, ಆ ವಿಚಾರವಾಗಿ ನಿನ್ನ ಸಲಹೆ ಪಡೆಯುವ ಎಂದು ನಿನ್ನನ್ನು ಹುಡುಕಿಕೊಂಡು ಇಲ್ಲಿಗೆ ಬಂದೆ"

"ಯಾವುದೇ ವ್ಯಾಪಾರ ಮಾಡಬೇಕಾದರು ಸ್ವಲ್ಪ ಅನುಭವ ಬೇಕು. ಕೈಯಲ್ಲಿ ಹಣವಿದೆ ಎಂದು ಸಿಕ್ಕಸಿಕ್ಕ ವ್ಯವಹಾರಕ್ಕಿಳಿದರೆ ನಂತರ ಕೈಸುಟ್ಟುಕೊಳ್ಳಬೇಕಾಗುತ್ತದೆ" ಎಂದು ಆಲಿ ಹೇಳಿದ. ಸನ್ನಿ ಸುಮ್ಮನೆ ತಲೆತಗ್ಗಿಸಿಯೇ ಕುಳಿತಿದ್ದ.

ಆಲಿ ಒಂದಷ್ಟು ಹೊತ್ತು ಯೋಚಿಸಿ, "ಆಯ್ತು, ಕೆಲವು ದಿನ ನೀನು ನನ್ನೊಂದಿಗೆ ಇರು, ಏನಾದರು ದಾರಿ ಮಾಡಲಿಕ್ಕೆ ಆಗುತ್ತದ ಎಂದು ನಾನೊಮ್ಮೆ ಪ್ರಯತ್ನ ಪಡುತ್ತೇನೆ" ಎಂದು ಸನ್ನಿಯನ್ನು ಸಮಾಧಾನಪಡಿಸಿ, ಕೃಷ್ಣಶೆಟ್ಟರ ಬಳಿ ಹೋಗಿ "ನನ್ನ ಗೆಳೆಯ ಒಂದೆರಡು ದಿನ ಇಲ್ಲಿಯೇ ತಂಗುತ್ತಾನೆ. ಆ ಹಣವನ್ನು ತಿಂಗಳ ಬಾಡಿಗೆ ಕೊಡುವಾಗ ನಾನು ಸೇರಿಸಿ ಕೊಡುತ್ತೇನೆ ಎಂದು ದೊಡ್ಡಶೆಟ್ಟರಿಗೆ ಹೇಳಿಬಿಡಿ, ಜೊತೆಗೆ ರೂಮಿಗೆ ಒಂದು ಹೆಚ್ಚುವರಿ ಬೆಡ್ಡು ಹಾಕಿ" ಎಂದು ಹೇಳಿ ಕೋಣೆಗೆ ಮರಳಿದ.

ಕೆಲನಿಮಿಷಗಳ ತರುವಾಯ, ಲಾಡ್ಜಿನಲ್ಲಿ ರೂಂಬಾಯ್ ಆಗಿ ಕೆಲಸ ನಿರ್ವಹಿಸುತ್ತಿದ್ದ 'ಹಲ್ಲುಬ್ಬ ವಿಜಯ' ಒಂದು ಬೆಡ್ಡನ್ನು ತಲೆಯ ಮೇಲೆ ಹೊತ್ತುಕೊಂಡು ಬಂದು, ರೂಮಿನಲ್ಲೊಮ್ಮೆ ಪೊರಕೆಯಾಡಿಸಿ, ನೆಲದ ಮೇಲೆ ಹಾಕಿ, "ಇನ್ನೇನಾದರು ಬೇಕಾ ಸರ್" ಎಂದ.

"ಒಂದು ದಿಂಬು ಮತ್ತು ಟವೆಲ್ ತಂದುಕೊಡು, ಹೋಗುವಾಗ ಬಾಗಿಲು ಹಾಕಿಕೊಂಡು ಹೋಗು" ಎಂದು ಅವನಿಗೆ ಎರಡು ರೂಪಾಯಿ ಟಿಪ್ಸ್ ಕೊಟ್ಟು ಆಲಿ ಕಳುಹಿಸಿದ.

ಸನ್ನಿ ಮೌನವಾಗೆ ಕುಳಿತಿರುವುದನ್ನು ಕಂಡ ಆಲಿಕುಟ್ಟಿ, "ನೀನೇನು ತಲೆ ಬಿಸಿ ಮಾಡ್ಕೊಬೇಡ ಮಾರಾಯ, ಏನಾದರೊಂದು ದಾರಿ ಕಂಡು ಹಿಡಿಯುವ. ಬೆಳಿಗ್ಗೆಯಿಂದ ಬಿಸಿಲಲ್ಲಿ ಓಡಾಡಿ, ತುಂಬಾ ಸುಸ್ತಾಗಿದೆ. ಜೊತೆಗೆ ಸಂಜೆ ಐದು ಗಂಟೆಗೆ ಒಂದು ಪಾರ್ಟಿ ಬೇರೆ ಮನೆ ನೋಡಲು ಬರುತ್ತೇನೆ ಎಂದು ತಿಳಿಸಿದ್ದಾರೆ. ಅವರೊಂದಿಗೆ ಕೂಡ ಹೋಗಬೇಕಾಗಿದೆ. ಆದ್ದರಿಂದ ಸ್ವಲ್ಪ ಹೊತ್ತು ಮಲಗುತ್ತೇನೆ" ಎಂದು ಮಲಗಲು ಅಣಿಯಾದ. ಆಲಿ ಮಂಚದ ಮೇಲೆ ಬಿದ್ದು ಐದು ನಿಮಿಷ ಕಳೆಯುವ ವೇಳೆಗಾಗಲೇ 'ಗೊರ್ರ್ ಗೊರ್ರ್' ಎಂದು ಗೊರಕೆ ಹೊಡೆಯಲು ಶುರುವಿಟ್ಟುಕೊಂಡ. ಅವನ ಆ ಸುಖನಿದ್ರೆಯನ್ನು ನೋಡಿ, 'ಏನು ಪುಣ್ಯವಂತ ಇವನು! ಮಲಗಿ ಕಣ್ಣುಮುಚ್ಚುವುದರೊಳಗೆ ಅವನಿಗೆ ನಿದ್ದೆ ಆವರಿಸಿಬಿಟ್ಟಿದೆ. ನಾನೆಲ್ಲ ಸರಿಯಾಗಿ ನಿದ್ರೆ ಮಾಡಿ ದಿನವೆಷ್ಟಾಯಿತು!' ಎಂದು ಗೋಡೆಯ ಮೇಲೆ ಸಣ್ಣ ಹುಳುವೊಂದನ್ನು ಹಿಡಿಯುವ ಸಲುವಾಗಿ ಹೊಂಚು ಹಾಕಿ ತಾಳ್ಮೆಯಿಂದ ಕಾಯುತ್ತಿದ್ದ ಹಲ್ಲಿಯನ್ನು ದಿಟ್ಟಿಸುತ್ತಾ ಸನ್ನಿ ಕುಳಿತ.

'ಟಕ್ ಟಕ್' ಎಂದು ಬಾಗಿಲು ಬಡಿದ ಶಬ್ದವಾಯಿತು. ಸನ್ನಿ ಹೋಗಿ ಬಾಗಿಲು ತೆರೆದ. ರೂಂಬಾಯ್ ಹುಡುಗ ತನ್ನ ಉಬ್ಬಿದ ಹಲ್ಲನ್ನು ಪ್ರದರ್ಶಿಸುತ್ತಾ ದಿಂಬು ಮತ್ತು ಟವೆಲ್ಲನ್ನು ಹಿಡಿದುಕೊಂಡು ನಿಂತಿದ್ದ. ರೂಂಬಾಯ್ ಕೈಯಿಂದ ಅದನ್ನು ಪಡೆದ ಸನ್ನಿ ಕದ ಮುಚ್ಚಿದ.

ಗಡಿಯಾರದ ಮುಳ್ಳು ಇನ್ನೇನು ಸಮಯ ಐದು ಎಂದು ತೋರಿಸುವುದರಲ್ಲಿತ್ತು. ಎಚ್ಚರಗೊಂಡ ಆಲಿಕುಟ್ಟಿ ಸನ್ನಿಯನ್ನು ನೋಡಿದ. ತಾನು ಮಲಗುವ ಮುಂಚೆ ಗೋಡೆಗೊರಗಿಕೊಂಡು ಅದ್ಯಾವ ಭಂಗಿಯಲ್ಲಿ ಸನ್ನಿ ಕುಳಿತಿದ್ದನೊ ಅದೇ ಮಾದರಿಯಲ್ಲಿ ಕಣ್ಣು ಮಿಟುಕಿಸದೆ ಗೋಡೆ ನೋಡುತ್ತಾ ಅವನು ಕುಳಿತಿದ್ದ.

"ಏ ನೀನು ಮಲಗಿಲ್ವಾ?".

"ಇಲ್ಲ ನಂಗೆ ನಿದ್ದೆ ಬರ್ತಾ ಇಲ್ಲ".

ಮಲಗಿದ್ದಲ್ಲಿಂದ ಎದ್ದ ಆಲಿಕುಟ್ಟಿ, ಬಚ್ಚಲಿಗೆ ಹೋಗಿ ಮುಖ ತೊಳೆದುಕೊಂಡು ಬಂದು, "ಮನೆ ನೋಡಲು ಬರುವ ಪಾರ್ಟಿಗಳು ಕಾಯುತ್ತ ಇರುತ್ತಾರೆ. ನೀನು ಕೂಡ ಜೊತೆಯಲ್ಲಿ ಬಾ, ಹೋಗಿ ತೋರಿಸಿ ಬರುವ" ಎಂದು ಅವನನ್ನು ಹೊರಡಿಸಿ ಕರೆದುಕೊಂಡು ಹೊರನಡೆದ.

ಆಲಿಕುಟ್ಟಿ ಮತ್ತು ಸನ್ನಿ ಏರಿದ ಲ್ಯಾಂಬಿ ಆಟೋ ಮೈಸೂರು ರಸ್ತೆಯಾಗಿ ಹೊರಟು ಕುಶಾಲನಗರದ ಗಡಿಭಾಗಕ್ಕೆ ಹೊಂದಿಕೊಂಡಂತಿರುವ ಸಾಗರ್ ಹೋಟೆಲಿನ ಬಳಿಬಂದು ನಿಂತಿತು. ಅದಾಗಲೇ ಆಲಿಕುಟ್ಟಿಯ ಬರುವಿಕೆಯನ್ನು ಕಾಯುತ್ತ ದೂರದ ಊರಿನಿಂದ ಬಂದಿದ್ದ ಇಬ್ಬರ ತಂಡ, ಟಾಟಾ ಸುಮೊ ವಾಹನದಲ್ಲಿ ಕುಳಿತು ಇವರನ್ನೆ ಎದುರು ನೋಡುತ್ತಿದ್ದರು. ಆಲಿಕುಟ್ಟಿ

ಆಟೋದಿಂದ ಇಳಿಯುವುದನ್ನು ನೋಡಿದ ಪಾರ್ಟಿಗಳು ಕಾರಿನಿಂದಿಳಿದು ಬಳಿಗೆ ಬಂದು ಕೈಕುಲುಕಿದರು. ಮನೆ ನೋಡಲು ಬಂದವರು ಸುಮಾರು ಅರ್ಧ ಗಂಟೆಯಿಂದ ಕಾಯುತ್ತಿದ್ದರಿಂದ, 'ಇನ್ನು ತಡ ಮಾಡುವುದು ಬೇಡ' ಎಂದೇಳಿದ ಆಲಿಕುಟ್ಟಿ ಸನ್ನಿಯನ್ನು ಕರೆದುಕೊಂಡು ಅವರ ಕಾರು ಏರಿದ.

ಕುಶಾಲನಗರದಲ್ಲಿ ವ್ಯಾಪಾರ ವಹಿವಾಟುಗಳು ದಿನೇದಿನೇ ಹೆಚ್ಚುತ್ತಿದ್ದುದ್ದರ ಪರಿಣಾಮ, ಪರ ಊರುಗಳಿಂದ ಹೆಚ್ಚಿನ ಸಂಖ್ಯೆಯಲ್ಲಿ ಜನಗಳು ಬಂದು ಇಲ್ಲಿ ನೆಲೆಕಂಡುಕೊಳ್ಳಲು ಪ್ರಾರಂಭಮಾಡಿದ್ದರು. ಹೀಗಿರುವಾಗ ಕುಶಾಲನಗರದಿಂದ ಸೋಮವಾರಪೇಟೆಗೆ ಹೋಗುವ ಮುಖ್ಯರಸ್ತೆಯ ಪಕ್ಕದಲ್ಲಿದ್ದ ಕೃಷಿಭೂಮಿಯನ್ನು ಕೆಲವು ದಲ್ಲಾಳಿಗಳು ಖರೀದಿಸಿ, ಆ ಭೂಮಿಯನ್ನು ಸೈಟುಗಳಾಗಿ ಪರಿವರ್ತಿಸಿ ಮಾರಾಟ ಮಾಡುವುದರ ಜೊತೆಗೆ ಆ ನಿವೇಶನಗಳಲ್ಲಿ ಕೆಲವೊಂದು ಮನೆಗಳನ್ನು ಸಹ ಕಟ್ಟಿ, ಕಡಿಮೆ ಬೆಲೆಗೆ ಮಾರಾಟ ಮಾಡುತ್ತಿದ್ದರು. ಹೀಗೆ ಕಟ್ಟಿದ ಮನೆಯನ್ನು ಖರೀದಿಸಲು ಬೆಂಗಳೂರಿನಿಂದ ಆಲಿಕುಟ್ಟಿಯನ್ನು ಹುಡುಕಿಕೊಂಡು ಈ ಪಾರ್ಟಿಗಳು ಬಂದಿದ್ದರು. ಆ ನೂತನ ಬಡಾವಣೆಯೊಳಗೆ ಮಾರಾಟಕ್ಕೆಂದು ಕಟ್ಟಿದ್ದ ಎರಡು ಮನೆಗಳನ್ನು ಖರೀದಿದಾರರಿಗೆ ತೋರಿಸಿದ ಆಲಿಕುಟ್ಟಿ, ಮನೆಯ ವಿಶೇಷತೆ ಮತ್ತು ವಾಸ್ತುವನ್ನೆಲ್ಲ ಅವರಿಗೆ ವಿವರಿಸಲಾಗಿ, ಅವುಗಳಲ್ಲಿ ಒಂದು ಮನೆಯನ್ನು ಕ್ರಯಕ್ಕೆ ತೆಗೆದುಕೊಳ್ಳಲು ಬಂದಿದ್ದ ಆ ಗ್ರಾಹಕರು ಕೊನೆಯಲ್ಲಿ ಒಪ್ಪಿಕೊಂಡರು.

ಒಂದು ಗಂಟೆಯ ಅವಧಿಯಲ್ಲಿ, ನಯಾ ಪೈಸೆಯ ಬಂಡವಾಳವನ್ನು ಹೂಡದೇ, ಬರಿ ಬಾಯಿಮಾತಿನಲ್ಲಿ ಬಂದವರನ್ನು ಮೋಡಿಮಾಡಿ, ಹನ್ನೆರಡು ಲಕ್ಷ ರೂಪಾಯಿಗಳ ವ್ಯಾಪಾರ ಕುದುರಿಸಿದ ಆಲಿಕುಟ್ಟಿ, ಲಕ್ಷಕ್ಕೆ 2% ಕಮಿಶನಿನಂತೆ ಇಪ್ಪತ್ತನಾಲ್ಕು ಸಾವಿರ ರೂಪಾಯಿ ಹಣ ಸಂಪಾದನೆ ಮಾಡಿದ್ದನ್ನು ನೋಡಿ ಸನ್ನಿ ಅಕ್ಷರಶಃ ಬೆಕ್ಕಸಬೆರಗಾಗಿ ಹೋದ. ಜೊತೆಗೆ, ಬಂದಿದ್ದ ಪಾರ್ಟಿಗಳ ಬಳಿ ಅವನು ಮಾತನಾಡುವ ಶೈಲಿ, ಅವನ ಹಾವಭಾವವನ್ನು ನೋಡಿದರೆ ಕೆಲವು ವರ್ಷಗಳಿಗೆ ಮೊದಲು ಮುಕ್ಕಾಲು ಪ್ಯಾಂಟು ಹಾಕಿಕೊಂಡು, ಊರಿನವರ ಬಳಿ ಬೈಸಿಕೊಂಡು, ಊರಿನಲ್ಲಿ ಕದ್ದು ತಿರುಗುತ್ತಿದ್ದವನು ಇವನೇನಾ! ಎಂದು ಸನ್ನಿಗೆ ಸಂಶಯ ಮೂಡತೊಡಗಿತು. ಆಲಿ, ಕರಿಕನ್ನಡಕವನ್ನು ನೆತ್ತಿಯ ಮೇಲೇರಿಸಿ, ಹರಳು ಹುರಿದಂತೆ ಪಟಪಟ ಎಂದು ಮಾತನಾಡುತ್ತಿದ್ದರೆ, ಎಂಥವರು ಇವನ ಮುಂದೆ ಮಂಗರಾಗುವುದು ನಿಶ್ಚಿತವಾಗಿತ್ತು. ನೋಡಲು ಬಂದವರು ಕೊಂಡೇ ಹೋಗುವ ರೀತಿಯಲ್ಲಿ ಮಾತನಾಡಿ ಅವರನ್ನು ತೆಕ್ಕೆಗೆ ತೆಗೆದುಕೊಳ್ಳುತ್ತಿದ್ದ ಆಲಿಕುಟ್ಟಿಯ ಚಾಕಚಕ್ಯತೆಯನ್ನು ಕಣ್ಣಾರೆ ನೋಡಿದ ಸನ್ನಿ ಮೂಕವಿಸ್ಮಿತನಾದ. ಹೊರಡುವ ಮುನ್ನ ಬೆಂಗಳೂರಿನಿಂದ ಬಂದಿದ್ದ ಪಾರ್ಟಿಗಳು, ಕಮಿಶನ್ ಹಣದಲ್ಲಿ ಐದು ಸಾವಿರ ರೂಪಾಯಿಗಳನ್ನು ಆಲಿಕುಟ್ಟಿಯ ಕೈಗಿತ್ತು,

ಉಳಿದ ಹಣವನ್ನು ನೋಂದಾವಣಿಯ ದಿನ ಕೊಡುವುದಾಗಿ ಹೇಳಿ, ಅವರನ್ನು ಕಾರಿಗೆ ಹತ್ತಿಸಿಕೊಂಡಿದ್ದ ಅದೇ ಸಾಗರ್ ಹೋಟೆಲಿನ ಬಳಿ ಇಳಿಸಿ ತೆರಳಿದರು.

"ಸುಮಾರು ದಿನವಾಗಿತ್ತು ಸನ್ನಿ, ಈ ರೀತಿ ಒಳ್ಳೆಯ ಒಂದು ವ್ಯಾಪಾರ ಕುದುರಿ. ನಿನ್ನ ಕಾಲ್ಗುಣ ಚೆನ್ನಾಗಿದೆ" ಎಂದು ಆಲಿಕುಟ್ಟಿ ಸನ್ನಿಯ ಬಳಿ ಹೇಳಿ, ಒಂದು ಆಟೋ ಹಿಡಿದು ರೂಮಿನತ್ತ ತೆರಳಿದರು.

ಸನ್ನಿ ಕುಶಾಲನಗರಕ್ಕೆ ಬಂದು ದಿನವೆರಡು ಕಳೆದಿತ್ತು. ಸನ್ನಿಗೆ ಹೊಂದುವಂತಹ ವ್ಯಾಪಾರ ಯಾವುದೆಂದು ಆಲಿಕುಟ್ಟಿ ಯೋಚಿಸುತ್ತಲೆ ಇದ್ದ. 'ಚೆನ್ನಾಗಿ ವ್ಯವಹಾರ ನಡೆಯುತ್ತಿದ್ದೂ, ವೈಯಕ್ತಿಕ ಸಮಸ್ಯೆಗಳಿಂದ ನಡೆಸಲಾಗದೇ ಬಿಟ್ಟು ಹೋಗುತ್ತಿರುವ ಯಾರದ್ದಾದರು ಅಂಗಡಿ ಮುಂಗಟ್ಟುಗಳು ಅಥವಾ ಯಾವುದಾದರು ವ್ಯಾಪಾರ ವಹಿವಾಟುಗಳಿದ್ದರೆ ಸನ್ನಿಗೆ ಮಾಡಿಕೊಡಬೇಕು' ಎಂಬ ಉದ್ದೇಶದಿಂದ ಹಲವಾರು ಕಡೆಗಳಲ್ಲಿ ಆಲಿ ಹೇಳಿ ಕೂಡ ಇಟ್ಟಿದ್ದ. ಆದರೆ ಅದ್ಯಾವುದು ಸರಿ ಹೊಂದಿರಲಿಲ್ಲ.

ಸ್ನೇಹಿತನ ಬಳಿ ವ್ಯವಹಾರದ ವಿಚಾರವಾಗಿ ಮಾತನಾಡಿ, ಆದಷ್ಟು ಬೇಗ ಮರಳಿ ಊರಿಗೆ ಹೋಗುವ ಎಂದುಕೊಂಡು ಬಟ್ಟೆಬರೆಗಳನ್ನು ಸಹ ತರದೆ ಕೈ ಬೀಸಿಕೊಂಡು ಸನ್ನಿ ಕುಶಾಲನಗರಕ್ಕೆ ಬಂದಿದ್ದ. ಆದರೆ ಆಲಿಕುಟ್ಟಿ 'ಎರಡು ದಿನ ಇಲ್ಲಿಯೇ ತಂಗು ಅಷ್ಟರಲ್ಲಿ ಏನಾದರು ವ್ಯವಸ್ಥೆ ಮಾಡುತ್ತೇನೆ' ಎಂದು ಭರವಸೆಯನ್ನು ನೀಡಿದ್ದರಿಂದ, ಕಾದು ನೋಡುವ ಎಂದು ಸನ್ನಿ ಲಾಡ್ಜಿನಲ್ಲಿಯೇ ತಂಗಲು ಪ್ರಾರಂಭಿಸಿದ್ದ. ಆದರೆ ದಿನಗಳೆದಂತೆ ಸನ್ನಿಗೆ ಧರಿಸಲು ಸಹ ಬಟ್ಟೆಯಿಲ್ಲದೆ ಪರದಾಡುವಂತಾಗಿ, ಕೊನೆಗೆ ಆಲಿಕುಟ್ಟಿಯ ದೊಗಳೆ ಬಟ್ಟೆಗಳನ್ನೆ ತೊಟ್ಟು ಅವನು ಹೋಗುತ್ತಿದ್ದ ಕಡೆಗಳಿಗೆಲ್ಲ ಜೊತೆಯಲ್ಲಿ ಓಡಾಡಲು ಶುರುಮಾಡಿದ್ದ.

ಈ ನಡುವೆ ಸನ್ನಿ ಮೊದಲ ದಿನ ಬಂದಿದ್ದಾಗ ಶುಂಠಿ ಬೆಳೆಯುವ ಸಲುವಾಗಿ ಜಾಗ ನೋಡಿಕೊಂಡು ಹೋಗಿದ್ದ ಕೇರಳ ಪಾರ್ಟಿಗಳು ಮರಳಿ ಬರದೇ ಹೋಗಿದ್ದರಿಂದ ಆ ಜಮೀನಿನ ಮಾಲೀಕ ಬಸವಣ್ಣ ಪ್ರತಿದಿನ 'ನನ್ನ ಜಾಗದ ವಿಷಯ ಏನಾಯ್ತು?' ಎಂದು ಕೇಳಿಕೊಂಡು ಆಲಿಕುಟ್ಟಿಯ ದುಂಬಾಲು ಬಿದ್ದಿದ್ದ. ಕಾರಣ ಆ ಜಮೀನಿನ ಮಾಲೀಕನಾದ ಬಸವಣ್ಣ, ಈ ಕೇರಳ ಪಾರ್ಟಿಗಳನ್ನು ನಂಬಿಕೊಂಡು ತನ್ನ ಮಗಳ ಮದುವೆಗೆ ಸಿದ್ಧತೆ ಮಾಡಿಕೊಂಡಿದ್ದ. ಆದರೆ ಮದುವೆಯ ದಿನ ಹತ್ತಿರವಾದರೂ ಪಾರ್ಟಿಗಳು ಬರದೇ ಇದ್ದುದರಿಂದ ಗಾಬರಿಯಾದ ಬಸವಣ್ಣ, 'ಇನ್ನೂ ಪಾರ್ಟಿಗಳು ಬರಲಿಲ್ಲವಾ?' ಎಂದು ದಿನಕ್ಕೆರಡು ಬಾರಿ ಲಾಡ್ಜಿನ ಬಳಿ ಆಲಿಯನ್ನು ಹುಡುಕಿಕೊಂಡು ಬರಲು ಶುರುವಿಟ್ಟುಕೊಂಡಿದ್ದ.

ಒಂದು ದಿನ ರೂಮಿನಲ್ಲಿ ಕುಳಿತು ಸ್ನೇಹಿತರಿಬ್ಬರು ಹಳೆಕಥೆಗಳನ್ನು ಮೆಲುಕು ಹಾಕುತ್ತಿದ್ದ ಸಂದರ್ಭದಲ್ಲಿ ಲಾಡ್ಜಿನ ರೂಂಬಾಯ್ ಬಂದು, "ಸರ್, ಯಾರೋ ಬಸವಣ್ಣ ಅಂತ ಹುಡುಕಿಕೊಂಡು ಬಂದಿದ್ದಾರೆ" ಎಂದು ಹೇಳಿದ. ಬಸವಣ್ಣನ ಹೆಸರು ಕಿವಿಗೆ ಬಿದ್ದೊಡನೆ ಆಲಿಕುಟ್ಟಿ, "ಇದೊಳ್ಳೆ ಗ್ರಹಚಾರವಾಯ್ತಲ್ಲ ಸನ್ನಿ, ಆ ಕೇರಳ ಪಾರ್ಟಿ ಶುಂಠಿ ಹಾಕಲು ಬರುವ ಯಾವುದೇ ಲಕ್ಷಣ ಕಾಣುತ್ತಿಲ್ಲ. ಈ ಬಸವಣ್ಣನಿಗು ನಾನು ವಾಯಿದೆ ಹೇಳಿ ಹೇಳಿ ಸಾಕಾಯ್ತು, ನಿನಗೆ ಹೇಗೋ ಕೆಲಸವಿಲ್ಲ, ಆ ಜಾಗದಲ್ಲಿ ನೀನೆ ಶುಂಠಿ ಹಾಕಿಬಿಡು" ಎಂದು ತಮಾಷೆಗೆ ಹೇಳಿದ.

ಅವನ ಮಾತು ಕೇಳಿ ಕಿವಿ ನಿಮಿರಿಸಿಕೊಂಡು ಎದ್ದು ಕುಳಿತ ಸನ್ನಿ, "ಅದು ನನ್ನಿಂದ ಆಗಬಹುದಾ?" ಎಂದು ಕುತೂಹಲದಿಂದ ಕೇಳಿದ.

ಸನ್ನಿ ತಾನು ಮಾಡಲು ಸಿದ್ಧವಾಗಿದ್ದೇನೆ ಎನ್ನುವ ರೀತಿಯಲ್ಲಿ ಉತ್ತರಿಸುತ್ತಿರುವುದನ್ನು ಕಂಡ ಆಲಿಕುಟ್ಟಿ, 'ಹೌದಲ್ವ! ಯಾಕಾಗಬಾರದು?' ಎಂದು ಯೋಚಿಸಿ. "ತಡಿ, ಬಂದೆ ಇವಾಗ" ಎನ್ನುತ್ತಾ ಒಂದು ಶರ್ಟು ತೊಟ್ಟು ಬಸವಣ್ಣನ ಬಳಿ ಹೋಗಿ, "ಆ ಕೇರಳ ಪಾರ್ಟಿ ಬರುವ ಯಾವುದೇ ಲಕ್ಷಣವಿಲ್ಲ. ಆಗಂತ ನೀನು ತಲೆಕೆಡಿಸಿಕೊಳ್ಳುವುದೇನು ಬೇಡ, ಬೇರೆಯವರೊಬ್ಬರು ನಿನ್ನ ಜಮೀನಿನಲ್ಲಿ ಶುಂಠಿ ಬೆಳೆಯಲು ಸಿದ್ಧವಾಗಿದ್ದಾರೆ. ಇನ್ನು ಮೂರು ದಿನದಲ್ಲಿ ಅವರನ್ನು ಕರೆದುಕೊಂಡು ಬಂದು ನಿನಗೆ ಮುಂಗಡ ಕೊಡಿಸುತ್ತೇನೆ" ಎಂದ. ಆಲಿಯ ಮಾತು ಕೇಳಿ ಬಸವಣ್ಣ, "ಅಷ್ಟು ಮಾಡಿ ಪುಣ್ಯ ಕಟ್ಟಿಕೊಳ್ಳಿ ಕಾಕಣ್ಣ" ಎಂದು ಕೈಮುಗಿದು ಲಾಡ್ಜಿನ ಮೆಟ್ಟಿಲಿಳಿದು ಊರಿನ ಕಡೆ ನಡೆಯತೊಡಗಿದ.

ಮರಳಿ ಕೋಣೆಗೆ ಬಂದ ಆಲಿಕುಟ್ಟಿ, "ನೋಡು ಸನ್ನಿ ಸುಮ್ಮನೆ ವ್ಯಾಪಾರ ಗೀಪಾರ ಮಾಡುವ ಬದಲು ಭೂಮಿತಾಯಿಯನ್ನು ನಂಬಿ ಒಂದು ಪ್ರಯತ್ನ ಮಾಡು, ಅವಳು ಕೈ ಹಿಡಿದರೆ ಮತ್ತೆ ಹಿಂತಿರುಗಿ ನೋಡಬೇಕಾಗಿಲ್ಲ, ಆದರೆ ಶುಂಠಿ ಕೃಷಿ ಮಾಡುವುದು ಅಷ್ಟು ಸುಲಭವಲ್ಲ, ಹಗಲುರಾತ್ರಿ ದುಡಿಯಬೇಕಾಗುತ್ತದೆ" ಎಂದು ಸನ್ನಿಯ ಬಳಿ ಹೇಳಿದ.

"ಆಯ್ತು, ಅದೆಷ್ಟೇ ಕಷ್ಟವಾದರೂ ಪರ್‍ವಾಗಿಲ್ಲ, ದಿನದ ಇಪ್ಪತ್ತನಾಲ್ಕು ಗಂಟೆ ಬೇಕಾದರು ನಾನು ಜಮೀನಿನಲ್ಲಿ ದುಡಿಯಲು ಸಿದ್ಧನಾಗಿದ್ದೇನೆ" ಎಂದು ಸನ್ನಿ ಹೇಳಿದ

'ಆ ಕ್ಷಣಕ್ಕೆ ಸನ್ನಿಗಿದ್ದ ಮಾನಸಿಕ ಒತ್ತಡ ಮತ್ತು ನೋವಿನಿಂದ ಹೊರಬರುವ ಸಲುವಾಗಿ ಅವನು ವ್ಯವಸಾಯ ಅಲ್ಲ, ಬೇರೆ ಎಂಥದ್ದೆ ಕಷ್ಟದ ಕೆಲಸವನ್ನು ಬೇಕಾದರು ಮಾಡಲು ಸಿದ್ಧನಿದ್ದಾನೆ' ಎಂಬುದು ಅವನ ಮಾತಿನಿಂದ ಆಲಿಕುಟ್ಟಿಗೆ ಅರಿವಾಯಿತು.

ಒಂದ್ಯೆದು ನಿಮಿಷ ಕಳೆದ ನಂತರದಲ್ಲಿ ಆಲಿಕುಟ್ಟಿಯ ಬಳಿ ಸನ್ನಿ ಕೇಳಿದ, "ಶುಂಠಿ ಬೆಳೆಯಲು ಒಟ್ಟು ಎಷ್ಟು ಖರ್ಚಾಗಬಹುದು?"

"ಭೋಗ್ಯಕ್ಕೆ ಆದರೆ ಐದು ಏಕರೆ ಜಮೀನನ್ನು ನಲವತ್ತು ಸಾವಿರಕ್ಕೆ ಕೊಡುತ್ತೇನೆ ಎಂದು ಬಸವಣ್ಣ ಹೇಳಿದ್ದಾನೆ. ಅವನ ಮಗಳ ಮದುವೆ ದಿನಾಂಕ ಬೇರೆ ಗೊತ್ತು ಮಾಡಿರುವುದರಿಂದ ಹಣಕ್ಕಾಗಿ ಪರದಾಡುತ್ತಿದ್ದಾನೆ. ನೀನು ಹುಂ ಅನ್ನುವುದಾದರೆ, ನಾನು ಹೇಗಾದರು ಮಾಡಿ ಒಂದು ಇಪ್ಪತ್ತು ಸಾವಿರದಿಂದ, ಇಪ್ಪತ್ತ್ಯೆದು ಸಾವಿರ ರೂಪಾಯಿಯ ಒಳಗೆ ಮಾಡಿಸಿಕೊಡುತ್ತೇನೆ. ಆ ಐದು ಏಕರೆಯಲ್ಲಿ ಶುಂಠಿ ಬೆಳೆಯುತ್ತೀನಿ ಎಂದರೆ, ಏನಿಲ್ಲವೆಂದರೂ ಕೊನೆಯಾಗುವಾಗ ಎರಡು ಲಕ್ಷ ರೂಪಾಯಿ ಖರ್ಚಾಗಬಹುದು. ನಿನ್ನ ಬಳಿ ಒಟ್ಟು ಎಷ್ಟಿರಬಹುದು?" ಎಂದು ಆಲಿಕುಟ್ಟಿ ಕೇಳಿದ.

"ಮನೆಯಲ್ಲಿ ವ್ಯಾಪಾರಕ್ಕೆಂದು ಕೇಳಿದ್ದಕ್ಕೆ ಒಂದು ಲಕ್ಷ ರೂಪಾಯಿ ಕೊಡಲು ಪಪ್ಪ ಒಪ್ಪಿಕೊಂಡಿದ್ದಾರೆ. ಇನ್ನು ಉಳಿದ ಒಂದು ಲಕ್ಷವನ್ನು ನಾನು ಎಲ್ಲಿಂದ ತರುವುದು! ಆ ಹಣಕ್ಕಾಗಿ ನೀನು ಏನಾದರು, ನನಗೆ ಸಹಾಯ ಮಾಡಲಿಕ್ಕೆ ಸಾಧ್ಯವಿದೆಯಾ!" ಎಂದು ವಿನಯದಿಂದ ಸನ್ನಿ, ಆಲಿಕುಟ್ಟಿಯ ಬಳಿ ಕೇಳಿದ.

ಸನ್ನಿಯ ಪರಿಸ್ಥಿತಿಯನ್ನು ಅರ್ಥ ಮಾಡಿಕೊಂಡ ಆಲಿಕುಟ್ಟಿ, ಅವನಿಗೆ ಯಾವುದಾದರು ರೀತಿಯಲ್ಲಿ ಸಹಾಯ ಮಾಡಲೇಬೇಕೆಂದು ತೀರ್ಮಾನಿಸಿ, "ಹಣವನ್ನು ಹೇಗಾದರು ಹೊಂದಿಸಬಹುದು, ಅದಕ್ಕೂ ಮೊದಲು ನಾವು ಒಂದು ಕೆಲಸ ಮಾಡಬೇಕು ಸನ್ನಿ, ಸೇತುವೆಯ ಆ ಬದಿಯಿರುವ ಕೊಪ್ಪ ಗ್ರಾಮದಲ್ಲಿ ಈರಯ್ಯ ಎಂಬ ವ್ಯವಸಾಯಿ ಒಬ್ಬನಿದ್ದಾನೆ. ಕೃಷಿ ಮತ್ತು ಭೂಮಿಯ ವಿಚಾರವಾಗಿ ಅವನಿಗೆ ಅಪಾರವಾದ ಅನುಭವವಿದೆ. ಅವನನ್ನು ಒಮ್ಮೆ ಭೇಟಿ ಮಾಡಿ ನಮ್ಮ ಶುಂಠಿ ಕೆಲಸ ಮುಗಿಯುವವರೆಗೂ ಕೃಷಿಯನ್ನು ನೋಡಿಕೊಳ್ಳುವ ಸಲುವಾಗಿ ನಮ್ಮ ಜೊತೆ ಇರಲು ಅವನನ್ನು ಕೇಳಿಕೊಳ್ಳುವ, ಒಂದು ವೇಳೆ ನಮ್ಮ ಅದೃಷ್ಟಕ್ಕೆ ಅವನೇನಾದ್ರು ಒಪ್ಪಿ ಬಂದರೆ ಅದು ನಮ್ಮ ಪುಣ್ಯ; ಇನ್ನು ಹಣದ ವಿಷಯ, ಮನೆಯಿಂದ ನೀನು ತರುವ ಹಣ ಸಾಲದೇ ಹೋದರೆ ಉಳಿದ ಹಣವನ್ನು ನಾನು ವ್ಯವಸ್ಥೆ ಮಾಡಿಕೊಡುತ್ತೇನೆ. ನನಗೆ ಪರಿಚಯದ ಹಲವಾರು ಮಾರ್ವಾಡಿಗಳು ಕುಶಾಲನಗರದಲ್ಲಿ ಇದ್ದಾರೆ, ನಾನು ಕೇಳಿದರೆ ಬಡ್ಡಿಗೆ ಅದೆಷ್ಟು ಹಣವನ್ನು ಬೇಕಾದರು ಅವರು ಕೊಡಲು ಸಿದ್ಧರಿದ್ದಾರೆ" ಎಂದು ಆಲಿಕುಟ್ಟಿ ಸನ್ನಿಗೆ ಅಭಯ ನೀಡಿದ.

ಕಳೆದ ಕೆಲವು ದಿನಗಳಿಂದ ಕೊಠಡಿಯೊಳಗೆ ಕುಳಿತು ಯೋಚಿಸಿ, ಯೋಚಿಸಿ ಹುಚ್ಚನಂತಾಗಿದ್ದ ಸನ್ನಿಗೆ ಆಲಿಯ ಮಾತುಕೇಳಿ ಮನಸ್ಸು ಕೊಂಚ ಹಗುರವಾಯಿತು. ನಾನು ಜೀವನದಲ್ಲಿ ಮಾಡಿದ ಒಂದೇ ಒಂದು

ತಪ್ಪಿನಿಂದಾಗಿ, ಎಷ್ಟೆಲ್ಲಾ ಅವಮಾನ ಹಿಂಸೆಗಳನ್ನು ಅನುಭವಿಸಬೇಕಾಯಿತು. ಇನ್ನು ಮುಂದಾದರು ಜೀವನದ ಪ್ರತಿ ಹೆಜ್ಜೆಯನ್ನು ಎಚ್ಚರಿಕೆಯಿಂದ ಇಡಬೇಕೆಂದು ಮನದಲ್ಲಿ ಯೋಚಿಸುತ್ತಾ ಬಹುಸಮಯದವರೆಗೂ ಶುಂಠಿ ಕೃಷಿಯ ವಿಚಾರವಾಗಿ ಆಲಿಕುಟ್ಟಿಯ ಜೊತೆ ಚರ್ಚಿಸುತ್ತಾ ಕುಳಿತಿದ್ದ ಸನ್ನಿಗೆ ತಡರಾತ್ರಿಯಾಗುವ ವೇಳೆಗೆ ಮೆಲ್ಲನೆ ಕಣ್ಣಿಗೆ ಮಂಪರು ಆವರಿಸತೊಡಗಿತು.

ಮರುದಿನ ಆಲಿಕುಟ್ಟಿ ಏಳುವ ಮುನ್ನವೇ ಸನ್ನಿ ಎದ್ದು ಸ್ನಾನಮಾಡಿ, ಬಟ್ಟೆ ಬದಲಿಸಿ ಸಿದ್ಧವಾಗಿ ಕುಳಿತಿದ್ದ. ಆಲಿಕುಟ್ಟಿ ನಿದ್ದೆಯಿಂದೆದ್ದು ಕಣ್ಣುಬಿಟ್ಟು ನೋಡಿದರೆ ಅದಾಗಲೆ ಹೊರಡಲು ಅನುವಾಗಿದ್ದ ಸನ್ನಿ, “ಬೇಗ ಹೊರಡು, ಈರಯ್ಯ ಎಲ್ಲಾದರು ಹೊರಹೋದರೆ ಕಷ್ಟ” ಎಂದ.

ಸನ್ನಿಯ ಮಾತನ್ನು ಕೇಳಿಸಿಕೊಂಡು ಎದ್ದ ಆಲಿ, ‘ಅದು ಸರಿಯೇ, ಅವನು ಎಲ್ಲಾದರು ಬಯಲಿಗೆ ದನಕರುಗಳನ್ನು ಮೇಯಿಸಲು ಕರೆದುಕೊಂಡು ಹೋದರೆ ಮತ್ತೆ ಸಂಜೆಯವರೆಗು ಕೈಗೆ ಸಿಗುವುದಿಲ್ಲ’ ಎಂದು ಆಲಿಕುಟ್ಟಿ ಬಚ್ಚಲಿನ ಕಡೆಗೆ ನಡೆದ.

ಈರಯ್ಯನ ಮನೆ ಕೊಪ್ಪ ಗ್ರಾಮದ ಹೊರಭಾಗದಲ್ಲಿರುವ ಟಿಬೇಟಿಯನ್ ಕಾಲೋನಿಗೆ ಹೋಗುವ ರಸ್ತೆಯಲ್ಲಿತ್ತು. ಕುಶಾಲನಗರ ಅಭಿವೃದ್ಧಿಯ ಹೆಸರಿನಲ್ಲಿ ದಿನೇದಿನೇ ಕಾಂಕ್ರೀಟುಕರಣಗೊಳ್ಳುತ್ತಲೆ ಹೋಗುತ್ತಿದ್ದರೂ, ಆ ಊರಿನ ಮಗ್ಗುಲಲ್ಲೆ ಇರುವ ಮೈಸೂರು ಜಿಲ್ಲೆಗೆ ಹೊಂದಿಕೊಂಡಂತಿರುವ ಕೊಪ್ಪ ಗ್ರಾಮ ಮಾತ್ರ ಯಾವುದೇ ಬದಲಾವಣೆ ಕಾಣದೇ ತನ್ನ ಗ್ರಾಮೀಣ ಸೊಗಡನ್ನು ಹಾಗೆಯೇ ಉಳಿಸಿಕೊಂಡಿತ್ತು. ಈ ಊರಿನ ಗಂಡಸರು ಇಂದಿಗೂ ಪ್ಯಾಂಟು ಶರ್ಟಿನ ಬದಲು ಬಿಳಿಪಂಚೆ, ಅದಕ್ಕೊಪ್ಪುವ ಶರ್ಟು ಧರಿಸಿ ಹೆಗಲ ಮೇಲೊಂದು ಟವೆಲ್ಲು ಹಾಕಿಕೊಂಡು ಓಡಾಡುತ್ತಿದ್ದರು. ಸಾಲದ್ದಕ್ಕೆ ಎಲ್ಲಾ ಮನೆಗಳಲ್ಲಿಯೂ ಹಸು, ಕರು, ಕೋಳಿ ಕುರಿ ಸಾಕಾಣಿಕೆ ಮಾಡುವವರೆ; ಜೊತೆಗೆ ತಮ್ಮ ತಾತ ಮುತ್ತಾತನ ಕಾಲದಿಂದ ಒತ್ತುವರಿ ಮಾಡಿಕೊಂಡಿದ್ದ ಒಂದೊ ಎರಡೊ ಎಕರೆ ಭೂಮಿಯಲ್ಲಿ ಕೃಷಿ ಚಟುವಟಿಕೆಗಳನ್ನು ಮಾಡುತ್ತ ನಗರೀಕರಣಕ್ಕೆ ವಿರುದ್ಧವಾಗಿ ಆ ಊರಿನಲ್ಲಿ ಬದುಕು ಸಾಗಿಸುತ್ತಿದ್ದರು.

ಆಟೋದಲ್ಲಿ ಆಲಿಕುಟ್ಟಿ ಮತ್ತು ಸನ್ನಿ ಈರಯ್ಯನ ಮನೆ ತಲುಪುವ ವೇಳೆಗಾಗಲೆ, ಹಸುವಿನ ಕೊರಳಿಗೆ ಕಟ್ಟಿದ್ದ ದಾರವನ್ನು ಹಿಡಿದು ‘ಹುರ್‍ರೇ ಹುರ್‍ರೇ’ ಎನ್ನುತ್ತ ದನ ಮೇಯಿಸಲು ಬಯಲಿಗೆ ಹೊರಡಲು ಈರಯ್ಯ ಸಜ್ಜಾಗಿದ್ದ. ಆಟೋ ಮನೆಯ ಮುಂದೆ ಬಂದು ನಿಂತಾಗ, ‘ಇಷ್ಟು ಬೆಳಿಗ್ಗೆ ಬಂದವರು ಯಾರಿರಬಹುದು?’ ಎಂದು ದನದ ಕೊರಳಿಗೆ ಬಿಗಿದಿದ್ದ ದಾರವನ್ನು ಬಲವಾಗಿ ಹಿಡಿದುಕೊಂಡು ಈರಯ್ಯ ದಿಟ್ಟಿಸಿ ನೋಡತೊಡಗಿದ. ಆಟೋದಿಂದ ಇಳಿದವರು ಹತ್ತಿರತ್ತಿರ ಬರುತ್ತಿದ್ದ ಹಾಗೆ ಆಲಿಕುಟ್ಟಿಯ ಚಹರೆ

ಈರಯ್ಯನಿಗೆ ಸ್ಪಷ್ಟವಾಯಿತು. "ಹೋ ಏನು ಕಾಕಣ್ಣ, ಹೊತ್ತಾರಲೆ ಈ ಕಡಿಕೆ ಬಂದುಬುಟ್ಟಿದ್ದೀರ?" ಎಂದು ತನ್ನ ಮೂಡಸೀಮೆ ಭಾಷೆಯಲ್ಲಿ ರಾಗವೆಳೆದು ಕೇಳಿದ.

"ನಿನ್ನನ್ನೆ ಹುಡುಕಿಕೊಂಡು ಬಂದೆ ಈರಯ್ಯ"

"ಯೋನಾದ್ರು ಕೆಲಸ ಇರಬೇಕು, ನೀವು ಸುಮ್‌ಸುಮ್ಮನೆ ಹುಡುಕಿಕೊಂಡು ಬರುವ ಅಸಾಮಿ ಅಲ್ಲ, ಯೋನ್ ವಿಷ್ಯ?" ಎನ್ನುತ್ತಾ ಕೈಯಲ್ಲಿದ್ದ ದಾರವನ್ನು ಪಕ್ಕದಲ್ಲೆ ಇದ್ದ ಗೂಟಕ್ಕೆ ಬಿಗಿದು ಕಟ್ಟಿ, "ನಾನು ಹಸ ಮೇಯ್ಸಕ್ಕೆ ಹೊಂಟಿದ್ದೆ. ನೀವು ಬರೋದು ಸ್ವಲ್ಪ ತಡವಾಗಿದ್ರು ನಿಮ್ ಕೈಗೆ ಸಿಕ್ತಾ ಇರ್ಲಿಲ್ಲ" ಎಂದು ಧರಿಸಿದ್ದ ಖಾಕಿ ಚಡ್ಡಿಯ ಮೇಲೆ ಕೈ ಒರೆಸಿಕೊಂಡು ಹೇಳಿದ.

"ಹೌದಾ! ನಂಗೆ ಗೊತ್ತಿತ್ತು. ನೀನು ಬೆಳಿಗ್ಗೆ ಹೋದರೆ ಮತ್ತೆ ಮರಳಿ ಬರುವುದು ಸಂಜೆಯೇ ಅಂತ ಅದಕ್ಕೆ ಸ್ವಲ್ಪ ಬೇಗನೆ ಬಂದ್ವಿ"

"ಬನ್ನಿ ಒಳಗೆ, ಲೇ ಅಲ್ಲೇನ್ ಮಾಡ್ತಾ ಇದ್ದೀಯಾ? ಕಾಕಣ್ಣ ಬಂದಿದ್ದಾರೆ ನೋಡು. ಎರಡು ಲೋಟ ಕಾಪಿ ಮಾಡು" ಎಂದು ಹಿತ್ತಲಿಗೆ ಕೇಳಿಸುವ ರೀತಿಯಲ್ಲಿ ಈರಯ್ಯ ಜೋರಾಗಿ ಹೇಳಿದ. ಅತ್ತ ಕಡೆಯಿಂದ ಯಾವುದೇ ಪ್ರತ್ಯುತ್ತರವಿಲ್ಲ.

"ಟೀ, ಕಾಫಿ ಏನು ಬೇಡ ಈರಯ್ಯ, ಬರುವಾಗ ಕುಡ್ಕೊಂಡು ಬಂದ್ವಿ. ನಿನ್ನ ಬಳಿ ಒಂದು ವಿಚಾರ ಮಾತಾಡ್ಲಿಕ್ಕೆ ಇತ್ತು" ಎನ್ನುತ್ತಾ ಮನೆಯ ಮುಂಬಾಗಿಲಿನ ಜಗುಲಿಯನ್ನೊಮ್ಮೆ ಉರುಬಿ, ಜೇಬಿನಲ್ಲಿದ್ದ ಕರವಸ್ತ್ರವನ್ನು ಹಾಸಿ ಅದರ ಮೇಲೆ ಆಲಿಕುಟ್ಟಿ ಕುಳಿತ.

"ಏನ್ ವಿಷ್ಯ? ಯಾರ್ಗಾದ್ರು ನಮ್ಮೂರಲ್ಲಿ ಜಮೀನು ತೋರಿಸಿದ್ದೀರಾ?" ಎಂದು ಅನುಮಾನದಿಂದ ಈರಯ್ಯ ಕೇಳಿದ. ಕಾರಣ, ಕೊಪ್ಪಗ್ರಾಮದಲ್ಲಿ ಯಾರಿಗಾದರು ಜಮೀನು ಕೊಡಿಸುವುದಿದ್ದರೆ, ಮೊದಲು ಈರಯ್ಯನನ್ನು ಸಂಪರ್ಕ ಮಾಡಿ, ಆ ಜಮೀನಿನ ಮೇಲೆ ಯಾವುದಾದರು ತಂಟೆ ತಕರಾರು, ಅಣ್ಣತಮ್ಮಂದಿರ ಗಲಾಟೆ, ಕೋರ್ಟು, ಕೇಸು, ರಸ್ತೆ ಅಂತ ಏನಾದರು ವ್ಯಾಜ್ಯ ಇದೆಯಾ? ಎಂಬುದನ್ನು ಆಲಿಕುಟ್ಟಿ ವಿಚಾರಿಸಿ ತಿಳಿದುಕೊಳ್ಳುತ್ತಿದ್ದ. ಆ ಸಲುವಾಗಿ ಏನಾದರು ಬಂದಿರಬಹುದು ಎಂದು ಈರಯ್ಯನಿಗೆ ಸಂಶಯ ಮೂಡಿತು, 'ಸಾಲದ್ದಕ್ಕೆ ಶಿಸ್ತಾಗಿ ಬಟ್ಟೆ ಹಾಕಿಕೊಂಡು, ಕೂದಲು ಅಡ್ಡಕ್ಕೆ ಬಾಚಿ, ಶರ್ಟಿನ ಜೇಬಿನಲ್ಲಿ ಪೆನ್ನನ್ನು ಸಿಕ್ಕಿಸಿಕೊಂಡು ಸಭ್ಯಸ್ಥನಂತೆ ಕಾಣುತ್ತಿರುವ ಒಬ್ಬನನ್ನು ಬೇರೆ ಜೊತೆಯಲ್ಲಿ ಕರೆದುಕೊಂಡು ಬಂದಿದ್ದಾನಲ್ಲ!' ಎಂದು ಆಲೋಚಿಸುತ್ತಾ ಸನ್ನಿಯನ್ನು ಸೂಕ್ಷ್ಮವಾಗಿ ಈರಯ್ಯ ದಿಟ್ಟಿಸಿದ.

"ಆಗೇನು ಇಲ್ಲ ಈರಯ್ಯ, ಇವನು ನನ್ನ ಸ್ನೇಹಿತ ಸನ್ನಿ ಅಂತ ಪೊನ್ನಂಪೇಟೆಯವನು. ನಮ್ಮ ಚಿಕ್ಕತ್ತೂರು ಬಸವಣ್ಣನ ಜಮೀನಿನಲ್ಲಿ

ಶುಂಠಿ ಹಾಕಬೇಕು ಎಂದು ಮನಸ್ಸು ಮಾಡಿದ್ದಾನೆ. ಅದರಿಂದ ನಿನ್ನ ಬಳಿ ಒಮ್ಮೆ ಅಭಿಪ್ರಾಯ ಕೇಳಿಕೊಂಡು ಹೋಗುವ ಅಂತ ಕರೆದುಕೊಂಡು ಬಂದೆ"

"ಯಾರು ನಮ್ಮ ಮಹದೇವಪ್ಪನವರ ಮಗ ಬಸವಣ್ಣನ ಜಮೀನನ್ನ? ಅದನ್ನು ಯಾರೋ ಕೇರಳದವರು ಬಂದು ನೋಡಿಕೊಂಡು ಹೋಗಿದ್ದಾರೆ ಎಂದು ಹೇಳ್ತಾ ಇದ್ರಲ್ಲ"

"ಹ, ಅದೇ ಜಮೀನನ್ನು ಈ ಮೊದಲು ಕೇರಳದವರಿಗೆ ನಾನೇ ತೋರಿಸಿದ್ದೆ. ಆದರೆ ಅವರ ಪತ್ತೆಯೇ ಇಲ್ಲ. ಆ ಬಸವಣ್ಣ ಬೇರೆ ಮಗಳ ಮದುವೆ ದಿನ ಹತ್ತಿರ ಬಂತು ಏನಾಯ್ತು, ಏನಾಯ್ತು? ಅಂತ ಒಂದೇ ಸಮನೆ ದುಂಬಾಲು ಬಿದ್ದಿದ್ದಾನೆ. ಅವನ ಕಷ್ಟ ನೋಡಲಿಕ್ಕೆ ಆಗ್ತಾ ಇಲ್ಲ. ಆದ್ದರಿಂದ ನನ್ನ ಸ್ನೇಹಿತನಿಗೆ ಆ ಜಮೀನನ್ನು ಭೋಗ್ಯಕ್ಕೆ ಮಾಡಿಕೊಡುವ" ಎಂದು ಕರೆದುಕೊಂಡು ಬಂದೆ.

"ಹೌದ! ಒಳ್ಳೆಯ ಕೆಲಸ ಮಾಡಿದ್ರಿ ಕಾಕಣ್ಣ, ಅವರಪ್ಪನ ಕಾಲಕ್ಕೆ ಸುತ್ತ ಹತ್ತಳ್ಳಿಗು ಅವರೇ ಜಮೀನ್ದಾರ್ರೂ! ಆದರೆ ಇವಾಗ ಜಮೀನು ಭೋಗ್ಯಕ್ಕೆ ಹಾಕಿ ಮಗಳ ಮದುವೆ ಮಾಡೊ ಪರಿಸ್ಥಿತಿ ಮಗನಿಗೆ ಬಂತು ನೋಡಿ. ಎಂಥ ವಿಪರ್ಯಾಸ!" ಎಂದು ಹಳೆಯದನ್ನು ನೆನೆದುಕೊಂಡು ನಿಟ್ಟುಸಿರುಬಿಟ್ಟರು. ಮುಂದುವರೆಸಿ, "ಅವನ ಜಮೀನಿನ ಮಣ್ಣು ಬಾರಿ ಫಲವತ್ತತೆಯಿಂದ ಕೂಡಿದ್ದು. ಒಳ್ಳೆಯ ಫಸಲು ಕೊಡುವ ಭೂಮಿ. ಆ ಜಮೀನಿನಲ್ಲಿ ನೀರಿನ ವ್ಯವಸ್ಥೆ ಕೂಡ ಚೆನ್ನಾಗಿದೆ. ಬೋರು ಏನಾದ್ರು ಕೈಕೊಟ್ರೆ, ಪಕ್ಕದಲ್ಲೆ ಕೊಲ್ಲಿ ಬೇರೆ ಇದೆ, ಅದರಿಂದಾನು ನೀರು ಬಳಸ್ಕೋಬೌದು. ಎಲ್ಲದ್ದಕ್ಕಿಂತಲೂ ಹೆಚ್ಚಾಗಿ ಆ ಜಮೀನಿನಲ್ಲಿ ಇಲ್ಲಿಯವರೆಗು ಯಾರು ಶುಂಠಿ ಹಾಕಿಲ್ಲ. ಆದ್ದರಿಂದ ಧೈರ್ಯ ಮಾಡಿ ಆ ಜಾಗದಲ್ಲಿ ಶುಂಠಿ ಬೆಳೆಯಬಹುದು" ಎಂದು ಬಸವಣ್ಣನ ಜಮೀನಿನ ಬಗ್ಗೆ ತನಗೆ ತಿಳಿದ ಮಾಹಿತಿಯನ್ನು ಈರಯ್ಯ ವಿವರಿಸಿದ.

ಒಂದಷ್ಟು ಹೊತ್ತಿನ ಮಾತುಕತೆಗಳ ನಂತರ ಈರಯ್ಯ, ಸನ್ನಿಯ ಬಳಿ ಕೇಳಿದ, "ಏನಣ್ಣ ಈ ಮೊದಲು ನೀವು ಎಲ್ಲಾದ್ರು ಶುಂಠಿ ಬೆಳೆದಿದ್ದೀರಾ?"

ಸನ್ನಿ ಮಾತನಾಡದೇ ಆಲಿಕುಟ್ಟಿಯ ಮುಖವನ್ನು ನೋಡಿದ. ಆಲಿಕುಟ್ಟಿ ಅವನ ಕಳವಳವನ್ನು ಅರ್ಥ ಮಾಡಿಕೊಂಡು, "ನೋಡು ಈರಯ್ಯ, ಸಮಸ್ಯೆ ಇರೋದೆ ಇಲ್ಲಿ; ಸನ್ನಿಗೆ ವ್ಯವಸಾಯದಲ್ಲಿ ಯಾವುದೇ ಅನುಭವವಿಲ್ಲ, ಅವನು ಇದುವರೆಗು ಎಲ್ಲಿಯೂ ಕೃಷಿ ಮಾಡಿಲ್ಲ. ಆದ್ದರಿಂದ ನೀನು ನಮಗೊಂದು ಸಹಾಯ ಮಾಡಬೇಕು" ಎಂದು ಹೇಳಿದ.

"ಏನು ಕಾಕಣ್ಣ!" ಎಂದು ಆತಂಕದಿಂದ ಈರಯ್ಯ, ಆಲಿಕುಟ್ಟಿಯ ಮುಖವನ್ನು ನೋಡಿದ.

"ಈ ಸಾಲಿನ ಬೆಳೆ ಮುಗಿಯುವವರೆಗೂ ಅವನ ಜೊತೆ ನೀನೆ ನಿಂತು ಕೃಷಿ ನೋಡಿಕೊಳ್ಳಬೇಕು. ದಯವಿಟ್ಟು ಇಲ್ಲ ಅಂತ ಮಾತ್ರ ಹೇಳಬೇಡ" ಎಂದು ಆಲಿಕುಟ್ಟಿ ಹೇಳಿದ.

"ಇಲ್ಲ ಕಾಕಣ್ಣ, ನನ್ನ ಕರೀಬೇಡಿ, ಮೊದಲಿನ ಹಾಗೆ ಕೆಲಸ ಮಾಡಲಿಕ್ಕೆ ನನ್ನಿಂದ ಸಾಧ್ಯವಾಗ್ತಾ ಇಲ್ಲ. ಇರೋ ಅರ್ಧ ಏಕರೆ ಜಮೀನು ಮತ್ತು ಈ ಹಸುಕರುಗಳನ್ನು ನೋಡಲಿಕ್ಕೆ ನನ್ನಿಂದ ಆಗುತ್ತಿಲ್ಲ. ಇನ್ನು ಅಲ್ಲಿ ಬಂದು ಗೈಯಕ್ಕೆ ಆಗುತ್ತಾ ನೀವೇ ಹೇಳಿ?" ಎಂದು ಪ್ರಶ್ನಾರ್ಥಕವಾಗಿ ಆಲಿಕುಟ್ಟಿಯ ಬಳಿ ತನಗೆ ಬರಲು ಸಾಧ್ಯವಿಲ್ಲವೆಂಬುದನ್ನು ಈರಯ್ಯ ನೇರವಾಗಿ ಹೇಳಿದ.

ಈರಯ್ಯನ ಮಾತು ಕೇಳಿ ಸನ್ನಿಯ ಮುಖ ಸಪ್ಪಗಾಯಿತು.

"ಹಾಗೆ ಒಂದೇ ಮಾತಲ್ಲಿ ಬರೋದಿಲ್ಲ ಅಂತ ಕಡ್ಡಿ ಮುರಿದ ರೀತಿಯಲ್ಲಿ ನೀನು ಹೇಳಬೇಡ ಈರಯ್ಯ, ನಾವೇನು ಜಮೀನಿನಲ್ಲಿ ಬಂದು ಕೆಲಸ ಮಾಡು ಎಂದು ನಿನ್ನ ಬಳಿ ಹೇಳುತ್ತಿಲ್ಲ" ಎಂದು ಬೇಸರದಿಂದ ಹೇಳಿದ ಆಲಿ, "ಕೆಲಸಕ್ಕೆಲ್ಲ ಕೂಲಿಯವರನ್ನು ಕರೆದುಕೊಂಡು ಬರುವಾ, ಆ ವಿಚಾರವಾಗಿ ನೀನು ಚಿಂತೆ ಮಾಡಬೇಡ. ನೀನು ಜೊತೆಯಲ್ಲಿದ್ದು ಕಾಲಕಾಲಕ್ಕೆ ಬೆಳೆಗೆ ಏನು ಮಾಡಬೇಕು ಎಂಬುದನ್ನು ಮಾರ್ಗದರ್ಶನ ಮಾಡಿಕೊಂಡು, ಅವನ ಜೊತೆ ಸುಮ್ಮನೆ ನಿಂತರೆ ಸಾಕು. ಈ ಸನ್ನಿ ತುಂಬಾ ಒಳ್ಳೆಯ ಹುಡುಗ, ಜೀವನದಲ್ಲಿ ಏನಾದರು ಸಾಧಿಸಬೇಕು ಎಂದುಕೊಂಡು ಊರುಬಿಟ್ಟು ಬಂದಿದ್ದಾನೆ. ನಾವೆಲ್ಲ ಸೇರಿ ಅವನಿಗೆ ಸ್ವಲ್ಪ ಬೆಂಬಲ ಕೊಟ್ರೆ, ಅವನು ಮುಂದೆ ಬರಲು ಸಹಾಯವಾಗುತ್ತದೆ" ಎಂದು ಈರಯ್ಯನ ಮನಃಸ್ಥಿತಿಯ ಅರಿವಿದ್ದ ಆಲಿಕುಟ್ಟಿ, ಭಾವನಾತ್ಮಕವಾಗಿ ಈರಯ್ಯನ ಮನವೊಲಿಸಲು ಶುರುವಿಟ್ಟುಕೊಂಡ.

"ಏನಾದ್ರು ಮಾಡಬೇಕು ಅಂತ ಇದ್ರೆ, ಯಾವುದಾದರು ಬಿಜಿನೆಸ್ ಗಿಜಿನೆಸ್ ಮಾಡುವುದು ಬಿಟ್ಟು ಶುಂಠಿ ಹಾಕೋಕೆ ಬಂದಿದ್ದೀರಲ್ಲ ಸಾಮಿ ನೀವು" ಎನ್ನುತ್ತಾ ಆಲಿಯ ಪಕ್ಕದಲ್ಲಿ ಕುಳಿತಿದ್ದ ಸನ್ನಿಯ ಮುಖವನ್ನು ಈರಯ್ಯ ನೋಡಿದ. ಈರಯ್ಯನ ಮಾತು ಕೇಳಿ ಆಲಿ ಮತ್ತು ಸನ್ನಿ ಬೇಸರದಿಂದ ಪೆಚ್ಚು ಮೋರೆ ಮಾಡಿಕೊಂಡರು.

"ಹಾಗಂತ ನೀವೇನು ಬೇಸರ ಮಾಡ್ಕೊಬೇಡಿ, ಭೂಮ್‌ತಾಯಿನ ನಂಬ್‌ದವರನ್ನ ಆ ತಾಯಿ ಯಾವತ್ತು ಕೈಬಿಟ್ಟಿಲ್ಲ. ಮಿಗಿಲಾಗಿ ಈ ಕಾಲದಲ್ಲಿ ಪಡ್ಡೆಹೈಕ್ಳು ಓದು ಮುಗಿತಾ ಇದ್ದಂಗೆ ಪಟ್ನ ಸೇರ್ತಾ ಇರ್‌ಬೇಕಾದ್ರೆ, ಈ ವಯ್ಯ ಬಂದು ಬೆಳೆ ಬೆಳಿತೀನಿ ಅಂತ ಹೇಳ್ತಾ ಅವ್ನಲ್ಲ ಅದೇ ಖುಷಿ! ನೀವು ಹೋಗಿ ಬಸವಣ್ಣನ ವ್ಯವಹಾರವನ್ನೆಲ್ಲ ಮುಗಿಸ್ಕೊಂಡು ನಂಗೆ ತಿಳ್ಸಿ. ನಾನು ನಿಮ್ಮ್ ಜೊತೆಗೆ ಬರ್ತಿನಿ" ಎಂದು ಈರಯ್ಯ ಕೊನೆಗೂ ಆಲಿಕುಟ್ಟಿಯ ಬಳಿ ಆಶ್ವಾಸನೆ ನೀಡಿದ.

ಈರಯ್ಯನ ಮಾತು ಕೇಳಿ ಇಬ್ಬರು ಕುಳಿತಲ್ಲಿಂದ ಖುಷಿಯಿಂದ ಎದ್ದು "ಆಯ್ತು ಈರಯ್ಯ, ಎಲ್ಲ ವ್ಯವಸ್ಥೆಗಳನ್ನು ಮಾಡಿದ ನಂತರದಲ್ಲಿ ನಿನಗೆ ತಿಳಿಸುತ್ತೇನೆ" ಎಂದು ಹೊರಗಡೆ ಕಾಯುತ್ತ ನಿಂತಿದ್ದ ಆಟೋವನ್ನು ಏರಿ ಹೊರಟರು. ಈರಯ್ಯ ಕೂಡ ಗೂಟಕ್ಕೆ ಬಿಗಿದಿದ್ದ ಹಗ್ಗವನ್ನು ಬಿಚ್ಚಿ 'ಹೆ.. ಹುರ್ರೆ.. ಹುರ್ರೆ' ಎಂದು ಹಸುಗಳನ್ನು ಮೇಯಿಸಲು ಬಯಲಿನತ್ತ ಹೊರಟ.

ಇತ್ತ ಬಸವಣ್ಣ, ಮಗಳ ಮದುವೆಗೆ ಉದ್ದೇಶಿಸಿದ ಹಣ ಕೈ ಸೇರದೆ ಇದ್ದಾಗ ಪರಿಚಯಸ್ಥರಲ್ಲಿ ಮತ್ತು ನೆಂಟರಿಷ್ಟರ ಬಳಿ ಸಾಲ ಕೇಳಲು ಶುರು ಮಾಡಿದ್ದ. ಅಂದು ಕೂಡ ಮುಂಜಾನೆಯೆ ಎದ್ದು ಪಕ್ಕದೂರಿನಲ್ಲಿದ್ದ ಸ್ನೇಹಿತನ ಮನೆಗೆ ಹೋಗಿ ಮಗಳ ಮದುವೆ ನಿಶ್ಚಯವಾಗಿದೆ, ಕೈಯಲ್ಲಿ ಒಂದು ಆಣೆ ಕಾಸಿಲ್ಲ. ನೀನೊಂದು ಇಪ್ಪತ್ತೈದು ಸಾವಿರ ಎಲ್ಲಿಂದಾದರು ಹೊಂದಿಸಿಕೊಡು ಎಂದು ಕಡ ಕೇಳಿದ. ಆದರೆ ಸ್ನೇಹಿತ, ತನ್ನದೇ ನೂರೆಂಟು ತಾಪತ್ರಯಗಳನ್ನು ಹೇಳಿ, 'ಸದ್ಯ ನನ್ನ ಕೈಯಿಂದ ಏನೂ ಸಾಧ್ಯವಿಲ್ಲ' ಎಂದು ಕೈಚೆಲ್ಲಿದ್ದ. ಸ್ನೇಹಿತನ ಮಾತು ಕೇಳಿ ಬೇಸರದಿಂದ ಊರ ಹಾದಿಹಿಡಿದ ಬಸವಣ್ಣ, ಮನೆ ತಲುಪುವ ವೇಳೆಗಾಗಲೆ ಸುಸ್ತಾಗಿ ಹೋಗಿದ್ದ. 'ಏನಪ್ಪ ದೇವರೆ ಇದು ಗ್ರಹಚಾರ, ಮದುವೆ ದಿನ ಬೇರೆ ಹತ್ತಿರ ಬಂತು, ಹೇಗೆ ಹಣ ಹೊಂದಿಸುವುದು' ಎಂದು ಚಿಂತಾಕ್ರಾಂತನಾಗಿ ಮನೆಯೊಳಗಡೆ ಕೂಡ ಹೋಗದೆ ಅಂಗಳದಲ್ಲಿದ್ದ ಮಾವಿನ ಮರದ ಕೆಳಗೆ, ತಲೆಯ ಮೇಲೆ ಕೈಹೊತ್ತು ಬಸವಣ್ಣ ಕುಳಿತ.

ಅಷ್ಟರಲ್ಲಿ ಟೊ..ಟೊ..ಟೊ ಎಂದು ಧ್ವನಿ ಹೊರಡಿಸುತ್ತಾ ಲ್ಯಾಂಬಿ ಆಟೋವೊಂದು ಮನೆಯ ಮುಂದೆ ಬಂದು ನಿಂತಿತು. ಬಸವಣ್ಣ ಕುಳಿತಲ್ಲಿಂದ ಬಾಗಿ ನೋಡಿದ. ಅವನಿಗೆ ಸರಿಯಾಗಿ ಕಾಣಿಸುತ್ತಿರಲಿಲ್ಲ. ಅಲ್ಲಿಂದಲೆ "ಯಾರು?" ಎಂದು ಕೇಳಿದ.

"ಹೇ ಬಸವಣ್ಣ ನೀನು ಇಲ್ಲೆ ಕೂತಿದ್ದೀಯಾ, ಎಲ್ಲೂ ಹೋಗಿಲ್ವಾ?" ಎಂದು ಕೇಳುತ್ತಾ ಆಲಿಕುಟ್ಟಿ ಅವನ ಬಳಿಗೆ ಬಂದ. "ಬಾ, ಕಾಕಣ್ಣ, ಮನೆ ಬಿಟ್ಟು ಎಲ್ಲಿ ಹೋಗಲಿ ಹೇಳು. ನಿನ್ನಂಗೆ ಬಿಜಿನೆಸ್ ಮಾಡೊದಾಗಿದ್ರೆ, ಊರೂರು ತಿರುಗಬಹುದಾಗಿತ್ತು" ಎಂದು ಕುಳಿತಲ್ಲಿಂದ ಏಳುವ ಪ್ರಯತ್ನ ಮಾಡಿದ.

"ಎಲ್ಲಿಗೆ ಬಂತು ಮಗಳ ಮದುವೆ ತಯಾರಿ?"

"ಅಯ್ಯೋ ಮದುವೆ ಕಥೆ ಕೇಳಬೇಡ; ಇವಾಗ ತಾನೆ ಪಕ್ಕದೂರಿಗೆ ಹೋಗಿ ಒಬ್ಬ ಸ್ನೇಹಿತನ ಬಳಿ ಸ್ವಲ್ಪ ಹಣ ಸಾಲ ಕೊಡು ಎಂದು ಕೇಳಿದೆ. ಅವನು ನೋಡಿದರೆ ಸಮಾಧಾನಕ್ಕಾದರೂ ಏನಾದರು ಹೇಳುವುದನ್ನು ಬಿಟ್ಟು, ನನ್ನ ಕೈಯಲ್ಲಿ ಸದ್ಯಕ್ಕೆ ಏನೂ ಇಲ್ಲ ಅಂತ ಮುಖಕ್ಕೆ ಹೊಡೆದ ಹಾಗೆ ಹೇಳಿಬಿಟ್ಟ. ಅದೇ ಬೇಜಾರಲ್ಲಿ ಬಂದು ಮನೆಯೊಳಕ್ಕು ಹೋಗದೆ ಇಲ್ಲಿಯೇ ಕೂತ್ಕೊಂಡೆ" ಎಂದೆನ್ನುತ್ತಾ, "ಅದೆಲ್ಲ ಸರಿ, ಜಮೀನು ನೋಡ್ಕೊಂಡು ಹೋದ ಆ ಕೇರಳ

ಪಾರ್ಟಿಯ ವಿಚಾರ ಏನಾದ್ರೂ ಗೊತ್ತಾಯ್ತು?" ಎಂದು ಬಸವಣ್ಣ ಕಣ್ಣರಳಿಸಿ ಕೇಳಿದ.

"ಅವರ ವಿಷಯ ಯಾಕೆ ಕೇಳ್ತೀಯಾ ಬಸವಣ್ಣ, ಅವರಿಗೆ ಫೋನು ಮಾಡಿ, ಮಾಡಿ ನನಗೆ ಸಾಕಾಗಿ ಹೋಯ್ತು, ಅವರು ಬರುವ ಲಕ್ಷಣವೇನು ಕಾಣ್ತಾ ಇಲ್ಲ"

"ಹಾಗಾದರೆ ನನ್ನ ಕಥೆ! ಮದುವೆಗೆ ಹಣ ಹೊಂದಿಸಲಿಕ್ಕೆ ಸಾಧ್ಯವಾಗದೇ, ಮದುವೆ ಏನಾದ್ರು ನಿಂತು ಹೋದರೆ, ನಾನು ಇದೇ ಮರಕ್ಕೆ ನೇಣು ಹಾಕಿಕೊಳ್ಳಬೇಕಾಗುತ್ತದೆ" ಎಂದು ಮಾವಿನ ಮರದ ತುದಿಯನ್ನು ತೋರಿಸಿ ಬಸವಣ್ಣ ಬೇಸರದಿಂದ ಹೇಳಿದ.

"ಅಯ್ಯೋ ಸಾಯೊ ಮಾತು ಯಾಕೆ ಹೇಳ್ತೀಯಾ ಬಸವಣ್ಣ? ನಿನ್ನ ಕಷ್ಟ ಏನು ಅಂತ ನನಗೆ ಗೊತ್ತು. ಅವತ್ತೇ ಹೇಳಿದ್ದೆನಲ್ಲ ಬೇರೊಬ್ಬರನ್ನು ರೆಡಿ ಮಾಡಿದ್ದೇನೆ ಅಂತ, ಈ ಸಮಯದಲ್ಲಿ ನಿನಗೆ ನಾನು ಉಪಕಾರ ಮಾಡದೇ, ಇನ್ನು ಯಾವಾಗ ಮಾಡಲಿ ಹೇಳು" ಎಂದು ಹೇಳಿದ. ಆಲಿಕುಟ್ಟಿಯ ಮಾತು ಕೇಳಿ ಬಸವಣ್ಣನ ಮುಖದಲ್ಲಿ ಮಂದಹಾಸ ಮೂಡತೊಡಗಿತು.

ಮಾತು ಮುಂದುವರೆಸಿದ ಆಲಿಕುಟ್ಟಿ, "ಇವನು ನನ್ನ ಸ್ನೇಹಿತ ಸನ್ನಿ ಅಂತ. ಪೊನ್ನಂಪೇಟೆ ಭಾಗದವನು. ಹಲವು ಕಡೆ ಜಮೀನನ್ನು ಭೋಗ್ಯಕ್ಕೆ ಮಾಡಿಕೊಂಡು ವ್ಯವಸಾಯ ಮಾಡಿಸುತ್ತಿದ್ದಾನೆ. ನಾನು ನಿನ್ನ ವಿಚಾರವಾಗಿ ಮಾತನಾಡಿ, ಮಗಳ ಮದುವೆಯ ಸಲುವಾಗಿ ಹಣ ಹೊಂದಿಸಲು ಪರದಾಡುತ್ತಿದ್ದಾನೆ. ಅವನ ಜಮೀನನ್ನು ನೀನು ಶುಂಠಿ ಬೆಳೆಗೆ ಮಾಡಿಕೊಂಡರೆ, ಅವನಿಗೆ ಒಂದಿಷ್ಟು ಉಪಕಾರವಾಗುತ್ತದೆ ಎಂದು ಕರೆದುಕೊಂಡು ಬಂದಿದ್ದೇನೆ" ಎಂದು ಸನ್ನಿಯನ್ನು ಪರಿಚಯಿಸಿದ. ಆದರೆ ಒಂದು ವಿಚಾರ, "ಅವನು ಸದ್ಯ ಮೂರುನಾಲ್ಕು ಕಡೆ ಕೆಲಸ ಮಾಡಿಸುತ್ತಿರುವುದರಿಂದ ನೀನು ಅಂದುಕೊಂಡಷ್ಟು ಹಣ ಸಿಗಲ್ಲ" ಎಂದು ನಿರೀಕ್ಷಣಾ ಜಾಮೀನಿಗೆ ಅರ್ಜಿ ಗುಜರಾಯಿಸುವಂತೆ ಮೊದಲೇ ಒಂದು ಮಾತು ಬಿಸಾಕಿದ.

ಆಲಿಯ ಮಾತುಕೇಳಿ ಬೇಸರದಿಂದ ಬಸವಣ್ಣ, "ಕಾಕಣ್ಣ ನಾನೇನು ಮಜಾ ಮಾಡಲಿಕ್ಕೆ ಹಣ ಕೇಳ್ತಾ ಇದ್ದೀನಾ? ಮಗಳ ಮದುವೆ ದಿನ ನಿಗದಿಯಾಗದಿದ್ದರೆ, ಜಮೀನು ಭೋಗ್ಯಕ್ಕೆ ಹಾಕುವ ಕೆಲಸಕ್ಕೆ ನಾನೆಂದು ಕೈ ಹಾಕುತ್ತಿರಲಿಲ್ಲ" ಎಂದು ಬೇಸರದಿಂದ ಹೇಳಿದ.

ಹೀಗೆ ಒಂದಷ್ಟು ನಿಮಿಷಗಳ ನಂತರ ಬಸವಣ್ಣನ ಸಮಸ್ಯೆಯನ್ನು ದಾಳ ಮಾಡಿಕೊಂಡ ಆಲಿಕುಟ್ಟಿ, ಐದು ಏಕರೆ ಫಲವತ್ತಾದ ನೀರಿನ ವ್ಯವಸ್ಥೆಯಿರುವ ಭೂಮಿಯನ್ನು ವರ್ಷಕ್ಕೆ ಇಪ್ಪತ್ತು ಸಾವಿರ ರೂಪಾಯಿಗೆ ಶುಂಠಿ ಬೆಳೆಯಲು ಸನ್ನಿಗೆ ಕೊಡುವಂತೆ ಮಾತನಾಡಿ, ತನ್ನ ಜೇಬಿನಿಂದ ನೂರು ರೂ.ಗಳ ಇಪ್ಪತ್ತು

ನೋಟುಗಳನ್ನು ತೆಗೆದು ಟೋಕನ್ ಅಡ್ವಾನ್ಸ್ ಎಂದು ಬಸವಣ್ಣನಿಗೆ ನೀಡಿ, ಉಳಿದ ಹದಿನೆಂಟು ಸಾವಿರ ರೂಪಾಯಿಗಳನ್ನು ಮುಂದಿನವಾರ ಕೊಡುತ್ತೇವೆ ಎಂದು ಬಸವಣ್ಣನನ್ನು ಒಪ್ಪಿಸಿದ. ಬಸವಣ್ಣ ವಿಧಿಯಿಲ್ಲದೆ ತನ್ನ ಹಣೆಬರಹವನ್ನು ಶಪಿಸುತ್ತಾ, ಒಲ್ಲದ ಮನಸ್ಸಿನಿಂದ ಆ ಹಣವನ್ನು ಪಡೆದು, ಮಡಚಿ, ಲುಂಗಿ ಎತ್ತಿ ಚಡ್ಡಿಯ ಜೇಬಿನಲ್ಲಿ ಹಾಕಿಕೊಂಡ.

ಸನ್ನಿಯ ಮನಸ್ಸಿನಲ್ಲಿ ಖುಷಿಯೋ ಖುಷಿ. ಅಂದು ಮಧ್ಯಾಹ್ನ ಮೂಸಕಾಕನ ಕೊಹಿನೂರ್ ಹೋಟೆಲಿನಲ್ಲಿ ಊಟ ಮುಗಿಸಿದ ಸನ್ನಿ, ಮನೆಗೆ ಹೋಗಿ ಹಣ ತೆಗೆದುಕೊಂಡು ಬರುತ್ತೇನೆ ಎಂದು ಆಲಿಯ ಬಳಿ ಹೇಳಿ ಪೊನ್ನಂಪೇಟೆಯ ಬಸ್ಸು ಹತ್ತಿದ. ಆ ಕ್ಷಣದವರೆಗೂ ಮನೆಯಿಂದ ದೂರ ಆಗುವ ಸಲುವಾಗಿ ಯಾವುದಾದರು ವ್ಯಾಪಾರ ಮಾಡಬೇಕೆಂದು ಸನ್ನಿ ಅಂದುಕೊಂಡಿದ್ದನೆ ಹೊರತು, ಕೃಷಿಯ ಬಗ್ಗೆ ಕಿಂಚಿತ್ತು ಯೋಚಿಸಿರಲಿಲ್ಲ. ಆದರೆ ಆಲಿಕುಟ್ಟಿಯ ದಿಸೆಯಿಂದ ಶುಂಠಿ ಕೃಷಿ ಮಾಡಲು ಜಮೀನಿನ ಮಾಲೀಕ ಬಸವಣ್ಣನಿಗೆ ಮುಂಗಡ ಹಣವನ್ನು ಕೊಟ್ಟ ನಂತರದಲ್ಲಿ ವ್ಯವಸಾಯದ ವಿಷಯವಾಗಿ ತರತರದ ಆಲೋಚನೆಗಳು ಅವನೆದೆಯಲ್ಲಿ ಗರಿಗೆದರಲು ಪ್ರಾರಂಭವಾದವು. ಊರು ತಲುಪುವವರೆಗು ಪಪ್ಪನ ಬಳಿಯಿಂದ ಶೀಘ್ರವಾಗಿ ಹಣ ಪಡೆದುಕೊಂಡು ಬಂದು ಕೃಷಿ ಮಾಡಿ ಬದುಕು ಕಟ್ಟಿಕೊಳ್ಳಬೇಕು ಎಂದು ಗಾಢವಾಗಿ ಚಿಂತಿಸತೊಡಗಿದ.

ಸನ್ನಿ ಮನೆ ತಲುಪುವ ವೇಳೆಗಾಗಲೇ ಸಮಯ ಸಂಜೆ ಐದಾಗಿತ್ತು. ಗೇಟು ಸರಿಸುತ್ತಿದ್ದಂತೆ ಅಂಗಳದಲ್ಲಿ ಪೊನ್ನಪ್ಪನವರ ರಾಜ್‌ದೂತ್! ಮನೆಯಲ್ಲಿ ತಂದೆ ಇರುವುದು ಸನ್ನಿಗೆ ಖಾತರಿಯಾಯಿತು. ಪಪ್ಪ ಬೇರೆ ಮನೆಯಲ್ಲಿದ್ದಾರೆ, ಅವರಿಲ್ಲದ ವೇಳೆ ನೋಡಿಕೊಂಡು ಬಂದಿದ್ದರೆ ಒಳ್ಳೆಯದಿತ್ತು ಎಂದು ಯೋಚಿಸುತ್ತಾ ಗೇಟನ್ನು ತಳ್ಳಿದ. ಗೇಟಿನ ಕಿರ್ರ್ ಕಿರ್ರ್ ಎಂಬ ಶಬ್ದ ಕೇಳುತ್ತಿದ್ದಂತೆ ಕರಿಯ ಬೇರೆ ಗೂಡಿನೊಳಗಿಂದ ಎಗರಿ ಎಗರಿ ಬೊಗಳತೊಡಗಿದ. ಹೊರಗಡೆ ಗದ್ದಲ ಕೇಳುತ್ತಿದ್ದಂತೆ ಪೊನ್ನಪ್ಪ ಕಿಟಕಿಯಿಂದ ಇಣುಕಿ ನೋಡಿದರು. ವ್ಯಾಪಾರದ ವಿಷಯವಾಗಿ ಸ್ನೇಹಿತನನ್ನು ಕಂಡುಬರುತ್ತೇನೆ ಎಂದು ಕುಶಾಲನಗರಕ್ಕೆ ಹೋಗಿದ್ದ ಸನ್ನಿ, ಒಂದು ವಾರದ ನಂತರ ಗೇಟು ಸರಿಸಿ ಮೆಲ್ಲನೇ ಒಳಕ್ಕೆ ಬರುತ್ತಿರುವುದು ಕಣ್ಣಿಗೆ ಬಿತ್ತು.

ಸನ್ನಿ ಮುಂಬದಿಯಿಂದ ಮನೆಯೊಳಕ್ಕೆ ಹೋಗುವ ಬದಲು, ಹಿಂಬದಿಯತ್ತ ಕಾಲಸಪ್ಪಳವಾಗದಂತೆ ಮೆಲ್ಲನೆ ಹೆಜ್ಜೆಯಿಡತೊಡಗಿದ. ಹಿತ್ತಲಿನಲ್ಲಿ ಅಡುಗೆಕೋಣೆಯ ಬಾಗಿಲು ಚಿಲ್ಕ ಹಾಕದೇ ಇದ್ದಿದ್ದರಿಂದ ಸನ್ನಿ ಕದ ಸರಿಸಿ ಒಳಕ್ಕೆ ಬಂದ. ಬಾಗಿಲು ತಳ್ಳಿದ ಶಬ್ದ ಕೇಳಿದೊಡನೆ, ಯಾವುದೊ ಕಳ್ಳ ಬೆಕ್ಕು ಮನೆಯೊಳಗೆ ಹೊಕ್ಕಿರಬೇಕು ಎಂದು ಮಲಗುವ ಕೋಣೆಯಲ್ಲಿ

ಒಗೆದು ತಂದಿದ್ದ ಬಟ್ಟೆಗಳನ್ನು ಮಡಚುತ್ತ ಕುಳಿತಿದ್ದ ಬೊಳ್ಳವ್ವ 'ಚಿಯಾ' ಎಂದು ಕೂಗುತ್ತಾ ಅಡುಗೆ ಕೋಣೆಗೆ 'ಗುಡುಗುಡು' ಎಂದು ಓಡುತ್ತಾ ಬಂದರು. ಸನ್ನಿ ಎದುರಿಗೆ ನಿಂತಿದ್ದ. ಮಗನನ್ನು ಕಂಡದ್ದೆ ಕೊಂಚ ಗಾಬರಿ ಮತ್ತು ಸಂತೋಷವಾಗಿ, "ಎಂತ ಸನ್ನಿ ನಿನ್ನ ಅವಸ್ಥೆ, ಮನೆಯಿಂದ ಹೋಗಿ ಎಷ್ಟು ದಿನ ಆಯ್ತು! ಕುಶಾಲನಗರಕ್ಕೆ ಹೋಗಿ, ವಿಚಾರಿಸಿಕೊಂಡು ಬರುತ್ತೇನೆ ಎಂದು ಹೋದ ನೀನು, ವಾರ ಕಳೆದು ಬರ್‍ತಾ ಇದ್ದೀಯಲ್ಲ. ಕಳೆದ ಬಾರಿ ಇದೇ ತರ ಹೋಗಿ ಏನೆಲ್ಲ ಸಮಸ್ಯೆ ಆಯ್ತು ಎಂದು ನಿನಗೆ ಗೊತ್ತಿದೆಯಲ್ಲ! ನೀನು ಆ ರೀತಿ ಮತ್ತಿನ್ನೇನಾದರು ಸಮಸ್ಯೆ ಮಾಡಿಕೊಂಡು ಬಂದುಬಿಡ್ತೀಯೇನೊ ಎಂದು ಎದೆಯಲ್ಲಿ ಕೆಂಡ ಕಟ್ಕೊಂಡ ರೀತಿಯಲ್ಲಿ ಕಾಯ್ತಾ ಇದ್ದೇನೆ. ನಿನ್ನಿಂದಾಗಿ ಈ ವಯಸ್ಸು ಕಾಲದಲ್ಲಿ ನಮ್ಮಿಬ್ಬರಿಗೆ ನೆಮ್ಮದಿ ಇಲ್ಲದಂಗೆ ಆಯ್ತು" ಎಂದು ಒಂದೇ ಉಸಿರಿನಲ್ಲಿ ತನ್ನ ಮನಸ್ಸಿನಲ್ಲಿ ಇದ್ದ ದುಗುಡವನ್ನು ಬಡಬಡ ಎಂದು ಸನ್ನಿಯ ಮುಂದೆ ಹೇಳಿ ಮುಗಿಸಿದಳು.

ಅಮ್ಮನ ಮಾತು ಕೇಳಿ ನೊಂದುಕೊಂಡ ಸನ್ನಿ, "ನನ್ನಿಂದಾಗಿ ನೀವು ಅನುಭವಿಸುತ್ತಿರುವ ಸಂಕಟ ಮತ್ತು ನೋವು ಇನ್ನು ಕೆಲವೇ ದಿನಗಳಲ್ಲಿ ಇಲ್ಲದಂತಾಗುತ್ತದೆ" ಎನ್ನುತ್ತಾ ಹೋಗಿ ಕೋಣೆಯ ಬಾಗಿಲನ್ನು ದಡಾರನೆ ಮುಚ್ಚಿದ.

'ಇವನಿಗೆ ಒಳ್ಳೆಯದು ಹೇಳಿದ್ರು ಕಷ್ಟ, ಕೆಟ್ಟದ್ದು ಹೇಳಿದ್ರು ಕಷ್ಟ, ಇವನ್ಯಾಕೆ ನಮ್ಮನ್ನು ಅರ್ಥನೇ ಮಾಡಿಕೊಳ್ತಾ ಇಲ್ಲ' ಎಂದು ಪೊನ್ನಪ್ಪನವರೆಡೆಗೆ ತೆರಳಿದ ಬೊಳ್ಳವ್ವ, "ರೀ ಅವನು ಬಂದ" ಎಂದು ಹೇಳಿದಳು. ಕೊಠಡಿಯಿಂದಲೇ ಅಮ್ಮ ಮತ್ತು ಮಗ ನಡೆಸುತ್ತಿದ್ದ ಸಂಭಾಷಣೆಯನ್ನು ಕೇಳಿಸಿಕೊಂಡಿದ್ದ ಪೊನ್ನಪ್ಪನವರು ಸುಮ್ಮನೆ ಹೂಂಗುಟ್ಟಿದರು.

ಒಂದೆರಡು ನಿಮಿಷಗಳ ತರುವಾಯ ಮೌನ ಮುರಿದ ಪೊನ್ನಪ್ಪ, "ಅವನು ಇವಾಗ ತಾನೆ, ಎಲ್ಲೆಲ್ಲೊ ಸುತ್ತಿ, ಆಯಾಸಮಾಡಿಕೊಂಡು ಬಂದಿದ್ದಾನೆ. ಕುಡಿಯಲಿಕ್ಕೆ ಒಂದು ಲೋಟ ಕಾಫಿಗೀಫಿಯೇನಾದ್ರು ಕೊಟ್ಟು, ಸ್ವಲ್ಪ ಸಾವಧಾನವಾಗಿ ಅವನಲ್ಲಿ ವಿಚಾರಿಸಿದ್ರೆ, ಎಲ್ಲಿ ಹೋಗಿದ್ದ, ಏನು ಅವಸ್ಥೆ? ಎಂದು ಅವನಾಗಿಯೇ ಹೇಳುತ್ತಿದ್ದ. ಅದುಬಿಟ್ಟು ಮನೆಯೊಳಕ್ಕೆ ಕಾಲಿಡುವ ಮೊದಲೆ ಕಿರಿಕಿರಿ ಮಾಡ್ತಿಯಲ್ಲ. ಈ ಹೆಂಗಸರಿಗೆ ಅದ್ಯಾವಾಗ ಬುದ್ಧಿ ಬರುತ್ತೊ" ಎಂದು ಪೊನ್ನಪ್ಪ ಬೊಳ್ಳವ್ವಳಿಗೆ ರೇಗಿದರು.

"ಇದೊಳ್ಳೆ ಕಥೆ ಆಯ್ತಲ್ಲ ನಿಮ್ಮದು! ಎರಡು ದಿನದಿಂದ ಅದೆಲ್ಲಿಗೆ ಹೋಗಿದ್ದಾನೆ, ಒಂದು ಚೂರು ಜವಾಬ್ದಾರಿ ಇಲ್ಲ ಅಂತ ಬಯ್ಯುತ್ತಿದ್ರಿ, ಅದಕ್ಕೆ ಅವನು ಬಂದಾಗ ಎರಡು ಮಾತು ಹೇಳಿದ್ರೆ, ಇದೆಲ್ಲ ನನ್ನಿಂದಲೆ ಎಂದು ಅಪವಾದ ಬೇರೆ ಹೊರಿಸುತ್ತಿದ್ದೀರಲ್ಲ" ಎಂದು ಬೇಸರದಿಂದ ಹೇಳಿದಳು.

ಗಂಡಹೆಂಡಿರ ಮಾತುಕತೆ ರಭಸವಾಗಿ ನಡೆಯುತ್ತಿರಬೇಕಾದರೆ ಮತ್ತೆ 'ಕರ್ರ್' ಎಂದು ಗೇಟು ತೆರೆದ ಶಬ್ದವಾಯಿತು. ನೋಡಿದರೆ, ಕಾಲೇಜಿಗೆ ತೆರಳಿದ್ದ ಸೊಸೆ ದೇಚಮ್ಮ ಕೈಯಲ್ಲಿ ಒಂದಷ್ಟು ಪುಸ್ತಕದ ಗಂಟುಗಳನ್ನು ಹಿಡಿದುಕೊಂಡು ಬರುತ್ತಿದ್ದಳು. ದೇಚಮ್ಮನನ್ನು ನೋಡಿ ಗೂಡಿನೊಳಗಿದ್ದ ಕರಿಯ 'ಬೌ ಬೌ' ಎಂದು ಮೇಲೆ ಕೆಳಗೆ ಎಗರತೊಡಗಿತು. "ಹೇ ಕರಿಯ" ಎಂದು ದೇಚಮ್ಮ ಅವನನ್ನು ಮಾತನಾಡಿಸಿ ಮುಂದಡಿಯಿಟ್ಟಳು. "ನನಗೂ ಗೂಡಿನೊಳಗೆ ಕೂತು ಬೇಸರವಾಗಿದೆ. ಎಂದಿನಂತೆ ಒಂದು ರೌಂಡು ಕರೆದುಕೊಂಡು ಹೋಗು" ಎನ್ನುವಂತೆ ತನ್ನದೇ ಭಾಷೆಯಲ್ಲಿ "ಗರ್ರ್ ಗರ್ರ್" ಎಂದು ಶಬ್ದವೊರಡಿಸಿ ದೇಚಮ್ಮಳ ಬಳಿ ಕರಿಯ ಹೇಳತೊಡಗಿತು. ಮನೆಯೊಳಕ್ಕೆ ಕಾಲಿಡುತ್ತಿದ್ದಂತೆ ಅದೇನೊ ಚರ್ಚೆ ಮಾಡುತ್ತಾ ಕುಳಿತ್ತಿದ್ದ ಅತ್ತೆಮಾವನನ್ನು ಕಂಡ ದೇಚಮ್ಮ, "ಸನ್ನಿಯ ಸುದ್ದಿಯೇನಾದ್ರು ಉಂಟಾ?" ಎಂದು ಕೇಳಿದಳು. ಸೊಸೆಯ ಆ ಮಂದಹಾಸ, ಸನ್ನಿಯ ಸುದ್ದಿ ಉಂಟಾ? ಎನ್ನುವ ಆ ಸಮಾಧಾನದ ಮಾತುಗಳನ್ನು ಕೇಳಿ ಪೊನ್ನಪ್ಪ ನಕ್ಕರೆ, ಬೊಳ್ಳವ್ವ, ಗಂಡನ ಮೇಲಿನ ಮುನಿಸಿನಿಂದ, "ಅವನು ಬಂದು ಸ್ವಲ್ಪ ಹೊತ್ತಾಯಿತು. ನೀನ್ಯಾಕೆ ಇಷ್ಟು ತಡ?" ಎಂದು ಮುಖ ಸಿಂಡರಿಸಿಕೊಂಡೆ ಹೇಳಿದಳು.

"ಇಂದು ಕಾಲೇಜಿನಲ್ಲಿ ಸ್ವಲ್ಪ ಕೆಲಸ ಜಾಸ್ತಿ ಇತ್ತು ಮಾಯಿ, ಅದರಿಂದ ಮೊದಲ ಬಸ್ಸಿನಲ್ಲಿ ಬರಲು ಸಾಧ್ಯವಾಗಲಿಲ್ಲ" ಎಂದು ದೇಚಮ್ಮ ಅತ್ತೆಯ ಬಳಿ ಹೇಳಿದಳು.

"ಇವಳಿಗೆ ಯಾರನ್ನಾದರು ಕಂಡರೆ, ಆ ತಕ್ಷಣ ಎಲ್ಲಾ ವಿಷಯ ತಿಳಿದುಬಿಡಬೇಕು, ಇಲ್ಲವಾದರೆ ತಿಂದ ಕೂಳು ಕರಗೋದಿಲ್ಲ ನೋಡು" ಎನ್ನುತ್ತಾ ಬಂದ ತಕ್ಷಣವೇ ಮಗನ ಮೇಲೆ ಮಡದಿ ಸಿಡುಕಿದ ಬೇಸರವನ್ನು ಹೊರಹಾಕಿ, "ನೀನು ಹೋಗಿ ಕೈಕಾಲು ಮುಖ ತೊಳೆದು ಕಾಫಿ ಕುಡಿ, ಜೊತೆಗೆ ಅವನಿಗೂ ಒಂದು ಲೋಟ ಮಾಡಿಕೊಡು" ಎಂದು ಪೊನ್ನಪ್ಪ ಸೊಸೆಯ ಬಳಿ ಹೇಳಿದರು. ದೇಚಮ್ಮ ನಗುತ್ತಾ ಒಳಹೊಕ್ಕಳು. ಅಷ್ಟರಲ್ಲಾಗಲೆ ಶಾಂತವಾಗಿದ್ದ ಬೊಳ್ಳವ್ವ, "ಇರಮ್ಮ ನಾನೇ ಕಾಫಿ ಮಾಡುತ್ತೇನೆ, ನೀನು ಕೈಕಾಲು ತೊಳೆದುಕೊಂಡು ಬಾ" ಎಂದು ದೇಚಮ್ಮಳ ಹಿಂದೆಯೇ ಹೋದಳು.

ಕೆಲ ನಿಮಿಷಗಳ ನಂತರ ಒಂದು ಲೋಟ ಕಾಫಿ ಹಿಡಿದುಕೊಂಡು ಸನ್ನಿಯ ಕೋಣೆಗೆ ಹೋದ ಬೊಳ್ಳವ್ವ, ಬಾಗಿಲು ಬಡಿದಳು. ಚಿಲ್ಕ ಹಾಕದಿದ್ದ ಪರಿಣಾಮ ಬಾಗಿಲು ಮೆಲ್ಲನೆ ತೆರೆದುಕೊಂಡಿತು. ಮಗ ಮಂಚದ ಮೇಲೆ ಬೋರಲು ಬಿದ್ದಿರುವುದನ್ನು ಗಮನಿಸಿದ ಬೊಳ್ಳವ್ವ, "ಏ ಸನ್ನಿ ಎದ್ದೇಳು, ಕಾಫಿ ತಣ್ಣಗಾಗುವ ಮುಂಚೆ ಕುಡಿ" ಎಂದು ಲೋಟವನ್ನು ಮೇಜಿನ ಮೇಲಿಟ್ಟು

ಬೊಳ್ಳವ್ವ ಹೊರಬರುವವಳಿದ್ದಳು. ಸನ್ನಿಗೆ ಹಣದ ವಿಚಾರವಾಗಿ ಬೊಳ್ಳವ್ವಳ ಬಳಿ ಮಾತನಾಡುವುದಿತ್ತು. ಎದ್ದು ಕುಳಿತವನೆ "ಅವ್ವ" ಎಂದ.

ಹಲವು ದಿನಗಳ ನಂತರ ಮಗ ತನ್ನನ್ನು ಕರೀತಿದ್ದಾನೆ ಎಂದು ಸಂತೋಷದಿಂದ ಸನ್ನಿಯ ಪಕ್ಕದಲ್ಲಿ ಹೋಗಿ ಕುಳಿತ ಬೊಳ್ಳವ್ವ, "ಹೇಳೊ ಏನ್ ವಿಷಯ? ಇಷ್ಟು ದಿನ ಎಲ್ಲಿದ್ದೆ?" ಎಂದು ಸಮಾಧಾನದಿಂದ ಕೇಳಿದಳು.

"ಏನು ವಹಿವಾಟು ಮಾಡಬಹುದು ಎಂದು ವಿಚಾರಿಸಿಕೊಂಡು ಬರಲಿಕ್ಕೆ ತಾನೆ ನಾನು ಹೋಗಿದ್ದು, ಎಲ್ಲ ತಿಳಿದುಕೊಳ್ಳುವ ವೇಳೆಗೆ ಎರಡು ದಿನ ತಡವಾಯ್ತು, ಅಷ್ಟಕ್ಕೆ ಈ ರೀತಿ ರೇಗಾಡ್ತಿಯಲ್ಲ. ನನ್ನನ್ನು ನೀವ್ಯಾರು ಅರ್ಥನೆ ಮಾಡಿಕೊಳ್ಳೋದಿಲ್ಲ" ಎಂದು ಸನ್ನಿ ಬೇಸರದಿಂದ ಹೇಳಿದ.

"ಸಂಜೆ ಬರ್ತೀನಿ ಎಂದು ಹೋದವನು, ಒಂದು ವಾರ ಕಳೆದರು ಮರಳಿ ಬಂದಿಲ್ಲ ಎಂದರೆ ನಾವೇನು ತಿಳ್ಕೊಬೇಕು! ನಾನು ಹೋದ ಕೆಲಸ ಮುಗಿದಿಲ್ಲ, ಬರುವುದು ತಡವಾಗುತ್ತೆ ಎಂದು ಒಂದು ಫೋನು ಮಾಡಿ ತಿಳಿಸುವ ಜವಾಬ್ದಾರಿಯಾದರು ನಿನಗೆ ಇರಬೇಕಲ್ವ? ಸರಿ ಬಿಡು, ಹೋಗಿದ್ದ ಕೆಲಸ ಏನಾಯ್ತು?"

"ಎಲ್ಲಾ ಮಾತನಾಡಿಕೊಂಡು, ಎರಡು ದಿನದಲ್ಲಿ ಹಣ ತೆಗೆದುಕೊಂಡು ಬರುತ್ತೇನೆ ಎಂದು ಹೇಳಿ ಬಂದಿದ್ದೇನೆ"

"ನೀ ಎಂತ ವ್ಯಾಪಾರ ಮಾಡ್ಬೇಕೂಂತ ಇದ್ದೀಯಾ?".

"ನಾ ವ್ಯಾಪಾರ ಮಾಡ್ತಾ ಇಲ್ಲ".

"ಮತ್ತೇ?"

"ಶುಂಠಿ ಹಾಕಬೇಕು ಅಂತ ಅನ್ಕೊಂಡಿದ್ದೀನಿ. ವ್ಯಾಪಾರ ವಹಿವಾಟು ಮಾಡಿ ಹೆಚ್ಚು ಕಮ್ಮಿ ಆದ್ರೆ ಕಷ್ಟ. ಅದಕ್ಕೆ ಕೃಷಿ ಮಾಡುವ ಅಂತ ತೀರ್ಮಾನ ಮಾಡಿದ್ದೀನಿ".

"ಎಂತ ಕೃಷಿನಾ! ಅದಕ್ಕೆ ಹಣ ತಗೊಂಡು ಅಷ್ಟು ದೂರ ಯಾಕೆ ಹೋಗ್ತೀಯಾ? ನಮ್ಮ ಜಮೀನಿನಲ್ಲೆ ಮಾಡಬಹುದಲ್ಲ! ನಾಳೆಯಿಂದ ತೋಟದ ವ್ಯವಹಾರವನ್ನೆಲ್ಲ ನೀನೇ ನೋಡಿಕೊ, ನಾನು ಬೇಕಿದ್ದರೆ ಪಪ್ಪನಿಗೆ ಹೇಳ್ತೀನಿ, ಏನು ಆಗ್ಬಹುದಾ?" ಎಂದು ಸನ್ನಿಯ ಬಳಿ ಕೇಳಿದಳು.

"ಮೂಡಸೀಮೆ ಭಾಗದಲ್ಲಿ ಆದರೆ ಶುಂಠಿ ಬೆಳೆಯಲು ಎಲ್ಲಾ ವ್ಯವಸ್ಥೆ ಇದೆ. ಇಲ್ಲಿ ಮಳೆ, ನೆರಳು ಎಲ್ಲಾ ಜಾಸ್ತಿ, ಒಂದು ವೇಳೆ ಇಲ್ಲೇನಾದ್ರು ಮಾಡುತ್ತೇನೆ ಎಂದು ಹೊರಟರೆ ಇಡೀ ತೋಟವನ್ನು ಕಡಿದು ನೆಲಸಮ ಮಾಡಬೇಕಾಗುತ್ತದೆ" ಎಂದ ಸನ್ನಿ.

"ಏನೋಪ ನನಗೆ ಒಂದೂ ಅರ್ಥ ಆಗ್ತಾ ಇಲ್ಲ! ಅವತ್ತು ನೋಡಿದ್ರೆ ಪಪ್ಪನತ್ರ ಒಂದು ಲಕ್ಷ ಕೇಳಿಕೊಡು, ನಾನು ವ್ಯಾಪಾರ ಮಾಡುತ್ತೇನೆ ಎಂದೆ. ಇವತ್ತು ನೋಡಿದರೆ ಶುಂಠಿ ಕೃಷಿ ಮಾಡುತ್ತೀನಿ ಅಂತ ಹೇಳ್ತಾ ಇದ್ದೀಯಾ!

ನೀನು ಏನು ಮಾಡಬೇಕೆಂದು ಅಂದುಕೊಂಡಿದ್ದೀಯಾ? ಅಂತ ಆ ದೇವರೇ ಬಲ್ಲ!" ಎಂದು ತಲೆಚಚ್ಚಿಕೊಂಡು, "ಸರಿ ಇದಕ್ಕೆಲ್ಲ ಎಷ್ಟು ಹಣ ಖರ್ಚಾಗಬಹುದು?" ಎಂದು ಕೇಳಿದಳು.

"ಶುಂಠಿ ಎಂಟೊಂಬತ್ತು ತಿಂಗಳ ಬೆಳೆ. ಏನಿಲ್ಲವೆಂದರು ಎರಡು ಲಕ್ಷ ರೂಪಾಯಿ ಖರ್ಚಾಗಬಹುದು".

ಸನ್ನಿಯ ಮಾತನ್ನು ಕೇಳಿ ದಿಗ್ಭ್ರಾಂತರಾದ ಬೊಳ್ಳವ್ವ, "ಏನು ಸನ್ನಿ ನೀನು ಹೇಳ್ತಾ ಇರೋದು. ಮೊದಲಿಗೆ ಒಂದು ಲಕ್ಷ ಸಾಕು ಅಂದೆ, ಇವಾಗ ನೋಡಿದರೆ ಎರಡು ಅಂತ ಹೇಳ್ತಾ ಇದ್ದೀಯಾ!" ಎಂದು ಆತಂಕದಿಂದ ಕೇಳಿದಳು.

"ಹಣದ ಬಗ್ಗೆ ನೀವು ತಲೆ ಕೆಡಿಸಿಕೊಳ್ಳಬೇಡಿ, ನೀವು ಒಂದು ಲಕ್ಷ ಕೊಟ್ಟರೆ ಸಾಕು, ಉಳಿದದ್ದನ್ನು ನಾನು ಹೊಂದಿಸಿಕೊಳ್ಳುತ್ತೇನೆ" ಎಂದು ಗಾಂಭೀರ್ಯದಿಂದ ಸನ್ನಿ ನುಡಿದ.

ಮಗನ ಮಾತು ಕೇಳಿ ಮತ್ತಷ್ಟು ಆತಂಕಗೊಂಡ ಬೊಳ್ಳವ್ವ, "ಹಾಗಾದರೆ ಬಾಕಿ ಹಣಕ್ಕೆ ನೀನು ಏನು ಮಾಡಬೇಕು ಅಂತ ಅಂದುಕೊಂಡಿದ್ದೀಯಾ?" ಎಂದು ಕೇಳಿದಳು.

"ಉಳಿದ ಒಂದು ಲಕ್ಷ ಹಣವನ್ನು ನನ್ನ ಸ್ನೇಹಿತ ಆಲಿಕುಟ್ಟಿ ವ್ಯವಸ್ಥೆ ಮಾಡಿಕೊಡುತ್ತೀನಿ ಅಂತ ಹೇಳಿದ್ದಾನೆ".

"ಅಂದರೆ ನೀನು ಶುಂಠಿ ಹಾಕಲೇಬೇಕು ಎಂದು ತೀರ್ಮಾನ ಮಾಡಿದ್ದೀಯಾ? ಇದೆಲ್ಲ ನಮಗೆ ಆಗಿಬರುತ್ತೇನೊ? ಅದೇನಿದ್ದರೂ ದಿನದ ಇಪ್ಪತ್ತನಾಲ್ಕು ಗಂಟೆಯೂ ಗುದ್ದಲಿ ಹಿಡಿದುಕೊಂಡು ಮಣ್ಣಿನಲ್ಲಿ ಕೆಲಸ ಮಾಡುವ ಕೇರಳದವರಿಗೆ ಸರಿ, ನೀನು ಕಾಲೇಜಿಗೆ ಹೋಗಿಕೊಂಡಿದ್ದವನು ಏಕಾಏಕಿ ವ್ಯವಸಾಯ ಮಾಡುತ್ತೇನೆ, ಶುಂಠಿ ಹಾಕುತ್ತೇನೆ ಅಂತ ತೀರ್ಮಾನ ಮಾಡಿದರೆ ಹೇಗೆ? ತಲೆ ಗಟ್ಟಿ ಇದೆ ಎಂದು ಬಂಡೆಗೆ ಚಚ್ಚೋಳಕ್ಕೆ ಆಗುತ್ತಾ?" ಎಂದು ಬೊಳ್ಳವ್ವ ಕೇಳಿದಳು.

ಬೊಳ್ಳವ್ವ ಮತ್ತೆ ಮತ್ತೆ ತನ್ನ ತೀರ್ಮಾನಕ್ಕೆ ಅಡ್ಡಲಾಗಿ ಕೊಂಕು ಹೇಳುತ್ತಿರುವುದನ್ನು ಕೇಳಿ ಕ್ರೋಧಗೊಂಡ ಸನ್ನಿ, "ನೋಡವ್ವ ನಾನು ವ್ಯವಸಾಯ ಮಾಡಬೇಕು ಅಂತ ಈಗಾಗಲೇ ತೀರ್ಮಾನ ಮಾಡಿಕೊಂಡಿದ್ದೀನಿ. ನಿಮಗೆ ಹಣ ಹೊಂದಿಸಿಕೊಡಲು ಸಾಧ್ಯವಿದೆಯಾ ಅಥವಾ ಇಲ್ಲವಾ ಎಂಬುದನ್ನು ಮಾತ್ರ ತಿಳಿಸಿ ಉಳಿದದ್ದನ್ನು ನಾನು ನೋಡಿಕೊಳ್ಳುತ್ತೇನೆ" ಎಂದು ಕೊಂಚ ಖಾರವಾಗೆ ಬೊಳ್ಳವ್ವಳ ಬಳಿ ಹೇಳಿದ.

'ಇನ್ನು ಇವನ ಬಳಿ ಮಾತನಾಡಿ ಪ್ರಯೋಜನವಿಲ್ಲ' ಎಂದು ಅಡುಗೆ ಕೋಣೆಯತ್ತ ಮುಖ ಮಾಡಿ ರಾತ್ರಿಗಿರುವ ಅಡುಗೆ ಮಾಡಲು ಬೊಳ್ಳವ್ವ ಪ್ರಾರಂಭ ಮಾಡಿದಳು. ಗಂಟೆ ಒಂಬತ್ತಾಗುತ್ತಿದ್ದಂತೆ ಪೊನ್ನಪ್ಪನವರು

ಊಟದ ಮೇಜಿನ ಮುಂದೆ ಬಂದು ಕುಳಿತರು. ಅದಾಗಲೇ ಟೇಬಲಿನ ಮೇಲೆ ಜೋಡಿಸಿದ್ದ ಖಾದ್ಯಗಳು ಘಮಘಮಿಸುತ್ತಿದ್ದವು. ಮಣ್ಣಿನ ಚಟ್ಟಿಯಲ್ಲಿ ಕರ್‌ಗೆ ಹೆಬ್ಬೆರಳು ಗಾತ್ರದಲ್ಲಿ ಕರಿಮೆಣಸಿನ ಲೇಪನದೊಂದಿಗೆ ಮಾಡಿದ್ದ ಹಂದಿ ಮಾಂಸದ ಫ್ರೈಯಿಂದ ಹಬೆಯಾಡುತ್ತಿತ್ತು. ಜೊತೆಗೆ ತೋಟದಿಂದ ಕಿತ್ತುಕೊಂಡು ಬಂದಿದ್ದ ಗಣಿಕೆಸೊಪ್ಪಿನ ಪಲ್ಯವೂ ಸಿದ್ಧವಾಗಿತ್ತು. ಪೊನ್ನಪ್ಪನವರು ಊಟಕ್ಕೆ ಬಂದು ಕುಳಿತಿರುವುದನ್ನು ಕಂಡ ದೇಚಮ್ಮ, ಧಾರಾವಾಹಿಯನ್ನು ಅರ್ಧಕ್ಕೆ ಮೊಟಕುಗೊಳಿಸಿ ಪೊನ್ನಪ್ಪನವರ ಪಕ್ಕದ ಕುರ್ಚಿಯಲ್ಲಿ ಬಂದು ಕುಳಿತಳು. ಬೊಳ್ಳವ್ವ ಮೌನವಾಗಿ ಇಬ್ಬರ ತಟ್ಟೆಗೂ ಅನ್ನವನ್ನು ಬಡಿಸುತ್ತಿದ್ದಂತೆ, "ಸನ್ನಿಯನ್ನೂ ಕರಿ, ಅವನು ಮಧ್ಯಾಹ್ನ ಊಟ ಮಾಡಿದ್ದಾನೊ ಏನೋ!" ಎಂದು ಪೊನ್ನಪ್ಪ ಹೇಳಿದರು.

ಅದಕ್ಕಾಗಿಯೇ ಕಾಯುತ್ತಿದ್ದವಳಂತೆ ಕೋಣೆಗೆ ಹೋಗಿ ಬೋರಲು ಬಿದ್ದಿದ್ದ ಸನ್ನಿಯನ್ನು ಎಬ್ಬಿಸಿ, "ನಿನಗೆ ಇಷ್ಟದ 'ಹಂದಿ ಫ್ರೈ' ಮಾಡಿದ್ದೀನಿ, ಬಾ ಊಟ ಮಾಡು" ಎಂದು ಬೊಳ್ಳವ್ವ ಕರೆದಳು. ಸನ್ನಿ ಏನು ಮಾತನಾಡದೆ ಹಾಗೆಯೇ ಮಲಗಿದ್ದ. "ನೋಡೋ ಇದೇ ತಕ್ಕ ಸಮಯ, ಪಪ್ಪ ಸಹ ಊಟಕ್ಕೆ ಕೂತಿದ್ದಾರೆ. ಹಣದ ವಿಷಯವನ್ನು ಅಲ್ಲೆ ಮಾತನಾಡುವ" ಎಂದು ಮತ್ತೆ ಬೊಳ್ಳವ್ವ ಹೇಳಿದಳು. 'ಅವ್ವ ಹೇಳುತ್ತಿರುವುದು ಸರಿಯೇ, ಹಣದ ವಿಚಾರವನ್ನು ಪಪ್ಪನ ಬಳಿ ಮಾತನಾಡಲು ಇದೆ ಸರಿಯಾದ ಸಮಯ' ಎಂದು ನೆನೆದ ಸನ್ನಿ, ಮರುಮಾತನಾಡದೇ ಮಲಗಿದ್ದಲ್ಲಿಂದ ಎದ್ದು, ಕೈ ತೊಳೆದುಕೊಂಡು ಬಂದು ಪೊನ್ನಪ್ಪನವರ ಎದುರಿಗಿನ ಕುರ್ಚಿಯಲ್ಲಿ ಕುಳಿತು ತನ್ನ ತಟ್ಟೆಗೆ ತಾನೇ ಬಡಿಸಿಕೊಳ್ಳತೊಡಗಿದ.

ಒಂದು ವಾರದಿಂದ ಸನ್ನಿಯನ್ನು ಕಂಡಿರಲಿಲ್ಲವಾದ್ದರಿಂದ, "ಇಷ್ಟು ದಿನ ಎಲ್ಲಿ ಹೋಗಿದ್ದೆ ಸನ್ನಿ?" ಎಂದು ದೇಚಮ್ಮ ಕೇಳಿದಳು.

"ಅದೇ ವ್ಯಾಪಾರದ ಸಲುವಾಗಿ ವಿಚಾರಿಸಿಕೊಂಡು ಬರುವಾ ಎಂದು ಕುಶಾಲನಗರಕ್ಕೆ ಹೋಗಿದ್ದೆ"

"ಏನಾದರು ಸರಿ ಆಯ್ತಾ?"

"ಹುಂ, ಅಲ್ಲಿ ಒಂದು ಜಾಗ ನೋಡಿಕೊಂಡು ಬಂದಿದ್ದೀನಿ. ಅದರಲ್ಲಿ ಶುಂಠಿ ಬೆಳೆಯಬೇಕು ಅಂತ ಅಂದುಕೊಂಡಿದ್ದೇನೆ" ಎಂದು ಪೊನ್ನಪ್ಪನವರಿಗೆ ಕೇಳುವಂತೆ ದೇಚಮ್ಮಳ ಬಳಿ ಸನ್ನಿ ಹೇಳಿದ. ತನ್ನ ಪಾಡಿಗೆ ಊಟ ಮಾಡುತ್ತಾ ಕುಳಿತಿದ್ದ ಪೊನ್ನಪ್ಪನವರಿಗೆ ಸನ್ನಿಯ ಮಾತು ಕೇಳಿ, ಊಟ ನೆತ್ತಿಗೆ ಏರಿದಂತಾಗಿ 'ಕಕ್ ಕಕ್' ಎಂದು ಕೆಮ್ಮತೊಡಗಿದರು. ಪಕ್ಕದಲ್ಲಿ ಕುಳಿತಿದ್ದ ಬೊಳ್ಳವ್ವ ಎದ್ದು ಪೊನ್ನಪ್ಪನವರ ತಲೆಯ ಮೇಲೆ ಅಂಗೈಯಿಂದ ತಟ್ಟಿ, "ಅದೇನು ಯೋಚನೆ ಮಾಡಿಕೊಂಡು ಊಟ ಮಾಡ್ತೀರಾ?" ಎಂದು ಲೋಟದಲ್ಲಿದ್ದ

ನೀರನ್ನು ಅವರಿಗೆ ಕುಡಿಸಲು ಮುಂದಾದಳು. ಅನಿರೀಕ್ಷಿತವಾಗಿ ಆದ ಈ ಬೆಳವಣಿಗೆಯಿಂದಾಗಿ ಸನ್ನಿ ಮತ್ತು ದೇಚಮ್ಮ ಗಾಬರಿಯಿಂದ ಪೊನ್ನಪ್ಪನವರಿಗೆ ಏನಾಯಿತೊ! ಎಂದು ಕೈಯಲ್ಲಿದ್ದ ತುತ್ತನ್ನು ಹಾಗೆ ಹಿಡಿದುಕೊಂಡು ಅವರನ್ನು ನೋಡತೊಡಗಿದರು.

ಸಾವರಿಸಿಕೊಂಡ ಪೊನ್ನಪ್ಪ ಮೌನ ಮುರಿದು, "ನೋಡೊ ಸನ್ನಿ, ಕೃಷಿ ಅಂತ ಹೇಳುವುದು ನೀನಂದುಕೊಂಡಷ್ಟು ಸುಲಭದ ವಿಚಾರವಲ್ಲ. ತೋಟವನ್ನಾದ್ರು ಸಂಭಾಳಿಸಬಹುದು ಆದರೆ ಶುಂಠಿಯನ್ನು ಬೆಳೆಸುವುದು ಬಹಳ ಕಷ್ಟದ ಕೆಲಸ. ಅದಕ್ಕೆ ಅನುಭವ ಬೇಕು, ಒಂದಷ್ಟು ನೀರು ಹೆಚ್ಚಾದ್ರೆ ಕೊಳೆಯೋದಕ್ಕೆ ಪ್ರಾರಂಭವಾಗುತ್ತೆ, ಅದೇ ರೀತಿ ಕಮ್ಮಿಯಾದ್ರೆ ಒಣಗೋಕೆ ಶುರುವಾಗುತ್ತೆ. ಅಷ್ಟು ಮಾತ್ರವಲ್ಲದೇ ಸರಿಯಾದ ಯೋಗ್ಯ ಭೂಮಿ ಮತ್ತು ಯಥೇಚ್ಛವಾಗಿ ನೀರಿರಬೇಕು. ನೀನು ನಮ್ಮ ಮೇಲಿನ ಕೋಪಕ್ಕೆ ಎತ್ತಿಗೆ ಜ್ವರ ಬಂದಾಗ ಕೋಣಕ್ಕೆ ಬರೆ ಎಳೆದಂಗೆ ಏನೇನೊ ಮಾಡೋಕೆ ಹೋಗಿ ಕೈ ಸುಟ್ಕೋಬೇಡ" ಎಂದರು.

ಧೈರ್ಯ ಮಾಡಿ ಪೊನ್ನಪ್ಪನವರ ಬಳಿ ಮಾತು ಮುಂದುವರೆಸಿದ ಸನ್ನಿ, "ಶುಂಠಿ ಬೆಳೆಗೆ ಯೋಗ್ಯವಾದ ಭೂಮಿಯನ್ನೆ ಆಲಿಕುಟ್ಟಿ ನನಗೆ ತೋರಿಸಿರುವುದು. ಆ ಜಮೀನಿನಲ್ಲಿ ಬೋರಿದೆ, ಸಾಲದ್ದಕ್ಕೆ ಪಕ್ಕದಲ್ಲೆ ಕೊಲ್ಲಿ ನೀರು ಕೂಡ ಹರಿಯುತ್ತಿದೆ. ಬೋರು ಕೈಕೊಟ್ಟರೆ ಅದನ್ನು ಬೇಕಾದರು ಉಪಯೋಗಿಸಿಕೊಳ್ಳಬಹುದು. ಜೊತೆಗೆ ಹಲವಾರು ವರ್ಷಗಳಿಂದ ಕೃಷಿ ಮಾಡಿ, ಅನುಭವವಿರುವ ಕೊಪ್ಪದ ಈರಯ್ಯನನ್ನು ಶುಂಠಿ ಬೆಳೆ ಮುಗಿಯುವವರೆಗು ನೋಡಿಕೊಳ್ಳಲು ನೇಮಿಸಿದ್ದೇವೆ, ಅದರಿಂದಾಗಿ ಏನು ಸಮಸ್ಯೆ ಆಗಲ್ಲ" ಎಂದು ಆತ್ಮಸ್ಥೈರ್ಯದಿಂದ ಹೇಳಿದ.

ಅಪ್ಪ ಮಗನ ಮಾತನ್ನು ದೇಚಮ್ಮ ತದೇಕಚಿತ್ತದಿಂದ ಕೇಳಿಸಿಕೊಳ್ಳುತ್ತಿದ್ದಳು. ಮಧ್ಯೆ ಬಾಯಿ ಹಾಕಿದ ಬೊಳ್ಳವ್ವ, "ಒಂದೆರಡು ಪೀಸ್ ಹಾಕೋಳಿ" ಎಂದು ಪೊನ್ನಪ್ಪನವರ ಬಳಿ ಹೇಳಿದಳು. 'ಮಗನ ಭವಿಷ್ಯ ಹಾಳಾಗಿ ಹೋಗ್ತಿದೆ ಎಂಬ ಆತಂಕದಲ್ಲಿ ನಾನವನಿಗೆ ಬುದ್ಧಿ ಹೇಳುತ್ತಿದ್ದರೆ, ನಡುವಲ್ಲಿ ಬಾಯಿ ಹಾಕಿ ಇವಳು ಹಂದಿಮಾಂಸ ತಿನ್ನಲು ಹೇಳುತ್ತಿದ್ದಾಳಲ್ಲ' ಎಂದು ಕೋಪದಿಂದ ಕಣ್ಣರಳಿಸಿ ಬೊಳ್ಳವ್ವಳನ್ನು ಪೊನ್ನಪ್ಪ ದಿಟ್ಟಿಸಿದರು.

"ಸರಿ ಬಿಡಿ, ನಿಮಗೆ ಬೇಡದಿದ್ದರೆ ಏನಂತೆ, ನೀನಾದರು ಎರಡು ಪೀಸ್ ಹಾಕೋಳೊ. ಇನ್ನು ಶುಂಠಿ ವ್ಯವಸಾಯ ಅಂತ ಮೂಡಸೀಮೆ ಕಡೆಗೆ ಹೋದರೆ ಈ ರೀತಿ ಒಳ್ಳೆಯ ಹಂದಿಮಾಂಸ ಅಲ್ಲಿ ಸಿಗುತ್ತೋ ಏನೋ, ಪಾಪ!" ಎಂದು ಸನ್ನಿಯ ತಟ್ಟೆಗೆ ಮತ್ತಷ್ಟು ತುಂಡುಗಳನ್ನು ಬಡಿಸಲು ಬೊಳ್ಳವ್ವ ಪ್ರಾರಂಭಿಸಿದಳು.

ಬೊಳ್ಳವ್ವಳ ಮಾತು ಕೇಳಿದ ಪೊನ್ನಪ್ಪ, 'ಸನ್ನಿಗೆ ಏನಾದರೊಂದು ಮಾಡಿಯೇ ತೀರುತ್ತೇನೆ ಎಂಬ ಹುಚ್ಚು ತಲೆಗೆ ಹತ್ತಿದೆ. ಆ ಹುಚ್ಚು ಅತಿಯಾಗಿ ತಾನು ಏನು ಮಾಡಬೇಕು ಎಂಬುದನ್ನು ಅರಿಯದೆ ಅವನು ಕುಣಿಯುತ್ತಿದ್ದಾನೆ. ಆದರೆ ಹೆತ್ತಮ್ಮ ಇವಳಿಗಾದರು ಬುದ್ಧಿ ಬೇಡವಾ! ಮಗನಿಗೆ ಬುದ್ಧಿ ಹೇಳಿ ಸರಿದಾರಿಗೆ ತರುವುದು ಬಿಟ್ಟು ಇವಳು ಕೂಡ ಅವನ ತಾಳಕ್ಕೆ ತಕ್ಕ ಹಾಗೆ ಕುಣಿಯುತ್ತಿದ್ದಾಳೆ. ಬೊಳ್ಳವ್ವ ಹೇಳುತ್ತಿರುವುದು ಕೇಳಿದರೆ, ಈ ಮೊದಲೇ ಅಮ್ಮಮಗ ಇಬ್ಬರೂ ಶುಂಠಿ ವಿಷಯವಾಗಿ ಒಂದು ತೀರ್ಮಾನ ತೆಗೆದುಕೊಂಡಿದ್ದಾರೆ ಎಂದು ಅನಿಸುತ್ತಿದೆ. ಇವಾಗ ನಾನು ಏನು ಹೇಳಿದರು ಇವರಿಗೆ ರುಚಿಸುವುದಿಲ್ಲ. ಅವರಿಗೆ ಇಷ್ಟ ಬಂದ ಹಾಗೆ ಮಾಡಲಿ, ಉಳಿದದ್ದು ಅವನ ಹಣೆಯಲ್ಲಿ ಬರೆದಂತೆ ಆಗಲಿ' ಎಂದು ಮನಸ್ಸಿನಲ್ಲಿ ಅಂದುಕೊಂಡು, "ನಾಳೆ ಬ್ಯಾಂಕ್ ರಜೆ ಇದೆ, ನಾಡಿದ್ದು ಬೆಳಿಗ್ಗೆ ಹನ್ನೊಂದು ಗಂಟೆಗೆ ಬ್ಯಾಂಕಿನಿಂದ ಹಣ ತೆಗೆದುಕೊಡುತ್ತೇನೆ" ಎಂದು ಎಲ್ಲರೂ ಕೇಳಿಸುವಂತೆ ಹೇಳಿ ತನ್ನ ಪಾಡಿಗೆ ಊಟ ಮುಗಿಸಿ ಕೈತೊಳೆದು ಎದ್ದರು.

'ಹಣ ಕೊಡುತ್ತೇನೆ' ಎಂದು ಪೊನ್ನಪ್ಪನವರ ಬಾಯಿಂದ ಬಿದ್ದದ್ದೆ ತಡ ಸನ್ನಿ ಮತ್ತು ಬೊಳ್ಳವ್ವನವರ ಮುಖ ಅರಳಿತು. "ಪಪ್ಪ ಕೊಡ್ತೀನಿ ಅಂದ್ರಲ್ಲ, ಮತ್ಯಾಕೆ ಚಿಂತೆ" ಎಂದು ಸನ್ನಿಯ ತಟ್ಟೆಗೆ ಮತ್ತೆರಡು ತುಂಡನ್ನು ಬೊಳ್ಳವ್ವ ಹಾಕಿದಳು. ಅಮ್ಮ ಮಗನ ನಡುವೆ ನಡೆಯುತ್ತಿದ್ದ ಆ ಸನ್ನಿವೇಶವನ್ನು ನೋಡಿ, ಸೊಸೆ ದೇಚಮ್ಮ ಮುಸಿಮುಸಿ ನಗುತ್ತಾ ಊಟ ಮಾಡತೊಡಗಿದಳು.

ಮರುದಿನ ಪೊನ್ನಪ್ಪ ಡ್ಯೂಟಿಗೆ ತೆರಳಿದ್ದಾರೆ ಎಂಬುದನ್ನು ಖಾತರಿ ಪಡಿಸಿಕೊಂಡು ಕೋಣೆಯಿಂದ ಹೊರಬಂದ ಸನ್ನಿ, ತನ್ನ ನಿತ್ಯಕರ್ಮಗಳನ್ನು ಮುಗಿಸಿದವನೇ, ಮತ್ತೆ ರೂಮಿಗೆ ತೆರಳಿ ಒಂದು ಸೂಟ್‌ಕೇಸ್‌ನಲ್ಲಿ ಬಟ್ಟೆಗಳನ್ನು ಮಡಚಿ ಜೋಡಿಸಿಕೊಳ್ಳತೊಡಗಿದ. ಕೆಲವು ಸಮಯಗಳ ನಂತರ ಮನೆ ಒರೆಸುವ ಸಲುವಾಗಿ ಬಂದ ಬೊಳ್ಳವ್ವ, ಸನ್ನಿಯ ಕೋಣೆಯ ಬಾಗಿಲನ್ನು ನೂಕಿದಳು. ಆ ವೇಳೆ ಸನ್ನಿ ಮಂಚದ ಮೇಲೆ ಕುಳಿತು ಬಟ್ಟೆಗಳನ್ನು ಮಡಚಿ ಜೋಡಿಸುವುದರಲ್ಲಿ ಮಗ್ನನಾಗಿದ್ದ. "ಏನೋ ಮಾಡ್ತಾ ಇದ್ದೀಯಾ ನೀನು, ಬಟ್ಟೆಗಳನ್ನು ಗುಡ್ಡೆ ಹಾಕೊಂಡು!" ಎಂದು ಬೊಳ್ಳವ್ವ ಅವನ ಬಳಿ ಕುತೂಹಲದಿಂದ ಕೇಳಿದಳು.

"ನಾಳೆ ಹೋಗುವಾಗ ತೆಗೆದುಕೊಂಡು ಹೋಗಲು ಬಟ್ಟೆ ಪ್ಯಾಕ್ ಮಾಡುತ್ತಿದ್ದೀನವ್ವ" ಎಂದ ಸನ್ನಿ.

"ಏನೋ ಇದು, ನೀನು ಬಟ್ಟೆ ಜೋಡಿಸ್ತಾ ಇರೋದನ್ನ ನೋಡಿದರೆ ಮನೆಬಿಟ್ಟು ಹೋಗ್ತಾ ಇರುವ ರೀತಿ ಇದೆಯಲ್ಲ!" ಎಂದು ಆತಂಕದಿಂದ ಬೊಳ್ಳವ್ವ ಕೇಳಿದಳು.

"ಹಂಗಲ್ಲ ಅವ್ವ, ನಿನ್ನೆ ಪಪ್ಪ ಹೇಳಿದ್ದನ್ನ ನೀನು ಕೇಳಿಸಿಕೊಂಡಿಲ್ವಾ? ಶುಂಠಿ ಹಾಕೋದು ದೊಡ್ಡ ವಿಷಯವಲ್ಲ. ಆದರೆ ಹಾಕಿದ ನಂತರ ನಾವೆಷ್ಟು ಸೂಕ್ಷ್ಮವಾಗಿ ನೋಡಿಕೊಂಡರು ಸಾಲಲ್ಲ! ಎಂದು. ಅದಕ್ಕೆ ಹೋಗುವಾಗಲೆ ಬಟ್ಟೆ ಬರೆಗಳನ್ನು ತೆಗೆದುಕೊಂಡು ಹೋದರೆ, ಮತ್ತೆ ಇಲ್ಲಿಗೆ ಪದೇಪದೇ ಬಂದು ಕಾಲಹರಣ ಮಾಡುವ ಪ್ರಮೇಯವಿರುವುದಿಲ್ಲವಲ್ಲ" ಎಂದು ಹೇಳಿದ.

ಮಗನ ಮನದಿಂಗಿತ ಬೊಳ್ಳವ್ವಳಿಗೆ ಅರ್ಥವಾಗಿ ಅವಳ ಕಣ್ಣುಗಳು ತೇವವಾಗಲು ಪ್ರಾರಂಭವಾದವು. 'ಓದುತ್ತಾ, ಆಟವಾಡಿಕೊಂಡು ತಿರುಗಬೇಕಾದ ಈ ವಯಸ್ಸಿನಲ್ಲಿ ಯಾವುದೋ ಒಂದು ಮಾಡಬಾರದ ತಪ್ಪನ್ನು ತಾನು ಮಾಡಿಬಿಟ್ಟೆ ಎಂದು ಮನಸ್ಸಿಗೆ ಹಚ್ಚಿಕೊಂಡು, ಊರುಬಿಟ್ಟು ಹೋಗಿ ಕಷ್ಟಪಡುವ ನಿರ್ಧಾರವನ್ನು ಮಗ ತೆಗೆದುಕೊಳ್ಳುತ್ತಿದ್ದಾನಲ್ಲ!' ಎಂದು ಸಂಕಟಪಡತೊಡಗಿದಳು.

ಅಮ್ಮನ ಮುಖದ ಮೇಲೆ ಕಣ್ಣೀರನ್ನು ಕಂಡ ಸನ್ನಿ, "ಯಾಕಮ್ಮ ಅಳ್ತೀಯಾ? ನನ್ನಿಂದಾಗಿ ಇನ್ನು ಮುಂದೆ ನೀನು ಯಾವತ್ತು ಅಳುವ ಪರಿಸ್ಥಿತಿ ಬರಲಾರದು. ಅಂದು ಏನೋ ಕೆಟ್ಟ ಘಳಿಗೆ, ಆ ರೀತಿಯ ಒಂದು ಘಟನೆ ನಡೆದುಬಿಡ್ತು. ಪಪ್ಪನಿಗೆ ಸಮಾಜದಲ್ಲಿ ಮತ್ತು ಅರಣ್ಯ ಇಲಾಖೆಯಲ್ಲಿ ಎಷ್ಟರ ಮಟ್ಟಿಗೆ ಗೌರವ ಇದೆ ಎಂಬುದು ನನಗೆ ಗೊತ್ತಿದೆ. ನಾನು ಮಾಡಿದ ಅಚಾತುರ್ಯದಿಂದಾಗಿ ನೀವಿಬ್ಬರು ಎಲ್ಲರ ಮುಂದೆ ತಲೆ ತಗ್ಗಿಸುವಂತಾಯ್ತು" ಎಂದು ಬೊಳ್ಳವ್ವಳನ್ನು ಬಾಚಿ ತಬ್ಬಿಕೊಂಡು ಬಿಕ್ಕಿ ಬಿಕ್ಕಿ ಅಳತೊಡಗಿದ. ಸನ್ನಿ ಮಗುವಿನಂತೆ ಅಳುತ್ತಿರುವುದನ್ನು ನೋಡಿ ಬೊಳ್ಳವ್ವ ಕೂಡ ಮಗನನ್ನು ಆಲಂಗಿಸಿಕೊಂಡು ಕಣ್ಣೀರು ಸುರಿಸತೊಡಗಿದಳು.

ಸಂಜೆ ಡ್ಯೂಟಿ ಮುಗಿಸಿಕೊಂಡು ಬಂದ ಪೊನ್ನಪ್ಪ ಎಂದಿನಂತೆ ಮುಂದಿನ ಆರಾಮ ಕುರ್ಚಿಯಲ್ಲಿ ಕುಳಿತಿದ್ದರು. ಕಾಫಿ ತಂದು ಪೊನ್ನಪ್ಪನವರ ಕೈಗೆ ಕೊಟ್ಟ ಬೊಳ್ಳವ್ವ, "ಸನ್ನಿ ಹೋದರೆ ಸದ್ಯಕ್ಕೆ ಬರುವುದಿಲ್ಲವಂತೆ. ಕುಶಾಲನಗರದಲ್ಲಿಯೇ ವಾಸವಾಗಿ ವ್ಯವಸಾಯ ನೋಡಿಕೊಳ್ಳುತ್ತೇನೆ ಎಂದು ಹೇಳುತ್ತಿದ್ದ. ಅದರ ಜೊತೆಗೆ ಅಂದು ಮಡಿಕೇರಿಯಲ್ಲಿ ನಡೆದ ಆ ಘಟನೆಯಿಂದಾಗಿ ನನ್ನಿಂದ ನಿಮಗಿಬ್ಬರಿಗೆ ತುಂಬಾ ಅವಮಾನವಾಯಿತು ಎಂದು ಬೇಸರಿಸಿಕೊಂಡು ಮಧ್ಯಾಹ್ನ ಅಳುತ್ತಿದ್ದ" ಎಂದು ಪತಿಯ ಬಳಿ ನೋವಿನಿಂದ ಹೇಳಿದಳು.

ಪೊನ್ನಪ್ಪನವರಿಗೆ ಮಡದಿ ಮಕ್ಕಳು ಎಂದರೆ ಎಲ್ಲಿಲ್ಲದ ಪ್ರೀತಿ ಮತ್ತು ಕಾಳಜಿ. ತಮ್ಮ ಜೀವಿತಾವಧಿಯ ಅರ್ಧಭಾಗ ಅರಣ್ಯ ಇಲಾಖೆಯಲ್ಲಿನ ಕೆಲಸದ ಪರಿಣಾಮ ಕಾಡಿನಲ್ಲಿಯೇ ಸವೆಸಬೇಕಾಗಿ ಬಂದಿದ್ದರಿಂದ, ಕುಟುಂಬದೊಂದಿಗೆ ಹೆಚ್ಚು ಸಮಯ ಕಳೆಯಲಾಗಲಿ ಅಥವಾ ತನ್ನ ಮನಸ್ಸಿನಾಳದಲ್ಲಿ ಸುಪ್ತವಾಗಿ ಅಡಗಿದ್ದ ಪ್ರೀತಿಯನ್ನು ಪರಿವಾರದೊಂದಿಗೆ ಹಂಚಿಕೊಳ್ಳಲಾಗಲಿ ಅವರಿಗೆ

ಸಾಧ್ಯವಾಗಿರಲಿಲ್ಲ. ಪೊನ್ನಪ್ಪನವರು ಮೇಲ್ನೋಟಕ್ಕೆ ತುಂಬ ಕಟ್ಟುನಿಟ್ಟಿನ ವ್ಯಕ್ತಿಯಂತೆ ಕಾಣುತ್ತಿದ್ದರು ಸಹ, ಅವರ ಮನಸ್ಸು ತುಂಬಾ ಮೃದು ಮತ್ತು ಭಾವಜೀವಿಯಾಗಿದ್ದರು. ಹೀಗಿರುವಾಗ ಕಿರಿಯ ಮಗ ಸನ್ನಿ, ಕೆಲದಿನಗಳ ಮೊದಲು ಒಂದು ಹುಡುಗಿಯ ವಿಚಾರದಲ್ಲಿ ಸಿಕ್ಕಿಕೊಂಡು, ತಾವೇ ಹೋಗಿ ಠಾಣೆಯಿಂದ ಬಿಡಿಸಿಕೊಂಡು ಬಂದ ಮೇಲಂತು, 'ಮಗ ಈ ರೀತಿ ಹಾದಿತಪ್ಪಿ ಬಿಟ್ಟನಲ್ಲ!' ಎಂದು ಕೊರಗುತ್ತಾ, ಯಾರೊಂದಿಗು ತನ್ನ ನೋವನ್ನು ಹಂಚಿಕೊಳ್ಳಲಾಗದೇ, ಎಲ್ಲಾ ದುಃಖದುಮ್ಮಾನಗಳನ್ನು ಮನದಲ್ಲಿಯೇ ಅದುಮಿಟ್ಟುಕೊಂಡು ಒಳಗೊಳಗೆ ಕೊರಗುತ್ತಿದ್ದರು.

ಹೀಗಿರುವಾಗ ಮಡದಿ ಬಂದು, 'ಅಂದು ಮಾಡಿದ ತಪ್ಪಿಗಾಗಿ ಮಗ ಪಶ್ಚಾತ್ತಾಪಪಟ್ಟುಕೊಂಡು ಕಣ್ಣೀರು ಸುರಿಸಿದ' ಎಂದು ಹೇಳಿದ್ದನ್ನು ಕೇಳಿ ಪೊನ್ನಪ್ಪನವರ ಕರುಳು ಚುರುಕ್ ಎನ್ನತೊಡಗಿತು. ಸಂಕಟ ಹೆಚ್ಚಾಗಿ ಕಣ್ಣು ತೇವವಾಗತೊಡಗಿತು. ತನ್ನ ಕಣ್ಣು ಒದ್ದೆಯಾಗುತ್ತಿರುವುದನ್ನು ಮಡದಿಯ ಮುಂದೆ ತೋರಿಸಿಕೊಳ್ಳಲಾಗದೆ, ಆರಾಮ ಕುರ್ಚಿಯಿಂದ ಎದ್ದ ಪೊನ್ನಪ್ಪ ಹೆಂಡತಿಗೆ ವಿರುದ್ಧವಾಗಿ ಚಾವಡಿಗೆ ಒರಗಿ ನಿಂತುಕೊಂಡರು. ಗಂಡನ ಸ್ವಭಾವ ಅರಿತಿದ್ದ ಬೊಳ್ಳವ್ವ ಆ ವಿಚಾರವಾಗಿ ಜಾಸ್ತಿ ಮಾತನಾಡದೇ, "ನಾಳೆ ಬ್ಯಾಂಕಿಗೆ ಹೋದಾಗ ಒಂದು ಐದು ಸಾವಿರ ರೂಪಾಯಿಗಳನ್ನು ಹೆಚ್ಚಾಗಿ ತೆಗೆದುಕೊಂಡು ಬನ್ನಿ, ಹೊಸ ಊರು, ಹುಡುಗನಿಗೆ ಖರ್ಚುಗಿರ್ಚು ಅಂತ ಬಂದರೆ ಅವನ ಸಹಾಯಕ್ಕೆ ಆ ಊರಲ್ಲಿ ಯಾರು ಇರಲ್ಲ, ಆ ಹಣವನ್ನು ಅವನ ಖರ್ಚಿಗಾಗಿ ಬಳಸಿಕೊಳ್ಳಲಿ" ಎಂದಳು. ಪೊನ್ನಪ್ಪನವರು ಏನೂ ಮಾತನಾಡದೇ ಸಂಕಟದಿಂದ ಆಕಾಶವನ್ನು ದಿಟ್ಟಿಸುತ್ತಾ ನಿಂತಿದ್ದರು.

ಧರೆಯಲ್ಲಿದ್ದ ದಟ್ಟನೆಯ ಮೋಡಗಳೆಲ್ಲ ಒಟ್ಟುಗೂಡಿ, ಆಕಾಶಕ್ಕೆ ಅಡ್ಡವಾಗಿ ಕತ್ತಲ ಪರದೆಯನ್ನು ಎಳೆಯಲು ಶುರುಮಾಡಿದ್ದವು. ಕಾಫಿಗಿಡಗಳ ನಡುವಿನಿಂದ ತೆಳ್ಳಗೆ ಉದ್ದಕ್ಕೆ ಬೆಳೆದು ನಿಂತಿದ್ದ ಸಿಲ್ವರ್ ಮರಗಳ ತುದಿಯಲ್ಲಿ ಕುಳಿತ ಬಬ್ಬಿರಿಗಳು ಮಳೆಗೆ ಆಹ್ವಾನ ಕೊಡುವ ಸಲುವಾಗಿ ಕ್ರೀ.. ಕ್ರೀ.. ಕ್ರೀಂ.. ಎಂದು ಬೊಬ್ಬಿಡಲು ಶುರುವಿಟ್ಟುಕೊಂಡರೆ, ಹಿತ್ತಲಿನ ಕೆರೆಯ ಬಳಿಯಿಂದ ಮಂಡೂಕಗಳು ವಟಗುಟ್ಟವ ಶಬ್ದ ಜೋರಾಗಿ ಕೇಳಿ ಬರುತ್ತಿತ್ತು. ಇತ್ತ ಮಳೆ ಬರುವ ಲಕ್ಷಣಗಳು ಹೆಚ್ಚಾಗತೊಡಗಿದಂತೆ, 'ಮಕ್ಕಳಿಗೆ ಇಂದು ಸ್ಪೆಷಲ್ ಕ್ಲಾಸ್ ತೆಗೆದುಕೊಳ್ಳಬೇಕು ಎಂದು ಹೋದ ಈ ಹುಡುಗಿ ಇನ್ನೂ ಕಾಲೇಜಿನಿಂದ ಮರಳಿ ಬಂದಿಲ್ಲವಲ್ಲ! ಬೆಳಿಗ್ಗೆ ಮಳೆ ಬರುವ ಯಾವುದೇ ಮುನ್ಸೂಚನೆ ಇಲ್ಲವಾದ್ದರಿಂದ ಅವಳು ಕೊಡೆ ಸಹ ತೆಗೆದುಕೊಂಡು ಹೋಗಿರಲಿಕ್ಕಿಲ್ಲ' ಎಂದು ಯೋಚಿಸಿದ ಬೊಳ್ಳವ್ವ, "ಬಸ್ಸು ಬರುವ ಸಮಯವಾಯಿತು, ಒಂದು ಘಳಿಗೆ ಕೊಡೆ ತೆಗೆದುಕೊಂಡು ಆ ಬಸ್ ಸ್ಟಾಪಿನ ಬಳಿ ಹೋಗಿ ಅವಳನ್ನು

ಜೊತೆಯಲ್ಲಿ ಕರೆದುಕೊಂಡು ಬರುತ್ತೀರಾ?" ಎಂದು ಪೊನ್ನಪ್ಪನವರ ಬಳಿ ಕೇಳಿದಳು.

ಬೊಳ್ಳವ್ವಳ ಮಾತು ಮುಗಿಯುವ ಮುಂಚೆಯೇ, ಅಂಗಳದ ಮೂಲೆಯಲ್ಲಿದ್ದ ಛತ್ರಿಯನ್ನು ಕೈಗೆತ್ತಿಕೊಂಡು, ಪಕ್ಕದಲ್ಲೆ ಇದ್ದ ಉದ್ದನೆಯ ಗಂಬೂಟ್ಟನ್ನು ಕಾಲಿಗೆ ಧರಿಸಿಕೊಂಡ ಪೊನ್ನಪ್ಪ ತಂಗುದಾಣದೆಡೆಗೆ ಹೆಜ್ಜೆ ಹಾಕತೊಡಗಿದರು. "ರೀ ಅದ್ಯಾಕೆ ನಡೆದುಕೊಂಡು ಹೋಗುತ್ತಿದ್ದೀರ! ಮಳೆ ಬರುವಂಗಿದೆ, ಬೈಕ್ ತೆಗೆದುಕೊಂಡು ಹೋಗಿ" ಎಂದು ಹಿಂಬದಿಯಿಂದ ಕೂಗಿ ಹೇಳಿದಳು. ಪೊನ್ನಪ್ಪನವರು ಕೇಳಿಸಿಯೂ ಕೇಳಿಸದಂತೆ ಸುಮ್ಮನೆ ನಡೆಯುತ್ತಲೇ ಇದ್ದರು. ಅವರಿಗೆ ಮಗ ದೂರದ ಊರಿಗೆ ಹೋಗುತ್ತಿರುವ ಸಂಕಟವನ್ನು ಎಷ್ಟೇ ಹತ್ತಿಕ್ಕಿಕೊಂಡರು ತಡೆದುಕೊಳ್ಳಲು ಸಾಧ್ಯವಾಗದೆ ದುಃಖ ಉಮ್ಮಳಿಸಿ ಬರುತ್ತಲೆ ಇತ್ತು. ಮಡದಿಯ ಮುಂದೆ ತಡೆದುಕೊಂಡಿದ್ದ ಕಣ್ಣೀರು ಇನ್ನೇನು ಕೆಳಕ್ಕೆ ಜಾರಬೇಕು ಎನ್ನುವಷ್ಟರಲ್ಲಿ ಮೋಡಗಳ ಗುದ್ದಾಟದ ಪ್ರಭಾವದಿಂದ ಬಾನಿನಿಂದ ದೊಡ್ಡದೊಡ್ಡ ಹನಿಗಳು ಪೊನ್ನಪ್ಪನ ತಲೆಯ ಮೇಲೆ ತೊಟ್ಟಿಕ್ಕತೊಡಗಿದವು. ಪೊನ್ನಪ್ಪ ತಂಗುದಾಣ ತಲುಪಲು ಇನ್ನತ್ತು ಹೆಜ್ಜೆ ಇಡಬೇಕು ಎನ್ನುವಷ್ಟರಲ್ಲಿ ರೋಡಿನಾಚೆಯ ಬಿದ್ದಪ್ಪನವರ ತೋಟದಲ್ಲಿದ್ದ ಬೈನೆಮರಕ್ಕೆ ಭಯಂಕರ ಶಬ್ದದೊಂದಿಗೆ ಸಿಡಿಲೊಂದು ಚಟಾರನೆ ಬಂದು ಬಡಿಯಿತು.

ಪೊನ್ನಪ್ಪನವರು ಶಾಸಕರ ಅನುದಾನದಡಿಯಲ್ಲಿ ಕಟ್ಟಿಸಿದ್ದ ಅರ್ಧ ಗೋಡೆಯ ತಂಗುದಾಣದ ಒಳಹೊಕ್ಕು ನಿಂತರು. ಅಷ್ಟರಲ್ಲಿ ಮಳೆ ಬಿರುಸುಗೊಂಡು, ಕಳೆದ ಮಳೆಗಾಲಕ್ಕೆ ಮುನ್ನ ಹಾಕಿಸಿದ್ದ ಡಾಂಬರು ರೋಡಿನ ಮೇಲೆ ನೀರು ಪ್ರವಾಹದಂತೆ ಹರಿಯತೊಡಗಿತು. ಶಾಲೆಗೆ ಹೋಗಿದ್ದ ಮೊಮ್ಮಗಳ ಬರುವಿಕೆಯನ್ನು ಎದುರುನೋಡುತ್ತ ತಂಗುದಾಣದ ಮೂಲೆಯಲ್ಲಿ ಕುಳಿತು ಬೀಡಿ ಸೇದುತ್ತಿದ್ದ ಮುತ್ತಣ್ಣ, ಮಳೆಯ ನಡುವೆ ಬಂದ ಪೊನ್ನಪ್ಪನವರನ್ನು ನೋಡಿ, "ಏನ್ ಫಾರೆಸ್ಟ್ರೇ ಯಾರಾದರೂ ಬಸ್ಸಿನಲ್ಲಿ ಬರಲಿಕ್ಕಿದೆಯಾ?" ಎಂದು ಕೇಳಿದರು.

"ಹುಂ, ಮುತ್ತಣ್ಣ, ಸೊಸೆ ಬರುತ್ತಾಳೆ. ಅವಳು ಬೆಳಿಗ್ಗೆ ಹೋಗುವಾಗ ಕೊಡೆ ತೆಗೆದುಕೊಂಡು ಹೋಗಿರಲಿಲ್ಲ. ಅದಕ್ಕೆ ಕರೆದುಕೊಂಡು ಹೋಗುವ ಎಂದು ಬಂದೆ" ಎಂದರು.

ಮಳೆ ಬರುತ್ತಿದ್ದ ರಭಸಕ್ಕೆ ರಸ್ತೆಯಲ್ಲಿ ಬರುತ್ತಿದ್ದ ವಾಹನದ ಶಬ್ದ ಕೇಳಿಸುತ್ತಿರಲಿಲ್ಲ. ಕೆಲ ಸಮಯದ ತರುವಾಯ ದೂರದಲ್ಲಿ ಕತ್ತಲು ಮತ್ತು ಮಳೆಯನ್ನು ಸೀಳಿಕೊಂಡು ಒಂದು ಸಣ್ಣ ಬೆಳಕು ಇತ್ತಲೇ ಬರುತ್ತಿರುವಂತೆ ಕಾಣಿಸತೊಡಗಿತು. ಬೀಡಿಯ ತುಂಡನ್ನು ಎಸೆದ ಮುತ್ತಣ್ಣ, ಕಣ್ಣಗಲಿಸಿ

ನೋಡಿದರು, ಮಳೆಯ ರಭಸಕ್ಕೆ ಏನೂ ಸ್ಪಷ್ಟವಾಗಿ ಕಾಣುತ್ತಿರಲಿಲ್ಲ. ಬೆಳಕು ಹತ್ತಿರವಾಗುತ್ತಿದ್ದಂತೆ ಪೋಂ, ಪೋಂ ಎಂಬ ಬಸ್ಸಿನ ಹಾರನ್ ಶಬ್ದ ಕೇಳಿಸಿತು. "ಫಾರೆಸ್ಟ್ರೇ, ನೋಡಿ ಭಗಂಡೇಶ್ವರ ಬಂತು" ಎನ್ನುತ್ತಾ ಮೊಮ್ಮಗಳನ್ನು ಇಳಿಸಿಕೊಳ್ಳಲು ಮುತ್ತಣ್ಣ ಸಿದ್ಧರಾದರು.

ಬಸ್ಸಿನಿಂದಿಳಿಯುತ್ತಿದ್ದವರೆಲ್ಲ ಮಳೆಯಿಂದ ರಕ್ಷಿಸಿಕೊಳ್ಳುವ ಸಲುವಾಗಿ ಒಂದೇ ಸಮನೆ ಆ ಕಿಷ್ಕಿಂಧೆಯಂಥ ತಂಗುದಾಣದೊಳಕ್ಕೆ ಓಡಿಬರತೊಡಗಿದರು. ಬಸ್ಸಿನೊಳಗಡೆಯಿಂದಲೆ, ಮಾವ ಬಂದು ತನ್ನನ್ನು ಕಾಯುತ್ತಿರುವುದನ್ನು ಗಮನಿಸಿದ ದೇಚಮ್ಮ ಇಳಿಯುವಾಗಲೆ 'ಪಪ್ಪ' ಎಂದು ಕರೆದಳು. ಪೊನ್ನಪ್ಪನವರು, ನಾಲ್ಕು ಜನ ನಿಂತರೂ ನೀರು ಒಳಗೆ ನುಸುಳದಂತ ದೊಡ್ಡ ಕೊಡೆಯನ್ನು ಬಿಡಿಸಿ, ಸೊಸೆಯನ್ನ ಅದರೊಳಕ್ಕೆ ಕರೆದುಕೊಂಡು ಮನೆಯತ್ತ ಹೆಜ್ಜೆಹಾಕತೊಡಗಿದರು. ಒಂದಷ್ಟು ದೂರ ಸಾಗಿರಬಹುದು. ಪೊನ್ನಪ್ಪ ಮೌನವಾಗಿರುವುದನ್ನು ಕಂಡ ದೇಚಮ್ಮ, "ಏನಾಯ್ತು ಪಪ್ಪ, ಯಾಕೆ ಬೇಜಾರಿನಲ್ಲಿದ್ದೀರಾ?" ಎಂದು ಕೇಳಿದಳು. ಗಾಢಮೌನ! "ಮಾಯಿ ಏನಾದ್ರು ಹೇಳಿದ್ರಾ?" ಎಂದು ಮತ್ತೆ ಕೇಳಿದಳು.

'ಹಾಗೇನು ಇಲ್ಲ' ಎನ್ನುವ ರೀತಿಯಲ್ಲಿ ಪೊನ್ನಪ್ಪ ತಲೆಯಾಡಿಸಿದರೆ ಹೊರತು, ತುಟಿ ಬಿಚ್ಚಲಿಲ್ಲ. ಪೊನ್ನಪ್ಪನವರು ಇಂದ್ಯಾಕೋ ತುಂಬಾ ಬೇಸರದಲ್ಲಿರುವಂತೆ ಅವರ ಮುಖಭಾವ ನೋಡಿದ ದೇಚಮ್ಮಳಿಗೆ ಅನಿಸಿತು. ಇಬ್ಬರು ಮನೆ ತಲುಪುವ ವೇಳೆಗಾಗಲೆ ವರುಣನ ಆರ್ಭಟ ಕೊಂಚ ಕಡಿಮೆಯಾಗಿತ್ತು. ಮಳೆ ನೀರು ಬೀಳುವ ಸಲುವಾಗಿ ಮನೆಯ ಮೂಲಂಚಿನ ನೇರಕ್ಕೆ ಇಟ್ಟಿದ್ದ ಪಾತ್ರೆಗೆ 'ಟೊಳಕ್ ಟೊಳಕ್' ಎಂದು ಮಳೆಹನಿಗಳು ತೊಟ್ಟಿಕ್ಕುತ್ತಿದ್ದವು. ಆ ನೀರಿನಲ್ಲಿಯೇ ಕಾಲು ತೊಳೆದುಕೊಂಡ ಇಬ್ಬರೂ, ಒಳಹೋದರು.

"ಮಾಯಿ, ಯಾಕೆ ಪಪ್ಪನ ಮುಖ ಸಪ್ಪೆಯಾಗಿದೆ?" ಎಂದು ದೇಚಮ್ಮ ಅತ್ತೆಯ ಬಳಿ ಕೇಳಿದಳು.

"ಯಾಕೆ, ನಿನ್ನ ಬಳಿ ಏನಾದ್ರು ಹೇಳಿದ್ರಾ?" ಎಂದಳು ಬೊಳ್ಳವ್ವ.

"ಇಲ್ಲ, ಅವರು ಬೇಸರದಲ್ಲಿರುವುದನ್ನು ಕಂಡು ಏನಾಯ್ತು? ಅಂತ ಕೇಳಿದೆ. ಅವರು ತುಟಿಕ್ ಪಿಟಿಕ್ ಎನ್ನಲಿಲ್ಲ"

"ನಾಳೆ ಸನ್ನಿ ಹೋಗ್ತಾ ಇದ್ದಾನಲ್ಲ ಅದಕ್ಕೆ ಬೇಜಾರು ಮಾಡ್ಕೊಂಡಿದ್ದಾರೆ ಅಂತ ಕಾಣುತ್ತೆ. ರಾಯ್ ಸೇನೆಗೆ ಹೋದ ನಂತರ ಜೊತೆಯಲ್ಲೆ ಇದ್ದ ಸನ್ನಿಯನ್ನು ಬಹಳವಾಗಿ ಹಚ್ಚಿಕೊಂಡಿದ್ದರು. ಇವಾಗ ಕೃಷಿ ಮಾಡಲು ಅಂತ ಇದ್ದಬದ್ದ ಬಟ್ಟೆಬರೆಗಳನ್ನೆಲ್ಲ ತುಂಬಿಕೊಂಡು ಅವನು ಹೊರಟು ನಿಂತಿದ್ದಾನೆ. ಅದನ್ನು ಮನಸ್ಸಿಗೆ ಹಚ್ಚಿಕೊಂಡು ನಿಮ್ಮ ಮಾವ ಬೇಸರ ಮಾಡ್ಕೊಳ್ತಾ ಇದ್ದಾರೆ".

"ಹಂಗಾದ್ರೆ, ಸನ್ನಿ ಇನ್ನು ಕುಶಾಲನಗರದಲ್ಲೆ ಇರುವುದಾ?" ಎಂದು ಕುತೂಹಲದಿಂದ ದೇಚಮ್ಮ ಕೇಳಿದಳು.

"ಹುಂ ಹೌದಂತೆ, ಅಲ್ಲಿಯೇ ಒಂದು ಬಾಡಿಗೆ ಮನೆ ಮಾಡಿ ಉಳಿಯುತ್ತೇನೆ ಅಂತ ಹೇಳುತ್ತಿದ್ದಾನೆ. ಕ್ಷುಲ್ಲಕ ನೆಪವೊಡ್ಡಿ ಅವನು ದೂರ ಹೋದರೆ ನಮಗೆ ಸಂಕಟವಾಗದೆ ಇರುತ್ತಾ? ನೀನೆ ಹೇಳು" ಎಂದು ತನ್ನ ಬೇಸರವನ್ನು ದೇಚಮ್ಮನ ಬಳಿ ಹೇಳಿ, ಬೊಳ್ಳವ್ವ ಕೂಡ ಕಣ್ಣು ತುಂಬಿಕೊಂಡಳು.

"ಎಂತ ಮಾಯಿ ನೀವು, ಸನ್ನಿ ಹೋಗ್ತಾ ಇರೋದು ವ್ಯಾಪಾರವೋ, ಕೃಷಿಯೋ ಮಾಡಿ ತನ್ನ ಕಾಲಮೇಲೆ ತಾನು ನಿಂತು ಜೀವನದಲ್ಲಿ ಮುಂದೆ ಬರೋದಕ್ಕೆ. ನೀವಿಬ್ಬರು ಸಂಕಟ ಪಡುವುದು ನೋಡಿದರೆ ಯಾರಾದ್ರು ಅಂದುಕೊಳ್ತಾರೆ, ಮಗ ಮನೆಬಿಟ್ಟು ಹೋಗ್ತಾ ಇದ್ದಾನೆ ಅಂತ" ಎಂದಳು ದೇಚಮ್ಮ.

ಸಮಯ ಸಾಗತೊಡಗಿತು. ಮನೆಯಲ್ಲಿ ಅಂದ್ಯಾಕೊ ಪೂರ್ತಿ ಮೌನ. ಪರಸ್ಪರ ಯಾರು ಮಾತನಾಡುತ್ತಿರಲಿಲ್ಲ. ಸನ್ನಿ ಮಾತ್ರ ತನ್ನ ಪಾಡಿಗೆ ಶುಂಠಿ ಬೆಳೆಯುವ ಗುಂಗಿನಲ್ಲಿ ಹೊರಡಲು ಬೇಕಾದ ಸಿದ್ಧತೆಗಳನ್ನು ಮಾಡಿಕೊಳ್ಳತೊಡಗಿದ.

ಮರುದಿನ ಹನ್ನೊಂದು ಗಂಟೆಯ ವೇಳೆಗೆ ಪೊನ್ನಪ್ಪ ಬ್ಯಾಂಕಿಗೆ ಹೋಗಿ ಮಡದಿ ತಿಳಿಸಿದಂತೆ ಒಂದು ಲಕ್ಷದ ಐದು ಸಾವಿರ ರೂಪಾಯಿಗಳನ್ನು ತೆಗೆದುಕೊಂಡು ಬಂದು ಬೊಳ್ಳವ್ವಳ ಕೈಯಲ್ಲಿ ಕೊಟ್ಟರು. ಅದಾಗಲೇ ಸನ್ನಿ ಹೊರಡಲು ಸಿದ್ಧವಾಗಿ ತುದಿಗಾಲಲ್ಲಿ ನಿಂತಿದ್ದ. ಸನ್ನಿ ಹೋಗುವವನಿದ್ದರಿಂದ ದೇಚಮ್ಮ ಕೂಡ ಅಂದು ಕಾಲೇಜಿಗೆ ರಜೆ ಹಾಕಿ ಮನೆಯಲ್ಲೆ ಉಳಿದುಕೊಂಡಿದ್ದಳು. ಸನ್ನಿ ಹಣಪಡೆದು ಹೊರಡಲು ಅನುವಾಗುತ್ತಿದ್ದಂತೆ ಬೊಳ್ಳವ್ವ ಅಳಲು ಪ್ರಾರಂಭಮಾಡಿದಳು. ಪೊನ್ನಪ್ಪ ಎಂದಿನಂತೆ ತನ್ನ ದುಗುಡವನ್ನು ಮನಸ್ಸಿನಲ್ಲಿ ಅದುಮಿಕೊಂಡು ಮೌನವಾಗಿದ್ದರು. ದೇಚಮ್ಮ ಅತ್ತೆಯನ್ನು ಸಮಾಧಾನ ಪಡಿಸುತ್ತಿದ್ದಳು. ಸನ್ನಿ ಸಮಯ ವ್ಯಯಿಸದೆ ಎಲ್ಲರೊಂದಿಗೆ ಹೋಗಿ ಬರುತ್ತೇನೆ ಎಂದು ಹೇಳಿ ಬಟ್ಟೆ ತುಂಬಿದ್ದ ಪೆಟ್ಟಿಗೆ ಹಿಡಿದುಕೊಂಡು ತಂಗುದಾಣದತ್ತ ನಡೆಯತೊಡಗಿದ.

ಅಧ್ಯಾಯ- 7

ಬಸ್ಸು ಕುಶಾಲನಗರದ ಗಣಪತಿ ದೇವಸ್ಥಾನದ ಬಳಿ ತಲುಪುವ ವೇಳೆಗಾಗಲೆ, ಪಕ್ಕದ ನಂದಿನಿ ಹಾಲಿನ ಡ್ಯೆರಿಯ ಮೂಲೆಯಲ್ಲಿ ನಿಂತು ಸಿಗರೇಟಿನ ಹೊಗೆಬಿಡುತ್ತಾ ತನ್ನನ್ನು ಕಾಯುತ್ತಿರುವ ಆಲಿಯ ದರ್ಶನ ಸನ್ನಿಗೆ ಆಗುತ್ತದೆ. ಬಸ್ಸಿನಿಂದಿಳಿದ ಸನ್ನಿ ನೇರವಾಗಿ ಆಲಿಕುಟ್ಟಿಯ ಬಳಿಗೆ ಹೋಗಿ, ಅವನ ಕೈಕುಲುಕಿದ.

"ಚಂದ್ರಣ್ಣ, ಇನ್ನೊಂದು ಟೀ ಮತ್ತೆ ಸ್ಮಾಲ್ ಕೊಡಿ" ಎಂದು ಡ್ಯೆರಿಯವನಿಗೆ ಹೇಳಿದ ಆಲಿ, ಹಿಂಬದಿಯ ಕಲ್ಲು ಬೆಂಚಿನ ಕಡೆಗೆ ನಡೆಯುತ್ತಾ, "ರೂಮಿಗೆ ಹೋಗಿ ನಿನ್ನ ಲಗೇಜುಗಳನ್ನು ಇಟ್ಟು, ಒಮ್ಮೆ ಹೊಸಕೋಟೆಗೆ ಹೋಗಿಬರಬೇಕು" ಎಂದು ಸನ್ನಿಯ ಬಳಿ ಹೇಳಿದ.

"ಏನು ವಿಷಯ?"

"ಹೊಸಕೋಟೆ ಬಳಿ ತೋಟದಲ್ಲಿ ಬೆಳೆದಿರುವ ಬೀಜದ ಶುಂಠಿ ಇದೆ ಎಂದು ಯಾರೋ ಪರಿಚಯಸ್ಥರು ತಿಳಿಸಿದ್ರು. ಈರಯ್ಯನನ್ನು ಕರೆದುಕೊಂಡು ಹೋಗಿ ಒಮ್ಮೆ ಬೀಜ ನೋಡುವ, ಈರಯ್ಯ ಒಪ್ಪಿದರೆ ಸ್ವಲ್ಪ ಅಡ್ವಾನ್ಸ್ ಬೇಕಾದರು ಕೊಟ್ಟು ಬರುವಾ. ಇಷ್ಟರೊಳಗೆ ನಾವು ಶುಂಠಿ ಹಾಕಿಬಿಡಬೇಕಾಗಿತ್ತು. ಆದರೂ ಪರ್ವಾಗಿಲ್ಲ, ಇನ್ನು ತಡ ಮಾಡುವುದು ಬೇಡ" ಎಂದ ಆಲಿಕುಟ್ಟಿ ಕೈಯಲ್ಲಿದ್ದ ಸಿಗರೇಟಿನ ಕೊನೆಯ ಭಾಗವನ್ನು ಜೋರಾಗಿ ಒಮ್ಮೆ ಎಳೆದು, ಕೆಳಕ್ಕೆ ಎಸೆದು, ಕಾಲಿನಲ್ಲಿ ಹೊಸಕಿದ.

ಟೀ ಕುಡಿದು ಲಾಡ್ಜಿಗೆ ತೆರಳಿದವರೆ, ಕೋಣೆಯಲ್ಲಿ ಸನ್ನಿಯ ಪೆಟ್ಟಿಗೆಯನ್ನಿಟ್ಟು, ಇಬ್ಬರೂ ಸಿದ್ಧವಾಗಿ ಹೊರಬರುವಷ್ಟರಲ್ಲಿ ಈರಯ್ಯ ಕೂಡ

ಬಂದು ರಿಸೆಪ್ಷನ್‌ನಲ್ಲಿ ಕೃಷ್ಣಶೆಟ್ಟರ ಬಳಿ ಮಾತನಾಡುತ್ತಾ ಕುಳಿತಿದ್ದ. ಅವನ ಮುಖದರ್ಶನವಾಗುತ್ತಿದ್ದಂತೆ "ಹೊ ಈರಯ್ಯ, ಸರಿಯಾದ ಸಮಯಕ್ಕೆ ಬಂದಿದ್ದೀಯಾ ನೀನು" ಎಂದು ಉದ್ಗರಿಸಿದ ಆಲಿ, 'ನಡೀರಿ ಹೊರಡುವ, ಇನ್ನು ತಡ ಮಾಡುವುದು ಬೇಡ' ಎಂದು ಬಸ್ಸು ನಿಲ್ದಾಣದೆಡೆಗೆ ಇಬ್ಬರನ್ನು ಕರೆದುಕೊಂಡು ಹೆಜ್ಜೆಹಾಕತೊಡಗಿದ. ತಂಗುದಾಣದ ಎದುರು ಭಾಗದಲ್ಲಿ ಮುಗಿಲೆತ್ತರಕ್ಕೆ ಬೆಳೆದು, ತನ್ನ ದೈತ್ಯ ಕೊಂಬೆಗಳನ್ನು ನಾಲ್ಕು ದಿಕ್ಕಿಗೆ ಚಾಚಿ ನೂರಾರು ಮಂದಿಗೆ ನೆರಳಿನ ಆಸರೆಯಾಗಿದ್ದ ಬಾಗೆಮರದ ಕೆಳಗೆ ಕೆಂಪುಬಣ್ಣದ ಡಬಲ್‌ಡೋರಿನ ಸಿಟಿಬಸ್ಸು ಪ್ರಯಾಣಿಕರನ್ನು ಕಾಯುತ್ತಾ ನಿಂತಿತ್ತು. ಬಸ್ಸಿನ ಫಲಕದಲ್ಲಿ ಕುಶಾಲನಗರ–ಮಡಿಕೇರಿ ಎಂದು ಬರೆದಿದ್ದನ್ನು ಕಂಡ ಆಲಿಕುಟ್ಟಿ, "ಇದೆ ಬಸ್ಸು" ಎಂದು ಹತ್ತಿದ. ಅವನ ಹಿಂದೆ ಸನ್ನಿ ಮತ್ತು ಈರಯ್ಯ ಕೂಡ ಏರಿ, ಖಾಲಿಯಿದ್ದ ಕೊನೆಯ ಸೀಟಿನಲ್ಲಿ ಸಾಲಾಗಿ ಕುಳಿತರು. 'ಮುಂಭಾಗದಲ್ಲಿ ಸೀಟು ಖಾಲಿ ಇದೆ ಮುಂದೆ ಹೋಗಿ ಕೂತ್ಕೋಳಿ' ಎಂದು ಕಂಡಕ್ಟರ್ ಇವರಿಗೆ ಕೇಳುವಂತೆ ಕೆಳಗಡೆಯಿಂದ ಹೇಳಿದ. "ಸರ್, ಹೊಸಕೋಟೆಯಲ್ಲಿ ಇಳಿಯಬೇಕಿದೆ, ಮುಂದೆ ಹೋದರೆ ಇಳಿಯಲು ಕಷ್ಟವಾಗುತ್ತದೆ" ಎಂದು ಕಂಡಕ್ಟರರ ಬಳಿ ಹೇಳಿದ ಆಲಿ ಅಲ್ಲಿಯೇ ಕುಳಿತುಕೊಂಡ. ಉಳಿದವರು ಅವನನ್ನು ಅನುಸರಿಸಿದರು.

ಬಸ್ಸು ಕುಶಾಲನಗರವನ್ನು ಬಿಟ್ಟು ಮುಂದಕ್ಕೆ ಚಲಿಸತೊಡಗಿತು. ಸೀಟು ಭರ್ತಿಯಾಗಿದ್ದರಿಂದ ಒಂದಷ್ಟು ಪ್ರಯಾಣಿಕರು, ಬಸ್ಸಿನ ನಡುವಲ್ಲಿ ಕಂಬಿಗೆ ಜೋತುಹಾಕಿದ್ದ ಹಿಡಿಕೆಗಳನ್ನು ಹಿಡಿದು ಬಸ್ಸಿನ ತಾಳಕ್ಕೆ ತಕ್ಕಂತೆ ಅತ್ತಿಂದಿತ್ತ ವಾಲುತ್ತಾ ನಿಂತುಕೊಂಡಿದ್ದರು. ಬಸ್ಸು ಆನೆಕಾಡು ಮೀಸಲು ಅರಣ್ಯ ಪ್ರವೇಶಿಸುತ್ತಿದ್ದಂತೆ ಅಲ್ಲಲ್ಲಿ ಬಿದಿರು ಪೊದೆಗಳು ಕಾಣತೊಡಗಿದವು. ಆ ನಡುವೆ ಅಲ್ಲೊಂದು ಇಲ್ಲೊಂದು ಜಿಂಕೆ, ನವಿಲುಗಳು ಪ್ರತ್ಯಕ್ಷವಾಗಿ ಮಾಯವಾಗುತ್ತಿದ್ದವು. ರಸ್ತೆಯ ಬದಿಯಲ್ಲಿ ಮಾವುತರನ್ನು ಅಂಬಾರಿಗಳ ರೀತಿಯಲ್ಲಿ ಹೊತ್ತ ಸಾಕಾನೆಗಳು ಕಾಲಿಗೆ ಕಟ್ಟಿದ್ದ ಕಬ್ಬಿಣದ ಸರಳುಗಳನ್ನು 'ಜಲ್‌ಜಲ್' ಎಂದು ಎಳೆಯುತ್ತಾ ಸಾಲಾಗಿ ಗಾಂಭೀರ್ಯದಿಂದ ಸಾಗುತ್ತಿದ್ದರೆ, ಬಸ್ಸಿನ ನಡುಭಾಗದಲ್ಲಿ ಕುಳಿತಿದ್ದ ಮಹಿಳೆಯೊಬ್ಬರು, ಮಡಿಲಲ್ಲಿ ಕುಳಿತಿದ್ದ ಮಗುವಿಗೆ 'ನೋಡಲ್ಲಿ ಆನೆ!' ಎಂದು ಕಿಟಕಿಯಾಚೆ ಬೊಟ್ಟುಮಾಡಿ ತೋರಿಸುತ್ತಿದ್ದಳು. ಆ ಮಗು ಯಾವುದೋ ವಿಸ್ಮಯವೆಂಬಂತೆ ಬೆರಗಿನಿಂದ ಆನೆಯನ್ನೆ ತಿರುಗಿ ನೋಡತೊಡಗಿತು. ಒಂದೆರಡು ತಿರುವುಗಳ ನಂತರ "ಯಾರಲ್ಲಿ ಹೊಸಕೋಟೆ ಇಳಿಯುವವರು ಬನ್ನಿ" ಎಂದು ಕಂಡಕ್ಟರ್ ಕೂಗಿ ಹೇಳಿದ. ಆಲಿಕುಟ್ಟಿ ಎದ್ದು ನಿಂತ. ಇದನ್ನು ಗಮನಿಸಿದ ಈರಯ್ಯ ಮತ್ತು

ಸನ್ನಿ, ನಮ್ಮ ಸ್ಟಾಪು ಇದೆ ಇರಬೇಕು ಎಂದುಕೊಂಡು ಕುಳಿತಲ್ಲಿಂದ ಎದ್ದು ಇಳಿಯಲು ಸಿದ್ಧವಾದರು.

ಹೊಸಕೋಟೆಯ 'ಮೆಟ್ನಳ್ಳ' ಸ್ಟಾಪಿನಲ್ಲಿ ಇಳಿದ ಮೂವರು, ಒಂದು ವಾಹನ ಮಾತ್ರ ಹೋಗುವಷ್ಟು ಅಗಲವಾಗಿದ್ದ ಕಲ್ಲುಕೋರೆಗೆ ಹೋಗುವ ರಸ್ತೆಯಲ್ಲಿ ನಡೆಯತೊಡಗಿದರು. ಎರಡು ಬದಿಯಲ್ಲು ಫಲವತ್ತಾದ ಕಾಫಿತೋಟಗಳು ನಳನಳಿಸುತ್ತಿದ್ದರೆ, ಕಿತ್ತಳೆ ಗಿಡಗಳು, ಹಣ್ಣಿನ ಜೊಂಪೆಗಳ ಭಾರ ತಾಳಲಾಗದೆ ನೆಲಕ್ಕೆ ಬಾಗಿ ನಿಂತಿದ್ದವು.

ಈ ಮೊದಲು ಶುಂಠಿ ಕೃಷಿಗೆಂದು ಕೇರಳದಿಂದ ಬರುತ್ತಿದ್ದ ಮಲಯಾಳಿಗಳಿಗೆ ಫಸಲು ಕಡಿಮೆ ಬರುತ್ತಿದ್ದ ಭತ್ತದ ಗದ್ದೆಗಳನ್ನೊ ಅಥವಾ ನೀರಿನ ವ್ಯವಸ್ಥೆಯಿರುವ ಬಯಲು ಪ್ರದೇಶಗಳನ್ನೊ ಶುಂಠಿ ಬೆಳೆಯಲು ಇಲ್ಲಿನವರು ನೀಡುತ್ತಿದ್ದರು. ಆದರೆ ಇತ್ತೀಚಿಗೆ ಈ ಶುಂಠಿ ಬೆಳೆ, ಕಾಫಿ ತೋಟವನ್ನು ಕೂಡ ಆಕ್ರಮಿಸಿಕೊಳ್ಳಲು ಪ್ರಾರಂಭಮಾಡಿತ್ತು. ಇಂದು ಆಲಿಕುಟ್ಟಿ ಬೀಜ ನೋಡಲು ಕರೆದುಕೊಂಡು ಹೋಗುತ್ತಿದ್ದ ಆ ತೋಟವನ್ನು ಕೂಡ ಒಬ್ಬ ಮಲಯಾಳಿಯೇ ಭೋಗ್ಯಕ್ಕೆ ಮಾಡಿಕೊಂಡು ಶುಂಠಿ ಬೆಳೆದಿದ್ದ. ಆ ಕಾಫಿತೋಟದ ಮಾಲೀಕ, 'ಬೆಳೆಗೆ ಯೋಗ್ಯವಲ್ಲದ, ಫಸಲು ಕಡಿಮೆ ಬರುತ್ತಿದ್ದ ಬೆಟ್ಟದಂತಿದ್ದ ಪ್ರದೇಶದಲ್ಲಿ ವರ್ಷಪೂರ್ತಿ ಕಷ್ಟಪಟ್ಟು ವ್ಯವಸಾಯ ಮಾಡಿದರೂ ಸಿಗುವುದು ಮೂರುಕಾಸು, ಅದಕ್ಕಿಂತ ಕೇರಳದವನಿಗೆ ಶುಂಠಿ ಬೆಳೆಯಲು ಕೊಟ್ಟು, ಏನು ಮಾಡದೆ(ಕಷ್ಟ ಪಡದೇ) ವರ್ಷಕ್ಕೆ ಇಂತಿಷ್ಟು ಎಂದು ಹಣ ಪಡೆಯುವುದೇ ಲಾಭ' ಎಂದು ಆ ಭೂಮಿಯನ್ನು ಕೇರಳದವನಿಗೆ ಕೊಟ್ಟು ಕೈತೊಳೆದುಕೊಂಡಿದ್ದ. ಆದರೆ ಆ ಪ್ರದೇಶದಲ್ಲಿ ಯಾರು ಊಹಿಸದ ರೀತಿಯಲ್ಲಿ ಶುಂಠಿ ಕೃಷಿ ಮಾಡಿದ ಆ ಕೇರಳಿಗ, ಬೆಳೆದಿದ್ದರಲ್ಲಿ ಶೇಕಡ 70% ಭಾಗವನ್ನು, ದೆಹಲಿಯಿಂದ ಶುಂಠಿ ಖರೀದಿಸಲು ಬಂದಿದ್ದ ಮಾರ್ವಾಡಿಗೆ ಮಾರಿ, ಖರ್ಚು ಮಾಡಿದ್ದ ಮೂರರಷ್ಟು ಹಣ ಸಂಪಾದನೆ ಮಾಡುವುದರ ಜೊತೆಗೆ ಉಳಿದ ಮೂವತ್ತು ಪರ್ಸೆಂಟು ಶುಂಠಿಯನ್ನು ಬೀಜಕ್ಕೆಂದು ಇಟ್ಟುಕೊಂಡಿದ್ದ. 'ಕೇರಳದವನನ್ನು ಮಂಗಮಾಡಿದೆ' ಎಂದು ಈ ಮೊದಲು ಬೀಗಿದ್ದ ತೋಟದ ಮಾಲೀಕ, ತನ್ನ ಭೂಮಿಯಲ್ಲಿ ದುಡಿದು ಕೇರಳಿಗ ಲಕ್ಷಲಕ್ಷ ಬಾಚುತ್ತಿರುವುದನ್ನು ನೋಡಿದ್ದೆ ತಡ, 'ಇವನಿಗೆ ಭೂಮಿ ಕೊಡಬಾರದಿತ್ತು' ಎಂದು ಈರ್ಷ್ಯೆ ಪಡುವುದರ ಜೊತೆಗೆ 'ನಿನಗೆ ಶುಂಠಿ ಬೆಳೆಯಲು ಜಾಗ ಕೊಟ್ಟಿದ್ದು ಕೇವಲ ಒಂಬತ್ತು ತಿಂಗಳಿಗೆ ಆದರೆ ನೀನು ಬಂದು ಈಗಾಗಲೆ ಒಂದು ವರ್ಷವಾಯಿತು, ಮರ್ಯಾದೆಯಿಂದ ನೀನು ಬೆಳೆದ ಶುಂಠಿಯನ್ನು ಕಿತ್ತುಕೊಂಡು ಬೇಗ ಜಾಗ ಖಾಲಿಮಾಡು, ಇಲ್ಲವಾದರೆ ಜೆ.ಸಿ.ಬಿ. ತಂದು ಎಲ್ಲ ನೆಲಸಮ ಮಾಡಿಬಿಡುತ್ತೇನೆ' ಎಂದು ತಗಾದೆ ತೆಗೆಯಲು ಪ್ರಾರಂಭ

ಮಾಡಿದ್ದ. ಇದರಿಂದಾಗಿ ವಿಧಿಯಿಲ್ಲದೇ ತಾನು ಬೇರೆ ಜಮೀನಿನಲ್ಲಿ ಬೆಳೆಯಲು ಇಟ್ಟುಕೊಂಡಿದ್ದ ಶುಂಠಿಯನ್ನು ಮಾರಾಟ ಮಾಡಲು ಆ ಶುಂಠಿ ಬೆಳೆಗಾರ ಮುಂದಾಗಿದ್ದ.

ಕಿತ್ತುಗುಡ್ಡೆ ಹಾಕಿದ್ದ ಶುಂಠಿಯ ಬಳಿ ತಲುಪಿದ ಈರಯ್ಯ ಸೂಕ್ಷ್ಮವಾಗಿ ಬೀಜವನ್ನು ಪರೀಕ್ಷಿಸಿ, 'ಶುಂಠಿಗೆ ಏನಾದರು ಕಾಯಿಲೆ ಬಾಧಿಸಿತ್ತಾ' ಎಂದು ಪರಿಶೀಲಿಸುವ ಸಲುವಾಗಿ ಶುಂಠಿ ಬೆಳೆದ ಜಾಗದಲ್ಲೆಲ್ಲ ಒಮ್ಮೆ ತಿರುಗಾಡಿಕೊಂಡು ಬಂದು, "ಕಾಕಣ್ಣ, ಈ ಬೀಜ ಫೈನ್ ಆಗಿದೆ, ಹತ್ತು ರೂಪಾಯಿ ಜಾಸ್ತಿಯಾದರು ಪರ್‍ವಾಗಿಲ್ಲ ಈ ಬೀಜವನ್ನು ಬಿಡಬೇಡಿ" ಎಂದು ಮುಖವರಳಿಸಿ ಹೇಳಿದ. ಈರಯ್ಯನ ಮಾತು ಕೇಳಿ ಸಂತೋಷಗೊಂಡ ಆಲಿಕುಟ್ಟಿ, ಒಂದು ಬೆಲೆ ನಿಗದಿ ಮಾಡಿ, ಸನ್ನಿಯ ಕೈಯಿಂದ ಹಣ ಪಡೆದು, ಕೇರಳದವನಿಗೆ ಅಡ್ವಾನ್ಸ್ ಕೊಟ್ಟ.

ಮರುದಿನ ಬೆಳಿಗ್ಗೆ ಆಲಿಕುಟ್ಟಿ ಮತ್ತು ಸನ್ನಿ, ಬಸವಣ್ಣನ ಮನೆಗೆ ಹೋಗಿ ಉಳಿದ ಹದಿನೆಂಟು ಸಾವಿರ ರೂಪಾಯಿಯನ್ನು ಕೊಟ್ಟರು. ಹಣ ಸಿಕ್ಕಿದ್ದೆ ತಡ, ಬಸವಣ್ಣ ಮಗಳ ಮದುವೆಗೆ ಬೇಕಾದ ಎಲ್ಲಾ ಸಿದ್ಧತೆಗಳನ್ನು ಮಾಡಿಕೊಳ್ಳತೊಡಗಿದ. ಇತ್ತ ಈರಯ್ಯನ ನೇತೃತ್ವದಲ್ಲಿ ಜಮೀನಿನ ಸುತ್ತಲೂ ಬೆಳೆದಿದ್ದ ಮರಗಳ ತಲೆಕೊಂಬೆಗಳನ್ನು ಕಡಿಸಿ, ಟ್ರ್ಯಾಕ್ಟರ್ ಮೂಲಕ ಮಣ್ಣನ್ನು ಹದ ಮಾಡಿಸಿ, ಬೀಜ ನೆಡುವ ಸಲುವಾಗಿ ಎತ್ತರದ ಪಾತಿಗಳನ್ನು ಕೆಲಸಗಾರರಿಂದ ಕಟ್ಟಿಸಿ, ಅವುಗಳ ನಡುವಲ್ಲಿ ಎಲ್ಲಿಯೂ ನೀರು ನಿಲ್ಲದಂತೆ ಚರಂಡಿ ಮಾಡಿಸಿ, ಶುಂಠಿ ಹಾಕಲು ಬೇಕಾದ ಎಲ್ಲಾ ಸಿದ್ಧತೆಗಳನ್ನು ಆಲಿಕುಟ್ಟಿ ಮತ್ತು ಸನ್ನಿ ಮಾಡತೊಡಗಿದರು.

ಒಂದೆರಡು ದಿನಗಳಲ್ಲಿ ಈರಯ್ಯ ಮತ್ತು ಸನ್ನಿ ಹೊಸಕೋಟೆಗೆ ಒಂದು ಪಿಕ್‌ಅಪ್ ವಾಹನವನ್ನು ಬಾಡಿಗೆಗೆ ಕರೆದುಕೊಂಡು ಹೋಗಿ, ಉಳಿಕೆ ಹಣವನ್ನು ನೀಡಿ, ಬೀಜದ ಶುಂಠಿಯನ್ನು ತುಂಬಿಸಿಕೊಂಡು ಬಂದರು. ಮಾರನೇ ದಿನ ಈರಯ್ಯ ತನ್ನೂರಿನಿಂದ ಐದಾರು ಹೆಂಗಸರನ್ನು ಕರೆತಂದು, ಬೀಜವನ್ನು ನಾಲ್ಕು ಬೆರಳುಗಳ ಅಳತೆಗೆ ಮುರಿದು, ಆಗ್ರೋ ಸೆಂಟರಿನಿಂದ ತಂದಿದ್ದ ಮದ್ದಿನಲ್ಲಿ ಅದ್ದಿ, ತಂಪಗಿನ ನೆರಳಿರುವ ಜಾಗದಲ್ಲಿ ಗುಡ್ಡೆ ಹಾಕಿ, ಅದರ ಮೇಲೆ ಮಾವಿನ ಸೊಪ್ಪನ್ನು ಮುಚ್ಚಿ ಮೊಳಕೆಯೊಡೆಸುವ ಸಲುವಾಗಿ ಸಂರಕ್ಷಿಸಿಡಲಾಯಿತು.

ಒಂದಷ್ಟು ದಿನಗಳ ನಂತರ ಮುಚ್ಚಿಟ್ಟಿದ್ದ ಶುಂಠಿಯ ಮೇಲೆ, ಮುಖದಲ್ಲಿ ಮೊಡವೆ ಏಳುವಂತೆ ಅಲ್ಲಲ್ಲಿ ಬಿಳಿ ಬಣ್ಣದ ಮೊಳಕೆಯ ತೊಟ್ಟುಗಳು ಕಾಣಲು ಶುರುವಾಗತೊಡಗಿತು. ಮರುದಿನ, ಆ ಮೊದಲೇ ಎತ್ತರಕ್ಕೆ ನಿರ್ಮಿಸಿದ್ದ ಮಣ್ಣಿನ ಪಾತಿಗಳ ನಡುವಲ್ಲಿ ಆ ಬೀಜಗಳನ್ನು ನೆಟ್ಟು, ಎರಡು ಬದಿಯ ಚರಂಡಿಗಳಿಂದ ಅವುಗಳ ಮೇಲೆ ಗುದ್ದಲಿಯಿಂದ ಮಣ್ಣನ್ನು ಏರಿ, ಭತ್ತ ಬೆಳೆಯುವವರಲ್ಲಿಂದ

ಖರೀದಿಸಿ ತಂದಿದ್ದ ಒಣಹುಲ್ಲುಗಳನ್ನು ಅವುಗಳ ಮೇಲೆ ಮುಚ್ಚಿ, ಶುಂಠಿಯ ಮೊಳಕೆ ಮಣ್ಣಿನಿಂದ ಹೊರಬರುವ ದಿನಕ್ಕಾಗಿ ಕಾತುರದಿಂದ ಸನ್ನಿ ಮತ್ತು ಈರಯ್ಯ ಕಾಯತೊಡಗಿದರು.

ಹೀಗೆ ಶುಂಠಿ ಕೃಷಿಗೆ ತೊಡಗಿಕೊಂಡ ಸನ್ನಿ, ಹೆಚ್ಚಿನ ಸಮಯವನ್ನು ಈರಯ್ಯನೊಂದಿಗೆ ಜಮೀನಿನಲ್ಲಿ ಕಳೆಯತೊಡಗಿದ. ಯಾವುದಾದರು ದೊಡ್ಡ ವ್ಯವಹಾರಗಳಿದ್ದರೆ ಆಲಿಕುಟ್ಟಿ, ಸನ್ನಿಯನ್ನು ಜೊತೆಗೆ ಕರೆದುಕೊಂಡು ಹೋಗುತ್ತಿದ್ದ. ಅಲ್ಲೇನಾದರು ಕಮಿಶನ್ ಹಣ ಬಂದರೆ ಸನ್ನಿಗೂ ಕೂಡ ಅದರಲ್ಲಿ ಪಾಲನ್ನು ಕೊಡುತ್ತಿದ್ದ.

ದಿನಗಳು ಉರುಳಿದವು. ಕಾಲಕಾಲಕ್ಕೆ ಶುಂಠಿಗೆ ಬೇಕಾದ ಗೊಬ್ಬರ ಕೊಡುವುದು, ಮದ್ದನ್ನು ಸಿಂಪಡಿಸುವುದು, ಕಳೆ ಕೀಳುವುದರ ಜೊತೆಗೆ ಭೂಮಿಯಲ್ಲಿ ಅತ್ತ ನೀರಿನ ಪಸೆಯೂ ಆರದಂತೆ, ಇತ್ತ ಒಣಗಲೂ ಬಿಡದೆ ಇಳೆಯನ್ನು ಹದವಾಗಿ ಇಟ್ಟುಕೊಂಡು ಶುಂಠಿ ಬೆಳೆಯನ್ನು ಜೋಪಾನ ಮಾಡತೊಡಗಿದರು. ಮನೆಯಿಂದ ಸನ್ನಿ ತಂದಿದ್ದ ಹಣ ಖಾಲಿಯಾಗುತ್ತಿದ್ದಂತೆ ಆಲಿಕುಟ್ಟಿ ಈ ಮೊದಲೇ ಮಾತು ಕೊಟ್ಟಂತೆ ಮಾರ್ವಾಡಿಯ ಬಳಿಯಿಂದ ಹಣವನ್ನು ಸಹ ಸಾಲದ ರೂಪದಲ್ಲಿ ಕೊಡಿಸಿದ. ಇದರಿಂದ ಯಾವುದೇ ಸಮಸ್ಯೆಗಳಿಲ್ಲದೆ ಶುಂಠಿ ಕೃಷಿ ಸರಾಗವಾಗಿ ಸಾಗತೊಡಗಿತು.

ಅದಾಗಲೇ ಇವರು ಅಂದಾಜು ಮಾಡಿದ್ದಕ್ಕಿಂತ ಹೆಚ್ಚಿನ ಹಣ ಖರ್ಚಾಗಿ ಹೋಗಿತ್ತು. ಕೊನೆಕೊನೆಗೆ ಗೊಬ್ಬರ ಮತ್ತು ಗಿಡಕ್ಕೆ ಸಿಂಪಡಿಸಬೇಕಾದ ಮದ್ದುಗಳಿಗೆ ಹಣದ ಅಭಾವ ಉಂಟಾದಾಗ ಆಲಿಕುಟ್ಟಿಯ ಮುಖಾಂತರ ಗೊಬ್ಬರದಂಗಡಿಗಳಿಂದ ಸಾಲ ತರಲಾಯಿತು. ಜೊತೆಗೆ ಕೂಲಿಯವರಿಗೆ ಸಂಬಳ ಕೊಡುವ ಸಂದರ್ಭದಲ್ಲಿ ಆಲಿ ತನ್ನ ಕೈಯಲ್ಲಿದ್ದ ಹಣವನ್ನು ಕೊಟ್ಟು ಸನ್ನಿಗೆ ಒತ್ತಾಸೆಯಾಗಿ ನಿಂತ. ದಿನಗಳೆದಂತೆ ಬೇರೆ ಭಾಗಗಳಲ್ಲಿ ಶುಂಠಿಗೆ ಕಾಯಿಲೆ ಆವರಿಸಿ ಕೊಳೆಯಲು ಪ್ರಾರಂಭವಾಗಿದ್ದವು. ಅಂತಹ ದಿನಗಳಲ್ಲಿ ಈರಯ್ಯ ಮತ್ತು ಸನ್ನಿ ಸೇರಿಕೊಂಡು ಜಾಗ್ರತೆಯನ್ನು ವಹಿಸಿ, ಮಕ್ಕಳನ್ನು ಪಾಲನೆ ಮಾಡುವ ರೀತಿಯಲ್ಲಿ ಬೆಳೆಯನ್ನು ನೋಡಿಕೊಳ್ಳತೊಡಗಿದರು. ಇದರಿಂದಾಗಿ ಸನ್ನಿಯವರ ಬೆಳೆಗೆ ಯಾವುದೇ ರೀತಿಯ ಖಾಯಿಲೆಯಾಗಲಿ, ತೊಂದರೆಯಾಗಲಿ ಆಗಲಿಲ್ಲ. ಕಾಲಕಾಲಕ್ಕೆ ಮಾಡಬೇಕಾದ ಕೆಲಸಗಳನ್ನು ಮಾಡುತ್ತಾ ಬಂದಿದ್ದರಿಂದ ತಿಂಗಳು ಏಳು ಕಳೆಯುವಾಗ ಶುಂಠಿ ಸಮೃದ್ಧವಾಗಿ ಬೆಳೆದಿತ್ತು. ಅಷ್ಟರಲ್ಲಾಗಲೇ ಶುಂಠಿಯ ಕಡ್ಡಿಗಳು ಒಂದೊಂದಾಗಿ ಹಣ್ಣಾಗಲು ಪ್ರಾರಂಭವಾಗಿದ್ದರಿಂದ, ಬೆಳೆ ನೋಡಲು ಬರುತ್ತಿದ್ದವರೆಲ್ಲ, ಇನ್ನು ಕಾಯುವುದಕ್ಕಿಂತ ದೆಹಲಿ, ಪಂಜಾಬ್ ಭಾಗದ ಕಂಪನಿಗಳಿಂದ ಶುಂಠಿ

ತುಂಬಲು ಬರುತ್ತಿದ್ದ ಶೇಟುಗಳಿಗೆ ಕಿತ್ತುಕೊಡಲು ಸಲಹೆ ನೀಡುತ್ತಿದ್ದರು. ಆದರೆ ಸನ್ನಿ, 'ಇನ್ನು ಸ್ವಲ್ಪ ದಿನ ನೋಡುವ, ಬೆಲೆಯೇರಬಹುದು' ಎಂದು ತಾಳ್ಮೆಯಿಂದ ಕಾಯುತ್ತಿದ್ದ. ಈ ನಡುವೆ ಅಕ್ಕಪಕ್ಕದಲ್ಲಿದ್ದ ಬೆಳೆಗಾರರು, ಹಠಾತ್ತಾಗಿ ಬೆಲೆಯೇನಾದರು ಕುಸಿದುಬಿಡಬಹುದೆಂಬ ಭಯದಿಂದ ಅರವತ್ತು ಕೆ.ಜಿ.ಯ ಮೂಟೆಗೆ ಏಳುನೂರು ರೂಪಾಯಿ ಇರುವಾಗಲೆ ಕೀಳಿಸಿ ಕೊಡಲು ಶುರುವಿಟ್ಟುಕೊಂಡರು.

ಸನ್ನಿ ಶುಂಠಿ ಕೃಷಿಯಲ್ಲಿ ತೊಡಗಿಸಿಕೊಂಡ ನಂತರದಲ್ಲಿ, ಪ್ರತಿನಿತ್ಯ ಎಲ್ಲಾ ವಿಧದಿಂದಲೂ ಈ ಬೆಳೆಯ ವಿಚಾರವಾಗಿ, ತಿಳಿದುಕೊಳ್ಳಲು ಮತ್ತು ಮಾಹಿತಿ ಸಂಗ್ರಹಿಸಲು ಪ್ರಾರಂಭ ಮಾಡಿದ್ದ. ಇದರ ಪರಿಣಾಮವಾಗಿ ಶುಂಠಿಗಿರುವ ಅಂತರರಾಷ್ಟ್ರೀಯ ಮಾರುಕಟ್ಟೆಯ ಬೆಲೆ, ಕಂಪೆನಿಗಳಿಗೆ ನೇರವಾಗಿ ಕೊಡುವುದರಿಂದಾಗುವ ಲಾಭ, ಮಧ್ಯವರ್ತಿಗಳ ಷಡ್ಯಂತ್ರ, ಯಾರಿಗೆ ಕೊಟ್ಟರೆ ಹೆಚ್ಚಿನ ಲಾಭ ಗಳಿಸಬಹುದು ಎಂದು ಮನನ ಮಾಡಿಕೊಂಡು ಎಚ್ಚರಿಕೆಯ ಹೆಜ್ಜೆಯನ್ನು ಇಡುತ್ತಿದ್ದ. ಆದರೆ ಇದ್ಯಾವುದರ ಅರಿವಿಲ್ಲದೇ, ಸನ್ನಿ ಬೆಳೆದು ನಿಂತಿದ್ದ ಶುಂಠಿಯನ್ನು ಮಾರಾಟ ಮಾಡದೇ ಹಾಗೆಯೇ ಇಟ್ಟುಕೊಂಡಿದ್ದನ್ನು ಗಮನಿಸಿದ ಸುತ್ತಮುತ್ತಲಿನವರು, 'ಅನುಭವವಿಲ್ಲದ ಯುವಕರೆಲ್ಲ ಕೃಷಿ ಮಾಡಿದರೆ ಹೀಗೆಯೇ ಆಗುವುದು, ಸಿಕ್ಕಿದ ಹಣಕ್ಕೆ ಮಾರಿ ಕೈತೊಳೆದುಕೊಳ್ಳುವುದು ಬಿಟ್ಟು, ಶಬರಿ ಕಾದ ಹಾಗೆ ಕಾಯುತ್ತ ಕುಳಿತು ಕೊನೆಗೆ ಈ ಹುಡುಗ ನಷ್ಟವನ್ನು ತಲೆಯ ಮೇಲೆ ಎಳೆದುಕೊಳ್ಳದಿದ್ದರೆ ಸಾಕು' ಎಂದು ಗುಸುಗುಸು ಪ್ರಾರಂಭಮಾಡಿದ್ದರು.

ವಿಪರ್ಯಾಸವೋ ಅಥವಾ ಸನ್ನಿಯ ಅದೃಷ್ಟವೊ ಎಂಬಂತೆ, ಆ ವರ್ಷ ಯಥೇಚ್ಛವಾಗಿ ಶುಂಠಿ ಬೆಳೆಯುತ್ತಿದ್ದ ಬೇರೆ ಜಿಲ್ಲೆಗಳಲ್ಲಿ ಅತಿಯಾದ ಮಳೆಯಾಗಿದ್ದರಿಂದ ಈ ಬಾರಿ ದೇಶದ ಸರಾಸರಿ ಶುಂಠಿಬೆಳೆ ತುಂಬಾ ಕುಂಠಿತವಾಗಿತ್ತು. ಹೀಗಿರುವಾಗ ಔಷಧಿಗಳಿಗೆ, ಆಹಾರ ಉತ್ಪನ್ನಗಳಿಗೆ ಉಪಯೋಗಿಸಲು ಬೇಕಾಗಿದ್ದ ಶುಂಠಿಗೆ ಎಲ್ಲಿಲ್ಲದ ಬೇಡಿಕೆ ಪ್ರಾರಂಭವಾಗತೊಡಗಿತು. ಜೊತೆಗೆ ಅಂತರರಾಷ್ಟ್ರೀಯ ಮಾರುಕಟ್ಟೆಯಲ್ಲಿ ಶುಂಠಿಗೆ ಬೇಡಿಕೆ ಹೆಚ್ಚಾಗಿ, ಬೆಲೆ ದಿನೇದಿನೇ ನಾಗಲೋಟದಲ್ಲಿ ಏರತೊಡಗಿತು. ಇದರಿಂದಾಗಿ ಹತ್ತು ದಿನಕ್ಕೆ ಮೊದಲು ಚೀಲಕ್ಕೆ ಏಳುನೂರು ರೂಪಾಯಿಯಿದ್ದ ಶುಂಠಿಯ ಬೆಲೆ, ಏಕಾಏಕಿ ಎರಡು ಸಾವಿರದಿಂದ ಮೂರು ಸಾವಿರ ರೂಪಾಯಿಯ ಗಡಿ ದಾಟಿತು. ಹೀಗೆ ಒಂದು ದಿನ, ಸನ್ನಿ ಸುಮಾರು ಎರಡೂವರೆ ಲಕ್ಷ ರೂಪಾಯಿ ಖರ್ಚು ಮಾಡಿ ಬೆಳೆಸಿದ್ದ ಶುಂಠಿಯನ್ನು ಮಾರಿದಾಗ ಸುಮಾರು ಹನ್ನೆರಡು ಲಕ್ಷ ರೂಪಾಯಿಗಳು ಸನ್ನಿಯ ಕೈ ಸೇರಿದ್ದವು.

ಕಾಲೇಜಿಗೆ ಹೋಗುವ ಸಂದರ್ಭ ತನ್ನ ಜೀವನದಲ್ಲಿ ನಡೆದ ಆ ಒಂದು ಕರಾಳ ಘಟನೆಯಿಂದಾಗಿ ತಾನು ಅನುಭವಿಸಿದ ಯಾತನೆ, ಹಿಂಸೆ, ಮನೆಯವರಿಗೆ ಮತ್ತು ಊರಿನವರಿಗೆ ಮುಖ ತೋರಿಸಲಾಗದೆ ಅಂದು ತಾನು ಪಟ್ಟ ಸಂಕಟ, ಊರು ಬಿಡಬೇಕಾದ ಅನಿವಾರ್ಯತೆ ಎಲ್ಲವೂ ಆ ಹಣ ನೋಡುವಾಗ ನೆನಪಿನ ಬುತ್ತಿಯಿಂದ ಬಿಚ್ಚಿಕೊಳ್ಳತೊಡಗಿತು. 'ಎಲ್ಲರೂ ನನ್ನನ್ನು ಅನುಮಾನದಿಂದ ನೋಡಿ ದೂರ ತಳ್ಳಿದರೂ, ಹಿಯ್ಯಾಳಿಸಿದರೂ, ಭೂಮಿತಾಯಿ ಮಾತ್ರ ತನ್ನ ಕೈ ಬಿಡಲಿಲ್ಲವಲ್ಲ' ಎಂದು ನೆನೆದು ಸನ್ನಿ ಸಂತೋಷಪಡತೊಡಗಿದ.

ಶುಂಠಿ ಮಾರಾಟವಾದ ಒಂದೆರಡು ದಿನಗಳಲ್ಲಿ ಬೆಳೆಯ ಸಲುವಾಗಿ ಮಾರ್ವಾಡಿಯ ಬಳಿಯಿಂದ ಪಡೆದುಕೊಂಡಿದ್ದ ಸಾಲ, ಗೊಬ್ಬರದಂಗಡಿಗಳಲ್ಲಿ ಕೊಡಬೇಕಾಗಿದ್ದ ಬಾಬ್ತು, ಹಲವು ಬಾರಿ ಆಲಿಕುಟ್ಟಿಯಿಂದ ಪಡೆದಿದ್ದ ಹಣ ಮತ್ತು ಲಾಡ್ಜಿನ ಬಾಡಿಗೆ ಎಲ್ಲದರ ಲೆಕ್ಕಾಚಾರ ಮಾಡಿ ಸನ್ನಿ ಪಾವತಿಸಿದ.

ಸನ್ನಿ ವ್ಯವಸಾಯದ ಹೆಸರಿನಲ್ಲಿ ಕುಶಾಲನಗರ ಸೇರಿಕೊಂಡ ನಂತರದಲ್ಲಿ ಕುಟುಂಬದಿಂದ ದೂರವೇ ಇದ್ದ. ಈ ಒಂದು ವರ್ಷದ ಅವಧಿಯಲ್ಲಿ ಒಮ್ಮೆಯೂ ಊರಿನ ಕಡೆ ತಲೆಯಾಕದ ಸನ್ನಿ, ಮನೆಯವರ ನೆನಪಾದಾಗಲೊಮ್ಮೆ ಕರೆ ಮಾಡಿ ಬೊಳ್ಳವ್ವನವರ ಬಳಿ ಮಾತನಾಡುವುದನ್ನು ಬಿಟ್ಟರೆ, ಪೊನ್ನಪ್ಪನವರ ಬಳಿ ಮಾತನಾಡಿಯೇ ಇರಲಿಲ್ಲ. ಕೆಲವೊಂದು ಬಾರಿ ಮಗನನ್ನು ನೋಡುವ ಹಂಬಲದಿಂದ ಸನ್ನಿ ಕರೆ ಮಾಡಿ ಮಾತನಾಡುವ ಸಂದರ್ಭದಲ್ಲಿ, 'ನಾವೇ ಬಂದು ನಿನ್ನನ್ನೊಮ್ಮೆ ನೋಡಿಕೊಂಡು ಹೋಗುತ್ತೇವೆ' ಎಂದು ಬೊಳ್ಳವ್ವ ಹೇಳಿದರೂ, ಯಾವುದಾದರೊಂದು ನೆಪ ಹೇಳಿ ಸನ್ನಿ ತಪ್ಪಿಸಿಕೊಳ್ಳುತ್ತಿದ್ದ. ಸನ್ನಿ ಕುಶಾಲನಗರಕ್ಕೆ ಬಂದ ಮೊದಲ ದಿನಗಳಲ್ಲಿ, ಊರಿಗೆ ಮರಳಿ ಹೋಗುವುದಾದರೆ ಅಥವಾ ಪೋಷಕರಿಗೆ ಮತ್ತೆ ಮುಖ ತೋರಿಸುವುದಾದರೆ, 'ಮೊದಲಿಗೆ ನಾನೇ ಸ್ವಂತವಾಗಿ ನಾಲ್ಕು ಕಾಸು ಸಂಪಾದನೆ ಮಾಡಬೇಕು' ಎಂದು ಮನಸ್ಸಿನಲ್ಲಿ ದೃಢವಾಗಿ ತೀರ್ಮಾನ ಮಾಡಿಕೊಂಡಿದ್ದ. ಹೀಗೆ ಶುಂಠಿ ಮಾರಿದ ಹಣ ಕೈಗೆ ಬಂದ ತಕ್ಷಣ, ಅವನಿಗೆ ಊರಿಗೆ ಹೋಗಿ ಮನೆಯವರನ್ನು ಒಮ್ಮೆ ನೋಡಿಕೊಂಡು ಬರಬೇಕು ಎಂದು ಮನಸ್ಸಾಗತೊಡಗಿತು. ಅದರಂತೆ ಒಂದು ದಿನ ಆಲಿಕುಟ್ಟಿಯೊಂದಿಗೆ ಕುಶಾಲನಗರದ ರಥಬೀದಿಗೆ ಹೋಗಿ ಅಪ್ಪ ಮತ್ತು ಅತ್ತಿಗೆ ದೇಚಮ್ಮಳಿಗೆ ಬಟ್ಟೆ ಮತ್ತು ಸ್ವಲ್ಪ ಸಿಹಿತಿಂಡಿಗಳನ್ನು ಖರೀದಿಸಿ, ಒಂದು ಅಂಬಾಸಿಡರ್ ಕಾರನ್ನು ಬಾಡಿಗೆಗೆ ಮಾಡಿಕೊಂಡು ಕಾನೂರಿಗೆ ಹೊರಟ.

ಕಾರು ಪೊನ್ನಂಪೇಟೆ ತಲುಪುತ್ತಿದ್ದಂತೆ, ತಾನು ಕಾಲೇಜಿಗೆ ಹೋಗುವ ಸಲುವಾಗಿ, ನಿಲ್ದಾಣದ ಬಳಿ ಹುಡುಗರ ಗುಂಪು ಕಟ್ಟಿಕೊಂಡು ನಿಲ್ಲುತ್ತಿದ್ದ ಆ

ದಿನಗಳು, ತುಂಟತನ, ಸಣ್ಣಪುಟ್ಟ ಹೊಡೆದಾಟಗಳೆಲ್ಲವೂ ಸನ್ನಿಯ ನೆನಪಿನ ತಂತಿಯನ್ನು ಮೀಟತೊಡಗಿದವು. ದಾರಿ ಸಾಗಿ ಕಾನೂರು ತಲುಪಿದ ಕಾರು, ಮುಖ್ಯರಸ್ತೆಯಿಂದ ಕಾಫಿತೋಟಗಳ ನಡುವಿನ ಕಿರಿದಾದ ಮಣ್ಣು ರಸ್ತೆಗೆ ತಿರುಗಿ, ಬೇಲಿಗೆ ಹೊಂದಿಕೊಂಡಂತಿದ್ದ ಸನ್ನಿಯ ಮನೆಯ ಗೇಟಿನ ಎದುರಿಗೆ ಬಂದು ನಿಂತಿತು. ಆ ವೇಳೆಗಾಗಲೆ ಪೊನ್ನಪ್ಪನವರಿಗೆ ಬಡ್ತಿಯಾಗಿ ರೇಂಜರ್ ಹುದ್ದೆಗೆ ಏರುವುದರೊಂದಿಗೆ ಕಾನೂರಿನ ಪಕ್ಕದ ಕುಟ್ಟದಲ್ಲೆ ಕಾರ್ಯನಿರ್ವಹಿಸುತ್ತಿದ್ದರು. ಅಂದು ಮನೆಯಲ್ಲಿಯೇ ಇದ್ದ ಪೊನ್ನಪ್ಪನವರು ಯಾವುದೋ ಕಾರ್ಯಕ್ರಮಕ್ಕೆ ಹೋಗುವ ನಿಮಿತ್ತ ಸಿದ್ಧವಾಗುತ್ತಿದ್ದರು. ಹೊರಗಡೆ ಜೀಪಿನ ಚಾಲಕ ಸತೀಶ ವಾಹನವನ್ನು ತೊಳೆಯುತ್ತಾ ನಿಂತಿದ್ದ. ಕಾರು ಬಂದ ಧ್ವನಿ ಕೇಳುತ್ತಿದ್ದಂತೆ 'ಸಾಹೇಬರನ್ನು ಯಾರೋ ಹುಡುಕಿಕೊಂಡು ಬಂದಿದ್ದಾರೆ' ಅಂತ ಅಂದಾಜು ಮಾಡಿ, "ಏನೇಳಿ?" ಎಂದು ಕೇಳುತ್ತಾ ಗೇಟಿನ ಬಳಿಗೆ ಬಂದ. 'ತನ್ನದೇ ಮನೆಯ ಎದುರಿನಲ್ಲಿ ತನ್ನನ್ನೆ ಏನೇಳಿ' ಎಂದು ಪಪ್ಪನ ಜೀಪಿನ ಡ್ರೈವರ್ ಕೇಳುತ್ತಿರುವುದನ್ನು ನೋಡಿ ಸನ್ನಿಗೆ ನಗುಬಂತು. ಆಲಿಕುಟ್ಟಿ ಕೂಡ ಆ ಸನ್ನಿವೇಶವನ್ನು ನೋಡಿ ಮನಸ್ಸಿನಲ್ಲೆ ನಕ್ಕ. ಇಲ್ಲಿ ಡ್ರೈವರ್‌ನದು ಏನು ತಪ್ಪಿಲ್ಲ. ಕಳೆದ ಒಂದು ವರ್ಷದಿಂದ ಪಪ್ಪನ ಜೀಪಿನ ಚಾಲಕನಾಗಿದ್ದ ಸತೀಶ ಒಮ್ಮೆಯೂ ತನ್ನನ್ನು ನೋಡಿರಲಿಲ್ಲ. ಅಸಲಿಗೆ ಪಪ್ಪ ರೇಂಜರ್ ಹುದ್ದೆಗೆ ಏರಿದ ವಿಷಯವರಿತಾಗಲಾದರು ನಾನು ಮನೆಗೆ ಬಂದಿದ್ದರೆ ಈ ರೀತಿ ಆಗುತ್ತಿರಲಿಲ್ಲ ಎಂದು ಮನದಲ್ಲಿ ಅಂದುಕೊಳ್ಳುತ್ತಾ ಸನ್ನಿ ಅವನೆಡೆಗೆ ಮುಗುಳ್ನಕ್ಕು, ಗೇಟನ್ನು ಸರಿಸಿ ಒಳಕ್ಕೆ ಕಾಲಿಟ್ಟ.

ಅಡುಗೆ ಕೋಣೆಯಲ್ಲಿದ್ದ ಬೊಳ್ಳವ್ವ, 'ಯಾರಿರಬಹುದು?' ಎಂದು ಗೊಣಗಿಕೊಂಡೆ ಮುಂಭಾಗಕ್ಕೆ ಬಂದು ನೋಡಿದರೆ, ಸಾಮಗ್ರಿಗಳನ್ನು ತುಂಬಿದ್ದ ಬ್ಯಾಗನ್ನು ಕೈಯಲ್ಲಿ ಹಿಡಿದುಕೊಂಡು, ಬಣ್ಣಬಣ್ಣದ ಬಟ್ಟೆಗಳನ್ನು ತೊಟ್ಟಿದ್ದ ಯಾರೋ ಗೇಟು ಸರಿಸಿ ಅಂಗಳದೊಳಕ್ಕೆ ಕಾಲಿಟ್ಟಿದ್ದರು! ಗೂಡಿನಲ್ಲಿದ್ದ ಕರಿಯ, ಅದಾಗಲೇ ಬಂದವನನ್ನು ಗುರುತಿಸಿ ಮೇಲೆಕೆಳಗೆ ನೆಗೆಯತೊಡಗಿದ್ದ.

ಹೌದು! ನಮ್ಮ ಸನ್ನಿ. ಬೊಳ್ಳವ್ವನವರ ಮುಖದಲ್ಲಿ ಮಂದಹಾಸ ಮೂಡಿತು. ಬೊಳ್ಳವ್ವಳ ಬಾಯಿಂದ 'ಸನ್ನಿ' ಎಂದು ಹೊರಟ ಉದ್ಗಾರ ಕೇಳಿದ್ದೆ ಪೊನ್ನಪ್ಪನವರ ಕಿವಿ ನೆಟ್ಟಗಾಯಿತು. ಕೋಣೆಯಿಂದ ಹೊರಬಂದರು. ಅಷ್ಟರಲ್ಲಾಗಲೇ ಅವರೆಡೆಗೆ ತಲುಪಿದ್ದ ಸನ್ನಿ "ಅವ್ವ ಹೇಗಿದ್ದೀಯಾ?" ಎಂದು ಬೊಳ್ಳವ್ವನವರ ಕೈಹಿಡಿದ. ಅವಳ ಬಾಯಿಂದ ಪದಗಳು ಹೊರಡದೆ ಗದ್ಗದಿತಳಾಗಿ ಮಗನನ್ನು ಬಿಟ್ಟ ಕಣ್ಣು ಬಿಡದಂತೆ ನೋಡಿ ಕಣ್ತುಂಬಿಕೊಳ್ಳತೊಡಗಿದಳು. ಆಲಿಕುಟ್ಟಿ ಕಾರಿನ ಬಳಿಯೇ ನಿಂತಿದ್ದ. ಸನ್ನಿ ಬೊಳ್ಳವ್ವಳ ಕುಶಲೋಪರಿಗಳನ್ನು ವಿಚಾರಿಸಿಕೊಳ್ಳುತ್ತಿದ್ದರೆ, ಪೊನ್ನಪ್ಪನವರು ಮಾತ್ರ ಮಗ ಮಡದಿಯ ಬಳಿ ಮಾತನಾಡುವುದನ್ನು

ನೋಡುತ್ತಲೇ ನಿಂತಿದ್ದರು. ಬೊಳ್ಳವ್ವಳನ್ನು ಮಾತನಾಡಿಸುವ ನಡುವಲ್ಲಿ ಸನ್ನಿ, ಪೊನ್ನಪ್ಪನವರ ಕಡೆಗೊಮ್ಮೆ ಕಣ್ಣು ಹಾಯಿಸಿದ. ತನ್ನನ್ನೆ ನೋಡುತ್ತಾ ನಿಂತಿರುವ ಪಪ್ಪ ಮೊದಲಿಗಿಂತ ಕೊಂಚ ಸೊರಗಿದಂತೆ ಕಂಡರೂ ಭುಜದ ಮೇಲೆ ಹೆಚ್ಚುವರಿಯಾಗಿ ಮಿನುಗುತ್ತಿದ್ದ ಬೆಳ್ಳಿಯ ಬಣ್ಣದ ನಕ್ಷತ್ರಗಳು ಅವರ ಮುಖದ ಮೇಲಿನ ದುಗುಡಗಳನ್ನೆಲ್ಲಾ ಮರೆಮಾಚಿಸುತ್ತಿರುವಂತೆ ತೋರುತ್ತಿತ್ತು. ಮಾತಿನ ನಡುವೆ ಕಾರಿನ ಬಳಿ ನಿಂತಿದ್ದ ಆಲಿಕುಟ್ಟಿಯನ್ನು ನೋಡಿ, "ಜೊತೆಗೆ ಯಾರು ಬಂದಿರುವುದು? ಹೊರಗಡೆ ಯಾರೋ ಇದ್ದಾರಲ್ಲ!" ಎಂದು ಬೊಳ್ಳವ್ವ ಕೇಳಿದಳು.

"ಅದೇ ಅವ್ವ, ನಾನು ಹೇಳಿದ್ದೆನಲ್ಲ, ಕುಶಾಲನಗರದಲ್ಲಿ ನನಗೆ ಎಲ್ಲಾ ರೀತಿಯ ಬೆಂಬಲ ಕೊಟ್ಟು, ಕೃಷಿ ಮಾಡಲು ಬೇಕಾದ ಎಲ್ಲಾ ವ್ಯವಸ್ಥೆಗಳನ್ನು ಮಾಡಿಕೊಟ್ಟ ಅರವತ್ತೊಕ್ಲುವಿನ ಆಲಿಕುಟ್ಟಿ ಅಂತ. ಅವನು ಕೂಡ ನನ್ನ ಜೊತೆ ಬಂದಿದ್ದಾನೆ" ಎಂದು ಸನ್ನಿ ಹೇಳಿದ.

ಕುಶಾಲನಗರಕ್ಕೆ ಹೋದ ನಂತರದಲ್ಲಿ ಮಗನ ಬೆನ್ನೆಲುಬಾಗಿ ನಿಂತಿದ್ದ ಆಲಿಕುಟ್ಟಿಯ ವಿವರವನ್ನು ಬೊಳ್ಳವ್ವಳಿಗೆ ಆ ಮೊದಲೇ ಸನ್ನಿ ತಿಳಿಸಿದ್ದರಿಂದ, "ಹೋ ಹೌದಾ! ಅವನ್ಯಾಕೆ ಅಲ್ಲೆ ನಿಂತಿದ್ದಾನೆ? ಒಳಬರಲು ಹೇಳು" ಎನ್ನುತ್ತಾ ಅಂಗಳಕ್ಕೆ ಇಳಿದು "ಬಾರಪ್ಪ ಒಳಗಡೆ" ಎಂದು ಆಲಿಯನ್ನು ಒಳಕ್ಕೆ ಕರೆದಳು. ಆಲಿಕುಟ್ಟಿ ನಗುತ್ತಾ ಒಳಬಂದು ಪೊನ್ನಪ್ಪನವರಿಗೆ "ನಮಸ್ಕಾರ ಸರ್" ಎಂದ.

"ನಮಸ್ಕಾರ, ಬನ್ನಿ ಒಳಗಡೆ" ಎಂದು ಅವನನ್ನು ಮುಂಬದಿಯ ಕೋಣೆಗೆ ಕರೆದುಕೊಂಡು ಹೋಗಿ ಕುಳ್ಳಿರಿಸಿದರು. ಅವರ ಹಿಂದಿನಿಂದಲೇ ಹೆಜ್ಜೆಹಾಕಿದ ಸನ್ನಿ ಕೈಯಲ್ಲಿದ್ದ ಪೊಟ್ಟಣಗಳನ್ನು ಬೊಳ್ಳವ್ವಳ ಕೈಗೆ ನೀಡಿ, ಆಲಿಯ ಪಕ್ಕದಲ್ಲೆ ಹೋಗಿ ಕುಳಿತ. ಅದೇ ಮೊದಲ ಬಾರಿಗೆ ಯಾವುದೇ ಅಂಜಿಕೆಯಿಲ್ಲದೇ ಸನ್ನಿ ಪೊನ್ನಪ್ಪನವರ ಎದುರಿಗೆ ಕುಳಿತಿದ್ದ. ಒಂದಷ್ಟು ಮಾತುಕತೆಗಳ ನಂತರ ಕುಶಾಲನಗರದ ವಿಶೇಷಗಳನ್ನು ಹೇಳುತ್ತಾ ಸನ್ನಿ, "ಶುಂಠಿ ಕೃಷಿ ಯಾವುದೇ ಅಡೆತಡೆಗಳಿಲ್ಲದೆ ಚೆನ್ನಾಗಿ ಆಯಿತು. ಕಳೆದವಾರ ಶುಂಠಿಯನ್ನು ಮಾರಾಟ ಮಾಡಿದೆ, ಮುಂದೆ ಏನಾದರು ಒಳ್ಳೆಯ ವ್ಯವಹಾರ ಮಾಡಬೇಕು ಅಂತ ಅಂದುಕೊಂಡಿದ್ದೇನೆ ಅದಕ್ಕೂ ಮೊದಲಿಗೆ ಒಮ್ಮೆ ನಿಮ್ಮನ್ನೆಲ್ಲ ನೋಡಿ ಮಾತನಾಡಿಸಿಕೊಂಡು ಹೋಗುವ ಎಂದುಕೊಂಡು ಬಂದೆ" ಎಂದು ಗಾಂಭೀರ್ಯದಿಂದ ತಂದೆತಾಯಿಯ ಮುಂದೆ ಹೇಳತೊಡಗಿದ.

"ಇವಾಗಲಾದರು ನಿನಗೆ ನಮ್ಮನ್ನು ನೋಡಬೇಕು ಅಂತ ಅನಿಸಿತ್ತಲ್ಲ. ಅಷ್ಟೇ ಸಾಕು! ನೀನು ಎಲ್ಲೇ ಇದ್ದರೂ ಚೆನ್ನಾಗಿ ಇರಬೇಕು" ಎಂದು ಹೇಳುತ್ತಾ ಸುರಿಯುತ್ತಿದ್ದ ಆನಂದಭಾಷ್ಪವನ್ನು ಬೊಳ್ಳವ್ವ ಒರೆಸಿಕೊಂಡಳು. ಮಾತು ಮುಂದುವರೆಸಿ, "ಹಳೆಯದನ್ನೆಲ್ಲ ಮರೆತು, ಮದುವೆ ಮಾಡಿಕೊಂಡು,

ಅದೇನು ಮಾಡಬೇಕು ಅಂದುಕೊಂಡಿದ್ದೀಯೋ ಅದನ್ನು ಇಲ್ಲೆ ಮಾಡುತ್ತಾ, ನಮ್ಮ ಜೊತೆಯೇ ಇದ್ದುಬಿಡು ಸನ್ನಿ" ಎಂದು ಬೊಳ್ಳವ್ವ ಹೇಳಿದಳು.

"ಇಲ್ಲವ್ವ ಜೀವನದಲ್ಲಿ ಏನೇನೋ ಮಾಡಬೇಕು ಎಂಬ ಕನಸು ಇಟ್ಕೊಂಡಿದ್ದೀನಿ. ಸದ್ಯಕ್ಕೆ ಮದುವೆ ಗಿದುವೆ ಏನು ಬೇಡ" ಎಂದು ಆ ಮಾತಿಗೆ ಸನ್ನಿ ಪೂರ್ಣವಿರಾಮ ಹಾಕಿದ.

"ಸರಿ ನಿನ್ನಿಷ್ಟ, ನೀವು ಮಾತನಾಡುತ್ತಾ ಇರೀ ನಾನು ಕುಡಿಯಲು ಕಾಫಿ ಮಾಡುತ್ತೇನೆ" ಎಂದು ಬೊಳ್ಳವ್ವ ಅಡುಗೆ ಕೋಣೆಗೆ ನಡೆದಳು.

ಪೊನ್ನಪ್ಪ ಮತ್ತು ಸನ್ನಿ ಪರಸ್ಪರ ಮುಖಕೊಟ್ಟು ಮಾತನಾಡಿ, ವರುಷಗಳೆ ಕಳೆದಿತ್ತು. ಇಂದು ತಾನಾಗಿಯೇ ಮಾತಿಗಿಳಿದ ಸನ್ನಿ, "ಪಪ್ಪ ನಾನು ನಿಮ್ಮ ಬಳಿ ಹಣ ಪಡೆದುಕೊಂಡು ಹೋಗಿ ಮಾಡಿದ ಕೃಷಿ ತುಂಬಾ ಚೆನ್ನಾಗಿ ಆಯಿತು. ಅದರಲ್ಲಿ ನನಗೆ ಒಂದಷ್ಟು ಲಾಭ ಕೂಡ ಬಂದಿದೆ" ಎಂದು ತಾನು ಮಾಡಿದ ಶುಂಠಿ ವ್ಯವಹಾರದ ಬಗ್ಗೆ ಪೊನ್ನಪ್ಪನಲ್ಲಿ ಹೇಳಿಕೊಳ್ಳತೊಡಗಿದ. ಸನ್ನಿ ಕುಶಾಲನಗರಕ್ಕೆ ಹೋಗುವ ಮೊದಲು, ಭುಜದೆತ್ತರಕ್ಕೆ ಬೆಳೆದ ಮಗ ದಾರಿತಪ್ಪಿ ಹೋಗಿಬಿಟ್ಟನಲ್ಲ ಎಂದು ಪೊನ್ನಪ್ಪನವರು ಬಹಳವಾಗಿ ನೊಂದುಕೊಂಡಿದ್ದರು. ಆದರೆ ಇಂದು ಅದೇ ಮಗ, ತನ್ನ ತಪ್ಪುಗಳನ್ನು ತಿದ್ದಿಕೊಂಡು, ವ್ಯವಹಾರವನ್ನು ಮಾಡಿ, ತನ್ನ ಕಾಲಮೇಲೆ ನಿಂತು, ತನ್ನ ನಿರೀಕ್ಷೆಗೂ ಮೀರಿ ಬೆಳೆದು, ತನ್ನೆದುರೆ ಕುಳಿತು ಮಾತನಾಡುವುದನ್ನು ನೋಡಿ ಒಳಗೊಳಗೆ ಪೊನ್ನಪ್ಪನವರು ಸಂತೋಷಪಡತೊಡಗಿದರು.

"ಒಳ್ಳೇದು ಮಗನೇ, ನೀನು ಕುಶಾಲನಗರಕ್ಕೆ ಹೋಗುತ್ತೇನೆ ಎಂದು ಹೊರಟು ನಿಂತಾಗ, ನಾನು ಮತ್ತು ಬೊಳ್ಳವ್ವ ತುಂಬಾ ಸಂಕಟ ಪಟ್ಟುಕೊಂಡಿದ್ದೆವು. ಆದರೆ ಇಂದು ನಿನ್ನನ್ನು ನೋಡಿ ವರುಷಗಳಿಂದ ಎದೆಯಲ್ಲಿ ಕಟ್ಟಿಕೊಂಡಿದ್ದ ಬೆಂಕಿ ಆರಿ, ತಣ್ಣಗಾಯಿತು" ಎಂದು ಪೊನ್ನಪ್ಪ ಮಗನ ಬಳಿ ಮನಸ್ಸು ಬಿಚ್ಚಿ ಮಾತನಾಡತೊಡಗಿದರು. ಅಷ್ಟರಲ್ಲಿ ಕಾಫಿ ತಂದ ಬೊಳ್ಳವ್ವ ಎಲ್ಲರ ಕೈಗಿತ್ತಳು. ಕಾಫಿಲೋಟವನ್ನು ಕೈಯಲ್ಲಿಡಿದ ಆಲಿಕುಟ್ಟಿ, ಅಪ್ಪಮಗನ ಸಂಭಾಷಣೆಯನ್ನು ತದೇಕಚಿತ್ತದಿಂದ ಕೇಳಿಸಿಕೊಳ್ಳುತ್ತಿದ್ದ.

ಮಗ ವರುಷದ ನಂತರ ಮನೆಗೆ ಬಂದಿದ್ದಾನೆ. ಕನಿಷ್ಠವೆಂದರೂ ನಾಲ್ಕೈದು ದಿನ ಮನೆಯಲ್ಲಿ ತಂಗಬಹುದು ಎಂದುಕೊಂಡು ಬೊಳ್ಳವ್ವ, "ರೀ, ಸತೀಶನನ್ನು ಜಂಕ್ಷನ್‌ಗೆ ಕಳುಹಿಸಿ ಮಧ್ಯಾಹ್ನ ಸಾರಿಗೆ ಏನಾದರು (ಮಾಂಸ) ತೆಗೆದುಕೊಂಡು ಬರಲು ಹೇಳಿ" ಎಂದು ಪೊನ್ನಪ್ಪನವರ ಬಳಿ ಹೇಳಿದಳು.

ಅವಳ ಮಾತು ಮುಗಿಯುವ ಮುನ್ನವೇ, "ಇಲ್ಲಮ್ಮ, ಊಟ ಮಾಡಿ ಹೋಗಲು ಸಮಯವಿಲ್ಲ, ಕುಶಾಲನಗರಕ್ಕೆ ಹೋಗಿ ಮಾಡಬೇಕಾದ ಕೆಲಸ ಬಹಳಷ್ಟಿವೆ" ಎಂದು ಸನ್ನಿ ಹೇಳಿದ.

ಮನೆಗೆ ಬಂದು ಅರ್ಧ ಗಂಟೆಯೂ ಕೂಡ ಆಗಿಲ್ಲ. ಅವಾಗಲೇ ಇವನು ಹೋಗಬೇಕು ಎಂದು ಹೇಳುತ್ತಿದ್ದಾನಲ್ಲ! ಎಂದು ನೆನೆದ ಬೊಳ್ಳವ್ವ, "ಎಂಥ ಸನ್ನಿ, ನೀನು ಹೇಳ್ತಾ ಇರೋದು, ನೀನು ಹೋಗ್ತೀನಿ ಅಂತ ಹೇಳೋಕ ಇಲ್ಲಿಗೆ ಬಂದಿದ್ದು" ಎಂದು ಬೇಸರದಿಂದ ಕೇಳಿದಳು. ಸನ್ನಿ ಕುಳಿತಲ್ಲಿಂದ ಎದ್ದು ಬಂದು ಬೊಳ್ಳವ್ವಳ ಕೈಹಿಡಿದು ಸಮಾಧಾನ ಮಾಡುತ್ತಾ, "ನೋಡವ್ವ ನೀನು ಈ ರೀತಿ ಬೇಸರಮಾಡಿಕೊಂಡು ಕುಳಿತರೆ, ನನಗಲ್ಲಿ ನೆಮ್ಮದಿಯಾಗಿ ವ್ಯವಹಾರ ಮಾಡಲಿಕ್ಕೆ ಆಗಲ್ಲ, ನಾನು ಬಿಡುವಾದಾಗಲೆಲ್ಲ ಬಂದು ನಿಮ್ಮಿಬ್ಬರನ್ನು ನೋಡಿಕೊಂಡು ಹೋಗುತ್ತೇನೆ" ಎಂದು ನಗುತ್ತಾ ಹೇಳಿದ.

ಮಗ ಮರಳಿ ಹೋಗುತ್ತೇನೆ ಎಂದು ಹೇಳುತ್ತಿರುವುದನ್ನು ಕೇಳಿ ಪೊನ್ನಪ್ಪನವರಿಗೆ ಮನಸ್ಸಿನಲ್ಲಿ ದುಃಖವಾದರೂ ಅದನ್ನು ತೋರ್ಪಡಿಸಿಕೊಳ್ಳದೆ, "ಅವನನ್ನು ಮಗ್ಗುಲಲ್ಲಿಯೇ ಕೂರಿಸಿಕೊಳ್ಳೋಕೆ ಅವನೇನು ಸಣ್ಣ ಮಗುವೇ? ಹೋಗಿ ಮಾಡಬೇಕಾದ ನೂರೆಂಟು ಕೆಲಸಗಳಿರಬಹುದು, ಅವನು ಹೋಗಬೇಕೆಂದಿದ್ದರೆ ಸಂತೋಷದಿಂದ ಕಳುಹಿಸಿಕೊಡುವ" ಎಂದು ಒಲ್ಲದ ಮನಸ್ಸಿನಿಂದ ಹೇಳಿದರು.

ಪೊನ್ನಪ್ಪನವರ ಬಳಿಗೆ ಬಂದ ಸನ್ನಿ, ತನ್ನ ಇನ್‌ಷರ್ಟನ್ನು ಸರಿಸಿ, ಸೊಂಟದ ಬಳಿಯಲ್ಲಿರಿಸಿದ್ದ ಸಣ್ಣ ಪ್ಲಾಸ್ಟಿಕ್ ಕವರನ್ನು ತೆಗೆದು, "ಪಪ್ಪ, ನೀವು ವ್ಯಾಪಾರಕ್ಕೆಂದು ಕೊಟ್ಟ ಹಣ ಮತ್ತು ನನಗೆ ಬಂದ ಲಾಭ ಸೇರಿ ಇದರಲ್ಲಿ ಎರಡು ಲಕ್ಷ ರೂಪಾಯಿ ಇದೆ" ಎನ್ನುತ್ತಾ ಅವರ ಕೈಗಿಟ್ಟ.

ಅನಿರೀಕ್ಷಿತವಾಗಿ ಸನ್ನಿ ಕೈಗಿತ್ತ ಕವರನ್ನು ಆಶ್ಚರ್ಯದಿಂದ ನೋಡುತ್ತಾ ಪೊನ್ನಪ್ಪ, "ನೋಡು ಸನ್ನಿ ಅದು ನಮ್ಮ ಆಸ್ತಿ ಪಾಲಾಗುವಾಗ ಸಿಕ್ಕಿದ ಹಣ, ಅದನ್ನು ನಿಮಗಿಬ್ಬರಿಗೆ ಕೊಡಬೇಕು ಅಂತಲೇ ಬ್ಯಾಂಕಿನಲ್ಲಿ ಇಟ್ಟುಕೊಂಡಿದ್ದೆ. ಆದ್ದರಿಂದ ಈ ಹಣ ನಿನ್ನ ಕೈಯಲ್ಲಿಯೇ ಇರಲಿ" ಎನ್ನುತ್ತಾ ಮರಳಿ ಆ ಕವರನ್ನು ಅವನ ಕೈಗಿಡಲು ಹೋದರು.

"ಬೇಡ ಪಪ್ಪ, ಈ ಹಣ ನಿಮ್ಮ ಬಳಿಯೇ ಇರುವುದು ಸೂಕ್ತ. ನನಗೆ ಸದ್ಯಕ್ಕೆ ಹಣದ ಯಾವುದೇ ಅವಶ್ಯಕತೆಯಿಲ್ಲ. ಬೇಕಿದ್ದರೆ ಖಂಡಿತ ನಿಮ್ಮಿಂದ ಕೇಳಿ ಪಡೆದುಕೊಳ್ಳುತ್ತೇನೆ" ಎಂದು ಹಣದ ಕವರಿನ ಸಮೇತವಾಗಿ ಪೊನ್ನಪ್ಪನವರ ಕೈಗಳನ್ನು ಪ್ರೀತಿಯಿಂದ ಹಿಡಿದುಕೊಂಡ. ಮಗನ ಮಾತು ಕೇಳಿ ಸಂತೋಷದಿಂದ ಪೊನ್ನಪ್ಪ ಮಗನನ್ನು ಎದೆಗವುಚಿಕೊಂಡರು. ಪಕ್ಕದಲ್ಲಿ ನಿಂತಿದ್ದ ಬೊಳ್ಳವ್ವ ಮತ್ತು ಆಲಿಕುಟ್ಟಿ ಆ ಅಪೂರ್ವ ಕ್ಷಣಗಳನ್ನು ನೋಡುತ್ತಾ ಮೂಕವಿಸ್ಮಿತರಾದರು.

* * *

ಶುಂಠಿ ಕೃಷಿ ಸನ್ನಿಯ ಕೈಹಿಡಿದ ನಂತರದಲ್ಲಿ ಸನ್ನಿ ಮುಟ್ಟಿದ್ದೆಲ್ಲವೂ ಚಿನ್ನವಾಗತೊಡಗಿತು. ದಿನಗಳುರುಳಿದಂತೆ ಸನ್ನಿ ರಿಯಲ್ ಎಸ್ಟೇಟ್ ಉದ್ಯಮಕ್ಕು ಕೈ ಹಾಕಿದ. ಕುಶಾಲನಗರದ ಸುತ್ತಮುತ್ತಲಿನಲ್ಲಿ ಕಡಿಮೆ ಬೆಲೆಗೆ ನಿವೇಶನಗಳು ಮಾರಾಟಕ್ಕಿವೆ ಎಂದು ತಿಳಿದುಬಂದರೆ, ಆ ಜಾಗಕ್ಕೆ ಮುಂಗಡ ಹಣ ಪಾವತಿ ಮಾಡಿ ಅಗ್ರಿಮೆಂಟ್ ಮಾಡಿಸಿಕೊಳ್ಳುತ್ತಿದ್ದ ಸನ್ನಿ, ನಂತರದಲ್ಲಿ ಅದೇ ನಿವೇಶನವನ್ನು ದುಪ್ಪಟ್ಟು ಬೆಲೆಗೆ ಬೇರೆಯವರಿಗೆ ಮಾರಿ ಹಣ ಸಂಪಾದನೆ ಮಾಡತೊಡಗಿದ. ಜೊತೆಗೆ ತನ್ನ ಅದೃಷ್ಟದ ಶುಂಠಿ ಕೃಷಿಯನ್ನು ಮುಂದುವರೆಸಿಕೊಂಡು ಹೋದ. ಮೊದಲಿಗೆ ಮೂರು ನಾಲ್ಕು ಏಕರೆಗಳಿಗೆ ಸೀಮಿತವಾಗಿದ್ದ ಅವನ ಕೃಷಿಯ ವ್ಯಾಪ್ತಿ, ನಂತರದಲ್ಲಿ ಹದಿನೈದು ಇಪ್ಪತ್ತು ಏಕರೆಗಳಿಗೆ ವಿಸ್ತರಿಸಿತು. ಹಣ ಹೆಚ್ಚಾಗಿ ಕೈ ಸೇರತೊಡಗಿದಂತೆ ಕುಶಾಲನಗರದಲ್ಲಿ ಸ್ವಂತಕ್ಕೆಂದು ಒಂದೆರಡು ಸೈಟನ್ನು ಕೂಡ ಖರೀದಿಸಿ ಇಟ್ಟಿದ್ದ.

ಸನ್ನಿಯ ವ್ಯಾಪಾರ ವಹಿವಾಟುಗಳು ಹೆಚ್ಚಾಗುತ್ತಾ ಹೋದಂತೆ ಅವನಿಗೆ ದೊಡ್ಡದೊಡ್ಡ ವ್ಯವಹಾರಸ್ಥರು, ಸಿರಿವಂತರ ಪರಿಚಯವಾಗತೊಡಗಿತು. ಇವೆಲ್ಲದರ ನಡುವೆ ಮನೆಯವರೊಂದಿಗಿನ ಸಂಪರ್ಕವನ್ನು ಸಂಪೂರ್ಣವಾಗಿ ಕಳೆದುಕೊಂಡುಬಿಟ್ಟಿದ್ದ. ಮಾತ್ರವಲ್ಲದೇ ಇತ್ತೀಚಿನ ದಿನಗಳಲ್ಲಿ ಗೆಳೆಯ ಆಲಿಕುಟ್ಟಿಗೆ, ತನ್ನ ಸರಿಸಮಾನವಾಗಿ ವ್ಯಾಪಾರದಲ್ಲಿ ಹಣ ತೊಡಗಿಸಲು ಸಾಮರ್ಥ್ಯವಿಲ್ಲ ಎಂದು ಮನಗಂಡು, ತಾನು ಕುಶಾಲನಗರಕ್ಕೆ ಬಂದ ಮೊದಲ ದಿನಗಳಲ್ಲಿ ಆಲಿಕುಟ್ಟಿ ತನಗೆ ಮಾಡಿದ್ದ ಸಹಾಯವನ್ನು ಮರೆತ ಸನ್ನಿ, ಆಲಿಯನ್ನು ಕೂಡ ದೂರಮಾಡಿದ್ದ. ನಂತರ ಎಲ್ಲಾ ಸೌಕರ್ಯಗಳಿದ್ದ ದೊಡ್ಡದಾದ ಒಂದು ಬಾಡಿಗೆ ಮನೆಯನ್ನು ಪಡೆದು, ಗಣೇಶ ಲಾಡ್ಜಿನಲ್ಲಿದ್ದ ತನ್ನ ವಾಸವನ್ನು ಅಲ್ಲಿಗೆ ಬದಲಿಸಿದ. ಆಲಿಕುಟ್ಟಿ ಜೊತೆಗಿದ್ದಷ್ಟು ದಿನವೂ ತನ್ನ ಚಟಗಳನ್ನೆಲ್ಲ ಹದ್ದುಬಸ್ತಿನಲ್ಲಿ ಇಟ್ಟುಕೊಂಡು ಸಭ್ಯಸ್ಥನಂತೆ ಸನ್ನಿ ಬದುಕಿದ್ದ. ಇಬ್ಬರು ಒಟ್ಟಾಗಿದ್ದ ಆ ದಿನಗಳಲ್ಲಿ ಸನ್ನಿ ಅಪರೂಪಕ್ಕೊಮ್ಮೆ ಮೋಜಿಗೆಂದು ಕುಡಿದರೂ, ಅದು ಅಳತೆ ಮೀರುತ್ತಿದೆ ಎಂದು ಆಲಿಯ ಗಮನಕ್ಕೆ ಬಂದರೆ, ತಕ್ಷಣ ಸನ್ನಿಯನ್ನು ತಡೆದು, 'ನಾವು ಯಾಕಾಗಿ ಊರುಬಿಟ್ಟು ಇಷ್ಟು ದೂರ ಬಂದಿರುವುದು, ನಮ್ಮ ಗುರಿಯೇನು' ಎಂಬುದನ್ನು ನೆನಪಿಸಿ ಅವನನ್ನು ತಹಬದಿಗೆ ತಂದುಬಿಡುತ್ತಿದ್ದ. ಆದರೆ ಆಲಿಯಿಂದ ದೂರವಾದ ನಂತರದಲ್ಲಿ ಸನ್ನಿಯ ಕುಡಿತಕ್ಕೆ ಇತಿಮಿತಿ ಇಲ್ಲದಂತಾಯ್ತು. ಹೇಳಲು ಕೇಳಲು ಯಾರೂ ಇಲ್ಲದ ಸನ್ನಿ ಕೆಲವೊಂದು ದಿನ ಬೆಳಿಗ್ಗೆಯೇ ಕುಡಿಯಲು ಪ್ರಾರಂಭ ಮಾಡಿಕೊಂಡುಬಿಡುತ್ತಿದ್ದ.

ಆ ವರ್ಷವೂ ಕೂಡ ಸನ್ನಿಗೆ ಶುಂಠಿ ಕೃಷಿಯಲ್ಲಿ ಉತ್ತಮ ಲಾಭ ಬಂತು. ದಿನಗಳೆದಂತೆ ಶುಂಠಿ ವ್ಯಾಪಾರಸ್ಥರಲ್ಲಿ ಅನೇಕರು ಸನ್ನಿಯೊಂದಿಗೆ ಸೇರಿ ಕೃಷಿ

ಮಾಡಲು ತುದಿಗಾಲಲ್ಲಿ ನಿಲ್ಲತೊಡಗಿದರು. ಈ ನಡುವೆ ಮುಂದಿನ ವರ್ಷದ ಬೆಳೆಗಾಗಿ ಒಂದು ಹತ್ತಿಪ್ಪತ್ತು ಏಕರೆ ಭೂಮಿಯನ್ನು ಗುತ್ತಿಗೆ ಆಧಾರದಲ್ಲಿ ಮಾಡಿಕೊಂಡು ಶುಂಠಿ ಬೆಳೆಯುವ ಸಲುವಾಗಿ ಸನ್ನಿ ಹುಡುಕುತಲಿದ್ದ. ಹೀಗಿರುವಾಗ ಒಂದು ದಿನ, ತನ್ನ ಕೋಣೆಗೆ ಅಪರೂಪಕ್ಕೆ ಕುಡಿಯಲು ಬಂದು ಕುಳಿತುಕೊಳ್ಳುತ್ತಿದ್ದ ಸ್ನೇಹಿತ ಮತ್ತು ಸಣ್ಣಪುಟ್ಟ ರಿಯಲ್ ಎಸ್ಟೇಟ್ ವ್ಯವಹಾರಗಳನ್ನು ಮಾಡುತ್ತಿದ್ದ ತಂಗವೇಲು ಎಂಬಾತ, ಕೇರಳ ಮೂಲದ 'ಮತ್ತಾಯಿ' ಎಂಬುವವನನ್ನು ಜೊತೆಗೆ ಕರೆದುಕೊಂಡು ಬಂದು, "ಮತ್ತಾಯಿ ಒಬ್ಬ ದೊಡ್ಡ ಶುಂಠಿ ವ್ಯಾಪಾರಿ. ಅವನು ಹಲವಾರು ವರ್ಷಗಳಿಂದ ಕೇರಳ ಭಾಗದಲ್ಲಿ ಶುಂಠಿ ಬೆಳೆಯುತ್ತಿದ್ದು, ಸದ್ಯ ಅಲ್ಲಿ ಕೃಷಿಗೆ ಯೋಗ್ಯವಾದ ದೊಡ್ಡ ಭೂಮಿಗಳು ಸಿಗದೇ ಹೋಗಿರುವುದರಿಂದ, ಕೊಡಗಿನ ಪಕ್ಕದ ಮೈಸೂರು ಜಿಲ್ಲೆಯಲ್ಲಿ ಯಾವುದಾದರು ಜಮೀನು ಸಿಗಬಹುದಾ ಎಂದು ಇಲ್ಲಿಗೆ ಹುಡುಕಿಕೊಂಡು ಬಂದಿದ್ದಾನೆ" ಎಂದು ಸನ್ನಿಗೆ ಪರಿಚಯಿಸಿದ.

ಸನ್ನಿ ರಿಯಲ್ ಎಸ್ಟೇಟ್ ಉದ್ಯಮ ಕೂಡ ನಡೆಸುತ್ತಿದ್ದರಿಂದ, ಅವನಿಗೆ ಮೂಡಲಸೀಮೆ ಭಾಗದಲ್ಲಿ ದೊಡ್ಡದೊಡ್ಡ ಜಮೀನುದಾರರ ಪರಿಚಯ ಸಾಮಾನ್ಯವಾಗಿ ಇತ್ತು. ಆದ್ದರಿಂದ ಸನ್ನಿಯ ಸಂಪರ್ಕ ಮಾಡಿಸಿದರೆ ಈ ದೊಡ್ಡ ವ್ಯಾಪಾರಿಗೆ ಬೇಕಾದ ಜಮೀನಿನ ವ್ಯವಸ್ಥೆಯೂ ಆಗಬಹುದು, ಅದರ ಜೊತೆಗೆ ತನಗೂ ಸ್ವಲ್ಪ ಕಮಿಶನ್ ಸಿಗಬಹುದು ಎಂದುಕೊಂಡ ತಂಗವೇಲು, ಮತ್ತಾಯಿಯನ್ನು ನೇರ ಸನ್ನಿಯ ಮನೆಗೆ ಕರೆದುಕೊಂಡು ಬಂದು ಪರಿಚಯಿಸಿದ್ದ. ಸನ್ನಿಗೆ ಮೊದಲೇ ತನಗಿಂತ ದೊಡ್ಡ ಬೆಳೆಗಾರರು, ಹಣವಂತರನ್ನು ಕಂಡರೆ ಏನೋ ಒಂದು ರೀತಿಯ ಸೆಳೆತ. ಇಬ್ಬರು ಪರಿಚಯವಾದ ಮೇಲೆ ಗಂಟೆಗಳ ಕಾಲ, ಶುಂಠಿ ಬೆಳೆ, ವ್ಯವಹಾರ, ರಿಯಲ್ ಎಸ್ಟೇಟ್ ಉದ್ಯಮದ ಬಗ್ಗೆ ಹರಟಿದರು. ತಾಸುಗಳು ಕಳೆಯುವ ವೇಳೆಗೆ 'ನಾನು ಈ ಭಾಗದಲ್ಲೇನಾದರು ಕೃಷಿ ಮಾಡುವುದಿದ್ದರೆ ಅಥವಾ ಜಮೀನು ಕಂಡುಕೊಳ್ಳಬೇಕಿದ್ದರೆ ಅದಕ್ಕೆ ಸನ್ನಿಯ ಸಹಾಯ ಅತ್ಯವಶ್ಯಕ' ಎಂಬುದು ಮತ್ತಾಯಿಗೆ ಮನವರಿಕೆಯಾಗಿತ್ತು. ಮಾತುಕತೆಗಳ ನಂತರ ಅಲ್ಲೊಂದು ದೊಡ್ಡ ಮದ್ಯಕೂಟವೇ ನಡೆಯಿತು. ಅಂದಿನ ಎಲ್ಲಾ ಖರ್ಚುವೆಚ್ಚಗಳನ್ನು ಮತ್ತಾಯಿಯೇ ಭರಿಸಿ ತನ್ನ ದೊಡ್ಡಸ್ತಿಕೆಯನ್ನು ಎಲ್ಲರ ಮುಂದೆ ತೋರ್ಪಡಿಸಿದ.

ಸನ್ನಿ ಕೂಡ ನಿನಗೆ ಕೃಷಿ ಮಾಡಲು, ಯೋಗ್ಯ ಜಮೀನನ್ನು ನಾನು ಏರ್ಪಾಟು ಮಾಡಿಕೊಡುತ್ತೇನೆ ಎಂದು ಮತ್ತಾಯಿಗೆ ಭರವಸೆ ನೀಡಿದ. ಅದರಂತೆ ಜಮೀನಿನ ವ್ಯವಸ್ಥೆ ಆದ ನಂತರವೇ ಊರಿಗೆ ಮರಳುವುದು ಎಂದು ನಿರ್ಧಾರ ಮಾಡಿದ ಮತ್ತಾಯಿ, ಕುಶಾಲನಗರದ ಪ್ರತಿಷ್ಠಿತ ಕನ್ನಿಕಾ ಇಂಟರ್‌ನ್ಯಾಷನಲ್ ಲಾಡ್ಜಿನಲ್ಲಿ ರೂಮು ಬಾಡಿಗೆಗೆ ಪಡೆದು

ಅಲ್ಲಿ ವಾಸಮಾಡತೊಡಗಿದ. ಮರುದಿನದಿಂದ ಸನ್ನಿ, ತನಗೆ ತಿಳಿದಿರುವ ಪಿರಿಯಾಪಟ್ಟಣ ತಾಲ್ಲೂಕಿನ ಜಮೀನ್ದಾರರುಗಳ ಬಳಿಯಲ್ಲಿ ಜಾಗದ ಸಲುವಾಗಿ ವಿಚಾರಿಸತೊಡಗಿದ. ಕೆಲವೊಮ್ಮೆ ಜೊತೆಯಲ್ಲಿ ಮತ್ತಾಯಿಯನ್ನು ಸಹ ಕರೆದುಕೊಂಡು ಹೋಗುತ್ತಿದ. ಅಲ್ಲೆಲ್ಲಾ ಗರಿಷ್ಠ ಎಂದರೆ ಇಪ್ಪತ್ತು ಮೂವತ್ತು ಏಕರೆಯಷ್ಟು ಜಮೀನು ಇರುತ್ತಿದ್ದವೇ ಹೊರತು, ಇವರಂದುಕೊಂಡಂತೆ ನೂರು ಏಕರೆ ಜಾಗ ಎಲ್ಲೂ ಸಿಗುತ್ತಿರಲಿಲ್ಲ. ಹೀಗೆ ಭೂಮಿ ಹುಡುಕುವ ನೆಪದಲ್ಲಿ ಸನ್ನಿ ಮತ್ತು ಮತ್ತಾಯಿ ತಿಂಗಳುಗಟ್ಟಲೆ ಜೊತೆಗೆ ಓಡಾಡಿ ತುಂಬಾ ಆತ್ಮೀಯರಾಗಿಬಿಟ್ಟಿದ್ದರು.

ಈ ನಡುವೆ ಬೈಲುಕೊಪ್ಪದ ಟಿಬೇಟ್ ಕಾಲೋನಿಯ 'ವುಜೆಂಗ್ ಕ್ಸಿರಿ' ಎಂಬ ವ್ಯಕ್ತಿಯ ಬಳಿ ನೂರು ಏಕರೆಗು ಮಿಗಿಲಾದ ಜಮೀನಿದ್ದು, ಆ ಭೂಮಿಯನ್ನು ಯಾವುದೇ ರೀತಿಯ ಕೃಷಿಗೆ ಬಳಸದೆ, ಹಾಗೆಯೇ ಪಾಳುಬಿಟ್ಟಿದ್ದಾನೆ ಎಂಬ ಮಾಹಿತಿಯೊಂದು ಪರಿಚಯಸ್ಥರ ಮೂಲಕ ಸನ್ನಿಗೆ ತಿಳಿದು, ಒಂದು ಕಾಲದಲ್ಲಿ ಇಡೀ ಪಿರಿಯಾಪಟ್ಟಣ ತಾಲ್ಲೂಕಿಗೆ ಕುಖ್ಯಾತ ರೌಡಿ ಎಂದು ಗುರುತಿಸಿಕೊಂಡಿದ್ದು, ನಂತರ ಬದಲಾದ ಸನ್ನಿವೇಶದಲ್ಲಿ ರಾಜಕೀಯ ಪ್ರವೇಶ ಮಾಡಿ ಜನಸೇವೆ ಮಾಡುವುದರ ಮೂಲಕ ಸುತ್ತ ಹತ್ತಳ್ಳಿಗೂ ಪ್ರಖ್ಯಾತರಾಗಿದ್ದ ರಾಮಸ್ವಾಮಿ ಅಲಿಯಾಸ್ ಕೊಪ್ಪದ ರಾಮಣ್ಣನ ಬಳಿ ಹೋಗಿ, "ರಾಮಣ್ಣ, ಇವನು ನನ್ನ ಸ್ನೇಹಿತ ಮತ್ತಾಯಿ ಅಂತ. ಕೇರಳದವನು. ಇವನು ಶುಂಠಿ ಹಾಕುವ ಸಲುವಾಗಿ ಜಮೀನು ಹುಡುಕುತ್ತಿದ್ದಾನೆ. ಟಿಬೇಟ್ ಕಾಲೋನಿಯ ಅಂಚಿನಲ್ಲಿರುವ ವುಜೆಂಗ್ ಕ್ಸಿರಿಗೆ ಸೇರಿದ ಆ ಪಾಳುಭೂಮಿಯನ್ನು ಗುತ್ತಿಗೆಗೆ ಮಾಡಿಸಿಕೊಟ್ಟರೆ ಭಾರೀ ಉಪಕಾರವಾಗುತ್ತಿತ್ತು" ಅಂತ ಕೇಳಿಕೊಂಡ.

ಮಿತಭಾಷಿಯಾಗಿದ್ದ ರಾಮಣ್ಣ, ಯಾರಾದರು ಸಹಾಯ ಕೇಳಿಕೊಂಡು ಬಂದರೆ ಇಲ್ಲವೆನ್ನುತ್ತಿರಲಿಲ್ಲ. ಜೊತೆಗೆ ತನ್ನಿಂದ ಸಾಧ್ಯವಾಗುವ ಮಟ್ಟಿಗೆ ಪ್ರಯತ್ನಪಡುತ್ತಿದ್ದರು. ಸಾಧಾರಣವಾಗಿ ಕೊಪ್ಪದ ರಾಮಣ್ಣನವರ ಮಾತನ್ನು ಆ ಭಾಗದವರೆಲ್ಲ ಎದುರು ಮಾತನಾಡದೇ ಒಪ್ಪಿಕೊಳ್ಳುತ್ತಿದ್ದರು ಕೂಡ. ಅದು ಅವರ ಮೇಲಿನ ಗೌರವದಿಂದಾಗಿಯೋ ಅಥವಾ ಭಯದಿಂದಾಗಿಯೋ ಎಂದು ಗೊತ್ತಾಗುತ್ತಿರಲಿಲ್ಲ. ಆದ್ದರಿಂದ ವುಜೆಂಗ್ ಕ್ಸಿರಿಯ ಹತ್ತಿರ ರಾಮಣ್ಣ ಮಾತನಾಡಿದರೆ, ಆ ಜಮೀನನ್ನು ತಮಗೆ ಕೊಡಲು ಅವನು ಖಂಡಿತ ಒಪ್ಪಿಕೊಳ್ಳುತ್ತಾನೆ ಎಂದು ಅಂದಾಜು ಮಾಡಿದ ಸನ್ನಿ ನೇರವಾಗಿ ಬಂದು ರಾಮಣ್ಣನ ಬಳಿ ಸಹಾಯ ಕೇಳಿದ್ದ.

ಊಹಿಸಿದಂತೆ ಕೊಪ್ಪದ ರಾಮಣ್ಣ, ಟಿಬೇಟಿಯನ್ನನ ಅಧೀನದಲ್ಲಿದ್ದ ಜಮೀನನ್ನು ಸನ್ನಿಯ ಸ್ನೇಹಿತನಿಗೆ ಶುಂಠಿಬೆಳೆಗೆ ಮಾಡಿಸಿಕೊಟ್ಟರು.

ಇನ್ನೇನು ಕೆಲವು ದಿನಗಳಲ್ಲಿ ಕೃಷಿ ಚಟುವಟಿಕೆಗಳು ಪ್ರಾರಂಭವಾಗಬೇಕು. ಹೀಗಿರುವಾಗ ಒಂದು ದಿನ ಸನ್ನಿಯ ಮನೆಗೆ ಬಂದ ಮತ್ತಾಯಿ, "ನೀನು ಕೂಡ ಹೇಗಿದ್ದರೂ, ಹತ್ತಿಪ್ಪತ್ತು ಏಕರೆ ಜಮೀನನ್ನು ಶುಂಠಿ ಬೆಳೆ ಮಾಡುವುದಕ್ಕಾಗಿ ಹುಡುಕುತ್ತಿದ್ದೀಯಾ! ನೀನು ಒಪ್ಪುವುದಾದರೆ, ಸದ್ಯ ನಾನು ಮಾಡಲು ಹೊರಟಿರುವ ಟಿಬೇಟ್ ಕ್ಯಾಂಪಿನ ಅದೇ ಜಾಗದಲ್ಲಿ, ನಾವಿಬ್ಬರೂ ಪಾರ್ಟನರ್ ಆಗಿ ಶುಂಠಿ ಬೆಳೆಯಬಹುದಲ್ಲ!" ಎಂದು ಕೇಳಿದಾಗ ಸನ್ನಿಗೂ ಕೂಡ ಮತ್ತಾಯಿಯ ಮಾತು ಕೇಳಿ ಸಂತೋಷವಾಗಿತ್ತು. ಮತ್ತಾಯಿಗೆ ನೂರು ಏಕರೆ ಶುಂಠಿ ಬೆಳೆಯುವುದು ಅಷ್ಟು ದೊಡ್ಡ ವಿಚಾರವೇನಲ್ಲ. ಕಾರಣ ಅವನು ಆರ್ಥಿಕವಾಗಿ ತುಂಬಾ ಸಬಲನಾಗಿದ್ದ. ಆದರೆ ನಾನು ಅವನೊಂದಿಗೆ ಪಾಲುದಾರನಾಗಬೇಕು ಎಂದರೆ ತನ್ನ ಇಷ್ಟು ವರ್ಷದ ದುಡಿಮೆಯನ್ನು ಹಾಕಬೇಕಾಗುತ್ತದೆ ಎಂದು ಸನ್ನಿ ಯೋಚಿಸಲು ಶುರುಮಾಡಿದ.

ಸನ್ನಿಯ ಕಳವಳವನ್ನು ಮನಗಂಡ ಮತ್ತಾಯಿ, "ನೋಡು ಸನ್ನಿ, ನನ್ನ ಜೀವನದಲ್ಲಿ ಇಷ್ಟು ವರ್ಷ ವ್ಯವಹಾರವನ್ನು ನಾನು ಒಬ್ಬನೇ ಮಾಡಿರುವುದು. ಇಲ್ಲಿಯವರೆಗೆ ಯಾರನ್ನು ಕೂಡ ನನ್ನ ಪಾರ್ಟ್‌ನರ್ ಆಗಿ ಸೇರಿಸಿಕೊಂಡಿರಲಿಲ್ಲ. ಆದರೆ ನಿನ್ನ ಸ್ವಭಾವ ಮತ್ತು ನೇರನುಡಿ ನನಗೆ ತುಂಬಾ ಇಷ್ಟವಾಯಿತು. ಜೊತೆಗೆ ನೀನು ಶುಂಠಿ ಬೆಳೆಯಲ್ಲಿ ಅದೃಷ್ಟವಂತ ಎನ್ನುವುದನ್ನು ಕೇಳ್ಪಟ್ಟಿದ್ದೇನೆ, ಮತ್ತ್ಯಾಕೆ ಹಿಂಜರಿಯುತ್ತೀಯಾ? ಧೈರ್ಯಮಾಡಿ ಕೈ ಮಿಲಾಯಿಸು, ಒಂದು ವೇಳೆ ನಸೀಬು ಏನಾದರು ಕೈ ಹಿಡಿದರೆ ಮುಂದಿನ ಸಾಲಿಗೆ ನೀನೊಬ್ಬನೆ ನೂರು ಏಕರೆ ಕೃಷಿ ಮಾಡಬಹುದು" ಎಂದು ಭವಿಷ್ಯವನ್ನು ಕಣ್ಣಮುಂದೆ ಕಟ್ಟಿಕೊಡತೊಡಗಿದ.

ಹೌದಲ್ವಾ! ಎಂದು ಸನ್ನಿಯ ಮನಸ್ಸಿನಲ್ಲಿ ನಾನಾ ರೀತಿಯ ಆಸೆ, ಆಲೋಚನೆಗಳು ಗರಿಗೆದರತೊಡಗಿದವು. 'ಮತ್ತಾಯಿ ಹೇಳುತ್ತಿರುವುದು ಸರಿಯೇ! ಕಾನೂರಿನಿಂದ, ಬರೀ ಒಂದು ಲಕ್ಷದ ಐದು ಸಾವಿರ ಹಿಡಿದುಕೊಂಡು ಬಂದ ನಾನು, ಇಂದು ಲಕ್ಷಾಂತರ ರೂಪಾಯಿ ಸಂಪಾದಿಸಿರಬೇಕಾದರೆ ಅದು ನನ್ನ ಅದೃಷ್ಟವಲ್ಲದೇ ಮತ್ತೇನು! ಈ ಅವಕಾಶ ಕೂಡ ನನ್ನ ಅದೃಷ್ಟ ಪರೀಕ್ಷೆಗಾಗಿಯೇ ಒಲಿದು ಬಂದಿರಬಹುದು. ಒಂದು ವೇಳೆ ನಾನು ಬೇಡ ಎಂದು ಹಿಂದೆ ಸರಿದರೆ, ಮುಂದೊಂದು ದಿನ ಅವಕಾಶ ತಪ್ಪಿದ್ದಕ್ಕಾಗಿ ಪಶ್ಚಾತ್ತಾಪ ಪಡಬೇಕಾಗಬಹುದು' ಎಂದು ಯೋಚಿಸಿ ಧೈರ್ಯಮಾಡಿ ಮತ್ತಾಯಿಯೊಂದಿಗೆ ಪಾಲುದಾರನಾಗಿ ಶುಂಠಿ ಕೃಷಿ ಮಾಡಲು ಸನ್ನಿ ಒಪ್ಪಿಕೊಂಡ.

ಶುಂಠಿ ಕೃಷಿ ಪ್ರಾರಂಭವಾಯಿತು. ಇರ್ವರಿಗೂ ಈ ಕೃಷಿಯಲ್ಲಿ ಉತ್ತಮ ಅನುಭವವಿದ್ದುದರಿಂದ, ಕೆಲಸ ಅಚ್ಚುಕಟ್ಟಾಗಿ ಸಾಗತೊಡಗಿತು.

ದಿನಗಳುರುಳಿದವು. ನೂರು ಏಕರೆ ಶುಂಠಿ ಬೆಳೆಯಲು ಮುಂದಾಗಿದ್ದರಿಂದ ಹಣವನ್ನು ನೀರಿನಂತೆ ಸುರಿಯಬೇಕಾಯಿತು. ಮತ್ತಾಯಿ ಆರ್ಥಿಕವಾಗಿ ಚೆನ್ನಾಗಿದ್ದುದರಿಂದ, ಅವನಿಗೆ ಹಣ ಹೊಂದಿಸಲು ಯಾವುದೇ ರೀತಿಯ ಸಮಸ್ಯೆಯಾಗುತ್ತಿರಲಿಲ್ಲ. ಹಣದ ಅವಶ್ಯಕತೆ ಬಂದಾಗ ಊರಿಗೆ ಹೋಗಿ ಕಾಸುತಂದು ಕೊಡಬೇಕಾದವರಿಗೆ ಕೊಡುತ್ತಿದ್ದ. ಆದರೆ ಸನ್ನಿಯ ಪರಿಸ್ಥಿತಿ ಇದಕ್ಕೆ ತದ್ವಿರುದ್ಧವಾಗಿತ್ತು. ಅದಾಗಲೇ ರಿಯಲ್ ಎಸ್ಟೇಟ್ ದಂಧೆ ಮತ್ತು ಶುಂಠಿ ಕೃಷಿಯಿಂದ ಸಂಪಾದಿಸಿದ ಲಕ್ಷಾಂತರ ರೂಪಾಯಿ ಹಣವನ್ನು ಪ್ರಾರಂಭದಲ್ಲೆ ಕೃಷಿಗಾಗಿ ವಿನಿಯೋಗಿಸಿದ. ಕೊನೆಗೆ ಅದು ಕೂಡ ಸಾಲುತ್ತಿಲ್ಲ ಎಂಬುದನ್ನು ಮನಗಂಡಾಗ, ತಾನು ಖರೀದಿಸಿದ್ದ ಒಂದೊಂದೆ ನಿವೇಶನಗಳನ್ನು ಮಾರಾಟ ಮಾಡಿದ. ಹೀಗೆ ಒಟ್ಟುಮೊತ್ತವಾಗಿ ಕೃಷಿ ಕೊನೆಯಾಗುವ ವೇಳೆಗಾಗಲೇ, ಸನ್ನಿಯ ಕೈಯಿಂದ ಲಕ್ಷಾಂತರ ರೂಪಾಯಿ ವ್ಯಯವಾಗಿತ್ತು. ನಿಜ ಹೇಳಬೇಕೆಂದರೆ, ಶುಂಠಿ ಕೀಳುವ ಹಂತ ತಲುಪುವಷ್ಟರಲ್ಲಿ ಸನ್ನಿ ಬರಿಗೈದಾಸನಾಗಿದ್ದ. 'ಭಗವಂತ ನನ್ನನ್ನು ಪರೀಕ್ಷಿಸುವ ಸಲುವಾಗಿ ಈ ರೀತಿಯ ಕಷ್ಟ ಕೊಡುತ್ತಿದ್ದಾನೆ, ಇನ್ನು ಹೆಚ್ಚೆಂದರೆ ಶುಂಠಿ ಮಾರಾಟವಾಗುವ ತನಕ ಈ ಸಮಸ್ಯೆ ನನ್ನನ್ನು ಕಾಡಬಹುದು. ಅಲ್ಲಿಯವರೆಗೆ ಹೇಗಾದರು ಸಹಿಸಿಕೊಳ್ಳುವ' ಎಂದು ಗಟ್ಟಿ ಮನಸ್ಸು ಮಾಡಿ ಮತ್ತಾಯಿಯೊಂದಿಗೆ ಕೃಷಿಕಾರ್ಯದಲ್ಲಿ ಸನ್ನಿ ಮುಂದುವರೆದ.

ಕಡೆಯದಾಗಿ ಶುಂಠಿಯನ್ನು ಕಿತ್ತು ಮಾರಾಟಮಾಡುವ ದಿನ ಹತ್ತಿರವಾದವು. ಆದರೆ ದಿನದಿಂದ ದಿನಕ್ಕೆ ಶುಂಠಿಯ ಮಾರುಕಟ್ಟೆ ಬೆಲೆ ಇಳಿಮುಖವಾಗುತ್ತಾ ಬಂತು. ಆದರೆ ಈ ವಿಚಾರವಾಗಿ ಸನ್ನಿ ಹೆಚ್ಚೇನು ತಲೆಕೆಡಿಸಿಕೊಳ್ಳಲಿಲ್ಲ. ಕಾರಣ, ರೈತರು ಶುಂಠಿ ಕೀಳಲು ಪ್ರಾರಂಭಮಾಡಿದ ಮೊದಲ ದಿನಗಳಲ್ಲಿ ಎಲ್ಲಾ ಭಾಗಗಳಿಂದಾನೂ ಶುಂಠಿ ಒಂದೇ ಸಮನೆ ಮಾರುಕಟ್ಟೆಗೆ ಹೋಗುವುದರಿಂದ, ಪ್ರಾರಂಭದಲ್ಲಿ ಈ ರೀತಿ ಬೆಲೆ ಏರುಪೇರಾಗುವುದು ಸಹಜ ಮತ್ತು ಹಿಂದಿನ ಕೆಲವು ವರ್ಷಗಳಲ್ಲಿ ಅದು ಅನುಭವಕ್ಕೆ ಕೂಡ ಬಂದಿತ್ತು. ಆದ್ದರಿಂದ ನಂತರದಲ್ಲಿ ಬೆಲೆ ಏರಬಹುದು ಎಂದು ಸನ್ನಿ ಮತ್ತು ಮತ್ತಾಯಿ ಕಾಯತೊಡಗಿದರು. ಹೀಗಿದ್ದರು ಸಹ ಸನ್ನಿಯ ಒಳಮನಸ್ಸು ಮಾತ್ರ ಅದ್ಯಾವ ಕಾರಣಕ್ಕೋ ಏನೋ ಈ ಬಾರಿ, ಭಯ ಮತ್ತು ಕಳವಳದಿಂದ ಒಳಗೊಳಗೆ ತುಂಬಾ ಚಡಪಡಿಸುತ್ತಿತ್ತು. ಕಾರಣ, ಅವನ ಅಷ್ಟೂ ವರ್ಷಗಳ ದುಡಿಮೆಯನ್ನು ಹಿಂದೂಮುಂದು ಯೋಚನೆ ಮಾಡದೇ ಮತ್ತಾಯಿಯ ಮಾತು ಕೇಳಿ ಭೂಮಿಗೆ ಸುರಿದಿದ್ದ.

ಶುಂಠಿ ಕೀಳುವ ಹಂತಕ್ಕೆ ತಲುಪಿತ್ತು. ಇನ್ನು ಕೆಲವೇ ದಿನಗಳಲ್ಲಿ ಬೆಳೆ ಖಾಲಿ ಮಾಡಿ, ಮಾಲೀಕ ವುಜಿಂಗ್ ಕ್ಸಿರಿಗೆ ಜಮೀನನ್ನು ಕೂಡ ಬಿಟ್ಟು

ಕೊಡಬೇಕಾಗಿತ್ತು. ಕೊಪ್ಪದ ರಾಮಣ್ಣ, ಸನ್ನಿಯನ್ನು ಕಂಡಾಗಲೆಲ್ಲ, ಸಮಯಕ್ಕೆ ಸರಿಯಾಗಿ ಜಾಗ ಖಾಲಿ ಮಾಡಿಕೊಡಿ ಎಂದು ನೆನಪಿಸುತ್ತಲೇ ಇದ್ದರು. ಆದ್ದರಿಂದ ಶುಂಠಿಯನ್ನು ಬೀಜಕ್ಕೆಂದು ಬಿಟ್ಟುಕೊಂಡು ಹೆಚ್ಚಿನ ಹಣಕ್ಕೆ ಮಾರುವ ಅವಕಾಶವೂ ಇರಲಿಲ್ಲ. ಆ ವೇಳೆಗಾಗಲೇ ಬೆಲೆಯಲ್ಲಿ ಕೊಂಚ ಚೇತರಿಕೆ ಕಂಡು ಚೀಲಕ್ಕೆ ಐನೂರರ ಗಡಿ ತಲುಪಿತ್ತು. ಇನ್ನು ಬೆಲೆಯೇರುವುದು ಅಷ್ಟಕಷ್ಟೆ. ಈ ಬೆಲೆಗೇನಾದರು ಕಿತ್ತುಕೊಟ್ಟರೆ ಕೈಯಿಂದ, ತಲಾ ಹತ್ತತ್ತು ಲಕ್ಷವಾದರೂ ನಷ್ಟವಾಗಬಹುದು ಎಂದು ನೆನೆದು ಸನ್ನಿ ಕಂಗಾಲಾಗಿದ್ದ.

ಹೀಗಿರುವಾಗ, ಒಂದು ದಿನ ಸನ್ನಿಯ ಬಳಿ ಬಂದ ಮತ್ತಾಯಿ, "ದೆಹಲಿಯಲ್ಲಿ ನನಗೆ ತಿಳಿದಿರುವ ಒಂದು ಕಂಪನಿಯಿದೆ. ನಾನು ಕೇರಳದಲ್ಲಿ ಬೆಳೆಯುತ್ತಿದ್ದ ಶುಂಠಿಯನ್ನು ಪ್ರತಿವರ್ಷ ಅವರಿಗೆ ಕೊಡುತ್ತಿದ್ದದ್ದು. ಅವರಿಗೆ ನಾವೇನಾದರು ಶುಂಠಿ ಕೊಡುವುದಾದರೆ, ಇವಾಗ ಇರುವ ಮಾರುಕಟ್ಟೆ ಬೆಲೆಗಿಂತ ಹೆಚ್ಚಿಗೆ ಇನ್ನೂರು ರೂಪಾಯಿ ಸೇರಿಸಿ ಕೊಡಲು ಅವರು ತಯಾರಿದ್ದಾರೆ. ಆ ಬೆಲೆ ಸಿಕ್ಕಿದರೆ ನಮಗೆ ನಷ್ಟವಂತು ಆಗುವುದಿಲ್ಲ. ಏನಿಲ್ಲವೆಂದರೂ ಒಂದು ಐದಾರು ಲಕ್ಷ ಲಾಭ ಸಿಗಬಹುದು" ಎಂದು ನಷ್ಟದಲ್ಲಿರುವ ವ್ಯಾಪಾರವನ್ನು ಲಾಭದ ಮೂಲಕ ದಡ ಸೇರಿಸುವ ಒಂದು ಉಪಾಯವನ್ನು ಹೇಳತೊಡಗಿದ.

ಸನ್ನಿಯ ಕಿವಿ ನೆಟ್ಟಗಾಯಿತು. ಮತ್ತಾಯಿ ಮುಂದೆ ಏನು ಹೇಳುತ್ತಾನೆ ಎಂದು ದಿಟ್ಟಿಸಿ ನೋಡತೊಡಗಿದ.

"ಆದರೆ ಆ ಬೆಲೆಗೆ ಅವರು ನಮ್ಮಿಂದ ಪದಾರ್ಥ ಖರೀದಿಸುವುದಾದರೆ ಒಂದು ಷರತ್ತಿದೆ" ಎಂದು ಕೂಡ ಮತ್ತಾಯಿ ಹೇಳಿದ.

ಸನ್ನಿ ಮರುಕ್ಷಣವೇ, "ಏನದು?" ಎಂದ

"ಅವರು ನಮ್ಮ ಹಣವನ್ನು ಕೊಡುವುದಕ್ಕೆ ಕನಿಷ್ಠವೆಂದರು ಒಂದು ತಿಂಗಳ ಸಮಯವನ್ನು ತೆಗೆದುಕೊಳ್ಳುತ್ತಾರೆ" ಎಂದು ಮತ್ತಾಯಿ ಹೇಳಿದ.

ಅದಾಗಲೇ ವ್ಯಯಿಸಿದ ಹಣ ಕೂಡ ಸಿಗದೇ ನಷ್ಟವಾಗಬಹುದು ಎಂದು ತಲೆಕೆಡಿಸಿಕೊಂಡಿದ್ದ ಸನ್ನಿಗೆ ಮತ್ತಾಯಿಯ ಮಾತು ಕೇಳಿ, ಕಡೆಯ ಘಟ್ಟದಲ್ಲಿ ಭಗವಂತ ನಷ್ಟವಾಗದ ರೀತಿಯಲ್ಲಿ ಒಂದು ದಾರಿ ತೋರಿಸಿದನಲ್ಲ ಎಂದುಕೊಂಡು, "ಯಾವ ಕಂಪನಿಯವರು? ಅವರ ವ್ಯವಹಾರ ಹೇಗೆ? ಬೆಳೆ ಕೊಟ್ಟ ನಂತರದಲ್ಲಿ ಹಣ ಕೊಡುವ ವಿಚಾರವಾಗಿ ಆ ಸಂಸ್ಥೆಯವರು ಏನಾದರು ತಕರಾರು ಮಾಡಿದರೆ ಏನು ಮಾಡುವುದು?" ಎಂದು ಒಂದೇ ಉಸಿರಿಗೆ ಕೇಳತೊಡಗಿದ.

"ಇಲ್ಲ ಸನ್ನಿ, ಹಣದ ವಿಚಾರವಾಗಿ ನೀನು ತಲೆಕೆಡಿಸಿಕೊಳ್ಳಬೇಡ. ಆ ವಿಷಯವಾಗಿ ಅವರ ಮೇಲೆ ನನಗೆ ನಂಬಿಕೆ ಇದೆ. ಈ ರೀತಿ ಹಲವು ಬಾರಿ

ನಾನು ಅವರಿಗೆ ಶುಂಠಿ ಕೊಟ್ಟಿದ್ದೇನೆ ಮತ್ತು ಅವರು ಹೇಳಿದ ಸಮಯಕ್ಕೆ ಸರಿಯಾಗಿ ಹಣವನ್ನು ಕೂಡ ತಲುಪಿಸಿದ್ದಾರೆ" ಎಂದು ಕಂಪನಿಯವರ ಮೇಲೆ ವಿಶ್ವಾಸವನ್ನು ವ್ಯಕ್ತಪಡಿಸಿದ. "ಸಾಲದ್ದಕ್ಕೆ, ನಾವೇನು ಅವರಿಗೆ ಶುಂಠಿಯನ್ನು ಕೇವಲ ಬಾಯಿಮಾತಿನ ಮೇಲೆ ಕೊಡುತ್ತಿಲ್ಲ. ಬದಲಾಗಿ, ಇಂತಿಷ್ಟು ಹಣಕ್ಕೆ, ಮತ್ತು ಈ ವಾಯಿದೆಯೊಳಗೆ ಹಣ ಪಾವತಿ ಮಾಡಬೇಕು ಎಂದು ವಕೀಲರ ಮುಂದೆ, ಛಾಪಾ ಕಾಗದದ ಮೇಲೆ ಬರೆಸಿ, ಸಹಿ ಹಾಕಿಸಿಕೊಂಡಿರುತ್ತೇವೆ" ಎಂದು ಹೇಳಿದ.

"ಸರಿ, ಮತ್ತಾಯಿ, ನಾನು ಇಷ್ಟು ವರ್ಷದಲ್ಲಿ ಯಾವತ್ತೂ ಶುಂಠಿಯನ್ನು ಸಾಲವಾಗಿ ಕೊಟ್ಟಿರಲಿಲ್ಲ. ಲಾರಿಗೆ ಲೋಡ್ ಆಗುತ್ತಿದ್ದ ಹಾಗೆ ಕೈಗೆ ಹಣ ಬಂದು ಬಿಡುತ್ತಿತ್ತು. ಈ ವ್ಯವಹಾರದಲ್ಲಿ ನಿನಗೆ ನಂಬಿಕೆ ಇದೆ ಎನ್ನುವುದಾದರೆ ನನ್ನದೇನು ಅಭ್ಯಂತರವಿಲ್ಲ" ಎಂದು ಸನ್ನಿ ವಿಧಿಯಿಲ್ಲದೇ ಸಮ್ಮತಿ ಸೂಚಿಸಿದ.

ಮರುದಿನದಿಂದ ಶುಂಠಿಯನ್ನು ಕೀಳುವ ಸಲುವಾಗಿ, ಜಂಬೋ ಜೆಟ್‌ಗಳ ಮೂಲಕ ನೀರು ಹಾಯಿಸತೊಡಗಿದರು. ಗಂಡಸರು ಒಂದು ಬದಿಯಿಂದ ಹಾರೆ ಪಿಕಾಸಿಯ ಮೂಲಕ ಬಗೆದು, ಮಣ್ಣು ಸಡಿಲಿಸುತ್ತಾ ಹೋದರೆ, ಹೆಣ್ಣಾಳುಗಳು ಶುಂಠಿ ಬಿಡಿಸಿ ಕುಕ್ಕೆಯಲ್ಲಿ ತುಂಬಿ ಒಂದು ಬದಿಗೆ ತಂದು ಗುಡ್ಡೆ ಹಾಕತೊಡಗಿದರು. ಉಳಿದವರು ಪಂಪ್‌ಸೆಟ್‌ನ ಪೈಪಿನ ಮೂಲಕ ನೀರು ಹಾಯಿಸಿ, ಶುಂಠಿಯನ್ನು ಚೆನ್ನಾಗಿ ತೊಳೆದು ಚೀಲಕ್ಕೆ ತುಂಬಿಸತೊಡಗಿದರು. ನೂರು ಏಕರೆ ಭೂಮಿಯಲ್ಲಿ ಬೆಳೆದ ಸಾವಿರಾರು ಚೀಲ ಶುಂಠಿಯನ್ನು ಕಿತ್ತು ದೆಹಲಿಯಿಂದ ಬಂದಿದ್ದ ದೊಡ್ಡದೊಡ್ಡ ಟ್ರಕ್ಕುಗಳಿಗೆ ತುಂಬಿ ಕಳುಹಿಸಲು ಹಲವು ದಿನಗಳೇ ಬೇಕಾಯಿತು. ಕೊನೆಗೆ ಈ ಮೊದಲೇ ತೀರ್ಮಾನಿಸಿದಂತೆ ಟ್ರಕ್ಕಿನೊಂದಿಗೆ ಬಂದಿದ್ದ ಕಂಪನಿಯ ವಕ್ತಾರ, ಒಂದು ತಿಂಗಳ ಅವಧಿಯೊಳಗೆ ಹಣ ಕೊಡುವುದಾಗಿ ಮತ್ತಾಯಿಯ ಹೆಸರಲ್ಲಿ ಅಗ್ರಿಮೆಂಟ್ ಮಾಡಿಕೊಟ್ಟು, ಶುಂಠಿ ತುಂಬಿದ್ದ ಲಾರಿಗಳೊಂದಿಗೆ ರಾಜಧಾನಿಯತ್ತ ಮರಳಿ ಹೊರಟ.

ಕೃಷಿ ಚಟುವಟಿಕೆಗಳೆಲ್ಲ ಮುಗಿದ ನಂತರದಲ್ಲಿ ಸನ್ನಿ, ಮತ್ತಾಯಿಯೊಂದಿಗೆ ಅವನ ಕೋಣೆಯಲ್ಲೆ ತಂಗಿದ್ದ. ವ್ಯವಸಾಯದ ಹೆಸರಿನಲ್ಲಿ ಕೈಯಲ್ಲಿದ್ದ ಚಿಕ್ಕಾಸು ಬಿಡದೇ, ಪೂರ್ತಿ ಹಣವನ್ನು ಶುಂಠಿಯ ಮೇಲೆ ಹಾಕಿದ್ದರಿಂದ, ಮೂರ್ನಾಲ್ಕು ತಿಂಗಳಿನಿಂದ ಸನ್ನಿ ಮನೆಯ ಬಾಡಿಗೆಯನ್ನು ಸಹ ಕೊಟ್ಟಿರಲಿಲ್ಲ. ಬಾಡಿಗೆಗೆ ಮನೆ ಪಡೆದ ನಂತರದಲ್ಲಿ ಇದೇ ಮೊದಲ ಬಾರಿಗೆ ಸನ್ನಿಗೆ ಈ ರೀತಿಯ ಒಂದು ಪರಿಸ್ಥಿತಿ ಎದುರಾಗಿತ್ತು. ಹೀಗಿರುವಾಗ ತಾನು ಮನೆಯಲ್ಲಿ ಇರುವಂಥಹ ಸಂದರ್ಭದಲ್ಲಿ, ಮನೆ ಮಾಲೀಕ ಬಂದು ಬಾಡಿಗೆ ಕೇಳುವುದೋ ಅಥವಾ ತಗಾದೆ ತೆಗೆಯುವುದೋ ಮಾಡಿದರೆ ತನ್ನ ಮಾನ ಹರಾಜಾಗಿ ಬಿಡಬಹುದು ಎಂಬ ಆತಂಕದಿಂದ 'ಇದೊಂದು ತಿಂಗಳು ಹೇಗಾದರೂ ಇಲ್ಲಿಯೇ ಉಳಿದು,

ಮುಂದಿನ ತಿಂಗಳು ಶುಂಠಿಯ ಹಣ ಬಂದ ಮೇಲೆ, ಮಾಲೀಕರಿಗೆ ಹಣ ಕೊಟ್ಟು ನಂತರ ಮನೆಗೆ ಮರಳಿದರಾಯಿತು' ಎಂದು ತೀರ್ಮಾನಿಸಿದ ಸನ್ನಿ, ಮತ್ತಾಯಿಯ ಕೋಣೆಯಲ್ಲಿಯೇ ಕುಡಿಯುತ್ತಾ ಕಾಲಕಳೆಯತೊಡಗಿದ.

ಹೀಗೆ ಮರ್ನಾಲ್ಕು ದಿನ ಕಳೆಯುವ ವೇಳೆಗೆ ಮತ್ತಾಯಿ, "ನಾನು ಊರಿಗೆ ಹೋಗಿ ತಿಂಗಳುಗಳು ಕಳೆಯಿತು. ಸಾಲದ್ದಕ್ಕೆ, ಕೈಯಲ್ಲಿ ಹಣ ಬೇರೆ ಖಾಲಿಯಾಗಿದೆ. ಇನ್ನು ಎರಡ್ಮೂರು ದಿನಕ್ಕೆ ರೂಮಿಗೆ ಪಾವತಿಸುವ ಹಣ ಮಾತ್ರ ನನ್ನ ಕೈಯಲ್ಲಿರೋದು. ಆದ್ದರಿಂದ ನಾನೊಮ್ಮೆ ಮನೆಗೆ ಹೋಗಿ, ಮಡದಿ ಮಕ್ಕಳನ್ನು ನೋಡಿಕೊಂಡು, ದೆಹಲಿಯಿಂದ ಹಣ ಬರುವವರೆಗೆ ತಮ್ಮ ಖರ್ಚಿಗೆ ಬೇಕಾದ ಹಣವನ್ನು ತೆಗೆದುಕೊಂಡು ಬರುತ್ತೇನೆ" ಎಂದು ಸನ್ನಿಯ ಬಳಿ ಹೇಳಿದ.

ಸನ್ನಿ ಅವನ ಮಾತಿಗೆ ಮರುಮಾತನಾಡದೇ ಒಪ್ಪಿಕೊಂಡಿದ್ದ ಕಾರಣ, ಅವನು ಹೇಳುವುದರಲ್ಲು ಹುರುಳಿತ್ತು. ಶುಂಠಿ ಮಾರಿರುವ ಹಣ ಕೈ ಸೇರುವವರೆಗೆ ದಿನನಿತ್ಯದ ಊಟೋಪಚಾರಕ್ಕೆ, ಲಾಡ್ಜಿನ ಬಿಲ್ ಕಟ್ಟಲು, ಕಂಠಪೂರ್ತಿ ಕುಡಿಯಲು ಹಣ ಬೇಕಾಗಿತ್ತು. ಇದರಿಂದಾಗಿ ಮತ್ತಾಯಿಯನ್ನು ಊರಿಗೆ ಕಳುಹಿಸಲು ಸನ್ನಿ ಒಪ್ಪಿದ.

ಮರುದಿನ ಮತ್ತಾಯಿ ತನ್ನ ಊರಿಗೆ ಇದ್ದಬದ್ದ ಬಟ್ಟೆಬರೆ, ಲಗೇಜುಗಳನ್ನೆಲ್ಲ ತುಂಬಿಕೊಂಡು, ಸನ್ನಿ ಕೇಳುವ ಮೊದಲೇ, "ಈ ಲಾಡ್ಜಿನವರು ಬಟ್ಟೆ ಒಗೆದರೆ ಅಷ್ಟು ಶುದ್ಧವಾಗುವುದಿಲ್ಲ. ಆದ್ದರಿಂದ ಎಲ್ಲವನ್ನು ತೆಗೆದುಕೊಂಡು ಹೋಗಿ, ಮನೆಯವರ ಬಳಿ ಚೆನ್ನಾಗಿ ಒಗೆಸಿಕೊಂಡು ಬರುತ್ತೇನೆ" ಎಂದು ಹೊರಟು ನಿಂತ. ಹೋಗುವ ಮುನ್ನ ಐದು ಸಾವಿರ ರೂಪಾಯಿಯನ್ನು ಸನ್ನಿಯ ಕೈಗಿತ್ತು, "ನಾನು ಎರಡ್ಮೂರು ದಿನದಲ್ಲಿ ಮರಳಿ ಬರುತ್ತೇನೆ. ಅಲ್ಲಿಯವರೆಗೆ ಹೋಟೆಲ್ ಬಿಲ್ ಮತ್ತು ನಿನ್ನ ಖರ್ಚಿಗೆ ಈ ಹಣವನ್ನು ಇಟ್ಟುಕೋ" ಎಂದು ಹೇಳಿ ಹೊರಟಿದ್ದ. ತನ್ನ ಬಳಿ ಹಣವಿಲ್ಲ ಎಂಬುದನ್ನು ಮನಗಂಡು, ಖರ್ಚಿಗಾಗಿ ಹಣಕೊಟ್ಟು ಹೋಗುತ್ತಿರುವ ಪಾರ್ಟನರ್‌ನನ್ನು ಕಂಡು ಸನ್ನಿ ಒಳಗೊಳಗೆ ಸಂತೋಷಪಟ್ಟ.

ಮತ್ತಾಯಿ ಊರಿಗೆ ಹೋಗಿ ನಾಲ್ಕು ದಿನ ಕಳೆದರೂ ಅವನ ಯಾವುದೇ ಸುದ್ದಿ ಬರಲಿಲ್ಲ ಸನ್ನಿ ಅವನನ್ನು ಸಂಪರ್ಕ ಮಾಡಲು ಪ್ರಯತ್ನಿಸಿದರೆ, 'ನೀವು ಕರೆ ಮಾಡಿರುವ ಚಂದಾದಾರರು ವ್ಯಾಪ್ತಿ ಪ್ರದೇಶದ ಹೊರಗಿದ್ದಾರೆ' ಎಂದು ತಮಿಳು ಭಾಷೆಯಲ್ಲಿ ಕೇಳಿ ಬರುತ್ತಿತ್ತು. 'ಇವನು ಊರಿಗೆ ಹೋಗಿ ಬರುತ್ತೇನೆ ಎಂದು ಕೇರಳಕ್ಕೆ ಹೋಗಿದ್ದಲ್ಲವ! ಇವಾಗ ನೋಡಿದರೆ ಇವನ ಮೊಬೈಲ್‌ನಲ್ಲಿ ತಮಿಳು ಭಾಷೆ ಕೇಳಿ ಬರುತ್ತಿದೆ!' ಎಂದು ಸನ್ನಿಗೆ ಅನುಮಾನ ಕಾಡಲು ಶುರುವಾಗಿ, ಮತ್ತೆ ಮತ್ತೆ ಕರೆ ಹಚ್ಚತೊಡಗಿದ. ಯಾವುದೇ ಪ್ರಯೋಜನವಿಲ್ಲ!

ಮೊಬೈಲ್ ಹೇಳಿದ್ದನ್ನೆ ಪುನರಾವರ್ತನೆ ಮಾಡತೊಡಗಿತು. ಅವನ ಮನಸ್ಸಿನ ಮೂಲೆಯಲ್ಲಿ ಸುಪ್ತವಾಗಿ ಅಡಗಿದ್ದ ಭಯ, ಆತಂಕಗಳು ಮೆಲ್ಲನೆ ಬುಸುಗುಡಲು ಪ್ರಾರಂಭವಾಯಿತು. ಒಂದಷ್ಟು ಸಾವರಿಸಿಕೊಂಡ ಸನ್ನಿ, 'ಆಗೇನು ಇರಲ್ಲ! ಅವನು ನನಗೆ ಮೋಸ ಮಾಡಲಾರ, ನಾನು ಸುಖಾಸುಮ್ಮನೆ ಮತ್ತಾಯಿಯನ್ನು ಸಂಶಯ ಪಡಬಾರದು, ಅವನು ಒಳ್ಳೆಯ ವ್ಯಕ್ತಿ' ಎಂದುಕೊಂಡು ತನ್ನನ್ನು ತಾನೆ ಸಮಾಧಾನ ಮಾಡತೊಡಗಿದ.

ದಿನಗಳೆಯತೊಡಗಿತು. ಸನ್ನಿಯ ಕೈಯಲ್ಲಿದ್ದ ಹಣ ಕೂಡ ಕರಗುತ್ತಾ ಬಂತು. 'ಮತ್ತಾಯಿ ಬರುವ ಯಾವುದೇ ಲಕ್ಷಣಗಳು ಕಾಣುತ್ತಿಲ್ಲ! ಎರಡು ತಿಂಗಳಿಗೆ ಮೊದಲು ರಾಜನಂತೆ ಐಷಾರಾಮಿಯಾಗಿ ಕಳೆದ ನಾನು, ಇಂದು ಊಟ ಮತ್ತು ವಸತಿಯ ಸಲುವಾಗಿ ಅವರಿವರ ಬಳಿ ಸಾಲ ಕೇಳುವ ಪರಿಸ್ಥಿತಿ ಎದುರಾಯಿತಲ್ಲ!' ಎಂದು ಸನ್ನಿ ಪರಿತಪಿಸತೊಡಗಿದ. 'ಯಾರ ಬಳಿ ಸಹಾಯ ಕೇಳಲಿ! ಕೇಳಿದರೆ ಅವರು ಏನು ಅಂದುಕೊಳ್ಳುತ್ತಾರೆ! ತನ್ನ ಈ ಪರಿಸ್ಥಿತಿ ಊರಿನವರಿಗೆ ತಿಳಿದರೆ ನನಗಿದ್ದ ಮರ್ಯಾದೆ ಮೂರು ಕಾಸಿಗೆ ಹರಾಜಾಗುವುದಿಲ್ಲವಾ!' ಎಂದು ಅವನೊಳಗಿದ್ದ ಸ್ವಾಭಿಮಾನ ಕೂಡ ಅವನನ್ನು ಕೆಣಕತೊಡಗಿತು. ಮುಂದೇನು ಮಾಡಬೇಕು? ಎಂದು ತೋಚದೇ ಒಂಟಿಯಾಗಿ ಕೋಣೆಯೊಳಗಡೆ ಕುಳಿತು ಕಂಗಾಲಾಗತೊಡಗಿದ. ಆ ಕ್ಷಣಕ್ಕೆ ತನ್ನ ಗತಕಾಲದ ಗೆಳೆಯ ಆಲಿಕುಟ್ಟಿಯ ನೆನಪು ಸಹ ಸನ್ನಿಯನ್ನು ಬಲವಾಗಿ ಕಾಡತೊಡಗಿತು. 'ಆಲಿ ತನ್ನ ಜೊತೆಗಿದ್ದಿದ್ದರೆ ನಾನು ಈ ರೀತಿ ತಂಗಲು ಜಾಗವಿಲ್ಲದೇ, ಉಣ್ಣಲು ಹಣವಿಲ್ಲದೇ ನಾಯಿಪಾಡು ಅನುಭವಿಸಬೇಕಾಗಿರಲಿಲ್ಲ' ಎಂದು ಒಳಗೊಳಗೆ ಕೊರಗತೊಡಗಿದ.

ಅದಾಗಲೇ 'ಈ ಬಾರಿಯ ಶುಂಠಿ ಕೃಷಿಯಲ್ಲಿ ಸನ್ನಿಗೆ ದೊಡ್ಡ ಮಟ್ಟದ ಹೊಡೆತ ಬಿದ್ದಿದ್ದು, ಅವನ ಪಾರ್ಟ್ನರ್ ಕೂಡ ಕೈ ಎತ್ತುವ ಲಕ್ಷಣವಿದೆ' ಎಂಬ ಗಾಳಿಸುದ್ದಿ ಸ್ನೇಹಿತರ ವಲಯದಲ್ಲಿ ಮತ್ತು ವ್ಯಾಪಾರಿಗಳ ನಡುವಲ್ಲಿ ಗುಲ್ಲಾಗಿತ್ತು. ಸನ್ನಿ ಯಾವಾಗ ಆರ್ಥಿಕ ಸಮಸ್ಯೆಯಲ್ಲಿ ಸಿಕ್ಕಿಕೊಂಡಿದ್ದಾನೆ ಎಂಬುದು ಹೊರಜಗತ್ತಿಗೆ ಗೊತ್ತಾಯಿತೋ, ಅವನ ಆತ್ಮೀಯರು ಎನಿಸಿಕೊಂಡು ಅವನ ಹಿಂದೆಮುಂದೆ ತಿರುಗುತ್ತಿದ್ದ ಪ್ರತಿಯೊಬ್ಬರೂ ಅವನಿಂದ ಅಂತರ ಕಾಯ್ದುಕೊಳ್ಳಲು ಶುರುಮಾಡಿದ್ದರು.

ಸನ್ನಿ ದಿನ ಬೆಳಗಾದರೆ, ಯಾರಾದರು ಸ್ನೇಹಿತರಿಗೆ ಕರೆ ಮಾಡಿ, ಸಾಲ ಪಡೆದು, ದಿನನಿತ್ಯದ ಜೀವನವನ್ನು ದೂಡತೊಡಗಿದ. 'ಸನ್ನಿಯದ್ದು ಪ್ರತಿದಿನ ಇದೇ ಗೋಳು' ಎಂಬುದು ಅರಿವಾಗುತ್ತಿದ್ದಂತೆ ಎಲ್ಲರೂ ಅವನ ಕರೆಯನ್ನು ಸ್ವೀಕರಿಸುವುದನ್ನೆ ಬಿಟ್ಟುಬಿಟ್ಟಿದ್ದರು. ಇತ್ತ, 'ಖರ್ಚಿಗೆ ಕೂಡ ತನ್ನ ಬಳಿ ಹಣ ಇಲ್ಲ, ಅಂತದ್ದರಲ್ಲಿ ಮತ್ತಾಯಿ ಬಿಟ್ಟುಹೋದ ಈ ಐಷಾರಾಮಿ ಲಾಡ್ಜಿನ

ಬಿಲ್ ಕಟ್ಟುವುದಾದರು ಹೇಗೆ!' ಎಂದುಕೊಂಡ ಸನ್ನಿ, 'ಹೋಟೆಲಿನವರು ಹೊರದಬ್ಬುವ ಮೊದಲೇ ತಾನೇ ಇಲ್ಲಿಂದ ಹೊರ ಹೋಗಿಬಿಡುವಾ' ಎಂದು ತೀರ್ಮಾನಿಸಿ, ಕುಶಾಲನಗರದಲ್ಲಿ ತನ್ನ ಜೀವನವನ್ನು ಪ್ರಾರಂಭ ಮಾಡಿದ್ದ, ಆ ಹಳೆಯ 'ಗಣೇಶ ಲಾಡ್ಜ್'ಗೆ ಮತ್ತೆ ಮರಳಿ ಬಂದಿದ್ದ

ಗಣೇಶ್ ಲಾಡ್ಜ್ ಇಪ್ಪತ್ತು ವರ್ಷಕ್ಕೆ ಮೊದಲು ಹೇಗಿತ್ತೋ ಇವಾಗಲು ಅದೇ ಸ್ಥಿತಿಯಲ್ಲಿತ್ತು. ದೊಡ್ಡಶೆಟ್ಟರು ಕಾಲವಾಗಿದ್ದರಿಂದ ಆಸ್ತಿ ಪಾಲಾಗಿ ವ್ಯವಹಾರಗಳೆಲ್ಲ ಮಕ್ಕಳ ಕೈಗೆ ಬಂದಿತ್ತು. ಆ ದಿನಗಳಲ್ಲಿ ಕೊಡಗಿನ ಉದ್ದಗಲಕ್ಕೂ ಪ್ರವಾಸೋದ್ಯಮದ ಅಲೆ ಭಯಂಕರವಾಗಿ ಬೀಸಲು ಪ್ರಾರಂಭ ಮಾಡಿದ್ದರಿಂದ ವಾರಾಂತ್ಯವಾದರೆ ಕಾಲಿಡಲು ಸಾಧ್ಯವಾಗದಷ್ಟರ ಮಟ್ಟಿಗೆ ಕುಶಾಲನಗರ ಪಟ್ಟಣ ಪ್ರವಾಸಿಗರಿಂದ ತುಂಬಿತುಳುಕುತ್ತಿತ್ತು. ಜೊತೆಗೆ ಲಾಡ್ಜ್‌ಗಳೆಲ್ಲ ಭರ್ತಿಯಾಗುತ್ತಿದ್ದವು. ಇದರಿಂದಾಗಿ ಲಾಡ್ಜಿನ ಗೋಡೆಗಳಿಗೆ ಬಣ್ಣ ಬಳಿದು ಗ್ರಾಹಕರನ್ನು ಸೆಳೆಯುವ ತಂತ್ರವನ್ನು ಶೆಟ್ಟರ ಮಕ್ಕಳು ಕೂಡ ಮಾಡಿದ್ದರು. ಇನ್ನುಳಿದಂತೆ, ಹಳೆಯ ಬೆಡ್ಡು, ಮಂಚ, ಅದೇ ಕೃಷ್ಣಶೆಟ್ಟರು, ಅವರ ಅಂಡಿನಿಂದ ಇಸ್ತ್ರಿಮಾಡುವ ಪ್ರಯೋಗ ಎಲ್ಲವೂ ಮುಂದುವರೆದಿತ್ತು. ಮುಖ್ಯವಾಗಿ ಕೆಲವು ವರ್ಷಗಳಿಗೆ ಮೊದಲು ಆಲಿಕುಟ್ಟಿ ಕೂಡ ಗಣೇಶ ಲಾಡ್ಜಿನಲ್ಲಿನ ತನ್ನ ಅದೃಷ್ಟ ಪರೀಕ್ಷೆಯನ್ನು ಕೊನೆಗೊಳಿಸಿ, ಒಂದು ಒಳ್ಳೆಯ ಬಡಾವಣೆಯಲ್ಲಿ ಸ್ವಂತ ಮನೆಕಟ್ಟಿ ಮಡದಿಮಕ್ಕಳೊಂದಿಗೆ ವಾಸ ಆರಂಭಿಸಿದ್ದ. ಹೀಗಿರುವಾಗ ಸನ್ನಿ ಮರಳಿ ಬಂದು ಗಣೇಶ ಲಾಡ್ಜಿನಲ್ಲಿ ತಂಗಲು ಪ್ರಾರಂಭ ಮಾಡಿದ.

ತಿಂಗಳು ಕಳೆಯಿತು. ಡೆಲ್ಲಿಗೆ ತುಂಬಿ ಕಳುಹಿಸಿದ್ದ ಶುಂಠಿಯ ಹಣವೂ ಬರಲಿಲ್ಲ. ಇತ್ತ ಊರಿಗೆ ಹೋದ ಮತ್ತಾಯಿಯ ಫೋನು ಚಾಲು ಆಗಲಿಲ್ಲ. ಸನ್ನಿ ತಲೆ ಕೆಟ್ಟು ಹೋದವನಂತಾದ. ಹೊಟ್ಟೆಗೆ ಹಿಟ್ಟಿಲ್ಲದೆ ಪರದಾಡತೊಡಗಿದ, ಯಾರಾದರೂ ಅನುಕಂಪದಿಂದ ನೂರೋ ಇನ್ನೂರೋ ಕೊಟ್ಟರೆ, ಅದನ್ನು ಕಂಠಪೂರ್ತಿ ಕುಡಿದು ಬೀಳತೊಡಗಿದ. ಊರಿಡೀ ಸಾಲ ಬೇರೆ ಆಗಿತ್ತು. ಹೀಗಿರುವಾಗ, ಸನ್ನಿಗೆ ಒದಗಿಬಂದಿರುವ ಆ ಪರಿಸ್ಥಿತಿಯನ್ನು ಪರಿಚಿತರೊಬ್ಬರು ಆಲಿಕುಟ್ಟಿಯ ಗಮನಕ್ಕೆ ತಂದಾಗ ಆಲಿಕುಟ್ಟಿ ತಡಮಾಡದೇ ಸನ್ನಿಯನ್ನು ಹುಡುಕಿಕೊಂಡು ಲಾಡ್ಜಿಗೆ ಬಂದಿದ್ದ

ಅಂದು ಸನ್ನಿ, ಗಣೇಶ ಲಾಡ್ಜಿನ ಕೋಣೆಯಲ್ಲಿ ಹಸಿವು ತಾಳಲಾರದೇ ಹೊಟ್ಟೆ ತುಂಬಾ ತಣ್ಣೀರು ಕುಡಿದು ಮುದುರಿ ಮಲಗಿದ್ದ. ಬಾಗಿಲು ಬಡಿದ ಶಬ್ದ ಕೇಳಿಸುತ್ತಿದ್ದಂತೆ, 'ಮತ್ತಾಯಿಯೇನಾದರು ಬಂದಿರಬಹುದಾ!' ಎಂದು ದಡಬಡಿಸಿ ಎದ್ದ ಸನ್ನಿ, ಬಾಗಿಲು ತೆರೆದು ನೋಡಿದರೆ, ಕಣ್ಣಮುಂದೆ ಹಳೆಯ ಸ್ನೇಹಿತ ಆಲಿಕುಟ್ಟಿ ನಿಂತಿದ್ದ. 'ತಾನು ಅಂದು ಹಣ ಅಂತಸ್ತು ಬಂದಾಗ,

ಅದಕ್ಕೆ ಕಾರಣೀಭೂತನಾದ ಆಲಿಕುಟ್ಟಿಯನ್ನು ದೂರ ಮಾಡಿದೆ, ಆದರು ಕೂಡ ಅದ್ಯಾವುದನ್ನು ಮನಸ್ಸಿನಲ್ಲಿ ಇಟ್ಟುಕೊಳ್ಳದೆ ಮತ್ತೆ ನನ್ನನ್ನು ಹುಡುಕಿಕೊಂಡು ಆಲಿ ಬಂದಿದ್ದಾನಲ್ಲ!' ಎಂದು ನೆನೆದು ಕಣ್ಣಾಲಿಗಳನ್ನು ತುಂಬಿಕೊಂಡ ಸನ್ನಿ, ಆಲಿಯನ್ನೆ ಪಶ್ಚಾತ್ತಾಪ ಭಾವದಿಂದ ನೋಡುತ್ತಾ ನಿಂತ.

ಸನ್ನಿ ಸೊರಗಿದ್ದ. ಯೋಚನೆ ಮಾಡಿ ಮಾಡಿ ಕಣ್ಣಿನ ಸುತ್ತಲೂ ಕಪ್ಪುಕಲೆಗಳು ಹರಡಿಕೊಂಡಿದ್ದವು. ತಾನು ದೂರವಾಗುವ ದಿನಗಳಲ್ಲಿ ಸಿನಿಮಾ ನಟನಂತೆ ಕಾಣುತ್ತಿದ್ದ ಸನ್ನಿ ಇಂದು ಪತ್ತೆ ಹಚ್ಚಲು ಸಹ ಸಾಧ್ಯವಾಗದಿರುವಷ್ಟರ ಮಟ್ಟಿಗೆ ಬದಲಾಗಿ ಹೋಗಿದ್ದನ್ನು ಆಲಿ ಗಮನಿಸಿದ. ಅವನ ಮಾಸಿದ ಮುಖ, ಡೈ ಕಾಣದ ಕೂದಲು, ಉದ್ದಕ್ಕೆ ಬೆಳೆದಿದ್ದ ಗಡ್ಡವನ್ನು ನೋಡಿ ನೊಂದುಕೊಂಡ ಆಲಿ, "ಎಂತ ಸನ್ನಿ ನಿನ್ನ ಅವಸ್ಥೆ, ಹೇಗಾಗಿದ್ದೀಯ ನೋಡು!" ಎಂದು ಮರುಗುತ್ತಾ ಅವನನ್ನು ಹೊರಡಿಸಿ ಹೋಟೆಲಿಗೆ ಕರೆದುಕೊಂಡು ಹೋಗಿ, ಹೊಟ್ಟೆ ತುಂಬಾ ಊಟ ಮಾಡಿಸಿದ. ಹಸಿವು ನೀಗುತ್ತಿದ್ದಂತೆ, ಮತ್ತಾಯಿ ತನಗೆ ಮಾಡಿದ ಮೋಸದ ಕಥೆಯನ್ನು ಆಲಿಕುಟ್ಟಿಯ ಬಳಿ ಸನ್ನಿ ಹೇಳತೊಡಗಿದ.

ಸನ್ನಿಯ ಕತೆಯನ್ನೆಲ್ಲ ಕೇಳಿದ ಆಲಿಕುಟ್ಟಿ, "ವ್ಯವಹಾರಕ್ಕೆ ಸಂಬಂಧಪಟ್ಟಂತೆ ಅಕ್ಕಪಕ್ಕದ ಮನೆಯವರನ್ನೆ ನಂಬದಿರುವ ಈ ಕಾಲಘಟ್ಟದಲ್ಲಿ, ಊರುಕೇರಿ ಗೊತ್ತಿಲ್ಲದ, ನಾಲ್ಕುದಿನ ಒಟ್ಟಿಗೆ ಕುಡಿದ ಪರಿಚಯ ಮಾತ್ರ ಇರುವ ಒಬ್ಬನನ್ನು ನಂಬಿ, ನಿನ್ನ ಇಷ್ಟೂ ದಿನದ ಸಂಪಾದನೆಯನ್ನು ಅವನ ಕೈಗಿಟ್ಟಿದ್ದೀಯಾ! ಎಂದರೆ ನಿನಗೇನು ಹೇಳಬೇಕು ಎಂದು ನನಗೆ ತೋಚುತ್ತಿಲ್ಲ!" ಎನ್ನುತ್ತಾ ಸನ್ನಿಯ ಜೊತೆಗೂಡಿ, ಈ ಮೊದಲು ಮತ್ತಾಯಿಯನ್ನು ಸನ್ನಿಯ ಮನೆಗೆ ಕರೆದುಕೊಂಡು ಬಂದು ಪರಿಚಯಿಸಿದ ತಂಗವೇಲುವಿನ ಮನೆಯ ಬಳಿಗೆ ಹೋದ. ಅವನ ಬಳಿ ವಿಚಾರಿಸಿದರೆ, "ನನಗೆ ಆ ವ್ಯಕ್ತಿಯ ಪೂರ್ವಾಪರ ಏನು ಗೊತ್ತಿಲ್ಲ ಆಲಿ, ಅಂದು ಗ್ರೀನ್ ಹೋಟೆಲಿನ (ಕುಶಾಲನಗರದ ಶೇಕಡ 90% ಭಾಗ ರಿಯಲ್ ಎಸ್ಟೇಟ್ ಬ್ರೋಕರ್‌ಗಳು ನಿಂತುಕೊಳ್ಳುವ ಜಾಗ) ಬಳಿ ನಿಂತುಕೊಂಡಿದ್ದಾಗ ಬಿಳಿಯ ಬಣ್ಣದ ಬೊಲೆರೋ ಜೀಪಿನಲ್ಲಿ ಬಂದಿಳಿದ ಅವನು, ಶುಂಠಿ ಹಾಕಲಿಕ್ಕೆ ಈ ಭಾಗದಲ್ಲಿ ತುಸು ಜಾಸ್ತಿ ಜಾಗ ಎಲ್ಲಿಯಾದರು ಸಿಗಬಹುದಾ? ಎಂದು ಕೇಳಿದ. ನಾನು ಸನ್ನಿಯ ಬಳಿ ಕರೆದುಕೊಂಡು ಹೋದರೆ ವ್ಯವಹಾರ ಕುದುರುವುದರ ಜೊತೆಗೆ ತನಗೊಂದಿಷ್ಟು ಕಮಿಶನ್ ಸಿಗಬಹುದು ಎಂಬ ಆಸೆಯಿಂದ ಆ ಮನುಷ್ಯನನ್ನು ಸನ್ನಿಯ ಮನೆಗೆ ಕರೆದುಕೊಂಡು ಹೋಗಿ ಪರಿಚಯಿಸಿದೆನೇ ವಿನಃ ಉಳಿದಂತೆ ಆ ಪಾರ್ಟಿಯ ಬಗ್ಗೆ ನನಗೇನೂ ತಿಳಿದಿಲ್ಲ" ಎಂದು ಹೇಳಿದ.

ತಂಗವೇಲು ಹೇಳುತ್ತಿದ್ದದ್ದನ್ನು ಕೇಳಿ ಸನ್ನಿಗೆ ಅಕ್ಷರಶಃ ಪಾತಾಳಕ್ಕೆ ಕುಸಿಯುತ್ತಿರುವಂತೆ ಭಾಸವಾಗತೊಡಗಿತು. "ಮತ್ತಾಯಿಗೆ ಸಂಬಂಧಪಟ್ಟ

ಹಾಗೆ ಮತ್ತು ಶುಂಠಿ ತುಂಬಿಕೊಂಡು ಹೋದ ಆ ಕಂಪನಿಯ ವಿಚಾರವಾಗಿ ಏನಾದರು ಮಾಹಿತಿ ಇದೆಯಾ" ಎಂದು ಸನ್ನಿಯ ಬಳಿ ಆಲಿ ವಿಚಾರಿಸಿದ. ಆದರೆ ಆ ಕ್ಷಣಕ್ಕೆ ಸನ್ನಿಯ ಹತ್ತಿರ ಅಳುವೊಂದನ್ನು ಬಿಟ್ಟು ಉಳಿದಂತೆ ಯಾವುದೇ ಉತ್ತರವಿರಲಿಲ್ಲ. ಆಲಿ ಸ್ನೇಹಿತನನ್ನು ಸಮಾಧಾನ ಪಡಿಸಲು ಯತ್ನಿಸತೊಡಗಿದ.

ತಂಗವೇಲುವಿನ ಮನೆಯಂಗಳದಲ್ಲಿ ಕುಳಿತು ಒಂದೇ ಸಮನೆ ರೋಧಿಸುತ್ತಿದ್ದ ಸನ್ನಿಗೆ ತಕ್ಷಣಕ್ಕೆ ಏನೋ ಹೊಳೆದಂತಾಗಿ, ಆಲಿಯ ಬಳಿ ಹೇಳಿದ. "ಅಂದು ಶುಂಠಿ ತುಂಬಿಕೊಂಡು ಹೋಗಲು ಬಂದಿದ್ದ ಟ್ರಕ್ಕಿನ ಡ್ರೈವರ್ ದಾರಿ ಗೊತ್ತಾಗದೇ ನೇರ ಕುಶಾಲನಗರಕ್ಕೆ ಹೋಗಿದ್ದ. ಆ ಸಂದರ್ಭ ಮತ್ತಾಯಿ ಅವನ ಮೊಬೈಲ್ ನಂಬರನ್ನು ನನಗೆ ಕೊಟ್ಟು, ಅವನನ್ನು ಕರೆದುಕೊಂಡು ಬರಲು ತಿಳಿಸಿದ, ಅದರಂತೆ ನಾನು ಆ ಟ್ರಕ್ಕಿನವನ ಬಳಿ ಮಾತನಾಡಿ ಅವನನ್ನು ಕುಶಾಲನಗರದಿಂದ ನಮ್ಮ ಶುಂಠಿ ಫ್ಲ್ಯಾಟಿಗೆ ಕರೆದುಕೊಂಡು ಬಂದಿದ್ದೆ. ಅವನ ನಂಬರ್ ನನ್ನ ಬಳಿ ಇರಬಹುದು" ಎಂದು ತನ್ನ ಕೀಪ್ಯಾಡ್ ಮೊಬೈಲಿನಲ್ಲಿ ಹುಡುಕಿ, ಆಲಿಗೆ ತೆಗೆದು ಕೊಟ್ಟ. ಆಲಿ ತನ್ನ ಮೊಬೈಲಿನಿಂದ ಆ ಚಾಲಕನ ನಂಬರಿಗೆ ಕರೆ ಮಾಡಿ, 'ಮೈಸೂರು ಭಾಗದಲ್ಲಿ ಸುಮಾರು ಐವತ್ತು ಏಕರೆಯಲ್ಲಿ ಬೆಳೆದ ಶುಂಠಿ ಮಾರಬೇಕಾಗಿದೆ' ಎಂದು ಮಾತು ಮುಂದುವರೆಸಿ, ಕಂಪನಿಯ ವಿಳಾಸ ಮತ್ತು ನಂಬರನ್ನು ಪಡೆದುಕೊಂಡ. ನಂತರ ಫೋನಿನಲ್ಲಿ ಮಾತನಾಡಿದರೆ ಸರಿಯಾದ ಮಾಹಿತಿ ಸಿಗುವುದಿಲ್ಲ ಎಂದುಕೊಂಡು, ಮರುದಿನ ಇಬ್ಬರೂ ದೆಹಲಿಗೆ ಪ್ರಯಾಣ ಬೆಳೆಸಲು ಸಿದ್ಧವಾದರು.

ಹೀಗೆ ಹೊರಟ ಆಲಿಕುಟ್ಟಿ ಮತ್ತು ಸನ್ನಿ, ಮೂರು ದಿನಗಳ ರೈಲು ಪ್ರಯಾಣದ ತರುವಾಯ ದೆಹಲಿ ತಲುಪಿದ್ದರು. ಒಂದಷ್ಟು ಹುಡುಕಾಡಿ, ಕೊನೆಗೆ ದೆಹಲಿಯ ಹೊರಭಾಗದಲ್ಲಿದ್ದ ಶುಂಠಿಯಿಂದ ಔಷಧಿ ತಯಾರಿಸುತ್ತಿದ್ದ ಬಹುದೊಡ್ಡ ಕಾರ್ಖಾನೆಯ ಮುಂದೆ ವಿಳಾಸ ಹಿಡಿದುಕೊಂಡು ಬಂದು ನಿಂತ ಇಬ್ಬರೂ, ಆಲಿಕುಟ್ಟಿಗೆ ಬರುತ್ತಿದ್ದ ಅಲ್ಪಸ್ವಲ್ಪ ಹಿಂದಿಯಲ್ಲೆ ಮಾತನಾಡಿ, ತಾವು ಕರ್ನಾಟಕದ ಬಹುದೊಡ್ಡ ಶುಂಠಿ ಬೆಳೆಗಾರರು ಎಂದು ಹೇಳಿಕೊಂಡು ಕಂಪನಿಯ ಒಳಹೋಗಲು ಸಫಲರಾಗಿದ್ದರು.. ಹೀಗೆ ಒಳಬಂದವರನ್ನು ಅರ್ಧ ಗಂಟೆಗೂ ಹೆಚ್ಚು ಸಮಯ ಕಚೇರಿಯ ರಿಸೆಪ್ಷನ್‌ನಲ್ಲಿ ಕುಳ್ಳಿರಿಸಿದ ಸಿಬ್ಬಂದಿಗಳು ನಂತರ ವ್ಯವಸ್ಥಾಪಕರನ್ನು ಭೇಟಿಯಾಗಲು ಅವಕಾಶ ಮಾಡಿ ಕೊಟ್ಟಿದ್ದರು

ಕಂಪನಿಯ ಉಸ್ತುವಾರಿಗಳನ್ನು ಕಾಣುತ್ತಿದ್ದಂತೆ, "ಕಳೆದ ಒಂದೂವರೆ ತಿಂಗಳ ಹಿಂದೆ ನಿಮ್ಮ ಕಂಪನಿಗೆ ನಾವು ಶುಂಠಿ ಮಾರಿದ್ದು, ಒಂದು ತಿಂಗಳ ನಂತರ ಹಣ ಕೊಡುವುದಾಗಿ ಒಡಂಬಡಿಕೆ ಮಾಡಿಕೊಂಡಿದ್ದೀರಿ, ಆದರೆ

ಇಲ್ಲಿಯವರೆಗೂ ಹಣ ಬರದಿದ್ದ ಕಾರಣಕ್ಕೆ ಹುಡುಕಿಕೊಂಡು ಬರಬೇಕಾಯಿತು" ಎಂದು ತನ್ನ ಹರಕುಮುರುಕು ಹಿಂದಿಯಲ್ಲಿ ಆಲಿ ಹೇಳಿದ. ಅವನ ಮಾತು ಕೇಳಿ ಜೋರಾಗಿ ನಕ್ಕ ವ್ಯವಸ್ಥಾಪಕ, "ನೀವು ಅಪಾರ್ಥ ಮಾಡಿಕೊಂಡು ಇಲ್ಲಿಗೆ ಬಂದಿರಬೇಕು. ನಮ್ಮ ಕಂಪನಿಗೆ ದಶಕಗಳ ಇತಿಹಾಸವಿದೆ. ನಾವು ಶುಂಠಿ ಖರೀದಿಸಿದರೆ, ಹಣ ಪಾವತಿಮಾಡಲು ತೆಗೆದುಕೊಳ್ಳುವುದು ಹೆಚ್ಚೆಂದರೆ ಮೂರು ದಿನ; ಅದಕ್ಕೂ ಮೇಲೆ ಯಾವ ಬಿಲ್ಲನ್ನು ಉಳಿಸಿಕೊಳ್ಳುವುದಿಲ್ಲ" ಎಂದು ತಮ್ಮ ವ್ಯವಹಾರವನ್ನು ವಿವರಿಸಿದ.

ಅಷ್ಟರಲ್ಲಾಗಲೇ ಸನ್ನಿಗೆ, 'ಬೆಲೆ ಜಾಸ್ತಿ ಕೊಡುತ್ತೇವೆ ಮತ್ತು ಒಂದು ತಿಂಗಳ ಸಮಯಾವಕಾಶ ಬೇಕು' ಎಂದು ಕರಾರು ಮಾಡಿಸಿದ್ದೆಲ್ಲ ಮತ್ತಾಯಿಯ ನಾಟಕದ ಒಂದು ಭಾಗವಾಗಿತ್ತು ಎಂಬುದು ಅರಿವಿಗೆ ಬರತೊಡಗಿತು. ಜೊತೆಗೆ ಆ ವ್ಯವಸ್ಥಾಪಕ, ಕಚೇರಿಯೊಳಗಿಂದ ಕೆಲವೊಂದು ಕಡತಗಳನ್ನು ತರಿಸಿ, "ಮತ್ತಾಯಿ ಎನ್ನುವ ಹೆಸರಿನ ವ್ಯಕ್ತಿಯಿಂದ ಇಲ್ಲಿಯವರೆಗೆ ಆ ಭಾಗದಿಂದ ಯಾವುದೇ ಶುಂಠಿ ಲೋಡ್ ನಮ್ಮ ಸಂಸ್ಥೆಗೆ ಬಂದಿಲ್ಲವಲ್ಲ" ಎಂದು ಅನುಮಾನವನ್ನು ವ್ಯಕ್ತಪಡಿಸಿದರು. ಕಡೆಯಲ್ಲಿ ಲೋಡ್ ಆದ ವಾಹನದ ನಂಬರನ್ನು ಸನ್ನಿ ತಿಳಿಸಿದ ಮೇರೆಗೆ ಮತ್ತಷ್ಟು ಕುಲಂಕಷವಾಗಿ ಪರಿಶೀಲಿಸಿ, "ಆ ಶುಂಠಿ 'ಪೀಟರ್' ಎನ್ನುವ ಹೆಸರಿನಲ್ಲಿ ನಮ್ಮ ಕಂಪನಿಗೆ ಬಂದಿದ್ದು, ಅದೇ ಹೆಸರಿನ ಖಾತೆಗೆ ಮರುದಿನವೇ ಸುಮಾರು ಒಂದೂವರೆ ಕೋಟಿ ಹಣವನ್ನು ಕೂಡ ವರ್ಗಾಯಿಸಲಾಗಿದ್ದು ವ್ಯವಹಾರ ಮುಕ್ತಾಯವಾಗಿದೆ" ಎಂದು ವಿವರಿಸಿದರು. ಅಲ್ಲಿಗೆ, ಪಾರ್ಟ್ನರ್ ಆಗಿ ಜೊತೆಯಲ್ಲಿ ಶುಂಠಿ ಬೆಳೆದ ವ್ಯಕ್ತಿಯ ನಿಜವಾದ ಹೆಸರು 'ಮತ್ತಾಯಿ' ಕೂಡ ಅಲ್ಲವೆಂದು ಗೆಳೆಯರಿಬ್ಬರಿಗೆ ಮನದಟ್ಟಾಯಿತು.

ಸನ್ನಿಗೆ ಮೋಸವಾಗಿದೆ ಎಂಬುದು ಅರಿವಾಗುತ್ತಿದ್ದಂತೆ ಅರಗಿಸಿಕೊಳ್ಳಲಾಗದೇ ಕಚೇರಿಯೊಳಗಡೆಯೇ ಕುಸಿದು ಬಿದ್ದ. ಯಾರೂ ಏನು ಮಾಡುವ ಪರಿಸ್ಥಿತಿಯಲ್ಲಿರಲಿಲ್ಲ. ಎಲ್ಲರೂ ಸನ್ನಿಯ ಪರಿಸ್ಥಿತಿಯನ್ನು ನೋಡಿ ಮರುಕಪಡಬಹುದಿತ್ತೆ ಹೊರತು ಮತ್ತೇನು ಮಾಡುವಂತಿರಲಿಲ್ಲ.

ಆಲಿ ಗೆಳೆಯನನ್ನು ಸಮಾಧಾನಪಡಿಸಿ ಊರಿಗೆ ಕರೆತಂದ. ಕುಶಾಲನಗರ ಬಸ್ಸು ತಂಗುದಾಣದಲ್ಲಿ ಇಳಿಯುತ್ತಿದ್ದಂತೆಯೇ, "ಸನ್ನಿ, ನನಗೆ ನಿನ್ನ ಪರಿಸ್ಥಿತಿ ಅರಿವಾಗುತ್ತದೆ. ನೀನು ಸಂಪಾದಿಸಿದ್ದೆಲ್ಲವನ್ನು ಕಳೆದುಕೊಂಡು ಬರಿಗೈಯಲ್ಲಿ ನಿಂತಿದ್ದೀಯ, ಸಾಲಗಾರರ ಕಾಟ ಬೇರೆ! ನಾನು ಹೀಗೆ ಹೇಳುತ್ತಿದ್ದೇನೆ ಅಂತ, ನೀನು ತಪ್ಪು ತಿಳ್ಕೋಬೇಡ, ಈ ಪರಿಸ್ಥಿತಿ ಕೊಂಚ ತಿಳಿಯಾಗುವವರೆಗೂ ನೀನು ಕಾನೂರಿಗೆ ಹೋಗುವುದೇ ಒಳಿತು ಎಂಬುದು ನನ್ನ ಭಾವನೆ. ವಾತಾವರಣ ಬದಲಾದರೆ ನಿನ್ನ ಮನಸ್ಸಿಗೂ ಸ್ವಲ್ಪ ಸಮಾಧಾನವಾಗುತ್ತದೆ.

ಈಗಾಗಲೇ ನಿಮ್ಮ ತಂದೆಯವರಿಗೆ ಸಹ ನಿವೃತ್ತಿಯಾಗಿದೆ. ವಯಸ್ಸಾದ ಅವರಿಬ್ಬರು ತೋಟ ನೋಡಿಕೊಂಡು ಅಲ್ಲಿ ಕಷ್ಟ ಪಡುತ್ತಿರುವಾಗ ಅವರಿಗೂ ಆಸರೆಯಾದಂತಾಗುತ್ತದೆ" ಎಂದು ಆಲಿ ಸನ್ನಿಗೆ ತಿಳಿ ಹೇಳಿದ.

ಆಲಿಯ ಮಾತು ಕೇಳುತ್ತಿದ್ದಂತೆ ಸನ್ನಿಗೆ ಕೈಕಾಲು ಅದುರಿದಂತಾಗಿ ಬಸ್‌ಸ್ಟ್ಯಾಂಡಿನ ಸಿಮೆಂಟು ಕುರ್ಚಿಯ ಮೇಲೆ ಕುಸಿದು ಕುಳಿತ. 'ಇಪ್ಪತ್ತು ವರ್ಷಗಳಿಗೆ ಮೊದಲು ತಾನು ಮಾಡಿದ ತಪ್ಪು, ಅದರಿಂದಾಗಿ ಆ ದಿನಗಳಲ್ಲಿ ಯಶಸ್ಸಿನ ಉತ್ತುಂಗದಲ್ಲಿದ್ದ ನನ್ನ ಪಪ್ಪ ಸಮಾಜದ ಮುಂದೆ ತಲೆತಗ್ಗಿಸುವಂತಾಗಿದ್ದು, ಹೆತ್ತ ಮಗ ಅನ್ನುವ ಕಾರಣಕ್ಕೆ ಎಲ್ಲವನ್ನು ಹೊಟ್ಟೆಗೆ ಹಾಕಿಕೊಂಡ ಅವ್ವ, ಇನ್ನಾದರು ಅವರಿಗೆ ನೆಮ್ಮದಿ ದೊರಕಲೀ ಎಂದು ತಾನು ಮನೆಬಿಟ್ಟು ಕುಶಾಲನಗರಕ್ಕೆ ಬಂದಿದ್ದು' ಎಲ್ಲವೂ ಅವನ ನೆನಪಿನಾಳದಿಂದ ತೆರೆದುಕೊಳ್ಳಲು ಪ್ರಾರಂಭವಾಯಿತು.

'ಈ ಇಪ್ಪತ್ತು ವರ್ಷಗಳಲ್ಲಿ ಅದೆಷ್ಟೊ ಬಾರಿ ಮದುವೆ ಮಾಡಿಕೊಂಡು ಊರಿನಲ್ಲಿಯೇ ಬಂದು ಸೆಟ್ಲ್ ಆಗು ಎಂದು ಅವ್ವ ಹೇಳಿದ್ದಾರೆ. ಅವಾಗೆಲ್ಲ, ನನಗೆ ಸದ್ಯಕ್ಕೆ ಮದುವೆ ಬೇಡವ್ವ, ವ್ಯವಹಾರದಲ್ಲಿ ಏನಾದರು ಸಾಧಿಸಬೇಕಿದೆ ಎಂದು ಹಠಕ್ಕೆ ಬಿದ್ದವನಂತೆ ಹಣದ ಹಿಂದೆ ಹೋದೆ. ಚೆನ್ನಾಗಿದ್ದ ದಿನಗಳಲ್ಲಿ ಒಮ್ಮೆಯೂ ಅವರನ್ನು ತಿರುಗಿ ನೋಡಲಿಲ್ಲ. ಇಂದು ಎಲ್ಲವನ್ನು ಕಳೆದುಕೊಂಡು ಬೀದಿ ಬಿಕಾರಿಯಾಗಿರುವ ನಾನು ಅಪ್ಪಅಮ್ಮನ ಬಳಿಗೆ ಅದೇಗೆ ಹೋಗಲಿ! ವೃದ್ಧಾಪ್ಯದಲ್ಲಿ ಇರುವ ಅವರಿಗೆ ನಾನು ಹೊರೆಯಾಗಬೇಕೆ! ಥು ಇಂಥ ಅನಿಷ್ಟ ಬದುಕು ಬದುಕುವುದಕ್ಕಿಂತ ಸತ್ತು ಬಿಡುವುದೇ ಲೇಸು' ಎಂದು ಮೆಲ್ಲನೆ ಕುಳಿತಲ್ಲಿಂದ ಎದ್ದ ಸನ್ನಿ, "ಆಲಿ, ನನಗೆ ಒಂದು ನೂರು ರೂಪಾಯಿ ಕೊಡು" ಎಂದು ಆಲಿಯ ಬಳಿ ಕೇಳಿದ. ಸನ್ನಿಯ ಪರಿಸ್ಥಿತಿ ಮತ್ತು ಚಟದ ಅರಿವಿದ್ದ ಆಲಿ ಮರುಮಾತನಾಡದೇ ಕೀಸೆಯಿಂದ ನೂರರ ನೋಟೊಂದನ್ನು ತೆಗೆದು ಸನ್ನಿಯ ಕೈಗಿತ್ತ.

"ನನಗೆ ಸ್ವಲ್ಪ ಕೆಲಸವುಂಟು, ನಿನಗೆ ಸಂಜೆ ಸಿಗುತ್ತೇನೆ" ಎಂದು ಆಲಿಯ ಬಳಿ ಹೇಳಿದ ಸನ್ನಿ, ಸೀದ ಕಾರು ಸ್ಟ್ಯಾಂಡಿನ ಗಲ್ಲಿಯ ಕಡೆಗೆ ನಡೆಯತೊಡಗಿದ. "ಅಪ್ಪನಂತೆಯೇ ಹುಟ್ಟುಸ್ವಾಭಿಮಾನಿಯಾಗಿದ್ದ ಬಾಲ್ಯಗೆಳೆಯ, ಸಂಜೆ ನನಗೆ ಸಿಗುವುದು ಇಲ್ಲ! ಊರಿಗೆ ಮರಳಿ, ಅಪ್ಪ ಅಮ್ಮನೊಂದಿಗೆ ಬದುಕುವ ನಿರ್ಧಾರವನ್ನು ತೆಗೆದುಕೊಳ್ಳುವುದು ಇಲ್ಲ!" ಎಂದು ಯೋಚಿಸುತ್ತಾ, ಸನ್ನಿ ಅವಸವಸರವಾಗಿ ಹೆಂಡದಂಗಡಿಗೆ ನಡೆದುಕೊಂಡು ಹೋಗುತ್ತಿರುವುದನ್ನು ಹಿಂಬದಿಯಿಂದ ಆಲಿ ನೋಡುತ್ತಾ ನಿಂತ.

ಇತ್ತ ಕಾನೂರಿನಲ್ಲಿ ತೋಟ ನೋಡಿಕೊಂಡು ಬೊಳ್ಳವ್ವನವರೊಂದಿಗೆ ನಿವೃತ್ತಿ ಜೀವನವನ್ನು ನಡೆಸುತ್ತಿದ್ದ ಪೊನ್ನಪ್ಪನವರಿಗೆ ಸನ್ನಿಯ ವಿಷಯವಾಗಿ

ಆಗೊಮ್ಮೆ ಈಗೊಮ್ಮೆ ಗಾಳಿಸುದ್ದಿಗಳು ಕಿವಿಗೆ ಬೀಳುತ್ತಲೇ ಇತ್ತು. ಮಗನೊಂದಿಗೆ ಪಾರ್ಟನರ್ ಆಗಿ ಸೇರಿಕೊಂಡ ಕೇರಳದವನೊಬ್ಬ ಲಕ್ಷಾಂತರ ರೂಪಾಯಿಯನ್ನು ಮೋಸ ಮಾಡಿ ಹೋಗಿದ್ದರಿಂದ ಮಗ ಎಲ್ಲವನ್ನು ಕಳೆದುಕೊಂಡು ಕುಶಾಲನಗರದಲ್ಲಿ ಕಂಗಾಲಾಗಿ ಅಲೆಯುತ್ತಿದ್ದಾನೆ ಎಂಬ ವಿಚಾರ ಪೊನ್ನಪ್ಪನವರಿಗೆ ತಿಳಿದಿದ್ದರು ಕೂಡ ಮಡದಿಗೆ ತಿಳಿಸದೇ ಗೌಪ್ಯವಾಗಿ ಇಟ್ಟಿದ್ದರು.

'ಹಿರಿಯವನಾದ ರಾಯ್ ಸೇನೆಯಿಂದ ನಿವೃತ್ತಿಯಾಗಿ ಬಂದ ನಂತರದಲ್ಲಿ ಅವನ ಪಾಲಿನ ಆಸ್ತಿಯಲ್ಲಿ ಕೃಷಿ ಮಾಡಿಕೊಂಡು ಮಡದಿ ಮಕ್ಕಳೊಂದಿಗೆ ಚೆನ್ನಾಗಿ ಬಾಳುತ್ತಿದ್ದಾನೆ. ಇನ್ನು ಸನ್ನಿಗೆ ಸೇರಬೇಕಾದ ತೋಟವನ್ನು ಅವನ ಅನುಪಸ್ಥಿತಿಯಲ್ಲಿ ನಾನೇ ನೋಡಿಕೊಳ್ಳುತ್ತಿದ್ದೇನೆ. ಒಂದು ವೇಳೆ ಅವನು ಮನಸ್ಸು ಬದಲಾಯಿಸಿ ಮರಳಿ ಊರಿಗೆ ಬಂದರೆ ಅವನ ಬದುಕಿಗೆ ಈ ಕಾಫಿ ತೋಟವೇ ಸಾಕು! ಸನ್ನಿ ಬಂದ ತಕ್ಷಣವೇ ಅವನಿಗೊಂದು ಒಳ್ಳೆಯ ಕಡೆಯಿಂದ ಸಂಬಂಧ ನೋಡಿ ಮದುವೆ ಮಾಡಿಸಿಬಿಡಬೇಕು. ಸನ್ನಿಗೆ ಅಂತ ಹೆಚ್ಚೇನು ವಯಸ್ಸಾಗಿಲ್ಲ! ನಲವತ್ತೋ ನಲವತ್ತೊಂದೋ ಆಗಿದೆಯಷ್ಟೆ! ನಮ್ಮ ಕಾಲದಲ್ಲಿ, ಇಪ್ಪತ್ತೊಂದು ಇಪ್ಪತ್ತೆರಡು ಆಗುವಷ್ಟರಲ್ಲಿ ಮನೆಯವರೆಲ್ಲ ಸೇರಿ ಮದುವೆ ಮಾಡಿಸಿಬಿಡುತ್ತಿದ್ದರು. ಆದರೆ ಈ ಕಾಲದಲ್ಲಿ ಆ ರೀತಿಯಲ್ಲವಲ್ಲ, ಏನಿದ್ದರು ಮೂವತ್ತೈದರ ನಂತರವೇ! ಈ ಬೊಳ್ಳವ್ವಳಿಗೆ ಅವನ ವಿಷಯ ಗೊತ್ತಾಗುವ ಮುಂಚೆಯೇ ಮನೆಗೆ ಮರಳಿ ಬಂದುಬಿಡುವ ಮನಸ್ಸನ್ನೊಮ್ಮೆ ಆ ಇಗ್ಗುತ್ತಪ್ಪ ಸನ್ನಿಗೆ ಕೊಡುವಂತಾಗಲಿ' ಎಂದು ಪ್ರಾರ್ಥಿಸುತ್ತಾ ತನ್ನ ಆರಾಮ ಕುರ್ಚಿಗೆ ಪೊನ್ನಪ್ಪನವರು ತಲೆಯೊರಗಿಸಿದರು.

ತಿಂಗಳು ಆರು ಕಳೆಯಿತು. ಕಾಫಿ ಕುಯಿಲಿನ ಸಮಯ. ತುಂಬು ಗರ್ಭಿಣಿಯರಂತೆ ಒಡಲು ತುಂಬಿಕೊಂಡ ಕಾಫಿಗಿಡಗಳು, ಕೆಂಪುಕೆಂಪಗಿನ ಹಣ್ಣುಗಳನ್ನು ತನ್ನ ಮೇಲೆಲ್ಲ ಜೊಂಪೆಜೊಂಪೆಯಾಗಿ ಅರಡಿಕೊಂಡಿದ್ದವು. ಈ ನಡುವೆ ವರುಣ ಯಾವಾಗ ರೈತನ ಈ ಸಿರಿಗೆ ಈರ್ಷ್ಯೆ ಪಟ್ಟು, ಒಮ್ಮೆಲೆ ಜೋರಾಗಿ ಹುಯ್ದು ಕಾಫಿ ಹಣ್ಣನ್ನೆಲ್ಲ ಮಣ್ಣುಪಾಲು ಮಾಡಿಬಿಡುತ್ತಾನೋ ಎಂಬ ಭಯ ಬೇರೆ!

'ಸ್ಥಳಿಯ ಕೂಲಿಯಾಳುಗಳನ್ನು ನಂಬಿದರೆ ಕೆಲಸವಾಗದು. ಕುಶಾಲನಗರ ಅಥವಾ ಮೂಡಸೀಮೆ ಭಾಗದಲ್ಲಿ ಕಾಫಿ ಕುಯ್ಯಲು ಯಾರಾದರು ಕೂಲಿಯಾಳುಗಳು ಸಿಗುತ್ತಾರ?' ಎಂದು ವಿಚಾರಿಸಬೇಕು ಅಂತ ಪೊನ್ನಪ್ಪ ಮನಸ್ಸಿನಲ್ಲಿ ಲೆಕ್ಕಹಾಕುತ್ತಿದ್ದರು.

ಮರುದಿನ ಸಂಜೆಯ ಸಮಯ. ಕಾನೂರು ಜಂಕ್ಷನ್ ಎಂದಿನಂತೆ ಚಟುವಟಿಕೆಯಿಂದ ಕೂಡಿತ್ತು. ಮಾಧವಕುಟ್ಟಿ ಕಾಲವಾಗಿದ್ದರಿಂದ ಅವನ

ಮಗ ನಾರಾಯಣ ಕುಟ್ಟಿ ತಂದೆಯಂತೆಯೇ ಪಾಟೆಯನ್ನು ಮೇಲಕ್ಕೆ ಎತ್ತಿ ಚಹವನ್ನು ಮತ್ತೊಂದು ಪಾಟೆಗೆ ಹುಯ್ದು ನೊರೆಬರಿಸಿ ಎದುರಿಗೆ ಕುಳಿತಿದ್ದವರಿಗೆ ಕೊಡುತ್ತಿದ್ದ. ಆದರೆ ತಂದೆಯ ಟೀ ಮಾಡುವ ಆ ಚಾಕಚಕ್ಯತೆ ಅವನಿಗೆ ಒಲಿದಿರಲಿಲ್ಲ ಎಂಬುದು, ಮೇಲಿಂದ ಕೆಳಕ್ಕೆ ಟೀ ಹುಯ್ಯುವಾಗ ಸೋರುತ್ತಿದ್ದದ್ದನ್ನು ನೋಡುವಾಗಲೇ ಖಾತರಿಯಾಗುತ್ತಿತ್ತು. ಪೊನ್ನಪ್ಪನವರು ಹೋಟೆಲಿನೊಳಕ್ಕೆ ಬಂದರು. ನಾರಾಯಣ ಕುಟ್ಟಿ, "ನಮಸ್ಕಾರ ಫಾರೆಸ್ಟ್ರೆ" ಎಂದ. ಪೊನ್ನಪ್ಪನವರು ನಿವೃತ್ತಿಯಾಗುವ ವೇಳೆಗಾಗಲೇ ರೇಂಜರ್ ಆಗಿ ಬಡ್ತಿಯಾಗಿದ್ದರು ಕೂಡ ಇಂದಿಗೂ ಆ ಭಾಗದ ಜನ ಅವರನ್ನು ಪ್ರೀತಿಯಿಂದ 'ಫಾರೆಸ್ಟ್ರೆ' ಅಂತಾನೆ ಕರೆಯುತ್ತಿದ್ದದ್ದು.

"ನಾರಾಯಣ ನಂಗೆ ಕಾಫಿ ಕುಯ್ಲಿಕ್ಕೆ ಜನ ಬೇಕು ಕಣೋ, ನಿನಗೆ ಪರಿಚಯದವರು ಯಾರಾದರು ಇದ್ದಾರ?" ಎಂದು ಪೊನ್ನಪ್ಪನವರು ನಾರಾಯಣ ಕುಟ್ಟಿಯ ಬಳಿ ಕೇಳಿದರು.

"ಓ ಫಾರೆಸ್ಟ್ರು, ಕೂಲಿಯವರನ್ನು ಹುಡುಕಿಕೊಂಡು ಬಂದಿದ್ದಾ!"

"ಹೌದು ನಾರಾಯಣ. ಈ ಮಳೆಯನ್ನು ನಂಬಕ್ಕಾಗಲ್ಲ, ಅದ್ಯಾವಾಗ ನಮ್ಮಂತಹ ಸಣ್ಣಪುಟ್ಟ ಕಾಫಿಬೆಳೆಗಾರರ ಮೇಲೆ ಮುನಿಸಿಕೊಳ್ಳುತ್ತೆ ಅಂತ ಹೇಳೋಕು ಆಗಲ್ಲ! ಅದಕ್ಕೂ ಮೊದಲು ಕಾಫಿ ಕುಯ್ದು ಕಣ ಸೇರಿಸಿಬಿಟ್ಟರೆ, ನೆಮ್ಮದಿ!"

"ಅದು ಸರೀನೇ"

"ಯಾರಾದ್ರು ಇದ್ದಾರೇನೊ?"

"ಫಾರೆಸ್ಟ್ರೇ ಕುಶಾಲನಗರದ ಪಕ್ಕದ ಹಳ್ಳಿಗಳಿಂದ ಜೀಪಿನಲ್ಲಿ ಜನ ಕರೆದುಕೊಂಡು ಬರಲು ಬೇಕಾದರೆ ವ್ಯವಸ್ಥೆ ಮಾಡಬಹುದು, ಆದರೆ ಜೀಪಿನ ಬಾಡಿಗೆಯ ಜೊತೆಗೆ ತಲೆಗೆ ಹತ್ತು ರೂಪಾಯಿ ಕಮಿಶನ್ ಬೇರೆ ಕೊಡಬೇಕು" ಎಂದು ಕಿಸಕ್ಕನೆ ನಕ್ಕ.

"ಸರಿಸರಿ ಕೊಟ್ಟರಾಯಿತು. ನಾಳೆಗೆ ಜನ ಸಿಕ್ತಾರ ಅಂತ ನೋಡು" ಎಂದು ಪೊನ್ನಪ್ಪನವರು ಕೂಡ ನಕ್ಕು ಹೇಳಿದರು. ಕಾರಣ, ಪೊನ್ನಪ್ಪನವರಿಗೆ ಕೂಡ ಗೊತ್ತಿತ್ತು ಈ ಹತ್ತು ರೂಪಾಯಿ ಕಮಿಶನ್‌ನ ತಿರುಳು.

ಪೊನ್ನಪ್ಪನವರ ನಗು ನೋಡಿ ನಾಚಿಕೊಂಡ ನಾರಾಯಣ, "ಫಾರೆಸ್ಟ್ರೇ ಈ ಹತ್ತು ನಂಗಲ್ಲ, ಅದು ಆ ಡ್ರೈವರ್‌ಗೆ" ಎಂದು ತೇಪೆ ಹಚ್ಚತೊಡಗಿದ.

"ಸರಿ ಬಿಡೊ ಮಾರಾಯ! ನಂಗೆ ಜನ ಸಿಕ್ಕಿದರೆ ಸಾಕು, ನಾಳೆಗೆ ವ್ಯವಸ್ಥೆ ಮಾಡುತ್ತೀಯಾ ತಾನೇ!"

"ಗ್ಯಾರಂಟಿ ಫಾರೆಸ್ಟ್ರೇ".

ಮರುದಿನವೇ ಕುಶಾಲನಗರ ಭಾಗದಿಂದ ಪೊನ್ನಪ್ಪನವರ ತೋಟಕ್ಕೆ ಕೂಲಿಯಾಳುಗಳು ಬಂದು ಕಾಫಿ ಕೀಳಲು ಪ್ರಾರಂಭಮಾಡಿದರು. ಬೆಳಿಗ್ಗೆ ಒಂಬತ್ತು ಗಂಟೆಯ ವೇಳೆಗೆಲ್ಲ ತಲುಪುತ್ತಿದ್ದ ಮೂಡಸೀಮೆಯ ಹೆಂಗಸರು, ಸೊಂಟಕ್ಕೆ ಕಟ್ಟಿದ್ದ ಚೀಲದೊಳಕ್ಕೆ ಬರಬರನೆ ಕಾಫಿಕಿತ್ತು ತುಂಬತೊಡಗಿದರು. ಸಂಜೆಯ ವೇಳೆಗೆ ತೋಟದಿಂದ ಹೊತ್ತುಕೊಂಡು ಬರುತ್ತಿದ್ದ ಅವರವರ ಪಾಲಿನ ಕಾಫಿ ಮೂಟೆಯನ್ನು ಒಂದು ಬದಿಯಲ್ಲಿ ಇಳಿಸಿ, ಎಣ್ಣೆಯ ಟಿನ್ನಿಗೆ ಸುರಿದು ಪೊನ್ನಪ್ಪನವರು ತೂಗುತ್ತಿದ್ದರೆ, ಬೊಳ್ಳವ್ವ ಆ ಲೆಕ್ಕವನ್ನು ಕೂಲಿಯಾಳುಗಳ ಹೆಸರಿನ ಮುಂದೆ ನಮೂದಿಸಿಕೊಳ್ಳುತ್ತಿದ್ದಳು. ಹೀಗೆ ಕಾಫಿ ಕುಯ್ಯಲು ಬಂದ ಹೆಂಗಸರೆಲ್ಲ ವಾರ ಕಳೆಯುವಷ್ಟರಲ್ಲಿ ಯಜಮಾನತಿಯಾದ ಬೊಳ್ಳವ್ವನವರ ಬಳಿ ತುಂಬಾ ಆಪ್ತತೆಯಿಂದ ಮಾತನಾಡಲು ಶುರುಮಾಡಿದ್ದರು.

ಅಂದು ಬಿಡುವಿನ ವೇಳೆ ಎಲ್ಲರೂ ಕಾಫಿಗಿಡದ ಅಡಿಯಲ್ಲಿ ಕುಳಿತು, ಜಂಕ್ಷನ್‌ನಿಂದ ತಂದಿದ್ದ ಟೀ ಮತ್ತು ಕಾಜಾವನ್ನು ಸವೆಯುತ್ತಿದ್ದರು. ಆ ವೇಳೆಗೆ ಸರಿಯಾಗಿ "ಏನ್ರೋ ಟೀ ಕುಡಿಯುತ್ತಿದ್ದೀರಾ?" ಎಂದು ಕೇಳಿಕೊಂಡು ಬೊಳ್ಳವ್ವ ಕೂಡ ಅಲ್ಲಿಗೆ ಬಂದಿದ್ದರು. ಎಲ್ಲರೂ ಹ್ಞೂಂಗುಟ್ಟಿದರು. ಕಳೆದ ಮಳೆಗೆ ಬಿದ್ದು ಹೋಗಿದ್ದ ಹತ್ತಿ ಮರದ ಮೇಲೆ ಏರಿ ಕುಳಿತ ಬೊಳ್ಳವ್ವ, "ನೀವೆಲ್ಲ ಕಾಫಿ ಸೀಜ್ಞನ್ ಮುಗಿದ ಮೇಲೆ ಎಂತ ಕೆಲಸ ಮಾಡ್ತೀರಾ? ನಿಮ್ಮೂರಲ್ಲಿ ಏನಾದರು ಕೆಲಸಕ್ಕೆ ಹೋಗುತ್ತೀರಾ?" ಎಂದು ಕೂಲಿಯವರ ಬಳಿ ಮಾತಿಗಿಳಿದಳು.

"ನಾವು ಕಾಫಿ ಕುಯ್ಯೋ ಟೇಮಲ್ಲಿ ಮಾತ್ರ ಕೊಡಗಿನ ಕಡೆ ಕೆಲಸಕ್ಕೆ ಬರೋದು ಅವ್ವ, ಬಾಕಿ ಟೇಮಲ್ಲಿ ಶುಂಠಿ, ಜೋಳ, ಹೊಗೆಸೊಪ್ಪು ಅಂತ ನಮ್ಮೂರಿನಲ್ಲಿಯೇ ಕೆಲಸವಿರುತ್ತದೆ" ಎಂದು ಆ ಗುಂಪಿನ ಹಿರಿಯೆ ಪುಟ್ಟಮ್ಮ ಹೇಳಿದಳು.

'ಶುಂಠಿ ಕೆಲಸಕ್ಕೆ ಕೂಡ ಹೋಗುತ್ತೇವೆ' ಎಂಬ ಮಾತು ಕಿವಿಗೆ ಬಿದ್ದೊಡನೆ, "ತನ್ನ ಮಗ ಕೂಡ ಆ ಭಾಗದಲ್ಲಿ ಏಕರೆಗಟ್ಟಲೆ ಶುಂಠಿ ಬೆಳೆಯುತ್ತಾನೆ, ನೀವೇನಾದರು ಅವನ ಕೆಲಸಕ್ಕೆ ಹೋಗಿದ್ದೀರ?" ಎಂದು ಬೊಳ್ಳವ್ವ ಕೇಳುತ್ತಾಳೆ.

ಒಂದಷ್ಟು ಕುರುಹುಗಳನ್ನು ಕೇಳಿ ತಿಳಿದುಕೊಂಡ ಪುಟ್ಟಮ್ಮ, "ಹೋ ಅವರಾ! ನಮ್ಮ ಕಾಕಣ್ಣನ ಸ್ನೇಹಿತ. ಅವರ ಕೆಲಸವನ್ನು ಬಹಳಷ್ಟು ಸಲ ಮಾಡಿದ್ದೇವೆ. ಇವಾಗ ಅವರು ಕಾಕಣ್ಣನ ಜೊತೆ ಇಲ್ಲ ಅಂತ ಕಾಣುತ್ತೆ! ಅದು ಬೇರೆ ಈ ಬಾರಿಯ ಶುಂಠಿ ವ್ಯಾಪಾರದಲ್ಲಿ ಅವರ ಪಾರ್ಟನರ್ ಮೋಸ ಮಾಡಿದ್ದರಿಂದ ಅವರಿಗೆ ತುಂಬಾ ಲಾಸ್ ಆಯಿತು ಅಂತ ಎಲ್ಲಾ ಹೇಳ್ತಾ ಇದ್ರು. ಕಳೆದ ಮಂಗಳವಾರ ಸಂತೆಗೆ ಹೋಗಿದ್ದಾಗ ಆ ಮಾರುಕಟ್ಟೆಯ ಬಳಿ ಬೀಡಿ ಸೇದುತ್ತಾ ನಿಂತಿದ್ದರು, ಅವರನ್ನು ತಕ್ಷಣಕ್ಕೆ ನನಗೆ ಪತ್ತೆ ಹಚ್ಚಲೇ ಸಾಧ್ಯವಾಗಲಿಲ್ಲ. ನಂತರ ನಾನೇ ಅವರ ಬಳಿ ಹೋಗಿ, 'ಹೇಗಿದ್ದೀರ

ಸಾಹುಕಾರ್‍ರೇ?' ಅಂತ ಕೇಳಿದೆ, ಅದಕ್ಕವರು 'ಸಾಹುಕಾರ್‍ರ ಕಥೆ ಮುಗೀತು ಪುಟ್ಟಮ್ಮ' ಎಂದು ನಗುತ್ತಾ ಅಲ್ಲಿಂದ ನಡೆದುಹೋದರು, ಒಂದು ವೇಳೆ ನಾನು ಎಲೆ ಅಡಿಕೆಗೆ ಕಾಸುಗೀಸೇನಾದ್ರು ಕೇಳುತ್ತೇನೆ ಅಂತ ಹೋದರೋ ಏನೋ!" ಎಂದು ಆಶ್ಚರ್ಯ ವ್ಯಕ್ತಪಡಿಸಿದಳು.

"ಅಲ್ಲವ್ವ, ಇಷ್ಟೆಲ್ಲ ತೋಟ ಆಸ್ತಿ ಎಲ್ಲಾ ಇದ್ದಮೇಲೆ ಅವರನ್ನು ಈ ಅವಸ್ಥೆಯಲ್ಲಿ ಅಲ್ಲೇ ಯಾಕೆ ಬಿಟ್ಟಿದ್ದೀರ? ಇಲ್ಲಿಗೆ ಕರೆದುಕೊಂಡು ಬರಬಹುದಲ್ಲ!" ಎಂದು ಬಾಯಲ್ಲಿದ್ದ ಎಲೆಅಡಿಕೆಯ ಎಂಜಲನ್ನು ಎರಡು ಬೆರಳುಗಳ ಸಂದಿಯಿಂದ ತುಪಕ್ಕನೆ ಉಗಿದು, ತುಟಿಯೊರೆಸಿಕೊಂಡು ಕೇಳಿದಳು. ಕಳೆದ ಎರಡು ಮೂರು ನಿಮಿಷಗಳಿಂದ ಪುಟ್ಟಮ್ಮನ ಮಾತನ್ನು ತದೇಕಚಿತ್ತದಿಂದ ಆಲಿಸುತ್ತಿದ್ದ ಬೊಳ್ಳವ್ವಳ ಎದೆಗೆ ಸಿಡಿಲು ಬಂದು ಬಡಿದಂತಾಯಿತು. ಹತ್ತಿ ಮರದ ಮೇಲಿಂದ ಎದ್ದವಳೆ, ಪಕ್ಕದ ಸಾಲಿನಲ್ಲಿ ಕಾಫಿ ಕುಯ್ಯಲು ಶುರುಮಾಡಿದ್ದವರ ಬಳಿ, 'ಹಣ್ಣು ಉದುರದಂತೆ ಎಚ್ಚರವಾಗಿ ಕುಯ್ಯಿರಿ' ಎಂದು ಉಪದೇಶ ಮಾಡುತ್ತಾ ನಿಂತಿದ್ದ ಪೊನ್ನಪ್ಪನವರ ಬಳಿಗೆ, "ಏನೂಂದ್ರೆ ಈ ಪುಟ್ಟಮ್ಮ ಹೇಳಿದ್ದನ್ನು ಕೇಳಿದ್ರ!" ಎಂದು ಜೋರಾಗಿ ಅಳುತ್ತಾ ಓಡಿದಳು. ಮಡದಿ ಕಾಫಿಗಿಡಗಳೆಡೆಯಿಂದ ಅಳುತ್ತಾ ಎದ್ದೋಬಿದ್ದೋ ಅಂತ ಓಡಿಬರುತ್ತಿರುವುದನ್ನು ನೋಡಿ ಆತಂಕಗೊಂಡ ಪೊನ್ನಪ್ಪ ಅವಳೆಡೆಗೆ ಧಾವಿಸಿ ಬಂದರು.

"ರೀ ಆ ಪುಟ್ಟಮ್ಮ ಹೇಳಿದ್ದನ್ನು ಕೇಳಿದ್ರಾ? ನಮ್ಮ ಸನ್ನಿ ಎಲ್ಲವನ್ನು ಕಳೆದುಕೊಂಡು ನಡುಬೀದಿಯಲ್ಲಿ ನಿಂತಿದ್ದಾನೆ ಅಂತೆ! ಅವನಿಗೆ ಏನಾಯ್ತು ರೀ!" ಎಂದು ಮುಗಿಲು ಮುಟ್ಟುವಂತೆ ರೋದಿಸತೊಡಗಿದಳು. ಯಾವ ವಿಷಯ ಬೊಳ್ಳವ್ವಳಿಗೆ ತಿಳಿಯಬಾರದು ಎಂದುಕೊಂಡು ಪೊನ್ನಪ್ಪನವರು ಮುಚ್ಚಿಟ್ಟಿದ್ದರೋ ಅದೇ ವಿಷಯವನ್ನು ಬೊಳ್ಳವ್ವಳ ಬಾಯಿಂದಲೇ ಕೇಳಿ ದಿಗ್ಭ್ರಾಂತರಾದ ಪೊನ್ನಪ್ಪನವರು, ಅವಳನ್ನು ಸಮಾಧಾನ ಪಡಿಸಲು ಯತ್ನಿಸಿದರು. ಗಂಡನ ಹಾವಭಾವ ನೋಡಿದ ಬೊಳ್ಳವ್ವಳಿಗೆ, ಈ ವಿಚಾರ ಮೊದಲೇ ಪೊನ್ನಪ್ಪನವರಿಗೆ ತಿಳಿದಿತ್ತು ಎಂದು ಅರಿಯಲು ಹೆಚ್ಚು ಸಮಯ ಬೇಕಾಗಲಿಲ್ಲ. "ಯಾಕ್ರೀ ಇದನ್ನೆಲ್ಲ ನನ್ನ ಬಳಿ ಮುಚ್ಚಿಟ್ರಿ? ಬನ್ನಿ ಇವಾಗಲೇ ಹೋಗಿ ಅವನನ್ನು ಕರೆದುಕೊಂಡು ಬರೋಣ, ಹೆತ್ತ ಮಗ ಅಷ್ಟು ಕಷ್ಟದಲ್ಲಿ ಅಲ್ಲಿ ಜೀವನ ನಡೆಸುತ್ತಿರುವಾಗ ನಮಗೆ ಈ ತೋಟ, ಆಸ್ತಿಯೆಲ್ಲ ಯಾಕೆ? ಬನ್ನಿ ಈ ಕ್ಷಣವೇ ಹೋಗೋಣ" ಎಂದು ನೆಲದಲ್ಲಿಯೇ ಕುಸಿದುಕುಳಿತು ಬಿಕ್ಕತೊಡಗಿದಳು. ಕಾಫಿ ಕುಯ್ಯುತ್ತಿದ್ದವರೆಲ್ಲ ಗಿಡದ ಬುಡದಿಂದ ಹೊರಬಂದು, ಸಾಲುಗಳ ನಡುವಲ್ಲಿ ಕುಳಿತು ಯಜಮಾನತಿ ಅಳುತ್ತಿರುವುದನ್ನು ಅನುಕಂಪದಿಂದ ನೋಡತೊಡಗಿದರು.

"ಇವತ್ತಿನ ಕೆಲಸ ಮುಗಿಯಲೀ ಬೊಳ್ಳು, ನಾಳೆ ಹೇಗಿದ್ದರು ಸೋಮವಾರ, ಕೆಲಸದವರಿಗು ರಜೆ ಇದೆ, ನಾಳೆ ಬೆಳಿಗ್ಗೆಯೇ ಹೊರಟು ಅವನನ್ನು ಜೊತೆಗೇ ಕರೆದುಕೊಂಡು ಬರುವಾ!" ಎಂದು ಬೊಳ್ಳವ್ವಳ ಕೆನ್ನೆಯ ಮೇಲೆ ಸುರಿಯುತ್ತಿದ್ದ ಕಣ್ಣೀರನ್ನು ಒರೆಸಿದರು.

ಬೆಳಿಗ್ಗೆ ಸುಮಾರು ಹನ್ನೊಂದು ಗಂಟೆ ಸಮಯವಿರಬಹುದು. ಕುಶಾಲನಗರ ಪಟ್ಟಣ ಎಂದಿನಂತೆ ಬಿಸಿಲಿನ ತಾಪಕ್ಕೆ ಧಗಧಗ ಎಂದು ಉರಿಯಲು ಪ್ರಾರಂಭವಾಗಿತ್ತು. ವಿರಾಜಪೇಟೆಯಿಂದ ಹೊರಟ ರಾಘವೇಂದ್ರ ಬಸ್ಸ್, ಕುಶಾಲನಗರದ ಗಣಪತಿ ದೇವಸ್ಥಾನದ ಬಳಿ ಬಂದು ನಿಂತಿತು. ಕಂಡಕ್ಟರ್, "ಬನ್ನಿ ಇದು ಲಾಸ್ಟ್ ಸ್ಟಾಪ್" ಎಂದು ಏರುಧ್ವನಿಯಲ್ಲಿ ಕೂಗತೊಡಗಿದ.

ಕುಶಾಲನಗರದಲ್ಲಿ ಯಾವುದಾದರು ವ್ಯಾಪಾರ ವಹಿವಾಟು ನಡೆಸಿ ಬದುಕು ಕಟ್ಟಿಕೊಳ್ಳುವ ಎಂದು ಕುಟುಂಬದವರ ವಿರೋಧದ ನಡುವೆಯೂ ಮನೆಬಿಟ್ಟು ಹೊರಟುಬಂದಿದ್ದ ಕಡಂಗದ ಗಪ್ಪು, ತೋಳಿನಲ್ಲಿ ಕಿಟ್ ಬ್ಯಾಗ್ ಜೋತುಹಾಕಿಕೊಂಡು, ಕೈಯಲ್ಲೊಂದು ಸೂಟ್‌ಕೇಸ್ ಹಿಡಿದು ಬಸ್ಸಿನಿಂದಿಳಿದು ಎತ್ತ ಹೋಗಬೇಕು ಎಂದು ಯೋಚಿಸುತ್ತಲಿದ್ದ.

"ಹಾಯ್ ಏನ್ ಸಮಾಚಾರ, ಇವಾಗ ತಾನೇ ಊರಿಂದ ಬಂದೆಯಾ?" ಎಂಬ ಅಪರಿಚಿತ ಧ್ವನಿಯೊಂದು ತಕ್ಷಣಕ್ಕೆ ಗಪ್ಪುವಿನ ಕಿವಿಗೆ ಅಪ್ಪಳಿಸಿತು.

ಗಪ್ಪು ತಿರುಗಿ ನೋಡಿದ. ಮಸುಕು ಮಸುಕಾಗಿದ್ದ ಹಳೆಯ ಬಟ್ಟೆ ಧರಿಸಿ, ಇನ್‌ಶರ್ಟ್ ಮಾಡಿ, ಹವಾಯಿ ಚಪ್ಪಲಿ ಹಾಕಿಕೊಂಡು, ನೀಟಾಗಿ ತಲೆಗೂದಲನ್ನು ಒಂದು ಬದಿಗೆ ಬಾಚಿ, ಶರ್ಟಿನ ಜೇಬಿನಲ್ಲಿ ಪೆನ್ನು ಸಿಕ್ಕಿಸಿಕೊಂಡ ಒಬ್ಬ ವ್ಯಕ್ತಿ, ಕೃತಕ ನಗುವೊಂದನ್ನು ಮೊಗದಲ್ಲಿ ಮೂಡಿಸಿಕೊಂಡು ತನ್ನತ್ತ ಕೈ ಎತ್ತಿಕೊಂಡು ಬರುತ್ತಿದ್ದ. ಆ ಅನಾಮಿಕ, ಕ್ಷೌರ ಮಾಡಿಸದೇ ತಿಂಗಳ ಮೇಲಾಗಿದ್ದರಿಂದ ಮುಖದ ಮೇಲೆಲ್ಲ ಬಿಳಿಯ ಕುರುಚಲು ಗಡ್ಡ ಬೆಳೆದಿತ್ತು. ಕಣ್ಣುಗಳೆಲ್ಲ ಗುಳಿ ಬಿದ್ದಂತಾಗಿ, ವಯಸ್ಸು ಒಂದು ನಲವತ್ತೈದರ ಆಸುಪಾಸಿದ್ದರು ನೋಡಲು ತುಸು ಹೆಚ್ಚೇ ವಯಸ್ಸಾದಂತೆ ಕಾಣುತ್ತಿದ್ದ.

'ಯಾರಿವನು? ಇದುವರೆಗೂ ಎಲ್ಲಿಯೂ ನೋಡಿಲ್ಲವಲ್ಲ!' ಎಂದು ಗಪ್ಪು ಯೋಚಿಸುವಷ್ಟರಲ್ಲಿ ಬಳಿ ಬಂದ ಆ ವ್ಯಕ್ತಿ, "ನಾನು ಗೊತ್ತಾಗಲಿಲ್ಲವಾ!" ಎನ್ನುತ್ತಾ ಗಪ್ಪುವಿನ ಕೈಕುಲುಕಲು ಮುಂದಾದ. ಗಪ್ಪು ಆಶ್ಚರ್ಯದಿಂದ ಆ ವ್ಯಕ್ತಿಯನ್ನು ದಿಟ್ಟಿಸುತ್ತಾ, 'ಗೊತ್ತಾಗಲಿಲ್ಲ' ಎಂದರೆ ಎಲ್ಲಿ ಅಪಾರ್ಥ ಮಾಡಿಕೊಳ್ಳಬಹುದು ಎಂದುಕೊಂಡು ಕೈ ಮುಂದಕ್ಕೆ ಚಾಚಿ ಕುಲುಕಿದ.

"ಊರಲ್ಲಿ ಅಮ್ಮ, ಅಪ್ಪ ಎಲ್ಲಾ ಚೆನ್ನಾಗಿ ಇದ್ದಾರ?" ಎಂದು ಮಾತು ಮುಂದುವರೆಸಿ, ತುಂಬಾ ಪರಿಚಯದವರಂತೆ ಒಂದ್ಹತ್ತು ನಿಮಿಷ ಕುಶಲೋಪರಿ

ವಿಚಾರಿಸಿದ, ನಂತರದಲ್ಲಿ ಗಪ್ಪುವಿನ ಕಿವಿಯ ಬಳಿ ಬಂದು, "ಬೆಳಿಗ್ಗೆಯಿಂದ ನಾಷ್ಟ ಮಾಡಿಲ್ಲ, ಒಂದು ಹತ್ತು ರೂಪಾಯಿ ಚೇಂಜ್ ಇದ್ದರೆ ಕೊಡ್ತೀಯಾ" ಎಂದು ಕೇಳಿದ. ಆ ಅನಾಮಿಕ ಗಪ್ಪುವಿನ ತೀರ ಹತ್ತಿರಕ್ಕೆ ಬಂದದ್ದೆ, ಅವನು ರಾತ್ರಿ ಕುಡಿದಿದ್ದ ಕಡಿಮೆ ಬೆಲೆಯ ಹೆಂಡದ ಕಹಿ ಘಾಟು ಘಮ್ ಎಂದು ಗಪ್ಪುವಿನ ಮೂಗಿಗೆ ರಾಚಿತು. ಆ ಕ್ಷಣದವರೆಗೂ ಅವನು ಯಾರು, ಎತ್ತ ಎಂದು ಗೊತ್ತಾಗದೇ ಗೊಂದಲದಲ್ಲಿದ್ದ ಗಪ್ಪು, ಮರು ಮಾತನಾಡದೇ ತನ್ನ ಜೇಬಿಗೆ ಕೈಹಾಕಿ ಹಣ ಹೊರತೆಗೆದ. ಚಿಲ್ಲರೆಯಿರಲಿಲ್ಲ. ಕೈಯಲ್ಲಿ ನೂರರ ನೋಟನ್ನು ಹಿಡಿದುಕೊಂಡು, ಯಾರ ಬಳಿ ಚಿಲ್ಲರೆ ಕೇಳಲಿ ಎಂದು ಸುತ್ತ ನೋಡತೊಡಗಿದ. ಎದುರಿಗಿದ್ದವನು ಆಸೆ ಕಂಗಳಿಂದ ಗಪ್ಪುವಿನ ಕೈಯನ್ನೆ ನೋಡುತ್ತಿದ್ದ. "ಇರಿ ಒಂದು ನಿಮಿಷ" ಎಂದು ತನ್ನ ಲಗೇಜುಗಳನ್ನು ಹೊತ್ತುಕೊಂಡು, ಕಾರು ತಂಗುದಾಣದ ಪಕ್ಕದಲ್ಲಿದ್ದ ಅಂಗಡಿಯಲ್ಲಿ ನೆಲದ ಮೇಲೆ ಪೇಪರ್ ಹರಡಿಕೊಂಡು ಕುಳಿತಿದ್ದ ಬೊಕ್ಕತಲೆಯ ಪೇಪರ್ ಪ್ರಕಾಶಣ್ಣನ ಬಳಿ ಹೋದ ಗಪ್ಪು, "ಸರ್ ಚೇಂಜಿದ್ದರೆ ಕೊಡಿ" ಎಂದು ಕೇಳಿದ.

ಗಪ್ಪುವನ್ನೆ ಹಿಂಬಾಲಿಸಿಕೊಂಡು ಬಂದ ಆ ಅಪರಿಚಿತ ವ್ಯಕ್ತಿ, "ಓ ಪ್ರಕಾಶಣ್ಣ, ಏನು ಸಮಾಚಾರ? ಪೇಪರ್ ಇನ್ನು ಖಾಲಿಯಾಗಿಲ್ಲವಾ?" ಎಂದು ಆ ಪೇಪರ್ ಅಂಗಡಿಯವರ ಬಳಿಯೂ ಮಾತಾಡಿದ. ಪೇಪರ್ ಪ್ರಕಾಶಣ್ಣ ಅವನ ಮಾತಿಗೆ ಪ್ರತಿಕ್ರಿಯಿಸದೇ, ಜೇಬಿನಿಂದ ಹತ್ತರ ಗಂಟನ್ನು ತೆಗೆದು, ಎಣಿಸಿ ಚಿಲ್ಲರೆಯನ್ನು ಗಪ್ಪುವಿನ ಕೈಗಿತ್ತರು. ಮೊದಲಿಗೆ ಅದರಿಂದ ಹತ್ತು ರೂಪಾಯಿಯ ನೋಟನ್ನು ತೆಗೆದ ಗಪ್ಪು ಆ ಅನಾಮಿಕನಿಗೆ ಕೊಟ್ಟ.

ಹಣ ಪಡೆದವನೇ ಕಿಸೆಗೆ ಹಾಕಿಕೊಂಡು, "ಓಕೆ ಥ್ಯಾಂಕ್ಯೂ, ಅಪ್ಪ ಅಮ್ಮನ್ನೆಲ್ಲ ಕೇಳಿದೆ ಅಂತ ಹೇಳು" ಎಂದು ಬಾಯ್ ಹೇಳಿ, ಅರೆ ಕ್ಷಣವೂ ತಡಮಾಡದೇ, ಪಕ್ಕದ ಗಲ್ಲಿಯಲ್ಲಿದ್ದ ಸೂರ್ಯ ವೈನ್ಸ್‌ನ ಕಡೆಗೆ ನಡೆಯತೊಡಗಿದ. ಗಪ್ಪು ಅವನನ್ನೆ ಹಿಂಬದಿಯಿಂದ ನೋಡುತ್ತಾ 'ಇವನು ಯಾರಿರಬಹುದು? ಪರಿಚಯದವರ ರೀತಿಯಲ್ಲಿ ಇಷ್ಟೊಂದು ಆತ್ಮೀಯವಾಗಿ ಮಾತನಾಡಿ, ಹಣ ಪಡೆದುಕೊಂಡು ಹೋದನಲ್ಲ!' ಎಂದು ದಿಗ್ಭ್ರಾಂತನಾಗಿ ಯೋಚಿಸುತ್ತಲೇ ನಿಂತಿದ್ದ.

ಅವನ ಕಳವಳವನ್ನು ಅರಿತ ಪೇಪರ್ ಪ್ರಕಾಶಣ್ಣ, ಗಪ್ಪುವಿನ ಬಳಿ ನಗುತ್ತಾ, "ಅವನ ಹೆಸರು ಸನ್ನಿ ಅಂತ, ಕಾನೂರಿನವನು. ಅವನು ಪರಿಚಯ ಇಲ್ಲದವರ ಬಳಿಯೂ, ಪರಿಚಯ ಇರುವವರ ಹಾಗೆ ಮಾತನಾಡಿ, ಹಣ ಪಡೆದು, ಕುಡಿಯಲು ಹೋಗುತ್ತಾನೆ. ಬೆಳಿಗ್ಗೆಯಿಂದ ನೀನು ಅವನಿಗೆ ಮೂರನೇ ಗಿರಾಕಿ. ಒಟ್ಟು ಮೂವತ್ತು ರೂಪಾಯಿ ಆಗಿದ್ದೆ ತಡ ಸೂರ್ಯ ವೈನ್ಸ್‌ಗೆ ದೌಡಾಯಿಸಿಬಿಡುತ್ತಾನೆ. ಒಂದು ಕಾಲದಲ್ಲಿ ಚೆನ್ನಾಗಿದ್ದ ಮನುಷ್ಯ!

ಅವರಪ್ಪ ಬೇರೆ ದೊಡ್ಡ ಫಾರೆಸ್ಟ್ ಆಫೀಸರ್ ಅಂತೆ! ಏನು ಮಾಡುವುದು ಎಲ್ಲ ಹಣೆಬರಹ!" ಎಂದು ದಿನಪತ್ರಿಕೆಗಳನ್ನು ಮಡಚುವುದರಲ್ಲಿ ಮಗ್ನರಾದರು.

ಅದಾಗಲೇ ಮಗನನ್ನು ಕರೆದುಕೊಂಡು ಹೋಗುವ ಸಲುವಾಗಿ ಕುಶಾಲನಗರ ತಲುಪಿದ್ದ ಪೊನ್ನಪ್ಪ ದಂಪತಿಗಳು ಅಲ್ಲಿ ನಡೆಯುತ್ತಿದ್ದ ಆ ದೃಷ್ಟಾಂತಗಳನ್ನೆಲ್ಲಾ ಕಳೆದ ಹತ್ತು ನಿಮಿಷಗಳಿಂದ ನೋಡುತ್ತಾ ನಿಂತಿದ್ದರು. ಸನ್ನಿ ಮರೆಯಾಗುತ್ತಿದ್ದಂತೆ, "ರೀ ನಮ್ಮ ಸನ್ನಿ!" ಎಂದು ಬೊಳ್ಳವ್ವ, ಪೊನ್ನಪ್ಪನವರ ಭುಜಕ್ಕೆ ಒರಗಿದಳು. ಕಳೆದ ಎರಡು ದಶಕಗಳಿಂದ ಮಗನಿಗಾಗಿ ಅತ್ತುಅತ್ತು ಬೊಳ್ಳವ್ವಳ ಕಣ್ಣೀರೆಲ್ಲ ಹಿಂಗಿ ಹೋಗಿದ್ದರಿಂದ ಅವಳಂದು ಬಿಕ್ಕುತ್ತಿದ್ದರೂ ಸಹ ಕಣ್ಣೀರು ಮಾತ್ರ ಹೊರಬರುತ್ತಿರಲಿಲ್ಲ.

ಒಂದೈದು ನಿಮಿಷ ಕಳೆಯುವಾಗ ಸೂರ್ಯ ವೈನ್ಸ್‌ನ ಗಲ್ಲಿಯಿಂದ ತುಟಿಯೊರೆಸಿಕೊಂಡು, ಹೊಸ ಗಿರಾಕಿಯ ನಿರೀಕ್ಷೆ ಮಾಡುತ್ತಾ ಕಾರು ನಿಲ್ದಾಣದೆಡೆಗೆ ಸನ್ನಿ ನಡೆದುಬಂದ. ಎದುರಿಗೆ ಪೊನ್ನಪ್ಪ ನಿಂತಿದ್ದರು. ಅದೇ ಸಮಯಕ್ಕೆ ಸರಿಯಾಗಿ ಎದುರಿಗಿನ ಗಣಪತಿ ದೇವಾಲಯದಿಂದ ಜೋರಾಗಿ ಘಂಟೆಯ ಶಬ್ದ ಮೊಳಗತೊಡಗಿತು.

ಕಾದಂಬರಿಯಲ್ಲಿ ಬಳಸಿರುವ ಕೆಲವು ಪದಗಳ ಅರ್ಥ ಮತ್ತು ವಿವರಣೆ

ಬಾಳ್: ಮರ ಕೊಯ್ಯುವ ದೊಡ್ಡ ಗರಗಸ.

ಆರ್.ಎಫ್.ಓ.: ವಲಯ ಅರಣ್ಯಾಧಿಕಾರಿ.

ಡಿ.ಎಫ್.ಓ.: ಉಪ ಅರಣ್ಯ ಸಂರಕ್ಷಣಾಧಿಕಾರಿ.

ಎಫ್.ಓ.ಸಿ.: ಅರಣ್ಯ ಅಪರಾಧ ಪ್ರಕರಣ.

ಕೆಂಜಿಗೆ: ಕೆಂಪಿರುವೆ.

ಮುಚ್ಚ: ಮುಸುವ, ಕಾಮನ್ ಲಂಗೂರ್ ಜಾತಿಯ ಕಪಿ.

ಉಣ್ಣೆಗುತ್ತಿ: ಲಂಟಾನ ಪೊದೆ.

ಬೋನೋಫೈಡ್ ಪಾಸ್: ರೈತರಿಗೆ ಸ್ವ ಉಪಯೋಗಕ್ಕಾಗಿ ಮರ ಕಡಿಯಲು ಅರಣ್ಯ ಇಲಾಖೆಯಿಂದ ಕೊಡುವ

ಅನುಮತಿ.

ಮಚ್ಚಾನು, ಅಟ್ಟಣೆ: ಮರದ ಮೇಲೆ ಕಾವಲು ಕೂರಲು ಕಟ್ಟುವ ತಾತ್ಕಾಲಿಕವಾಗಿ ನಿರ್ಮಿಸಿದ ಸಣ್ಣ ಕುಟೀರ.

ಜಮಕ್ಷನ್ ಹುಡಿ: ಇರುವೆ, ಜಿಗಣೆಗಳಂತಹ ಕ್ರಿಮಿಕೀಟಗಳ ವಿರುದ್ಧ ಬಳಸುವ ರಾಸಾಯನಿಕ ಪುಡಿ.

ಅರಣೆ: ಹಾವುರಾಣಿ, ಹಾವರಣೆ.

ಕಟ್ಟನ್: ಕಪ್ಪು ಚಹಾ.

ರಂಡ್ಲ್ ಮೂನ್: ಎರಡರಲ್ಲಿ ಮೂರು.

ಎಡ್ಕ್ಕ್: ತೆಗೆ.

ಇವರ್ಕ್ಕಾಣೋ?: ಇವರಿಗಾ?

ತಣ್ತ್ ಪೋವು: ತಣ್ಣಗಾಗಿ ಬಿಡುತ್ತೆ.

ನಾಟಿಲೇಕ್: ಊರಿಗೆ.

ನೀ ದಾಡ?: ಯಾವ ಮನೆತನ (ಕುಟುಂಬ)?

ಪೇಡಿ ಆಗುನ್ನುಂಡೋ?: ಭಯ ಆಗುತ್ತಿದೆಯಾ?

ಎಂದಾಯಿ?: ಏನಾಯ್ತು?

ಅದ್ ಸಾರೇ, ಮೂತ್ರ ಒಯಿಕ್ಕಾನ್ ನಿನ್ನದಾ: ಅದು ಸಾರ್, ಮೂತ್ರ ವಿಸರ್ಜನೆ ಮಾಡಲು ನಿಂತದ್ದು.

ಬೊಳ್ಳಚಾಯ: ಹಾಲಿನಿಂದ ಮಾಡುವ ತೆಳ್ಳಗಿನ ಚಹಾ.

ಸಮೊವಾರ್: ಚಹಾ ಮಾಡುವ ಸಲುವಾಗಿ ನೀರನ್ನು ಕುದಿಸಲು ಉಪಯೋಗಿಸುವ ವಿಶಿಷ್ಟ ಪಾತ್ರೆ.

ಸುಗ ಅಲ್ಲೆ?: ಆರೋಗ್ಯ ತಾನೇ?

ಉಳ್ಳಿವಡೆ: ಈರುಳ್ಳಿವಡೆ.

ಕಾಫಿ ಬೊಡ್ಡೆ: ಕಾಫಿ ಗಿಡದ ಕಾಂಡ.

ಒಂದು ಮುರಿ: ಒಂದು ತುಂಡು.

ನೈಚೋರ್: ತುಪ್ಪದನ್ನ.

ಸ್ಥಲಂ ಇಷ್ಟಮಾಯಿ, ಪಕ್ಷೆ ವೆಲ ಕೂಡ್‌ದಲಾಯಿ: ಜಾಗ ಇಷ್ಟವಾಯಿತು, ಆದರೆ ಬೆಲೆ ಹೆಚ್ಚಾಯಿತು.

ತಟ್ಟಿಪ್ಪ್: ಮೋಸ.

ಏಮಿ?: ಏನು?

ವೀರಲೋಕದ ಪ್ರಕಟಣೆಗಳು

1. ಕೈ ಹಿಡಿದು ನೀ ನಡೆಸು ತಂದೆ
2. ವಿಶ್ವಸುಂದರಿ
3. ಇವರು ಅವರು ದೇವರು
4. ಒಳ್ಳೆಯ ಬದುಕಿನ ಸೂತ್ರಗಳು
5. ಬೆಳ್ಳಿತೆರೆಯ ಬಂಗಾರದ ಗೆರೆ
6. ಸೋಲೆಂಬ ಗೆಲುವು
7. ಲಾಸ್ಟ್ ಡೇಸ್ ಆಫ್ ಲೆಜೆಂಡ್ಸ್
8. ಮನಿ ಮನಿ ಎಕಾನಮಿ
9. ನಿಮಗೆಷ್ಟು ಹಣ ಬೇಕು?
10. ಆರ್ಟ್ ಆಫ್ ಸಕ್ಸಸ್
11. ಮಾದಕ ದೊರೆ
12. ನಟನ ಕಥೆ–ಮಂಡ್ಯ ರಮೇಶ್
13. ಬದುಕೇ ಭಗವಂತ
14. ತ್ಯಾಗಕ್ಕಿಲ್ಲ ನೂಕುನುಗ್ಗಲು
15. ಕೃಷಿ ಯಾಕೆ ಖುಷಿ?
16. ಮೆಮರೀಸ್ ಆಫ್ ಬಾರ್ಸಾ
17. ಹಿಂದಿನ ನಿಲ್ದಾಣ
18. ಪ್ರೀತ್ಸು
19. ಕಥಾ ಸಾಗರಿ
20. ಹೃದಯದ ಮಾತು ಕೇಳಿ
21. ದ್ವೈತ
22. ಕ್ಷಯ
23. ಯಾರೂ ಹೇಳದ ಕಥೆಗಳು
24. ಅರ್ಧ ಬಿಸಿಲು ಅರ್ಧ ಮಳೆ...
25. ಗದಾಯುದ್ಧಂ
26. ಫಾರೆಸ್ಟರ್ ಪೊನ್ನಪ್ಪ
27. ನಾ ಸೆರೆಹಿಡಿದ ಕನ್ಯಾಸ್ತ್ರೀ
28. ವಿಶ್ವಯಾನಕ್ಕೆ ಗಣಿತವಾಹನ
29. ಮೇರುನಟ
30. ಟ್ರಾಯ್
31. ಕುಣಿಗಲ್ ಟು ಕಂದಹಾರ್
32. ಲೆಟ್ಸ್ ಮೇಕ್ ಎ ಶಾರ್ಟ್ ಫಿಲಂ

www.ingramcontent.com/pod-product-compliance
Lightning Source LLC
LaVergne TN
LVHW060232051026
849517LV00005B/1588
* 9 7 8 9 3 9 4 9 4 2 3 1 8 *